പെരുമലയൻ

Perumalayan
Novel

M V Janardhanan

CHINTHA PUBLISHERS
Thiruvananthapuram

First Edition
May 2023

Second Edition
March 2024

Published & Typesetting
Chintha Publishers, Thiruvananthapuram

Printed at
Repro India Ltd, Mumbai

Cover Design
Vinod Mangoes

ISBN : 978-81-19131-19-8

CR - 3427 / 6837

Email: chinthapublishers@gmail. com
Website: www. chinthapublishers. com

A version is available at National Libraries
Kolkata, Mumbai, Chennai and Delhi

Distribution
DESHABHIMANI BOOKHOUSE
H O Thiruvananthapuram 695035

Branch
Head Office Kunnukuzhi • Statue Thiruvananthapuram
KSRTC Bus Terminal Thampanoor • Saphalyam Complex Thiruvananthapuram
KSRTC Bus Station Ernakulam • Machingal Lane Thrissur • IG Road Kozhikode
Mavoor Road Kozhikode • NGO Union Building Kannur
Central Bus Terminal Complex Thavakkara Kannur

പെരുമലയൻ

എം വി ജനാർദ്ദനൻ

ചിന്ത പബ്ലിഷേഴ്സ്
തിരുവനന്തപുരം-695 035

എം വി ജനാർദ്ദനൻ

വടക്കേ മലബാറിലെ പയ്യന്നൂരിനടുത്ത എരമം എന്ന ഗ്രാമത്തിൽ ജനിച്ചു. അച്ഛന്റെയും അമ്മയുടെയും പേര് എം വി രാമൻ, എം വി കല്യാണി. വാത്സല്യവും ജ്ഞാനവും കൂട്ടിക്കുഴച്ചുതന്ന് വളർത്തിയത് അമ്മയുടെ അച്ഛൻ തടത്തിലെ വളപ്പിൽ വലിയ കണ്ണനും, അമ്മയുടെ അമ്മ മാപ്പിള വളപ്പിൽ ചിരുതൈയും.

പേരൂൽ യു പി സ്കൂൾ, മാതമംഗലം ഗവ. ഹൈസ്കൂൾ, തളിപ്പറമ്പ ചിന്മയാമിഷൻ കോളേജ് എന്നിവിടങ്ങളിൽ നിന്നും ഔപചാരിക വിദ്യാഭ്യാസം. പുരോഗമന യുവജന പ്രസ്ഥാനത്തിൽ എളിയ പോരാളിയായും പ്രാസംഗിക നായും യൗവന കാലം നിറഞ്ഞാടി. വിശപ്പടക്കാൻ, എരമം കുറ്റൂർ സർവ്വീസ് സഹകരണ ബാങ്കിൽ ഇരുപതോളം വർഷം അക്കങ്ങളെ പ്രണയിച്ച് ജീവിച്ചു. വൈദ്യകുടുംബത്തിന്റെ നെടുംതൂണായ അച്ഛാച്ഛന്റെ നാവിൽനിന്നും കൈയിൽ നിന്നും ഉതിർന്നു വീണ പാരമ്പര്യ വൈദ്യത്തിന്റെ സത്ത പ്രാവർത്തികമാക്കാൻ ശ്രമിച്ചുകൊണ്ട് മലപ്പുറം ജില്ലയിലെ മഞ്ചേരിയിൽ കൂടുകൂട്ടിക്കഴിയുന്നു.

ഭാഷാശ്രീ സംസ്ഥാന സാഹിത്യ പുരസ്കാരം, കട യ്ക്കോട് വിശ്വംഭരൻ പുരസ്കാരം, വ്യാസ കലാസാഹിത്യ പുരസ്കാരം, ഞാറ്റുവേല രാജലക്ഷ്മി നോവൽ പുര സ്കാരം എന്നിവ *പെരുമലയന്* ലഭിച്ചു.

കൂടെയുള്ളത്,

കൂട്ടുകാരി : ജിഷ എം
മകൻ : രോഹിത് ജെ രാമൻ
മകൾ : രഞ്ജിമ ജെ രാമൻ
(രണ്ടുപേരും വൈദ്യവിദ്യാർത്ഥികൾ)

വിലാസം : ധന്വന്തരി മഠം
കോവിലകംകുണ്ട് സൗത്ത്
പി ഒ മഞ്ചേരി - 676121
മലപ്പുറം ജില്ല
ഫോൺ : 9809031963, 9605548102

ഉള്ളടക്കം

വടക്കേ മലബാറിന്റെ ഹൃദയഭാഗത്ത്,
എരമം ദേശത്ത്,
നൂറ്റി ഇരുപത് വർഷത്തിനപ്പുറം ജീവിതം തുടങ്ങി,
മൺമറഞ്ഞുപോയ
എന്റെ അച്ഛാച്ഛനും അമ്മാമ്മയും,
അവരോടൊപ്പം കാലം കഴിച്ചവരും,
അവരുടെ ആശ്രിതരായി പലപ്പോഴായി വന്ന്
ഞങ്ങളോടൊപ്പം അന്തിയുറങ്ങിയ,
തെയ്യം കുലത്തൊഴിലായി കൊണ്ടുനടന്ന,
മലയ സമുദായത്തിൽ പെട്ടവരും,
വണ്ണാൻ സമുദായത്തിൽ പെട്ടവരുമായ,
ആദരണീയരായ തെയ്യം കലാകാരന്മാരും
സംസാരിച്ച ഭാഷയിൽ കഥ പറയാൻ
ഒരു എളിയ ശ്രമം ഈ നോവലിൽ നടത്തിയിട്ടുണ്ട്.

പ്രസാധകക്കുറിപ്പ്

ജന്മിപ്രമത്തതയുടെ കാലത്ത് നാട്ടറിവുകളെയും പാരമ്പര്യ വിജ്ഞാനമണ്ഡലങ്ങളെയും തറയിലിട്ട് ചവിട്ടിയരച്ചപ്പോൾ ആത്മാവിൽനിന്നും പൊള്ളി വിടർന്ന രോഷപ്പൂവാണ് പൊട്ടൻ തെയ്യം. തെയ്യ ഭാഷണത്തിന്റെ വഴിയാണ് എം വി ജനാർദ്ദനൻ ഈ നോവലിൽ സ്വീകരിച്ചിരിക്കുന്നത്. വടക്കേ മലബാറിന്റെ കീഴാളഭാഷ അതിന്റെ എല്ലാ ചാരുതയോടെയും സവിശേഷതകളോടെയും ഈ നോവലിൽ പ്രകാശിതമാകുന്നു. ആധുനിക മലയാളത്തിന്റെ കീഴടരുകളെ ഖനനം ചെയ്തെടുത്ത് പൊതുമണ്ഡലത്തിലേക്ക് ആനയിക്കുക എന്ന ചരിത്രപരവും രാഷ്ട്രീയവുമായ ദൗത്യത്തെ *പെരുമലയൻ* നിറവേറ്റുന്നു. കീഴാള ജീവിതത്തിലെ ജീവന്റെ ഉറവകളെയും തുറസ്സുകളെയും അടച്ചുകളഞ്ഞ അധികാരവാഴ്ചക്കെതിരെയുള്ള കുതറൽ കൂടിയാണീ നോവൽ. നോവൽ മണ്ഡലത്തിൽ സവിശേഷ വായന അർഹിക്കുന്ന ഗ്രന്ഥം കൂടിയാണ് *പെരുമലയൻ.*

ചിന്ത പബ്ലിഷേഴ്സ്

പെരുമലയൻ കീഴാള ചെറുത്തു നില്പുകളുടെ ഉൾക്കരുത്ത്

കെ ഇ എൻ

സിനിമയ്ക്കും നാടകത്തിനും സാദ്ധ്യത നല്കുന്ന, ദൃശ്യങ്ങൾക്ക് ഏറെ പ്രാധാന്യമുള്ള, വ്യത്യസ്തതരത്തിലുള്ള വായനകളെ പ്രചോദിപ്പിക്കുന്ന, കഴിഞ്ഞതൊന്നും കഴിഞ്ഞതല്ലെന്ന് അനുഭവിപ്പിക്കുന്ന, മറവികൾക്കെതിരെ, ഓർമ്മകൾകൊണ്ട് പ്രതിരോധമൊരുക്കുന്ന, മൊഴിഭേദങ്ങളുടെ വൈവിദ്ധ്യവഴികളിൽ നിർവൃതമാവുന്ന, വേറിട്ടൊരു രചനയെന്ന നിലയിലാണ്, എം വി ജനാർദ്ദനന്റെ, *പെരുമലയൻ* ശ്രദ്ധേയമാവുന്നത്. കഥകൾക്കുള്ളിലെ കഥകളിലേക്ക് കുഴിച്ചിറങ്ങുന്ന, കീഴാള ജീവിതവേദനകളും വേവലാതികളുമാണ്, നോവലിൽ കലഹവും കലാപവുമായി കുതറുന്നത്. ആഖ്യാനത്തിന്റെ മനോഹാരിതകൊണ്ടും സൂക്ഷ്മതകൊണ്ടും അത്യന്തം ഹൃദ്യമായ സർഗ്ഗസൃഷ്ടിയെന്ന നിലയിൽ, നോവൽ, വായനയിൽ പകരുന്നത് നീറലിന്റെ അസ്വസ്ഥ നിർവൃതിയാണ്. സ്വന്തം കാലത്തോട് സംവാദം നിർവ്വഹിക്കുന്ന ഒരു കൃതിയായി വളർന്നതുകൊണ്ടാണ്, പ്രസ്തുത നോവൽ ആവിഷ്കരിക്കുന്ന 'ഭൂതകാലം,' ആ ഭൂതകാലത്തിൽ ഒതുങ്ങാതെ, വർത്തമാനകാലത്തിലേക്ക് കടന്നു നില്ക്കുന്നത്. പുനരുത്ഥാനത്തിനെതിരെ നവോത്ഥാന മൂല്യങ്ങളാണ്, ജാതിമേൽക്കോയ്മക്കെതിരെ സമരോത്സുക മാനവികതയാണ്, കാഴ്ചക്കൊഴുപ്പുകൾക്കെതിരെ കരുത്താർന്ന ജനപക്ഷ കാഴ്ചപ്പാടാണ്, വായനയെ ഇളക്കി മറിക്കുംവിധം ആഖ്യാനത്തിൽ ചങ്ങലകൾ പൊട്ടിക്കുന്നത്.

കവി, കഥാകൃത്ത്, നാടകസംവിധായകൻ, സാംസ്കാരിക പ്രവർത്തകൻ എന്നിങ്ങനെ സ്വന്തം മുദ്ര ജീവിതത്തിൽ മുമ്പേ തന്നെ പതിപ്പിച്ച പ്രതിഭാശാലിയായൊരു എഴുത്തുകാരൻ എന്ന നിലയിൽ എം വി ജനാർദ്ദനന്റെ *പെരുമലയൻ* എന്ന ആദ്യ നോവൽ, ഏതർത്ഥത്തിലും ശ്രദ്ധാപൂർവ്വമായ വായന ആവശ്യപ്പെടുന്നൊരു സർഗ്ഗരചനയാണ്. ഒരർത്ഥ

ത്തിലിത് നമുക്ക് നമ്മെ തന്നെ കാണിച്ചുതരുന്ന ഒരു ഒന്നാംതരം കണ്ണാടിയാണ്. ഇത്രയൊക്കെ ജീർണ്ണിച്ച പഴയൊരവസ്ഥയിൽ നിന്നാണല്ലോ, ഇപ്പോഴുള്ള ജീവിതത്തിലേക്ക്, നമ്മളെത്തിച്ചേർന്നതെന്ന് നോവലിലെ ഓരോ സംഭവവും ചകിതവിസ്മയങ്ങളോടെ നമ്മെ ബോദ്ധ്യപ്പെടുത്തും. നവോത്ഥാനവും കർഷകസമരങ്ങളും നോവലിൽ പ്രവർത്തിക്കുന്നത്, അസന്നിഹിത സാന്നിദ്ധ്യങ്ങളായിട്ടാണ്. നൂറ്റിയിരുപത് വർഷം മുമ്പുള്ള എരമം ദേശത്തിലെ ജീവിതമാണ് നോവലിൽ കടന്നു വരുന്നത്. അതേ സമയം മാർക്സിസ്റ്റ് തത്ത്വചിന്തയും തൊഴിലാളി കർഷക പ്രക്ഷോഭങ്ങളും ശ്രീനാരായണ ഗുരുവും അയ്യങ്കാളിയും പൊയ്കയിൽ അപ്പച്ചനും എം വി ജെയുടെ എഴുത്തിനെ നിർണ്ണയിക്കുകയും ചെയ്തിട്ടുണ്ട്. നോവലിലെ പൊട്ടൻ ദൈവം അർത്ഥത്തിൽ പഴയതും പുതിയതുമാണ്. അതിന്റെ പഴമയിൽ മാത്രം പറ്റിക്കിടക്കാതെയും എന്നാലതിനെ തിരസ്കരിക്കാതെയും, വർത്തമാനകാലത്ത് അതാവശ്യപ്പെടുന്ന പുതുമകളിലേക്ക് കുതിക്കാനാണ് നോവൽ ശ്രമിക്കുന്നത്.

പെരുമലയൻ പതിവ് എഴുത്തിന്റെ ചട്ടക്കൂട് പൊളിക്കുന്ന, മലയാളത്തിലെ ഏറെ പ്രത്യേകതകളുള്ളൊരു നോവലാണ്. അശാന്തമായ ഭൂതകാലത്തെ, 'പകർത്തി പൊളിക്കുക' എന്ന അത്യന്തം ക്ലേശകരമായൊരു സർഗ്ഗ ദൗത്യമാണ് നോവലിസ്റ്റ് സൂക്ഷ്മതയോടെ സ്വന്തം കൃതിയിൽ സാക്ഷാത്കരിച്ചിരിക്കുന്നത്. സമീപഭൂതം സ്വന്തം വർത്തമാന കാലത്തിന് അഭിമുഖമാകുമ്പോൾ, നമ്മൾ കേൾക്കുന്നത് അവിശ്വസനീയമെന്ന് തോന്നാവുന്ന ഒരുപാട് വിള്ളൽ വീണ ജീവിതങ്ങളുടെ വീർപ്പുമുട്ടലുകളാണ്. കല്പനകൾക്കും അനുസരണങ്ങൾക്കുമിടയിൽ അവസാനിച്ചിട്ടും അവസാനിക്കാത്ത ജീവിതമാണ്, *പെരുമലയനിൽ* ജ്വലിക്കുന്നത്. തമ്പ്രാനിസങ്ങൾക്കെതിരെ തുള്ളിപ്പൊള്ളുന്ന തെയ്യങ്ങളുടെ, തീയും കണ്ണീരും ചോരയും കൊണ്ടെഴുതിയ ചങ്കിടിപ്പിന്റെ ആധുനിക ഇതിഹാസമെന്ന് ഈയൊരു നോവലിനെ വിശേഷിപ്പിക്കാവുന്നതാണ്.

മലയാളസാഹിത്യത്തിലെ, 'ജാതിക്കൊല്ലി പ്രസ്ഥാനത്തിലെ മികച്ച കൃതികളിലൊന്നായി,' *പെരുമലയൻ* വായനയിൽ വിസ്ഫോടനങ്ങൾ സൃഷ്ടിക്കും. കണ്ടതിനും കേട്ടതിനും അപ്പുറമുള്ള അധഃസ്ഥിത ജീവിതങ്ങളാണ്, നോവലിൽ തലങ്ങും വിലങ്ങും കലമ്പുന്നത്. തമ്പ്രാക്കന്മാരുടെ അലർച്ചകൾക്കും, മേൽവിലാസം മായ്ച്ച് കളയപ്പെട്ട പാവം മനുഷ്യരുടെ നിസ്സഹായതകൾക്കും നടുവിൽ അപ്രത്യക്ഷമാവുന്ന മനുഷ്യത്വമാണ്, നിവർന്നു നില്ക്കാനാവാത്തവിധം നോവലിൽ നിലവിളിക്കുന്നത്. നിന്ദിതരും പീഡിതരുമായ അടിമകളും അവരുടെ തന്നെ സമരസ്വപ്നമായി മാറിയ ദൈവങ്ങളും, നാടൻ റാക്കും, മന്ത്രവും തോറ്റവും 'ഒടിമറയലും' പ്രാകലും പ്രതീക്ഷകളും ഇടകലർന്ന ഒരാഖ്യാനമാണ് എം വി ജെയുടെ നോവലിനെ അത്യന്തം ഹൃദ്യമാക്കുന്നത്.

പെരുമലയൻ ഒരുപക്ഷേ, പൊട്ടൻ തെയ്യത്തെ കേന്ദ്രമാക്കിയുള്ള

മലയാളത്തിലെ ആദ്യത്തെ നോവലാവാം. സത്യമായും ഇത്തരമൊരു നോവലിന്റെ പിറവിക്കുവേണ്ടി നമ്മുടെ അബോധം കാത്തുനിന്നിട്ടുണ്ടാവണം, അട്ടപ്പാടിയിലെ മധു മുതൽ, വയനാട്ടിലെ വിശ്വനാഥൻ വരെയുള്ളവരുടെ സ്മരണകൾ, പുകൾപെറ്റ മലയാളി പ്രബുദ്ധതയിൽ സുഷിരങ്ങൾ ഉണ്ടാക്കിയൊരു സന്ദർഭത്തിലാണ്, ജാതിപ്രത്യയശാസ്ത്രത്തെ ആഴത്തിൽ അപനിർമ്മിക്കുന്നൊരു നോവൽ പുറത്തുവരുന്നത് എന്നുള്ളത്, എഴുത്തിലെ പ്രതിരോധങ്ങൾ തുടരുന്നു എന്നതിന്റെ ആവേശം പകരുന്ന തെളിവാണ്.

അങ്ങേയറ്റം പ്രബുദ്ധരായവർ അധികാരശക്തികൾക്കെതിരെ 'പൊട്ടൻ' വേഷം ബോധപൂർവ്വം എടുത്തണിയുമ്പോൾ അതും പ്രക്ഷോഭമാവും. മലയാളത്തിലെ എക്കാലത്തെയും പ്രിയപ്പെട്ട പൊട്ടൻ ദൈവം, അവ്വിധമുള്ളൊരു, ഗറില്ലാ പ്രക്ഷോഭത്തിന്റെ കൂടി പ്രകാശഗോപുരമാണ് *പെരുമലയനിൽ*, നിലവിളിയോടെ വന്നുനിറയുന്നത്, ഏതർത്ഥത്തിലുമൊരു, 'കലാപപ്രകാശ'മാണ്. നിങ്ങളെത്ര ചുട്ടെരിച്ചാലും, ചളിയിൽ ചവിട്ടിത്താഴ്ത്തിയാലും, ചതിച്ചു കൊന്നാലും ഞങ്ങൾ ഉയിർത്തെഴുന്നേല്ക്കുക തന്നെ ചെയ്യുമെന്ന, പിൻമടങ്ങാനറിയാത്ത കീഴാളചെറുത്തുനില്പുകളുടെ കരുത്താണ്, *പെരുമലയനിൽ* മുഷ്ടി ചുരുട്ടുന്നത്. ഒഴുകിപ്പരന്ന ചോരക്കൊപ്പം, തൊണ്ടയിൽ കുരുങ്ങിപ്പോയ ശബ്ദങ്ങൾക്കൊപ്പം, പറന്നുപോയ പ്രാണനൊപ്പം, ഒരു നൊമ്പരത്തോടെ നോവൽ പകുക്കുന്നത്, ചട്ടക്കൂടുകളൊക്കെയും പൊളിക്കുന്ന ഉള്ളിളക്കങ്ങളാണ്. നോവലിലെ ഭാഷയിലും ഇതിവൃത്തത്തിലും ആഖ്യാനത്തിലും ഇളകിമറിയുന്നത്, കീഴ്മേൽ മറിഞ്ഞൊരു ചരിത്രമാണ്. 'തീരവും ചക്രവാളവുമില്ലാത്ത ഒരു തീക്കടൽ' സിവിയെപ്പോലെ ഭാവനാസാന്ദ്രരാണെങ്കിൽ ഏറെ പ്രയത്നിച്ചാൽ ഒരുപക്ഷേ, ഇന്ന് നമുക്കും സങ്കല്പിക്കാനായേക്കും. എന്നാൽ അതിനേക്കാളെത്രയോ പ്രയാസകരമാണ് കത്തുന്ന ജീവിത സത്യങ്ങളെ, അതിന്റെ സൂക്ഷ്മതയിലും സാന്ദ്രതയിലും കാണലും കണ്ടെത്തലും! ഒരാനയ്ക്ക് മന്ത്രവാദം നടത്തുന്നത് ഇന്ന് നമുക്ക് നേർക്ക് നേർ കാണാനാവും! ആൾദൈവത്തിനു മുമ്പിൽ രാഷ്ട്രപതി മുട്ട് കുത്തുന്നത് പോലും ഇന്ന് നാം നേരിൽ കാണും!!! എന്നാൽ തമ്പ്രാന്റെ ആനയ്ക്ക് കണ്ണ് പറ്റാതിരിക്കാൻ, ഒരു മനുഷ്യനെ നഗ്നനാക്കി കൈ രണ്ടും പിറകിൽ കെട്ടി, അവന്റെ ലിംഗത്തിൽ കടുത്ത ചൊറിച്ചിലുണ്ടാക്കുന്ന 'കൊടിതൂവ്വ' കൊണ്ട് ഇടയ്ക്കിടെ ഉഴിഞ്ഞ്, പിടഞ്ഞ് തുള്ളുന്ന അവന്റെ ലിംഗത്തിൽ വടികൊണ്ടടിച്ച് മുമ്പ് തമ്പ്രാക്കൾ നടത്തിയിരുന്നുവെന്ന് കേൾക്കുമ്പോൾ നമ്മുടെ സങ്കല്പശേഷിപോലും സ്തംഭിച്ചുപോവും! കാണലിനും കേൾക്കലിനും ഊഹിക്കലിനുമപ്പുറം, അപ്പോൾ നമുക്കുണ്ടാവുന്ന ആ പിടച്ചിലാണ് എം വി ജനാർദ്ദനന്റെ, *പെരുമലയൻ* എന്ന നോവൽ വായനയെ പിടിച്ചുകുലുക്കുന്ന നെഞ്ച്പിളർക്കുന്ന ചങ്കുപൊളിക്കുന്ന അനുഭവമാക്കുന്നത്.

ഒരു പൂർവ്വ മാതൃകയുമില്ലാത്ത നോവൽ

എൻ പ്രഭാകരൻ

എം വി ജനാർദ്ദന്റെ 'പെരുമലയൻ' എന്ന നോവൽ ഞാൻ ഇപ്പോൾ വായിച്ചു തീർന്നതേയുള്ളൂ. പല ദിവസങ്ങൾ കൊണ്ടാണ് ഇത് സാധിച്ചത്. എന്റെ ആരോഗ്യസ്ഥിതി ഈ മെല്ലെപ്പോക്കിനുള്ള ഒരു കാരണമാണ്. ചെറിയ ചില എഴുത്തുപണികൾ ദിവസവും ചെയ്യേണ്ടിയിരുന്നു എന്നതിനെ മറ്റൊരു കാരണമായും പറയാം. പക്ഷേ, അവയേക്കാൾ പ്രധാനപ്പെട്ട സംഗതി വേറൊന്നാണ്. ഇതിവൃത്തപുരോഗതിയിൽ ഊന്നുന്നതും അതിന്റെ ഭാഗമായി മാത്രം ചില ആശയങ്ങൾ കടന്നു വരുന്നതുമായ സാധാരണ നോവലുകളെപ്പോലുള്ള (അവയിൽ ഭേദപ്പെട്ടവയും അല്ലാത്തവയും ഉണ്ടാവും) ഒന്നല്ല *പെരുമലയൻ*. ഇതിന്റെ ഓരോ പേജിലും എന്നുതന്നെ പറയാം ഉത്തരകേരളത്തിൽ ഫ്യൂഡൽ കാലഘട്ടത്തിൽ നിലനിന്നിരുന്ന ജനജീവിതത്തിന്റെയും സംസ്കാരത്തിന്റെയും അടരുകളെ അടുത്തറിയുന്നതിനു സഹായിക്കുന്ന ഒരുപാട് വിവരങ്ങളുണ്ട്. പ്രചാരലുപ്തമായിക്കഴിഞ്ഞതും ആ വഴിയിലേക്കു നീങ്ങിക്കൊണ്ടിരിക്കുന്നതുമായ വാക്കുകളുടെ വലിയൊരു ശേഖരം തന്നെയാണ് ഈ നോവൽ എന്നത് അതിന്റെകൂടെ ചേർത്തു പറയാവുന്ന മറ്റൊരു പ്രത്യേകതയാണ്. ഇതിവൃത്തത്തിൽ ഹൃദയസ്പർശിയായ പല മുഹൂർത്തങ്ങളുണ്ടെന്നതും ഒട്ടുംതന്നെ ചെറിയ കാര്യമല്ല.

ഇതിവൃത്തം സ്വാഭാവികമായി സാധ്യമാക്കുമായിരുന്ന പല പരപ്പുകളിലേക്കും ഈ നോവൽ പോകാതിരുന്നിട്ടുണ്ടെന്നത് ഒരു പരിമിതിയായി ചിലർക്കെങ്കിലും അനുഭവപ്പെട്ടേക്കാം. 'നല്ല നോവലാണ്, പക്ഷേ, എഡിറ്റുചെയ്ത് കുറച്ചൊന്നു ചെറുതാക്കണമായിരുന്നു' എന്ന് ചില സുഹൃത്തുക്കൾ പറഞ്ഞതല്ല മുകളിൽ പറഞ്ഞതാണ് ഈ നോവലിന്റെ പ്രശ്നമായി എനിക്കനുഭവപ്പെട്ടത്. അതിനെത്തന്നെയും അവഗണിക്കാൻ

പ്രേരിപ്പിക്കുന്നതാണ് നോവലിന്റെ മൗലികത.ഒരു പൂർവമാതൃകയുമില്ലാത്ത നോവലാണിത്.വിപണിയിലെ വിജയം ലാക്കാക്കി ആഖ്യാനത്തിൽ ഒരു തരത്തിലുള്ള കലർപ്പിനും നോവലിസ്റ്റ് ശ്രമിച്ചിട്ടുമില്ല.

പ്രാദേശിക ചരിത്രവും സംസ്കാരപഠനവും പ്രത്യേക വിഷയങ്ങളായി വളർന്നുവന്നിരിക്കുന്ന ഈ കാലത്ത് സാഹിത്യവിദ്യാർത്ഥികൾക്കും സാധാരണ വായനക്കാർക്കും *പെരുമലയ*നെ അവഗണിക്കാനാവില്ല. വടക്കൻ കേരളത്തിലുള്ളവർക്ക് വിശേഷിച്ചും. ഏറ്റവും പുതിയ യുവജനങ്ങൾക്കു മാത്രമല്ല സാഹിത്യകൃതികളിൽനിന്ന് പാരായണസുഖംമാത്രം പ്രതീക്ഷിക്കുന്ന പ്രായമായ വായനക്കാർക്കും ഈ നോവലിന്റെ വായന എളുപ്പമായിരിക്കില്ല എന്ന് മനസ്സിലാക്കിക്കൊണ്ടു തന്നെയാണ് ഞാൻ ഇത്രയും എഴുതിയത്.

മോത്തെഴുത്ത്*

അമ്മയുടെ അച്ഛനെയും അമ്മയെയും ആയിരുന്നു ഞാൻ അച്ഛനും അമ്മയുമായി അനുഭവിച്ചത്.

നന്നെ കുട്ടിക്കാലത്ത്, സന്ധ്യാനാമം ചൊല്ലിക്കഴിഞ്ഞ് അച്ഛനോടൊപ്പം ഭക്ഷണം കഴിച്ച്, അദ്ദേഹത്തിന്റെ മാത്രം കട്ടിലിൽ, നരച്ച രോമം കൊണ്ട് മൂടിയ ശരീരത്തോട് ഒട്ടിച്ചേർന്ന് ഒരു ശിശുവായി ഞാൻ ഉറങ്ങാൻ കിടക്കും. കുടകിൽനിന്നും കൊണ്ടുവന്ന കട്ടിക്കരിമ്പടപ്പുതപ്പിനുള്ളിൽ എന്നെ വലിച്ച് കയറ്റി, താളിൻതണ്ട് പോലുള്ള എന്റെ ഇളംകൈ പിടിച്ച് അദ്ദേഹത്തിന്റെ നെഞ്ചിൽ സമൃദ്ധമായി തഴച്ച് വളർന്ന രോമങ്ങളിലൂടെ പതുക്കെ ഉരസിക്കൊണ്ട് കഥ പറയാൻ തുടങ്ങും. അവയെല്ലാം ചോരയൊലിക്കുന്ന ജീവിത സത്യങ്ങളുടെ നേർക്കാഴ്ചകളായി എന്റെ മനസ്സിൽ കൂട് കൂട്ടും....

പരിഭവങ്ങളേതുമില്ലാതെ, എല്ലാം വിധിയിലർപ്പിച്ച്, അടിമത്തം തലയിലേറ്റി ജന്മിക്ക് വേണ്ടി മനസ്സും, മാനവും, മെയ്യും സമർപ്പിച്ച് തൊണ്ടയിൽ നിലവിളി കുരുങ്ങി ചത്തവരുടെ കഥയാവാം അവ...

സഹനത്തിന്റെ ചോരവറ്റി ഞരമ്പുകൾ വലിഞ്ഞ് മുറുകി പൊട്ടാനാവുമ്പോൾ അതിജീവനത്തിന്റെ അഗ്നികുണ്ഡം ആളിക്കത്തിച്ച് അതിലൊടുങ്ങിയ മുച്ചിലോട്ട് ഭഗവതിയുടേതാവാം...

ജാതിക്കോമരങ്ങളുടെ മുഖം അറിവിന്റെ അസ്ത്രമൂർച്ചകൊണ്ട് കുത്തിക്കീറി, മനുഷ്യന്റെ ചോരയ്ക്ക് നിറം ചുവപ്പൊന്നേയുള്ളൂ എന്ന് ആർത്തട്ടഹസിച്ച പൊട്ടൻ തെയ്യത്തിന്റേതാവാം...

പ്രണയത്തിന്റെയും, പോർവീര്യത്തിന്റെയും, സുരുചിരപ്രഭമായ

---

* *മോത്തെഴുത്ത് - മുഖത്തെഴുത്ത്*

വാൾമുനയേറി കതിവന്നൂരിൽ പടനയിച്ച് ചതിത്തീയിൽ വീണ് പൊലിഞ്ഞ കതിവന്നൂർവീരന്റെ കഥയാവാം...

കാളകാട്ടെ കരിങ്കുട്ടിച്ചാത്തന്റെ പോർവിളിയാകാം...

ചില നിശ്ശബ്ദരാത്രികളിൽ, അദ്ദേഹത്തിന്റെ തന്നെ മുൻതലമുറയിൽപ്പെട്ട അമ്മാവൻ, ഉഗ്രമന്ത്രവാദിയും ചികിത്സകനുമായ പുന്നൂന്നൻ തൊണ്ടച്ചനെ ജന്മിത്തം കൊടിയചതിയിൽ വീഴ്ത്തി വെടിവെച്ച് കൊന്ന് പിന്നീട് തൊണ്ടച്ചൻ ദൈവരൂപം പൂണ്ടതാവാം...

മുഖം മുഴുവൻ കടുത്ത ചായം നിറച്ച്, ശിരസ്സിൽ വെട്ടിത്തിളങ്ങുന്ന കിരീടമണിഞ്ഞ് ഉഗ്രമൂർത്തികളായി നിറഞ്ഞാടി സർവ്വരേയും അനുഗ്രഹിച്ച്, ഐശ്വര്യം വാരിക്കോരി വിളമ്പി കനലാട്ടക്കളം വിട്ട് കിരീടം അഴിച്ച് മുഖവർണ്ണങ്ങൾ മായ്ച്ച് സ്വജീവിതത്തിലേക്ക് നിരങ്ങിനീങ്ങി ദൈന്യതയുടെ തീക്കൂനയിലിരുന്ന് കണ്ണീരണിഞ്ഞ് കരിഞ്ഞുണങ്ങുന്ന തെയ്യക്കാരുടെ രോദനം കരിമ്പടത്തിന്റെ ഉള്ളിൽ പുകയായി എന്റെ തല മൂടിയിട്ടുണ്ട്.

ജാതി ഉച്ചനീചത്വത്തിന്റെ നാറുന്ന ജീർണ്ണ വസ്ത്രം കീറിയെറിഞ്ഞ് സർവ്വ മനുഷ്യരേയും എരമത്ത് അരയാക്കീലിൽ ഒരുമിച്ചിരുത്തി മഹാനായ എ കെ ജിക്കൊപ്പം സമൂഹ സദ്യ വിളമ്പിയ കരുത്ത് എന്റെ കുഞ്ഞുകാതുകൾ ഉറങ്ങാതെ ഒപ്പിയെടുത്തിട്ടുണ്ട്...

സഖാക്കൾ എ കെ ജി, ഇ കെ നായനാർ, എ വി കുഞ്ഞമ്പു, പി കണ്ണൻനായർ, സുബ്രഹ്മണ്യ ഷേണായി, തുടങ്ങിയവരുടെ തീക്കനൽ പോലെ ജ്വലിച്ചുയർന്ന ജീവിതരേഖകൾ എന്നെ മൂടിയ കരിമ്പടത്തിനുള്ളിൽ ജ്വാലകൾ പടർത്തിയിട്ടുണ്ട്...

എന്റെ നെല്ലുള്ള തറവാട്ടിൽ വർഷാവർഷം മൂന്നും നാലും പ്രസവം നടക്കുമ്പോൾ, പേറ്റിച്ചിയായി വന്നിരുന്ന മാണിയമ്മ തന്റെ വിരൽ നഖത്തിന്റെ അറ്റം തട്ടിപ്പോലും പ്രസവിക്കുന്ന പെണ്ണിനും പിറക്കുന്ന കുഞ്ഞിനും പോറലേല്പിക്കാതെ പേറെടുക്കുന്നത് മറ്റൊരത്ഭുതമായി മനസ്സിൽ കൂടുകെട്ടി.

ഒരിക്കൽ മാണിയമ്മ എന്നോട് പറഞ്ഞു;

“നിന്നെ നിന്റെ അമ്മയുടെ വയറ്റിൽനിന്നും ഭൂമിയിലേക്ക് ഇറക്കിയത് ഞാനാണ്...”

ആദ്യമായി എന്നെ സ്പർശിച്ച മാണിയമ്മയുടെ കൈവിരൽ ഇന്നുമെന്റെ മൂർദ്ധാവിൽ കുടിയിരുത്തി നടക്കുകയാണ് ഞാൻ...

ഉഗ്രമൂർത്തികളായി പാതിരാവിന്റെ ഇരുട്ട് ഭേദിച്ച് നിറഞ്ഞാടിയ എന്റെ പ്രിയപ്പെട്ട കേളുപ്പെരുമലയനും, അമ്പുപ്പണിക്കറും, വണ്ണാൻ കുഞ്ഞാരനും, വേലൻ കണ്ണനും, വർണ്ണവരകൾകൊണ്ട് തെയ്യത്തെ കൊത്തിയെടുത്ത കൊമ്ട്ട്ക്കുരുവനും, അവരുടെയെല്ലാം ഞരമ്പുകളിൽ കദനത്തിന്റെ മഞ്ഞുകട്ട കൂടുകെട്ടുമ്പോൾ കരുത്തിന്റെ ഉഷ്ണക്കാറ്റായി റാക്ക് വാറ്റി ചിരട്ടയിൽ ഒഴിച്ചുകൊടുത്ത തീയ്യത്തി ചിരുതയും, ഓളെ പുരുവൻ തീയ്യൻ ചവുണിയനും, അരൂപികളായ ദൈവങ്ങളെ കാണാൻ

കരിന്തിരി ആളിക്കത്തിക്കാൻ എണ്ണ പകർന്ന് കൊടുത്ത വാണിയനെ മ്മനും കണ്ണീർ മഴയിൽ നനഞ്ഞ് വിറച്ച് മരവിച്ച് അനാഥരായി കരിമണ്ണിൽ അലിഞ്ഞില്ലാതായത് എന്റെ ഉറക്കം കെടുത്തുന്നു. എന്റെ മൂർദ്ധാവിൽ ഇവരെല്ലാം നിർത്താതെ നിലവിളിച്ചും പോരാട്ട വീര്യത്തിന്റെ ചില മ്പൊലിയും അട്ടഹാസവും ഉയർത്തിയും, എന്റെ സൈ്വര്യം കെടുത്തുന്നു.

ഇനി എനിക്ക് വയ്യ...

കുരുത്തോല ഉടുത്തും കടുംചായത്തിൽ മുങ്ങിയും വാളും ശൂലവും ഉലച്ച് രൗദ്രനൃത്തം നടത്തി വരുന്ന തെയ്യങ്ങളോരോന്നും അനീതിക്കും കൊടുംക്രൂരതയ്ക്കും, കൊലച്ചതിക്കുമെതിരെ പടവെട്ടിച്ചത്ത് വീണ ധീര രക്തസാക്ഷികളായി പുനർജ്ജനിച്ച് എനിക്ക് ചുറ്റും ചടുലനൃത്തം നടത്തുന്നു.

പൊട്ടൻ തെയ്യവും, തീച്ചാമുണ്ഡിയും, പുതിയ ഭഗവതിയും, മുച്ചിലോട്ട് ഭഗവതിയും, കരിങ്കുട്ടിച്ചാത്തനും ഓലച്ചൂട്ട് ആളിക്കത്തിച്ച് വരവായി...

ദൈന്യതയുടെ അഗ്നികുണ്ഠത്തിൽ മുങ്ങി മലിനാണിയും, കേളുപ്പെരുമലയനും, അമ്പുപ്പണിക്കറും, കുഞ്ഞിക്കേളുവും നിലവിളിച്ച് തൊണ്ടവറ്റി അലറുന്നു...

വയ്യ... ഇനിയും ഇവരെ എന്റെ ശിരസ്സിലൊളിപ്പിക്കാൻ വയ്യ... ഇവർ എന്നെയും വിഴുങ്ങി ആകാശത്തോളം വളർന്നിരിക്കുന്നു. അവരെ ഞാൻ ഭൂമിയിലേക്കിറക്കുന്നു. അല്ലാതെ എനിക്ക് മറ്റ് വഴിയില്ല. ഇനി നിങ്ങളോടൊപ്പമാകട്ടെ അവർ...

എം വി ജനാർദ്ദനൻ

മഞ്ചേരി
26-02-2023.

തൊടങ്ങല്

പൊലിക പൊലിക പൊലിക പൊലിക
പൊലിക പൊലിക പൊലിക പൊലിക
ആദിയിൽ വെച്ചോര് അരിയും പൊലിക
കത്തിച്ച് വെച്ചോര് ദീപം പൊലിക
ഊര് പൊലിക ഉലകം പൊലിക
നാട് പൊലിക നഗരം പൊലിക
പെര്വയിക്ക് പൊലയനകണ്ടോര് നേരം
ഓരത്ത് പറഞ്ഞു ചൊവ്വറ്* താനും
വയിതെറ്റ് വയിതെറ്റ് ചിന്നപ്പൊലയാ
വയിതെറ്റ് വയിതെറ്റ് ചിന്നപ്പൊലയാ
ഉക്കല്* കുഞ്ഞീണ്ട് തലീല് കള്ള്ണ്ട്
ഇപ്പറം മുള്ള്ണ്ട് അപ്പറം കാട്ണ്ട്
പിന്നെപ്രം നാങ്കള് വയി*തിരിയേണ്ട്
നിങ്കള് വെക്ക്ന്ന അരിയും അതൊന്ന്
നാങ്കള് പതപ്പിക്കും* അരിയുമതൊന്നേ
പിന്നെന്തെ ചൊവ്വറേ കുലം പിശക്ന്ന്...
നാങ്കള കൊത്ത്യാലും ഒന്നല്ലേ ചോര
നീങ്കള കൊത്ത്യാലും ഒന്നല്ലേ ചോര...
കത്തി കത്തി കത്തി കൊക്കണെ കത്തി
നീങ്കളെ കത്തിക്കും കൊക്കതുണ്ടല്ലോ
നാങ്കളെ കത്തിക്കും കൊക്കതുണ്ടല്ലോ
നാങ്കളെ കുപ്പീല് നട്ടോര് വായ*

** ചൊവ്വറ് - തമ്പുരാൻ; * ഉക്കല് - എളിയിൽ; * വയി - വഴിയിൽ*
** പതപ്പിക്കുക - വേവിക്കുക; * വായ - വാഴ*

ആപ്പയം* കൊണ്ട് നീങ്ങളെ ദേവർക്ക് പൂജ
നിങ്കള് തൊയഞ്ഞാലും* വെള്ളം വയ്യോട്ട്
നാങ്കള് തൊയഞ്ഞാലും വെള്ളം വയ്യോട്ട്
നാങ്കളെ കൊത്ത്യാലും ഒന്നല്ലേ ചോര
നീങ്കളെ കൊത്ത്യാലും ഒന്നല്ലേ ചോര

** ആപ്പയം – ആ പഴം; * തൊയഞ്ഞാലും – തുഴഞ്ഞാലും*

തോറ്റം

നോക്കറാ പെർമലയന്റെ ഇർത്തം...!

ഓല്യോണ്ട് ഇണ്ടാക്യ ഓന്റെ കുടീന്റെ മിറ്റത്തെ എറങ്കല്ല്മ്മല്* തല കുത്തനപ്പിടിച്ച് താടിക്ക് കയ്യും കൊട്ത്ത് കുത്തീരിക്കന്ന് കാണുമ്പം... കഷ്ടം...

പറ്റ ഒണങ്ങി ചുളിഞ്ഞ് പോയിന് ഓൻ.*

എനക്കായിറ്റ് ഓന കൈവിടാൻ പറ്റൂല. ഓർമ്മീല്ല കാലം മൊതലേ എന്ന നല്ലോണം പരിപാലിക്ക്ന്ന്ണ്ട്. ബയറ്റ് പൈപ്പിന്റെ* കരിക്കാടി* മൊടങ്ങ്യാലും എന്റെ തറമ്മലെ ചെമ്പകത്തിന്റെ മുമ്പില് കുത്തിത്തറച്ച കുത്തുവെളക്കില് വെളിച്ചെണ്ണ ഒയിച്ച് എപ്പൂം മോന്ത്യാവുമ്പം* ബെളക്ക് കത്തിക്കും. എന്നിറ്റ് എന്ന തൊവ്വ്തോണ്ട് നീട്ടി വിളിക്കും.

"ന്റെ പൊട്ടൻ തെയ്യേ"ന്ന്...

ഓന്റെ ചങ്കിന്റുള്ള്ന്നല്ല, കരള്ന്നാ ആ ബിളി വെര്ന്നത്ന്ന് എനക്കറിയ. പൊള്ളിപ്പോയിറ്റ്ണ്ട്, എന്റെ മനസ്സ് അത് കേട്ടിറ്റ്...

ഒരിക്കാ* മോന്ത്യാവുമ്പം എനക്കായിറ്റ് ബെളക്ക് ബെക്കുമ്പം പെർമലയൻ പറഞ്ഞത് എന്റെ തലീന്ന് ഇപ്പൂം പോന്നേ ഇല്ല. ഓന്റെ നെഞ്ചാംകൂടിന്റുള്ളില് പുറ്റ് വളന്ന് പൊന്ത്യപോലത്തെ സങ്കടങ്ങളെല്ലാം എന്നോടല്ലാതെ ഇത്രീം കാലം, ഈ വയസ്സ് വരെ ഓൻ ആരോടും പറഞ്ഞ്റ്റ്ല്ല.

"എന്റെ പൊട്ടൻതെയ്യേ... ആയകാലത്ത് നാട്ടിലെല്ലാം പല പലേ തെയ്യൂം കെട്ടി അടിയൻ എല്ലാരീം കാത്ത് കര്തിവെച്ചില്ലേ. എന്നിറ്റെന്തേ തെയ്വങ്ങളേ നിങ്ങളെല്ലാരും അടിയന കാക്കാൻ മറന്ന് പോയിന്..."

** എറങ്കല്ല് - മുറ്റത്തുനിന്നും അകത്തേക്ക് ചവുട്ടി കയറാനുള്ള കല്ല്;*
** ഓൻ - അവൻ; * ബയറ്റ് പൈപ്പിന്റെ - വിശപ്പിന്റെ; * കരിക്കാടി- കഞ്ഞി;*
** മോന്ത്യാവുമ്പം - സന്ധ്യയാകുമ്പോൾ; * ഒരിക്കാ - ഒരുതവണ*

അതും പറഞ്ഞിറ്റ് എന്റെ തറമ്മെലിര്ന്നിറ്റ് ഒരേ കരച്ചലാ. മയ* പെയ്ത് കയിഞ്ഞേരം തെങ്ങ്മ്മന്ന് ബെള്ളം ഒലിച്ച് താവുമ്പോലെ കണ്ണിലെ ബെള്ളം ഒലിപ്പിച്ച് ഒച്ചീല്ലാതെ ഓൻ കരഞ്ഞു. തീയത്തി ചിരുതേരെ റാക്ക് അന്ന് നല്ലോണം കുടിച്ചിറ്റാ വന്നിന്. ഏറക്കാലൂം ഓനും, ഓന്റെ ഓക്കും* മക്കക്കും അരീലുട്ക്ക്ന്ന* പയന്തുണി മുറ്ക്കി കെട്ടാനാ യോഗം. ഏറിയ കാലൂം പൈപ്പും* പറ്റിപ്പിടിച്ചിറ്റാ അവര് നേരം പൊലത്ത്വ. അങ്ങന കെടക്ക്ന്നതും ഒരവകാശായിറ്റാ എല്ലാരും നിരീക്ക്ന്ന്...!!

കരഞ്ഞ് കരഞ്ഞ് ഓനന്ന് എന്റെ തറമ്മല് കെർപ്പത്തില് കുഞ്ഞി കെടക്ക്ന്നപോലെ ചുര്ണ്ട് കെടന്നു.

അത് കണ്ടിറ്റ് ഓന്റോള്* മലിനാണി നീർത്തിപ്പിടിക്കാനാവാത്ത നടൂം* വളച്ച് പിടിച്ച് ഓന കുടീന്റാത്തേക്ക് കൊണ്ടോവാൻ ബന്നു. പെർമലയന തെറ്റിത്തെറിച്ച് ബീആതെ* ആത്തേക്ക്* കൊണ്ടോമ്പം ഓളും എന്ന ബിളിച്ച് പറീന്ന്ണ്ടായിന്.

“കാക്കണേ എന്റെ പൊട്ടൻതെയ്യേ... മൂന്ന് ദെവസായി ഈ കുടീലെ അട്പ്പില് തീപ്പൊാക കണ്ട്റ്റ്. അയിന്റെ നെഞ്ഞുരുക്കത്തിലാ ഇങ്ങന ഓരോ തങ്കടങ്ങള്* പറീന്ന്...”

പെർമലയന എണീപ്പിച്ച് നിർത്ത്യേരം ഒണങ്ങി വളഞ്ഞ കത്ത്യാപുളിങ്ങ* പോലീണ്ട് കാണുമ്പം.

വെയില് കൊണ്ട് കരിഞ്ഞ് പോയ കുറുകൂട്ടി ചപ്പില* പോല ചുര്ണ്ട് പോയ ഓന്റെ മോത്ത്* കുണ്ടിലേക്ക് താന്ന് പോയ കണ്ണില് ഇപ്പൂം കനലെരീന്ന് കാണല്ണ്ട് ഞാൻ.

തീയാന്നോൻ...

ഓനതൊട്ടാല് പൊള്ളും.

ഓന്റെ കണ്ണ്ന്ന് തീപ്പന്തം പൊറത്തേക്ക് ബെര്മ്പം ഞാൻ പറീം.

“അടങ്ങ് പെർമലയാ... അടങ്ങ്...”

ഓനന്നേരം കുടീനോട് പറ്റിനിക്ക്ന്ന എന്റെ തറമ്മലെ ചെമ്പകത്തിന്റെ മുമ്പില് കത്ത്ന്ന കുത്ത്വെളക്കിലേക്കെന്നെ നോക്കും. ഓൻ കണ്ണ് പൂട്ടൂല. പഴ്ത്ത അടക്കേന്റെ നെറാ ഓന്റെ കണ്ണിനന്നേരം. ചളിപറ്റ്യ കരിമ്പിന്റെ വേര് പോലെ ഓന്റെ താടിക്ക് മാത്രം ബളന്ന് നീണ്ട് നിക്ക്ന്ന താടിരോമം ബെറക്കും. കൊറേ നേരം അങ്ങനന്നെ നോക്കി നിന്നിറ്റ് പിന്നെ മെല്ലെ കുടീന്റെ ഓലവാതില് അടക്കുമ്പോലെ കണ്ണ് പൂട്ടും.

എന്റേതായൊരു ഗതി ഓന് ബെരല്ലാന്ന്* കര്ത്യാ ഞാൻ അങ്ങന പണ്ടേ തണ്പ്പിക്ക്ന്ന്.

** മയ - മഴ; * ഓക്കും- ഭാര്യക്കും; * അരീലുട്ക്ക്ന്ന-അരയിൽ ഉടുക്കുന്ന*
** പൈപ്പ്-വിശപ്പ്; * ഓന്റോള് - അവന്റെ ഭാര്യ; * നടൂം-അരക്കെട്ട്;*
** ബീആതെ-വീഴാതെ; * ആത്തേക്ക് - അകത്തേക്ക്; * തങ്കടങ്ങള് - സങ്കടം;*
** കത്ത്യാപ്പുളിങ്ങ - വാളൻ പുളി; * ചപ്പില- ഇല; * മോത്ത് - മുഖത്ത്*
** ബെരല്ലാ - വന്നുകൂടാ*

എന്ന എല്ലാരും കൂടി എറ്ഞ്ഞ് കൊന്നതല്ലേ...

അയിനക്കൊണ്ട് ഞാൻ ഓനോട് പറയും...

“കണ്ണും കാതും പൊട്ടിപോവുന്നത് എന്ത് കണ്ടാലും കേട്ടാലും ഒന്നും കണ്ടില്ലാ, കേട്ട്ല്ലാന്ന് നിരീച്ചിറ്റ് മിണ്ടാതെ, ഉരിയാടാതെ പോയാ മതി പെർമലയാ...ന്ന്.” എന്നിറ്റ് ബേണങ്കില് ഞാൻ ചിരിക്ക്ന്ന പോലൊർ പൊട്ടൻ ചിരീം ചിരിച്ചട്ടഹസിച്ച് വട്ടത്തിലൊന്ന് തിരിഞ്ഞിറ്റ് അങ്ങ് പോയ്ക്കോള്വ... അത്രയന്നെ.”

ഓനതാവോ...?

പ്രമാണായ പ്രമാണം തേച്ചും, മന്ത്രായ മന്ത്രൂം തെയ്യായ തെയ്യൂം എല്ലും കലക്കിക്കുടിച്ചോനാ ഓൻ.

പഠിപ്പിച്ചേനപ്പറം പറഞ്ഞാല് അയിന് ക്ട്ട്ന്ന കൂലി മരണാന്ന്ന് ഓനോട് ഞാൻ എപ്പൂം* പറയും, എനക്ക് കിട്ട്യപോലെ...

ഞാൻ പൊലേനാ...

കണ്ടത്തിലെ ചളീരെ മണ്ണൂല്ലെ പൊലയൻ.

കുണ്ട് കൊളം* മൊതല് കുന്നും മലീം വരെ എന്റെ ചവ്ട്ടടീല് നിർത്ത്യോൻ. ആകാശം പൊട്ടി വീമ്പം* തലേമ്മല് താങ്ങാൻ നിന്നോൻ...

എന്റേതായൊരു പെറ്റമ്മ കാരിച്ചിപ്പൊലച്ചിയാ... എന്ന പെറപ്പിച്ചോരച്ഛൻ കൂരിപ്പൊലയനാ...

പുഞ്ചക്കണ്ടത്തിന്റെ വരമ്പത്താ ഒരീസം* എന്റെ പെറ്റമ്മ കാരിച്ചി പൊലച്ചി എന്ന പെറ്റിട്ട്ന്.

പെറ്റിട്ടത് ഇന്നലെയല്ല. പെർമലയന്റെ അമ്മ പെർമലയന പെറ്റേരൂം അല്ല. പെരുമലയന്റെ അപ്പന്റെ, ഓന്റീം അപ്പന്റെ അയിന്റപ്രത്തീം അപ്പന്റെ അപ്രത്ത്* എപ്പോആന്ന് എന്റമ്മ കാരിച്ചിപൊലച്ചി എന്ന പെറ്റിന്. ഓളെ കന്നിപ്പേറ്.

എന്റെ അപ്പനും അമ്മീം കോലോത്തെ തമ്പ്രാന്റെ കണ്ടത്തിലെ* പണിക്കാറാ.

പെണ്ണായി പെറന്ന പൊലച്ചികളും ആണായി പെറന്ന പൊലേമ്മാറും തമ്പ്രാന്റെ പണിക്കാറാ...

പൊള്ള്ന്ന ബെയിലും, പെടക്ക്ന്ന മയീം* അവരൊപ്പരം പണിക്ക്ണ്ടാവും.

എന്റപ്പൻ പോത്ത് പൂട്ടാൻ കേമനാ...

എന്റപ്പനും കരിമ്പൻ പോത്തിനും ഒരേ നെറാ...

പോത്ത്കളീം കൊണ്ട് അപ്പൻ കണ്ടത്തിലെ ചളീലേക്കൂട പായുമ്പം പോത്തിന്റെ വാലും അപ്പന്റെ കോണോത്തിന്റെ വാലും പെടക്ക്ന്ന്ണ്ടാവും. പുഞ്ചക്കണ്ടത്തില് കീഞ്ഞാല്* എന്റപ്പനും പോത്ത്കളും തലകുല്ക്കി മറീം.*

** എപ്പൂം-എല്ലായ്പ്പോഴും; * കൊളം-കുളം; * വീമ്പം-വീഴുമ്പോൾ*
** ഒരീസം -ഒരു ദിവസം; * അപ്രത്ത്-അപ്പുറത്ത്; * കണ്ടത്തിലെ- വയലിലെ*
** മയ - മഴ; * കീഞ്ഞാല് - ഇറങ്ങിയാൽ; *മറീം - ഓടും*

പൂട്ടീട്ട പുഞ്ചക്കണ്ടത്തിലെ ചളീല് പണിയെട്ക്ക്മ്പാ കാരിച്ചി പൊലച്ചിക്ക് ഈറ്റുമ്പലം* ബന്നത്.

ഈറ്റുമ്പലം കിട്ട്യ എന്റമ്മ മലഞ്ചക്ക പോലത്തെ ഓളെ ബയറും* പിടിച്ചിറ്റ് കരഞ്ഞോണ്ട് കണ്ടത്തിന്റെ ബരമ്പ്മ്മല് മലന്ന് കെടന്നു. ആ ബരമ്പത്തന്നെ എന്ന പെറ്റിട്ടു.

കണ്ടത്തിലെ ചളീല് മുങ്ങ്യ* കൈയ്യോണ്ടാ എന്റമ്മേരെ പെരുംബയറ്റ്ന്ന് ഒപ്പരൂല്ലെ* പൊലച്ച്യള് എന്ന ബെലിച്ച്* പൊറത്ത്ട്ടത്.

കണ്ടത്തിന്റ്ട്ടക്കെ കാവേരി പൊയീലെ മൂർച്ചീല്ലെ കല്ലെട്ത്ത് എന്റെ പൊക്ക്ള്* മുറിച്ചു. പിന്നെ അതേ പൊയീല് എന്ന മുക്കി കുളിപ്പിച്ചു. എന്നിറ്റ് എന്നീം എന്റമ്മേനീം വാതിൽ മാടത്തെ വാതിലില്ലാത്ത കൂരീല്* എല്ലാരുംകൂടി കൊണ്ടാക്ക്വ ചെയ്തത്.

അന്നേ ചളി പറ്റ്യ മേലാ എന്റത്.

പിന്ന ഞാൻ തമ്പ്രാക്കളെ പുഞ്ചക്കണ്ടത്തിലെ നെല്ല് ബളരുമ്പോലെ ചളീല് കളിച്ച് ബളന്നു.

ആരിക്കും ബിളിക്കാത്ത പേരാ എന്റെ അമ്മീം അപ്പനും എനക്കിട്ടത്.

"അലങ്കാരൻ"

എടവരമ്പിലെ എടവയിക്കേക്കൂടെല്ലം ഞാൻ നടന്നു. ഇല്ലാത്ത ബയി ഇണ്ടാക്കീറ്റും കാണാത്ത ബയി കണ്ടെത്തീറ്റും നടന്നു.

എന്റൊപ്പരം കൊറെ നായ്ക്കളും നടന്നു.

വാതിലില്ലാത്ത മാടക്കുടീല് ഞാൻ നെറഞ്ഞു. എനക്ക് കാവലായിറ്റ് എന്റെ നായ്ക്കളും ബളന്നു.

എടവരമ്പിലെ കുട്ങ്ങ്യ* ബയിക്ക്യെല്ലം നടക്കുമ്പം പെരിയോൻ* ബെര്ന്ന്ണ്ടെങ്കില് വയിതെറ്റി മറുബയി* കാണണം. ഓർക്ക്* ഞാങ്ങള കണ്ടൂട...

തീണ്ടും.*

പൊലേമ്മാറ തീണ്ടാത്തോരാരൂല്ല.

ഞാനെന്റെ അമ്മ കാരിച്ചിപൊലച്ച്യോടും എന്റപ്പൻ കൂരിപ്പൊലയനോടും ചോയിച്ചു. കണ്ടത്തില് ഞാറ് നട്ന്ന പൊലച്ച്യോളോടല്ലം ചോയിച്ചു. പോത്ത് പൂട്ടി തളന്ന് നിക്ക്ന്ന പൊലയമ്മാരോടും ചോയിച്ചു.

"നമ്മള് കണ്ടത്തില് പോത്തിനപൂട്ടി നെലൊര്ക്ക്ന്ന്, നമ്മള് അയില് ഞാറ് നട്ട് ബളത്ത്ന്ന്. ഞാറ് ബളന്ന് നെല്ലായി കൊലച്ച് നിക്ക്മ്പം ഏളീം കിളീം കൊത്താതെ നമ്മളന്നെ കണ്ണ് പൂട്ടി വെക്കാതെ കാക്ക്ന്ന്. ബെളഞ്ഞ* നെല്ല് മൂര്ന്നത് നമ്മള്. മൂർന്ന* നെല്ല് മൊതിക്ക്ന്നത് ചളി

ഈറ്റുമ്പലം- പ്രസവവേദന;

** ബയറ്-വയർ; *ബെലിച്ച്- വലിച്ച്; *പൊക്ക്ള് - പൊക്കിൾ;*

** കൂരീല്- വീട്ടിൽ (കുടിൽ); *കുട്ങ്ങ്യ-ഇടുങ്ങിയ; *പെരിയോൻ- തമ്പുരാൻ;*

** മറുബയി- വേറെവഴി; *മുങ്ങ്യ- മുങ്ങിയ; *ഒപ്പരൂലെ- കൂടെയുള്ള;*

** ഓർക്ക് - അവർക്ക്; *തീണ്ടും- അശുദ്ധമാവും;*

പറ്റി കറ്ത്ത്ര്ണ്ട് പോയ നമ്മളെ കാല്. അത് പൂങ്ങി* ഒണക്കി* കുത്തി അരിയാക്ക്ന്നത് കരിക്കൊള്ളി കണക്കത്തെ നമ്മളെ കൈ. ആ അരിയെല്ലം തമ്പ്രാൻ കൊണ്ടോന്ന്. അത് തിന്ന്റല്ലെ അവരെ തീണ്ട്ന്ന മേല് ബളര്ന്ന്...

പിന്ന ഞാൻ ഊക്കില് ആകാശം തേച്ചും കേക്കാൻ ചോയിച്ചു.

"പിന്നെന്തിനാ നമ്മള തീണ്ട്ന്നെന്റമ്മേ.."

ത്ലാമാസത്തില് മയ* പെയ്യുമ്പം പൊട്ട്ന്ന ഇടീരെ ഒച്ചീലാ ഞാൻ എല്ലാരോടും ചോയിച്ചത്.

അത് കേട്ടേരം കണ്ടത്തില് മണങ്ങി പണിയെട്ക്ക്ന്ന പൊലച്ച്യെല്ലം നടുനീർത്ത് നിന്ന് ചളീം കൈയ്യോണ്ട് ചെവിപൊത്തി പിടിച്ചു.

പോത്തിനപൂട്ട്ന്ന പൊലേന്മാരെല്ലം തവള കരീന്നപോലെ ഒച്ചീണ്ടാക്കി കാശാവിന്റെ കോലോണ്ട് പോത്തിന പടപടാന്ന് തച്ചു.*

എന്റപ്പനും അമ്മീം കരിനാടൻ പാമ്പിന കണ്ട് പേടിച്ചപോലെ കണ്ണും മീച്ച് പാഞ്ഞ് വന്ന് ചളീം കൈയ്യോണ്ടെന്റെ വായി* പൊത്തി.

കോലോത്തെ മിറ്റത്തെ മലപോലത്തെ അരയാല് പൊരിഞ്ഞ് വീണേരൂണ്ടായ ഒച്ച കേട്ടപോലെ എല്ലാരും ബെറച്ചോണ്ടാ നിന്നത്...

പിന്നൊരീസം*, രാത്രീല്, കരിക്കട്ട പോലത്തെ ഇര്ട്ട്ന പേടിപ്പിക്കാൻ പേക്രോൻ തവളകള് കണ്ടത്ത്ന്ന് ഒപ്പരം കരീമ്പം* എന്റെ വാതിലില്ലാത്ത ചാളീല് ഞാനും എന്റപ്പനും അമ്മീം ഒറങ്ങുമ്പം ഇരുട്ടിലേക്കൂട നൂണ് നൂണ് വന്ന തമ്പ്രാന്റെ കാര്യസ്ഥമ്മാര്, ഒറക്കത്ത്ന്ന് വിളിച്ചൊണത്താതെ എന്റമ്മേന കാലെമടക്കിലെ കയ്യിട്ട് വാരിയെട്ത്ത് പായുമ്പം ഞാൻ അവരോട് ചോയിച്ചു.

"നാങ്ങളെ തൊട്ടാല് നിങ്ങക്ക് തീണ്ടൂലേ"...ന്ന്.

എന്നേരൂം ചോരവറ്റിപ്പോയ കണ്ണ് മീച്ചോണ്ട് അപ്പൻ എന്റെ വായി പൊത്തിപ്പിടിച്ചു...

തമ്പ്രാക്കമ്മാര് നടക്ക്ന്ന ബയിക്കേക്കൂട ഞാങ്ങക്ക് നടന്നൂട. എന്നാല് ഞാൻ ആ ബയിക്കേ നടക്കൂലു.

അയിപ്പിന്ന ആകാശം ചോർന്നിറ്റ് മയ എത്ര പെയ്തു. കാറ്റെത്ര തുള്ളി. മല എത്ര കുന്നായി. കുന്നെത്ര മലയായി. ബയറ് പൈച്ച്* പൊയമെലിഞ്ഞ്* മെലിഞ്ഞ് ചത്തു, തോട് ബളന്ന്* ബളന്ന് പൊയയായി.

ഒരിക്കാല്* ഞാൻ വടക്ക്ന്ന് തെക്കോട്ട് നടക്ക്ന്ന്. എന്റെ തലീല് ഒര് കലം കള്ള്ണ്ട്, എന്റെ ഉക്കത്ത്* എന്റേതായൊര് കുഞ്ഞീംണ്ട്. എന്റെ ബയ്യന്നെ* കൊറേ നായീം ഇണ്ട്.

** ബെളഞ്ഞ- വിളഞ്ഞ; *മൂർന്ന്- കൊയ്യുന്നത്; *പൂങ്ങി- പുഴുങ്ങി;*
** ഒണക്കി- ഉണക്കി; *മയ- മഴ; *തച്ചു- അടിച്ചു; *വായി- മുഖം;*
** പിന്നൊരീസം - വേറൊരു ദിവസം; *കരീമ്പം - കരയുമ്പോൾ;*
** പൈച്ച് - വിശന്ന്; *പൊയമെലിഞ്ഞ്- പുഴ നേർത്ത്; *ബളന്ന് - വളർന്ന്;*
** ഒരിക്കാല് - ഒരിക്കൽ; *ഉക്കത്ത് - എളിയിൽ; * ബയ്യന്നെ - പിന്നാലെ;*

കള്ളിന്റെ തുയിക്കുന്ന* മണം കേട്ട്റ്റ് കള്ള് കുടിക്കാൻ ബന്ന ഈച്ചകള് എന്റെ താടീമ്മലും തലമ്മലും ഞാനുടുത്ത കോണോത്തിന്റെ വാലുമ്മലും പാറിപ്പറന്ന് കളിക്കുന്ന്ണ്ട്.

അന്നേരം തെക്കന്ന് ബടക്കോട്ട്* കൊറേ ആള് ബെര്ന്ന്. അവരെല്ലാരും കുടുമ കെട്ടീന്. നെഞ്ഞത്ത് പൂണൂല് കെട്ടീന്. നെറ്റീല് ചന്ദനത്തിന്റെ കുറി ബെലിച്ചിന്. കുല്ങ്ങ്ന്ന മമ്പാഞ്ഞി* പോലത്തെ വയറ്മ്മല് തോർത്ത് മുണ്ട് ഉട്ത്തിന്...

ഞാൻ എന്റമ്മ കാരിച്ചി പൊലച്ചി അരക്ക് ചുറ്റ്ന്ന തുണിക്കണ്ടം കീറീറ്റ് കോണാക്കി ഉട്ക്കേതിന്.

എന്റെ തലീന്ന് പതക്കുന്ന കള്ള് മറഞ്ഞിറ്റ് ജടപിടിച്ച കുടുമീന്ന് പൊറത്തേക്ക് ഒലിക്കുന്നേന്റെ നാറ്റം എന്റെ മൂക്കിലേക്ക് ചാടിക്കേറ്ന്ന്ണ്ട്.

എന്റെ തലീലെ ജടക്കും മേലിനും കരിങ്കല്ലിന്റെ നെറാന്ന്. ഞാൻ മംഗലം കയിച്ച പെണ്ണ് എന്റെ മേത്ത്* തൊട്ടിറ്റ് പറഞ്ഞിന് നിങ്ങളെ മേല് കരിങ്കല്ലാന്ന്ന്.

എന്നക്കണ്ട അവരാട നിന്നു.

ഞാനും എന്റെ നായ്ക്കളും ഇടീം നിന്നു.

എന്നോട് അവര് ബയി മാറിപ്പോവാൻ പറഞ്ഞു.

ഞാൻ ചിരിച്ചു. എന്റൊപ്പരൂല്ലെ എന്റെ നായ്ക്കളും ചിരിച്ചു. എന്റെ തലീലെ കലത്ത്ന്ന് കള്ളും ചിരിച്ചു. പിന്നെ ചിരിയോചിരിയന്നെ.

ചിരിനിർത്തി നോക്ക്യേരം തമ്പ്രാക്കളെ കുടുമ, കാറ്റത്ത് തെങ്ങിന്റെ ഓലക്കൊടി ബെറക്കുന്ന പോലെ ബെറക്കുന്ന കാണ്ന്ന്.

അയിലൊര് ചക്കപ്പൂതല്* കണക്കത്തെ ചെക്കൻ പന്നീന കടിക്കാൻ പോന്ന നായീനപ്പോലെ എന്ന നോക്കി പല്ലിളിച്ച് ചീറി.

“ബയിമാറിപ്പോ പൊലയാ”ന്ന്.

ആ കുഞ്ഞി പറഞ്ഞത് നേരാ... അവരെ കണക്ക് നോക്ക്യാല് അടിയന്റാള്കള് അറ്പത്തിനാലടി മാറിപ്പോണം. അതാ നേമം.* നേമം അവരതല്ലേ... ഞാമ്പറഞ്ഞു-

“അടിയന് ബയിമാറാൻ പറ്റൂലമ്പ്രാക്കളെ... ഉക്കത്ത്* കുഞ്ഞീണ്ട്, തലീല് കള്ള്ണ്ട്, അപ്പറം* കല്ല്ണ്ട്, ഇപ്പറം* മുള്ള്ണ്ട്, പിന്നെങ്ങിന്യാ നാങ്ങള് ബയിമാറിപ്പോണ്ടത്...”

അന്നേരം ഒര്ത്തൻ ബെറക്കുന്ന കുടുമ കുലുക്കി കണ്ണ് ബെളിച്ചെങ്ങ പോലെ ഉര്ട്ടി കുമ്പളങ്ങ പോലത്തെ ബയറുംകൊണ്ട് ഒര് കല്ലെടുത്ത് എന്ന എറിഞ്ഞു. എന്നിറ്റോൻ മനക്കലെ പാണ്ടൻ ആന അലറും പോലെ

---

* *തുയിക്കുന്ന - ചീറ്റുന്ന ശബ്ദം;*

* *ബടക്കോട്ട്- വടക്കോട്ട്; * മാമ്പാഞ്ഞി - മൺകുടം;*

* *മേത്ത് - ശരീരത്തിൽ; *ചക്കപ്പൂതല് - ഇളംചക്ക;*

* *നേമം- നിയമം; *ഉക്കത്ത് - എളിയിൽ;*

**അപ്പറം- അപ്പുറം; * ഇപ്പറം - ഇപ്പുറം*

എന്നോടലറി.

"വയി മാറിപ്പോ, കള്ളപ്പൊലയാന്റാ മോനേ..."ന്ന്.

ചിരിക്കലല്ലാതെ പിന്ന ഞാനെന്താ ചെയ്യാ...

ഞാൻ ചിരിച്ചു.

എന്റെ ഉക്കത്ത് എന്ന പറ്റിപ്പിടിച്ചിരിക്ക്ന്ന കുഞ്ഞീം എന്റെ ബയ്യ ലില്ലെ നായ്ക്കളും കരഞ്ഞു.

ബയിമാറാതെ ഞാനും എന്റെ തലീലെ കള്ളും അട്ടട്ടം* പൊട്ടിച്ചിരിക്ക്ന്ന് കണ്ടിറ്റ് ബേറൊരാള് ഒച്ച കൊറച്ച് പറഞ്ഞു.

"വഴി മാറ്വ... ഇതാരാന്ന്ന് അറിയോ... ശങ്കരൻ,... സാക്ഷാൽ ശങ്കരൻ... സർവ്വജ്ഞപീഠം കയറാൻ കാവേരി പ്പൊയീം കടന്ന് പോവാനില്ലെ വഴിയി ലാ"

ഞാൻ ശങ്കരന നോക്കി.

ഓന് പുത്തീല്ലാന്ന് എനക്ക് തോന്നി. ഞാൻ ഓനോട് പറഞ്ഞു.

"സർവ്വജ്ഞപീഠം തേടിപ്പോകുന്ന ശങ്കരാ... കേട്ടോ... എന്റമ്മ കാരിച്ചിപൊലച്ചി എന്ന കണ്ടത്തിന്റെ വരമ്പത്ത് പെറ്റിറ്റ് കാവേരിപ്പൊയീ ന്നെടുത്ത കല്ലോണ്ടാ പൊക്കിള് മുറിച്ചിന്. ആ പൊയീലെ വെള്ളത്തിലാ എന്നെ മുക്കിക്കുളിപ്പിച്ചിന്..."

എന്നിറ്റ് ഞാൻ പിന്നീം ചിരിച്ചു.

"ചളീല് പെറ്റിറ്റ് ബെള്ളത്തില് കുളിച്ചാല് അയിത്തം പോയില്ലേ ആചാര്യരേ..."

ഞാൻ ചിരി നിർത്തി.

എന്റെ തലീലെ കള്ള് നല്ലോണം പതഞ്ഞ് മറീന്ന്ണ്ട്. ഞാൻ അവരെ നേരെ വെരല് ചൂണ്ടി ചോയിച്ചു.

"തെറ്റുവാൻ എന്ത് മൂലം...?
തെറ്റല്ലേ പറഞ്ഞതിപ്പോൾ...
തെറ്റുവാൻ കാരണം ചൊൽ...
സർവ്വജ്ഞനല്ലോ ചൊവ്വർ*
സർവ്വജ്ഞനെന്ന് വെച്ചാൽ
സർവ്വതും അറിയേണ്ടെ...
കുറഞ്ഞൊന്നറിഞ്ഞീടുമ്പോൾ
സർവ്വജ്ഞാനിയായ് മാറീടുമോ...?"

നോക്കറാ അവരെ നിത്തം*

ആരും മിണ്ട്ന്നില്ല.

ഞാൻ ഒന്നുംകൂടി ചോയിച്ചു.

"അടിയൻ മാറണൊ... അടിയന്റെ ഉള്ളിലെ ആത്മാവ് മാറണോ... ആത്മാവിന്റെ കാര്യത്തില് നമ്മ തമ്മിലെന്താ മാറ്റം."

അവരൊന്നും പിന്നീം മിണ്ട്ന്നില്ല.

** അട്ടട്ടം–കുടുകുടാ; *ചൊവ്വർ – തമ്പുരാൻ; *നിത്തം – നില്പ്;*

പിന്നെ ചിരിക്കലല്ലാതെ ഞാനെന്താ ചെയ്യല്.

ചിരിയന്നെ... ഒരേ ചിരി...

എന്റെ ചിരി കേട്ട് കാടും പടലും ചിരിക്കാൻ തൊടങ്ങി. കൊട്ടത്തലച്ചി മലീം മലമ്മന്ന് ബെർന്ന തോടും തോട്ടില് കുളിക്ക്ന്ന മീനും ചിരിയന്നെ ചിരി. ഇതെല്ലം കണ്ടും കേട്ടും നിക്കാൻ കയ്യാതെ ആകാശൂം ചിരീരൊപ്പരം കൂടി ചിരിച്ചു.

എന്നിറ്റും അവരിക്ക് ഉത്തരൂല്ല.

ഉത്തരം കിട്ടാത്ത അവര് അലറി അട്ടഹസിച്ചു.

അവരെ അലർച്ച കേട്ട് കാട്ടിലെ മടീല്* പെറ്റ് കെടക്ക്ന്ന പുലി ബെറച്ചു. നാടും നാട്ടിലില്ലവരും ബെറച്ചു. പിലാവ് കൂല്ങ്ങി ചക്ക തായല് ബീണു. പറമ്പത്തെ കൊളം കുല്ങ്ങി വെള്ളം പൊറത്തേക്ക് മറിഞ്ഞു. പാമ്പെല്ലം പുറ്റിന്റുള്ളില് പോയി ഒളിച്ചു.

എന്നാലും ഞാൻ ചിരി നിർത്തീല്ല.

ശങ്കരനാന്നോലും... സർവ്വജ്ഞപീഠം കേറാൻ പോന്ന ശങ്കരൻ. ഏത് ശങ്കരനായാലും എനക്കെന്താ...

ഞാൻ നിന്ന നിപ്പ്ന്ന് നെലത്ത് ഊക്കില് ചവിട്ടിക്കൊണ്ട് പറഞ്ഞു.

“അടിയനും അടിയന്റെ നായ്ക്കൾക്കും ബയിമാറിപ്പോവാൻ പറ്റൂല മ്പ്രാക്കളെ... ബേണെങ്ക്ല് തമ്പ്രാക്കള് ബയി മാറി പോയ്ക്കോ...”

ഈ തമ്പ്രാക്കളെല്ലം എനക്കറിയ. നേരം കൂരാകൂരിര്ട്ടാവുമ്പം മഞ്ഞുംബെള്ളം ബീണ്* ചപ്പിലക്ക്* പതം ബെർമ്പം* ഓന്റല്ലൂം കാര്യസ്ഥമ്മാറ് ഞങ്ങളെ ചാളീല് മിണ്ടാതനങ്ങാതെ വന്നിറ്റ് തലീം മൊലീം ബളന്ന ഞങ്ങള പെണ്ണ്ങ്ങള വാരിക്കൊണ്ടോവും. എന്നിറ്റ് പൊലര്ന്ന വരെ അവര പൊത്തിപ്പിടിച്ച് കെടന്നിറ്റ്, എല്ലം കയിഞ്ഞാല് അവര മുണ്ടക്കാട്ടിലേക്ക് ഉന്തീടും.

അവരിക്കാ ഇപ്പം എന്നക്കാണുമ്പം തീണ്ട്ന്ന്...!!

ഒരടി ഞാൻ മാറൂല... എന്നക്കണ്ടിറ്റ് അവരിക്കെല്ലം കൊണക്കേട്* ബെരട്ട്.

ഞാൻ ഉക്കില്* പറഞ്ഞു.

“ഇല്ല... അലങ്കാരന് വയിതിരിയാൻ പറ്റൂല... പറ്റൂല... പറ്റൂല...”

തമ്പ്രാക്കളെ കടക്കനിട്ട കാതും, തലീല് തൂങ്ങ്ന്ന കുടുമീം, പത്ത് മാസം കെർപ്പം തേഞ്ഞോളപ്പോലത്തെ ബയറും കുല്ക്കിക്കോണ്ട് അവരെല്ലം എന്ന കല്ല് പറക്കി എറിയാൻ തൊടങ്ങി.

ഉക്കത്തില്ലെ എന്റെ കുഞ്ഞീന ഞാൻ ഒര് കൈയ്യോണ്ട് മുറ്ക്കപ്പിടിച്ചു. മറ്റേ കൈ ഞാൻ തമ്പ്രാക്കമ്മാർക്ക് നേരെ ചൂണ്ടി. ഒറ്റേൻ പന്നി ചീറി വെർമ്പം, മൊളക്ക്* മൊനയാക്കി അയിന കുത്താൻ പോമ്പം, ഞാൻ മൊനേരെ മൂർച്ചേനക്കാൾ കർത്തോടെ അയിന ഒന്ന് നോക്കും,

---

** മടീല്- ഗുഹയിൽ; *ബീണ്- വീണ്; *ചപ്പില- ഇല; *കൊണക്കേട്- ദോഷം;*

** പതം ബെർമ്പം- നനഞ്ഞ് കുതിരുമ്പോൾ; *ഉക്കില്- വലിയ ശബ്ദത്തിൽ;*

** മൊളക്ക് - മുളംകുറ്റിക്ക്;*

എന്നേരം പന്ന്യാട നിക്കും.

അത്പോലെ തമ്പ്രാക്കമ്മാര ഞാനോന്ന് നോക്കി.

ഒറ്റേൻ പന്നി നിക്കുമ്പോലെ അവരാട നിന്നു.

അപ്പോ ഭൂമി വട്ടത്തില് തിരിയാൻ തൊടങ്ങി.

പിന്നെന്റെ നാവോണ്ട് ഞാൻ അവരെ എറിയാൻ തൊടങ്ങി.

"നാങ്ങളെ കുപ്പേല് നട്ടോർ വാഴപ്പഴമല്ലേ നീങ്ങളെ ദേവന് പൂജ...
നാങ്ങള് പറിക്ക്ന്ന എളനീരല്ലെ നീങ്ങള് കുടിക്ക്ന്ന്...
നാങ്ങള് പറിക്ക്ന്ന പൂവല്ലെ നീങ്ങളെ ദേവന് പൂജ...
നാങ്ങളെ ചാളീലെ പെണ്ണിന ചൊവ്വർക്ക്...
നാങ്ങള തൊട്ടാൽ കുളിക്കണം ചൊവ്വർക്ക്
നാങ്ങളെ കൊത്ത്യാലും ഒന്നല്ലെ ചോര...
നീങ്ങളെ കൊത്ത്യാലും ഒന്നല്ലെ ചോര...
പിന്നെന്തെ ചൊവ്വറെ കൊലം പെശക്ന്ന്...
തീണ്ടിക്കോണ്ടാന്നാ കൊലം പെശക്ന്ന്
തെറ്റെടാ പുലയാ നീ, തെറ്റ് തെറ്റെന്ന് കേട്ടു
തെറ്റുവാനെന്ത് മൂലം തെറ്റുകയില്ലാ ഞാനും
തെറ്റല്ലേ ചൊവ്വരിപ്പോൾ, തെറ്റുവാൻ ചൊല്ലുന്നത്...?
തെറ്റുവാനൊന്നുകൊണ്ടും പറ്റുകയില്ല പാർത്താൽ..."

ഇരുപത്തൊന്നായിരത്തി അറനൂറ് ചെറുമക്കളുണ്ടല്ലോ ഈ ചാളീല്...!! വാരിയും തട്ടി നല്ല വളർകോലും വീതു വാരിപ്പുറമേ നല്ല ഓലയും കെട്ടി, തൊണ്ണൂറ് മടലും തീർത്ത്, ഓട് കമിച്ച് പുതച്ചാർ പുൽ കൊണ്ട് എന്ന് ഞാൻ പറഞ്ഞു. അത് അവരിക്കൊന്നും തിരിഞ്ഞിനീന്ന്* തോന്നുന്നില്ല. പിന്നെ അവരിക്ക് തിരിയാൻ മാത്രം ഞാൻ പറഞ്ഞു. ഒര് ദെവസം ഒരാള് ഇരുപത്തൊന്നായിരത്തി അറനൂറോട്ടം ശ്വാസം കയിക്കും. പിന്നെ വാരിയെല്ലും നട്ടെല്ലും തൊലിയും തൊണ്ണൂറ്റാറ് തത്വങ്ങളും തലയോടും രോമൂം ഒക്കെയാ..."

ഇതും കേട്ടപ്പൊ ശങ്കരനെന്നെ അടിമുടിനോക്കി-ഓൻ തിരിഞ്ഞ് നിന്നു.

പിന്നെ എനക്കൊന്നും ഓർമ്മീണ്ടായിറ്റ്ല. തലീന്ന് പുല്ലാഞ്ഞിപ്പാമ്പിനെ പോലെ എരിക്ക്ന്ന കള്ളുംകലൂം തായ വീണ് പൊട്ടി. എന്റെ കുഞ്ഞീന ഞാൻ എന്റെ കരളിന്റുള്ളിലൊളിപ്പിച്ചു. എന്റെ കുഞ്ഞിക്ക് നല്ലോണം പേട്യായിറ്റ് അത് കരയാൻ തൊടങ്ങി. മയപെയ്യുമ്പോലെ ഉരുളൻ കല്ല് എന്റെ ബേത്ത് വന്ന് വീണു. കൊറേ ഏറ് ഞാൻ എന്റെ പൊറം* കൊണ്ട് തടുത്തു. ഭൂമി കുലുങ്ങി മറിയാൻ തൊടങ്ങി.

ഞാൻ കമിഞ്ഞ് ബീണു.* ബീംബം* ഞാനലറി...

** ബീണ്- വീണ്; * തിരിഞ്ഞിനീന്ന്-മനസ്സിലായെന്ന്;*

** പൊറം-മുതുക്;*

ഞാൻ ബീണത് നാടറിഞ്ഞു. പുഞ്ചക്കണ്ടത്ത്ന്ന് പൊലേമ്മാരും പൊലച്ചികളും പാഞ്ഞ് വന്നു. ബീണ് ചത്ത് കെടക്ക്ന്ന എന്നക്കണ്ട് പെർമഴ പെയ്യുംമ്പോലെ അവര് നെലവിളിച്ച് എന്ന മലത്തി കെടത്തി എന്റെ നെഞ്ചാംകൂട്ട്ന്ന് പേടിച്ച് വെറച്ച് അണ്ണാക്കൊട്ടന*പോലെ കണ്ണും ചിമ്മി പറ്റിക്കെടക്ക്ന്ന കുഞ്ഞീന പറച്ചെടുത്തു.

അവരെ നെലവിളി എളംങ്കാറ്റായി വന്ന് കൊടുങ്കാറ്റായി മാറി...

“നാങ്ങളെ അലങ്കാരനെ കൊന്നേ... നാങ്കളെ അലങ്കാരൻ ചത്തേ...”

പിന്ന അതേ ആടീല്ലെ കാറ്റും കാടും കരിങ്കലും കേട്ട്റ്റ്ലു. എല്ലാരും കൂടി എന്റെ ചാളേരെ മിറ്റത്ത് ഒണങ്ങ്യ മരക്കുട്ട കൂട്ടി ഞാനുടുത്ത കോണ ത്തോടെ എന്ന അയില് കെടത്തി കത്തിച്ചു. വാതിലില്ലാത്ത എന്റെ ചാളേരെ മിറ്റത്തിര്ന്ന് എന്റെ അപ്പനും അമ്മീം എന്റെ കുഞ്ഞീനിം മടീല് കെടത്തി എന്റ്റോളും ഞാൻ കത്തിത്തീർന്ന് തീകെടുന്നവരെ കരഞ്ഞോ ണ്ടിരുന്നു. അവരെ കണ്ണ്ന്ന് പെയ്ത മയ വീണ് കനലും കെട്ടു.

അത് കയിഞ്ഞ് തമ്പ്രാക്കമ്മാരെ തലീന്ന് ഒര് കാറ്റ് വന്നു. അത് നാട്ട്ല് തേച്ചും വീശിയടിച്ചു. ആ കാറ്റ് പറഞ്ഞു, “അലങ്കാരൻ പൊലേ നല്ല... ഓൻ ദൈവാ... ഓൻ ദൈവക്കരുവായി... സാക്ഷാൽ ശിവന്റെ അവ താരാ... ഓൻ പൊട്ടൻതെയ്യായി മാറി... ഓന എല്ലാരും ഇനി പൊട്ടൻ തെയ്യായി കെട്ട്യാടിക്കണം.” കാറ്റ് പറീന്നത് കേട്ട് എന്റെ അമ്മ കാരിച്ചി പൊലച്ചിക്കും, അപ്പൻ കൂരിപ്പുലയനും, പുഞ്ചക്കണ്ടത്തിലെ ചളീല് നീന്ത്ന്ന എല്ലാ പൊലേനും പൊലച്ചിക്കും എന്റ്റോക്കും* സന്തോശായി...

എന്ന തമ്പ്രാക്കമ്മാര് എറിഞ്ഞ് കൊന്നതാ... അവരിക്കെന്നെ കൊല്ലാ തിരിക്കാൻ പറ്റൂല... എന്തേന്നല്ലേ... ഉദിച്ച് ബെര്ന്ന സൂര്യനെപോലെത്തെ സത്യാ ഞാൻ പറേല്... അയിനക്കൊണ്ട് എല്ലാരും എന്ന പൊട്ടനാക്കി, ഞാൻ പൊട്ടൻ കളി കളിച്ചാലും, പൊട്ടൻ ചിരി ചിരിച്ചാലും ഓർത്തോ... പൊട്ടന്റെ വാക്കിനും നോക്കിനും ചിരിക്കും പൊരുള് എട്ടാന്ന്... കണ്ട ത്തിലെ നെല്ലില് പതിര്ണ്ടാവും... എന്നാ പൊട്ടന്റെ പൊട്ടത്തരത്തിന് പതിരില്ലാ, ചതിയില്ല... എന്റെ പെർമലയാ...

ഇപ്പം എന്ന എല്ലാരും പൊട്ടൻ തെയ്യായിറ്റ് കെട്ടിയാടിക്കേന്ന്. പെരു മലയനും എനക്കായിറ്റ് ഓന്റെ കുടിനോട് ചേർത്ത് ഒരു തറകെട്ടി ചെമ്പ കമരം നട്ട് അയില് എന്ന കുടിയിര്ത്തിരിക്വാ... ഓനല്ല അങ്ങനെ ചെയ്തത്. ഓന്റെ അപ്പന്റെ കാലത്താ... പെർമലയൻ എന്റെ ചെമ്പകമ രത്തിന്റെ മുമ്പില് വെച്ചെ കുത്ത് ബെളക്കില് വാണ്യൻ കൊണ്ട് കൊടുക്ക്ന്ന എണ്ണ ഒയിച്ച് മോന്ത്യാവുമ്പം* തിരികത്തിച്ച് പ്രാർത്ഥിക്കും.

“എന്റെ പൊട്ടൻ തെയ്യേ കാക്കണേന്ന്.”

** ബീണു–വീണു; * ബീംബം –വീഴുമ്പോൾ;*

** അണ്ണാറക്കൊട്ടൻ – അണ്ണാരക്കണ്ണൻ;*

** എന്റ്റോക്കും–എന്റെ ഭാര്യക്കും; * മോന്ത്യാവുമ്പം–സന്ധ്യയാവുമ്പോൾ;*

പെർമലയൻ ഒരിക്കാല്* ഓന്റെ മോന്റെ മോനോട് പറീന്ന് ഞാൻ കേട്ടിന്. "മോനേ ഈ തറ കെട്ട്യത് എന്റെ അപ്പനാ, എന്റെ അപ്പന്റെ കാലം തേച്ചും അപ്പനും, പിന്നെ ഞാനും പൊട്ടൻ തെയ്യത്തിന പരിപാലിച്ചു. എനിയില്ല കാലം നീയാ അത് ചെയ്യണ്ടത്. പിന്നെ ചെക്കൻ തന്ന്യാ എപ്പൂം എന്റെ തറമ്മല് ബെളക്ക് ബെകപ*. തീയൻ ചവുണിയനും, ഓന്റോള് തീയ്യത്തിചിരുതീം, വാണ്യനെമ്മനും ഓന്റെ ഓള് കുഞ്ചിരിയും പിന്ന കൊറേ ആളും എടക്കല്ലൂം എന്റെ തറീലെ കുത്ത് വെളക്കില് വെളിച്ചെണ്ണ ഒയിച്ച് കത്തിച്ച് അവരെ സങ്കടം ഒണർത്തിക്കും.

തീയ്യത്തി ചിരുത എടക്ക് എനക്ക് നല്ല ഏറ്റന്ന് റാക്ക് ചെറിയ കുടുക്കീല് കൊണ്ട്ത്തെരും. ഓളത് എന്റെ ചെമ്പകത്തിന്റെ മെരട്ട്* വെച്ചിറ്റ് തൊവ്വ്ത് പ്രാർത്ഥിക്കും.

ഓളെ പതിനാലാമത്തെ വയസ്സിലാ തീയൻ ചവുണിയൻ ഓളെ* മംഗലം കയിച്ചിന്. അഞ്ച് വയസ്സ് മൂപ്പാ ചവിണിയന്. ഇപ്പം ചവിണിയന് വയസ്സ് പത്തറപത്തഞ്ചായി. ഓള് എനക്ക് റാക്ക് തരാൻ ബെർമ്പം മുട്ടോളെത്ത്ന്ന തോർത്തുടുത്ത് മേല് ഒരു തോർത്തോണ്ട് പൊത്തും. ഓളെ ബീട്ട്ല് ഓളെ പുരുവൻ* ചവുണിയനേ ഇല്ലങ്കില് ആട്ന്ന് ഓള് മേല് പൊത്തൂല. ചന്തീല്* എപ്പെങ്കിലും* പോയാല് രണ്ടാക്കും ഓരേ തോർത്തന്ന്യാ തീയ്യൻ ചവുണ്യൻ മേണിക്കല്*. രണ്ടാക്കും മയപെയ്യാൻ ബെർന്ന ആകാശത്തിന്റെ കറുപ്പ്നെറാ. ഒരു പൊകപോലത്തെ കറുപ്പ്. വയസ്സിത്രീം ആയിറ്റും തണാറ്* കൊറച്ചല്ലം ബെള്ത്തിനെങ്കിലും മോത്തും* മേക്കും* നെറച്ചും തുള്ള്ന്ന എറച്ച്യാ... ഓളെ പുരുവൻ തീയൻ ചുവുണിയൻ ഏറാൻ* പോമ്പം അരീല് തൊടമൂടാത്ത ഒരു തോർത്തുടുത്ത് മുണ്ടക്കയറോണ്ട് അരക്ക് കെട്ടി കള്ളൊായിക്കുന്ന ചെരപ്പതുണ്ടിയും* കൊലചെത്ത്ന്ന കൊടുവാള് പൊലത്തെ മിന്ന്ന്ന കത്തീം, തെങ്ങിൻ കൊലക്കൊരക്ക്ന്ന് കുരുന്ന്* ഇർക്കല്ന് കോർത്ത് വെള്ളം നെറച്ച മരപ്പാത്രം അരക്ക് കെട്ടിയ തൊടങ്കില് തൂക്കി കരിങ്കല്ല് തുള്ളുമ്പോല്യാ ഓൻ നടന്ന് ബെരല്.* തടിക്കൊാത്ത നീളുണ്ട് ഓൻ.

തെങ്ങിന്റെ പുതിയ കൊല മുറിച്ച് ആദ്യം കിട്ട്യ കള്ള് എന്റെ ചെമ്പകത്തിന്റെ മെരട്ട്* ഒരു കുടുക്കീലാക്കി കൊണ്ടക്കും. എന്നിറ്റ് ഓൻ ആ കൊലീന്ന് നല്ലോണം കള്ള് കിട്ടണേ പൊട്ടൻ തെയ്യേന്ന് പ്രാർത്ഥിക്കും. ആരിക്കെങ്കിലും പന്നീന്യോ, എയ്യനോ* കിട്ട്യാല് അയിന്റെ പച്ച എറച്ചി വാഴഎലീല് എന്റെ തറമ്മല് വെച്ച് പ്രാർത്ഥിക്കും.

** ഒരിക്കാല് - ഒരുതവണ; * ബെക്കപ- കത്തിക്കുക; * മെരട്ട്- ചുവട്ടിൽ;*
** പുരുവൻ-ഭർത്താവ്; * ചന്തീല് -ചന്തയിൽ; * എപ്പെങ്കിലും -വല്ലപ്പോഴും;*
** മേണിക്കല്-വാങ്ങുക; * തണാറ് - തലമുടി; * മോത്തും-മുഖത്ത്;*
** മേക്കും-ശരീരത്തിൽ; * ഏറാൻ - കള്ള് ചെത്താൻ;*
** ചെരപ്പത്തുണ്ടി-ചെരങ്ങയുടെ വലിയ കായ ഉണക്കിയത്;*
** കുരുന്ന് - നിച്ചിയുടെ തളിര്; * ബെരല് - വരിക;*
** മെരട്ട് - ചുവട്ടിൽ; * എയ്യൻ - മുള്ളമ്പന്നി; * ഓള്-ഭാര്യ*

വാണ്യനെമ്മൻ എപ്പും, ഓൻ ചക്കാട്ട്യാല് അന്നേരല്ലം എനക്ക് കുത്ത് വെളക്കിലൊയിക്കാൻ വെളിച്ചെണ്ണ പെർമലയന്റെ ഓള്* മലിനാണിക്ക് കൊണ്ട് കൊടുക്കും. അന്നേരം ഓൻ നല്ല കരിഞ്ഞ കൊറച്ച് പുണ്ണാക്കും മലിനാണിക്ക് കൊടുക്കും. അത് അടുപ്പിലിട്ട് ചുട്ടിറ്റ് ഓള് കരിക്കാടിക്ക് കറിയായി കൂട്ടും.

എന്റെ തറമ്മല് വെച്ച കള്ളും റാക്കും മോന്തിക്ക് ബെളക്ക് വെച്ച് പോമ്പം പെർമലയൻ എടുത്ത് കുടിക്കും. ചെല ദെവസം ലേശം ഓന്റോള് മലിനാണിക്കും കൊടുക്കും. എറച്ചി കിട്ട്യാല് മലിനാണി അയില് ഉറുമ്പ് കേറ്ന്നേന് മുമ്പിലെ അതെടുത്ത് കറിയാക്കും. കറിയാക്യാല് അയില്ന്ന് ഓരോഹരി കൊടിയെലീല് വെച്ചിറ്റ് ഓള് എനക്കന്നെ തെരും. അല്ലാ തീം, ഓള്, ഓളെ അടുപ്പില് പുതിയതായിറ്റൊന്ന് ബെച്ചാല്* അയില്* ഒരോഹരി എന്റെ തറമ്മല് തന്നെ കൊണ്ടക്കും. പെർമലയന പോലന്ന്യാ ഓളും എന്നെ പരിപാലിക്കല്.

എല്ലാരെ സങ്കടും എന്നോടാ ബന്ന് പറയ്വാ...

പെർമലയന്റെ കുടീല് നെറഞ്ഞ് നിക്ക്ന്ന രണ്ട് പെമ്മക്കളും എപ്പും* ഏടപോമ്പൂം* എന്നോട് പറയാതെ പോവൂല. അവര് രാത്രി കുടീന്റു ള്ളില് കീറ്യപായി വിരിച്ച് ഒറങ്ങാൻ കെടക്ക്മ്പൂം എന്ന വിളിക്കും-

"ന്റെ പൊട്ടൻതെയ്യേന്ന്..."

ഞാനിപ്പും തെയ്യക്കോലായാല് സകലമാന തമ്പ്രാക്കളോടും പൊട്ടി ച്ചിരിച്ചോണ്ട് ചോയിക്കും...

"നാങ്ങളെ കൊത്ത്യാലും ഒന്നല്ലേ ചോര...
നീങ്ങളെ കൊത്ത്യാലും ഒന്നല്ലേ ചോര...
പിന്നെന്തെ ചൊവ്വറെ* കുലം പിശകെന്ന്..."

എന്റേതായൊരു കോലം കെട്ടീറ്റാ പെർമലയൻ ഇങ്ങനെ ചോയ്ക്വാ. കോലം കെട്ടാതെ ഇങ്ങനെ എല്ലാരോടും ചോയ്ക്കണംന്ന്ണ്ട് ഓന്. അന്നേരം ഓന്റെ കണ്ണ്ന്ന് തീ തുപ്പും. അപ്പോ ഞാൻ ഓന്റെ തലീല് വെള്ളം കോരി ഒയിക്കും. എന്നാലും എന്റെ പെർമലയന്റെ ആശയോട് എനക്ക് ബെല്ല്യ ഇഷ്ടാ...

എന്റെ തറേന്റെ പള്ളക്കേക്കൂടി നേരെ മേലോട്ടുള്ള കുന്ന് കേറ്യാല് തീയൻ ചവുണിയന്റീം ഓന്റോള് തീയ്യത്തി ചിരുതേരീം ബീടായി.* പച്ച മണ്ണ് ചവിട്ടി കൊയച്ച് ഉരുട്ടി വെയിലത്ത് വെച്ച് ഒണക്കി കെട്ടി ചെമ ര്മ്മല് പനീം മൊളീംകൊണ്ട് കവ്ക്കോല് ണ്ടാക്കീറ്റ് ഓലകെട്ടി പാറക്കെ നെയ്പ്പുല്ല് പറിച്ച് പൊതച്ചത അവരെ വീട്. ഒര് പടിഞ്ഞാറ്റീം ഒരടുക്കളീം മാത്രാ വീട്ടല്. രണ്ടിനും ഓല മടഞ്ഞിറ്റ്ണ്ടാക്യ വാതിലാ. എന്നാല് പെർമ

** ബെച്ചാല്-പാകം ചെയ്താല്; * അയില്-അതിൽനിന്നും;*

** എപ്പൂം-എല്ലായ്പ്പോഴും; * ഏടപോമ്പൂം-എവിടെ പോകുമ്പോഴും;*

** ചൊവ്വറ്- തമ്പുരാൻ; * ബീട് - വീട്*

ലയന്റെ വീട്ടിന് ചളിക്കട്ടീം ചൊമരൂല്ല. എന്റെ തറേരടുത്ത് ഓല്യോണ്ട് പൊതിഞ്ഞ് മൊളകൊണ്ട് തൂണ്ണ്ടാക്കി നെയ്യ്പുല്ല് പൊതച്ചതാ... അയിന്റുള്ളില് അടുക്കളീം പടിഞ്ഞാറ്റിം ഒന്നൂല്ലാ. ഒരു മൂലക്ക് ഓന്റെ തെയ്യത്തിന്റെ അണിയലം ബെക്കും. മറ്റേമൂലക്ക് അടുപ്പും പിന്നെല്ലും ഇത്ല ന്നെ...

മോന്തിക്ക് കാലും മൊകും വൃത്തിയാക്കി എന്റെ തറമ്മലെ കുത്ത്ബെളക്കിലെ തിരികത്തിച്ച് എന്ന തൊഴ്ത് പെർമലയൻ നേരെ തീയ്യത്തി ചിരുതേരെ കുന്ന് കേറും, ഓളെ റാക്ക് കുടിക്കാൻ. കൊറെ ആള്ണ്ടെങ്കില് പെർമലയൻ ഓളെ ബീടിന്റെ ബയ്യപ്പൊറത്ത്* ചെമരിന് ചാരിനിന്ന് രണ്ട് ചെരട്ട റാക്ക് കുടിക്കും. അയിന്റൊപ്പരം ഓള്, ഓന് എന്തെങ്കിലും വായിലിടാനും കൊടുക്കും. പിന്നീം* രണ്ട് ചെരട്ട റാക്കും കൂടി കുടിച്ചിറ്റ് ഓൻ കുന്ന് കീയ്യും. കുന്നെറങ്ങുമ്പം ഓൻ എന്റെ തോറ്റം ചൊല്ലിക്കോണ്ടാ എറങ്ങ്വാ. ഓന്റെ തോറ്റംപാട്ട് എരമം നാട് തേച്ചും കേക്കും.* എത്ര കുടിച്ചിറ്റ് മത്തായാലും ഓൻ കുന്ന്മ്മന്ന് എറങ്ങ്മ്പം ഈ ബയസ്സ് വരെ വീണിറ്റ്ല്ല. കുന്നെറങ്ങുമ്പം തീയ്യത്തി ചിരുത ഓനോട് പറയും "മെല്ലെ നോക്കി എറങ്ങണം. നേരം ഇര്ട്ടായി. കാല്നെരങ്ങി* ബീണ് പോറ്*..." ഓന് അയിന് എപ്പും ഒറ്റ ഉത്തരാ... "കുന്നിറങ്ങുമ്പം എന്റെ പൊട്ടൻ തെയ്യം എപ്പും എന്റെ ഒപ്പരം നടന്നിറ്റ് എന്റെ കൈപിടിക്കും..." പിന്ന ഓൻ എന്റെ തറമ്മല് വന്നിരുന്നിറ്റ് ഓന്റെ സങ്കടം തേച്ചും എന്നോട് പറയും.

ചെലപ്പോ ഓൻ ഒച്ചീല്ലാതെ കണ്ണിലെ ബെള്ളം ഒലിപ്പിച്ച് കൊറെ നേരം കരയും...

ഞാൻ ഓനോട് പറയും: "അടങ്ങ് പെർമലയാ... അടങ്ങ്ന്ന്"

വലിയ മനക്കലെ വല്യമ്പ്രാൻ ഓന നല്ലോണം ഉപദ്രവിച്ചിനി. ഇനി ഈനപ്രം* ഒന്നും ചെയ്യാനില്ലാന്ന് പറയ... പെർമലയന കടിച്ച് കരിന്തിരിയാക്കീന് ഓൻ...

തമ്പ്രാൻമാരങ്ങന്യാ. കണ്ണോണ്ട് നോക്ക്യാ കാണ്ന്ന കണ്ടൂം, കണ്ണിന്റുള്ളില് കാണ്ന്ന കുന്നുംമലീം, ആനീം, ആളും, ഉറുമ്പും എല്ലാം അവരെ കാലിന്റെ അടീലാ... നല്ലതെല്ലം, മണ്ണായാലും പെണ്ണായാലും തമ്പ്രാക്കൾക്കാ...

എന്ന കൊന്നപോലെ പെർമലയനീം കൊല്ലാൻ നോക്കീന് തമ്പ്രാൻ. തമ്പ്രാൻമാരുടെ നേമം കേക്കാത്തവരെ അവര് കൊല്ലും. അവരോട് കളിക്കാൻ നിനിക്കാവ്വോ പെർമലയാ... മലയോട് കല്ലെറിഞ്ഞിറ്റ് എന്ത് കാര്യം? മുമ്പിലെ പല്ലോണ്ട് വെള്ക്കെ ചിരിച്ചാലും അണ്ണാക്കിലെ പല്ലോണ്ട് അമർത്തി കടിച്ച് പറിക്ക്ന്നവരാ അവര്.

** ബയ്യപ്പൊറത്ത് - പിന്നാമ്പുറത്ത്; *പിന്നീം - വീണ്ടും; *കേക്കും - കേൾക്കും;*
** കാല് നെരങ്ങി - കാല് വഴുതി; *ബീണ്പോറ് - വീഴരുത്;*
** ഈനപ്രം - ഇതിലുമധികം*

ഒരീസം എന്റെ തറീല് ബെളക്ക്* ബെക്ക്മ്പം ഓൻ എന്ന ബിളിച്ച് പറഞ്ഞു.

"എന്റെ പൊട്ടൻ തെയ്യേ..."

അന്നോൻ നേരത്തെ തീയ്യത്തി ചിരുതേരെ കുന്ന് കേറി നല്ലോണം റാക്ക് കുടിച്ചിന്...

"പ്രമാണായ പ്രമാണും മന്ത്രായ മന്ത്രും തെയ്യായ തെയ്യും എല്ലാം അടിയൻ പഠിച്ചത് തേച്ചും എന്റെ മൂത്തമോൻ അമ്പൂന പഠിപ്പിച്ചിന്... എന്റെ മോൻ അമ്പു പോയില്ലേ... ന്റെ പൊട്ടൻ തെയ്യേ."

പിന്ന ഓൻ കൊറച്ച് നേരം മിണ്ടാതിരുന്നു. ഓന്റെ കണ്ണ്ന്ന് കൊത്ത് കൊണ്ട വായേരെ തടീന്ന് വെള്ളം ബെർമ്പോലെ തുരു തുരാ ബെള്ളം ഒഴുകി.

"എനി, എനക്ക് എന്റെ അമ്പൂന്റെ മോന എല്ലം പഠിപ്പിക്കണം... എന്നിറ്റ് എന്റെ ചെക്കന തീക്കാറ്റായിറ്റ് മാറ്റണം. ഒരീസം ആ തീക്കാറ്റോണ്ട് ആ തമ്പ്രാന്റെ മനീം തമ്പ്രാനീം കത്തിച്ച് കരിക്കണം. നീയായിറ്റ് അയിന് എനക്ക് തൊണ വേണം എന്റെ പൊട്ടൻ തെയ്യേ..."

പാതിരാക്ക് കത്ത്ന്ന രണ്ട് ചൂട്ട് പോലെ ഓന്റെ കണ്ണ് കത്ത്ന്ന്ണ്ട്ന്ന് എനക്ക് തോന്നി.

ഓൻ അമ്പൂന്റെ ചെക്കനെ അയിനാ ബളത്ത്ന്ന്...

എന്റേതായിറ്റുള്ളോരു ഗതി വര്വോ ആ ചെക്കനും....

തീയ്യത്തി ചിരുതേരെ പൊള്ളുന്ന റാക്ക് ചെരട്ടീലൊഴിച്ച് ഊതി ഊതി കുടിക്കുമ്പാ ഓനിതെല്ലാം ഉശിരായി തോന്ന്വ... ഇല്ലേങ്കില് പിന്ന മിണ്ടാതെ ഉരിയാട്ടൊന്നുല്ലാതെ ഒണങ്ങ്യ കത്ത്യാപ്പുളിങ്ങ പോലെ ഒടിഞ്ഞാടി നടക്കും. എന്നാലും ഓന്റെ കണ്ണിലെപ്പൂം വെണ്ണീരില് പൊതിഞ്ഞ രണ്ട് തീക്കട്ട ഞാൻ കാണല്ണ്ട്...

ഓന്റെ ഓള് മലിനാണിക്കും അറിയ ഓൻ തൊട്ടാപൊള്ളുന്ന കനലിന്റെ കട്ടയാന്ന്ന്. ഓന്റെ മനസ്സില് കനലുണരുമ്പം, ഓന്റെ കണ്ണ് ചോക്കുമ്പം, ഓന്റെ തലീല് ആവി പൊന്തുമ്പം ഓൻ എരിപൊരികൊള്ളും. അന്നേരം ഓന്റോള് മലിനാണി ഓനോടെന്തെങ്കിലും പറഞ്ഞാല്, ഒടിഞ്ഞ് കുത്തിയിരിക്കുന്ന മലിനാണീരെ പൊറത്ത് ഒണങ്ങ്യ മരക്കുറ്റി പോലത്തെ കാലോണ്ട് ഊക്കിലങ്ങ് ചവുട്ടും. ചവുട്ട് കൊണ്ട് ഓള് തല കുത്തി മറിഞ്ഞ് ബീളം.* പിന്നെ ഓള് മെല്ലെ എണീറ്റ് മിണ്ടാതെ മേത്ത് പറ്റ്യ മണ്ണല്ലം തട്ടിക്കളഞ്ഞോണ്ട് കുടീന്റെ വടക്ക് പൊറത്ത് പോയി ഇരിക്കും. ഓൻ കരിഞ്ഞ പല്ലും കടിച്ച് എന്റെ തറമ്മലും ബന്ന് ഇരിക്കും.

വയറ്റ്ക്കത്തല്* അടക്കാൻ ഇല്ലാതായിറ്റ് ഓളിപ്പം വെള്ളം വറ്റിപ്പോയ തോട് പോലെയായി. ഒടിഞ്ഞ് കുത്ത്യാ ഓളിപ്പം നടക്കല്. പെർമലയനേക്കാളും പത്ത് വയസ്സേ ഓക്ക് കൊറവില്ലൂ. എളനീര് പോലെ തുളു

** ബെളക്ക്– വിളക്ക്;*

** ബീളം– വീഴും; * വയറ്റ്ക്കത്തല് – വിശപ്പ്*

മ്പിനിക്ക്ന്ന് ഓളെ മൊകും, നല്ലോണം നെറഞ്ഞ് നിന്ന ഓളെ മാറും ഉപ്പിലിട്ട മാങ്ങപോലെ കോടിപ്പോയിന്. മുട്ടെത്താത്ത തോർത്തുമുണ്ടും ഉടുത്ത് കാതിലെ വെല്ല്യ തൊളീല് കാരോലീം ഇട്ട്, വറ്റിവരണ്ട് പോയ മാറും കാണിച്ച് നടുവൊടിഞ്ഞ് ഓള് നിക്ക്ന്ന് കാണമ്പം- ഒരു മനിശന്റെ ഒണങ്ങ്യരൂപം അത്രയന്നെ. കൊറേ കയീമ്പം തീയ്യത്തി ചിരുതേന്റെ കുന്നുമ്മന്ന് കൊണ്ടന്ന റാക്ക് പെര്മലയൻ കുടുക്കീന്ന് ലേശം കുടിച്ച് ബാക്കി ഓന്റോള് മലിനാണീന ബിളിച്ച് കൊടുക്കും. ഓൻ പിന്ന എന്റെ തറമ്മല്, തറക്ക് മോളിലെ ചെമ്പകമരത്തിനേക്കാൾ ഒയരത്തില് പടന്ന് നിക്ക്ന്ന പുളിയൻമാവിന്റെ എടീലൂടെ ആകാശത്തിലെ നക്ഷത്രം നോക്കി മലന്ന് കെടക്കും-മലന്ന് കെടക്ക്ന്ന ഓന്റെ തൊറന്ന് പിടിച്ച കണ്ണില് എന്റെ തറമ്മലെ കുത്ത്വെളക്കിന്റെ ചോന്ന ബെളിച്ചം പോലെ രണ്ട് കുത്ത് വെളക്ക് ചോന്ന് കത്ത്ന്നതായി ഞാൻ കാണല്ണ്ട്. ഓന്റെ കത്ത്ന്ന കണ്ണാ എന്ന പേടിപ്പിക്ക്ന്ന്. ഓന്റെ മോന്റെ മോന്റെ കൈയും പിടിച്ച് ഓൻ എടത്തേക്കാ നടന്ന് നടന്ന് പോന്ന്...?

വിളിക്കാൻ പേരില്ലാത്തവര്

ഇരുട്ട് നരക്കാൻ തൊടങ്ങി.

തീയ്യത്തി ചിരുതേരെ കുന്ന്മ്മന്ന് ഓളെ പൂങ്കോയി കൂവി.

വിത്തിന്റെ ഉള്ള്ന്ന് മൊള പൊറത്ത് വെരുമ്പോലെ നേരിയ വെള്ള ക്കീറ് ഇര്ട്ട്നെ മായ്ച്ച് മെല്ലെ പൊറത്ത് ബെരാൻ തൊടങ്ങി.

ചെക്കൻ എണീറ്റ് കാലും മീടും* കഴുകി, എന്റെ തറീലെ കുത്ത് വെളക്കില് തിരികത്തിച്ച് എന്ന തൊവ്വ്തു. എന്റെ തറക്കും ചെമ്പക ത്തിനും മൂന്നോട്ടം ചുറ്റും ബന്ന് എന്ന ബിളിച്ചു. പൊലച്ചക്ക് പുഞ്ചവെ തക്കാൻ പോമ്പം പുളിയൻ മാവ്മ്മന്ന് "വിത്തും കൈക്കോട്ടുംന്ന്" പാടുന്ന കിളീന്റെ അതേ ഒച്ചയാ ചെക്കന്. ഓന്റെ തൊണ്ടേരെ ഉള്ള്ന്ന് ബെര്ന്നത് ഒരു കാരമുള്ള് പോലെ കൂർത്ത കിര്കിരിപ്പില്ലെ ഒച്ചയ...

ഓൻ എന്നോട് ഒച്ച കൊറച്ച് പറഞ്ഞു:

"ന്റെ പൊട്ടൻതെയ്യേ... എനക്കിന്ന് വയസ്സ് അഞ്ചാവേന്ന്. എനക്ക് പേര് ബിളിക്കാൻ ഇന്ന് മനക്കല് ബെല്യമ്പ്രാന്റടുത്ത് പോണം. എന്റപ്പാ പ്പൻ ഇന്നലെ രാത്രി ഒറങ്ങാൻ കെടക്കുമ്പം പറഞ്ഞു ബിഷ്ണുന്ന് പേര് ബിളിക്കാന്ന്. എന്റെ പൊട്ടൻ തെയ്യേ... നല്ല പേരല്ലെ അത്. അടിയങ്ങള് കെട്ട്ന്ന തെയ്യത്തിന്റെ പേര്. വിഷ്ണുമൂർത്തി തെയ്യത്തിന്റെ പേര്. തമ്പ്രാന്റെ മനക്കലേക്ക് അടിയങ്ങളൊപ്പരം തൊണയായി നീ ബെരണം. അടിയന നീ നല്ലോണം അനുഗ്രഹിക്കണം."

ഓന്റെ ബർത്താനം കേക്കാൻ നല്ല രസാ... വായേരെ കൂമ്പിന്റുള്ളിലെ തേൻ കുടിക്കാൻ ബെര്ന്ന കുഞ്ഞിക്കുരുവീനപ്പോലെ എടത്തോട്ടും ബല ത്തോട്ടും തലയാട്ടിക്കൊണ്ടാ ഓൻ ഓരോന്നും പറയ്വാ... കുഞ്ഞിക്കുരു വിന്റത്രീം കറുപ്പല്ല ഓന്റെ നെറം. ഓന്റെ അപ്പാപ്പൻ പെര്മലയന്റീം ഇരുട്ട്

** മീട് – മുഖം*

പോലത്തെ കറുപ്പൊന്നും ചെക്കന് കിട്ടിറ്റ്ല്ല. എന്നാല് എന്റെ കൂരാക്കൂരിരുട്ട്പോലത്തെ നെറൂം അല്ല. ചെക്കന്റെ നെറം ശെരിക്കും പറഞ്ഞാല് മോന്ത്യാവുമ്പം ഇണ്ടാവ്ന്ന ഒരു പൊകപോലത്തെ കറുപ്പില്ലെ... അതാ ഓന്റെ നെറം. ഓൻ ചുണ്ട് തൊറന്ന് ചിരിക്കുമ്പം പെമ്മുരിക്കിന്റെ പൂ ചുണ്ടിന്റുള്ളില് വെച്ചപോലെ തോന്നും. അത്ര ചോപ്പാ...

ചെക്കന്റെ മോത്ത്ന്ന് പൂമ്പാറ്റ പാറിക്കളിക്കുന്ന പോലെ എനക്ക് തോന്നി. അത്രീം സന്തോഷത്തിലാ ഓൻ–പേര്‌വിളിക്ക് ഓന്റൊപ്പരം പോവാൻ ഞാനും ഒറച്ചു.

പെർമലയൻ കുടീന്ന് പൊറത്തേക്ക് എറങ്ങി വന്നു. ഒടിഞ്ഞ ഓന്റെ നടു കയീന്നത്ര നീർത്തി ഉദിച്ച് പൊന്ത്ന്ന സൂര്യഭഗവാനെ നോക്കി ഓന്റോള് മലിനാണ്യോട് പറഞ്ഞു:

"രാഹുകാലം തൊടങ്ങ്ന്നേന് മുമ്പിലെ മനക്കലെത്തണം."

എന്നിറ്റ് ഓൻ മലിനാണീന ബിളിച്ചു. ചെവികേക്കാത്ത പെർമലയൻ ആരെ ബിളിക്കുമ്പൂം ബെല്ല്യ ഒച്ചീലാ ബിളിക്ക. ബിളികേട്ടപാടെ മലിനാണി പൊറത്തേക്ക് വന്നു. കുടില് നെറഞ്ഞ് നിക്ക്ന്ന പെർമലയന്റെ രണ്ട് പെമ്മക്കളും പൊറത്തേക്ക് ബന്നു.

പെർമലയന് എള്ളേത് രണ്ടും പെമ്മക്കളാ. കാക്കേരെ കറുപ്പാ രണ്ടിനും. എന്നാലും രണ്ടിന്റീം കണ്ണ് കാട്ടിലെ വെള്ളില പൂപോലെയാ... എപ്പൂം ചിരിക്ക്ന്ന കണ്ണാ... രണ്ടാളും വാണ്യൻ എമ്മന്റെ വെളിച്ചെണ്ണീം തേച്ച് മോന്ത്യാവുന്നേന് മുമ്പേ തോട്ട്ല് പോയി കുളിച്ചിറ്റ് കേറിബെരുമ്പം എന്ന തൊവ്ത്തിറ്റേ കുടിക്കേറൂ. വാണ്യനെമ്മന്റെ വെളിച്ചെണ്ണ തേച്ച അവരെ മൊകം എന്റെ കുത്ത്‌വെളക്കിലെ കത്ത്ന്ന ചോന്ന ബെളിച്ചത്തില് മിന്ന്ന്നത് ഞാൻ കാണല്ണ്ട്... മൂത്തോള് മാതി ലേശം നീളം കൂടുതല്ണ്ട്. അത്രേ രണ്ടാളും മാറ്റൂല്ലൂ. തോട്ടിലെ ഇരിമീൻ മുട്ടിയുരുമ്മി പോമ്പോലെ രണ്ടാളും മുട്ടിക്കോണ്ടാ നടക്ക. ഏതോ മലയചെക്കന്റെ കുടീലേക്ക് അവരെ കൈയും പിടിച്ച് പോവാൻ ആരല്ലോ ബെര്ന്നത് അവരെ കിനാവില് ഇണ്ടാവല്ണ്ട്. അന്നേരം ചെമ്പരത്തിപൂപോലെ അവരെ മൊകം ചോക്കും. അവരന്നേരം ചിരിക്കും. അവരെ ബിജാരിക്കുമ്പല്ലം പെർമലയന് ചങ്ക്ന്ന് ഒരു പെടപ്പാന്ന്. ഒരീസം ഓൻ റാക്കൊന്നും കുടിക്കാതെ മോന്തിക്ക് എന്റെ തറമ്മലെ ബെളക്ക് കത്തിച്ചിറ്റ് എന്നോട് പറഞ്ഞിന്...

"എന്റെ പൊട്ടൻ തെയ്യേ... എന്റെ പെമ്മക്കളെ പ്രാക്കിടിയനും പരുന്തും കൊത്താതെ നീ നോക്കണേ"ന്ന്... "നീ എപ്പും അവരിക്ക് കാവലായിറ്റ് ഇണ്ടാവണേന്ന്"...

ഓന്റെ പയേ തൊണ്ടീന്ന്, കാറ്റ് ബെരുമ്പം കരീന്ന* മൊളംകൂട്ടത്തിന്റെ ഒച്ച്യാ പൊറത്ത് വന്നത്. രണ്ടെണ്ണത്തിനും തലീം മൊലീം ബളന്നേപ്പിന്ന പെർമലയൻ കെടക്ക്ന്ന പായി* അറിഞ്ഞ് ഒറങ്ങീറ്റേഇല്ല.

** കരീന്ന – കരയുന്ന*

** പായി – പായ*

ഇല്ലേല് നല്ലതുടുത്ത് എല്ലാരും എറങ്ങി.

പെർമലയൻ മുട്ടോളം എത്താത്ത തോർത്താ ഉടുത്തിന്. തോർത്ത് കണ്ടാല് ഓന്റന്നെ വയസ്സ് തോന്നിക്കും. നെറ്റിക്ക് ഓൻ ഒരു ഭസ്മക്കുറീം വെലിച്ചു. ഓന്റോള് മലിനാണി ഉടുത്തത് പയേ* പൊടയാ. പെർമലയന്റെ ലേശം ബെള്ത്ത തോർത്താ ഓള് എടുത്ത് മേല് പൊത്ത്യത്* ചെക്കൻ കോണാ ഉടുത്തിന്. കവുങ്ങിന്റെ കൂമ്പാളക്കോണം. ചെക്കന്റെ മൊകം സന്തോഷംകൊണ്ട് തുളുമ്പി മറീന്ന്ണ്ട്.

എല്ലാരും എന്റെ മുമ്പില് നിന്ന് തൊവ്വ്തു.

അന്നേരാ വാണ്യൻ എമ്മൻ വന്നത്. ഓൻ എപ്പൂം മലിനാണിക്ക് ബെളിച്ചെണ്ണ കൊടുക്കും, എന്റെ ബെളക്കിലൊയിക്കാൻ. തേങ്ങ ഒണക്കി ചക്കിലിട്ടാട്ടി വെളിച്ചെണ്ണീം പുണ്ണാക്കും ബിക്കലാ* ഓന്റെ പണി. ഓന്റെ ബീട്ടിന്റെ* കേക്ക്* ഭാഗം ഓൻ ചക്കാല ഇണ്ടാക്കീന്. തേങ്ങീട്ട് ചക്കാട്ടുമ്പം ചക്കുന്താൻ ഓന്റെ ഓള് കുഞ്ചിരീം കൂടും. ഓളെ മാറ് പൊതച്ച തോർത്തിനും ഉടുത്ത മുട്ടോളെത്ത്ന്ന തോർത്തിനും ഒരു പുതിയ നെറാ... വെളിച്ചെണ്ണീം പുണ്ണാക്കും പെരങ്ങി* കറുപ്പടിച്ച ചക്കിന്റെ ഒരു നനുത്ത നെറം... ചക്കാട്ടി കയിഞ്ഞാല് ഓള് മേത്ത് പൊത്ത്യ മുണ്ടോണ്ട് ചക്കിന്റുള്ളില് പറ്റ്യ വെളിച്ചെണ്ണ തൊടച്ചെടുക്കും എന്നിറ്റത് മേത്തെല്ലാം ഒരക്കും. ചക്കിന്ന് ബീണ വെളിച്ചെണ്ണ ചെമ്പ് പാഞ്ഞീലൊയിച്ച് ആ പാത്രം തൊടച്ച് ഓള് തലീതേക്കും. അയിനക്കൊണ്ടാ അയിമ്പതായിറ്റും ഓളെ തണാറിന്റെ കറുപ്പ്.

വെളിച്ചെണ്ണ ചെമ്പ്പാഞ്ഞീലാക്കീറ്റ് തലീല് വെച്ച്, വെളിച്ചെണ്ണ അളക്ക്ന്ന കൊണ്ട* അരക്കിറ്ക്കീറ്റ് ഓൻ നാട്ടിലെല്ലം നടക്കും. ചെമ്പ് പാഞ്ഞിക്ക് ചുറ്റും മുണ്ടക്കയറ് മടഞ്ഞിറ്റ് പിടിക്കാൻ പറ്റ്ന്ന നല്ല പിടിം പാഞ്ഞീരടീല് ഒരും തെര്യീം* കെട്ടി വെച്ചിട്ടുണ്ടാവും. ഓന്റോള് കുഞ്ചീരീനക്കാളും പത്ത് വയസ്സ് മൂപ്പാ ഓന്. എപ്പും പാഞ്ഞി തലീല് വെച്ചിറ്റ് തലച്ചൂട് വന്നിറ്റ് തണാറ് കൊറേ പോയിനെങ്കിലും ബാക്കില്ലതൊന്നും നരച്ചിറ്റ്ല്ല- വട്ടത്തില്, ഓനും ഓന്റോളും ചക്കുന്തുന്ന താളത്തില് തുള്ളി തുള്ള്യാ ഓൻ എണ്ണ വിക്കാനും നടക്വ.

ഓൻ ബെര്മ്പം ദൂരത്ത്ന്നേ അറിയാ... ഓന്റെ അരീലുടുത്ത തോർത്ത് തേച്ചും ബെളിച്ചെണ്ണീം പുണ്ണാക്കും പറ്റ്യതാ... അയിന്റെ മണം ദൂരത്ത്ന്നേ കിട്ടും. നല്ല ബെളിച്ചെണ്ണേരെ മണല്ല, ഒര് കാറല്* പിടിച്ച മണം. ഓന്റച്ഛൻ വാണ്യൻ കണ്ണനും ഇതെന്ന്യാപണി ഇണ്ടായിന്. ഓൻ ചത്തേപ്പിന്ന വാണ്യനെമ്മനായി ആ പണി.

** പയേ – പഴയ; * പൊത്ത്യത് – പുതയ്ക്കുക; * ബിക്കല് – വിൽക്കൽ;*
** ബീട്ടിന്റെ – വീടിന്റെ; * കേക്ക് – കിഴക്ക്; * പെരങ്ങി–കൂടിക്കൊഴഞ്ഞ്;*
** കൊണ്ട – വെളിച്ചെണ്ണ അളക്കാൻ ഉപയോഗിക്കുന്ന മരപ്പാത്രം;*
** തെരിയ – ഭാരമുള്ളവ തലയിൽ വെക്കുമ്പോൾ അതിനടിയിൽ വെക്കുന്ന തുണിയുടെ ഒരട്ടി; * കാറല് – പൂപ്പൽ പിടിച്ച;*

വാണ്യൻ എമ്മൻ എന്റെ തറേരെടുത്ത് എത്ത്യേരം എല്ലാരീം നോക്കിറ്റ് ചോയിച്ചു:

“ഏടത്തേക്കാ എല്ലാരും നല്ലതുടുത്തിറ്റ്...”

ഏടെങ്കിലും തെയ്യം കെട്ടാന്ണ്ടാവ്മ്പേ എല്ലാരും ഇങ്ങനെ ഒപ്പരം പോവൂ. അന്നേരം തിരുമുടീം അണിയലും ചെണ്ടീം എടുത്ത് ബാല്യക്കാറ്* മുമ്പില് നടക്കും. പെണ്ണ്ങ്ങള് അരീം കൂട്ടാൻ ബെക്കാനുള്ളതും ചട്ടീം കലും എല്ലം എടുത്തിറ്റ് നടുക്ക് നടക്കും. മലിനാണ്യാ നന്ന* ബയ്യല്* നടക്ക...

നേമേന* കാണാത്തത് കൊണ്ടാ വാണ്യൻ എമ്മൻ ചോയിച്ചത്.

പെർമലയന് അത് കേട്ടില്ല. തെയ്യക്കോലം കെട്ടുമ്പം തലീല് പറ്റീം കയറ് ബെലിച്ച് കെട്ടീറ്റ് ഇപ്പം ഓന്റെ ചെവീരെ ഒച്ചതേച്ചും പോയിന്. ആകാശം പൊട്ടി തായല് വീണാലും ഓന് കേക്കൂല.

മലിനാണ്യാ അയിന് ഉത്തരം കൊടുത്തത്

“ഞാളെ മോന്റെ മോന് വയസ്സഞ്ചായി... ഓന് പേര് വിളിക്കാൻ മനക്കലേക്കാ... വല്യമ്പ്രാന്റടുത്തേക്ക്.”

പെർമലയന്റെ പെമ്മക്കളെ നോക്കി വാണ്യൻ എമ്മൻ ചോയിച്ചു.

“ന്താ... നിങ്ങ രണ്ടാളും പോന്നില്ലേ...?”

“ഇല്ല”

അയിനും ഉത്തരം കൊടുത്തത് മലിനാണി തന്ന്യാ...

നാലീസമായി താളും തമരീം ചേമ്പും മാത്രം പച്ചബെള്ളത്തില് പൂങ്ങീറ്റ്* തിന്ന്ന്. ഒര് മണി അരി ഈ കുടീലില്ല. ഈ ചെക്കന് ഒര് നേരെങ്കിലും അരിവെച്ചത് കൊടുക്കണ്ടെ. വടക്കേ വീട്ട്ല് എശമാന്റടുത്ത് നെല്ല് കുത്താൻ പോവേന്ന്. അവരിക്ക് നെല്ല് കുത്തി കൊടുത്താല് ആടത്തെ അമ്മ കൊറച്ചരീം കൊറച്ച് നുറുക്യ അരീം അവരെ പൈക്കൾക്ക് കൊടുക്കുന്നേൽന്ന് കൊറച്ച് തവിടും തെരും. അയിനാ അവര് പോന്ന്.

എല്ലാരും എന്റെ തറേരെ മുമ്പില് ഒന്നും കൂടി തൊവ്തു. എറങ്ങാൻ നേരം കുന്നുമ്മന്ന് തീയ്യത്തി ചിരുത ചറപറാന്ന് വന്നു. ഓള് വന്ന് ചെക്കന്റെ കൈപിടിച്ച് ഓന്റെ അരക്ക് കെട്ടിയ കൂമ്പാളം കോണം അയിച്ചു. എന്നിറ്റ് ഓളെ കൈമലില്ലെ തുണീരെ ചോന്ന പട്ട്കോണം ചെക്കനെ ഉടുപ്പിച്ചു. ഓളത് ചെക്കന് പേര് വിളിക്ക് ഉടുക്കാൻ ഒണക്ക് മീൻ ബിക്കാൻ ബെർന്ന അന്തുമാപ്പളയോട് പെരുമ്പ ചന്തേന്ന് കൊണ്ടരാൻ പറഞ്ഞതാ. ഇന്നലെയാ അന്തുമാപ്പിള ഓക്കത് കൊണ്ടുകൊടുത്തത്.

അതുടുത്ത് ചെക്കൻ ചിരിച്ചു. അത് കണ്ട് തീയ്യത്തി ചിരുതീം ചിരിച്ചു. എല്ലാരും ചിരിച്ചു.

** ബാല്ല്യക്കാറ് - യുവാക്കൾ; * നന്ന - ഏറ്റവും;*
** ബയ്യല് - പിന്നിൽ; * നേമേന - നിത്യേന;*
** പൂങ്ങീറ്റ് - പുഴുങ്ങി വേവിച്ച്;*

അവരെറങ്ങി-മലിനാണ്യാ ബയ്യല് നടക്ക്ന്ന്.

ഒപ്പരം ഞാനും പോയി-

പെർമലയന്റെ കുടീരെ മുമ്പിലെ പെർബയികയിഞ്ഞ് തോട് കടക്ക്ന്നേന് മുമ്പില് തെങ്ങിൻതോട്ടാ. ആട്യാ തീയ്യൻ ചവുണ്ണിയൻ ഏറുന്നത്.* തെങ്ങ്മന്ന് എല്ലാരീം കണ്ട തീയ്യൻ ചവുണ്ണിയൻ ചോയിച്ചു:

"ചെക്കന് പേര് വിളിക്കാൻ മനക്കലേക്ക് പോവ്വാ അല്ലേ..."

പെർമലയന്റെ ചെവി പൂതലായത്* കൊണ്ട് ഓൻ ഒന്നും കേട്ടില്ല.

തീയൻ ചവുണ്ണിയൻ തെങ്ങ്മന്ന് കീഞ്ഞു.* ഓന്റൊപ്പരം കള്ള് ചെത്തുന്ന തീയൻ ചിരോണ്ടനും ആടത്തേക്ക് പേയി. ഓൻ മലിനാണീന നോക്കി ഒന്ന് കളിയാക്കി.

"ഒര് നേരം തിന്നാന്ല്ല അരി തന്നിറ്റേങ്കിലും ഉടുക്കാൻ കൊറേ പൊട തമ്പ്രാൻ തന്നിന് അല്ലേ നാണ്യേ..."

അത് കേട്ട് നാണിക്ക് നാണം വന്നു. ഒണങ്ങിച്ചുരുണ്ട ഓളെ മോത്ത്* ഒരു തെളിച്ചം വന്നപോലെ. ഓള്, ഓളെ പയേ പല്ലിന്റെ കുറ്റി കാണിച്ച് ചിരിച്ചോണ്ട് പറഞ്ഞു.

"അത് തമ്പ്രാക്കന്മാരുടെ അവകാശാ ചിരോണ്ടച്ചാ..."

തീയൻ ചവുണ്ണിയൻ ആ പയമ* കേക്കാത്തപോലെ നിന്നു.

ഓൻ അങ്ങന്യാ. മലിനാണീന ഓൻ കാണ്ന്ന് ഓന്റെ അമ്മ പെറ്റ പെങ്ങളായിറ്റാ. പെർമലയന ഓന്റെ ഏട്ടനായിറ്റും. പെർമലയന്റെ കുടീലെ സങ്കടല്ലം ഓന്റീം ഓന്റോള് തീയ്യത്തി ചിർതേന്റീം സങ്കടാ. തീയ്യത്തി ചിരുത കാച്ച്ന്ന* റാക്ക് പെർമലയൻ എത്രകുടിച്ചാലും അയിന്റെ പണം ഓളായിറ്റ് പെർമലയനോട് ചോയ്ക്കൂല, മേണിക്കീം ചെയ്യൂല.

പെർമലയനേക്കാൾ പത്ത് വയസ്സ് കൊറവാ ഓന്. മലിനാണി... അഞ്ച് വയസ്സ് മൂക്കും. എന്നാൽ തീയ്യൻ ചവുണ്ണിയനും ഓന്റോക്കും പെർമലയന്റീം, മലിനാണീരിം എരട്ടി ശക്ത്യാ- ഒരു മുറിയൻ തോർത്തുടുത്ത് അരയില് തൊടങ്ങ് കെട്ടി ചെരപ്പതുണ്ടീം, വെള്ളോയിച്ച്കുർന്ന്ട്ട മൊളകുറ്റീല് കത്തീം വെച്ച് ഓൻ ഏത് പീറ്റതെങ്ങിന്റെ* മോളിലും കേറും. പോത്തിന പൂട്ടി ചായ്ച്ച് ഒർക്കിവെച്ച വെള്ളൂം ചളീം നെറഞ്ഞ പുഞ്ചക്കണ്ടത്തില് കൊച്ച* നടക്കുമ്പോലെ കാല് പൊന്തിച്ച് വെച്ചാ ചവുണ്ണ്യൻ നടക്വ. എപ്പ്ലും പയേ തോർത്തോണ്ട് തലീല് ഒര് വട്ടക്കെട്ടും കെട്ടും.

തീയ്യൻ ചമുണ്ണിയനും ഓന്റോക്കും ഒറ്റ സങ്കടേ ഇണ്ടായിറ്റ്ലൂ. മക്കളില്ലാത്ത സങ്കടം. ഓള് മച്ചിയാ. പെറ്റിറ്റ്ല്ല. മക്കള്ണ്ടാവാനായിറ്റ് പെർമലയനും ഓന്റോള് മലിനാണീം കൂടി തീയ്യൻ ചവുണ്ണിയന്റെ വീട്ടില് വെല്യ കളമ്പാട്ട് കയിച്ചിന്. ഫലൂണ്ടായിറ്റ്ല്ല. മക്കളില്ലാത്ത ബെഷമം അവര്

ഏറുന്നത് - കള്ള് ചെത്തുന്നത്.

*പൂതല് - നശിച്ച് പോയത്; * കീഞ്ഞു - ഇറങ്ങി; * മോത്ത് - മുഖത്ത്*

*പയമ - വർത്താനം; * കാച്ച്ന്ന-വാറ്റുന്ന*

*കൊച്ച - കൊക്ക്; * പീറ്റതെങ്ങ് - ഉയരം കൂടുതലുള്ള തെങ്ങ്*

മറന്നത് പെർമലയന്റെ മക്കളെക്കൊണ്ടാ. പെർമലയന്റെ മക്കളെല്ലാം ഓന്റീം ഓളീം മക്കളാ...

എന്റെ തറേരെ പള്ളക്കേക്കൂട ഓൻ, ഓന്റെ കുന്ന് കേറ്ന്നേന് മുമ്പെ മണ്ണിന്റെ കുട്ക്കീല് കള്ള് നെറച്ചിറ്റ് എനക്ക് തെരും. ഓൻ എപ്പും എന്നോട് പറീന്നത് "ബെർത്തൊന്നും* ഇണ്ടാക്കല്ലെ എന്റെ പൊട്ടൻ തെയ്യേന്നാ..." പിന്ന ദെവസും ഏറാൻ തെങ്ങ്മ്മ കേറുന്ന ഓനെ തെങ്ങ്മ്മന്ന് ബീണ് പോവാതെ കാക്കണേന്നും.

തീയൻ ചവുണിയൻ ചെക്കന്റടുത്തേക്ക് നടന്ന് ഓന്റെ കൈപിടിച്ച് പറഞ്ഞു.

"പോയി തമ്പ്രാനോട് നല്ല പേരും വാങ്ങിക്കൊണ്ട് വാ"

ഓന്റെ തയമ്പ്* കേറി ഇരുമ്പായ കൈയോണ്ട് ചെക്കന്റെ തലീല് മെല്ലെ തലോടും ചെയ്തോണ്ട് എല്ലാരോടായി പറഞ്ഞു:

"പോയിബാ... എല്ലാം സന്തോഷായി കയിഞ്ഞിറ്റ് ബാ..."

ആ പറഞ്ഞത് പെർമലയനും കേട്ടു. ഓൻ തലയാട്ടിക്കൊണ്ട് മുമ്പില് നടന്നു. പുഞ്ച വെതച്ച നെല്ല് വെളഞ്ഞ കണ്ടത്തിന്റെ വരമ്പിന്റെ മേലെന്നെ എല്ലാരും നടന്നു.

തീയ്യൻ ചിരോണ്ടന്റെ വായീന്ന് വന്ന വാക്ക് കേട്ട് മലിനാണിക്ക് നാണം വന്നിനെങ്കിലും ഓളെ ഉള്ളില് ഒര് ഇടിമിന്നല് പാഞ്ഞ് കേറീന്.

ആദ്യായിറ്റ് വല്യമ്പ്രാൻ ഓക്ക് കൊടുത്ത പൊട, പെർമലയൻ മനക്കലെ പറമ്പില് വെലിച്ചെറിഞ്ഞതും, പെർമലയന്റെ അമ്മ പെട്ടെന്ന് പേടിച്ചോണ്ട് അതെടുത്ത് അയിന് പറ്റിപ്പിടിച്ച മണ്ണെല്ലം തട്ടിക്കളഞ്ഞ് ഓളെ മടീല് ചുരുട്ടി വെച്ച് നടന്നതും മലിനാണിക്ക് ചത്താലും മറക്കാനാവൂല. അന്നത്തെ പെർമലയന്റെ കത്തിയാളുന്ന മൊകും, മലിനാണീരെ കരഞ്ഞ്, കൊയഞ്ഞ് തളന്ന മൊകും, പേടിച്ച് വെറച്ച് വെള്ളത്തില് വീണ എലീനപോലെ നിക്ക്ന്ന പെർമലയന്റെ അമ്മേരേ മീടും എനക്ക് ഇന്നലെ കയിഞ്ഞപോലെ തെളിഞ്ഞ് കാണാനാവുന്നുണ്ട്...

അന്ന് പാണപ്പക്കാർത്ത്യായ മലിനാണി അദ്യായിറ്റാ മനയും മനക്കലെ തമ്പ്രാനീം ആടത്തെ കാര്യസ്ഥനീം കാണ്ന്ന്. പൊലരുവോളം മയ നനഞ്ഞ കോയീക്കുഞ്ഞീന കൊത്തി കൊണ്ടോവാൻ വന്ന പ്രാക്കിടിയനെ കണ്ട അവസ്ഥയാ അന്ന് മലിനാണിക്ക് ഇണ്ടായിന്.

ഓള, പെർമലയൻ മംഗലം കയിച്ചിറ്റ് പാണപ്പീന്ന് എരമത്തേക്ക് കൊണ്ടന്ന ദെവസം. പാണപ്യോട് ചാരിനിക്ക്ന്ന മാതാംഗലൂം കൂടി ഓക്കറിയില്ല. മാതാംഗലൂം, അതും കയിഞ്ഞ് പേരൂലും, അതും കയിഞ്ഞ് എരമം നാടും എല്ലം ഓള് ആദ്യായിറ്റ് കാണ്വാ...

ചക്കിലാട്ട്യ എള്ളെണ്ണേരെ നേറാ മലിനാണിക്കന്ന്. ഓളെ കണ്ണ് ചെമ്പോത്തിന്റെ* കണ്ണ് പോലെ എളം ചോപ്പാ എപ്പൂം. ഓളെ നെറം തന്ന്യാ ചെക്കനും കൊറെയെല്ലം കിട്ടീന്... ഓളെ പെമ്മക്കൊ നെറം

* *ബെർത്തം – അസുഖം*

* *തയമ്പ് – തഴമ്പ്;* * *ചെമ്പോത്ത് – ചകോരപക്ഷി*

കിട്ടിറ്റ്ല്ല.

പെർമലയൻ ഓളെ മംഗലം കയിച്ച അന്ന് പെർമലയന്റെ അമ്മ ഓനോട് പറഞ്ഞു:

"കേളൂ... മലയൻ മംഗലം കയിച്ചാല്, മംഗലം കയിഞ്ഞ ദെവസം പെണ്ണിനീം കൊണ്ട് തമ്പ്രാന്റെ മനക്കല് പോണം എന്നിറ്റ് തമ്പ്രാന് കണ്ണേറ് പാട്ട് പാടി കേപ്പിക്കണം. അതാ നേമം*... അതാ നാട്ടുനടപ്പ്..."

അയിന്ള്ള മറുപടി ഓൻ ഓന്റമ്മയോട് പറഞ്ഞില്ല. അത് കേട്ടേരം ഓന്റെ ഉള്ള് ബെറക്കാൻ തൊടങ്ങ്വാ ചെയ്തത്. ഓൻ എന്റെ തറേലിരുന്ന് ഓന്റെ നഖത്തോണ്ട് തറീലെ മണ്ണ് തോണ്ടിക്കൊണ്ടിരുന്നു. മണ്ണ് തൊരന്ന് തൊരന്ന് ഓന്റെ ബെരലിന്റെ തോല് പൊളിഞ്ഞ് ചോരബെരാൻ തൊടങ്ങി.

പെരുമലയന്റമ്മ മലിനാണീനീം കൊണ്ടെറങ്ങി. എന്റെ തറമ്മലിര്ക്ക്ന്ന പെർമലയനെ ഓന്റമ്മ വിളിച്ചു. ഓൻ എണീറ്റ് അവരെ ബയ്യന്നെ നടന്നു. പെർബയീം കടന്ന് തോടും കടന്ന് അക്കരെയെത്തി.

അന്നേരം മോന്ത്യാവാൻ തൊടങ്ങീന്...

മനക്കലെ ചൊമർമ്മ* കത്ത്ന്ന ബെളക്കിന്റെ ബെളിച്ചത്തില് മലിനാണി ആദ്യായിറ്റ് മന കണ്ടു. ഇർട്ടത്ത് കണ്ണ് പൂട്ടാതെ പതുങ്ങിയിരിക്കുന്ന പുലീനപ്പോലെ തോന്നി ഓക്ക് ഓരോ ബെളക്കും കണ്ടേരം. ഒരായിരം പുലികള് ഒന്നിച്ച് ചാടിവീണ് ഓളെ ചങ്കില് കടിച്ച് കീറാൻ ബെര്ന്ന പോലെ ഒര് പേടി ഓളെ മേല് പൊതിഞ്ഞു. പേടിച്ച് വെറച്ചു ഓളെ ഉള്ളും മേലും.* മൂന്നാളും മലപോലെ നിക്ക്ന്ന മനേന്റെ ഒരു ചെമരിന് കത്ത്ന്ന വെളക്കിന്റടുത്ത് നിന്നു. പെർമലയന്റെ അമ്മ ഓളെ കൈമലുള്ള കിണ്ണത്തിന് കോലോണ്ടടിച്ച് കണ്ണേറ് പാട്ട് പാടാൻ തൊടങ്ങി. മലിനാണി അതേറ്റ് പാടി. എന്നാല് ഓളെ ഒച്ച തേച്ചും പൊറത്തേക്ക് ബെര്ന്നില്ല. ചങ്കില് കയറ് മുറുകിപ്പോയ പൈക്കിടാവിന്റെ കരച്ചല് പോലത്തെ ഒരു ഒച്ച്യാ പൊറത്ത് വന്നത്.

പെർമലയന്റെ തലീന്ന് തീക്കനല് പൊകയേന്ന്. ഓൻ ഓന്റമ്മേനെ തുരുതുരാ തുറിച്ച് നോക്കി. ഓന്റെ കണ്ണ്ന്ന് തീബെര്ന്നത് ഓള് കണ്ടു. ഓള് ഒച്ച കൊറച്ചും പേടിച്ചോണ്ടും പറഞ്ഞു:

"അടങ്ങ് എന്റെ കേളൂ... അടങ്ങ്... എല്ലാം തമ്പ്രാന്റെ അവകാശാ..."

കാര്യസ്ഥൻ കോരൻനായര് വന്നു.

ചെമർമ്മല് എള്ളെണ്ണേരെ മണം പരത്തി കത്ത്ന്ന തിരീന്റെ ചോപ്പും മഞ്ഞീം മാറിമറഞ്ഞ് വെര്ന്ന വെളിച്ചത്തില് മലിനാണീരെ മൊകം കാര്യസ്ഥൻ കോരൻനായര് കണ്ടു. വെളക്കിന്ന് വെര്ന്ന മഞ്ഞനെറം ഓള് മാറ് പൊതിഞ്ഞ തുണീല് പരക്ക്ന്നത് ഓൻ നോക്കി നിന്നു. ചെമ്പോത്തിന്റെ കണ്ണ്പോലെ ചോന്ന ഓളെ കണ്ണ്ന്ന് തേൻ ഒലിച്ചിറങ്ങ്ന്ന്ണ്ടന്ന് ഓന് തോന്നി-

---

** നേമം - നിയമം; * ചൊമർമ്മ - ചുമരിൽ*

** മേല് - ശരീരം*

"ഉം"

ഓൻ അമർത്തി മൂളീറ്റ് തിരിച്ച് നടന്നു.

പെർമലയന്റെ അമ്മ ഓളോട് പറഞ്ഞു.

"പോ... ന്റെ മോള് പോട്..."

മലിനാണി ഓളെ പുരുവൻ* പെർമലയന്റെ മോത്ത് നോക്കീല. ഓള് കാര്യസ്ഥൻ കോരൻനായരെ ബയ്യന്നെ നടന്നു. പത്തായപൊരേന്റെ മുമ്പില് എത്ത്യേരം കോരൻനായര് നിന്നു. കൈത്തണ്ടേരുള്ളില് മാറ് പൊത്തി തോഴ്ത് ബെറച്ച് നിക്ക്ന്ന മലിനാണീന പത്തായപ്പുരേന്റെ ഉള്ളിലാക്കി വാതിലടച്ച് ഓൻ തിരിച്ച് നടന്നു.

പത്തായപ്പൊരേന്റെ ഉള്ളില് ഓള് വല്യമ്പ്രാനെ കണ്ടു. ചൂടിക്കട്ടിലിലിരുന്ന് വല്യമ്പ്രാൻ ഓള നോക്കി. നെറ്റി നെറച്ചും ഭസ്മം തേച്ച്, മേത്ത്* പറ്റീം കാട്പോലെ രോമം നെറഞ്ഞ തകിലിൻ കുറ്റി പോലത്തെ ഒരു രൂപം. തമ്പ്രാന്റെ മോള്ലത്തെ പല്ല് പറ്റീം പൊറത്തേക്ക് പടർന്ന് വളഞ്ഞിന്. ഒറ്റേൻ പന്നി തലയാട്ടുംപോലെ ഓൻ തലയാട്ടി ചിരിച്ചു. ഓൻ ചിരിക്കുമ്പം ഓന്റെ മേലെല്ലാം പല്ല് വളന്ന് ചിരിക്ക്ന്ന പോലെ ഓക്ക് തോന്നി.

പത്തായപ്പൊരേന്റെ വാതിലടയുന്ന ഒച്ച പെർമലയൻ കേട്ടു. അയിന്റെ ബയ്യന്നെ ഓന്റോള് മലിനാണീരെ കരച്ചലും ഓന്റെ ചെവി തൊരന്നു. പയേ പൊട വലിച്ച് കീറന്ന പോല മലിനാണി കരീന്ന* ഒച്ച ഓന്റെ തലീല് നെറഞ്ഞ് തുള്ളാൻ തൊടങ്ങി. ചാടിപ്പോയിറ്റ് പത്തായപ്പൊരേരെ വാതില് ചവിട്ടി പൊളിച്ച് ഓന്റോളെ കൈയുംപിടിച്ച് തിരിച്ചോട്യാലോന്ന് ഒരിക്കാല് തോന്നി. എന്നാല് അയിന് ഓന്റെ കാല് പൊന്ത്ന്നില്ല. ആരോ ഓന്റെ കാല് കുറ്റിക്കിട്ട് കെട്ട്യപോലെ... മനക്കലെ ചൊമർമ്മലെ വെളക്കെല്ലാം കാറ്റ്വന്ന് തച്ച് കെടുത്തി. കരിഞ്ഞ തിരി ഉരുക്ന്ന കറ്ത്ത നാറ്റം ഇർട്ട്ല് പരന്നു.

ആളിക്കത്ത്ന്ന തീപോലെ ചുറ്റും ഇരുട്ട് ജ്വലിച്ച് കത്തേന്ന്.

ഇരുട്ടിനെ പറ്റിപ്പിടിച്ച് മലിനാണി മെല്ലെ വന്നു. ഓളെ നെഞ്ച് നെറച്ചും നെറഞ്ഞ് നിന്ന മാറ് പൊതിഞ്ഞ് വെച്ച തോർത്ത് മേത്തില്ല. ഓള് രണ്ട് കൈയ്യും കഴുത്തിന് വെച്ച് മാറ് പൊത്തിപ്പിടിക്കാൻ നോക്ക്ന്ന്ണ്ട്. ഓളെ അരീന്ന്* തോർത്ത് മുണ്ട് അയിഞ്ഞ് ബീമ്പം പെർമലയന്റെ അമ്മ ഓളെ ഉടുപ്പിച്ചു.

ഓളെ മോത്ത്ന്നും മൊലീന്നും ചോര ഒലിക്ക്ന്ന് കണ്ട പെർമലയൻ മനക്കലെ ചെമരിന് ഓന്റെ തലയടിച്ച് കരഞ്ഞു.

പൈക്കളെ മണത്ത് ചുണ്ട് തൊലിച്ച് കേറ്റി ഇളിക്കുന്ന മൂരിക്കുട്ടനെപോലെ ഇളിച്ചോണ്ടും കുലുങ്ങിക്കോണ്ടും കാര്യസ്ഥൻ കോരൻനാ

* *പുരുവൻ - ഭർത്താവ്*
* *മേത്ത് - ശരീരത്തിൽ*
* *കരീന്ന - കരയുന്ന*
* *അരീന്ന് - അരക്കെട്ടിൽ നിന്ന്*

യർ വന്ന് ഒരു പൊടീം അയിലൊര് പണും മലിനാണീരെ മുമ്പില് വെച്ച് ബെല്യ സന്തോഷത്തില് തലയാട്ടിക്കൊണ്ട് പോയി.

പെർമലയന്റെ അമ്മ അതെടുത്തു. പെർമലയൻ ഓന്റെ അമ്മേരെ കൈമന്ന്* അത് പിടിച്ച്വാങ്ങി മനക്കലെ മിറ്റത്തേക്ക് വെലിച്ചെറിഞ്ഞു. എന്നിറ്റ് നെലത്ത്ന്ന് കൊറേ മണ്ണും വാരി ചറപറാന്ന് എങ്ങോട്ടെല്ലോ എറിഞ്ഞു.

ഇര്ട്ടത്ത്ന്ന്, ഓൻ വെലിച്ച് ചാട്യ പൊടയെടുത്ത് പെർമലയന്റെ അമ്മ അയിന്റെ മണ്ണെല്ലാം തട്ടിക്കളഞ്ഞ് ഓനോട് പിന്നീം പതുക്കെ പറഞ്ഞു.

"അടങ്ങ് കേളൂ... അടങ്ങ്..."

തിരിച്ച്, കൂരാകൂരിരുട്ടത്ത് മൂന്നാളും ബീട്ട്ലേക്ക് ബെർമ്പം, തോട്ടിലെറങ്ങി. കാലും മൊകും കഴ്കീറ്റ് പെർമലയന്റമ്മ പറഞ്ഞു:

"എന്റെ മക്കളെ... എല്ലാം നല്ലേന്യാന്ന്ന് കൂട്ട്യാമതി... ദൈവം തൊണയായിറ്റ് നമ്മളൊപ്പരം ഇണ്ടാവും..."

പെർവയീം കടന്ന് എന്റെ തറമ്മല് പെർമലയൻ വന്നിരുന്നേരം, ഓന്റെ കണ്ണ് കൊല്ലന്റെ ആലീന്ന് കനലില് കാച്ചിയ ഇരുമ്പ് പോലെ പഴുത്ത് കണ്ടത് ഞാൻ ഇപ്പും ഓർമ്മിക്ക്ന്ണ്ട്.

പിന്ന എത്രയോട്ടോ* മലിനാണിക്ക് തമ്പ്രാന്റെ പൊടകിട്ടീറ്റ്ണ്ട്. അതെല്ലാം പിന്നപ്പിന്ന സന്തോഷായിറ്റ് ഓള് വാങ്ങും ചെയ്തിറ്റ്ണ്ട്. തമ്പ്രാന്റെ മക്കളെ പേറെടുക്കാൻ പോയാലും മറ്റും തമ്പ്രാന്റെ പത്തായപ്പൊരീലേക്ക് ഓള അരിവെക്ക്ന്ന് തടിച്ചി പാറൂം കാര്യസ്ഥൻ കോരൻനായരും എത്തിച്ചിറ്റ്ണ്ട്. അന്നേരം തമ്പ്രാൻ തന്നെ ഓക്ക് നേരിട്ട് തോർത്ത് മുണ്ടും പൊടീം പൊകേലീം കൊറേ കൊടുത്തിറ്റ്ണ്ട്... ഒരിക്കാല് കാര്യസ്ഥൻ കോരൻനായര് ഓള ഒലക്കോട്ട് പൊരേന്റെ മൂലക്കേക്ക് വിളിച്ചിന്, ഓളെ ആദ്യം കണ്ടേരേ ഇണ്ടായ ഓന്റെ കൊതി തീർക്കാൻ-എന്നാല് എത്ര വിളിച്ചിറ്റും മലിനാണി പോവാൻ കൂട്ടാക്കീല.

പെർമലയന്റെ അമ്മ ചത്തു.

മലിനാണിക്ക് പെർമലയന്റെ അമ്മേനപ്പോലെ, തലനരച്ച്, കവിളൊട്ടി. ചെമ്പോത്തിന്റെ കണ്ണ് പോലെ ചോന്ന് ചോരനെറഞ്ഞ ഓളെ കണ്ണ് ചത്തമീനിന്റെ കണ്ണ് പോലെ ചോരീല്ലാതെ ബെള്ത്ത് കുണ്ടിലോട്ട് പോയി. തൊണ്ടിയായി.* എള്ളണ്ണേരെനെറൂണ്ടായ ഓളെ മൊകം ഒണങ്ങ്യ ചപ്പിലേരെ* മാതിര്യായി. ഇപ്പോള് ഓളെ കുടീന്ന് മാറ് തോർത്തോണ്ട് പൊതിഞ്ഞ് വെക്കലേ ഇല്ല. പെർവയി കടന്ന്, തെയ്യത്തിനോ, പേറെടുക്കാനോ മറ്റോ പോമ്പം പെർമലയന്റെ പയേ തോർത്ത് എടുത്ത് നെഞ്ചാം കൂടൊന്ന് പൊത്തും.

പട്ടിണി കെടന്ന് വയറ്റ്ല് തീപ്പിടിച്ചേരും ഓള് നാല് മക്കളെ പെറ്റ്

** കൈമന്ന് - കയ്യിൽ നിന്ന്; * എത്രയോട്ടോ - ഏറെ തവണ*

** തൊണ്ടിയായി - കിളവിയായി; * ചപ്പില - ഇല*

പോറ്റി. ഒരിക്കാല് തമ്പ്രാന്റെ കെർപ്പം ഓളെ ബയറ്റില് വളര്ന്ന്ണ്ട്ന്ന് അറിഞ്ഞിറ്റ്, ഓള് കണ്ണാമ്പൊട്ടീരെ കമ്പ് മുറിച്ച് കെർപ്പത്തില് കേറ്റി വെച്ചിറ്റ് കെർപ്പം കലക്കി കളഞ്ഞിന്, ചോര നല്ലോണം പോയിനി ഓളെ മേത്ത്ന്ന് അന്നേരം. ഓളിപ്പം, തീയൻ ചവുണ്ണിയൻ ഏറാൻ പോമ്പം ഏറ്റ്കത്തി മൂർച്ച കൂട്ടാൻ അണക്ക്ന്ന അണപ്പല പോലെ തേഞ്ഞ് തേഞ്ഞ് ഇല്ലാതാവാനായി...

ഇപ്പം ഇതെല്ലാം ഓളെ ഓർമ്മീല് വന്നത് തീയൻ ചിരോണ്ടന്റെ വാക്കിലാ... അല്ലെങ്കിലും ഓളെ മനസ്സിന്റെ ഉള്ളില് ഉമിത്തീപോലെ എരിഞ്ഞ് പൊകീന്ന്ണ്ടാവല്ണ്ട്, കയിഞ്ഞ് പോയ കാര്യല്ലം.

ഓളെ മനസ്സില് മറ്റൊരു കാര്യംകൂടി ഒരു പൊകപോലെ ഉരുണ്ട് കൂടീറ്റ്ണ്ട്. ആദ്യം തമ്പ്രാന്റെ മനക്കല് പോയി വന്നേപ്പിന്ന ഇന്നത്തെ ദെവസം വരെ ഓളോട് പെർമലയൻ ഉള്ള് തൊറന്ന് പെർമാറീറ്റില്ല. ഓള് സ്വയം നിരീച്ചിറ്റ്* ചെയ്ത തെറ്റല്ലാന്ന് പെർമലയനറിയ. എന്നാലും ഓളെ മോത്ത് നോക്കുമ്പം ഓന് വെറുപ്പിന്റെ നെഴലാ മനസ്സില് വെര്വ. പെർമ ലയൻ പിന്നീല്ലെ കാലൊന്നും മനസ്സ് തൊറന്ന് ചിരിച്ചതായിറ്റ് മലിനാ ണിക്ക് ഓർമ്മേ ഇല്ല.

എല്ലാരും മനക്കലെത്തി.

മലിനാണി ആദ്യം മനക്കലെത്ത്യേരം പേടിച്ച് ബെറച്ചപോലെ. ചെക്കന് പേടി ഒന്നും തോന്ന്യതേ ഇല്ല. ഓൻ കണ്ണ് പൂപോലെ വിടർത്തി എല്ലാ സ്ഥലൂം നോക്കി. പെർബയിക്ക് പടന്ന് നിക്ക്ന്ന ആല് പോലെ പരന്ന് നിക്ക്ന്ന മന. പറമ്പില് ബെല്യ രണ്ട് കൊമ്പനാന, ആലീല് നെറച്ചും പൈക്കാലികള്, പുളിമരത്തിന് കെട്ടിയ നായ്ക്കള്... ഒച്ചീം ബഹളൂം ഇണ്ടാക്കാതെ പണിക്കാര്. ചെക്കന്റെ കണ്ണിന്റുള്ളിലേക്ക് അതെല്ലാം കേറിക്കൂടി.

കാര്യസ്ഥൻ കോരൻ നായര് വന്നു. നല്ലോണം വയസ്സായി ഓനി പ്പം. ഒന്നിനും കയ്യാതായിറ്റ്ണ്ട് ഓൻ പെർമലയന നോക്കി തലയാട്ടി.

പെർമലയനും മലിനാണീം താണ് വണങ്ങി നിന്ന് പറഞ്ഞു:

"അടിയന്റെ മോന്റെ മോന് പേര് ബിളിക്കാനാ..."

നീർന്ന് നിക്ക്ന്ന ചെക്കന പിടിച്ച് മലിനാണി കുനിച്ച് നിർത്തി.

"ഇവന് പേര് ബിളിക്കാനാ... വയസ്സഞ്ചായി..."

മനയ്ക്കലെ പൂമുഖത്ത് നിന്ന് തമ്പ്രാന്റെ ഒച്ച..

"ഏതാടാ ഇവൻ...?"

"അടിയന്റെ മോൻ അമ്പൂന്റെ മോനാ തമ്പ്രാനേ..."

മലിനാണി പറഞ്ഞു.

"പൊ... നായിന്റെ മോനെ... ആ നായിന്റെ മോന്റെ മോന് നാം തന്നെ പേരിടണം അല്ലേടാ... കടന്ന് പോ എന്റെ മുമ്പ്ന്ന്... കഴുതകള്..."

ചെക്കന് ഒന്നും തിരിഞ്ഞില്ല.

** നിരീച്ചിറ്റ് - തീരുമാനിച്ച്*

പെർമലയനും മലിനാണീം പേടിച്ച് വെറച്ച് നിക്ക്ന്നത് കണ്ട കോരൻ നായര് പറഞ്ഞു. ഓനെന്തോ എപ്പൂല്ലാത്തൊരു ദയ തോന്നീ.

"പെർമലയാ... കേളൂന്നല്ലെ പെർമലയന്റെ പേര്... ഇവന് ഞാൻ കുഞ്ഞിക്കേളൂന്ന് പേര് വിളിക്കുന്നു..."

മലിനാണി ചെക്കന്റരീല് ചരട് കെട്ടി. കോരൻനായര് പേര് വിളിച്ചു...

മലിനാണിം പെർമലയനും കോരൻ നായരെ വണങ്ങി...

ചെക്കന് ഒന്നും തിരിഞ്ഞിറ്റില്ല...

അവര് മടങ്ങി

മനക്കലെ മുറ്റും കയിഞ്ഞ് നെല്ല് കൊലഞ്ഞ് നിക്ക്ന്ന പുഞ്ചക്കണ്ടം കയിഞ്ഞ് തോട് കടക്കുമ്പം തോട്ടിലെ വെള്ളം കോരി ചെക്കൻ മീട്* കഴുകി. അന്നേരം ഓന് പുതിയ ജീവൻ കിട്ട്യപോലെ തോന്നി. ചെക്കൻ പെർമലയനോട് ചോയിച്ചു:

"എന്തിനാ അപ്പാപ്പാ തമ്പ്രാൻ വെല്യ ഒച്ചീട്ട് നമ്മളെ ചീത്തപറഞ്ഞിനി?"

പെർമലയൻ മിണ്ടീല.

"എന്താ അമ്മാമ്മേ എന്റേ പേര്...?"

"ന്റെ മോന് നല്ല പേരാ... മോന്റെ അപ്പാപ്പന്റെ പേര്... അപ്പാപ്പൻ കേളു...മോൻ കുഞ്ഞിക്കേളു..."

തോട്ട്ന്ന് കേറി പെർവയീം കടന്ന് എല്ലാരും കുടീലെത്തി. ചെക്കൻ നടന്ന തളർച്ചമാറ്റാൻ എന്റെ തറമ്മലിരുന്നു. മലിനാണി കഞ്ഞിരെവെള്ളം ഉപ്പിട്ടിറ്റ് എളക്കി കുടിച്ചു.

എന്റെ തറേരടുത്ത് തീയ്യത്തി ചിരുതക്ക് റാക്ക് കാച്ചാൻ കലക്കുന്ന കറത്ത വെല്ലം വാണ്യൻ എമ്മൻ കൊണ്ടച്ചത് പെർമലയൻ കണ്ടു. വാണ്യനെമ്മനാ ഓക്ക് കറുത്ത കരിക്കട്ട പോലത്തെ വെല്ലം എടക്കല്ലം* കൊണ്ട് കൊടുക്കല്. ചന്തേല് ബെളിച്ചെണ്ണ ബിക്കാൻ പോയാല് തീയ്യത്തി ചിരുത പറഞ്ഞിറ്റില്ലെങ്കിലും ഓൻ ബെല്ലം കൊണ്ടരും. ഓൻ എപ്പം ബെല്ലം കൊണ്ടന്നാലും എന്റെ തറയോട് ചാരിവെക്കും. ചെലപ്പം ഓളെ പുരുവൻ തീയൻ ചവുണിയൻ തന്നെ പെർമ്പച്ചന്തക്ക് പൊവ്വും. ഓന് ചന്തയില് എന്തെങ്കിലും ബിക്കാനുണ്ടാവും. കാട്ടായക്കൊല*യോ, നീറ്റിലിട്ട അടക്കയോ, ഓന്റെ മിറ്റത്തെ ചെമ്മുരിക്കിന്റെ മോളില് പടന്ന് കേറിയ വെറ്റിലക്കൊടീന്ന് കൊറേ വെറ്റില പറച്ച് കെട്ടാക്യതോ. അങ്ങന എന്തെങ്കിലും. ഓൻ ചന്തേന്ന് ബെരുമ്പും കൊറച്ച് ഒണക്ക് മീനും ഓന്റെ ഓള് തീയ്യത്തി ചിരുതക്ക് വേണ്ട്ന്ന കാട്ടിവെല്ലും തലചുമടാക്കി കൊണ്ടരും.

എന്റെ തറേരടുത്ത് വെച്ച വെല്ലം പെർമലയൻ ഓന്റെ ഒടിഞ്ഞ് വളഞ്ഞ പൊറത്തെടുത്ത് വെച്ച് തീയ്യത്തി ചിരുതേരെ കുന്ന് കേറി. പെർമലയൻ കൊണ്ടോയിറ്റില്ലെങ്കില് തീയൻ ചവുണിയൻ ഓന്റെ മോന്തിക്കെ ഏറ്റ് കയിഞ്ഞ് മടങ്ങുമ്പം കൊണ്ടോയിക്കോളും.

** മീട്- മുഖം; * എടക്കല്ലം - ചിലപ്പോഴെല്ലാം*

** കാട്ടായക്കൊല - കാട്ട് വാഴക്കുല*

വാണിയനെമ്മന് വെല്ലത്തിന്റെ പണം കൂടാതെ രണ്ട് ചെരട്ട റാക്കും തീയ്യത്തി ചിരുത കൊടുക്കും. രണ്ട് ചെരട്ട റാക്കിന്റെ പണം ഓള് എമ്മ നോട് വാങ്ങൂല. ഇപ്പം പത്തറപത് വയസ്സായേപ്പിന്ന വാണ്യനെമ്മൻ റാക്ക് കുടിക്കല് വളരെ കൊറവാ...

പറങ്ക്യാങ്ങ* പഴം ആവുന്ന കാലത്ത് ഓള് പഴം പറക്കി കൊണ്ടന്ന് ചവിട്ടി പീഞ്ഞ് അയിന്റെ വെള്ളത്തില് ബെല്ലം കലക്കി മൂപ്പിച്ചിറ്റാ റാക്ക് കാച്ചല്. ആ റാക്ക് കുടിച്ചാല് മേല് വെയർക്കുമ്പം പറങ്ക്യാങ്ങപ്പയത്തിന്റെ നാറ്റം വെശർപ്പില് ബെരും. ഓളെ കുന്നിന്റെ മോളിലെ ബീടിന്റെ അട്ത്തന്നെ പിസ്ക്കിടി പാറക്ക് കൊളൂണ്ട്. അയിലിന്നാ ഓള് റാക്കിന്റെ വെല്ലം കലക്കാന്ള്ള വെള്ളം എട്ക്കല്. തുലാമാസം കയിഞ്ഞാല് ഓള് കൊളത്തിന്റെ കരക്ക്ന്നന്നെ റാക്ക് കാച്ചും. വെല്ലം കലക്കി മൂപ്പിച്ച വെള്ളം ഒയിക്ക്ന്ന ബെല്യകലും അയിന്റെ മേലെ വെക്ക്ന്ന അരിപ്പക്കലും കൊയ ത്തിപാറു പ്രത്യേകായിറ്റ് ഇണ്ടാക്കും. റാക്ക് കുടിക്കാനുള്ള കുഞ്ഞിക്കു ടുക്കീം എനക്ക് റാക്ക് വെക്കാനുള്ള തൊട്കുടുക്കീം കൊയത്തിപാറുന്ന്യാ ഇണ്ടാക്കികൊടുക്കു.

പറങ്ക്യാങ്ങ പീഞ്ഞിറ്റും*, തെങ്ങിന്റെ പൂക്കൊല ചതച്ചിട്ട്റ്റും നെല്ല് മൊളപ്പിച്ചിറ്റ് ഇടിച്ചിട്ട്റ്റും ഓള് ചെലപ്പല്ലം റാക്ക് കാച്ചും. അന്നേരല്ലം ഒരു ചെറിയ മണ്ണിന്റെ കുടുക്കീല് നെറച്ചും നല്ല ഏറ്റ്ന്ന* റാക്ക് എനക്ക് തെരും. എന്റെ ചെമ്പകത്തിന്റെ തറീല് കൊണ്ടക്കലാ പതിവ്. മോന്ത്യാ യിക്കയിഞ്ഞാല് പെർമലയൻ അതെടുത്ത് കുടിക്കും. ചെലപ്പോ ഓന്റോള് മലിനാണിം കുടിക്കും.

ചെരട്ടീലാ ഓള് എല്ലാരിക്കും റാക്ക് കൊടുക്കല്. എനക്ക് തെരു മ്പോലെ കുടുക്കീല് റാക്ക് കൊടുക്കല് തമ്പ്രാന്റെ കാര്യസ്ഥന്മാർ വന്നാല് മാത്രാ. ചെലേ ആക്കെല്ലാം* റാക്ക് കുടിക്കാൻ ഓള് ഒരു കഷണം തേങ്ങാ പ്പൂള് കൊടുക്കും. ചെലപ്പൊ ഒണക്കമീൻ അടുപ്പിലെ കനലില് ഇട്ട് ചുട്ടിറ്റ് അയിന് പറ്റിപ്പിടിച്ച കരീം വെണ്ണീരും തട്ടിക്കളഞ്ഞ് കൊടുക്കും. ചക്കേരെ കാലായാല് ചെലരെല്ലാം ഓളോട് ചക്ക വെച്ചത് ഇണ്ടോന്ന് ചോയിക്കും. ഉത്തരം ഓള് പറഞ്ഞില്ലെങ്കിൽ ചോയിച്ചോൻ പറയും."മച്ചിച്ചിരുതക്ക് ചെവീം പൊട്ടിപോയീന്ന്." അതോള് കേട്ടാപിന്ന ഓളെ ബായീന്ന്* എന്താ ബെര്ന്ന്ന് പറയാൻ പറ്റൂല. കേട്ടാല് ചെവി പുളിച്ച് പോവുന്ന വർത്താനേ വെരൂ. ഓള് പെറാത്തത് കൊണ്ടാ ഓള മച്ചീന്ന് വിളിക്ക്ന്ന്. അത് കേട്ടാൽ അന്ന് തേച്ചും ഓക്ക് സങ്കടാവും. ഓള് പിന്ന അന്ന് ആരിക്കും റാക്ക് കൊടുക്കൂല. ആര് ബിളിച്ചാലും ഓള് ആത്ത്ന്ന് പൊറത്തേക്ക് കീയൂല*.

പെർമലയൻ ബെല്ലൂംകൊണ്ട് കുന്ന് കേറീറ്റ്, പിന്ന തായലോട്ട് എറ ങ്ങ്യതേ ഇല്ല.

ചെക്കന് പേര് ബിളിക്കാൻ മനക്കല് പോയപ്പം ഇണ്ടായതെല്ലാം ഓൻ തീയ്യത്തി ചിരുത്യോട് പറഞ്ഞു. ഓൻ ബെല്യ സങ്കടത്തിലാ

** പറങ്ക്യാങ്ങ - കശുമാങ്ങ്; * പീഞ്ഞീറ്റും - പിഴിഞ്ഞിട്ട്*

** ഏറ്റ്ന്ന - രൂക്ഷഗന്ധം; * ആക്കെല്ലാം - ആൾക്കാർക്ക്;*

** ബായീന്ന് - വായിൽ നിന്ന്; * കീയൂല - ഇറങ്ങില്ല;*

ഓളോട് ഓരോന്നും പറഞ്ഞത്.

വിഷ്ണൂന്ന്, ചെക്കന് പേര് ബിളിക്കണം എന്ന് ഓൻ നിരീച്ചതാ... ഓൻ കെട്ട്ന്ന തെയ്യത്തിന്റെ പേര്. അതോൻ തലേന്ന് രാത്രി കെടക്കുമ്പം ചെക്കനോട് പറീം ചെയ്തിന്. ചെക്കൻ അത് എന്നോടും പറഞ്ഞിന്. മോത്തെല്ലാം ചോരപോലത്തെ ചായില്യം ചാലിച്ചെഴുതി, കരിമിഴിക്കണ്ണും, പൊന്ന് പൊലെ തെളങ്ങ്ന്ന കിരീടവും, അരയോടയിൽ താങ്ങി വെച്ച കൈവളയിട്ട കൈയും പൊറകിലെ ചോന്നമുടിയും എല്ലാം ചേർന്ന വിഷ്ണുമൂർത്തി തെയ്യത്തിന്റെ പേര്... ചെക്കനും ബെല്യ ആശീണ്ടായിന് അങ്ങിനെ ഒരു പേരിന്, വിഷ്ണൂന്ന് ചെക്കന് പേര് ബിളിക്കാൻ പറ്റാത്തേല് പെർമലയന് ഓന്റോള് മലിനാണ്യോടാ അരിശം തേച്ചും ഉണ്ടായത്. തീയ്യത്തി ചിരുത്യോട് ഇതെല്ലാം പറീമ്പം അറിയാതെ പെർമലയന്റെ നാവ്മ്മന്നത് ബീണ് പോയിന്.

“ചിരിയമ്മേ... ഓളെ നല്ലകാലത്ത് എത്രോട്ടം തമ്പ്രാന്റെ പത്തായപ്പൊരീന്ന് ഓന്റെ മുമ്പില് ഉടുത്ത തോർത്ത് മുണ്ടയിച്ചിന്.”

തീയ്യത്തി ചിരുത അത് കേക്കാത്തപോലെ നിക്കാ ചെയ്തത്. സാധാരണ മൂന്ന്, അല്ലെങ്കില് നാല് ചെരട്ട റാക്കാ പെർമലയൻ കുടിക്കല്. ഇന്ന് ഓൻ അഞ്ച് ചെരട്ട റാക്ക് കുടിച്ചു. പിന്നീം തീയ്യത്തി ചിരുത്യോട് റാക്ക് ചോയിച്ചേരം, മതി പെർമലയാ, ഇനി ഇന്ന് ബേണ്ടന്ന് പറഞ്ഞ് കൊടുക്കാതെ നിക്വാ ചെയ്തത്.

ഒണക്ക മീന്റെ തല അടുപ്പില്ട്ട് ചുട്ടതും കപ്പപ്പറങ്കീം* കൂടി പൊട്ടിച്ച് ലേശം വെളിച്ചെണ്ണീം ഇറ്റിച്ച്തും, കൊറച്ച് കഞ്ഞീം പെർമലയന് ഓള് കൊടുത്തു. ഓനത് തേച്ചും* കുടിച്ചു.

അപ്പത്തേക്ക് നേരം മോന്ത്യാവാൻ തൊടങ്ങീന്.

ചെക്കൻ എന്റെ കുത്ത്വെളക്കിലെ തിരി കത്തിച്ചു.

എന്ന തൊവ്തോണ്ട് ഓൻ പറഞ്ഞു-

“ന്റെ പൊട്ടൻ തെയ്യേ... ന്റെ അപ്പാപ്പന്റെ പേരാ എനക്ക് ബിളിച്ചത്. അപ്പാപ്പൻ കേളു. ഞാൻ ചെറിയ കുഞ്ഞ്യല്ലേ... എനക്ക് കുഞ്ഞിക്കേളൂന്ന് പേരിട്ടു. മനക്കലെ തമ്പ്രാനല്ല, കാര്യസ്ഥനാ എനക്ക് പേര് വിളിച്ചത്. എന്റെ അമ്മാമ്മ പറഞ്ഞു. നല്ല പേരാന്ന്ന്. എന്താ പിന്നെ ബിഷ്ണൂന്ന് ബിളിക്കാഞ്ഞിന്.”

അത്രീം പറഞ്ഞ് ഓൻ പിന്ന എന്റെ തറമ്മലിരുന്നു.

തീയ്യത്തി ചിരുതേന്റെ കുന്നുമ്മന്ന് പെർമലയന്റെ കൂറ്റ്* ഒറയാൻ* തൊടങ്ങി.

ജൈം കണകണ... ജൈം കണകണ...

ഓൻ വായ്യോണ്ട* ചെണ്ട കൊട്ടേന്ന്...

** കപ്പപ്പറങ്കി - കാന്താരിമുളക്*

** തേച്ചും - മുഴുവനും*

** കൂറ്റ് - ശബ്ദം; * ഒറയാൻ - ഉറക്കെപൊടാൻ;*

** വായ്യോണ്ട് - വായകൊണ്ട്*

ചെണ്ട കൊട്ടിക്കൊട്ടി ഓൻ കുന്ന് കീഞ്ഞ് എന്റെ തറമ്മലെത്തി.

ചെക്കൻ എണീറ്റ് ഓന്റെ കൈപിടിച്ചു. ഓൻ എന്റെ തറമ്മലിരുന്ന് എന്റെ തോറ്റം ചൊല്ലാൻ തൊടങ്ങി. തോറ്റം ചൊല്ലുന്നേന്റെടീല് ഓൻ ചെക്കനോട് ചെണ്ട കൊണ്ടരാൻ പറഞ്ഞു. ചെണ്ട കൊണ്ടന്ന് അടിക്ക്ന്ന ചെക്കന്റെ കൈമന്ന് ഓൻ ചെണ്ട വാങ്ങി അടിക്കാൻ തൊടങ്ങി. ഓന്റെ ചെണ്ടേരെ ഒച്ചകേട്ട് എന്റെ ചെമ്പകം ബെറച്ചു. ചെമ്പകത്തിന്റെ മോളില് പടർന്ന് നിക്കുന്ന പുളിയൻ മാവിന്റെ എലീം ബെറച്ചു.

കൊട്ടി തളന്ന് ഓൻ ചെണ്ട നെലത്ത് വെച്ചു.

പിന്നെ ഓൻ ചീനിക്കൊഴലെടുത്ത് ഊതാൻ തൊടങ്ങി. ചീനിക്കൊയല് കരഞ്ഞു. ഓന്റെ ഉള്ളിലെ സങ്കടം തേച്ചും ചീനിക്കൊയല് കരഞ്ഞ് തീർത്തു.

ചീനിക്കൊയല് തായല് വെച്ച് ഓനും കരയാൻ തൊടങ്ങി.

"എന്റെ മോന് ബിഷ്ണൂന്ന് പേരിടണംന്ന് എത്ര ആശിച്ചതാന്റെ പൊട്ടൻ തെയ്യേ... തെയ്‌വങ്ങളെ പേര് മലയച്ചെക്കന് പറ്റൂലാന്ന്ണ്ടോന്റ തെയ്‌വങ്ങളേ... നീയല്ലെ പറഞ്ഞത് മനിശമ്മാറെല്ലം ഒന്നാന്ന്ന്... പിന്നെന്തിനാ കൊലം* പെശക്ന്ന്... ന്റെ പൊട്ടൻ തെയ്‌വേ..."

ഓൻ ചെക്കന്റെ തലീല് ഓന്റെ ഒണങ്ങ്യ കയ്യോണ്ട് തലോടിക്കൊണ്ട് എന്റെ ചെമ്പകം നോക്കി പറഞ്ഞു:

"എന്റെ പൊട്ടൻ തെയ്യേ... എനിക്കെന്റെ കുഞ്ഞിക്കേളൂന പ്രമാണായ പ്രമാണും മന്ത്രായ മന്ത്രൂം തെയ്യായ തെയ്യൂം എല്ലാം പഠിപ്പിക്കണം. ഒരീസം ഇവനക്കൊണ്ട് വിഷ്ണുമൂർത്തി തെയ്യം ആയി കെട്ടിയാടിക്കും ഞാൻ. എന്നിറ്റ് ഹിരണ്യനെ വെലിച്ചിട്ട്, കൊടല് പൊളന്ന് കൊടല്മാല എടുത്തു കഴുത്തിലിട്ട് ചോരകുടിച്ച് എന്റെ കുഞ്ഞിക്കേളു അട്ടഹസിക്കും. അയിനായിറ്റ് എന്റെ പൊട്ടൻതെയ്യേ... എന്റെ കുഞ്ഞിക്കേളൂന് ആയുസ്സും, അറിവും കരുത്തും കൊടുക്കണം നീ..."

പെർമലയന്റെ കണ്ണ് തെളച്ച് പൊറത്തേക്ക് മറിയാൻ തൊടങ്ങി. തീയൻ ചവുണിയൻ രാവിലെ എന്റെ തറമ്മല് കൊണ്ടച്ച ഒരു കുടുക്ക റാക്കെടുത്ത് ഒറ്റവലിക്ക് ഓൻ കുടിച്ചു. എന്നിറ്റ് എന്റെ കുത്തുവെളക്കില് കത്തുന്ന തീ ഓൻ ഉള്ളം കൈയോണ്ട് പിടിച്ചു. ആ കൈയോണ്ട് ചെക്കന്റെ കൈ പിടിച്ച് ചെക്കനോട് പറഞ്ഞു- "ചൊല്ല്... ഊക്കില് ചൊല്ല്..." ഓൻ ചെക്കന് ചൊല്ലിക്കൊടുത്തു

"നാങ്ങളെ കൊത്ത്യാലും ഒന്നല്ലേ ചോര
നീങ്ങളെ കൊത്ത്യാലും ഒന്നല്ലേ ചോര
പിന്നെന്തെ ചൊവ്വറെ കൊലം. പിശക്ന്ന്..."

* കൊലം - കുലം

ദാനം കിട്ടിയ കെർപ്പം

ചെക്കൻ എന്റെ തറമ്മലിരുന്ന് മന്ത്രം ചൊല്ലി പഠിക്കേന്ന്. മാട പ്രാവിന്റെ തൊണ്ടീന്ന് കുറുകുറുക്ന്ന ഒച്ച പോലത്തെ ഒച്ച്യാ ഓന്റെ തൊണ്ടിന്ന് ബെര്ന്ന്. എന്റ തറമ്മല് ബെളക്ക് കത്തിച്ചേരെ ഓൻ പഠിക്കാനിര്ന്നിന്.

ഓൻ മന്ത്രം പഠിച്ചോണ്ടിരിക്ക്മ്പാ വാണ്യൻ എമ്മൻ വന്നത്. തേങ്ങാപ്പുണ്ണാക്കിന്റീം വെളിച്ചെണ്ണേരീം മണം കേക്ക്മ്പേ ചെക്കന് തോന്നീന് വാണ്യൻ എമ്മനാ ബെര്ന്ന്ന്ന്.

ചെക്കൻ എണീറ്റ് നിന്നു-

ഓൻ ചെക്കനോട് ചോയിച്ചു:

"പെർമലയൻ ഏടപ്പോയിനീ"ന്ന്

എമ്മന്റെ കൈമലെ ഒരു ചെരട്ട ബെളിച്ചെണ്ണ ചെക്കന് കൊടുത്തു. ഓനത് എന്റെ കത്തിക്കോണ്ടിരിക്ക്ന്ന കുത്തെവളക്കില് ഒയിച്ചു.

"അപ്പാപ്പൻ എട്യാ പോയിനീന്ന് അറീല..."

"നാണ്യോ..."

"ആത്ത്ണ്ട്..."*

പിന്ന എമ്മൻ തന്നെ മലിനാണീന നീട്ടി വിളിച്ചു.

തലീല് ബെളിച്ചെണ്ണീം പാഞ്ഞീം* ബെച്ച് നാട്ടിലെ ചെറുബയിക്കെല്ലം നടന്ന് പോമ്പം ഓൻ ബെല്ല്യ ഒച്ചീല് നീട്ടി പരത്തി വെളിച്ചെണ്ണ വേണോ വെളിച്ചെണ്ണാന്ന് പറയും. അതേപോലെ നീട്ടിപരത്ത്യാ ഓൻ മലിനാണീനീം ബിളിച്ചത്.

** ആത്ത്ണ്ട് – അകത്തുണ്ട്*

** പാഞ്ഞി – കുടം*

മലിനാണി ബേകം* പൊറത്തേക്ക് ബന്നു.

"എന്താ എമ്മച്ചോ...?"

"എന്റെ മോക്ക് രാവിലെ മൊതലേ പനിയാ. ഇപ്പം നോക്ക്മ്പം മേല് തീക്കട്ട പോലെ പൊള്ള്ന്ന്ണ്ട്. പെർമലേന കൊണ്ട് ഒരു ചരട് ജപിച്ച് കെട്ടാനാ..."

"പെർമലയൻ പൊറത്തേട്യോ പോയതാ.. അയിനെന്താ... ഇവനില്ലേ... കുഞ്ഞിക്കേളൂ... ഓൻ ഓന്റപ്പാപ്പനേക്കാൾ ബെല്ല്യ മന്ത്രവാദിയാ... ജപിച്ച് കൊടുക്ക് മോനേ..."

ചെക്കൻ പെട്ടെന്ന് എണീറ്റ് കാലും മൊകൂം കഴുകി. കുടീരകത്ത് പോയി കൊറച്ച് ഭസ്മം കൊണ്ടന്ന് ഒണങ്ങ്യ വാഴഎലീല് ഇട്ട് എന്റെ കുത്തുവെളക്കിന് മുമ്പില് ഇരുന്ന് ജപിക്കാൻ തൊടങ്ങി.

ചെക്കൻ ജപിക്കാൻ ഇരുന്നേരം വാണ്യൻ എമ്മൻ മലിനാണ്യോട് പറഞ്ഞു:

"ഇന്നലെ കുഞ്ഞാരപെരുവണ്ണാന്റെ മരുന്ന് കൊടുത്തു. ഒരു മാറ്റും ഇണ്ടായില്ല."

എന്ത് സൂക്കേട് വന്നാലും എരമം നാട്ട്ല് എല്ലാരും കുഞ്ഞാരപ്പെരുവണ്ണാന്റടുത്താ പോവ്വാ. ഓന്റെ അപ്പൻ ബെല്യ വണ്ണാൻ വൈദ്യരായിരുന്നു.

ഓന്റപ്പന വല്ല്യമ്പ്രാൻ ഒരിക്കാല് പരീക്ഷിച്ചിന്. തമ്പ്രാന്റെ മോന്റോക്ക്* മാറില് പഴുപ്പ്. വേദനീം കൊണ്ട് നെലവിളിയാ. തമ്പ്രാൻ, പെരുവണ്ണാന്റപ്പന മനക്കലേക്ക് വിളിപ്പിച്ചു. പെരുവണ്ണാന്റപ്പൻ മനക്കലെത്തി ദീനം വന്ന ആളിന്റെ നാഡി പിടിക്കണംന്നായി. അയിന് പറ്റൂലല്ലോ. താണ ജാതിക്കാർക്ക് തമ്പ്രാട്ടിമാരെ തൊടാൻ പറ്റൂലല്ലോ. അയിനുള്ള പോംവഴി പെരുവണ്ണാന്റപ്പൻ തന്നെ തമ്പ്രാന ബോധിപ്പിച്ചു. ദീനം പിടിച്ച ആളിന്റെ കൈയീരെ മണികണ്ഠത്തിന് ഒരു ചരട് കെട്ടി ഒരറ്റം അടിയന്റെ കൈയിൽ തന്നാൽ മതി. അതിൽ കാണുന്ന മിടിപ്പ് നോക്കി അടിയൻ മരുന്ന് വിധിക്കാം. തമ്പ്രാൻ കാര്യസ്ഥനോട് പറഞ്ഞ് മനക്കലെ തൊഴുത്തിന്റെ ഉള്ളിൽ പോയി കറവുള്ള ഒരു പൈയ്യിന്റെ മൊലക്ക് ചരട് കെട്ടി, അക്കാര്യം പെരുവണ്ണാനോട് പറയാതെ ചരട് ജനൽവഴി എടുത്ത് ഒരറ്റം പെരുവണ്ണാന് കൊടുക്കാൻ പറഞ്ഞു. കാര്യസ്ഥൻ അങ്ങനെ ചെയ്തു. ചരടിന്റെ അറ്റം പിടിച്ച പെർവണ്ണാൻ പറഞ്ഞു. "മ്പ്രാനേ അടിയനോട് പൊറുക്കണം. രാവിലെത്തെ കറവിന് നാല് എടങ്ങഴി പാല് കിട്ടും." ആ അപ്പന്റെ മോനാ വണ്ണാൻ കുഞ്ഞാരൻ.

ഓന്റെ അപ്പന്റടുത്ത്ന്നാ ഓൻ സകല വൈദ്യൂം പഠിച്ചത്. ഓന്റെ അപ്പനപ്പോലെ ഓനും ഒന്നാന്തരം തെയ്യക്കാരനാ. കതിവനൂർ വീരൻ തെയ്യം കെട്ടിറ്റ് ഓന് വളകിട്ടീന്. മുച്ചിലോട്ട് പോതിതെയ്യം കെട്ടാനും

ബേകം – പെട്ടെന്ന്

മോന്റോക്ക് – മകന്റെ ഭാര്യക്ക്

ഓനക്കയിച്ചിറ്റേ മറ്റ് വണ്ണാമ്മാരില്ലൂ. മുച്ചിലോട്ട് പോതിരെ കൊറേ തിരു മുടി ഓൻ കെട്ടീന്. അയിനാ ഓന് പെരുവണ്ണാൻ ആചാരം കിട്ട്യത്. ഇപ്പം കയ്യാതായി. ചെവിക്ക് ഒച്ച നന്നേ കൊറഞ്ഞു. എന്ത് ദീനം പിടിച്ചിറ്റും ഓൻ്റടുത്ത് ആര് പോയാലും ഒറ്റനോട്ടത്തിന് ഓൻ ദീനം കണ്ടറിയും. പിന്നെ ഇടിച്ചിറ്റും അരച്ചിറ്റും കൊറേ പച്ചമരുന്നും ഗുളികീം കൊടുക്ക ലായി. മര്ന്ന് രണ്ട് കൈയും കൂട്ടി കൊട്ക്കുമ്പം ഓൻ വെറ്റിലമുറ്ക്കി കറപിടിച്ച പല്ല് തേച്ചും കാണിച്ച് വന്നവരോട് ചിരിക്കും. അന്നേരം പൂനി ലാവിന്റെ വെളിച്ചം പോലെ ഓൻ്റെ കണ്ണും വയസ്സായി വരവീണ തുന്തീം* എല്ലം ഒപ്പരം ചിരിക്കും. അയിനെല്ലം ഓൻ്റെ ഓളും മക്കളും ഓൻ്റൊപ്പരം നിക്കും ചെയ്യും. ഓൻ്റെ മരുന്ന് കയിച്ചാല് ഏത് സൂക്കേടും മാറും. മരുന്ന് കയിച്ചിറ്റ് ബെർത്തം മാറാതെ ആരെങ്കിലും ഓൻ്റടുത്ത് തിരിച്ച് വന്നാല് അന്നേരം ഓൻ പറയും:

"ന്നാല് കേളുപ്പെരുമലയൻ്റടുത്ത് പോയി പൊട്ടൻ തെയ്യത്തിന ഒന്ന് തൊവ്വ്ത് പെർമലയനോട് ലേശം ഭസ്മം ജപിച്ച് വാങ്ങിക്കോളൂ. അയില് എല്ലാരീം ബെർത്തം മാറും. മന്ത്രംകൊണ്ട് ഉഴിയണം. മര്ന്ന് കൊണ്ട് തീർക്കണംന്നാ പ്രമാണം. വൈദ്യനറിയാത്ത വ്യാധിക്ക് മന്ത്രംകൊണ്ട് പ്രത്യൗഷധംന്ന് കുഞ്ഞാരൻ്റെ അപ്പനും പറയും."

ചെക്കൻ ഭസ്മം ജപിച്ചെണീറ്റ് എന്റെ പൊട്ടൻതെയ്യേന്ന് എന്ന ഒറക്കെ ബിളിച്ച് ഭസ്മം വാഴഎലീല് മടക്കി കെട്ടി വാണ്യൻ എമ്മന് കൊടുത്തു.

ചെക്കൻ വാണ്യൻ എമ്മനോട് പറഞ്ഞു:

"ഭസ്മം നെറ്റീല് തൊടാ... പിന്ന പനിക്കാരി കെടക്ക്ന്ന പായിലും ലേശം നുള്ളീടാ... കൊറച്ച് ഉപ്പും പറങ്കീം തലക്കുയിഞ്ഞ് അടുപ്പിലി ട്ടോളൂ..."

വാണ്യനെമ്മൻ പോയേരം പെർമലയൻ തീയ്യത്തി ചിരുതേരെ കുന്ന് കീഞ്ഞ് വന്നു. ഇന്നോൻ റാക്ക് കുടിച്ചിറ്റേ ഇല്ല. ഓൻ ലേശം റാക്ക് കുടു ക്കില് കൊണ്ടരാ ചെയ്തത്. റാക്കും കുടുക്ക എറയത്ത് ബെച്ചിറ്റ് ഓൻ എറങ്കല്ല്മ്മല്ല്* ഇരുന്നു. മലിനാണി ഓന് ഒരു ചെരട്ട കൊണ്ട് കൊടു ത്തു. ഓൻ കുടുക്കീന് ഒരു ചെരട്ട റാക്ക് ഒയിച്ച് കുടിച്ചു. എന്നിറ്റ് വായീല് തീപിടിച്ചപോലെ ഓൻ പല്ലിളിച്ച് മീട് തൊടച്ചു. മലിനാണി ഒരു നുള്ള് അരിമണി ഓൻ്റെ കൈമല് ഇട്ട് കൊടുത്തു. അതോൻ വായിലിട്ട് കുറ്റിപ്പ ല്ലോണ്ട് ചവച്ചു. ഒരു ചെരട്ട റാക്ക് ഒയിച്ച് ഓൻ്റോക്ക്* കൊടുത്തു. ഓളത് ഒറ്റവലിക്ക് കുടിച്ച് അരക്ക് ഉടുത്തേൻ്റെ കോന്തലയോണ്ട് ചിറി തൊടച്ച് ഓളെ കൈമല്ല്ലെ ഒരു നുള്ള് അരി വായിലിട്ട് ചവച്ചു.

"ചിരുതമ്മേരെ റാക്ക് തീപ്പന്താ.. പോയ വയി തേച്ചും കത്തി ക്കോണ്ടാ പോന്ന്..."

** തുന്ത - കവിൾ*

** എറങ്കല്ല് - മിറ്റത്ത് നിന്നും അകത്തേക്ക് കയറാൻ വെച്ച ചവിട്ടു കല്ല്*

** ഓൻ്റോക്ക് - അവൻ്റെ ഭാര്യക്ക്*

ഓള് അഭിപ്രായും പറഞ്ഞു.

ചെക്കൻ മെല്ലെ ഓന്റെ മടീല് വന്നിര്ന്നിറ്റ് ഓന്റെ മോത്തെ നെല്ലിന്റെ വേര് പോലെ നീണ്ട് നിക്ക്ന്ന താടിരോമം പിടിച്ച് വെലിച്ച് ചോയിച്ചു:

"ന്തിനാ അപ്പാപ്പാ റാക്ക് കുടിക്ക്ന്ന്?"

"മത്താവാൻ..."

"ന്തിനാ മത്താവുന്ന്...?"

"മത്താവാൻ തന്നെ..."

എന്നിറ്റ് ഓന, പെർമലയന്റെ നെഞ്ചാംകൂടിനോട് അമർത്തിപ്പിടിച്ച് പറഞ്ഞു.

"ന്റെ മോൻ കൊറെക്കൂടി ബെല്താവട്ട്. അന്നേരം എന്റെ മോനും ഞാൻ തീയ്യത്തി ചിരുതമ്മേരെ റാക്ക് തെരും..."

ചെക്കനോട് ഓരോന്ന് പറഞ്ഞോണ്ട് നിക്ക്മ്പം ഓന് മത്താവാൻ തൊടങ്ങി. ഓൻ ചെക്കനോട് പയേ കഥ പറയാൻ തൊടങ്ങി.

"ഈ അപ്പാപ്പൻ ആദ്യായിറ്റ് റാക്ക് കുടിച്ചത് ഏഴാം വയസ്സിലാ. അന്നെന്നെ കണ്ടാല് ഒര് പതിനാല് പതിനഞ്ച് വയസ്സിന്റെ പൂരിപ്പ് ഇണ്ടാവും. എന്റെ അപ്പനാ എനക്കാദ്യം റാക്ക് തന്നത്. ന്റെ അപ്പൻ ബെല്യ, നാട്തേച്ചും* അറീന്ന തെയ്യക്കാരനാ. എനക്ക് ആദ്യായിറ്റ് തെയ്യത്തിന് അടയാളം* കിട്ട്യദെവസാ എന്റപ്പൻ റാക്ക് തന്നത്. സാക്ഷാൽ എന്റെ പൊട്ടൻ തെയ്യത്തിനാ ഞാൻ ആദ്യായിറ്റ് അടയാളം വാങ്ങ്യത്. പിന്ന എനക്ക് എടക്കല്ലം മോന്ത്യാവുമ്പം റാക്ക് തെരും. പൊട്ടൻ തെയ്യം കെട്ടുമ്പം ചടങ്ങ് തീർക്കാൻ റാക്ക് കുടിക്കണംന്നാ. അയിന് പഠിപ്പിക്കലാ അത്."

പെർമലയൻ പറഞ്ഞത് സത്യാ... എന്റേതായൊരു തെയ്യക്കോലാ ഓൻ ആദ്യായിറ്റ് കെട്ട്യാട്യത്. ഓനന്ന്, ഓന്റെ ഏഴാമത്തെ വയസ്സില് കൂമ്പാള* കോണും ഉടുത്ത് എന്റെ ചെമ്പകത്തിന്റെ മുമ്പില് തൊഴുത് നിന്ന് പ്രാർത്ഥിച്ചത് എനക്കിപ്പും ഓർമ്മീണ്ട്.

"എന്റെ പൊട്ടൻ തെയ്യേ... നിന്റേതായൊരു കോലാന്ന് അടിയൻ ആദ്യായിറ്റ് കെട്ടിയാട്ന്ന്... എല്ലാ കര്ത്തോടീം നീ എന്നില് വന്നണയണം. നിന്റേതായ ഒരു ശക്ത്യല്ലാതെ എനക്കായിറ്റ് ഒരു ശക്തീം ഇല്ല എന്റെ പൊട്ടൻ തെയ്യേ... അടിയൻ നിന്ന എന്റെ ആയുസ്സില്ലടുത്തോളം പരിപാലിച്ചോളാം."

ജ്വലിച്ച് വന്നിന് ഓനന്ന് കെട്ട്യ എന്റേതായ കോലം ഏഴ് വയസ്സായ കുഞ്ഞ്യാന്ന് കെട്ടീനീന്നൊന്നും തോന്നൂല്ല. എറ്റ്ന്ന കനൽകട്ടീല് ഓൻ മലന്ന് കെടന്ന് പൊട്ടിപ്പൊട്ടി പൊട്ടൻ ചിരിചിരിക്ക്ന്ന് കണ്ടിറ്റ് എല്ലാരും അതിശയിച്ചിന്. ചെറിയ ചെക്കന്റെ ഒച്ച ആയിര്ന്നില്ല ഓൻ പൊട്ടിച്ചിരിച്ചേരം. ഓന്റെ അപ്പനും അമ്മീം തന്ന്യാ അന്ന് തോറ്റം ചെല്ലീന്. കേട്ട

** നാട് തേച്ചും - നാട് മുഴുവനും*

** അടയാളം - തെയ്യം കെട്ടാൻ ഏല്പിക്കൽ*

** കുമ്പാള - കവുങ്ങിൻ പൂക്കുല പൊതിഞ്ഞ് നിൽക്കുന്നത്.*

റിഞ്ഞ മലേമ്മാരും വണ്ണാമ്മാരും വേലമ്മാരും എല്ലാം വന്നിന് ഓൻ കെട്ട്ന്ന തെയ്യം കാണാൻ. ഓന്റെ പ്രായോർത്ത് എല്ലാരിക്കും ആധി ഇണ്ടായിന്. എന്നാല് അതിശയിപ്പിച്ചിന് ഓൻ സകലാളീം. രാത്രി ഓൻ ഒരിറ്റ് ഒറങ്ങീറ്റ്ല്ല. പൊലച്ചക്കൂറ്റിനാ* തെയ്യം. ധനൂലെ ബെറക്ക്ന്ന കുളി രൊന്നും ഓന ബാധിച്ചിറ്റേ ഇല്ല. ഓരോ ചടങ്ങും ഓൻ തെറ്റാതെ ചെയ്തു. അയിന്റെടക്ക് മൂന്നോട്ടം ഓൻ റാക്ക് കുടിച്ചിന്.

പിന്ന തെയ്യത്തിലൂടെ ഓൻ വളന്ന്, വളന്ന് ബെല്യ തെയ്യക്കാരനായി. എരമം നാട്ടിലും അള്ളട നാട്ടില് തേച്ചും കേളികേട്ട തെയ്യം കെട്ട്കാര നായി. ഈ കാണ്ന്ന ഒണങ്ങ്യ കുമ്പളവള്ളി പോലത്തെ പെർമലയനല്ല അന്ന്, പനത്തടി പോലത്തെ ഉടലാ. പുഞ്ചക്കണ്ടം മൂർന്നാല് കണ്ടത്തില് കളരികെട്ടി ബെല്ല്യ ജാതിക്കാറ് കളരി പഠിക്ക്മ്പം ഓന്റെ ചെറിയ പ്രായ ത്തില് ഓനത് നോക്കിനിക്കും. കണ്ണീല് കണ്ട പഠിപ്പ് ഓൻ ഓന്റെ കുടീന്ന് പഠിച്ചിറ്റ് ഏത് കളരിക്കാരനീം കടത്തിവെട്ടുന്നോനായിന് ഓൻ. കെട്ടു ന്ന തെയ്യത്തിലല്ലം കളരീന്റെ കർത്ത് ഓൻ കാട്ടും. പിന്നെ ഓൻ മലിനാ ണീന മംഗലം* കയിച്ചു. മക്കളായി, പട്ടിണിയായി, തീയ്യത്തി ചിരുതേരെ റാക്കായി. പനങ്കുറ്റി പോലത്തെ ഓനിപ്പം മരത്ത്മ്മല് പറ്റിപ്പിടിച്ച ഒണങ്ങ്യ ബെള്ളി പോലെയായി. പക്ഷേങ്കില് പനങ്കുറ്റി പോലത്തെ മേലേ ഒണങ്ങ്യ ബെള്ളി പോലെ ആയ്റ്റ്ലു. ഓന്റെ മനസ്സ് ഇരുമ്പിൻ കട്ട പഴുപ്പിച്ചപോ ലെയാ.

കുടുക്കീല് ബാക്കില്ലെ റാക്കും ഓൻ കുടിച്ചു. ഓനിപ്പം നല്ല മത്താ യി. ഓന്റെ തൊണ്ടീന്ന് ബെർന്ന ഒച്ചക്ക് മാറ്റും വന്നു. ഒണങ്ങ്യ ക്ടാരി പ്പുല്ലിന്* തീപ്പിടിച്ചപോലെ ഇനിയൊന്ന് ആളും. പിന്നെ തളർന്ന് എന്റെ തറമ്മല് ചെമ്മീൻ ചുർണ്ട പോലെ ചുരുണ്ട് കെടക്കും. ആ ഒറക്കത്തില് ആനക്കുട്ടി പോലെ മദിച്ച ഓൻ എലിമ്പി പൈയീന*പ്പോലെ കയിഞ്ഞതെല്ലം തേച്ചും മറക്കും. അയിനാ ഓൻ റാക്ക് കുടിക്ക്ന്ന്. എന്നാല് അതോൻ ചെക്കനോട് പറഞ്ഞിറ്റില്ല.

ഓന് റാക്കിന്റെ മത്ത് കേറി വരുമ്പം ചെക്കൻ ഓനോട് പറഞ്ഞു:

"അപ്പാപ്പാ... എനക്ക് വിഷ്ണുമൂർത്തീരെ തോറ്റം ചൊല്ലിത്തരു വോ..."

പെർമലയൻ ചെക്കന്റെ മോത്തന്നെ നോക്കി.

"ന്റെ മോന്.. ഞാൻ എല്ലാം പാടിത്തരും, തോറ്റൂം മന്ത്രൂം പ്രമാണൂം എല്ലാം പഠിപ്പിക്കും. അപ്പാപ്പന്റെ പയേ* മനസ്സില് ഒരു മോഹൂണ്ട്.... തീച്ചാ മുണ്ഡി കെട്ടി തീക്കാറ്റായി അടിച്ച് ഒരു കുലം മുടിക്കാന്ണ്ട്. അയിനാ എന്റെ മോനെ ഞാൻ ബളത്ത്ന്ന്." പെർമലയന്റെ മൊകം ഓലച്ചൂട്ട് പോലെ എരിയാൻ തൊടങ്ങി. അന്നേരം മലിനാണി പറഞ്ഞു:

പൊലച്ചകൂറ്റിന് - നേരം പുലര്ന്നതിന് മുമ്പേ
*മംഗലം - വിവാഹം; * ക്ടാരിപ്പുല്ല് - പാറയിൽ മുളയ്ക്കുന്ന പുരമേയുന്ന പുല്ല്*
*പൈയ്യീന- പശുവിന; * പയേ - പഴയ.*

"അടങ്ങ്... അടങ്ങ്... നാട്ട് മര്യാദ തെറ്റിച്ചൊന്നും ഓന പഠിപ്പിക്കണ്ട."

പിന്ന ഓള് എന്ന വിളിച്ചൊന്ന് ഉള്ള്കാളി പറഞ്ഞു:

"മൂത്തതായിറ്റ് ഒന്ന് ഇണ്ടായത് അങ്ങനല്ലേ പോയ്പ്പോയത് എന്റെ പൊട്ടൻ തെയ്വേ..."

അവര് പറീന്നതൊന്നും ചെക്കന് മനസ്സിലായില്ല.

പെർമലയൻ പിന്ന അയിനപ്പറ്റി പറഞ്ഞില്ല. കുടീന്റകത്ത് എല്ലൂം കേട്ടോണ്ട്നിക്ക്ന്ന ഓന്റെ പെമ്മക്കള് മാതിം മാണിം അവരമ്മ, മലിനാണിക്ക് പെർമലയന്റെ കുറ്റികണക്കത്തെ കാലോണ്ട് ചവിട്ട് കിട്ടുംന്ന് ഒറപ്പാകൃതാ. എന്നാല് അങ്ങനെ ഇണ്ടായില്ല. പെർമലയൻ ചെക്കനോട് ചോയിച്ചു.

"എങ്ങിന്യാ മലയന്ണ്ടായിനി... എന്തിനാ മലയനിണ്ടായിന്."

പെർമലയൻ തന്നെ ഉത്തരം പറയാൻ തൊടങ്ങി.

ദേവമ്മാരായ ദേവമ്മാരെല്ലൂം അസുരമ്മാരായ അസുരമ്മാരെല്ലൂം കൂടി അമൃതിന് വേണ്ടി പാലാഴിമഥനം നടത്ത്യപ്പൊ ആദ്യം പൊന്തി വന്നത് നീലനിറത്തില് ഇല്ലെ വെഷാ... കാളകൂട വെഷം. അത് ഭൂമീല് വീണാല് ഭൂമ്യന്നെ തേച്ചും കത്തിപ്പോവും പെട്ടെന്നന്നെ സാക്ഷാൽ പരമശിവൻ അത് വാരിക്കുടിച്ചു. തൊണ്ടീലെത്ത്യേരാ പാർവ്വതി അത് കാണ്ന്ന്. പാർവ്വതി ശിവന്റെ തൊണ്ട ഞെക്കിപ്പിടിച്ചു. അതുകൊണ്ട് വെഷം ശിവന്റെ കൊടലിലേക്ക് പോവാതെ ചങ്കില്ത്തന്നെ കട്ടപിടിച്ച് നിന്നു. ശിവന്റെ ചങ്കിന്റെ നെറം നീലനെറായി..."

എന്റേതായ കോലം കെട്ട്യാല് തലയാട്ട്ന്ന പോലെ തലയാട്ടിക്കൊണ്ട് പെർമലയൻ പറീന്നതെല്ലാം ചെക്കന്റെ കണ്ണും ചെവീം അരിച്ചെടുത്തു.

"പാലാഴിമഥനം കയിഞ്ഞേപ്പിന്ന ശിവൻ സ്വന്തം മീട്* കണ്ട്റ്റ്ല്ല. ശിവനെന്ത് ചെയ്തു!!! വടക്ക് നിന്ന് വെള്ളോട്ട് കണ്ണാടി എടുത്ത് തൊടച്ച് സ്വന്തം മീട് നോക്കി. മീട് തെളിഞ്ഞ് കാണ്ന്നില്ല. തെക്ക്ന്ന് ഇരുമ്പിൻ കണ്ണാടി എട്ത്ത് തൊടച്ച് നോക്കി. കണ്ടില്ല മീട്, പടിഞ്ഞാറ്ന്ന് പഞ്ചലോഹകണ്ണാടി എട്ത്ത് തൊടച്ച് നോക്കി കണ്ടില്ല- കെഴക്ക്ന്ന് വെള്ളിക്കണ്ണാടി എടുത്ത് തൊടച്ച് നോക്കി. കണ്ടല്ലോ തന്റെ തന്നെ മീട്. വെറും നീലചങ്ക്ല്ലെ മീടല്ല. സൂര്യദേവൻ കേക്ക്* ഉദിച്ച് പൊങ്ങുമ്പൂല്ലെ നെറാ ശിവൻ കണ്ടത്."

ഇത് പറീമ്പം പെർമലയനും ഓന്റെ കൈയോണ്ട് ഓരോ കണ്ണാടീല് നോക്ക്ന്ന്ണ്ട്. പെർമലയന്റെ കൈയിലേക്ക് ചെക്കനും നോക്ക്ന്ന്ണ്ട്.

സ്വന്തം മൊകം കണ്ട ശിവൻ അന്താളിച്ച് പോയി. ശിവൻ കൈമല്ള്ള വെള്ളിക്കണ്ണാടിലന്നെ നോക്കിറ്റ് പറഞ്ഞു.

"എന്താ എന്റെ മൊകത്തിന്റെ ചന്തം! കയിഞ്ഞില്ലേ കഥ"

** മീട് – മുഖം*

** കേക്ക് – കിഴക്ക്.*

പെർമലയന് സങ്കടം വന്നു. മിറ്റത്ത് എല്ലാം കേട്ടോണ്ട് കാലും നീട്ടി ഇരിക്ക്ന്ന മലിനാണിക്കും സങ്കടം വന്നു.

"ന്താണ്ടായത്. ശിവന് ശിവന്റെന്നെ കണ്ണേറ് ബാധ തട്ടി. ദേവ ലോകം മുഴുവൻ പഠിച്ച പണി പതിനെട്ടും നോക്കി. ശിവന്റെ മോത്ത് തട്ട്യ കണ്ണേറ് ബാധ ഒയിപ്പിക്കാൻ കയിഞ്ഞില്ല."

ഒടൂല് അഗ്നിപ്രപഞ്ച മഹർഷി ഒരു മന്ത്രം ജപിച്ചു രണ്ട് മൺപുറ്റിൽ നിന്നും ധർമ്മരാജപ്പെരുമലയൻ, ധർമ്മരാജപ്പെരുമലയി എന്നിവരെ സൃഷ്ടിച്ചു. ഒമ്പതില്ലാ നമ്മക്ക് കല്പിച്ചത്, കല്ല്യാട്ട്, കോട്ടുക്കുടി, പാലാം കുടിക്കിരിയം, ചേണിക്കിരിയം, പുത്തനാക്കിരിയം, വെളുപ്പാംകിരിയം, പരത്തിപ്പള്ളിക്കിരിയം, മേലാക്കൊടിക്കിരിയം, ഉത്രാണിക്കിരിയം... അങ്ങിന്യാ നമ്മള് ഒമ്പതില്ലം കനലാടിയായത്.

ഇത്രയും പറഞ്ഞ പെർമലയൻ ചെക്കനെ പിടിച്ച് കുലുക്കിക്കോണ്ട്, ഓന്റെ കറുത്ത പല്ല് പൊറത്ത്കാണിച്ച് പൊട്ടിപ്പൊട്ടി ചിരിച്ചു. എന്നിറ്റ് പറഞ്ഞു:

"അവരാ നമ്മളെ അപ്പൂപ്പൻമാര്, മലയന്മാരെല്ലാം മുതുമുത്ത പ്പൻമാര്. അവര് കണ്ണേറ് പാട്ട് പാടീറ്റാ സാക്ഷാൽ പരമശിവന്റെ കണ്ണേറ് ബാധ മാറ്റിയത്."

പെർമലയൻ പിന്നീം മേലോട്ട് നോക്കി ചിരിച്ചു. ചിരിച്ച് ചിരിച്ച് ഇരി ക്കുമ്പം, തുലാമാസത്തില് ഉച്ചവെയിലിനെ പൊതിഞ്ഞ് മയക്കാറ് ആകാ ശത്തില് നെറയുമ്പോലെ പെർമലയന്റെ മോത്ത് ഇരുട്ട് കേറി. പെട്ടെന്നാ ഓൻ മാറ്യത്. ഓനെന്നെ നെലവിളിക്കുമ്പോലെ നീട്ടിവിളിച്ചു.

"ന്റെ പൊട്ടൻ തെയ്യേ... അടിയങ്ങളെത്ര കണ്ണേറ് പാട്ട്പാടി, അടി യങ്ങളെത്ര തെയ്യം കെട്ടി... ന്താ ഫലൂണ്ടായത്..."

ചെക്കൻ കണ്ണ് പൂട്ടാതെ ഓനത്തന്നെ നോക്കേന്ന്... അപ്പോ ചെക്കൻ കണ്ടു... പെർമലയന്റെ മോത്തെ കാർമേഘം മഴചാറ്റലായി പെയ്യാൻ തൊടങ്ങ്ന്നത്.

ചാറുന്ന മഴക്കെടയിലൂടെ പെർമലയൻ വിങ്ങി വിങ്ങി പറഞ്ഞു. റാക്ക് കുടിച്ച് ചങ്കിന്റുള്ളില് സങ്കടം നെറീമ്പം ഓൻ എപ്പും പറീമ്പോലെ പറയാൻ തൊടങ്ങി.

"എത്രയോ തെയ്യം കെട്ടി, കെട്ടി നടുപൊട്ടി, ചെവി പൊട്ടിന്നല്ലാതെ എന്താ കൂലികിട്ട്യതെന്റെ പൊട്ടൻതെയ്യേ... എന്തേ എന്റെ തെയ്വങ്ങ ളേ... അടിയങ്ങളെ മാത്രം കാണാതെ പോയിന്..."

മലിനാണി ഓളെ പുരുവൻ പെർമലയന്റെ മോത്തേക്കന്നെ കണ്ണു രുട്ടി നോക്കി. ഓക്ക് റാക്ക് തലക്ക് പിടിച്ചാലെ ഓള് അങ്ങനെ പെർമല യന നോക്കൂ. പെർമലയന്റെ മോത്തെ സങ്കടം കണ്ട് ഓക്കും സങ്കടം ബന്നു. ഓള് പറഞ്ഞു:

"റാക്ക് കുടിച്ച് തലക്ക് മത്ത് കേറ്റീറ്റ് നിങ്ങ ദേവദോശം പറയറ്. ജീവിച്ചില്ലേ നമ്മളിത്രീം കാലം.. അതെല്ലാം ദൈവങ്ങള് തന്നതല്ലേ...?"

അയിന് മറുപടി പെർമലയൻ ഓന്റോളെ മോത്തേക്ക് നോക്കാ

തെയാ പറഞ്ഞത്. ഈ അടുത്തൊന്നും ഓളോട് പെർമലയൻ ഇത്ര ദയ യോടീം സങ്കടത്തോടീം പറഞ്ഞിറ്റേ ഇല്ല.

"ഈ എരമം നാട്ട്ല് മാത്രല്ല അള്ളട നാട്ട്ത്തന്നെ പെണ്ണായ പെണ്ണി നല്ലം കെർപ്പൂണ്ടായിറ്റ് ഈറ്റുമ്പലം* ബന്നേരം കാലൂം നേരൂം നോക്കാതെ നീ പാഞ്ഞ് പോയിറ്റ്, നിന്റെ ബെരലിന്റെ നഖം കൊണ്ടിറ്റ് പോലും നൊമ്പലം ഇണ്ടാക്കാതെ എല്ലാരീം കെർപ്പത്ത്ന്ന് കുഞ്ഞീന പൊറത്തെടുത്തില്ലേ... ആ മക്കളെല്ലാം ബെല്യബെല്യ ആളായി... നമ്മ ളോ..."

പെർമലയന്റെ ആ വർത്താനം തേച്ചും ശെരിയാ... മലിനാണി ഓളെ കൈയോണ്ട് കെർപ്പക്കാർത്തീരെ* വീർത്ത് നിക്ക്ന്ന വയറൊന്ന് തട്യാ മതി, അന്നേരം, കുഞ്ഞി, വയറ്റ്ന്ന് ശരേന്ന് പൊറത്തേക്ക് ബെരും. ഈറ്റു മ്പലം കിട്ടി നെലവിളിക്കുന്ന ഏത് പെണ്ണും മലിനാണീരെ ഒച്ച കേട്ടാല ടങ്ങും. കെർപ്പക്കാരത്തി പെണ്ണിന് ചെറിയ നൊമ്പലം ബെർമ്പേ ആട്ന്ന് ആള് ഓളെ ബിളിക്കാൻ ബന്നാല്, കുടിന്നെറങ്ങുമ്പം തന്നെ പച്ചമരുന്ന് പറിച്ച് തിരുമ്പി* വാഴേരെ ഒണങ്ങ്യ എലീല് പൊതിഞ്ഞ് ഉടുത്തതു ണീരെ മടീല് മടക്കി വെക്കും. ഓളമ്മ ഓക്ക് പറഞ്ഞ് കൊടുത്ത മരു ന്നാ. എരമം നാട്ടില് ഓളെ കൈ തൊടാതെ ഒറ്റപെണ്ണും പെറ്റിറ്റില്ലാന്നാ എല്ലാരും പറയ്വാ. സത്യം അതന്ന്യാ. ചെലപ്പല്ലം ഓള് ഈറ്റെട്ക്കാൻ പോയ ബീട്ടിലേക്ക് ഒളെത്തേടി വേറൊറ് ബീട്ടില് ഈറ്റുമ്പലം ഇണ്ടാ യിറ്റ് ആള് ബിളിക്കാൻ പോവും. ഓളെന്നേരം ഓളെ മടീന്ന് വായെലീല് പൊതിഞ്ഞ മറ്റൊരു മരുന്ന് എടുത്ത് വന്നാളെ കൈമല് കൊടുത്തിറ്റ് പറയും.

"ഇതു കെർപ്പക്കാരത്തീരെ അമ്മേരെ കൈമ കൊടുത്തിറ്റ് മോളെ അടിവയറ്റില് അരച്ചിടാൻ പറയണം. പെറാനാവുമ്പം* അടിയൻ എത്തി ക്കോള."

ആ മരുന്ന് അരച്ചിട്ടേരം പെണ്ണിന്റെ നൊമ്പലം നിക്കും. പിന്ന ഈടത്തെ പേറ് എടുത്ത് കുഞ്ഞീനീം കുളിപ്പിച്ച് മറ്റല്ലം ചെയ്ത് മലി നാണി രണ്ടാമത്തെ വീട്ട്ലെത്തി വേറെ മരന്ന് അടിവയറ്റ്ല് തടീറ്റ് ഓളെ പെറിക്ക്വാ ചെയ്യല്.

അത്വല്ല... ഇന്നത്തെ ഈവയസ്സ് വരെ മലിനാണി പേറെടുത്ത അമ്മക്കും കുഞ്ഞിക്കും ഒരു ഐവ്കേടും* അയിനകൊണ്ട് ഇണ്ടായി റ്റൂല്ല.

കള്ളക്കെർപ്പം കലക്കിക്കളയാന്ല്ല മരുന്നും ഓക്കറിയാ... പലേ

ഈറ്റുമ്പലം - പ്രസവവേദന;
കെർപ്പക്കാർത്തീരെ- ഗർഭിണിയുടെ
തിരുമ്പി - കൈകൊണ്ട് ചതച്ച്;
പെറാനാവുമ്പം - പ്രസവിക്കാനാവുമ്പം;
ഐവ്കേട്-തകരാറ്;

ആളും ഓള അയിന് ബിളിച്ചിറ്റൂണ്ട്. എന്നാല് ഓള് ഇത്രീം കാലം വരെ ഒരു കുഞ്ഞീനീം കെർപ്പത്ത്ന്ന് കൊന്ന്റ്റില്ല. അയിനായിറ്റ് ബെരിന്നവരോട് ഓള് പറയും...

“അയിനായിറ്റ് അടിയന ബിളിക്കണ്ടതമ്പ്രാക്കളെ... അയിന്റെ പഠിപ്പ് അടിയന്റെ അമ്മ അടിയന പഠിപ്പിച്ചിറ്റില്ല...”

എന്നാല് രണ്ടോട്ടം ഓക്ക് കടുംകൈ ചെയ്യേണ്ടി വന്നിന്. അത് ഓക്കും തീയ്യത്തി ചിരുതക്കും പിന്ന എനക്കും മാത്രേ അറിയൂ. അല്ലാതെ ഈ പൂമീല് ആരിക്കും അതറീല. എന്നോടും തീയ്യത്തി ചിരുതയോടും പറയാത്ത ഒരു കാര്യൂം ഓക്കില്ല. മനക്കലെ തമ്പ്രാന്റെ മോളെ പേറെടുക്കാൻ രണ്ട് മാസം മുമ്പേ പോയിറ്റ് ഓള് മനക്കല് നിന്നിന്. പേറെടുപ്പ് കയിഞ്ഞ് തിരിച്ച് ബെർമ്പം കൊറേ അരീം നെല്ലും തവിടും ബെള്ളരിക്കീം പയേ പൊടീം* മാത്രല്ല ഓള് കൊണ്ടന്നിന്. തമ്പ്രാൻ കൊടുത്ത കെർപ്പൂം വയറ്റില് നെറച്ചിറ്റാ ഓള് ബന്നിന്. അങ്ങനെ രണ്ട് പേറെടുപ്പിന് പോയേരും ഓള് ആടത്തെ കെർപ്പൂം കൊണ്ടന്ന്യാ ബന്നത്. എന്നോടും തീയ്യത്തി ചിരുത്യോടും ഓളിത് പറഞ്ഞു. ഇത് പെർമലയൻ അറിഞ്ഞാല് ബയക്കത്തി* എടുത്ത് ഓളെ ചങ്കൊത്തി കൊല്ലുംന്ന് ഓക്ക് ഒറപ്പാ... ഓള് ഒരീസം ഒറ്റക്ക് ആരും ഇല്ലാത്തേരം എന്നോട് പറഞ്ഞു:

“ന്റെ പൊട്ടൻ തെയ്യേ എന്നോട് പൊറ്ക്കണം. ബേറെ ബയി എനക്കായിറ്റ് ഇല്ല... ഞാനായിറ്റന്നെ ആ കെർപ്പം കളയും. അടിയന്റെ ആയുസ്സിന് കൊണക്കേട്* ബെർത്താതെ നീ നോക്കണം...”

ഓളെ കണ്ണ്ന്ന് നല്ലോണം ബെള്ളം എന്റെ തറമ്മല് ബീണു. പിന്നെ നേരെ തീയ്യത്തി ചിരുതേരെ കുന്ന്കേറി... ഓളോടും പറഞ്ഞു. ഒരു കുഞ്ഞീനിം പെറാൻ യോഗൂല്ലാത്തോളാ തീയ്യത്തി ചിരുത. എന്നിറ്റും ഓള് പറഞ്ഞു... “ബേറെ ബയീല്ലല്ലോന്റെ പൊട്ടൻ തെയ്യേന്ന്...”

അന്ന് മോന്ത്യാവുന്നേന് മിന്നേ* ഓള് തീയ്യത്തി ചിരുതേരെ വീടും കയിഞ്ഞ്, റാക്ക് കാച്ച്ന്ന പാറക്കൊളത്തിന്റെ വക്കിന്ന് കണ്ണാമ്പൊട്ടീരെ കമ്പ് ബെരലി*ന്റെത്ര വല്പ്പത്തില് മുറിച്ച് വെള്ളത്തിലിട്ട് വെച്ച് കറ കൊറെ കളഞ്ഞു. രാവിലെ അതെടുത്ത് ഓളെ കെർപ്പത്തില് കേറ്റി വെച്ചു. അന്നേരല്ലാം ഓളെ മേലും കൈയ്യല്ലും ബെറക്ക്ന്ന്ണ്ടായിനി. ഏഴിമലേരെ കരിമ്പടം പൊതച്ച കാട്ടിന്റുള്ള്ന്ന് കൂരാകൂരിരുട്ടത്ത് വെഷക്കായ പോലത്തെ നീലക്കണ്ണ് ഉരുട്ടി മീച്ച്* കറ്റൻ നെരി* മുക്രീട്ന്നത് കേട്ട് കാട് ഒച്ചീണ്ടാക്കാതെ വെറച്ചോണ്ട് ഇരിക്കുമ്പോലെ മലിനാണി മലന്ന് കെടന്നു. രാത്രി പാതിരാ കോയി* കൂവ്മ്പം ഓള് ബെരലും പനീം വന്ന്

** പൊടീം- പുടവയും; * ബയക്കത്തി - കാട് വെട്ടുന്ന കത്തി*
** കൊണക്കേട് - ദോഷം; * മിന്നേ - മുമ്പെ; *രണ്ടോട്ടം - രണ്ട് തവണ*
** കറ്റൻ നെരി - കൂറ്റൻ പുലി; * കോയി - കോഴി; * കൊത്തമ്പാരി - മല്ലി*
** തെരിയ - വാഴനാരും ഇലയുംകൊണ്ട് വൃത്തത്തിൽ ഉണ്ടാക്കുന്ന ഇരിപ്പിടം*
** കമിഞ്ഞ് - കമിഴ്ന്ന്; * ബെരല് - വിരൽ; * മീച്ച്- മിഴിച്ച്*

കെടന്നട്ത്ത്ന്ന് പെടക്കാൻ തൊടങ്ങി. ഓളെ പെടക്കലും ഞരങ്ങലും മൂളലും മുക്കലും കേട്ട് ഒറക്കറിഞ്ഞ പെർമലയൻ ചോയിച്ചു, ഓളൊന്നും മിണ്ടീല. ഓൻ മിറ്റത്തെ അടുപ്പില് ചപ്പില വാരീട്ട് കത്തിച്ച് ഓക്ക് കൊത്തമ്പാരീം* ബെള്ളം ബെച്ച് കൊടുത്തു. അതോള് കൊറച്ച് കുടിച്ച് ഇരിക്ക്ന്ന തെരിയ* രണ്ടെണ്ണം മേലെ മേലെ അടിവയറ്റിന്റെ അടീല് വെച്ച് കമിഞ്ഞ്* കെടന്നു. പെർമലയൻ മിറ്റത്ത് എന്റെ തറമ്മല് വന്നിരുന്നു.

ഓളിപ്പം ചത്തുപോവൂന്ന് ഓക്ക് തോന്നി. എന്നിറ്റും ഓള് മിണ്ടാതെ കെടന്നു. പൊലരാനാവുമ്പം, തീയ്യത്തി ചിരുതേരെ കുന്ന്മ്മന്ന് പൂങ്കോയി കൂവുമ്പം ഓളെ കാലെതൊടമ്മല് ചൂട് വെള്ളം തട്ടിയപോലെ തോന്നി. ഓള് തപ്പി നോക്ക്യേരം കട്ട ചോര ഓളെ കൈമല് പറ്റി. പിന്നെ ഓള് എണീറ്റിരുന്ന് തോർത്തെടുത്ത് അരക്ക് ചുറ്റി തോട്ടിലേക്ക് ബെറച്ചോണ്ട് പോയി.

എല്ലം കയിഞ്ഞ് വന്ന് തലേന്ന് കുടീല് കൊണ്ടച്ച റാക്കെടുത്ത് ഒറ്റ കുടികുടിച്ച് പിന്നീം കമിഞ്ഞ് കെടന്നു. പിന്നെ രണ്ടീസം ആരും ഇല്ലാത്തേരം തീയ്യത്തി ചിരുത ഓക്ക് ചൂട് കഞ്ഞികൊണ്ട് കൊടുത്തതും കുടിച്ച് ഒരേകെടത്തം കെടക്വാ ചെയ്തത്. എന്താ ഇണ്ടായത്ന്ന് പെർമലയൻ ആരോടും ചോയിച്ചിറ്റൂല. ഓളൊട്ട് ഇന്നേവരെ പറഞ്ഞിറ്റൂല്ല.

പിന്നീം മനക്കല് പേറെടുപ്പിന് പോയേരം ഓക്ക് തമ്പ്രാൻ ദാനം കൊടുത്ത കെർപ്പം കളയാൻ പേട്യേ ഇണ്ടായിറ്റ്ല്ല. അന്നോള് മര്ന്ന് വെക്കുമ്പം തന്നെ കൊറച്ച് നല്ലോണം റാക്ക് കുടിച്ചിറ്റ് കമിഞ്ഞ് കെടക്കേതിന്.

തലനരച്ച് കുത്തീരിക്കുമ്പം എപ്പല്ലോ രണ്ട് മക്കളെ അടിയൻ കൊന്നില്ലേന്ന് ഒരു നെലവിളി എന്നോട് ഇണ്ടാവല്ണ്ട്. ഒരീസം ഓള് സ്വപ്നത്തില് എന്ന കണ്ടതും ഞാൻ ഓളോട് സ്വപ്നത്തില് പറഞ്ഞതും ഓള് തീയ്യത്തി ചിരുതയോട് പറഞ്ഞിന്.

"ന്റെ പൊട്ടൻ തെയ്യം ബന്നിന് ന്റെ മുമ്പില്... മേത്ത് അരിച്ചാന്ത് തേച്ച് കാരോലത്തിരി ഞൊറിഞ്ഞുടുത്ത് മോത്ത് കണ്ണാമ്പാള വെച്ചിറ്റ് തലചെരിച്ച് പിടിച്ച് എന്നോട് ചൊല്ലീന്."

എന്റെ പൈതങ്ങളേ സങ്കടം വേണ്ട. കുരുവോളം ബല്പ്പത്തില് ചെയ്ത തെറ്റിന് കുന്നോളം കരഞ്ഞില്ലേ നീ. മതി. ഞാനായിറ്റ് നിന്നോട് പൊറുത്തൂന്ന്."

നേരാ... എനക്ക് ഓളോട് പൊറുക്കാതിരിക്കാൻ പറ്റൂല... മെയ് കണ്ട് മോഹിച്ചോനാ കുറ്റക്കാരൻ.

ഓള് പാവാ... പച്ച പാവം...

ഓളെ കൈതൊട്ട്, ഓളെ കൈയ്യീരെ പുണ്യംകൊണ്ട് ഭൂമീല് ജനിച്ച് വീണ വെല്യ്യോന്റീം ചെറിയോന്റീം മക്കളെത്രയാ. പനപോലെ ബളന്ന അവരെല്ലാം ഓള് പലബയിക്ക്ന്നും കാണല്ണ്ട്. എന്നാല് പട്ടിണി പതിനാറ് കെടന്നാലും ഓള് ആ പേരും പറഞ്ഞ് അവരെ നേരെ രണ്ട് ചെമ്പ്കാശിന് ഇക്കാലത്രയായിറ്റും കൈനീട്ടീറ്റ്ല്ല.

രാത്രീലെത്തെ കത്തലടക്കാന്ല്ലതെല്ലാം ഒര്ക്കീറ്റ് പെര്മലയന്റെ പെമ്മക്കള് രണ്ടാളും കുടീന്ന് പൊറത്തേക്ക് വന്നു. പെര്മലയന്റെ സങ്കടം പറച്ചലും കരച്ചലും കണ്ട് മാതി ചോയിച്ചു:

“ചെക്കനോടാ കരച്ചിലും പറച്ചലും...”

ചെക്കൻ, ഉപ്പിലിട്ട മാങ്ങ പോലെ ചുരുണ്ട് പോയ പെര്മലയന്റെ മീട്ടത്തെ കരിമ്പിൻവേര് പോലത്തെ രോമം പിടിച്ച് വലിച്ച് പറഞ്ഞു:

“പ്പാപ്പാ.. ന്ന് വിഷ്ണുമൂർത്തി തെയ്യത്തിന്റെ കോലം പഠിപ്പിക്കാ...”

പെര്മലയൻ റാക്കിന്റെ കുടുക്ക നോക്കി. വറ്റീനി* അത് കണ്ട് മലി നാണി എന്റെ ചെമ്പകത്തിന്റെ മുമ്പില് തീയ്യത്തിചിരുത പൊലച്ചക്കേ കൊണ്ടച്ച റാക്കിന്റെ കുടുക്ക എടുത്ത് അയിന്റെ മോള്ല് പൊത്തിവെച്ച വാഴഎല കളഞ്ഞ് പെര്മലയന് കൊടുത്തു. ഓനത് ഒറ്റവലിക്ക് വെലിച്ച് കുടിച്ചു. കാച്ചുംപുളി* വായിലായ പോലെ ഒട്ടിയ തുന്ത പിന്നീം ഒട്ടിച്ച് പിടിച്ച് കണ്ണും മുറുക്കെ ചിമ്മി ചിറി തൊടച്ച് ഒന്ന് തലകുലുക്കി, എണീറ്റ് ഓൻ കണ്ണ് മീച്ചു–

“ആരാ വിഷ്ണുമൂർത്തി...?”

ചെക്കനോട ഓന്റെ ചോദ്യം...

ഹിരണ്യനെ കൊന്ന് കൊടല്മാല എട്ക്കാൻ വന്ന നരസിംഹാവ താരം.... മഹാവിഷ്ണുവിന്റെ അവതാരം....

എന്റെ വിഷ്ണുമൂർത്ത്യാവും പരദേവത തുള്നാട്ട്ന്ന് ഈ അള്ളട* നാട്ടിലേക്ക് എന്തിനാ വന്നിനി... അള്ളട നാട്ടിലെ നീലേശ്വരം രാജാവിന്റെ പടനായകൻ കുറുവാടൻ കുറുപ്പിന്റെ തലയറ്ത്തു കൊല്ലാൻ. കുറുവാ ടൻ കുറുപ്പിന്റെ തലയറുത്ത് ഓന്റെ കുലോം* തേച്ചും കത്തിച്ചു ന്റെ വിഷ്ണുമൂർത്തി. കുറുവാടൻ കറുപ്പിന്റെ കാലീന നോക്ക്ന്ന് കാല്യചെ ക്കനാ പാലന്തായി കണ്ണൻ. ഓൻ കാലീനനോക്കല് മാത്രല്ല, കോലോത്തെ എല്ലാ പണീം എടുക്കും. പാവം ചെക്കനാ കണ്ണൻ. ഓന് പത്തിരുപത് വയസ്സ് പ്രായം. മകരമാസക്കാലം, മരായമരല്ലം കുളിര് കേറി ബെറച്ച് നിക്കും. മോന്ത്യായാല് കുളിര് കോരിക്കുടിച്ച മാവും പ്ലാവും നെറച്ചും മാങ്ങിം ചക്കീം പെറും. മൂത്ത് പഴുത്ത മാങ്ങ കടവാതില്* കടിച്ച് തിന്നേന്ന്. പാലന്തായി കണ്ണൻ ഓന്റെ മേത്ത് കുത്തീരിക്ക്ന്ന കുളിര് കളയാൻ മാവിന്റെ കൊമ്പിന്റെ എടീലേക്കൂട കീഞ്ഞ്* ബെര്ന്ന ബെയിലത്ത് നിന്ന് തുള്ളി, അന്നേരം അണ്ണാക്കൊട്ടൻ* എടക്കെടക്ക് മാങ്ങ കടിച്ചിടിന്ന്ണ്ട്. വെയിലോണ്ട് കുളിക്ക്ന്ന പാലന്തായി കണ്ണന്റ്ടു

** വറ്റീനി-വറ്റിപ്പോയി, തീർന്നുപോയി*

** കാച്ചുംപുളി - കടുത്തപുളി*

** അള്ളട നാട് - നീലേശ്വരം മുതൽ കാസർഗോഡ് വരെ*

** കൂലോം - വലിയവീട്; * കടവാതിൽ - വവ്വാൽ*

** കീഞ്ഞ് - ഇറങ്ങി; * അണ്ണാകൊട്ടൻ - അണ്ണാൻ;*

ത്തേക്ക് കുറുപ്പിന്റെ മരുമോള് വന്നു. ഓക്കും ഓനും പ്രായം ഒക്കും. അണ്ണാകൊട്ടൻ കടിച്ച്ട്ന്ന മഞ്ഞപ്പട്ട് പൊതിഞ്ഞ പൊലത്തെ മാങ്ങ കണ്ടിറ്റ്, ഓക്കും മാങ്ങ തിന്നാൻ കൊതിയായി. കണ്ണനോട് ഓള് രാവിലത്തെ മാങ്ങ തിന്നാനുള്ള കൊതി പറഞ്ഞു. പാലന്തായി കണ്ണൻ തണുത്ത് ബെറച്ച് മരം പോലെ നിക്ക്ന്ന മാവ്മ്മകേറി. അണ്ണാകൊട്ടൻ ഓനക്കണ്ട് ഒച്ചീട്ടു. ഓൻ അണ്ണാക്കൊട്ടനായി മാങ്കൊമ്പിലെത്തി. മാവിന്റെ തുഞ്ചാം കൊടീല്* കേറി മാവ് കുലുക്കി. കല്ല് മയ പെയ്യുമ്പോലെ മഞ്ഞ മാങ്ങ പെയ്തു. തായല് ബീണ മാങ്ങ പറക്കി മാറ്പൊത്തി ഉടുത്ത പൊടയോണ്ട് തോർത്തി തിന്ന്, ഓള് കൊതിയടക്കി. ഓളെ മീട്ടത്തൊലിക്ക്ന്ന* മാങ്ങാച്ചാറ് മാറില് ഞാന്ന് നിക്ക്ന്ന കോന്തലയോണ്ട് തൊടച്ചു. ഓള് മേലോട്ട് നോക്കുമ്പം പാലന്തായി കണ്ണൻ മാവ്മ്മന്ന് മാങ്ങ തിന്നേന്ന്. ഓനെന്തോ ഓളോട് പറയുമ്പം തിന്നോണ്ട് നിക്ക്ന്ന മാങ്ങ ഓന്റെ കൈമന്ന് വീണുപോയി. വീണതോ... കുറുവാടൻ കുറുപ്പിന്റെ മരുമോളെ മാറില്... ഓള് നെലവിളിച്ചോടി. ഓള് അമ്മാവൻ കുറുപ്പിനോട് പറഞ്ഞു:

"കണ്ണൻചെക്കൻ മാങ്ങ തിന്നിറ്റ് കൊരട്ട* എന്റെ മാറിലേക്കെറിഞ്ഞൂന്ന്..."

മരുമോളെ മാറില് പറ്റ്യ മാങ്ങേരെ വെള്ളും മോത്ത്ന്ന് ഒലിക്ക്ന്ന കണ്ണിലെ ബെള്ളും സാക്ഷിയാക്കി പാലന്തായി കണ്ണന്റെ തലയറുക്കാൻ കുറുവാടൻ കുറുപ്പ് കല്പിച്ചു.

അത് കേട്ട് തണുത്ത് ബെറച്ച് നിക്ക്ന്ന മാവിന്റെ കുളിര് ആവിയായിപ്പോയി. മാവ് കണ്ണനെ ബീണ് പോവാതെ തായകീച്ചു.* അത് കണ്ട അണ്ണാക്കൊട്ടമ്മാരെല്ലാം കൂടി കണ്ണനോട് പറഞ്ഞു. "വാളുംകൊണ്ട് ആള് ബെർന്ന... ഓടിക്കോ കണ്ണാന്ന്..." കണ്ണൻ ഓടി. തിരിഞ്ഞ് നോക്കാതെ ഓടി. ഓന്റെ കുടീല് കേറി. ഓൻ പറീന്ന് കേട്ട് ഓന്റമ്മ നെഞ്ചത്തടിച്ച് കരഞ്ഞോണ്ട് പറഞ്ഞു.

"തുളുനാട് എന്നൊരു നാട്ണ്ട് കണ്ണാ... ആ നാട്ട്ല് കുറുവാടൻ എത്തൂല കണ്ണാ..."

കത്തലടക്കാൻ* ബെച്ചത് കണ്ണോണ്ട് നോക്കാതെ കുടിന്നും കീഞ്ഞ് കണ്ണനോടി. ഓടി ഓടി ഓൻ തുളുനാട്ടിലെത്തി. ബയറ് പൈയിച്ചിറ്റ് ബയീരെ ബക്കത്ത് കണ്ട ഒരു തീയ്യന്റെ ബീട്ട്ല് കേറി. തീയ്യൻ ഓന്റെ പൈക്ക്ന്ന ബയറ്ന്ന് കഞ്ഞി കൊടുത്തു. കഞ്ഞിക്ക് കൂട്ടാനായി ഉപ്പിട്ട പച്ചമോരും മോരില് ഞെലക്കാൻ* രണ്ട് കപ്പപ്പറങ്കീം* കൊടുത്തു.

** തുഞ്ചാംകൊടി - ഏറ്റവും അറ്റത്ത്*

** മീട്ടത്തൊലിക്ക്ന്ന - മുഖത്തൊലിച്ചിറങ്ങുന്ന*

** കൊരട്ട-മാങ്ങയണ്ടി; * തായകീച്ചു - താഴെ ഇറക്കി*

** കത്തലടക്കാൻ - വിശപ്പടക്കാൻ*

** ഞെലക്കാൻ - ചതയ്ക്കാൻ; * കപ്പപ്പറങ്കി - കാന്താരിമുളക്*

മോരും കൂട്ടി കഞ്ഞികുടിച്ച് ഇണ്ടായ കഥയെല്ലാം തീയ്യനോട് പറഞ്ഞു. തീയൻ പിന്നെ ഓന് എപ്പൂം* ആട നിക്കാൻ ബീട്ടിന്റെ മൂല കൊടുത്തു. പാലന്തായി കണ്ണൻ ഒറങ്ങി എണീക്കുമ്പം തീയ്യന്ണ്ട് ഓന്റെ ബീട്ടിന്റെ മുമ്പിലെ പള്ള്യറീല്* ബെളക്ക് വെക്ക്ന്ന്. ചോന്ന പട്ടുടുത്ത് ബെളക്ക് ബെച്ച് പൊറത്തെറങ്ങ്യ തീയൻ ഓനോട് പറഞ്ഞു." നല്ലോണം പ്രാർത്ഥിച്ചോ. എന്റെ വിഷ്ണു മൂർത്തിയാകും പരദേവത്യാ അയിന്റുള്ളില് കുടിയിരിക്ക്ന്നത്. പിന്നെ പന്ത്രണ്ട് കൊല്ലം തീയ്യന്റെ പള്ള്യറീലെ വിഷ്ണുമൂർത്തിക്ക് ബെളക്ക് വെച്ച് കണ്ണനാട കയിഞ്ഞു. പന്ത്രണ്ട് കൊല്ലം തെകയ്ന്ന ദേവസം ഓനൊര് കിനാവ് കണ്ടു. സാക്ഷാൽ വിഷ്ണുമൂർത്തിയാവും പരദേവത ഓന്റെ മുമ്പില് നിക്ക്ന്ന്... ഓൻ സന്തോഷത്തോടെ തൊഴുത് നിന്നു. അന്നേരം തന്നെ ഓന് ദൈവത്തിന്റെ അരുളപ്പാടുണ്ടായി.

"എന്റെ വാളും പരിചീം ഉറുമീം എട്ത്ത് നീ അള്ളട നാട്ടിലേക്ക് തിരിച്ച് പോണം. ഞാനും ബെരും നിന്റൊപ്പരം..."

കണ്ണൻ ദൈവത്തിനെ വണങ്ങി.

സ്വപ്നം കണ്ട് രാവിലെ എണീറ്റേരം ഓന് മേലെല്ലാം ബെറക്ക്ന്ന്... ബെറക്ക്ന്ന മേത്ത് ബെള്ളം ഒയിച്ച് ഓൻ കുളിച്ച് പരദേവതേരെ പള്ളിയറീല് കേറി... ആട്യേന്താ കണ്ടത്. പള്ള്യറീലെ ബാളും ചുരികീം ബെറക്ക്ന്ന്... ഓൻ പിന്ന്യൊന്നും ആലോചിച്ചില്ല... ഇത്രീം കാലം ഓന് നിക്കാൻ ബീട് കൊടുത്ത തീയ്യനോടും ഓന് അന്നം കൊടുത്ത തീയ്യത്തിയോടും കണ്ണില് കണ്ടതും മനസ്സില് കണ്ടതുമായ കാര്യം പറഞ്ഞ് ദൈവത്തിന്റെ വാളും പരിചീം ചുരികീം എടുത്ത് ഓൻ അള്ളട നാട്ടിലേക്ക് നടന്നു. ഒരു കൈമല് ആയുധം പിടിച്ച് നടക്കാൻ എറങ്ങുമ്പം ഓന്റെ മറ്റേ കൈമല് തീയ്യത്തി ഒര് കന്നിക്കൊടീം കൊടുത്തു. ഓന്റെ തലീമ്മന്ന് സൂര്യഭഗവാൻ കത്ത്മ്പം തലനോക്കാതെ ചുരികക്ക് തണല് കൊടുത്ത് ഓൻ നടന്ന് നീലേശ്വരത്തെത്തി. ആടത്തെ ഓന്റെ ഒര് പയേ ചെങ്ങായീരെ വീട്ടില് കേറി ഓൻ വിവരം പറഞ്ഞു. വെയ്ല് കൊടുത്ത ദാഹൂം ബൈനടന്ന്* കിട്ട്യ പൈപ്പും* മാറാൻ ഓന്റെ ചെങ്ങായി ഓന് കരിക്കിൻ ബെള്ളൂം പാൽക്കഞ്ഞീം കൊടുത്തു. കത്തലടക്കി കൈകാല് കഴുകാൻ കണ്ണൻ കൊളത്തിലിറങ്ങി. കണ്ണൻ വന്ന വിവരം കണ്ണും കാതുള്ള കാറ്റ് കുറുവാടൻ കുറുപ്പിന്റെ ചെവീല് ഊതിക്കേറ്റി. കണ്ണൻ കൊളത്ത്ന്ന് കേറുമ്പം കുറുവാടൻ കുറുപ്പിന്റെ കൊലവാള് കണ്ണന്റെ കഴുത്തറുത്തു. കണ്ണന്റെ ചങ്കിന്ന് പാഞ്ഞ ചോര കൊളം നെറഞ്ഞ് ബെർന്നത് പെർമലയന്റെ മടീലിരിക്ക്ന്ന കുഞ്ഞിക്കേളു കണ്ടു. കുഞ്ഞിക്കേളൂന്റെ മേത്തേക്കും കണ്ണന്റെ ചോര തെറിച്ചു. കുഞ്ഞിക്കേളു ഓന്റെ അപ്പാപ്പനോട് ചോയിച്ചു.

** ബൈനടന്ന് - വഴിനടന്ന്*

** പൈപ്പ് - വിശപ്പ്*

** എപ്പൂം - എല്ലാ കാലത്തും; * പള്ള്യറ - അമ്പലം*

"എന്നിറ്റ്...?"

തീയ്യത്തി കണ്ണന് ഒരു കൈമല് കൊടുത്ത ഓലക്കൊട ഓൻ കൊളത്തിന്റെ പടമ്മല് ബെച്ചത് തുള്ളാൻ തൊടങ്ങി. കൊടേരെ ഉള്ള്ല് ബെച്ചെ ദൈവത്തിന്റെ ഉറുമി കുറുവാടൻ കുറുപ്പിന്റെ നേരെ പാഞ്ഞു. ബയ്യ്യന്നെ ബെർന്ന ഉറുമീന്റെ പൊളപ്പ് കണ്ട് പേടിച്ചോടി ബീട്ട്ലെത്തുമ്പം കണ്ടത് കുറുപ്പിന്റെ ബീട് തേച്ചും തീ തിന്ന് തീർക്ക്ന്നതാ. കൊടുങ്കാറ്റ് പോലെ മൂളീം തെരമാലപോലെ അലറീം പൊന്തീം മനതേച്ചും വ്ത്ങ്ങി* ആകാശത്തേക്ക് പട്ർന്ന തീകണ്ട് അന്തിച്ച് നിക്ക്മ്പം ബയ്യന്ന് ഇടീം മിന്നലും ബെർന്ന പോലെ ഒച്ച കേട്ട് ബയ്യലോട്ട് തിരിഞ്ഞ് നോക്ക്മ്പം കുറുവാടൻ കുറുപ്പ് ഒന്നും കൂടി ബെറച്ചു. വിഷ്ണുമൂർത്തിയാവും പരദേവത ജടഒലത്തി പായ്ന്ന സിംഹത്തെപോലെ ഉറുമീം എട്ത്ത് ബെരേന്ന്. ഒപ്പരം തന്നെ വാളും പരിചീം എട്ത്ത് കണ്ണനും ബെർന്ന്. മുമ്പിലോട്ടും ബയ്യലോട്ടും എടത്തോട്ടും വലത്തോട്ടും തിരിയാനാവാത്ത കുറുപ്പിന്റെ തല കണ്ണൻ അറ്ത്തെട്ത്ത് കത്ത്ന്ന തീയിലേക്കെറിഞ്ഞു.

പിന്നെ നാടറിഞ്ഞത് പാലന്തായി കണ്ണൻ ദൈവക്കരുവായീന്നാ... പെർമലയൻ എണീറ്റ് നിന്ന് ഒടിഞ്ഞ ഓന്റെ നടു നേരെയാക്കി നീർത്ത് പിടിച്ചു. എന്നിറ്റ് ഓൻ തൊണ്ടീല് ബാക്കില്ലെ ഒച്ചത്രയും എട്ത്ത് പറഞ്ഞു.

"ന്റെ വിഷ്ണുമൂർത്ത്യേ... എന്റെ തീച്ചാമുണ്ട്യേ... നീയൊന്ന് തീക്കാറ്റായി വന്ന് കുറുവാടൻ കുറുപ്പിന കൊന്നപോലെ വല്യമനീം തമ്പ്രാനീം ചുട്ട് കരിച്ച്താ... ന്റെ തെയ്വങ്ങളേ..."

പെർമലയൻ അത്രീം പറഞ്ഞ് തുള്ളാൻ തൊടങ്ങി. ഓൻ തുള്ള്ന്നത് നോക്കി മലിനാണി തലയാട്ടി. ഓള് തലയാട്ടിക്കൊണ്ട് ചെണ്ടയടിച്ചു. ചെണ്ടയ്ക്ക് താളം മുറുകി പെർമലയന്റെ കാലിനും താളം മുറുകി. ഇപ്പം ഓന്റെ കാല് പ്രാക്കിടിയൻ ചെറകടിക്ക്ന്ന പോലെ പടപട പെടപെടച്ചു. ഓന്റെ മൊകം ചോന്നു. കണ്ണ് കത്താൻ തൊടങ്ങി. നെലത്തിരിക്ക്ന്ന ചെക്കന്റെ കൈക്ക് പിടിച്ച് ചെക്കനെ തുള്ളിച്ചു. മലിനാണി ഇരിന്നടുത്ത്ന്ന് എണീറ്റ് നിന്ന് ചെണ്ട കൊട്ടി.

എന്റെ കോലം പെർമലയനും മോനും കെട്ടുമ്പം ഓളന്ന്യാ തോറ്റം ചൊല്ലല്. ചങ്ക് നീട്ടി മാറ് ഒയർത്തിപ്പിടിച്ച് ഓളെ തൊണ്ട പൊട്ട്ന്ന ഒച്ചീല് ചൊല്ലും.

പെർമലയൻ ചെക്കന മാറ്റി നിർത്തി ഒന്ന് നിന്നു. കെതക്ക്ന്ന്ണ്ട് ഓന്. ഓന്റെ മോത്ത് വിഷ്ണുമൂർത്തിക്കോലം വിരിഞ്ഞു. ഓൻ കൈരണ്ടും പൊന്തിച്ച് വെറപ്പിച്ചോണ്ട് എടതാരി വലതാരി തല വെട്ടിച്ചു. എന്നിറ്റ് കുനിഞ്ഞ് നിന്നു. ഹിരണ്യവധം തൊടങ്ങി.

"വളർന്ന കൈരണ്ടും മുറുകെ പിടിച്ചും
എടുത്ത് വാതിൽപ്പടി നടുവെയിരുന്ന്

** വ്ത്ങ്ങി – വിഴുങ്ങി*

തൻ തുടമേൽ അവനെ വീഴ്ത്ത്ന്നേരം
വളർന്നുള്ള വിരൽ നഖങ്ങളാലെടുത്തു"

ഓൻ അലറി... തീതുപ്പുന്ന പോലെ പിന്നീം പിന്നീം അലറി... മുട്ട് കുത്തി തലയാട്ടിക്കൊണ്ടും കൈ കുലുക്കിയും ഓനിരുന്നു. ഹിരണ്യനെ വായുവിൽനിന്നും വലിച്ചെടുത്ത് മുട്ടിന്മേൽ കെടത്തി. പൊളയുന്ന ഹിരണ്യന്റെ കൊടല് പൊളന്നു. വയറ് നെറച്ചും ചോര കോരി കുടിച്ചു. ഹിരണ്യന്റെ കൊടൽമാല വാരിവലിച്ച് കഴുത്തിലിട്ടു. എന്നിറ്റ് ഓൻ പിന്നീം അലറി... കാലവർഷം തൊടങ്ങുമ്പുല്ലെ ഇടിമുട്ട്ന്ന ഒച്ചീല് അത് എന്റെ ചെമ്പകത്തറ വെറപ്പിച്ചു... തീയ്യത്തി ചിരുതേരെ കുന്ന് വെറപ്പിച്ചു...

ചെക്കൻ പേടിച്ച് ചെവിപൊത്തി.

പെർമലയന്റെ കൈവെരല്മ്മന്നും നാവ്ന്നും വായീന്നും ചോര തുള്ളി തുള്ളിയായി ബീന്ന്ണ്ട്ന്ന് ചെക്കന് തോന്നി. പിന്നീം പിന്നീം ഓന്റെ കരിഞ്ഞ പല്ല് കാട്ടി അട്ടഹസിക്കുമ്പം ചെക്കൻ പേടിച്ച് വിളിച്ചു...

"അപ്പാപ്പാ..."

കെതച്ചോണ്ട് പെർമലയൻ ചെക്കന്റെ പേടിച്ച മോത്തേക്ക് നോക്കി. എന്നിറ്റ് മിറ്റത്തെ മണ്ണിലിരുന്ന് കെതച്ചു. ഓൻ കൈനീട്ട്യേരം മലിനാണി റാക്കിന്റെ കുടുക്ക കൊടുത്തു. അയിലിണ്ടായ നാല് തുള്ളി റാക്കോണ്ട് ഓൻ നാവ് നനച്ചു. എന്നിറ്റ് എന്റെ തറമ്മല് വന്നിരുന്നു. അന്നേരൂം ഓന്റെ കെതപ്പടങ്ങീല്ല. അത് കണ്ട് ചെക്കനും കെതക്ക്ന്ന്ണ്ടായിന്.

പെർമലയൻ എന്റെ ചെമ്പകത്തിലേക്കെന്നെ നോക്കി. മെല്ലെ, വളരെ മെല്ലെ എന്നെ വിളിച്ചു. കൊറേഓട്ടം* വിളിച്ചു.

"ന്റെ പൊട്ടൻ തെയ്യേ... ന്റെ പൊട്ടൻ തെയ്യേ"ന്ന്...

ഓന്റെ തൊണ്ടേരുള്ള്ന്ന് ഒച്ചല്ല, പാമ്പാന്ന് എഴഞ്ഞെഴഞ്ഞ് ബെർന്ന്ന് എനക്ക് തോന്നി... ഏട്ന്നോ വന്ന കാറ്റ് എന്റെ കുത്ത്വെളക്കില് കത്ത്ന്ന തിരി ഊതിക്കെടുത്തി.

കൂവിതെളിയാത്തെ കോയീനപ്പോലെ ഓന്റെ തൊണ്ട പിറുപിറുത്തു. തമ്പ്രാന്മാര് ഞാങ്ങളെ പെണ്ണ്ങ്ങളെ കണ്ണും കരളും കുടിച്ച് വറ്റിച്ചു. അയിനായ് അവരിക്ക് ബയറ്റില് കെർപ്പം കൂലിയായിറ്റ് കൊടുത്തു...

ഓടുത്തു ന്റെ മോൻ അമ്പൂന്റോള് ചീല...

ഓടുത്തു എന്റെ വെല്യമോൻ അമ്പു...

ഓടുത്തൂന്റെ ചെറിയമോൻ ദാറൂട്ടി...

എന്റെ പൊട്ടൻ തെയ്യേ... നിന്റെ കൊക്കണ കത്ത്യോണ്ട് തമ്പ്രാന്റെ ചങ്കറ്ത്ത് കൊല്ലാൻ നിനിക്കാവൂലെ ന്റെ പൊട്ടൻ തെയ്യേ...

ഓന്റെ ഒച്ച ഇർട്ട്ലേക്കൂട എഴഞ്ഞെഴഞ്ഞ് പോയി. ഇരുട്ടും പൊളയാൻ തൊടങ്ങി...

മലിനാണിരൊച്ചീം ഇരട്ടത്ത് ഞാൻ കേട്ടു.

"എന്തായീ പറീന്നതെന്റെ പൊട്ടൻ തെയ്യേ... ഓറെ ബായി ഒന്ന്

കൊറേഓട്ടം - പലതവണ

പൊത്തിക്കൂടെ നിനിക്ക്... പെര്ബയി അല്ലേ തായല്... പെര് ബയിക്ക്ന്ന് ആരെങ്കിലും കേട്ടാല് ന്താ ഇണ്ടാവ്വാ... തീരൂലേ കഥയല്ലം..."

മലിനാണി എന്നോട് പറഞ്ഞേനി പെര്മലയനാ ഓക്ക് ഉത്തരം കൊടുത്തത്.

"എന്റെ മോന്റെ മോന ഞാൻ ബളത്ത്ന്ന് അയിനെന്ന്യ... തമ്പ്രാക്കമ്മാര കൊല്ലാൻ തന്ന്യാ... എന്റെ പൊട്ടൻ തെയ്യേ... അയിന് നിന്റെ കൊക്കണകത്തി നീ ഓന് കൊടുക്കണം. നീയോന് തൊണപോണം."

പെര്മലയൻ എണീറ്റ് നെഞ്ചത്തടിക്കാൻ തൊടങ്ങി.

"നിന്റെ കൊക്കണ കത്തി ഓന് കൊടുക്കൂലെ... ഓനായിറ്റ് കൊടുക്കൂലെ..."

ഓന് ബാധഎളകൃപോലെയായി

ഓൻ തളന്ന് ബീംബം* മലിനാണീം മക്കളും ഓന പിടിച്ചു. ഓൻ അവരെ തട്ടി മാറ്റി ആ മിറ്റത്തെന്നെ ഇരുട്ടിന്റെ ഉള്ളില് ചുരുണ്ട് കെടന്നു.

** ബീംബം - വീഴുമ്പോൾ*

ഒലക്കോട്ട് പൊരീലെ കണ്ണേറ് പാട്ട്

കുഞ്ഞിക്കേളൂന് വയസ്സിനേക്കാളും വളർച്ചയാ... ചെക്കന് വയസ്സ് പത്താന്നെങ്കിലും പതിനാറിന്റെ പൂരിപ്പാ.* ഓനിപ്പം തടിച്ചുരുണ്ടിറ്റ്ണ്ട്. ഓന്റെ ചങ്കും നെഞ്ഞും അരക്കെട്ടും തൊടയും എല്ലൂം ചിരിച്ച് മദിച്ച് വളന്നിന്. തീയൻ ചവുണ്ണിയൻ പെർമ്പച്ചന്തീന്ന് ഓന് കൊണ്ട് കൊടുത്ത ചൊട്ടിക്കരീല്ലെ കുഞ്ഞിത്തോർത്താ ഓനുടുക്വ. ഓൻ ചിരിക്കല് കൊറ വാണെങ്കിലും ഓന്റെ തുളുമ്പന്ന തുന്ത എപ്പൂം ചിരിക്കും. ഇപ്പോനി* ഓന്റെ അമ്മമ്മേരെ പണ്ടത്തെ കാലത്തെ നെറം വന്നു. നല്ല എള്ളെണ്ണേന്റെ നെറം. മുരിക്കുംപൂപോലത്തെ ഓന്റെ നൊണ്ണും* പാലപ്പൂപോലത്ത ബെള്ബെള്ത്ത പല്ലും തൊറന്ന് കാട്ടി ഓൻ ചിരിക്ക്മ്പം കെട്ടിപ്പൊറപ്പെട്ട വിഷ്ണുമൂർത്തി തെയ്യാന്ന്നേ തോന്നൂ.

കുടീലാരിക്കും കഞ്ഞീല്ലെങ്കിലും മലിനാണി ഓന് മൂന്ന് നേരം മുട്ടില്ലാതെ* കഞ്ഞി കൊടുക്കും.

തോട്ടിൻ കരക്ക് മുണ്ടക്കാട്ടിന്റെള്ള്ന്ന് കാരാമേന* പിടിച്ചാല് പെർമലയൻ തന്നെ ഒണങ്ങ്യചപ്പില വാരിക്കൂട്ടി തീകത്തിച്ച്, ആ തീയിലിട്ട് ആമേന ചുടും. അയിന ഓൻ തന്നെ വയക്കത്ത്യോണ്ട് കൊത്തിപ്പൊളിച്ച് എറച്ചി എടുത്ത് മുറിച്ച് കഴുകി ഒര് കഷണം വാഴെലമുറിച്ച് അയിലിട്ട് മലിനാണിക്ക് കൊടുക്കും. ഓള് അയിന് ഓട്ടിലിട്ട് ചൂടാക്യ കുരുമൊളകും മഞ്ഞളും ഉപ്പൂട്ട് കറി വെക്കും. എറച്ചി വറ്റാനാവുമ്പം വാണ്യനെമ്മൻ എനക്ക് ബെളക്ക് കത്തിക്കാൻ തന്ന ബെളിച്ചെണ്ണീന്ന് ലേശം എടുത്ത് കറീലൊഴിച്ച് എറച്ചി വരട്ടി എടുക്കും. മോന്തിക്കാണെങ്കില് ഓള്

** പൂരിപ്പ് - വലുപ്പം; * ഇപ്പോനി - ഇപ്പോൾ അവന്*

** നൊണ്ണ് - മോണ; * മുട്ടില്ലാതെ - തടസ്സമില്ലാതെ*

** കാരാമേന - കറുത്ത ആമ*

ഒര് കഷണം എലീല് വരട്ട്യ എറച്ചി എന്റെ ചെമ്പകത്തിന്റെ മുമ്പില് കൊണ്ടക്കും. എറച്ചീല് പകുതീലധികം ഓള് ചെക്കനക്കൊണ്ട് തീറ്റിക്കും. ബാക്കില്ലേല്ന്ന് കൊറച്ച് പെർമലയന് റാക്ക് കുടിക്കുമ്പം അയിന്റെ ഒപ്പരം തിന്നാൻ കൊടുക്കും. ഇരണ്ട് കഷണം മാണിക്കും മാതിക്കും കൊടുക്കും. പിന്നെ ഓക്കായിറ്റ് ചട്ടീലൊന്നുണ്ടാവൂല. ഒരുപിടി കഞ്ഞിണ്ടങ്കില് അയിന്റെ വെള്ളൂറ്റി വറ്റ് ചട്ടീലിട്ട് പെരക്കി ഓളും തിന്നും. ചെക്കൻ കുരുമുളകിന്റെ എരികേറീറ്റ് കണ്ണ്ന്നും മൂക്ക്ന്നും ബെള്ളം ഒലിപ്പിച്ച് എറച്ചി തിന്ന്ന്നത് നോക്കി ഓള് പറയും "വളന്ന് ബെല്തായി എത്ര തെയ്യക്കോലം കെട്ടണ്ടതാ... കാരാമേരെ എറച്ചി തിന്നാല് തെയ്യം കെട്ടിത്തുള്ളുമ്പം കെതപ്പ്*റീല... നിന്റെ അപ്പനും അപ്പാപ്പനും ഞാനെത്ര കാരാമേന വെളിച്ചെണ്ണീല് ബരട്ടികൊടുത്തിറ്റ്ണ്ട്ന്നറിയോ...!" നല്ല തെയ്യക്കാരനാവാൻ ഇപ്പേ തടി ഒരിക്കിവെക്കണം. അയിന്റെ പ്രായ ഇപ്പം."

ഓള് ചെക്കന മടീലിരുത്തി ഓന്റെ തലീലെ പേൻ നോക്കും. തലീല് മുറ്റി വളന്ന തണാറാ* ചെക്കന്. അയിന്റുള്ള്ന്ന് പേൻ നുള്ളിയെടുക്കുമ്പം ഓള് പറയും.

"ന്റെ മോൻ ബേം വളരണം. നിന്റെ അപ്പാപ്പൻ തൊണ്ടനായി.* ഇനി നീ ബളന്ന് ഈ ബീട്ടിന്റീം ഈ നാട്ടിന്റീം കാവക്കാരനാവണം."

എന്നിറ്റ് ഓളെ ഒണങ്ങിയ ചുള്ളിക്കമ്പ് പോലത്തെ ബെരലോണ്ട് ചെക്കന്റെ മേത്താകെ പരതും. ഒരീസം മുട്ടോളെത്താത്ത തോർത്ത് ഉടുത്തിറ്റ് ചെക്കൻ എന്റെ തറേരെ മുമ്പില് നിക്കുമ്പം ഓനത്തന്നെ കണ്ണടക്കാതെ നോക്കിക്കൊണ്ട് മലിനാണി പറഞ്ഞു.

"ന്റെ അമ്പൂന്റെ മുറിച്ച കഷണം തന്ന്യാന്റെ കുഞ്ഞിക്കേളു..."

അന്നേരം ഓളെ കണ്ണിന്റെ മൂലക്ക്ന്ന് ചെറ്ങ്ങന ബെള്ളം ബെര്ന്ന് ഞാൻ കണ്ടു.

പെർമലയൻ തോട്ട്പ്പോയിറ്റ് രാവിലെത്തെ പരിപാടിയെല്ലാം കയിച്ചിറ്റ് വന്നു. വന്നപാടെ ഓൻ ചെക്കനോട് പറഞ്ഞു.

"ഇന്നൊന്നും കിട്ടീല"

തോട്ട്ന്ന് കിട്ട്യ രണ്ട് തേങ്ങ ഓൻ കുടീന്റെ മിറ്റത്ത് ഇട്ടു. ഓൻ രാവിലെ എണീറ്റേരം തന്നെ തോട്ടിൻകരക്ക് പോവും. തോട്ടിൻ കരക്കെ മുണ്ടക്കാട്ടിന്റുള്ളില് കേറീറ്റാ ഓൻ തൂറാൻ ഇരിക്വ. രാവില നേരം ബെള്ക്ക്ന്നേന് മുമ്പിലേ ഓൻ പോവും. തൂറിക്കയിഞ്ഞ് തോട്ട്ല് എറങ്ങി ചേരിച്ച്* കാലും മീടും കഴുകി ആമക്ക് കെണി വെച്ചത് നോക്കാൻ പോവും. മുണ്ടക്കാട്ടിന്റെ പള്ളക്ക് തോട്ടിൻ കരക്കന്നെ ഒരു കുയികുയിച്ച് അയില് ബെല്ല്യ പയേകലം എറക്കി വെക്കും. ആ കലത്തില് മീൻതലീം കൊടലും ഇട്ട് വെക്കും. അയിന്റെ മണം കിട്ട്യ ആമ അത് തിന്നാൻ കലത്തില് എറങ്ങും. എറങ്ങ്യാപിന്ന അയിറ്റിങ്ങക്ക് കേറാൻ

** തണാറ് – തലമുടി*

** തൊണ്ടൻ – വൃദ്ധൻ*

** ചേരിച്ച് – ശൗചം ചെയ്ത്; * കെതപ്പ്– കിതപ്പ്*

പറ്റൂല. അതാ പെർമലയന്റെ കെണി. എടക്കല്ലം ഓനങ്ങനെ ആമേന പിടിക്കും. ചെറിയ കുഞ്ഞ്യാമയാന്നെങ്കില് അയിന ഓൻ കാട്ടിലേക്കന്നെ പറഞ്ഞ് വിടും.

പെർമലയന് ബേറീം കൊറേ കെണീണ്ട്. മുണ്ടക്കോയീന പിടിക്കാൻ മുണ്ടക്കയറ് പിരിച്ച് തളം വെക്കും. കീരിനെ പിടിക്കാൻ കോയിന്ദൻ മേലാശാരി ഇണ്ടാക്കികൊടുത്ത മരത്തിന്റെ മഞ്ചീണ്ട്. അയിന്റുള്ളില് കോയിക്കുഞ്ഞീന കെട്ടീട്ട്റ്റാ ഓൻ കീരീന പിടിക്ക്വ. മീൻ പിടിക്കാനാ ഓന് വെല്യ സൂത്രം. ഒണക്കമീൻ ബിക്കാൻ ബെർന്ന അന്തുമാപ്പിള ഓന് പെർമ്പച്ചന്തീന്ന് ചൂണ്ടല് കൊണ്ട് കൊടുക്കും. പെർമ്പച്ചന്തീന്നാ അന്തുമാപ്പള ഒണക്കമീൻ കൊണ്ടരല്. അതുംകൊണ്ട് ഓൻ പെർമലയന്റെ കുടീലെത്ത്യാല് പെർമലയൻ ഓനോട് പറയും. എനി ബെർമ്പം അടിയന് നാല് ചൂണ്ടല് കൊണ്ടരണംന്ന്. ചൂണ്ടല് മേണിച്ചാലും ഒണക്ക് മീൻ മേണിച്ചാലും പെർമലയന് അന്തുമാപ്പിളക്ക് കൊടുക്കാൻ പണൊന്നൂണ്ടാവൂല. കൊട്ക്കല് കൊറേ അടക്കീം ചെലപ്പം തേങ്ങീം. അങ്ങന എന്തെങ്കിലും ആവും. പൊലച്ചക്കൂറ്റിന് തോട്ടില് പോയിറ്റ് ബെർമ്പം ബയിക്ക്ന്ന് ക്ട്ടന്ന അടക്കീം തേങ്ങീം ഓൻ ഓന്റെ കുടീന്റെ മൂലക്കിട്ട് വെക്കും. അതാ കൊടുക്ക്വ.

അന്തുമാപ്പിള ചൂണ്ടല് മാത്രല്ല ബേറീം കൊറേ സാധനം പെർമ്പച്ചന്തീന്ന് കൊണ്ടരും. വെള്ളക്കോണം, പട്ട്കോണം, ഒണക്കച്ചെമ്മീൻ, തുണിക്ക് നെറം കിട്ടാൻ മുക്ക്ന്ന കട്ടനീലം, അങ്ങനെ എന്തെല്ലോ ഇണ്ടാവും. ജീരകൂം, കൊത്തമ്പാരീം, ബെള്ത്തുള്ളീം കൂട്ടീല്ണ്ടാവും. ബെള്ളം ബെച്ച് കുടിക്കാൻ എടക്കെല്ലം ചെമ്പ്കാശ് കൈമല്ണ്ടെങ്കില് മലിനാണി അന്തുമാപ്പള്ള്യോട് കൊത്തമ്പാരീം ജീരകൂം മേണിക്കും. ഓന്റെ കുട്ടീല് ഇല്ലാത്തത്, വേണെങ്കില് ഓനോട് പറഞ്ഞാമതി. പിന്നെ ബെർമ്പം ഓൻ കൊണ്ട്ത്തെരും. പെർമലയനും, ഓന്റോള് മലിനാണിക്കും മക്കക്കും എന്തെങ്കിലും ബേണന്ന് ഇണ്ടെങ്കിലും കുടീരെ മൂലക്ക് അടക്കീണ്ടെങ്കിലേ അവര് മേണിക്കൂ. നെല്ല് മൂർന്നാല്* ആരെങ്കിലും മലിനാണിക്ക് കൊടുത്ത നെല്ല് കൊടുത്ത് ഒണക്കമീനും പട്ട് കോണൂം മേണിക്കും. പിന്ന മന്ത്രവാദത്തിന് പോയിറ്റ് ചെമ്പ്കാശ് കിട്ട്യാലും അത് കൊടുത്തിറ്റും മേണിക്കും.

രാവിലെ തോട്ട്ന്ന് ഒന്നൂല്ലാതെ കൈയാട്ടി വന്നേരം മലിനാണി പെർമലയനോട് ചോയിച്ചു: "പേടിച്ചോണ്ടാ ഓള് ചോയിക്ക്ന്ന്."

"പെമ്മക്കള തമ്പ്രാന്റെ മനക്കലെ ഒലക്കോട്ട് പൊരീല് നെല്ല് കുത്താൻ പറഞ്ഞേച്ചാലൊ...?"

ഉത്തരം കിട്ടാൻ ഓള് പെർമലയന്റെ മോത്തേക്കന്നെ നോക്കിനിന്നു. എന്നാല് പെർമലയൻ അയിന്ള്ള ഉത്തരം പറഞ്ഞില്ല...

ഓൻ എന്റെ ചെമ്പകത്തറീല് വന്നിരുന്നു.

വെല്യ മനക്കല്ന്ന് കേക്ക്മ്പം തന്നെ കാലിന്റടി മൊതല് തലീല്

* *മൂർന്നാല് – കൊയ്താല്*

ഉച്ചിവരെ ഓന് തെളക്കാൻ തൊടങ്ങീന്... ഓനത് അന്നേരം പൊറത്ത് കാണിച്ചില്ല. ഓന്റെ മംഗലം കയിഞ്ഞ ദെവസം മലിനാണീന തമ്പ്രാന്റെ പത്തായപ്പൊരീലാക്കി മിറ്റത്ത് തലീല് ആളിക്കത്ത്ന്ന മേലേരി തീയുമായി നിന്നത് ഇപ്പം നടന്നത് പോലെ ഓന്റെ മേത്ത് തേച്ചും പൊള്ള്ന്ന്ണ്ട്. അതോന്റെ തലീല് തെളക്ക്മ്പല്ലും ഓൻ ഓനോടന്നെ ചോയിക്കും...

"ന്റെ അപ്പൻ എന്തേ മാരണമന്ത്രംന്നെ പഠിപ്പിച്ചില്ലാ, മാരണം ചെയ്ത് വല്യമ്പ്രാന്റെ ഒടല് വീർപ്പിച്ച് കൊടല് പൊട്ടിച്ച് കൊല്ലാനില്ലെ മന്ത്രന്തേ എന്റെ അപ്പൻ എന്ന പഠിപ്പിക്കാൻ മറന്ന് പോയിനീ."

ഓൻ തറമ്മല് ഒന്നും മിണ്ടാണ്ടിരിക്കുമ്പം ഓന്റോള് മലിനാണി ഓന നോക്കാതെ ഓനോട് പറയാൻ തൊടങ്ങി.

"എത്രീസായി ഈ കുടീല് അരി വെച്ചിറ്റ്. താളും തവരീം വായക്കണ്ടീം തിന്നിറ്റ് വയറ് പൊളയാൻ തൊടങ്ങി. അതും ഇപ്പം കിട്ടാനില്ലാതായി."

മാങ്ങേരീം ചക്കേരീം കാലായാല് ചക്കക്കുരൂം മാങ്ങേരണ്ടീം നല്ലോണം പറക്കി കുടീല് കൊണ്ടക്കും. പുറ്റ് മണ്ണില് വെള്ളൊയിച്ച് കൊയച്ച് അയില് പൊതിഞ്ഞിറ്റാ ചക്കക്കുരു കാത്ത് വെക്കല്. മാങ്ങേരണ്ടി തോട് കളഞ്ഞ് കുത്തി ചതച്ച് വെള്ളത്തിലിട്ട് ഊറ്റിയെടുത്ത് ഒണക്കി പൊടിച്ച് തുണീല് കെട്ടിവെക്കും. അയിനകൊണ്ട് നല്ല പായസൂണ്ടാക്കും. തീയത്തി ചിരുത റാക്ക് കാച്ചാൻ കൊണ്ടന്ന കാട്ടി ബെല്ലത്തിന്ന്* രണ്ടാണി ബെല്ലം കൊണ്ടന്നിറ്റ് പായസത്തില് ഇടും. മയക്കാലാവുമ്പം ചെലപ്പോ ബെല്യ പന പൊരിഞ്ഞ് ബീളം. അന്നേരം പന കൊത്തിക്കീറി അയിന്റുള്ളിലെ ചോറ് കിട്ട്ന്നത്ര എടുക്കും. അതെടുക്കാൻ ആരല്ലോ ബേറീം* ബെരും. അത് കൊണ്ടന്ന് ബെള്ളത്തില് അരച്ച് കലക്കി തുണീല് കെട്ടിത്തൂക്കും. ബെള്ളം തേച്ചും ബാർന്നാല് അത് ഒണക്കി കെട്ടിവെക്കും. അയിനക്കൊണ്ടും ഓട്ടടീം, പായസും ഇണ്ടാക്കും. ഇക്കൊല്ലം എല്ലം നേരത്തെ കയിഞ്ഞിന്. ഇനീപ്പം കണ്ടത്തില് നെല്ല് മൂർന്നാല് മുറിഞ്ഞ് വീണ കതിര് പറക്കാൻ* ഏളീം, തത്തീം പ്രാവും പോമ്പം മലിനാണീം മക്കളും പോവും.

പെർമലയൻ മന്ത്രവാദത്തിന് പോയാല് എന്തെങ്കിലും ചെമ്പ്കാശോ, അരിയോ നെല്ലോ കിട്ടും. മന്ത്രവാദത്തിന് അറ്ക്ക്ന്ന കോയീരെ ഒരു കാലിന്റെ കൊറൂം* കിട്ടും. എടക്കെടക്ക് പേറെടുക്കാൻ പോയാല് ഓക്കും കിട്ടും അരീം നെല്ലും വെള്ളരിക്കീം. പിന്നെ താളും തമരീം വായക്കണ്ടീം തന്നെ ബയി.

മലിനാണി പറഞ്ഞേനൊന്നും പെർമലയൻ ഉത്തരം മിണ്ടീല.

പിന്നീം ഓള് എന്തല്ലോ പറഞ്ഞ് പറഞ്ഞ് നെലത്ത് കുത്തിയിരു

** കാട്ടിബെല്ലം – കറുത്ത വെല്ലം*
** ബേറീം – വേറെ*
** പറക്കാൻ – ശേഖരിക്കാൻ*
** കാലിന്റെ കൊറ് – ഒരു മുഴുവൻ കാല്*

ന്നു. തല കുത്തനപ്പിടിച്ച ഓളെ മോത്ത്ന്ന് കണ്ണിലെ ബെള്ളം ബീആൻ തൊടങ്ങി.

ഓള് തലപൊന്തിക്കാതെ മണ്ണിലേക്കെന്നെ നോക്കിപ്പറഞ്ഞു:

“ഒലക്കോട്ട് പൊരീല് പോയി നെല്ല് കുത്ത്യാല് ലേശം അരീം, കൊറച്ച് നുറ്ക്കരീം, കൊറച്ച് തവിടും കിട്ടും. കൊറച്ച് ദേവസത്തേക്ക് കത്തലടക്കാൻ അതാവല്ലോന്ന് നിരീച്ചിറ്റാ.”

ആ പറഞ്ഞത് പെർമലയൻ കേട്ടിറ്റേ ഇല്ല.. ഓന്റെ മോത്ത് കടന്നല് കുത്ത്യ പോലെ വീർത്തതായിറ്റ് എനക്ക് തോന്നി. സങ്കടാന്ന് ഓനെ ങ്കില് ഓനെന്നെ വിളിക്കും. ന്റെ പൊട്ടൻ തെയ്യേന്ന്. സങ്കടല്ല, ദേഷ്യാ. ഓനിപ്പം എണീറ്റ് ബെറും നെലത്ത് കുത്തീരിക്ക്ന്ന മലിനാണീരെ നടു പ്പൊറത്ത് ചവിട്ടുംന്ന് എനക്ക് തോന്നി. അത്രക്ക് ദേഷ്യം വന്ന് ഓന്റെ മൂക്ക് വെറക്ക്ന്ന്ണ്ട്. ഓനെണീറ്റു. അപ്പറൂം ഇപ്പറൂം നോക്കാതെ നേരെ പെരയിലേക്ക് നടന്ന് പോയി.

ഓൻ പോന്നതും നോക്കി മലിനാണി എണീറ്റ് നിന്നു. എന്നിറ്റ് കുടീന്റുള്ളിലേക്ക് നോക്കി പറഞ്ഞു.

“പോയി ബാ മക്കളെ, എന്റെ കുഞ്ഞിക്കേളുനീം കൂട്ടിക്കൊ. ആട ക്കാണ്ന്നവരോടെല്ലാം നല്ലോണം താണ് വണങ്ങി പെർമാറണം. കൊറച്ച് അരി അവരായിറ്റ് തെരും. എന്നാല് രണ്ടാളും തോർത്ത് മുണ്ടില്നെറച്ചും തവിട് വാരിക്കെട്ടണം. പാറ്റിപ്പറക്കി തവിടപ്പം ചുടാലൊ.”

അവരെറങ്ങി. വേണ്ടപ്പെട്ടവര് ചത്തവീട്ടിലേക്ക് പൊമ്പോല്യാ അവരെ പോക്ക്. മലിനാണി ഇന്നലേ അവരെ പോവാൻ നിർബന്ധിച്ച് ഒർക്യതാ... പെർമലയന്റെ സമ്മതത്തിന് നിന്നതാ. മനക്കല് പോവണ്ട കാര്യം മലിനാണി പറീമ്പം മക്കള് രണ്ടാളും പോവാൻ കയീലാന്ന് പറ ഞ്ഞതാ. പേട്യാ, അവരിക്ക് കേട്ടട്ത്തോളം കഥ നല്ലതായിറ്റല്ല അവരെ ഉള്ളിലില്ലത്...

ചെക്കനാ മുമ്പില് നടന്നത്. മുട്ടോളം എത്താത്ത തോർത്തുടുത്ത ഓൻ നടക്കുമ്പം ഓന്റെ മോത്ത്ന്ന് തുന്ത തുളുമ്പ്ന്ന്ണ്ട്. മാണീം മാതീം, രണ്ടാളും പയേ പൊകപിടിച്ച പൊട മുട്ട് വരെ കേറ്റി ഉടുക്കേതിന്. രണ്ടാളും ഉടുത്തത് മലിനാണിക്ക് പണ്ട് മനക്ക്ന്ന് കിട്ട്യതാ. പെർമല യൻ ഉടുക്ക്ന്ന പോലത്തെ തോർത്തോണ്ട് അവര് മാറിടം പൊതച്ച് വെക്കേതിന്. എന്നാലും അവര് നടക്ക്മ്പം ചെക്കന്റെ കവിള് തുളുമ്പ്ന്നേ നേക്കാൾ തോർത്തിന്റുള്ള്ല് ഒതുങ്ങാത്ത മാതിരി മാറ് തുള്ളുമ്പ്ന്ന്ണ്ട്. അയിന്റെ വെഷമം അവരെ കണ്ണിന്റുള്ളില് പെടക്കുന്നൂണ്ട്. പെർവയീം കയിഞ്ഞ് തോടും കടന്ന് അപ്രത്തേക്ക് പെർമലയനോ അവരമ്മ മലി നാണ്യോ ഇല്ലാതെ അവര് ഇത്രീം കാലം പോയിറ്റില്ല. അയിന്റേതായൊരു പേടീം ബെറീം അവരെ മേത്ത് തേച്ചും ഇണ്ട് താനും.

അവര് പെർബയി കയിഞ്ഞേരം മലിനാണി നീട്ടി ശ്വാസം കയിച്ചു. എന്നിറ്റ് ഓള് എന്നോട് പറഞ്ഞു:

“ന്റെ പെമ്മക്കക്ക് ദോഷായിറ്റൊന്നും ബെർത്തല്ലെന്റെ പൊട്ടൻതെ യ്യേ... നീയായിറ്റ് എന്റെ മക്കക്ക് കാവല് വേണം.”

ഓള് എന്നോട് പറഞ്ഞത് എനക്ക് തീരെ പിടിച്ചില്ല. പൈയ്ക്കി*ന്നിണ്ടായിറ്റിണ്ടാവും. അവരിക്കെല്ലാം ബയറ് നല്ലോണം പൈച്ചിറ്റു*ണ്ടാവും. പൈക്കളെ* മേത്തെ ഉണ്ണീന*കളയാൻ പൈക്കളപിടിച്ച് തീയിലിടാൻ പറ്റ്വോ. പൈച്ചിറ്റ് ചത്താലും ചത്തോട്ടെ, പൈപ്പ്മാറ്റാൻ മാനം കൊടുക്കണോ! മൂക്കറ്റം പാലും കുടിച്ച്, പച്ച വെണ്ണ ബയറ് നെറച്ചും തിന്ന് മേത്ത് തേച്ചും കാമം ബെളഞ്ഞ്* നിക്ക്ന്ന മുക്രയിടുന്ന മൂരിക്കുട്ടനപ്പോലത്തെ തമ്പ്രാക്കമ്മാരട്ത്തേക്കാ മക്കളെ പറഞ്ഞേക്ക്ന്ന്നില്ലെ ഓർമ്മവേണ്ടെ ഓക്ക്. ഓളും ആടത്തെ മൂരികളെ കൊളമ്പിന്റടീല് പെട്ട് നെലവിളിച്ചോളല്ലേ.

തമ്പ്രാന്റെ മനക്കല് വെള്ളത്തില് വീണ് ചത്ത് വീർത്തപോലത്തെ കൊറേ പെണ്ണ്ങ്ങള്ണ്ട്... എന്നാലും ആരാന്റെ പെണ്ണ്ങ്ങളെ കണ്ടാല് തമ്പ്രാക്കമ്മാർക്ക് അടങ്ങി നിക്കാനാവൂല...

ഞാനും പോയി അവരൊപ്പരം.

തെങ്ങ്മ്മന്ന് കള്ള് ചെത്തീറ്റ് തീയൻ ചവുണിയൻ ബെർന്ന്ണ്ടായിന് അന്നേരം. ഓന്റെ അരക്ക് കെട്ടിയ ചെരപ്പത്തുണ്ടീന്ന്* കള്ള് പതഞ്ഞിറ്റ് കരിനാടൻ പാമ്പ് എരിക്ക്ന്ന* പോലെ എരിക്ക്ന്ന്ണ്ട്. കള്ളിലന്നെ ബീണിറ്റ്* ബയറ് നെറച്ചും കള്ള് കുടിച്ച് കൊറെ പ്രാണീം, കറത്ത വണ്ടും ഈച്ചീം* ചത്ത് മലന്ന് കെടക്കുന്നുണ്ട്.

തീയ്യൻ ചവുണിനെ കണ്ടിറ്റ് മൂന്നാളും നിന്നു. ഞാനും നിന്നു.

തീയ്യൻ ചവുണ്യൻ ചോയിച്ചു:

"ഏടത്തേക്കാ മൂന്ന് മക്കളും പോന്ന്..."

"തമ്പ്രാന്റെ മനക്കലേക്കാ..."

ചെക്കനൊ ഉത്തരം കൊടുത്തത്. ചെക്കൻ പറഞ്ഞേപ്പിന്ന മാതി ഒച്ച കൊറച്ച് പറഞ്ഞു-

"ഒലക്കോട്ട് പൊരീല് നെല്ല് കുത്താനാ..."

അന്നേരും ഓളെ ബർത്താനത്തില് നല്ലോണം പേടീ നെറഞ്ഞിന്.

"മൂന്നീസായി കുടീല് അരി വെച്ചിറ്റ്*..."

ഓളെ കണ്ണ്ന്ന് ബെള്ളം ഒലിച്ച് എള്ളിന്റെ നെറൂല്ലെ തുന്തയില്* വന്ന് ഉരുണ്ട് നെലത്ത് വീണ് കനല് പൊട്ടിത്തെറിച്ച് ചെതറ്മ്പോലെ ചെതറി.

അത് കണ്ട് തീയൻ ചവുണിയന്റെ ചങ്ക് പൊള്ളി. "ന്നാല് നിങ്ങക്ക് നിങ്ങളമ്മ മലിനാണീനീം ഒപ്പരം കൂട്ടിക്കൂടെ..! തലീം മൊലീം വളന്നവരാന്ന്ന് എല്ലാരീക്കും ചിന്തവേണ്ടെ..."

തീയ്യൻ ചവുണിയൻ നടക്കാൻ തൊടങ്ങുമ്പം പറഞ്ഞു.

** പൈക്ക്ന്ന് - വിശക്കുന്നു*

** പൈക്കള് - പശുക്കള്; * ഉണ്ണീന - ചെള്ള്; * പൈച്ചിറ്റ് - വിശന്നിട്ട്*

** ബെളഞ്ഞ് - വിളഞ്ഞ്; * ചെരപ്പതുണ്ടി - കള്ളൊഴിക്കുന്ന പാത്രം*

** എരിക്ക്ന്ന - പാമ്പ് ചീറ്റ്ന്ന ശബ്ദം; * ബീണ്റ്റ് - വീണിട്ട്*

** ഈച്ചീം - ഈച്ചയും; * വെച്ചിറ്റ് - വേവിച്ചിട്ട്; * തുന്ത - കവിൾ*

"അതാതാളെ* നല്ലോണം സൂക്ഷിക്കാനാവണം. ആൺ തരി ഒരാളായി ചെക്കൻ ഒപ്പരൂല്ലത്* നന്നായി..."

ഓൻ പോയി- ഓൻ നടക്ക്മ്പം ഓന്റെ ചെരപ്പതുണ്ടീന്ന് കള്ള് പൊറത്തേക്ക് പതഞ്ഞ് മറീന്ന്ണ്ടായിന്...

ഒര് നേരം കഞ്ഞിവെക്കാന്ല്ലെ അരി എപ്പം ചോയിച്ചാലും* തീയൻ ചവുണ്ണിയനും ഓന്റോള് തീയ്യത്തി ചിരുതീം മലിനാണിക്ക് കൊടുക്കും. ന്നാല് വയറ് മുറുക്കി കെട്ട്യാലും ഓള് ചോയ്ക്കൂല.

തീയ്യൻ ചവുണ്ണിയൻ നടന്ന് പോവുമ്പം എന്ന ബിളിച്ച് വേറൊരു കാര്യം പറീന്നതും ഞാൻ കേട്ടു.

"ന്റെ പൊട്ടൻ തെയ്യേ... എന്റെ കൈമലെ കള്ള് തേച്ചും നിനിക്കായിറ്റ് നിന്റെ തറീല് ഞാൻ ബെക്ക*. ന്റെ പെർമലയന്റെ പെമ്മക്കൾക്ക് തെററായിറ്റൊന്നും ബെര്ത്താതെ* നീ നോക്കണം."

നാട്ടില് പറ്റീം പട്ടിണ്യാ, നാളക്കയിഞ്ഞ് മറ്റന്നാള് തമ്പ്രാൻ പട്ടിണിക്കഞ്ഞി കൊട്ക്ക്ന്ന്ണ്ട്, മനേരെ മുമ്പ്ന്ന്.

നാട് പട്ടിണി കെടന്ന് പൊരീമ്പം തമ്പ്രാൻ പട്ടിണിക്കഞ്ഞി വെച്ച് വെളമ്പും; ഓന്റെ മിറ്റത്ത്ന്ന്. നാട് തേച്ചും പോവും. കൈമല് വാട്ട്യ വായ എലീം ഇണ്ടാവും. തമ്പ്രാന്റെ മിറ്റത്ത് നെലത്ത് കുത്തീര്ന്ന് ആട ചെറിയ കുണ്ട് കുയിച്ച് അയില് എല താത്തി വെക്കും. അയില് കാര്യസ്ഥമ്മാര് കഞ്ഞീം വെള്ളും പുളിങ്കറീം വെളമ്പും. കത്തിക്കരിഞ്ഞ വയറിലേക്ക് എല്ലാരും വാരിനെറക്കും. വയറ് നെറ്ചും കുടിക്ക.

കുടിച്ചോണ്ട് നിക്കുമ്പം തമ്പ്രാൻ വെരും. തമ്പ്രാൻ വെര്മ്പം എല്ലാരും എണീറ്റ് നിക്കും. പെണ്ണ്ങ്ങള് മാറ് പൊത്ത്യെ തോർത്ത് എളകി ഞേല്ന്ന്*ണ്ടാവും. മുട്ടോളം എത്താത്ത തോർത്ത് സ്ഥാനം തെറ്റീറ്റ്ണ്ടാവും. തമ്പ്രാന്റെ ഉണ്ടക്കണ്ണ് അതെല്ലം വെലിച്ച് കുടിക്കും. എന്നിറ്റ് ഇരിക്കാൻ പറീം. കുത്തീര്ന്ന് കഞ്ഞികുടിക്കുമ്പൂം തമ്പ്രാൻ ചുറ്റും നടക്കും. ആ നടത്തത്തില് കൊറേ തലീം മൊലീം ചൊങ്കൂല്ലെ പെണ്ണിന ഓൻ നോട്ടൂടും. പിന്ന കാര്യസ്ഥമ്മാർ ഓരോ ദെവസം ഓരോ കാര്യം പറഞ്ഞ് അവര മനക്കല്, ഒലക്കോട്ട് പൊരീല് എത്തിക്കും.

പെർമലയൻ ഓന്റെ ഓളീം മക്കളീം പട്ടിണിക്കഞ്ഞി കുടിക്കാൻ ബിടലേ ഇല്ല.

കണ്ടത്തില്* നെല്ല് കൊലകൊലയായി നെറഞ്ഞ് നിക്ക്ന്ന്ണ്ട്. ശരിക്കും ബെളഞ്ഞിറ്റ്ല്ല*. പച്ചീം മഞ്ഞീം നെറത്തില് ആകാശം പോലെ പരന്ന് കെടക്കേന്ന് കണ്ടം. എല്ലാം ഓന്റതാ. മനക്കലെ ബെല്യമ്പ്രാന്റെ... എന്റെ അപ്പനും അമ്മീം പണ്ട് വെയിലും മയീം കൊണ്ട് ചളീക്കെടന്ന് പണിയെടുക്കുമ്പോലെ ഇപ്പും സകല പൊലേനും പണിയെടുക്ക്ന്ന്ണ്ട്.

** അതാതാള - അവരവരെ; * ഒപ്പരം - ഒരുമിച്ച്; * ചോയിച്ചാല് - ചോദിച്ചാൽ*

** ബെക്ക - വെക്കാം; * ബെര്ത്താതെ - സംഭവിക്കാതെ*

** ഞേല്ന്ന്ണ്ട് - തൂങ്ങിനിൽക്കുക*

** കണ്ടത്തിൽ - വയലിൽ; * ബെളഞ്ഞ്റ്റ്ല - വെളഞ്ഞില്ല*

കണ്ടം നെറീന്ന നെല്ലല്ലം ഓന്. പണിയെടുക്കുന്നോന് കൂലി ഒടുങ്ങാത്ത പൈപ്പും* നെലവിളീം...

മൂന്നാളും നടന്ന് കണ്ടത്ത്ന്ന് കേറി.

ഈടന്നേ തമ്പ്രാന്റെ മന കാണ്ന്ന്ണ്ട്. ഓൻ ഇപ്പം ഓന്റെ മനേരെ മച്ച്മ്മ*ലിരിന്ന് മൂന്നാളീം കണ്ട്റ്റ്ണ്ടാവും. മച്ച്മ്മല് ഇര്ന്ന് നോക്യാല് ബെര്ന്നീം പോന്നീം* എല്ലാരീം ഓന് കാണാൻ പറ്റും.

മലിനാണി ഓള മംഗലം കയിഞ്ഞന്ന് രാത്രി കണ്ട ഒറ്റേൻ പന്നീന പോലത്തെ തമ്പ്രാന്റെ കോലല്ല ഇപ്പം. വെള്ത്ത പന്നി തേറ്റ പോലത്തെ ഓന്റെ പല്ലിനെല്ലം മഞ്ഞക്കറ നെറഞ്ഞിന്. കുടുമ തേച്ചും* നരച്ചിന്. മേത്ത്ന്നെല്ലം എറച്ചി ഞേല്ന്ന്ണ്ട്. പത്തായപ്പൊരീലേക്ക് ഓൻ ബെരല്* കൊറവാ. മക്കളും മരുമക്കളും ആയിറ്റ് കൊറേ തമ്പ്രാക്കളിണ്ടിപ്പം, മന ക്കല് നെറച്ചും. എന്നാലും എപ്പെങ്കിലും മുക്രീട്ടോണ്ട് പത്തായപ്പൊരീ ലേക്ക് എറങ്ങിവെരും. എന്നിറ്റ് നരച്ച കണ്ണോണ്ട് നോക്കും. ഓനചുറ്റി പ്പറ്റി എപ്പും കോയിച്ചപ്പും ചെമ്പച്ചന്തൂംണ്ടാവും. കൊല്ലാനും ചാവാനും ഒര്ങ്ങീറ്റ്.

മാതീം മാണീം ചെക്കനും മനക്കലെ അട്ക്കളേന്റടുത്തേക്ക് പോയി. ആട പാത്രം കഴുകുന്ന പെണ്ണ്ങ്ങള് ചോയിച്ചു...

"ന്താ വന്നത്..."

"നെല്ല് കുത്താന്ണ്ടെങ്കില്..."

"ദാ.. അങ്ങോട്ട് ഒലക്കോട്ട് പൊരീലേക്ക് പോയ്ക്കോ... പൂങ്ങി* ഒണക്കി വെച്ച നെല്ല്ണ്ട് ആട*... അടിച്ച് വാരി വൃത്ത്യാക്കീറ്റ് ബേഗം* കുത്തിക്കോ..."

മൂന്നാളും ഒലക്കോട്ട് പൊരീലേക്ക് പോയി. ഒരലിന് ചുറ്റും അടിച്ച് വാരി നെല്ല് ഒരലിലിട്ടു. മാറ് പൊതിഞ്ഞ തോർത്ത് ഒന്ന് കൂടി മുറുക്കി പൊതിഞ്ഞു. മുട്ടിന് താന്ന് നിക്ക്ന്ന ഉടുത്ത തുണി ഒന്നുംകൂടി ബെലിച്ച് താത്ത്* നെല്ല് കുത്താൻ തൊടങ്ങി.

വീക്ക് ചെണ്ട*ക്കടിക്ക്ന്ന താളത്തിലാ അവര് നെല്ല് കുത്ത്ന്നത്. ഓലക്കോട്ട് പൊരീല് കൂട്ടീട്ട ഉമീലിരുന്ന് ചെക്കൻ പൊറത്തേക്ക് നോക്കി. ഓനോട് ഓന്റമ്മാമ്മ മലിനാണി പറഞ്ഞിന്, നെല്ല് കുത്തുന്നതും നോക്കി ഒലക്കോട്ട് പൊരീല് തന്നെ ഇരിക്കണംന്ന്. ഓൻ നെല്ല് കുത്ത്ന്ന താളം തന്നെ നോക്കിയിരുന്നു. ഓനാ താളം ആവോളം മനസ്സിന്റെ ഉള്ളിലേക്ക് വെലിച്ച് കേറ്റി. നെഞ്ചിന്റെ ഉള്ള്ന്ന് ഹൃദയം തുള്ള്ന്ന അതേ താളം. നാലഞ്ചൊരല് നെല്ല് ബേഗം കുത്തി കയിച്ചു*. അഞ്ചാമതും നെല്ല് ഒര

** പൈപ്പ് - വിശപ്പ്; * മച്ച്മ്മ - മുകളിലെ നിലയിൽ*
** ബെര്ന്നീം പോന്നീം - വരുന്നവരോടും പോകുന്നവരോടും*
** തേച്ചും - മുഴുവനും; * ബെരല് - പ്രവേശിക്കൽ*
** പൂങ്ങി - പുഴുങ്ങി; * ആട - അവിടെ; * ബേഗം - വേഗം*
** ബെലിച്ച്താത്ത്- വലിച്ച് താഴ്ത്തി*
** വീക്ക് ചെണ്ട - ഇരട്ട തോലിട്ട ചെണ്ട; * കയിച്ചു - തീർത്തു;*

ലില് വാരീടുമ്പം അരിവെക്ക്ന്ന തടിച്ചിപ്പാറു വന്നു. വെല്യ ചെമ്പ്കലം ഉരുണ്ടുരുണ്ട് ബെര്ബോലെയാ ഓള് വന്നത്. തടിച്ചുരുണ്ട ഓക്ക് കാലിന്റെ മുട്ടിന് തായല് നീളം കൊറവാ. തടിച്ച മരക്കുറ്റി പോലത്തെ കാലാ. ഓളെ ചങ്കിനും നീളം കൊറവാ. നെഞ്ഞത്താ ഓക്ക് തല മൊള ച്ചിന്. ഉച്ചീല് കെട്ട്യ തണാറ് പകുതീം നരച്ചിന്. ഓളെ മോത്തെപ്പും ചിരി യാ. ഉണ്ടക്കണ്ണ് പൊറത്തേക്ക് തള്ളിപ്പിടിച്ച് ഓള് നെല്ല് കുത്തുകാരെ നോക്കി ചിരിച്ചു.

ചെക്കൻ ഓള തൊഴുത് നിന്നു-

ഓള് ചെക്കനെ നോക്കി കറപിടിച്ച തൊണ്ണ് തൊലിച്ച് പല്ല് തേച്ചും കാണിച്ച് ചിരിച്ചു. ഒരു വളിച്ച് നാറുന്ന ചിരി. എന്നിറ്റ് മാതീന നോക്കി പറഞ്ഞു.

"ബാ..."

മാതീം മാണീം തടിച്ചിപ്പാറൂന്റെ ചിരിക്ക്ന്ന ഉണ്ടക്കണ്ണിലേക്ക് നോക്കി. കണ്ണിന്റുള്ള്ന്ന് ആരല്ലോ അട്ടഹസിക്ക്ന്ന പോലെ രണ്ടാക്കും തോന്നി. ഓളെ കറപിടിച്ച പല്ല് ചിരിക്കുമ്പം അയിന്റുള്ള്ന്ന് പ്രേതങ്ങൾ എറങ്ങിബെര്ന്നതായി രണ്ടാളും കണ്ടു.

ഓള് പിന്നീം കരിംനൊണ്ണ് കാണിച്ച് ചിരിച്ചോണ്ട് പറഞ്ഞു.

"ബാ... അപ്പറത്ത്ന്ന് നിന്ന ബിളിക്ക്ന്ന്ണ്ട്..."

മാതീരെ തലീല് ഇടിവാള് വീണു...

ചെക്കൻ ചോയിച്ചു-

"ഏടത്തേക്കാ..."

"കണ്ണേറ് പാട്ട് പാടാൻ... തമ്പ്രാന് കണ്ണേറ് പാട്ട് കേക്കണോലും... പാട്ട് കേട്ടാല് തമ്പ്രാൻ കൊറേ കോള് തരും..."

മാതിക്ക് മേലെല്ലാം ബെറക്കാൻ തൊടങ്ങി.

"ബേണ്ടമ്പ്രാട്ടിയേ... അടിയങ്ങൾക്ക് കോളും നെല്ലും ഒന്നും ബേണ്ട... അടിയങ്ങള് കുടീലേക്ക് പോയ്ക്കോളാ..."

പിന്നെ തടിച്ചിപ്പാറു ബെല്യ ഒച്ചീലാപറഞ്ഞത്

"ബാ കുത്തിച്ചീരാമോളേ..."

തടിച്ചിപ്പാറൂന്റെ വായീന്ന് പല്ല് നീണ്ട് ബെരാൻ തൊടങ്ങി.

തടിച്ചിപ്പാറു നടന്നു. ഓളെ ബയ്യന്നെ പൈക്കിടാവ് പോമ്പോലെ* മാറ് രണ്ടും പൊത്തിപ്പിടിച്ച് മാതി നടന്നു.

മാണി നെല്ല് കുത്തീല... ഓള് ഒലക്കീം പിടിച്ച് മരം പോലെ നിന്നു. ചെക്കന്റെ തലീല് ചപ്പില വാരിക്കൂട്ടി കത്തിക്കുമ്പംണ്ടാവ്ന്ന ഉണ്ടലും പൊകീം* നെറഞ്ഞു.

കൊറേനേരം കയീമ്പം* തടിച്ചിപാറു ഉരുണ്ട് വന്ന് ഒലക്കോട്ട് പൊരീല് നിന്നു. ഓള് ചെക്കനീം മാണീനിം നോക്കി ചിരിക്കാൻ തൊട ങ്ങി. ഓളെ കൈമല് ഇല്ലെ രണ്ട് തുണികണ്ടത്തില്* ഒലക്കോട്ട് പൊരീന്ന്

** പോമ്പോലെ - പോകുമ്പോലെ; * കയീമ്പം - കഴിയുമ്പോൾ;*

** ഉണ്ടലും പൊകീം - കട്ടിപ്പുക; * തുണിക്കണ്ടം - തുണി തുണ്ടം*

കൊറേ അരീം നെല്ലും വാരികെട്ടി. എന്നിറ്റ് മാണീന നോക്കി പിന്നീം ചിരിച്ചു.

ഓള് ചിരിച്ചോണ്ട് കൊണ്ടോയി പത്തായപ്പൊരീലാക്യ പെണ്ണ്ങ്ങള തമ്പ്രാക്കമാര് മാന്തിപ്പൊളിച്ച് മാറ് പൊത്താൻ തുണിക്കണ്ടംപോലും ഇല്ലാതെ കരഞ്ഞോണ്ട് ബെര്മ്പം തടിച്ചിപ്പാറു സങ്കടത്തോടെ മേല് പൊതിയാൻ തുണികൊടുക്കും. പയേ പൊട കൊടുക്കും. നെല്ല് കുത്ത്യരി കൊടുക്കും. നെല്ല് മൂർന്ന് മൊതിച്ചാല് കൂലികൊടുക്കുമ്പം ഓള് പത്താ യപ്പൊരീല് കൊണ്ടാക്യ പെണ്ണിന് രണ്ടെടങ്ങായി* നെല്ല് അധികം കൊടു ക്കും. എന്നിറ്റ് അവരെ നോക്കി ചിരിക്കും.

ചെല പെണ്ണ്ങ്ങക്ക് വയറ്റില് തമ്പ്രാന്റെ കെർപ്പം മൊളക്കും. അവര് കരഞ്ഞോണ്ട് തടിച്ചിപ്പാറൂന്റെ മുമ്പില് തൊഴുത് നിക്കും. അന്നേരും പാറു ചിരിച്ചോണ്ട് പറയും. മന്ത്രവാദി മലയൻ ചന്തൂന്റെ ഓള്ണ്ട്, മലിച്ചി കുംമ്പ. ഓളടുത്തേക്ക് പറഞ്ഞേക്കും. ഓള് പച്ചമരുന്ന് വെച്ച് കെർപ്പ ത്തിലെ കരൂന* കൊല്ലും. അയിന്ല്ലെ കൂലി മലിച്ചി കുംഭക്ക് തടിച്ചി പ്പാറു കൊടുക്കും; രണ്ട് എടങ്ങായി അരീം വയറ് നെറച്ചും തിന്നാൻ കഞ്ഞീം പുളിങ്കറീം.

ചെല പെണ്ണ്ങ്ങള് കെർപ്പം കലങ്ങി പോയിറ്റ് ചോര നിക്കാതെ ചത്തി റ്റുണ്ട്. അത് കേട്ടാലും തടിച്ചിപ്പാറു സങ്കടത്തോടെ ചിരിക്കും. എന്നാല് ചത്തപെണ്ണിന്റെ അമ്മീം ആളും എന്റെ തറേരെ മുമ്പില് ബെരും. എന്നിറ്റ് നെഞ്ഞത്തടിച്ച് കരയും. എന്റെ മോളെ കൊന്നോന്റെ തലമൂർത്തീല് കരിനാടൻ പാമ്പിനെ കൊണ്ട് കൊത്തിച്ച് കൊല്ലണേ പൊട്ടൻ തെയ്യേന്ന് പ്രാർത്ഥിക്കും...

തടിച്ചി പാറൂനോട് ചെക്കൻ ചോയിച്ചു.

“എന്റെ വെല്ല്യേളേമ്മ ഓടുത്തു* തമ്പ്രാക്കളേ... ന്താ കണ്ണേറ് പാട്ട് കേക്കാത്തത്?”

കയ്യാലേന്റെ പള്ളക്ക് ഇണ്ടായ പാമ്പിന്റെ പൊത്ത്* പോലത്തെ ഓളെ ബായി* തേച്ചും തൊറന്ന് ചെക്കനനോക്കി പറഞ്ഞു.

“ഇപ്പം ബെരും. നല്ലോണം കണ്ണേറ് പാട്ട് പാട്യേന് ബെല്ല്യ കോളും മേണിച്ചിറ്റ് ബെരും”

ചെക്കൻ മാണീരെ മോത്തേക്ക് നോക്യേരം ഓള കണ്ണിന്ന് ബെള്ളം ഒലിച്ച് തവിടിലേക്ക് ബീന്നതാന്ന് ഓൻ കണ്ടത്.

പണ്ട് മലിനാണി ഇർട്ടിന്റെ ഉള്ളിലേക്കൂട പത്തായപ്പൊരീന്ന് കീറി മുറിഞ്ഞ് ചോരയൊലിക്ക്ന്ന മാറും പൊത്തിപ്പിടിച്ച് ബന്നപോലെ മാതീം പത്തായപ്പൊരീന്ന് ബന്നു.

** എടങ്ങായി - ഇടങ്ങഴി; * കരൂന - കുട്ടിയെ*

** ഓട്ത്തു - എവിടെ; * ബായി-വായ*

** പൊത്ത് - മാളം;*

ഒര് തുണിക്കണ്ടം പോലും മേത്തില്ലാത്ത ഓക്ക് മാറ് പൊത്താൻ തടിച്ചിപ്പാറു ഓളെ ചൊമലിലിട്ട തോർത്തെടുത്ത് കൊടുത്തു. ഉടുത്ത തുണിന്ന് ഒലിച്ച് വന്ന ചോര കാണാണ്ട്ക്കാൻ ഓലക്കോട്ട് പൊരീല് ഒണങ്ങാനിട്ട തോർത്തെടുത്ത് മാതിക്ക് ഉടുക്കാൻ കൊടുത്തു.

മാതി നിന്ന നിപ്പിന്ന്* ഏങ്ങലടിച്ച് കരഞ്ഞു.

തടിച്ചിപ്പാറു ഓള നോക്കിപ്പറഞ്ഞു.

"തങ്കടപ്പെടണ്ട*, അതെല്ലാം ആചാരും അവകാശ്വാ... തമ്പ്രാക്കമ്മാര് കല്പിക്കും... നമ്മള് മിണ്ടാതെ അനുസരിക്കണം. നേമം* തെറ്റിച്ചാല് നാട് മുടിയുന്നാ... അടങ്ങി ഒതുങ്ങി നിന്നാല് എല്ലാരിക്കും നല്ലതാ... ഈ ഭൂമീല് കാണ്ന്നതെല്ലാം തമ്പ്രാന്റതല്ലേ... നമ്മളെല്ലാരും അയില്പ്പെട്ടു.*"

തടിച്ചി പാറൂന്റെ മോത്ത്ണ്ടായ ചിരി ഇല്ലാതാവാൻ തൊടങ്ങി ഓളെ ഒച്ചീം കൊറഞ്ഞു.

"ബാ മക്കളെ... മൂന്നാളും ബാ... അട്ക്കളേന്റടുത്തേക്ക് ബാ... ഈ പാറുവമ്മ മൂന്നാക്കും നല്ല ചൂടില്ലെ കഞ്ഞീം പുളിശ്ശേരീം ഉപ്പിലിട്ട മാങ്ങീം തെര*... കരേണ്ട... കരഞ്ഞിറ്റ് കാര്യൂല്ല... ഈന്റുള്ളിലും കരീന്ന* കൊറേ ആള്ണ്ട്... ഇപ്പം ഞാങ്ങളെ ചങ്ക് കരച്ചല് മറന്ന് പോയതാ... ബാ... ഞാൻ കഞ്ഞി തെര... ബാ..."

മാണി അത് കേക്കാതെ, ആരോടും ഒന്നും മിണ്ടാതെ ആട* തുണീല് കെട്ടി വെച്ച അരീം തവിടും എടുത്ത് കുടീലേക്ക് നടന്നു. ബയ്യന്നെ മാതീം ചെക്കനും നടന്നു.

അവര് നടന്ന്പോന്നത് തടിച്ചിപാറു നോക്കി നിന്നു.

കണ്ടും കയിഞ്ഞ് തോടും കടന്നേപിന്ന്യാ ചെക്കൻ ചോയിച്ചത്. അത്രവരീം ആരും ഒന്നും മിണ്ടീല്ല.

"എന്തിനാ എളേമ്മ കരീന്ന്, കണ്ണേറ് പാട്ട് പാടീറ്റ് തെറ്റിച്ചിനാ... എന്നിറ്റ് തമ്പ്രാൻ എളേമ്മേന തച്ചിനാ*..."

ചെക്കൻ ചോയിച്ചേന് രണ്ടാളും ഉത്തരം മിണ്ടീല.

പെർവയീം കയിഞ്ഞ് എന്റെ തറമ്മല് ചെക്കൻ വന്നിരുന്നു. തലീലെ കെട്ട് നെലത്ത് വെച്ച് മാണി എറങ്കല്ലിമ്മല് ഇരുന്നു. മാതി കുടീന്റുള്ളില് കേറി തലീട്ടടിച്ച് നെലവിളിക്കാൻ തൊടങ്ങി. ഞാൻ എന്റെ ചെമ്പകമരത്തിൽ കേറി കുടിയിരുന്നു.

കരീന്ന ഒച്ചകേട്ട് കുടീന്റെ ബയ്യപ്പൊറത്ത്ന്ന്* മലിനാണി വേഗം മുമ്പിലേക്ക് വന്നു. കുടീന്റുള്ളുന്ന് മരീത്തലച്ചി* പക്ഷി കരീന്ന ഒച്ചില് മാതി കരീന്ന് കേട്ടിറ്റ് മലിനാണി മിറ്റത്ത് ബെറച്ചോണ്ട് നിന്നു. പിന്നെ

നിപ്പ്ന്ന് - നിന്നേടത്ത് നിന്ന്

** തങ്കടപ്പെടേണ്ട-സങ്കടപ്പെടേണ്ട*

** നേമം-നിയമം; * അയില്പ്പെട്ടു-അതിൽ ഉൾപ്പെട്ടു*

** തെര-തരാം; * കരീന്ന-കരയുന്ന; *ആട - അവിടെ*

** തച്ചിനാ - അടിച്ചുവോ; * ബയ്യപ്പൊറത്ത്ന്ന് - പിന്നിൽ നിന്ന്*

** മരീത്തലച്ചി - വേഴാമ്പൽ*

ഓള് കുടീന്റാത്ത് കേറി തലീട്ടടിക്ക്ന്ന മാതീരെ അട്ത്തിര്ന്ന് ബായി പൊത്തിപ്പിടിച്ച് പറഞ്ഞു.

"അടങ്ങ്... അടങ്ങ്... എല്ലാം നല്ലേനാന്ന്ന് കൂട്ട്യാമതി..."

കുടീന്റെ മോള്ല് ഒണങ്ങ്യ ഓല വെയിലും മയീം കൊണ്ട് പൊടിഞ്ഞ് തോട്ട*യായതിന്റെ ഉള്ളിലേക്കൂട സൂര്യൻ എറങ്ങി കൂടീരുള്ളിലേക്ക് കേറ്യ വെളിച്ചത്തില് മലിനാണി കണ്ടു.

മാതീരെ തായലെത്തെ ചുണ്ട്കീറി ചോര കരുവാളിച്ച് ബീങ്ങീ റ്റ്ണ്ട്.*

മാവിന്റെ തളിരിന്റെ നെറൂള്ള മാറില് മൊലക്കണ്ണ് കീറി ചോര പറ്റി പിടിച്ചിറ്റ്ണ്ട്.

മലിനാണി എണീറ്റ് വന്ന് എന്റെ തറമ്മലെ കുത്ത്വെളക്കില് വെളി ച്ചെണ്ണ പറ്റിപ്പിടിച്ചത് തൊടച്ചെടുത്ത് ഉള്ളം കൈമലാക്കി, അത് മാതീരെ മുറിഞ്ഞ് വീങ്ങിയ ചുണ്ടിനും കീറി പൊളന്ന മൊലക്കണ്ണിനും തൊട്ട് തേച്ചു.

ഇതെല്ലാം കണ്ടോണ്ട് ചെക്കൻ എന്റെ തറമ്മത്തന്നെ ഇരുന്നു. മലി നാണി എന്റെ കുത്ത് വെളക്ക്ന്ന് കരിപറ്റ്യ വെളിച്ചെണ്ണ തൊടച്ചെടു ക്കുമ്പം പൊരീന്ന വെയിലത്തിരിക്ക്ന്ന ചെക്കനോട് പറഞ്ഞു.

"ഇങ്ങന വെയില് കൊണ്ടാല് മേല് പൊള്ളിപ്പോവ്വല്ലോ ന്റെ പൊട്ടൻ തെയ്യേ... ന്റെ മോൻ ആത്ത്* പോയിരിക്ക്."

വെളിച്ചെണ്ണ മാതീരെ മുറിഞ്ഞടുത്ത് പൊരട്ടി കൊടുത്ത്, മങ്ക ലത്തിലെ തണ്ത്ത വെള്ളും തീയൻ ചവുണിയൻ കൊടുത്ത എളനീര് പൂളിയതും ഒരു കണ്ടം കറുത്തബെല്ലും എന്റെ തറമ്മലിരിക്ക്ന്ന ചെക്കന് കൊണ്ട് കൊടുത്ത് ചെക്കനോട് ഓള് പറഞ്ഞു.

"പൈയിപ്പടങ്ങട്ട്... എല്ലം തിന്ന് ബെള്ളൂം കുടിക്ക്. അമ്മമ്മ ബേക്കം കഞ്ഞിണ്ടാക്കാം."

എന്നിറ്റ് ഓള് തീയ്യത്തി ചിരുതേരെ കുന്നുമ്മലേക്കും തായലെ പെർബയിക്കേക്കും പേടിച്ചോണ്ട് നോക്കീറ്റ് പറഞ്ഞു.

"മനക്കലിണ്ടായതൊന്നും ന്റെ മോൻ അപ്പാപ്പനോട് പറേണ്ട..."

ഓൻ അയിന് ഉത്തരം കൊടുക്കാതെ ചോയിച്ചു:

"എങ്ങനാ വല്ല്യളേമ്മേരെ ഉടുത്തേല് പറ്റീം ചോര വന്നിനി?"

മലിനാണി ഓന്റെ മോത്തേക്ക് ഒരു നോട്ടം നോക്കി കുടീന്റാത്തേക്ക് പോയി...

ഓൻ എന്റെ ചെമ്പകം നോക്കി എന്നോട് ചോയിച്ചു...

"ന്റെ പൊട്ടൻ തെയ്യേ... ന്താ ന്റെ ബെല്യളേമ്മക്ക് പറ്റീന്..."

എന്റെടുക്കുന്നും ഉത്തരം കിട്ടാതായപ്പൊ ഓൻ എണീറ്റ് തോട്ടിൻക രക്കേക്ക് പോയി.

തോട്ടുംകരക്കും വെയില്ണ്ട്. എന്നാല് നെല്ലിന്റെ മണത്തില് മുങ്ങി

** തോട്ട - ദ്വാരം; * ബീങ്ങുക - വീർക്കുക*

** ആത്ത് - അകത്ത്*

ക്കുളിച്ച് വെര്ന്ന കാറ്റില് തണപ്പൂണ്ട്. വെള്ളത്തിലടിക്ക്ന്ന വെയില് കൊള്ളാതെ തോട്ടില് പരന്ന് കെടക്ക്ന്ന മരത്തിന്റെ നെഴലില് പരല്മീൻ അനങ്ങാതെ നിക്ക്ന്നത് ചെക്കൻ നോക്കി നിന്നു.

മുണ്ടക്കാടിന്റെ അപ്പുറത്ത്ന്ന് കാടൊടീന്ന ഒച്ചകേട്ട് ചെക്കൻ നോക്കി. പെർമലയനാ... കൈമല് ഇർക്കിലിൽ കോർത്ത് തൂങ്ങി നിക്ക്ന്ന ചത്ത മൂന്നാല് മീനുംണ്ട്. മുശുവാന്ന്. തോട്ട്ല് എറങ്ങി മടീല്* തപ്പി പിടിച്ചതായിരിക്കും.

ഓൻ ചെക്കന്റടുത്തേക്ക് വന്ന് മീന ചെക്കന്റെ കൈമല് കൊടുത്തിറ്റ് പറഞ്ഞു.

"നീ ബെയിലത്ത് നിക്കണ്ട. കുടീലേക്ക് പോയ്ക്കോ. ഞാൻ കൊറച്ച് കയിഞ്ഞിറ്റ് ബെര*."

ചെക്കന്, പെർമലയനോട് മനക്കല് ഇണ്ടായതെല്ലാം പറേണംന്ന്ണ്ടായിനി. എന്തോ പറഞ്ഞില്ല.

ചത്ത മീനീം കൊണ്ട് ഓൻ കുടിലെത്ത്മ്പം തീയത്തി ചിരുത എന്റെ തറേരടത്ത് നിക്ക്ന്ന് കണ്ടു.

ചിരുത ഓളെ നെഞ്ചത്തടിച്ച് എന്ന വിളിച്ച് കരീന്നാ ഇണ്ടായിന്. മിറ്റത്ത് ചിരുതേരടുത്ത് നിക്ക്ന്ന മലിനാണി ഒന്നും മിണ്ട്ന്നണ്ടായിറ്റില്ല.

മാതീരൊച്ച്യൊന്നും ചെക്കൻ കേട്ടില്ല.

ഓൻ ഇർക്കിലിന് കോർത്ത് പിടിച്ച മീന ഓന്റമ്മാമ്മ മലിനാണിക്ക് കൊടുത്തിറ്റ് തീയ്യത്തി ചിരുതയോട് പറഞ്ഞു.

"അപ്പാപ്പൻ അപ്രത്തെ* ബയിക്കേക്കൂടി ചിരുതമ്മേരെ വീട്ടിലേക്ക് പോയിറ്റ്ണ്ട്."

ചെക്കൻ ബെറ്തെ പറഞ്ഞതാ. അന്നേരം അങ്ങനെ പറയണംന്ന് തോന്നി. പറഞ്ഞു.

അത് കേട്ട് തീയ്യത്തി ചിരുത എന്ന വിളിച്ച് കരഞ്ഞോണ്ട് നെഞ്ചത്ത് ഒന്നും കൂടി അടിച്ച് ഓളെ കുന്ന് കേറി.

മാണി തോട്ടിലേക്ക് കുളിക്കാൻ പോയി. മാതി മാറ്റി ഇട്ട ചോരയൊലിച്ച തുണീം ഓള് അലക്കാനായിറ്റെട്ത്തിന്.

സാധാരണ പോലെ ചെക്കൻ ബയ്യന്നെ ഓടീല.

എന്നാല് ഓളെ ബയ്യേ മാതീം എറങ്ങി. വീങ്ങി വീർത്ത ഓളെ ചുണ്ട് ഒരു കൈയോണ്ട് പൊത്തിപിടിച്ചാ ഓള് നടന്നത്.

കുളിച്ച് തോർത്തി കേറ്ന്നവരെ രണ്ടാളും ഒന്നും മിണ്ടീല. തോട്ട്ന്ന് കേറി കുടിലേക്ക് നടക്ക്മ്പം മാതി പറഞ്ഞു.

"ഞാൻ ചാവും... കുടീന്റെ ബയ്യലെ പുളീമ്മ നരന്തവെള്ളി ചങ്കിന് മുറ്ക്കീറ്റ് ഞാൻ ഇന്ന് രാത്രി തൂങ്ങിച്ചാവും."

മാണി അയിന് ഉത്തരൊന്നും പറഞ്ഞില്ല.

** മടീല് - വെള്ളത്തിലെ മാളത്തിൽ*

** ബെര - വരാം; * അപ്രത്തെ - വേറെ*

കുടീരുള്ള്ന്ന് ഉടുത്ത നനച്ചല്* തുണിമാറ്റി ഒണങ്ങ്യതെട്ത്ത് ഉടുത്ത് മാതി എന്റെ തറേരടുത്തേക്ക് വന്നു.

മോന്ത്യാവാത്തത് കൊണ്ട് എന്റെ തറമ്മല് ബെളക്ക് കത്തിച്ചിറ്റില്ല. എന്നാലും ഓള് എന്റെ ചെമ്പകം നോക്കി തൊവ്വത് നിന്നു. ഓള് എന്തെല്ലോ പറീന്ന്ണ്ടായിന്. തൊണ്ടീല് കരച്ചല് വറ്റ്യ ഒച്ചീല് ഓള് പറീന്നതൊന്നും എനക്ക് തിരിഞ്ഞില്ല. താളിൻ ചപ്പില് വീണ വെള്ളം ഉരുണ്ട് തായല് ബീന്നപോലെ ഓള കണ്ണ്ന്ന് ബെള്ളം ഉരുണ്ടുരുണ്ട് എന്റെ തറമ്മല് കൊറേ ബീണ്ന്.

മാറ് പൊതിഞ്ഞ തോർത്തിന്റെ തലയോണ്ട് കണ്ണും മീടും തോർത്തി എന്റെ ബെളക്കില് പറ്റിപ്പിടിച്ച കറത്ത* ബെളിച്ചെണ്ണ വെരലോണ്ട് തോണ്ടി എടുത്ത് ഓള് മുറിഞ്ഞ് വീർത്ത ചുണ്ടിന് പൊരട്ടി. പിന്നീം എടുത്ത് മാറ് പൊതിഞ്ഞ തോർത്തിന്റുള്ളിലേക്കൂട കീറിപ്പൊളന്ന മാറിനും പൊരട്ടി*.

മലിനാണി മീൻമുറിച്ച് കറിയാക്കി. കുരുമൊളകില് തെളച്ച് വറ്റ്യ മീനില് പച്ചവെളിച്ചെണ്ണ ഒയിച്ചേന്റെ മണം എന്റെ തറമ്മലെത്തി.

മാതി കുടീന്റകത്ത് പോയി പായിട്ട്* കിടന്നു.

നേരം മോന്ത്യാവേന്ന്... ആകാശത്ത്മ്മന്ന് പൊകപോലെ ഇര്ട്ടിന്റെ പാട എറങ്ങി വെര്മ്പം മലിനാണീരെ നെഞ്ചിന്റുള്ള്ന്ന് മാടപ്രാവിന്റെ ചെറകടി പോലെ ഒച്ച കൂടി വന്നു. ഓക്കറിയ, ചെക്കൻ പെര്മലയനോട് ഒന്നും പറയാതെ നിന്നാലും എല്ലാം അറിഞ്ഞ തീയ്യത്തി ചിരുത റാക്ക് കൊടുക്കുമ്പം മനക്കലിണ്ടായ വിവരം കടിക്കാനായി കൊടുത്ത തേങ്ങാപ്പൂളിന്റൊപ്പരം കൊടുക്കാതിരിക്കൂല... ഓളോടു മലിനാണി പറഞ്ഞിനി-

"ഇപ്പം ഇക്കാര്യോന്നും ഈടത്തെ പെര്മലയൻ അറിയണ്ടാന്ന്..."

അന്നേരം തീയ്യത്തി ചിരുത നെഞ്ഞത്തടിച്ച് കരീന്നാണ്ടായിനി. പെര്മലയനറിഞ്ഞാല് പിന്ന മലിനാണീന ജീവനോടെ ബാക്കി വെക്കൂല. റാക്ക് കുടിച്ചാല് ഓന് ബയറല്ല കത്തല്, തലയാന്ന്... മനക്കല് പെമ്മക്കളെ അയക്ക്മ്പം കൊറേ ഓട്ടം മലിനാണി, ഓനോട് ചോയിച്ചിനെങ്കിലും ഓൻ സമ്മതായിറ്റ് ഒന്നും മിണ്ടീറ്റ്ല്ല...

ഒണങ്ങ്യ മൊളം കുറ്റി പോലീല്ലെ ഓന്റെ കാലിന്റെ ബലം തേച്ചും ഓക്കറിയാ... ഓള് എടക്കെല്ലാം അത് അറീന്നതും ആന്ന്. ഓനിതറിഞ്ഞാല്, ആരോടെല്ലാം പകീണ്ടോ അതെല്ലാം ഇന്ന് മലിനാണീരെ മേത്ത്* ഓന്റ കാലോണ്ട് തീർക്കും

അതാ ഓളെ പേടി...

മോന്ത്യായി*

ചെക്കൻ എന്റെ കുത്ത്വെളക്കില് തിരികത്തിച്ച് എന്നെ ഉള്ളാലെ വിളിച്ച് പ്രാർത്ഥിച്ചു. അന്നേരം ചെക്കന്റെ മോത്ത് മോന്തീനക്കാളും ഇരുട്ട്ണ്ട്.

** നനച്ചല് - നനഞ്ഞത്; * കറത്ത - കറുപ്പ് നിറമുള്ള*
** പൊരട്ടി - തേച്ച് പിടിപ്പിച്ചു; * പായിട്ട് - പായവിരിച്ച്*
** മേത്ത് - ശരീരത്തിൽ; * മോന്തി - സന്ധ്യ*

ഏട്ന്നും, ആരീം ഒരൊച്ചീം കേക്ക്ന്നില്ല...

എന്റെ തറമ്മലിരിക്ക്ന്ന ചെക്കന്റെ നെഞ്ചിന്റുള്ള്ന്ന് തുള്ള്ന്ന ഒച്ചീം കൂട എനക്ക് കേക്ക.*

പെർമലയന്റെ കുടില് ഇർട്ട്ല് മുങ്ങിത്താണു. എന്റെ തറേനീം തറ മ്മലിരിക്ക്ന്ന ചെക്കനീം ഇരുട്ട് ഗ്രഹണത്തിന് ആകാശത്ത് ചന്ദ്രനെ പാമ്പ് വിഴുങ്ങ്ന്നത് പോലെ വിഴുങ്ങാൻ തൊടങ്ങി. എണ്ണ വറ്റി വെളക്കിലെ തിരി കെട്ടു.

തീയ്യത്തി ചിരുതേരെ കുന്ന്മ്മന്ന് ഇർട്ട്ന തൊരന്ന് തൊരന്ന് പെർമ ലയൻ ബെർന്ന ഒച്ച ചെക്കൻ കേട്ടു. ഓൻ കുന്നുമ്മലേക്ക് നോക്കി.

ഓൻ നടക്ക്ന്ന ഒച്ച കേട്ടേരെ ചെക്കന് തോന്നി... നല്ലോണം റാക്ക് കുടിച്ചിനീന്ന്.

എന്നാല് ഓൻ റാക്ക് കുടിച്ച് നല്ല മത്തായാല് കുന്നെറങ്ങുമ്പം വായ്ത്താളം കൊട്ടും, തൊണ്ടിലില്ലെ കൂറ്റ്* തേച്ചും എടുത്ത് എന്റെ തോറ്റം ചൊല്ലി മരത്തിന്റെല്ല* കാത് പൊട്ടിക്കും..

എന്നാല് ഇന്നതൊന്നും ഇണ്ടായില്ല...

മലിനാണി പാമ്പിന്റെ നാവ് പോലത്തെ ഒരുതിരി ബെളക്ക് കത്തിച്ച് മിറ്റത്ത് എറങ്കല്ല്മ്മല് വെച്ചു. എന്നിറ്റ് ഒരു നെഴല് പോലെ മിറ്റത്ത് മണ്ണില് കാലും നീട്ടി ഇരുന്നു.

പെർമലയൻ ആടിയാടി വന്ന് തറമ്മല് ചെക്കന്റേട്ത്ത് ഇരുന്നു.

ഇരുട്ട് പോലെ ചെക്കന്റെ ഉള്ളില് വിങ്ങുന്നത് മലിനാണി പറഞ്ഞ പോലെ ഒളിപ്പിച്ച് വെക്കാൻ ഓനായില്ല.

കയത്തില് കല്ലിടുമ്പോലെ ഓൻ പെർമലയനോട് ചോയിച്ചു.

“അപ്പാപ്പാ... തമ്പ്രാന്റെ മനീല് നെല്ല്കുത്താൻ പോയേരം വല്ല്യ ളേമ്മേന കണ്ണേറ് പാട്ട് പാടിക്കാൻ ഓലക്കോട്ട് പൊരീന്ന് കൊണ്ടോ യിനി. കണ്ണേറ് പാട്ട് പാടിക്കയിഞ്ഞ് ബെർമ്പം എളേമ്മ കരഞ്ഞോണ്ടാ വന്നിന്. എളേമ്മേരെ ഉടുത്തേല് തേച്ചും ചോര്യാ ഇണ്ടായിനീ...”

ചെക്കൻ ചോയിക്ക്ന്ന് കേട്ട് മലിനാണി വെറച്ചു. ഓള് നീട്ടിവെച്ച കാല് മണ്ണില് ഒരക്കാൻ തൊടങ്ങി...

പെർമലയന്റെ കണ്ണില് തീ വളന്ന് ഓന്റെ തലീല് കേറുന്നതും ഓന്റെ മേത്തെ നരച്ച രോമം കായൽക്കൂട്ടത്തിന്റെ മുള്ള് പോലെ നീർന്ന് നിക്ക് ന്നതും ഞാൻ കണ്ടു. പീറ്റതെങ്ങിന്റെ കുരുത്തോല ബെറക്ക്ന്നപോലെ ഓന്റെ കൈ ബെറക്ക്ന്നത് ചെക്കനും കണ്ടു. ഓൻ ഓന്റെ വെറക്ക്ന്ന കയ്യോണ്ട് ചെക്കനെ ചേർത്ത് പിടിച്ചു. ഓന്റെ നാവ്മ്മന്ന് പാമ്പിനെപോലെ ഇരിഞ്ഞ്* വെർന്ന ഒച്ച ചെക്കന്റെ ചെവീലേക്ക് തൊരന്ന് കേറി...

“ന്റെ മോനെ... നിന്റെ പ്രായത്തില് എന്റമ്മ എന്നീം കൂട്ടി തമ്പ്രാന്റെ ഒലക്കോട്ട് പൊരീല് നെല്ല് കുത്താൻ പോവും. ഞാനന്ന് ഒലക്കോട്ട് പൊരീലെ തവിട് വാരിക്കളിക്കുമ്പം ആരെങ്കിലും വന്ന് എന്റമ്മേന പത്താ യപ്പൊരീലേക്ക് കണ്ണേറ് പാട്ട് പാടാൻ കൊണ്ടോവും...”

** കേക്ക - കേൾക്കാം; * കൂറ്റ് - ശബ്ദം*

** ഇരിഞ്ഞ് - ഇഴഞ്ഞ്*

ഇപ്പം ഓന്റെ ഒണങ്ങ്യചപ്പിലപോലത്തെ മേലും ബെറക്കാൻ തൊടങ്ങി.

"തമ്പ്രാന്റെ പത്തായപ്പൊരീന്ന് കണ്ണേറ് പാട്ടും പാടിക്കയിഞ്ഞ് കരഞ്ഞോണ്ടും കെതച്ചോണ്ടും ബെർന്നതാ ഞാൻ കാണല്."

ഓൻ ചെക്കന മുറ്ക്ക കെട്ടിപ്പിടിച്ച് പിന്നീം പറഞ്ഞു.

"കണ്ണേറ് പാട്ടിന്റെ താളം കരച്ചലും കെതപ്പാന്ന്ന് ന്റെ പൊന്ന് മോനെ എനക്കന്നേരാ തിരിഞ്ഞിന്..."

പിന്നെ ഓൻ ചെക്കനവിട്ട് ഓന്റെ കൈയോണ്ട് തലക്ക് തല്ലാൻ തൊടങ്ങി ബാധകൂട്യപോലെ ഓൻ കരയാൻ തൊടങ്ങി.

ഓന്റൊച്ച കേട്ട് മലിനാണി എണീറ്റ് നിന്നു. മലിനാണി പുലീന്റെ മുമ്പില് നിക്ക്ന്ന പൈക്കിടാവിനെപോലെ ബെറച്ചോണ്ട് ഓനനോക്കി.

ഓൻ ഒറഞ്ഞ് തുള്ളി എണീറ്റ് എന്റെ ചെമ്പകത്തിന്റെ മുമ്പിലെ കുത്ത് വെളക്ക് വലിച്ചൂരി അയിന്റെ മൊനീല്ലെ കാലും നീട്ടിപ്പിടിച്ച് മലിനാണീരെ നേരെ പുലിപായുമ്പോലെ പാഞ്ഞു. മലിനാണീം പാഞ്ഞു. ഓള് കുടിലിന് ചുറ്റും ഇര്ട്ടത്തേക്ക് ഓടി... എല്ലാരും പെര്മലയന പിടിക്കാൻ നോക്കി

നല്ലോണം ഒച്ചപ്പാട് കേട്ട്റ്റ് തീയൻ ചവുണിയനും ഓന്റോളും കുന്ന് ചാടിക്കീഞ്ഞു.

പെര്മലയൻ മലിനാണീന ബിടൂലാന്ന് ഓക്ക് തോന്നി. ഓള് പിന്നെ കത്ത്ന്ന ഇര്ട്ടത്ത് വാണ്യനെമ്മന്റെ വീട്ടിലേക്കില്ലെ വയിക്കെന്നെ പാഞ്ഞു. പെര്മലയൻ കെതച്ചോണ്ട് എന്റെ കുത്ത്വെളക്കിന്റെ കാല് നെലത്ത് ചറപറ കുത്തി.

കുന്ന് കീഞ്ഞ് എന്റെ തറേരടുത്ത് തീയ്യൻ ചവുണിയനും ഓന്റോളും എത്തുമ്പം പെര്മലയൻ എന്ന വിളിച്ച നെഞ്ചത്തടിച്ച് കരീന്നാണ്ടായിന്.

"ന്റെ പൊട്ടൻ തെയ്യേ... അടിയന്റമ്മേന ഓൻ നശിപ്പിച്ചു, അടിയന്റെ ഓള ഓൻ നശിപ്പിച്ചു... എന്റെ പൊന്ന്പോലത്തെ മോളീം ഓൻ കൊത്തിക്കീറീലെ എന്റെ പൊട്ടൻ തെയ്യേ... പ്രാക്കിടിയന്റീം പരിന്തിന്റീം കണ്ണില് പെടാതെ കോയിക്കുഞ്ഞീന എറീന്റുള്ളില്* ഒളിപ്പിക്കുമ്പോലെ എന്റെ കുടിരുള്ള്ന്ന് പൊറത്തെറക്കാതല്ലെ അടിയൻ പോറ്റിവളത്തീന്... ഓനനിനിക്ക് കൊത്തിക്കൊല്ലാനാവൂലെ എന്റെ പൊട്ടൻ തെയ്യേ... അയിന്ല്ലെ കര്ത്ത് നീ എനക്ക്താ ന്റെ തെയ്വങ്ങളേ..."

എല്ലാം കേട്ടോണ്ട് നിന്നതല്ലാതെ തീയ്യൻ ചവുണിയനും ഓന്റോളും ഒന്നും മിണ്ടീല... അവരീം മേലെല്ലാം കിടുകിടാ വെറക്ക്ന്ന്ണ്ടായിന്.

ഓന്റെ അരക്കെട്ട് മുറുക്കെ പിടിച്ച് നിക്ക്ന്ന ചെക്കന പൊത്തിപ്പിടിച്ച് കൂട്ടം തെറ്റിയ ക്ടാവിനെ കാണാത്ത പൈ* കരീമ്പോലെ പെര്മലയൻ കരഞ്ഞു.

** എറീന്റുള്ളില് – ചിറകിന്റെ ഉള്ളില്*

** പൈ – പശു*

പേറ്റിച്ചി*

രാത്രി പെർമലയൻ കുത്ത്വെളക്കെടുത്ത് ഓന്റോള് മലിനാണീരെ ബയ്യന്നെ* പാഞ്ഞേരം ഗതീല്ലാതെ ഓള് പെർബയിക്കേക്ക് പാഞ്ഞ് ഇർട്ട്ന്റുള്ള്ല് കൂടാ* ചെയ്തിന്. രാത്രി കൂറ്റ് കേട്ട് വന്ന തീയ്യൻ ചവുണിയനും ഓന്റോളും കർത്യത്* മലിനാണി വാണ്യനെമ്മന്റടുത്തേക്കാ പോയിററ്ണ്ടാവാന്നാ... അങ്ങനെ വിചാരിച്ചത് കൊണ്ട് ആരും ഓളെ ബയ്യേ പോയില്ല. പെർമലയൻ നെലവിളിച്ച് തളർന്ന് എന്റെ തറമ്മത്തന്നെ ചെമ്മീൻ ചുരുണ്ടത് പോലെ ചുരുണ്ട് കെടന്നു. ചെക്കൻ ഓന്റെ തലക്കുത്തിരുന്ന് പൊലത്തി.* മാണി എറങ്കല്ല്മ്മലും. പൊലച്ചക്കൂറ്റ്ന് തീയത്തി ചിരുതേരെ കുന്ന്മ്മന്ന് ഓളെ പൂങ്കോയി കൂവുമ്പാ എല്ലാരും ഒറങ്ങാൻ കെടന്നത്. അന്നേരാ ഇരുട്ട്ന്റുള്ള്ന്ന് ഏട്ന്നോ മലിനാണി കൂനിപ്പിടിച്ച് കുടീലേക്ക് കേറി വന്നത്.

ആറേഴ് ദെവസം കൊണ്ട് മനക്കന്ന് കൊണ്ടന്ന അരീം തവിടും കയിഞ്ഞു.

പൊലച്ചക്ക് ഏറാൻ പോയ തീയൻ ചവുണിയൻ ഏറിക്കയിഞ്ഞ് ബെർമ്പം ചെക്കൻ തെങ്ങിന്റെ മെരട്ട് മയനനഞ്ഞ് ബെറച്ച കാക്കേനെ പോലെ കുത്തിയിരിക്കേന്ന്.

പെർമലയനും മലിനാണിം ഓന്റെ പെമ്മക്കളും കണ്ടത്തിന്റെ തിണ്ട്മ്മല്* നട്ട* കൊലകൊത്ത്യ വായേരെ കണ്ട മാന്തി ചളി ചെരണ്ടി* കളഞ്ഞോണ്ടിരിക്ക്ന്നെട്ത്തേക്ക് ചവുണിയൻ പോയി.

** പേറ്റിച്ചി – പ്രസവം എടുക്കുന്നവൾ; * ബയ്യന്നെ – പിന്നാലെ*

** കൂടാ– ഒളിച്ചിരിക്കുക; * കർത്യത് – ചിന്തിച്ചത്*

** പൊലത്തി – പുലർത്തി; * തിണ്ട്മ്മല് – വലിയവരമ്പിന്മേൽ*

** നട്ട – കൃഷിചെയ്ത; * ചെരണ്ടി – ചെത്തിവൃത്തിയാക്കി*

വെയില് കൊണ്ട് വെള്ളം കിട്ടാത്ത താള്പോലെ വാടിക്കൊയഞ്ഞിരിക്ക്ന്ന ചെക്കന കണ്ട് പെർമലയനോട് തീയൻ ചവുണിയൻ ചോയിച്ചു:

“ചെക്കന് കഞ്ഞി ഒന്നും കൊടുത്തില്ലേ പെർമലയാ...”

പെർമലയൻ അത് കേട്ടില്ല. മലിനാണ്യാ അയിന് ഉത്തരം കൊടുത്തത്.

“ഇല്ല...”

“ന്താ നാണ്യേ... ചെക്കന് ഒര് നേരം കഞ്ഞി വെച്ച് കൊടുക്കാൻ ബേണ്ട ഒരുപിടി അരി എന്റെ തീയ്യത്തിയോട് ചോയിച്ചാല് ഓള് തെരൂലെ.*”

“എത്രീസാ ചോയിക്വാ... ചവുണ്യച്ചാ... വായക്കണ്ടീം, വായക്കാമ്പും ഒന്നും ദോഷൂല്ലാത്തതാ... ലേശം തേങ്ങീം ചെരീട്ട്* കപ്പപ്പറങ്കീം* പൊടിച്ചിട്ടാല് വായിക്ക് നല്ല രുചിയാവും. അല്ലെങ്കില് വയറ് കത്തിക്കാളുമ്പം ആര് രുചി നോക്കല്... എന്റെ പൊട്ടൻ തെയ്യം അടിയങ്ങളെ സങ്കടം കാണ്ന്ന്ണ്ടാവും...”

പൈച്ച്* കത്ത്ന്ന വയറുംകൊണ്ട് ഓള് നടക്ക്ന്ന കാലെത്രയായി... പുഞ്ചകണ്ടത്തില് നെല്ല് ബെളഞ്ഞ് നെറഞ്ഞ് നിക്ക്ന്ന്. കയിഞ്ഞ കൊല്ലത്തെ നെല്ലെന്നെ തമ്പ്രാന്റെ പത്തായത്ത്ന്ന് അനങ്ങീറ്റ. എന്നാല് നാട് തേച്ചും പൈച്ചിറ്റ് കരയ്യേന്ന്...

തീയ്യൻ ചവുണിയന്റെ ചങ്കലിഞ്ഞു.

ഓൻ ചെക്കനോട് ഒര് ചെരട്ട എടുക്കാൻ പറഞ്ഞു.

ചെക്കൻ പെർമലയനീം മലിനാണീനീം നോക്കി. മലിനാണി വായേന്റെല പറച്ച് കോട്ടി പാത്രാക്കി കൊടുത്തു. തീയൻ ചവുണിയൻ ഓന്റെ അരീല് ചെരപ്പതുണ്ടീല് പതയ്ന്ന കള്ള് ചെക്കന് കോട്ട്യ എലീല് ഒയിച്ച് കൊടുത്തു. അത് കണ്ടിറ്റ് പെർമലയൻ ചാവുണ്യനോട് വിളിച്ച് പറഞ്ഞു.

“ചവുണ്യച്ചോ, ചെക്കന് കള്ള് കൊറച്ച് കൊടുത്താ മതി. കാഞ്ഞ* വയറാ ഓന്റത്. കാഞ്ഞ വയറ്റില് കള്ള് വീണാല് ബേഗം* തലക്ക് പിടിക്കും.”

കള്ളില് ചത്ത് പൊന്തിക്കെടക്ക്ന്ന ഈച്ചേനീം കരിവണ്ടിനീം ഊതിക്കളഞ്ഞ് ചെക്കൻ കണ്ണുംചിമ്മി കള്ള് കുടിക്ക്ന്നത് തീയൻ ചവുണിയൻ നോക്കിനിന്നു.

പെർമലയന്റെ വർത്താനംകേട്ട് ചവുണിയൻ ചിരിച്ചു. ചിരിച്ചോണ്ട് ഓൻ പിന്നീം ചെക്കന് കള്ളൊയിച്ച് കൊടുത്തു. എന്നിറ്റ് ചവുണിയൻ ചെക്കനോട് പറഞ്ഞു.

** തെരൂലെ – നല്കൂലെ; * ചെരീട്ട് – ചിരകിയിട്ട്*

** കപ്പപ്പറങ്കി – കാന്താരിമുളക്; * പൈച്ച് – വിശന്ന്*

** കാഞ്ഞ – ഭക്ഷണംകിട്ടാതെ കത്തുന്ന വയർ;*

** ബേഗം – പെട്ടെന്ന്;*

"നല്ല മധുരക്കള്ളാ... കൊലപ്പാലും* മൊലപ്പാലും ഒന്നാന്ന്നാ കാർന്നോൻമ്മാര് പറേല്* എനീം ബേണോ..."

ചെക്കൻ ബേണ്ടാന്ന് തലയാട്ടി.

ഓന് ബയറ് നെറഞ്ഞിന്...

"പെർമലയാ... ഞാൻ കുഞ്ഞിക്കേളൂന ബീട്ട്ലേക്ക് കൂട്ടേന്ന്"

എന്നിറ്റ് ചവുണ്ണിയൻ ചെക്കനോട് പറഞ്ഞു:

"ബാ... കുള്ത്ത്ണ്ട്* വീട്ട്ല്... ബാ... ന്റെ മോൻ ബാ... നിന്റെ ചിരുതമ്മ ഒണക്ക് മീൻ ചുട്ടതും വാണ്യനെമ്മച്ചന്റെ പുണ്ണാക്ക് ചുട്ടതും കപ്പപ്പറങ്കീം കൂട്ടീറ്റ് പൊടിച്ചതുണ്ടാവും. വാ... നമ്മക്ക് പോവാം..."

ചെക്കൻ തീയ്യൻ ചവുണ്ണിയന്റെ ഒപ്പരം നടന്നു. കള്ള് ചെക്കന്റെ തലീല് ഞണ്ട് ഇറ്ക്ക്ന്നപോലെ ഒരു ഇറ്ക്കല് ഇണ്ടാക്ക്ന്ണ്ട്,

ഞാൻ പണ്ട് ഓരോ കലം കള്ള് കുടിച്ചിറ്റ്ണ്ട്. തെങ്ങിന്റെ തലക്കുട്ക്കീന്ന് ബെർന്ന കള്ളല്ല. പനങ്കൊല ചെത്ത്യ കള്ളാ... ബെല്യ പാള കോട്ടീറ്റ് പനങ്കോല ചെത്തി വെക്കും. ഒരു കലം പനങ്കള്ള് കുടിച്ചിറ്റ് തലീം വയറും വീർത്തിറ്റ് പനേരെ കീല്ത്തന്നെ* കെടന്നൊറങ്ങ്യ അലങ്കാരന കാണാഞ്ഞിറ്റ് ന്റെ അപ്പൻ പെർതിബെരും*. ഞാനും എന്റൊപ്പരം കൊറേ നായ്ക്കളും പനേരെ കീല് ഒറങ്ങ്ന്ന് കണ്ട്റ്റ് മിണ്ടാതെ വാതില് വെക്കാത്ത മാടത്തിലേക്ക് പോവും. പക്കേങ്കില് എന്റമ്മ കാരിച്ചി പൊലച്ചി ഓളെ തൊണ്ടീലെ കൂറ്റ്* തേച്ചും* എടുത്തിറ്റ് എന്ന വിളിക്കും. "അലങ്കാരോന്ന്" അത് കേട്ടിറ്റ് എന്റെ നായ്ക്കള് ഒണന്ന്*, ഒണരാതെ കെടക്ക്ന്ന എന്ന എന്റെ കോണോത്തും വാല് കടിച്ച് വലിച്ച് എണീപ്പിക്കും. പിന്ന മാടത്തിലെത്തീറ്റ് ഞാനും എന്റമ്മീം അപ്പനും നായ്ക്കളും ചളീന്ന് പിടിച്ച മടമീനിം, കനല്ല് ചുട്ട കുണ്ട്കേങ്ങും* തിന്നും. അതൊരു കാലം.

ചെക്കനും തീയ്യൻ ചവുണ്ണിയനും പെർബയീം കയിഞ്ഞ് എന്റെ തറേരടുത്തെത്തി. ആട അന്നേരം കോമൻ നായര് നിക്ക്ന്ണ്ടായിന്. തോർത്തിന്റുള്ളില് ഒതുങ്ങാത്ത കോമൻനായരെ വീർത്ത കൊടലിന് പോലും വേവിലാതി കണ്ടു. തലീല് ചുരുട്ടിക്കെട്ടിയ കുടുമക്കും ഒരു പെടപെടപ്പ്. ബസ്മകുറി വാരിത്തേച്ച നെറ്റീന്ന് മണ്ണ്ന്ന് ഒറന്ന് ബെർന്ന പോലെ ബെള്ളം പൊടീന്ന്... നെഞ്ചത്തെ നരച്ച രോമം ബേഗംബേഗം പൊന്തീം താവീം* ചെയ്യിന്ന്ണ്ട്. ഓൻ എന്നക്കണ്ട് തൊവ്വാൻ വന്നതല്ല. വന്നിറ്റ് കൊറേ നേരായി. ചെക്കനീം തീയൻ ചവുണ്ണിയനും കണ്ടേരം ഓന് ജീവൻ കിട്ട്യപോലെയായി. ഓൻ ചെക്കനോട് വേഗം ചോയിച്ചു.

** കുളുത്ത് - പഴങ്കഞ്ഞി; * കീല് - കീഴിൽ*
** പെർതിബെരും - അന്വേഷിച്ച് വരും; * കൂറ്റ് - ശബ്ദം*
** തേച്ചും - മുഴുവനും; * ഒണന്ന് - ഉണർന്ന്*
** കുണ്ട് കേങ്ങ് - കാച്ചിൽ; * പൊന്തീം താവീം - ഉയരുകയും താഴുകയും*
** കൊലപ്പാല് - കള്ള്; * പറേല് - പറയുക*

"ഏട്യാ മലിനാണി പോയിന്..."

ചെക്കൻ കോമൻ നായരെ തൊവ്വുതു. എന്നിറ്റ് പറഞ്ഞു.

"രാവിലത്തെ കത്തലടക്കാൻ വായക്കണ്ട കെളക്കാൻ കണ്ടത്തിന്റെ ഇട്ടക്ക്* പോയതാ എല്ലാരും..."

"ന്റെ മൂത്തമോക്ക് ഈറ്റൂമ്പലം... പൊലച്ചക്കൂറ്റിനേ തൊടങ്ങ്യേതാ... മലിനാണീന കൂട്ടാൻ ബന്നതാ..."

"തമ്പുരാൻ നടന്നോ... അടിയൻ ഇപ്പം അമ്മാമ്മേന കൂട്ടീറ്റ് ബെര... ദാ ഇപ്പെത്തും..."

അത്രീം പറഞ്ഞ് ചെക്കൻ മീൻകൊത്തി ചാത്തൻപക്ഷി വെള്ളത്തിലേക്ക് കുതിച്ച് പാറുമ്പോലെ ഒറ്റ പറക്കലാ, കണ്ടത്തിലേക്ക്. തീയ്യൻ ചവുണിയൻ ചെക്കനെ തടയാൻ നോക്കി.

"കുഞ്ഞിക്കേളു... നീപോണ്ട... ഞാൻ പോവാം. നീ എന്റെ വീട്ടിപ്പോയിറ്റ് കുള്ത്ത് കുടിച്ചോ..."

തീയൻ ചവുണിയൻ അത്രീം പറീമ്പളക്ക്* ചെക്കൻ ഓടിപെര്ബയീം കടന്നിന്ന്...

ഓൻ മലിനാണിരെ മുമ്പിലെത്തി നീർന്ന് നിന്ന് ഒറ്റ ശാസത്തില് ഇണ്ടായതെല്ലാം പറഞ്ഞു.

അത് കേട്ട് മലിനാണി തലപ്പാളി കെട്ടി കിരീടം വെച്ച തെയ്യക്കാരനെപ്പോലെ ഉണർന്നു. എനി ഓളെ കർമ്മാന്ന്. എടംവലം നോക്കാതെ ഓള് ഒടിഞ്ഞ നടുവ് ആവുന്നത്ര നീർത്ത് പിടച്ച് കത്തീം കണ്ടീം ആടിട്ട് ഓടി...

തോട്ടിലെറങ്ങി മേത്തെ ചളിതേച്ച് കളഞ്ഞ് തോട്ടിൻ കരക്ക്ന്ന് പച്ചമരുന്ന് പറച്ച് പെര്വയീം കടന്ന് കുടീലേക്കോടി കേറി ചളിപറ്റ്യ ഉടുത്തത് മാറ്റി മറുതുണി ഉടുത്ത് പെര്മലയന്റെ തോർത്തെടുത്ത് മേല് പൊത്തി എന്റെ തറേരെ മുമ്പില് വന്ന് എന്നെ വിളിച്ച് പ്രാർത്ഥിച്ച് ഓള് കോമൻ നായരടുത്തേക്ക് ഓടി... ഓടുമ്പല്ലം നെഞ്ചിന്റുള്ള്ന്ന് എന്നെ വിളിച്ച് ഒച്ചീല്ലാതെ പറഞ്ഞോണ്ട്ണ്ട്

"ന്റെ പൊട്ടൻ തെയ്യേ... പര്ക്കൊന്നും പറ്റാതെ അമ്മേനീം കുഞ്ഞീനിം ബേഗം രണ്ടും രണ്ടാക്കിത്തരണേ..."

ഓളപ്പോലെ കൈപുണ്യ്യൂല്ലെ പേറ്റിച്ചിന എരമം നാട് കണ്ട്റ്റ്ല്ല. ഈറ്റുമ്പലം ബന്ന് അടികൊണ്ട പാമ്പിനെപോലെ കെടന്ന് പൊളീന്ന കെർപ്പക്കാരത്തി പെണ്ണിന്റടുത്തെത്തി പെറാൻ മുട്ടി നിക്ക്ന്ന പെര്വയറൊന്ന് മലിനാണി ഉഴിയും. കയിഞ്ഞു കഥ. ഓളെ ഒണങ്ങ്യ കൈ പെണ്ണിന്റെ വയറിന് മുട്ടുമ്പം തന്നെ പെണ്ണിന് സമാധാനായി.

കെർപ്പക്കാർത്ത്യള് ഇല്ലെ വീട്ടില് എടക്ക് മലിനാണി പോവും. പെറാ

** ഇട്ടക്ക് - വയല് കരഭൂമിയോട് ചേർന്ന് നിൽക്കുന്ന സ്ഥലം*

** പറീമ്പളക്ക് - പറയുമ്പോഴേക്കും;*

** ചെല - ചില*

നായ പെണ്ണിന് കൊറെ കാര്യം പറഞ്ഞ് കൊടുക്കും. അതോടെ പെണ്ണിന്റെ പേടൃല്ലം തീരും. ചെല* വീട്ടില് പോയാല് കെർപ്പക്കാർത്തീന കാല്നീട്ടി ഇർത്തീറ്റ് ഓളും കാല്നീട്ടി ഇരിക്കും. എന്നിറ്റ് മന്ത്രം ജപിച്ചൂതും അരീം ഉപ്പും പറങ്കീം* കൊണ്ട് തല മൊതല് കാല് വരെ ഉഴിഞ്ഞ് അടുപ്പില് ഇടും.

ചെലരോട് കെർപ്പക്കാരത്തീരെ വയറ് നോക്കീറ്റ് മലിനാണി പറയും. നാളെ ഉദിച്ച് വന്ന സൂര്യഭഗവാൻ അസ്തമിക്കുന്നേന് മുമ്പില് പേറ്ണ്ടാവും. കുഞ്ഞി ആണാ... വയറിന്റെ കെടപ്പ് കണ്ട്റ്റാ ഓള് പറയ്വാ... ഓള് പറഞ്ഞാ പറഞ്ഞതാ... കുഞ്ഞി ആണാവും.

ഈറ്റുമ്പലം വന്ന് പെണ്ണ് പെറാതെ നിലവിളിച്ചോണ്ട് പൊളീമ്പം മലിനാണി, നെഞ്ചിന്റുള്ള്ന്ന് തീ കത്ത്ന്ന കെർപ്പക്കാരത്തീരെ അമ്മ്യോട് ചോയിക്കും.

“കെർപ്പത്തില് ചെലത് കണ്ട് പേടിച്ചിനാ.”

പേടിച്ചാല് കെർപ്പക്കാരത്തീരെ വയറ്റിലെ കുഞ്ഞീം പേടിക്കും. കുഞ്ഞി വയറ്റ്ന്ന് അമ്മേരെ വാരിയെല്ല് മുറുക്കെ പിടിക്കും. അതാ പൊറത്ത് വെരാതെ നിക്ക്ന്ന്.

പെണ്ണിന്റമ്മ വെറച്ചോണ്ട് പേടിച്ചിറ്റ്ണ്ടായിനീന്ന് പറഞ്ഞാല് മലിനാണി പറീം.

“എനി ഇപ്പം ഒന്നുംകൂടി പേടിപ്പിക്കണം എന്നാലെ കുഞ്ഞി വാരിയെല്ല്മ്മന്ന് പിടിവിടൂ.”

പിന്ന പെട്ടെന്നന്നെ ഒരു കയറ് ഒലക്കോട്ട് പൊരേന്റെ മോളില് കവ്ക്കോലിന് കെട്ടും. നെലത്ത് ഇരിക്കാൻ ഇണ്ടാക്ക്യ നാല് പലക അട്ടിവെക്കും. കെർപ്പക്കാരത്തി പെണ്ണോട് പലമ്മ* കേറി കെട്ടി തൂക്യ കയറ് പിടിച്ച് നിക്കാൻ പറയും. അങ്ങന നിക്കുമ്പം മലിനാണി നെലത്തിര്ന്ന് ലേശം എണ്ണ കൈയയേിലാക്കി പെണ്ണിന്റെ വീർത്തുന്തിയ വയറിന് തടീക്കോണ്ടിരിക്കും.

അന്നേരം ഓള് നല്ല പാട്ടും ഉക്കില്* പാടും. പെട്ടെന്നോള് അടീന്നൊര് പലക വെലിക്കും. കെർപ്പക്കാരത്തി ഞെട്ടിത്തെറിച്ച് നെലത്തേക്ക് തുള്ളും. അപ്പൊ വയറ്റ്ന്ന് കുഞ്ഞി വാരിയെല്ലിന്റെ പിട്ത്തം ബിടും. പിന്ന വേഗം തന്നെ പേറ് നടക്കും.

വയറ്റ്ന്ന് കുഞ്ഞി ചത്തുപോയാല് അത് മലിനാണീരെ കണ്ണ് ഒപ്പിയെടുക്കും. ഓള് പെട്ടെന്നന്നെ മേന്തോന്നി കേങ്ങ് ഒണക്കിപ്പൊടിച്ചത് കെർപ്പക്കാരത്തീരെ അടിവയറ്റില് വെള്ളത്തില് കലക്കിതേക്കും. വയറ്റ്ന്ന് ചത്തകുഞ്ഞി പെഴ്ത്ത പഴംചക്കേരെ ഉള്ള്ന്ന് കുരു പൊറത്തേക്ക് ബെരുമ്പോലെ വഴുതി ബെരും.

മലിനാണീരമ്മ ഒരിക്കാ പേറ്റെട്ക്കാൻ പോയേരം ഒരു പെണ്ണ് പെറ്റത് കരിംഭൂതത്തിനാന്നോലും. അത് ഓളോട് ഓളമ്മ പറഞ്ഞിന്. തലീല്

** പറങ്കി - വറ്റൽമുളക്; * പലമ്മ - പലകയുടെ മുകളിൽ*

** ഉക്കില് - വലിയ ശബ്ദത്തിൽ*

തേച്ചും തണാറും നീണ്ട തുമ്പികൈ പോലത്തെ മൂക്കും വായില് നെറച്ചും പല്ലും ഇല്ലെ ഒരു കുഞ്ഞി. പെറ്റ് വീണപ്പം തന്നെ എണീറ്റിരിന്ന്നി. എന്നാ ആയിസ്സ് ഇണ്ടായില്ല. അന്നേരം തന്നെ ചത്തുപോയി.

മലിനാണിക്ക് ഇപ്പം വയസ്സ് എഴുപതാവാനായി. ഇപ്പൂം ഓളെ തൊണ്ടീന്ന് ബെര്ന്ന ഒച്ച ചീനികൊഴലിന്റെ നേർമ്മീലാ... അത് കേക്ക്ന്നത് തന്നെ കെർപ്പക്കാരത്ത്യള്ക്ക് ഒരു സുഖാ... ആധി തേച്ചും പോവും. എല്ലാരെ ആധീം ഓള് കളഞ്ഞാലും ഓളെ ചങ്കിന്റുള്ളില് വയസ്സ് കൂടിക്കൂടി വെരുമ്പം ആധീം കൂടി കൂടി വെരലാ ചെയ്തത്. അതാരോടും പറയാതെ ഓളെപ്പൂം വെയില് കൊള്ള്ന്ന മരം പോലെ തായനിക്ക്ന്നവരിക്ക്* തണലാവണേന്നേ കര്തീറ്റ്ല്ലൂ. നല്ലോണം സങ്കടം ബെര്മ്പം ആരും കാണാതെ ഓള് എന്റെ ചെമ്പകത്തിന്റെ മുമ്പില് നിന്നിറ്റ് എന്നോട് എല്ലാ വെഷമൂം ഓള മനസ്സില് അത്രവരെ കെട്ടീട്ടത് അയിച്ച് കാണിക്കും. കരിമ്പാറ പൊട്ടിപ്പൊളന്ന് ഒറവ് വെള്ളം ബെര്മ്പോലെ ഓളെ കണ്ണിലെ കുണ്ട്ന്ന്* തുരുതുരാ ബെള്ളം ബെരും. കരള്ന്ന് തെളച്ച് ബെര്ന്ന ബെള്ളൂം ചങ്ക്ന്ന് ബെര്ന്ന എക്കിട്ടീം* കൊറേ പോയാല് ഓക്ക് സമാധാനായി. പിന്ന മിണ്ടാതെ പോയി മിറ്റത്തെ എറങ്കല്ലിമ്മലിരുന്ന് ഉടുത്തതുണീലെ കോന്തലയോണ്ട് കണ്ണ് തോർത്തും.

കോമൻ നായരെ ബീട്ടില് കേറ്മ്പം ആടീല്ലെവരെല്ലാം ഓളെ കാത്ത് നിക്കേലന്ന്. ഓള് എല്ലാരീം താണ് വണങ്ങി തൊഴുതു. പിന്നെ മോളിലോട്ട് നോക്കി സൂര്യഭഗവാനെ തൊഴുതു. എന്നിറ്റ് ബീടിന്റെ ബയ്യലെ നെല്ല്കുത്തുന്ന ചായ്പ്പില് കെടക്ക്ന്ന കെർപ്പക്കാര്ത്തീരടുത്തേക്ക് പോയി.

കെടന്നുരുണ്ട് നെലവിളിക്ക്ന്ന കെർപ്പക്കാര്ത്തീന മലിനാണി അടിമുടി നോക്കി. എന്നിറ്റ് കെർപ്പക്കാര്ത്തീരെ അരക്കെട്ടിന്റെടുത്ത് ഇരുന്ന് വയറൊന്ന് തടവി. പിന്ന മലിനാണി കൊറത്തി* അമ്മേരെ മന്ത്രം ചൊല്ലി.

വയറ് തടവുമ്പം ഓള് പറഞ്ഞു. "അടങ്ങ്... അടങ്ങ്... പെണ്ണായി പെറന്നാല് കൊറേയെല്ലം സഹിക്കണം. നീയൊര് ബാല്യക്കാരത്തിപെണ്ണല്ലേ... എന്റെ പൊട്ടൻ തെയ്യത്തിനെ വിളിച്ച് നീയൊന്നു ഊക്ക്ല് മുക്ക് മോളേ..."

"ദാ... ഒന്നും കൂടി മുക്ക്"

കെർപ്പക്കാരത്തി തലക്കുത്ത്* വെച്ച നെല്ല് കുത്ത്ന്ന ഒരല് ഒരു കൈയോണ്ട് പിടിച്ച് അലറിക്കൊണ്ട് മുക്കി.

മലിനാണി ചെമ്പരത്തിപ്പൂ നുള്ളി എടുക്ക്ന്ന പോലെ കെർപ്പത്തിലെ കുഞ്ഞീന വെലിച്ച് പൊറത്തെടുത്തു. എന്നിറ്റ് ഒണക്കകെമ്പ് പോലത്തെ കറ്ത്ത പല്ല് കാട്ടി പൂ വെടരുമ്പോലെ ചിരിച്ച് ഓള് പറഞ്ഞു.

** കുണ്ട്ന്ന് - കുഴിയിൽ നിന്ന്*

** എക്കിട്ട - ഇക്കിൾ; * തലക്കുത്ത് - തലയുടെ ഭാഗത്ത്*

** തായ നിക്ക്ന്നവരിക്ക് - താഴെ നിൽക്കുന്നവർക്ക്;*

** കൊറത്തി അമ്മ - വയൽ ദൈവം;*

"നാലീസം മുമ്പ് അടിയൻ വന്നേരേ പറഞ്ഞിനല്ല കുഞ്ഞി ആണാന്ന്ന്. നല്ല ഉശറൻ* ആൺകുട്ടി."

കുഞ്ഞീരെ മേത്തെ* വെള്ളം തോർത്തി. കുഞ്ഞീന്റെ മൂക്കിലും വായിലും കേറിയ വെള്ളം കളയാൻ മലിനാണി ഓളെ വായി* കുഞ്ഞീരെ വായിക്കമർത്തി വെള്ളം വലിച്ചെടുത്തു തുപ്പി. മൂന്നാലോട്ടം അങ്ങനെ ചെയ്തു. വെരലോളം നീളൂല്ലെ കൊടിക്കത്ത്യോണ്ട് കുഞ്ഞീരെ പൊക്കിള് മുറിച്ചു. താന്നിക്ക കത്തിച്ച കരി പൊക്കിളിന് പൊതിഞ്ഞു. എനി പൊക്കിള് കുഞ്ഞീരെ വയറ്മ്മന്ന് ഒണങ്ങി വീമ്പം അതെടുത്ത് പൊടിച്ച് ഉറ്ക്കില് നെറച്ച് കുഞ്ഞീരെ അരക്കെന്നെ നൂലിട്ട് കെട്ടും.

പെറ്റത് ആൺകുഞ്ഞീന്യാന്ന്ന് അറീക്കാൻ മിറ്റത്ത്ന്ന് ആരോ തെങ്ങിന്റെ മടല് നെലത്തടിച്ച് ഒച്ചീണ്ടാക്കി. മൂന്നോട്ടം ഊക്കില് കൂക്കി.* പെൺകുട്ടീന്യാ പെറ്റെനെങ്കില് വെള്ളോട്ട് കിണ്ണത്തിന് കോലെടുത്ത് അടിക്കാ ചെയ്യ്വ...

മറുപിള്ള കൊറച്ച് പൊറത്ത് വന്നത് വെലിച്ചെടുത്ത് ചോരതൊടച്ച് കളഞ്ഞ് നേര്യതുണി കൊണ്ട് മിന്നര*കെട്ടി പെണ്ണിന കോത്ത് ഉടുപ്പിച്ചു. പെണ്ണിന്റെ മാറിലെ തോർത്ത് മാറ്റി മൊലക്കണ്ണ് കുഞ്ഞീരെ വായില് വെച്ച് ഞെക്കി. കുഞ്ഞ് കരഞ്ഞോണ്ട് മൊലക്കണ്ണ് ചപ്പി പാല് വെലിച്ച് കുടിക്ക്ന്ന് കണ്ട് മലിനാണി ചിരിച്ചു. പെറ്റപെണ്ണും മയപെയ്തൊയിഞ്ഞ ആകാശം പോലെ ചിരിക്കാൻ നോക്കി. ഓളെ തലീലും മോത്തും മലിനാണി തടവി...

"രണ്ട് മൊലീം മാറി മാറി കുഞ്ഞിക്ക് കുടിക്കാൻ കൊടുക്കണം" മലിനാണി പറഞ്ഞു.

സന്തോഷം, അമ്മീം കുഞ്ഞീം രണ്ടായി. മലിനാണി എന്ന വിളിച്ച് പറഞ്ഞു. മലിനാണീരെ കർമ്മം തീർന്നു.

മേത്ത് പൊത്ത്യ തോർത്ത് നേര്യാക്കി ഓള് എറങ്ങാനൊരുങ്ങി. പെറ്റപെണ്ണിന്റെ അമ്മ മലിനാണിക്ക് തലീല് തേക്കാൻ ലേശം വെളിച്ചെണ്ണ ചെരട്ടീലൊയിച്ച് കൊടുത്തു. ഓളത് തലീല് തേക്കാതെ മാറ്റി വെച്ചു. പിന്നെ കൊറച്ച് അരീം ഒരു വെള്ളരിക്കീം ഒരു മുറി തേങ്ങീം കൊടുത്തു. പയങ്കഞ്ഞി കുടിക്കാൻ പറഞ്ഞേരം മലിനാണി പറഞ്ഞു

"വേണ്ടമ്പ്രാക്കളെ. കഞ്ഞി അടിയൻ കുടീലേക്ക് കൊണ്ടോയ്ക്കോളെ..."

കുഞ്ഞിക്കേളൂന് ഇന്നലേ അന്നാഹാരം ഇല്ലാത്തേന്റെ ദണ്ഡം ഓളെ വയറ്ന്ന് കത്ത്ന്ന്ണ്ട്...

വടക്ക്പൊറത്ത് പാത്രം വടിക്ക്ന്ന വെള്ളം വീണ കുണ്ടില് പന

---

*ഉശറൻ - ഉശിരൻ; * മേത്തെ - ശരീരത്തിലെ*

** വായി - വായ*

** കൂക്കി - കൂവി*

** മിന്നര - ഗുഹ്യഭാഗം*

പോലെ വളന്ന വാഴേരെ എല മുറിച്ച് മേത്ത് പൊതച്ച തോർത്ത് വിരിച്ച് അയില് എല വെച്ചു. അയില് പെറ്റ പെണ്ണിന്റെ അമ്മ വെള്ളം ഊറ്റ്യ കുളുത്തും കൊറേ പുളിങ്കറീം ഒയിച്ചു. മലിനാണി അത് ചോരാത്തതര ത്തില് കെട്ടിയെടുത്ത് എല്ലാരീം വണങ്ങി:

"അടിയൻ ബിടോണ്ടോള*..."

എല്ലാരും സന്തോഷിച്ച് ചിരിച്ചു.

വീടിന്റെ മിറ്റത്ത്ന്ന് കീമ്പം* മലിനാണ്യോട് പെറ്റപെണ്ണിന്റെ അമ്മ പറഞ്ഞു.

"മലിനാണി നാലീസം രാവിലെ വെരണം. പെറ്റോളീം കുഞ്ഞീനീം കുളിപ്പിക്കാനാ..."

അയിനും ഓള് കറത്തപല്ലിന്റെ പൊടിഞ്ഞുപോയ ബാക്കി കുറ്റി കാണിച്ച് ചിരിച്ച് തലയാട്ടി പറഞ്ഞു.

"അടിയൻ..."

പെറ്റ പെണ്ണിന്റെ വീട്ട്കാര് പറഞ്ഞാല് നാലഞ്ച് ദെവസം മലിനാണി പോയി കുഞ്ഞീനീം അമ്മേനീം കുളിപ്പിക്കും. ഓള് പോമ്പം കൊറേ പാണലിന്റെ ചപ്പിലീം പറിച്ചിറ്റാ പോവ്വ. അതിട്ട് തെളപ്പിച്ച ബെള്ളത്തിലാ പെറ്റോള കുളിപ്പിക്വ... വീടിന്റെ വടക്ക് ഭാഗത്ത് മടഞ്ഞോല കൊണ്ട് കെട്ടി മറച്ച് മറീണ്ടാക്കും. പെറ്റോള കുളിപ്പിക്കാൻ മറീല് പെറ്റ പെണ്ണ് കുളിക്കാനിരിക്ക്ന്ന മറപ്പലേരെ അടീല് ഒരു കത്തി എപ്പൂം ബെക്കും. ദുർമ്മരണം വന്ന മന്ശന്റെ പ്രേതാത്മാക്കള് കേറാതിരിക്കാനാ... പെറ്റോളും കുഞ്ഞീം കെടക്ക്ന്ന ഒലക്കോട്ട് പൊരീലെ പായീരടീലും കത്തികൊണ്ടക്കും. പെറ്റപെണ്ണിന്റെ തലീലും മേത്തും മലിനാണി എണ്ണ തേക്കും. കുഞ്ഞീന കുളിപ്പിക്കുമ്പം തേക്കാനുള്ള എണ്ണ ഓള് കൊണ്ടരും. പച്ചതേങ്ങ ചെരണ്ടി പാലെടുത്ത് അയില് ചെക്കിപ്പൂവിന്റുള്ളിലെ നാളി കളഞ്ഞിട്ട് തെളപ്പിച്ച് വെളിച്ചെണ്ണ എടുക്കും. അത് തേച്ചാല് നല്ല നെറൂം ഇണ്ടാവൂന്നും ചൊറിചെരങ്ങൊന്നും ബെരൂലാന്നും മലിനാണി പറയും. ആ എണ്ണക്ക് ഓക്ക് രണ്ടെടങ്ങഴി നെല്ല് കൂലിയായിറ്റ് കൊടുക്കും. എണ്ണ യാക്കാന്ള്ള തേങ്ങ പെറ്റ പെണ്ണിന്റെ വീട്ട്കാര് കൊടുക്കും. ചെലര് വെന്ത വെളിച്ചെണ്ണീണ്ടാക്കാൻ കുഞ്ഞാരപ്പെരുവണ്ണാനോട് പറയും. ഓൻ വെളി ച്ചെണ്ണീണ്ടാക്കു മ്പം ലേശം ഒണങ്ങ്യ മഞ്ഞളും ഇടിച്ച് പൊടിച്ച് ചേർക്കും.

അഞ്ച് ദെവസം അമ്മേനീം കുഞ്ഞീനീം കുളിപ്പിക്കാൻ പറഞ്ഞാല് മലിനാണിക്ക് ബെല്യ കാര്യായി. അഞ്ചീസം ഒരു നേരത്തെ കുളുത്ത് കിട്ട്വല്ലോ... ചെലപ്പം രാവിലെത്തെ പലഹാരം ഓട്ടടയോ മറ്റോ കിട്ടും. അതൊന്നും ഓള് തിന്നാതെ കുടീല് കൊണ്ട് പോയി എല്ലാരും ഇല്ലത് ഒപ്പരം* തിന്നും.

** കീമ്പം - ഇറങ്ങുമ്പോൾ*

** ബിടോണ്ടോള - പോയ്ക്കോള*

** ഒപ്പരം - ഒരുമിച്ച്*

എനി കുളിപ്പിക്കാൻ പോവാൻ പറഞ്ഞിറ്റേങ്കിലും പെറ്റ പെണ്ണിന് കൊട്ക്കണ്ടതല്ലം മലിനാണി പെണ്ണിന്റമ്മക്ക് പറഞ്ഞ് കൊടുക്കും.

പെറ്റ ഉടനെ തന്നെ മഞ്ഞളും തുളസീം അരച്ച് വെള്ളത്തില് കലക്കീറ്റ് മലിനാണ്യന്നെ പെണ്ണിന കുടിപ്പിക്കും.

പേറെടുപ്പ് കയിഞ്ഞ് എറങ്ങുമ്പെ തന്നെ മലിനാണി ഓളെ പയേ കണ്ണില് ശാന്തത വർത്തി പെണ്ണിന്റമ്മ്യോട് തൊവ്ത് പറയും.

"നാള മൊതല് നാല് ദെവസം മഞ്ഞളും, മൊളും, ജീരകും അരച്ചിറ്റ് രാവിലെ എണീക്കുമ്പം തന്നെ ചൂട് വെള്ളത്തില് കലക്കി കൊട്ക്കണം. വെള്ളുള്ളീം, ചോന്നുള്ളീം നല്ലോണം വേവിച്ചിറ്റ് അയില് ചക്കരയിട്ട് എളക്കീറ്റ് ആറാമത്തീം ഏഴാമത്തീം ദെവസം കൊട്ക്കണം. എട്ടാമത്തെ ദെവസം മൊതല് എട്ട് ദെവസം അയമോദകും അരീം കൂട്ടി പൊത്ർത്ത്* അരച്ച് വെല്ലും കൂട്ടി പായസാക്കി കൊട്ക്കണം. അന്നേരം തന്നെ അയമോദകം അരച്ച് എള്ളെണ്ണ ചേർത്ത് രാവിലെ വെറുംവയറ്റിലും കുടിക്കണം."

ഇങ്ങന പറഞ്ഞ് ഇരുപത്താറാം ദെവസം മൊതല് വേവ് മര്ന്ന് കയിക്കേണ്ടത് കൂടി പറഞ്ഞേ ഓള് ശ്വാസം കയിക്കൂ. പടീല് ജയിച്ച് നിക്ക്ന്ന ആളപ്പോലെ പിന്ന്വാര് നിത്താ ഓള്.

ഒര് വീട്ട്ത്തന്നെ കൊറേ പേറെടുത്തലും അവസാനത്ത് പേറിനും ഓള് ഇതെല്ലം തോറ്റം ചൊല്ലുമ്പോലെ പറയും. എന്നാലെ മലിനാണിക്ക് സമാധാനാവൂ.

കോമൻനായരെ വീട്ട്ന്ന് കിട്ട്യ കോളുംകൊണ്ട് മലിനാണി എറങ്ങി. ആരോടും ഉരിയാടാതെ ബേഗം നടന്നു. കുഞ്ഞിക്കേളൂന്റെ വയറ്റിലെ കാളല് ഓള് ഈട കേക്ക്ന്ന്ണ്ട്. അതാ ഓളെ നടത്തത്തിന് ഊക്ക്* വന്നത്. ബൈക്ക്* പൈക്കിടാവിനീം പിടിച്ച് വാണ്യനെമ്മന്റെ ഓള് കുഞ്ചിരി നിക്ക്ന്ന്ണ്ടായിന്. വാണ്യനെമ്മന്റെ വളപ്പില് കേറുമ്പേ വെളിച്ചെണ്ണേരീം പുണ്ണാക്കിന്റീം മണാ ഇണ്ടാവ്വാ... കുഞ്ചിരി മലിനാണ്യോട് പറഞ്ഞു.

"ലേശം പുണ്ണാക്കെടുത്തിറ്റ് പോയ്ക്കോ"

കുഞ്ചിരി പൈക്കിടാവിനെ കാഞ്ഞരത്തിന് കെട്ടി മലിനാണീനീം കൂട്ടി പുണ്ണാക്കെടുക്കാൻ തേങ്ങ ആട്ട്ന്ന ആലീലേക്ക് പോയി.

പുണ്ണാക്ക് കൊടുക്കുമ്പം വാണ്യനെമ്മന്റെ ഓള് പറഞ്ഞു.

"രണ്ട് പൈക്കുട്ടി ഇണ്ടായതാ. ഇന്നലെ പറമ്പത്ത്ന്ന് ബെരുമ്പം ഒന്ന് വന്നില്ല. മറ്റേതിന ഇന്ന് പറമ്പത്ത് കേറ്റീല. എന്റെ കന്ന്കുട്ടീന പുലിപിടിച്ചൂന്നാ തോന്ന്ന്. കാല്യാച്ചെക്കൻ* കാലീനനോക്കാതെ മരത്തിന്റെ അടീല് തണലത്ത് ഒറക്കാ പതിവ്. പിന്നെട്യാ ഓൻ പുലി വെര്ന്ന്

---

*ഊക്ക് -ശക്തി; * ബൈക്ക് - വഴിക്ക്;*

** കാല്യാചെക്കൻ - പശുക്കളെ മേയ്ക്കുന്നവൻ*

** പൊതിർത്ത് - കുതിർത്ത*

** മെരട്ട് - ചുവട്ടിൽ*

കാണ്വാ... മിനിയാന്ന് ചാത്തുട്ടി എശമാനന്റെ ആലിക്കേറീറ്റ് കറക്ക്ന്ന പൈയീന* പുലി പിടിച്ച് കൊണ്ടോയിന്. പൈയീന കൊന്നിറ്റ് കൊറേ തിന്നിറ്റ് ബാക്കി ആവളപ്പ്ത്തന്നെ പ്ലാവിന്റെ മെരട്ട്* ഇട്ട്റ്റാ പോയിനി. ഇന്നലെ രാത്രി തമ്പ്രാന്റെ തോക്കുംകൊണ്ട് പ്ലാവിന്റെ മോള്ല് ചെമ്പ ചന്തു പൊലര്ന്നത് വെരെ ഇര്ന്നിനി. പുലി വന്നിറ്റ്ല്ല. രാവിലെ ചത്ത പൈയീന ആരല്ലോ വെലിച്ച് കുയിച്ചിട്ടു*. വെളിച്ചെണ്ണ വിറ്റിറ്റ് വന്നേരം എന്റെ മക്കളച്ഛൻ പറീന്ന്ണ്ടായിനി."

ചെമ്പച്ചന്തു തമ്പ്രാന്റെ കാര്യസ്ഥനാ, കോയിച്ചപ്പും, കുന്നുമ്മ കുഞ്ഞപ്പീം, തലമുറിയൻ കണ്ടക്കോരമ്വാ ബെല്ല്യ കാര്യസ്ഥമ്മാര്. പൊനത്തില് എറങ്ങി, പൊനം* തേച്ചും കുത്തി മറിച്ച് കളീന്ന പന്നീനപിടിക്കാൻ കുണ്ട്* കുയിച്ച് തലമുറിയൻ കണ്ടക്കോരൻ ആപ്പ് വെക്കുമ്പം ഓന്റെ ലിംഗം ആപ്പില് കുടുങ്ങി ലിംഗത്തിന്റെ ഒരു കഷണം അറ്റ്പോയനി. കുഞ്ഞാരപ്പെരുവണ്ണാനാ പിന്ന്യത് പച്ചമരുന്ന് വെച്ച്കെട്ടി ഒണക്യത്. അയിപ്പിന്നെ കണ്ടക്കോരനെ കൊറേ ആളെല്ലാം ഓൻ കേക്കാതെ തലമുറിയൻ കണ്ടക്കോരാന്നാ വിളിക്വാ...

തമ്പുരാന് തോക്ക് ഇണ്ടാക്കി കൊടുക്കുന്നത് പെര്ങ്കൊല്ലൻ അപ്പുവാ. ചെമ്പച്ചന്തു തമ്പ്രാന്റെ വെടിക്കാരനാ... കാട്ട്ന്ന് പന്നീരെ അനക്കം കേട്ടാമതി, കാണ്വൊന്നും വേണ്ട. ഓൻ വെടി വെക്കും. വെടിവെച്ചാ പിന്ന പന്നി നെലവിളിച്ചോണ്ട് പെട്ക്ക്ന്ന്ണ്ടാവും. ഒരീസം മലാൻ തോട്ട്ല് വെള്ളം കുടിക്കാൻ എറങ്ങീനീന്ന് കേട്ട് ചെമ്പച്ചന്തു തോക്കെടുത്ത് വന്നു. തോട്ടിൻ കരക്ക്ന്ന് പാറോത്തിന്റെ കാട്ടിന്റടീന്ന് അനക്കംകേട്ട് ഓൻ വെടിവെച്ചു. വെടിപൊട്ട്ന്ന ഒച്ചേരൊപ്പരം മലാന്റെ നെലവിളിയല്ല കേട്ടത്, മനിശന്റ്യാ. തോട്ടില് തുണിതിരുമ്പാൻ വന്ന കരിമ്പനമ്പൂന്റെ മോള് ചേയിക്കുട്ടി പാറോം കാടിന്റെ മറേന്ന് മൂത്രോയിക്കാൻ നിന്ന് മണങ്ങ്യതാ*... വെടി ഓക്കാ കൊണ്ടത്. ഒറ്റക്കരച്ചലേ ഇണ്ടായിറ്റ്ലൂ. പിന്നെ കാട്ടിന്റെ മറേത്തൂന്ന് വീണ് ഒന്ന് പെടച്ചിനി. ആടത്തീർന്നു ഓള കഥ.

ഓള് ചത്ത വിവരം കേട്ട് തമ്പ്രാൻ പറഞ്ഞു.

"കരിമ്പനമ്പൂന്റെ മോക്ക്* ചാവാന്ള്ള വിധി അങ്ങന്യാരിക്കും ദൈവം നിശ്ചയിച്ചത്."

തോടും, തോട്ടിൻ കരക്കെ കാടും കരിമ്പനമ്പൂം ഓന്റോളും പിന്ന ശാസം കയിച്ചില്ല. എരമം നാട്ട്ലെ ആരും തീയ്യത്തി ചിരുതേരെ റാക്ക് കുടിക്കുമ്പം പോലും പിന്നൊന്നും മിണ്ട്യ്യതൂല്ല.

കരിമ്പനമ്പൂന്റീം ഓന്റോളീം മോള് ചത്ത സങ്കടം മാറാൻ തമ്പ്രാന്റെ കാര്യസ്ഥൻ തലമുറിയൻ കണ്ടക്കോരൻ ഒരു പറ നെല്ലും രണ്ട് കൈ വെള്ളരിക്കീം കൊട്ത്തിറ്റ് അവരോട് പറഞ്ഞു.

** മെരട് - ചുവട്ടിൽ*

** പൊനം-പറമ്പില് കൃഷിയിടൽ; മോക്ക് - മകൾക്ക്*

** പയീന - പശുവിനെ; * മണങ്ങുക - കുനിയുക*

"തമ്പ്രാൻ കൊടുത്തയച്ചതാ..."

കരിമ്പനമ്പൂന്റെ ഓള് ചപ്പില മോന്ത്യായേരെ എന്റെ തറേരട്ത്ത് വന്ന് എന്റെ കുത്ത്വെളക്കില് വെളിച്ചെണ്ണ ഒയിച്ചിറ്റ് പറഞ്ഞു. ബാല്യക്കാരത്തി പെണ്ണാ ചപ്പില. എന്നിറ്റും എന്റെ കുത്ത് വെളക്കില് വെളിച്ചെണ്ണ ഒയിക്കുമ്പം കൈയും മേലും കിടുകിടാന്ന് വെറക്കുന്ന്ണ്ടിയിന്. ബെറച്ചോണ്ടന്നെ എന്ന തൊവ്വ്തോണ്ട് ഓള് കരഞ്ഞ് പറഞ്ഞു.

"ന്റെ പൊട്ടൻ തെയ്യേ... ആ ചെമ്പച്ചന്തു എന്റെ മോള കൊന്നതാ... ഓൻ കൊറേ നാളായി എന്റെമോള മനക്കലേക്ക് ബിളിക്ക്ന്ന്... ഓന്റെ തറവാട്ടില് തേച്ചും മാരിക്കുരിപ്പ് കൊടുക്കണേ..."

പിന്ന ഓള് നിക്കാൻ കയ്യാതെ തറപിടിച്ച് നെലത്തിരിന്ന് ഓളെ തല തറമ്മലമർത്തി ഒച്ചില്ലാതെ കരഞ്ഞു. ഓളെ കരള്ന്ന് വന്ന വെള്ളം ബീണ് എന്റെ തറീം കരഞ്ഞു. പെർമലയൻ ബെര്മ്പക്ക്* ഓള് തറേരെ തായല് മണ്ണില് ബോധൂല്ലാതെ കെടക്ക്ന്നാ ഇണ്ടായിന്. ഓൻ പിന്ന കരിമ്പനമ്പൂന്റട്ത്ത് വിവരം പറഞ്ഞ് അമ്പു വന്നിറ്റാ ഓള കൊണ്ടോയിനി.

കണ്ടത്തില് നെല്ലിന്റെ എടേല് വളന്ന പുല്ല് പറച്ച് നെല്ലിന് എടഎളക്ക്ന്ന പൊലച്ചി പെണ്ണ്ങ്ങള് പറഞ്ഞ കഥ എന്റെ ചെവീലെത്തീന്. കരിമ്പനമ്പൂന്റെ മോള് ചീയേയിക്കുട്ടി തോട്ട്ന്ന് കുളിക്കുമ്പം ചെമ്പച്ചന്തു തോടും കടന്ന് തീയ്യത്തി ചിരുതേരടുത്ത് റാക്ക് കുടിക്കാൻ പോവുമ്പം ഓൻ തോട്ട്ൻ കരക്ക്ന്ന് കൊറേ നേരം ചീയ്യികുട്ടീന നോക്കിനിന്നു. ഓള് തെരണ്ടാംഗലം* കയിഞ്ഞ പെണ്ണല്ലേ. ഓന കണ്ട് പേടിച്ച ഓള് തോട്ട്ല് ചങ്കോളം വെള്ളത്തില് കീഞ്ഞ്* നിന്നു. ഓൻ അന്നേരം ഉടുത്തതോർത്ത് അയിച്ച് തലീക്കെട്ടി ബെള്ളത്തില് കീഞ്ഞ് ഓളടുത്തേക്ക് പോമ്പം ഓളെ നെലവിളിച്ചു. ഓളെ നെലവിളി ഒച്ച തോട്ടിൻ കരീം കടന്ന് കണ്ടത്തില് പുല്ല് പറിക്ക്ന്ന പെണ്ണ്ങ്ങളെ കാതിന്റുള്ളിലെത്തി. അവര് കണ്ണും മീച്ച് കണ്ടത്തിന്ന് തോട്ടും കരക്കേക്ക് പാഞ്ഞു. തോട്ടും കരക്കൈത്ത്യേരം ചെമ്പച്ചന്തു, ചീയക്കുട്ടീന ചങ്കോളം ബെള്ളത്തിന്ന് പിടിച്ച് വെലിക്ക്ന്ന്. അവരക്കണ്ട ചെമ്പചന്തു തോട്ട്ന്ന് കേറി കണ്ണ്മീച്ച് നിക്ക്ന്ന പൊലച്ച്യള നോക്കി. അന്നേരം തന്നെ അവര് കണ്ണ്പൂട്ടി, തൊണ്ടീന്ന്* വന്ന നെലവിളി തൊണ്ട വിഴുങ്ങി. അവര് കണ്ടത്തിലെ നെല്ല്ന്റടിലെ പുല്ല്പറിച്ചു പുല്ല് പറിക്കുമ്പം എടക്കെടക്ക് നെല്ലും പറിച്ചു. അന്നേരം കണ്ടത്ത്ന്ന് ചെളീരെ നാറുന്നമണൂംകൊണ്ട് പാറിപ്പറന്ന കാറ്റാ എന്നോടിതെല്ലാം പറഞ്ഞത്.

കോമൻ നായരെ ബീട്ട്ലെ പേറ്ടുപ്പ് കയിഞ്ഞിറ്റ് കിട്ടിയ കുളുത്ത് മലിനാണി ചെക്കനും പെർമലയനും കോരിവെളമ്പി. വാണ്യനെമ്മന്റെ ഓള് കുഞ്ചിരി കൊടുത്ത പുണ്ണാക്ക് അടുപ്പിലിട്ട് ചുട്ട് കപ്പപ്പറങ്കീം കൂട്ടി കുത്തിപ്പൊടിച്ച് അതും കൊടുത്തു. ഓക്ക് ആട്ന്ന് കിട്ട്യ വെളിച്ചെണ്ണ

** ബെര്മ്പക്ക് – വരുമ്പോഴേക്കും*

** തെരണ്ടാംഗലം – ആദ്യ ആർത്തവം*

** കീഞ്ഞ് – ഇറങ്ങി; തൊങ്ങീന്ന് – കണ്ഠനാളത്തിൽനിന്ന്*

എന്റെ വെളക്കിലൊയിക്കാൻ തറമ്മല് വെച്ചു. പെർമലയന്റെ മൂത്തമോള് ബ്രാല്മീന്റെ വയറ്ഭാഗം ഉപ്പ് പെരക്കി ഉണക്യത് അടുപ്പിന്റെ മേലെ കെട്ടി ഇറ്ക്കി* വെച്ചേൽന്ന് ഒര് കഷണം എടുത്ത് അടുപ്പില് കത്ത്ന്ന ഓല ക്കൊടീരെ തീയില് ചുട്ട് പെർമലയനും ചെക്കനും കൊടുത്തു.

കർക്കിട മാസത്തില് കണ്ടത്തില് പെരുംമഴപെയ്ത് തോട് നെറഞ്ഞ് വെള്ളം കേറും. ചിങ്ങമാസാവുമ്പം വെള്ളം വറ്റ്യാല് പെർമലയൻ കണ്ട ത്തില് മീൻപിടിക്കാൻ എറങ്ങും. അന്നേരം ബ്രാലിനീം മുശുനും വാളേനും കിട്ടും. ബ്രാലിന്റെ വയറ് ഉപ്പ് പെരക്കി ബരുത്ത്* കെട്ടിത്തൂക്കും. ബെല്യമീനകിട്ട്യാല് കുരുമൊളകിട്ട് വറ്റിച്ച് ഒരു വാഴഎലീല് മലിനാണി എന്റെ മുമ്പിലും വെക്കും.

ചുട്ട് കരിഞ്ഞ മീനും പുണ്ണാക്കും കൂട്ടി കുള്ത്ത് കുടിക്കുമ്പം പെർമ ലയൻ ചോയിച്ചു.

"പേറ് എള്പ്പം കയിഞ്ഞിനാ"

"ഉം"

മലിനാണി മൂളി...

"ഞാനെത്തി നോക്ക്മ്പളക്കന്നെ കുഞ്ഞീരെ തലപൊറത്ത് കാണാൻ തൊടങ്ങീന്. പിന്നെ ബെള്ളം ബെർമ്പോലെ പൊറത്തേക്ക് എറങ്ങിവന്നിന്. ആൺതരിയാ... ഓന്റെ അച്ഛൻനായരെപ്പോലന്നെ തടി ച്ചിറ്റാ... എടുത്ത് തൊടച്ച് ബെള്ളം കളഞ്ഞ് മൊലക്കണ്ണ് പിടിച്ച് വായില് വെച്ചേരം നല്ലോണം ബെലിച്ച് കുടിച്ചിന്. പെറ്റോക്കാന്നെങ്കില് മൊലീല് നെറച്ചും പാല്... മൊലീന്ന് പാല് തുളുമ്പി മറീന്ന്ണ്ട്."

കുള്ത്ത്* കുടിക്കുമ്പം മലിനാണീരെ വായീരുള്ളിലാ ചെക്കന്റെ ചെവി. ഓൻ ചോയിച്ചു.

"അമ്മാമ്മേ... അമ്മാമ്മ കള്ള് കുടിച്ചിറ്റിണ്ടോ...?"

"ഉം"

"ഞാൻ രാവിലെ കുടിച്ചങ്ങനത്തെ ഏറ്യവാട്ല്ല* കള്ളാ?"

"ഉം..."

"ചവുണ്യച്ചൻ കള്ള് തെരുമ്പം പറഞ്ഞിനി മൊലപ്പാലും കൊല പ്പാലും ഒന്നാന്ന്ന്. ഞാൻ മൊലപ്പാല് കുടിച്ചിറ്റില്ലല്ലോ... അയിനായിറ്റ് എനക്ക് അമ്മയിണ്ടായ്റ്റ്ല്ലല്ലോ... അതാ ചോയിക്ക്ന്ന്... കള്ളിന്റെ രുച്യന്ന്യാ മൊലപ്പാലിനും...?"

നാണി പറഞ്ഞു

"മോൻ വയറ് നെറച്ചും കുളുത്ത് കുടിക്ക്..."

പെർമലയൻ നാല് പിടി കുള്ത്ത് തിന്ന് ബാക്കി മലിനാണീരെ മുമ്പി ലേക്ക് വെച്ചു. എന്നിറ്റ് എണീറ്റ് കൈകഴുകാതെ ചെക്കൻ കുളുത്ത് കുടി

** ബരുത്ത് - അടുപ്പിന്റെ മുകളിൽ കെട്ടിയ ഓലത്തട്ട് (ബരു)*

** കീഞ്ഞ് - ഇറങ്ങി; * ഇറ്ക്കി - തിരുകി; * കുളുത്ത് - പഴങ്കഞ്ഞി*

** ഏറ്യവാട്ല്ലെ - കള്ള് തെങ്ങിന്റെ മുകളിൽ നിന്ന് എടുത്ത ഉടൻ*

ക്കുന്നത് നോക്കിയിരുന്നു. ചുട്ട പുണ്ണാക്ക് പൊടിക്ക് ഇട്ട കപ്പപ്പറങ്കീരെ എരു*കേറീറ്റ് ചെക്കന്റെ കണ്ണുന്നും മൂക്കന്നും ബെള്ളം വന്നു. എടത്തേ കൈയോണ്ട് മൂക്കും കണ്ണും തൊടച്ചിറ്റ് വലത്തേകൈയോണ്ട് കുള്ത്ത് വാരി തിന്നുമ്പം പെർമലയൻ ഓനോട് പറഞ്ഞു:

"ന്റെ മോന അപ്പാപ്പൻ ഒരു കാര്യം പഠിപ്പിക്കാൻ മറന്നു. മലയൻ ആദ്യം പഠിക്കേണ്ട പാഠം, വയറ്മ്മല് തോർത്ത് മുണ്ട് മുറുക്കി ഉടുത്ത് പട്ടിണി കെടക്കാനാ. തുലാപ്പത്ത് കയിഞ്ഞാല് പിന്ന ആറ്മാസം മലയനും വണ്ണാനും തെയ്യായി. തെയ്യം തൊടങ്ങ്യാല് കരിക്കാടിക്ക്ല്ലെ വകയായി. എടക്ക് കോയിക്കറീം റാക്കും കുടിക്ക. പിന്നെ ആറ് മാസം തേച്ചും പട്ടിണിന്യാ...മുഴുപട്ടിണി. ന്നാലും ന്റെ നാല് മക്കളീം ഞാങ്ങ* പൈപ്പ *റീക്കാതെ വളത്താൻ നോക്കീന്. നിന്റെ ബയറിനീം പൈപ്പിന്റെ കത്തലറീക്കതെ കൊണ്ടോണംന്നാ നിരീക്ക്ന്ന്*. അയിന്ള്ളതെല്ലാം ന്റെ പൊട്ടൻ തെയ്യം തെരും എനക്ക്..."

മലിനാണി മിണ്ടാതെ പെർമലയന്റെ ബാക്കി കുള്ത്ത് കുടിച്ചു. ചെക്കനും കുടിച്ച് കയിഞ്ഞു. മിറ്റത്തെ ബായേരെ മെരട്ട് ബെള്ളം നെറച്ച് വെച്ച വക്ക് പൊട്ട്യ കലത്ത്ന്ന് കൈ കഴുകി എന്റെ തറമ്മല് വന്നിരുന്നു. ഓനെന്റെ ചെമ്പകത്തിന നോക്കി. കള്ളും റാക്കും ഒയിക്ക്ന്ന കുഞ്ഞിക്കുട്ക്ക പോലത്തെ ഓന്റെ തുന്ത പിന്നീം വീർക്ക്ന്ന്ണ്ട്ന്ന് എനക്ക് തോന്നി–

ഓൻ എന്നോട് ഒച്ചകൊറച്ച് ചോയിച്ചു.

"ന്റെ പൊട്ടൻ തെയ്യേ... പട്ടിണി മലേന്റൊപ്പരം തന്നെ ജനിക്ക്ന്നതാന്ന് എന്റെ അപ്പാപ്പൻ പറീന്ന്... അയിന് മാത്രം എന്ത് തെറ്റ്കുറ്റാ മലേമ്മാരെല്ലാം ചെയ്തിന്, ന്റെ പൊട്ടൻ തെയ്യേ... മലേനും പൊലേനും വണ്ണാനും മാത്രാന്നോ പൊട്ടൻ തെയ്യേ പട്ടിണികെടക്കണ്ടവര്?"

ഓൻ എന്നെ നോക്കീറ്റും എന്റെ പേരെട്ത്ത് ബിളിച്ചിറ്റാ ചോയിച്ചിനെങ്കിലും ഓൻ ഓനോടന്നെ കൊറേയോട്ടം* ഈ ചോദ്യം ചോയിച്ചോണ്ട് നിക്കേന്ന്. ഓന് ഉത്തരം കിട്ടാത്ക്ക്മ്പാ എന്നോട് ചോയിക്കല്... എനക്ക് പണ്ട് ഇണ്ടായ ചിന്തന്ന്യാ ചെക്കനും... പോത്ത് പൂട്ടി കണ്ടം ഒരുക്ക്ന്നതും, കണ്ടത്തില് ഞാറ് നടുന്നതും, ഞാറ് വളന്ന് നെല്ല് കൊലച്ച് മൂത്ത് പഴുക്കുമ്പം അതെല്ലാം മൂർന്നതും* ഞാങ്ങളാ... നെല്ല് തേച്ചും കൊണ്ടോന്ന് തമ്പ്രാക്കമ്മാരും... ഈനൊരുത്തരൂല്ലെ ന്റെ പൊട്ടൻ തെയ്യേന്നാ ഓന്റീം ചിന്ത... ഓനിപ്പം എടക്കൈടെ ഇത്പോലത്തെ പലേ ചോദ്യം ചോയിക്ക്ന്ന്ണ്ട്. ചെലപ്പം ചോദ്യം ചോയിച്ച് തീരുമ്പളക്ക് ഓന്റെ ഒച്ച കൂടിവെര്ന്നതും ഓന്റെ മേലെല്ലാം വെയർത്ത് വെള്ളൊലിക്ക്ന്നതും

** ഞാങ്ങ – ഞങ്ങൾ; * പൈപ്പ് – വിശപ്പ്*

** നിരീക്ക്ന്ന്–ആഗ്രഹിക്കുന്നത്;*

** കൊറേയോട്ടം – പലതവണ*

** മൂർന്നത് – കൊയ്യുന്നത്; * എരു – എരിവ്*

ഞാൻ കണ്ടിറ്റ്ണ്ട്... ഓന്റപ്പാപ്പനോട് ചോയിച്ചിറ്റ് ഉത്തരം കിട്ടാതിക്ക്മ്പൂം എന്നോട് ചോയിക്കും. ഒരിക്കാല് ഓൻ നെലവിളിക്ക്ന്നപോലെ എന്നോട് പറഞ്ഞിന്... എനക്കീനി ഉത്തരം താ പൊട്ടൻ തെയ്യേന്ന്...

എന്ത് ഉത്തരം കൊടുത്താലാ ഓന്റെ തെളച്ച് ബെർന്ന ചങ്കിന തണിപ്പിക്കാനാവ്വാ... ഓന്റെ ചങ്കിന തണ്പ്പിക്കുന്ന ഉത്തരം എനക്കറീല. തെളച്ച് ബെർന്ന ഓന്റെ ചോദ്യത്തിന് തീകൊടുത്ത് പന്തം പോലെ കത്തിച്ച് കാട്ട്തീ പോലെ പടരുന്ന ഉത്തരേ എനക്കില്ലൂ... അല്ലെങ്കില് ഞാൻ തന്നല്ലേ അയിന്റെ ഉത്തരം... ഓൻ ഇപ്പം ചോയിക്ക്ന്ന ചോദ്യം ഞാൻ പണ്ട് തമ്പ്രാക്കമ്മാരോട് ചോയിച്ച് കിട്ട്യ ഉത്തരല്ലേ ഞാൻ... ചെക്കാ... എന്നെ തമ്പ്രാക്കമ്മാര് എറിഞ്ഞ് കൊല്ലേ ചെയ്തിന്... നിനിക്കും അവരെ ഏറ്കൊണ്ട് ചാവണാ*... ചാവാനാണ് നിനിക്കാശയെങ്കില് ചോദ്യത്തിന് ഉത്തരംല്ല... നിന്ന ഞാൻ ചോദ്യം ചോയിക്കാൻ എനീം പഠിപ്പിക്ക... എന്റെ ചങ്ക്ന്ന് വന്ന ചോദ്യം എന്റേതായ് ഞാനായിറ്റ് നിന്റെ അപ്പാപ്പനും അമ്മാമ്മീം ചൊല്ലന്ന്ണ്ട്. നീയത് എന്റേതായ കോലം കെട്ടാതെ തമ്പ്രാക്കമ്മാരുടെ കുലുങ്ങ്ന്ന കലം പോലത്തെ കൊടലിന്റെ മുമ്പിലും വെറപ്പിക്കാനുള്ള കുടുമേരെ മുമ്പിലും പോയി ചൊല്ല്... അന്നേരം ആകാശത്ത്ന്ന് ഇടിമിന്നല് ബെരും. മലങ്കാട്ട്ന്ന് കൊട്ങ്കാറ്റ് ബെരും. മലപൊളന്ന് കടല്പോലെ ബെള്ളം ബെരും... അതില് മുങ്ങീറ്റ് ആരല്ലോ ചാവും...

ബേണ്ട... വായത്തളിര്* പോലത്തെ മേലാ നിന്റത്. ഇപ്പം എന്റെതായ ഉത്തരം നീ കേക്കണ്ട. അയിനായിറ്റ് നീ നിന്റെ അപ്പാപ്പൻ പറീന്നത് സത്യായിറ്റ് കണക്കിലെടുത്തോ... അയിനായീറ്റ്ല്ല കാലായിറ്റില്ല ചെക്കാ... അറിയേണ്ടതൊന്നും നീ അറിഞ്ഞിറ്റ്ല്ല. കേക്കേണ്ടതൊന്നും നീ കേട്ട്റ്റ്ല്ല. കാണേണ്ടതൊന്നും നീ കണ്ട്റ്റ്ല്ല. കണ്ണൂം കാതും പൊട്ടിപ്പോവും അതറിഞ്ഞാല്... എനക്കായിറ്റ് കെടക്കാൻ കൂട്ട്ന്ന* മേലേരി*ക്കനലിനേക്കാളും ചൂട്ണ്ടയിനി...

നിന്റമ്മ ഓടുത്തു. നിന്ന പെറ്റതല്ലേ ചെക്കാ... നിന്റപ്പനോടുത്തു... നിന്ന സൃഷ്ടിച്ചതല്ലേ ചെക്കാ... നിന്റേതായ ഒരപ്പനും നിന്നപെറ്റോരമ്മയും ഏടപ്പോയതന്റപ്പാപ്പാന്ന് ചോയിക്ക്... അയിന്റെ ഉത്തരം കേട്ട് നീ നിന്റുള്ളിലെ തീക്കനല് ഊതി ഊതി കത്തിച്ച് നിന്റെതായ തല ആളിക്കത്തിക്ക്...

** ചാവണാ - മരിക്കണോ*

** വായത്തളിര് - വാഴത്തളിർ*

** കൂട്ട്ന്ന- ഉയരത്തിൽ ഉണ്ടാക്കുന്ന*

** മേലേരി - കനൽ കൂമ്പാരം*

ഗുളികൻ നോക്ക്

ഇന്ന് തുലാം ഒന്നായി.

തുലാപത്ത് മുതല് പെര്മലയന് പട്ടിണി മാറും. തെയ്യക്കാലായി. തുലാപത്തിനാ നെല്ലിക്കേരെ വാലായ്മ തീരുന്ന ദേവസം. അത് കയിഞ്ഞാലെ നെല്ലിക്ക കാട്ട്ന്ന് പറിച്ചൂടൂ. വാലായ്മ നെല്ലിക്കക്ക് മാത്രല്ല. പെണ്ണ് പെറ്റാല് പതിനാല് ദെവസം വാലായ്മയാ... അന്നേരം ഓക്കും ഓളെ ബന്ധുക്കൾക്കും ആരീം തൊട്ടൂട. എന്റെ തറേരടുത്ത് വന്നൂട, മണിയറ പൂമാലക്കാവില് പൂമാലപ്പോതീരെട്ക്ക കുളിച്ച് തൊവ്വാൻ പോയ്ക്കൂട, മുച്ചിലോട്ട് പോതീരെ മുച്ചിലോട്ട് കേറിക്കൂട. മുതുകാട്ട് കാവില് കുളിച്ച് തൊവ്വ്ത് അയ്യപ്പന കണ്ടൂട. അങ്ങന്യാ നാട്ട് നടപ്പ്...

ചത്താലും അങ്ങനന്യാ... പതിനാല് ദെവസം പൊലയാ... ആരോടും മിണ്ടാതെ, ആരീം തൊടാതെ അവനോന്റെ കുടീല് കയിഞ്ഞോളണം. ബേറീം നേമങ്ങള്ണ്ട്. മലേനും വണ്ണാനും എല്ലാരീം കഞ്ഞികുടിക്ക. എന്നാല് അവരെ ചട്ടീലും കലത്തിലും വെന്തതൊന്നും മറ്റാരും തിന്നൂല. തുലാപത്തിന് ആദ്യത്തെ തെയ്യം മാതാംഗലത്തെ മുച്ചിലോട്ട് പത്താവതക്ക്* കെട്ട്ന്ന തൊണ്ടച്ചൻ തെയ്യാ... പുന്നൂന്നൻ തൊണ്ടച്ചൻ. പറഞ്ഞ് വന്നാല് പുന്നൂന്നൻ തൊണ്ടച്ചൻ വാണ്യനെമ്മന്റെ ഒരമ്മാവനാ... പയേ അമ്മാമൻ... തെയ്യക്കരുവായതാ... വണ്ണാൻ കുഞ്ഞാരന്റെ മക്കളാ തൊണ്ടച്ചൻ തെയ്യം കെട്ട്വ.

തുലാമാസാവുമ്പേ മലയമ്മാരും വണ്ണാമ്മാരും വേലൻമാരും എല്ലാം അണിയലം പുതുക്കും. ചെണ്ടേരെ കയറയിച്ച് മുറുക്കും. ചെണ്ടീല് കോല് വീമ്പം വെള്ളോട്ട് കിണ്ണത്തിന് മണിക്കല്ല് എറീന്ന ഒച്ചീണ്ടാക്കും.

** പത്താവത – തുലാമാസം പത്താംതീയതിക്കുള്ള തെയ്യം (പത്താമുദയം)*

നെല്ല് മൂരുമ്പം മലിനാണി കണ്ടത്തില് പോയാല് കണ്ടക്കാരൻ രണ്ട് കറ്റനെല്ല് ചെറുജന്മാവകാശായിറ്റ് ഓക്ക് കൊടുക്കും. അങ്ങന നോക്യാല് ഒര് മുപ്പത് കറ്റ നെല്ല് ആ വയിക്ക് ഓക്ക് കിട്ടും. അത് മൊതിച്ച് പാറ്റിപ്പ റക്കി എട്ത്താല് ഇരുപതെടങ്ങായി നെല്ല് കിട്ടും. അത് പൂങ്ങിക്കുത്തി അരി ആക്യാല് ഒരു പത്തെടങ്ങായി, കൂട്യാല് പന്ത്രണ്ടെടങ്ങായി അരി കിട്ടും. അയിനക്കൊണ്ട് ഓള് പൊന്നളക്കുമ്പോലെ അളന്ന് മൂന്ന് മാസത്തെ കരിക്കാടിക്ക് ഒപ്പിക്കും.

നെല്ല് മൂർന്നൊായിഞ്ഞ* കണ്ടത്തില്*, മലിനാണീം പെമ്മക്കളും ചെക്കനും മുറിഞ്ഞ് വീണ കതിര് പറക്കാൻ* പോയി. മൂർന്ന കണ്ടത്തില് ഒടു* ചെത്തി തീയിട്ട് കണ്ടം പൂട്ടുന്നേന്ന് മുമ്പിലേ പോയില്ലേങ്കില് കതി രെല്ലാം മണ്ണിന്റടീലാവും. ഏളീം പ്രാവും തത്തീം അവരിക്ക് മുമ്പേ കതിര് പറക്കാൻ കണ്ടത്തിലേത്തീന്. കതിര് പറക്കി തിന്ന്ന്ന കിളികളോട് വർത്താനം പറയാനാ ചെക്കൻ കണ്ടത്തില് പോന്ന്. ഓൻ കണ്ടത്തിന്റെ വരമ്പത്തിരിന്നിറ്റ് പ്രാവ് കുറുകുന്നപോലെ ഓന്റെ തൊണ്ടീന്ന് ഒച്ചീണ്ടാ കും. നെല്ല് തിന്ന് വയറ് നെറഞ്ഞ പ്രാവല്ലം ഓന്റെ ഒച്ച കേട്ട് ഓന നോക്കും. മോന്ത്യാവാനാവുമ്പം തോട്ടിലെറങ്ങി കുളിച്ചിറ്റ് വന്ന് എന്റെ തറമ്മല് വെളക്ക് വെക്കുമ്പം ചെക്കൻ എന്നോട് ചോയിക്കും.

"ന്റെ പൊട്ടൻ തെയ്യേ... മാടപ്രാവിനും, അരിപ്രാവിനും, പച്ചത ത്തക്കും തീണ്ടലും, വാലായ്മീം, പൊലീം ഒന്നൂല്ലല്ല... അവരെല്ലാം ഒപ്പരം ഇരിന്ന് കതിര് തിന്ന്ന്ന്, പടപടാന്ന് പറന്ന് പറന്ന് പോന്ന്... ഈ മനി ശൻ* മാത്രം ന്താ ഇങ്ങനെ...? പാറക്ക് മേയാൻ പോന്ന പൈക്കാലി കൾക്കും, വെള്ളത്തിലില്ലെ മീനിനും, പറമ്പത്ത് നടക്ക്ന്ന നായ്ക്കൾക്കും ഒന്നും ഈ നേമൂല്ലല്ലോ... മനിശൻ എന്താ ഇങ്ങനെ?"

ഞാൻ ചെക്കനെ നോക്കി ഉള്ളാലെ ചിരിച്ചു. ഓൻ എന്നത്തന്നെ കണ്ണുംമീച്ച് നോക്കേന്ന്..

ഓന്റീ പ്രായൂല്ലേരം ഞാൻ ഈ ചോദ്യം ആദ്യം എന്നോടെന്നെ ചോയിച്ചതാ. എനക്കുത്തരം കിട്ടാതേരം കണ്ടത്തിന്റെ വരമ്പത്ത് പോയി നിന്ന് നാട്ടിനട്ന്ന* പോലച്ചിപ്പെണ്ണ്ങ്ങളോടെല്ലം ചോയിച്ചു. കണ്ടത്തിലെ ചളീല് ഞാറ് നട്ന്ന ഒച്ച കൊണ്ട് ഞാൻ പറീന്നതൊന്നും കേക്കാത്തത് പോലെ അവരെല്ലാം ഞാറ് നട്ടു. പുഞ്ചക്കണ്ടത്തില് പോത്ത് പൂട്ടുന്ന പൊലയനടക്കൂല്ലവരോടെല്ലാം ചോയിച്ചു. പോത്ത് ചളീല് ചാടി ഒച്ചീ ണ്ട്യാക്ക്ന്നത് കൊണ്ട് ഞങ്ങക്കൊന്നും കേക്ക്ന്നില്ലാന്ന് പറഞ്ഞ് അവര് പോത്തിനപ്പൂട്ട്ലോ പോത്തിനപൂട്ടല്... പിന്നെ മോന്ത്യാവുമ്പം എടവര മ്പില വാതിലില്ലാത്ത കൂരീലേക്ക് നാറ്ന്ന കണ്ടത്തിലെ ചളിയോടെ വന്ന

** മൂർന്നൊായിഞ്ഞ - കൊയ്ത് കഴിഞ്ഞ*

** പറക്കാൻ - ശേഖരിക്കാൻ*

** ഒടു - കൊയ്ത നെല്ലിന്റെ കുറ്റി*

** മനിശൻ - മനുഷ്യൻ; * നാട്ടിനടുന്ന - ഞാറ് നടുന്ന*

** കണ്ടത്തില് - വയലിൽ*

എന്റെ അപ്പനോടും അമ്മയോടും ചോയിച്ചു. കണ്ടത്തില് പണിയെടുത്തിറ്റ് വയറ് പൈച്ചിറ്റ് അവരിക്ക് രണ്ടാക്കും ചെവികേക്ക്ന്നേയില്ലാന്ന് അവരും പറഞ്ഞു. പിന്ന ഉദിച്ച് വര്ന്ന സൂര്യഭഗവാനോട് ചോയിച്ചു. തെക്കൻ കാറ്റടിച്ച് വര്ന്ന ഒച്ചീല് എന്റെ ചോദ്യം സൂര്യഭഗവാനും കേട്ടില്ല. ചറപറാന്ന് പെയ്യ്ന്ന മയയോട് ഞാൻ ചോയിച്ചു. ഇടിമുട്ട്ന്ന ഒച്ചീണ്ടായിറ്റ് ഞാൻ ചോയിച്ചതൊന്നും മഴയും കേട്ടില്ലാന്ന് പറഞ്ഞു.

പിന്ന ഒടൂല് ഞാൻ തെക്ക്ന്ന് വടക്കോട്ട് കാവേരീം കടന്ന് പോന്ന കുടുമകെട്ടി കുറി വെലിച്ച ശങ്കരനോട് ചോയിച്ചു.

എന്താ മനിശമ്മാര് തമ്മില് വ്യത്യാസംന്ന്... എന്റെ നായ്ക്കള് നടക്ക്ന്ന ബയിക്ക് എന്തേ എനക്ക് നടന്നൂടാന്, അവരെനക്ക് ഉത്തരം തന്നു. അവരെല്ലാം കൂടി എന്ന എറിഞ്ഞ് കൊന്നു. പൊലേൻ ചത്താല് കുണ്ടില് വെലിച്ചിട്ട് കൊത്തിമൂടാ‍ാ ചെയ്യാ... ഞാൻ ചത്തെടുക്ക്ന്നും എണീറ്റ് ബന്നബങ്കിലോന്ന് പേടിച്ചിറ്റ് എന്ന ഒണങ്ങ്യബെറ്* കൂട്ടി തീയിട്ട് അയിലിട്ട് കത്തിച്ചു...

ചെക്കാ... കുഞ്ഞിക്കേളൂ... എന്ന കൊന്നവര് കാലെത്ര കയിഞ്ഞിറ്റും ഇപ്പും ഈൗട്യല്ലൂണ്ട്. എന്ന എറിഞ്ഞ് കൊന്ന കല്ലുണ്ട്, അവരെ കൈമല്... കത്തിക്കാൻ ഒണങ്ങ്യ മരക്കുട്ടീം ഇണ്ട്.

നീ തെരക്ക് കൂട്ടല്ല കുഞ്ഞിക്കേളൂ... അയിനായിറ്റ്ല്ല കാലം ബെരും അന്നേരം അവരെ ബായത്തട* അരിഞ്ഞരിഞ്ഞ് ഇടുമ്പോലെ അരിഞ്ഞിടാൻ എന്റെ കൊക്കണകത്തി ഞാൻ നിനിക്ക് തെരും. അത്രവരെ നീ അടങ്ങിയിരിക്ക്...

എന്റെ ഉരിയാട്ടൊന്നും കേക്കാതേരം ചെക്കൻ എണീറ്റ് ഓന്റെ കുടീന്റെ ആത്തേക്ക് പോയി.

മലിനാണീം ഓളെ പെമ്മക്കളും കണ്ടത്ത്ന്ന് കാലിപ്പെറക്യ* നെല്ല് പൂങ്ങി* ഒണക്കി കുത്തി അരിയാക്കി അടുപ്പത്തിട്ടു. കൊറച്ച് നെല്ല് തരക്കി* അരച്ച് ചെക്കന് ഓട്ടട ചുട്ടു കൊടുത്തു.

പുതിയ അരി മങ്കലത്തില് അടുപ്പത്ത്ന്ന് തെളക്കുമ്പം ബെര്ന്ന മണം മൂക്കിലേക്ക് വെലിച്ച് കേറ്റി മലിനാണീരെ കണ്ണ് ചിരിച്ചു.

പുതിയരിച്ചോറിന്റെ വാലായ്മ കളയാൻ വാണ്യനെമ്മന്റടുത്ത് പോയി കൊറച്ച് മോര് കൊണ്ടന്നു. തോട്ടിൻ കരക്കെ കാട്ടില് മുണ്ടക്കോയിക്ക് കെണി വെച്ചിറ്റ് പെര്മലയൻ നാല് മുണ്ടക്കോയീന പിടിച്ചു. അയിന്റെ തൊപ്പിട്ട* കളഞ്ഞ് ഓലക്കൊടി കത്തിച്ച് കരിച്ച് കഴുകി പെർമലയൻ തന്നെ മുറിച്ച് ചെറിയ കഷണങ്ങളാക്കി വാഴേരെ കൊടിയെലയിൽ വെച്ച് മലിനാണിക്ക് കൊടുത്തു. ഓളയിന് നല്ലോണം കുരുമുളകും

കണ്ടം - വയൽ;

** ബെറ് - വിറക്; * ബായത്തട - വാഴ;*

** കാലിപ്പെറക്യ - കൊയ്ത വയലിൽ ഒഴിഞ്ഞ കതിര് ശേഖരിക്കൽ*

** പൂങ്ങി - പുഴുങ്ങി; * തരക്കി- നെല്ല് പുഴുങ്ങാതെ അരിയാക്കുക*

** തൊപ്പിട്ട - പൂട*

മഞ്ഞളും ചൂടാക്കിപൊടിച്ച് ചേർത്ത് വറ്റിച്ച് അടുപ്പ്ന്ന് വാങ്ങാനാവുമ്പം അയില് വാണ്യൻ എമ്മൻ കൊടുത്ത പച്ചവെളിച്ചെണ്ണ നനച്ച് കയിലീന്റെ വാലോണ്ട് എളക്കി യോജിപ്പിച്ച് എറക്കി വെച്ചു.

എല്ലൂം ഒരു കൊടി എലീല് കൊറേശ്ശെ വെളമ്പി എനക്ക് തന്ന് എന്നെ തൊവ്വുതു.

എല്ലാരും ഒപ്പരം മിറ്റത്തിരുന്ന് പുതീയരീന്റെ കഞ്ഞീം മുണ്ടക്കോയീരെ എറച്ചീം തിന്നു. പെർമലയനും മലിനാണീം അയിന്റൊപ്പരം തന്നെ തീയ്യത്തി ചിരുതേരെ റാക്കും കുടിച്ചു. പൊരിവെയിലത്ത് പാറേമ്മല് വാടിക്കൊയഞ്ഞ് നിന്ന ചെടിക്കെല്ലം മയപെയ്ത് തലീല് വെള്ളമ്പീമ്പം ണ്ടായ സന്തോഷം പോലെ എല്ലാരീം മോത്ത് മിനുസൂല്ലെ തളിരെലവിരിഞ്ഞ് വെർന്നത് ഞാൻ കണ്ടു.

ചെക്കനീന്ന് തെയ്യത്തിന്റെ തോറ്റൂം കാലാംഗ്യൂം* പഠിപ്പിക്കണംന്ന് പെർമലയൻ നിരീച്ചു.

അന്നേരാ തമ്പ്രാന്റെ കാര്യസ്ഥൻ കോയിച്ചപ്പു തീയ്യത്തി ചിരുതേരെ കുന്ന് കീഞ്ഞ് വന്നത്. പുളിയൻ മാവ് പോലെ നീളം വെച്ച ഓൻ എന്റെ തറേരടുത്ത് വന്ന് നിന്നു. ഓനക്കാളും നീളാ ഓന്റെ ചങ്കിന്.* റാക്ക് തലക്ക് പിടിച്ച് ഓൻ പത്തിവിടർത്തിയ പാമ്പിനെപോലെ തലയാട്ടാൻ തൊടങ്ങി. കൊലക്കാനായ വായക്ക് ഊന്ന് കൊടുക്കുന്നപോലെ ഒരു കൈ ഓന്റെ നടൂന് ഒടിച്ച് കുത്തിയാനിക്ക്ന്ന്. മറ്റേ കൈയോണ്ട് ഓൻ പകുതീം നരച്ച ചേരിപ്പാണ്ട* പോലത്തെ മീശ പിരിച്ച് പറിക്കും ചെയ്യ്ന്ന്ണ്ട്. റാക്ക് കുടിച്ചാല് ഓന്റെ ഒരു കൈ എപ്പൂം മീശേമ്മന്ന് കോൽക്കളികളിക്കും. പെർമലയനും, മലിനാണീം ചെക്കനും ഒടിഞ്ഞ വായപോലെ നടുവൊടിച്ച് പിടിച്ച് ഓന തൊവ്വ്തു. പെമ്മക്കള് രണ്ടാളും പൂച്ചേനകണ്ട എലിമാളത്തിൽ ചാടി ഒളിക്കുംമ്പോലെ കൂരേന്റുള്ളിലേക്കോടിക്കേറി.

നാണി തൊണ്ട തേച്ചും തൊറക്കാതെ ചോയിച്ചു.

"ന്താമ്പ്രാക്കളെ"

കൂവാൻ പോന്ന പൂങ്കോയി ചങ്ക് വെറപ്പിക്കുമ്പോലെ കോയിച്ചപ്പു ഓന്റെ കഴുത്ത് കുലുക്കി. എന്നിറ്റ് പാമ്പ് നാവ് നീട്ടുമ്പോലെ നാവ് പൊറത്തേക്ക് നീട്ടി. ഓന്റെ നാവ്മ്മല് തേച്ചും റാക്കിന്റെ മത്താ*... മരത്ത്മ്മന്ന് മയ കയിഞ്ഞേപ്പിന്ന കൊട്ടവെള്ളം* ഉറ്റുമ്പോലെ ഓൻ വിട്ട് വിട്ട് പറഞ്ഞു.

"ഇന്ന് രാത്രി മനക്കല് ഗുളികൻ നീക്കല് വേണം. തമ്പ്രാട്ടിക്കുട്ടിക്ക്, തമ്പ്രാന്റെ മോളെ മോക്ക് ഗുളികൻ നോട്ടം തട്ടീന്... ഓക്ക് ബെർളും പനിയ്വാ... തുള്ളപ്പനി, കെടന്ന് തുള്ളേന്ന്... വണ്ണാൻ കുഞ്ഞാരന്റെ മരു

** കാലാഗ്യം – നൃത്തം; * ചങ്ക് – കഴുത്ത്;*

** ചേരിപ്പാണ്ട – അടർത്തിയെടുത്ത ചികരി*

** മത്ത് – ലഹരി;*

** കൊട്ടവെള്ളം – മഴ പെയ്ത് കഴിഞ്ഞാൽ മരത്തിൻ മുകളിൽ നിന്നും വീഴുന്ന വെള്ളം*

ന്നൊന്നും കൂട്ടാക്കീല. പിന്ന കുഞ്ഞിരേർമ്മൻ കുരിക്കളെ വിളിപ്പിച്ചു. കുരിക്കളാ രാശിവെച്ച് പറഞ്ഞത് ഗുളികൻ വെലക്കാന്ന്ന്... ഗുളികനെ ഒയിപ്പിക്കലല്ലാതെ ബേറെ ബയീല്ലാന്ന്..."

പെർമലയനും മലിനാണീം ചെക്കനും തലയാട്ടി സമ്മതം മൂളി.

"വായത്തടീം, ചെക്കിപ്പൂം, കോത്തിരീം എല്ലൂം അടിയങ്ങള് കൊണ്ടെരും. പട്ടും രണ്ട് മുണ്ടും, പൂങ്കോയിനീം മനക്കല് കരുതണം. പിന്ന അവലും മലരും ഒണക്കലരീം ഓട്ടുരുളീം മനക്കല് ഇണ്ടാവല്ലോ"

പെർമലയൻ ഒന്ന് കൂടി വളഞ്ഞ് തൊവുതു. എന്നിറ്റ് പറഞ്ഞു.

"അടിയന് വയ്യാണ്ടായി തമ്പ്രാ..."

ചെക്കനെതൊട്ട് കൊണ്ട്...

"ഇവൻ കുഞ്ഞിക്കേളു എന്റമ്പൂന്റെ മോനാ... ഇവൻ എണ്ണം പറഞ്ഞ മന്ത്രവാദിയാ... ഓൻ ചെയ്യും."

കോയിച്ചപ്പു ചെക്കന്റടുത്തേക്ക് തലനീട്ടി പിടിച്ചു. കടിഞ്ഞിപ്പേറ്* കയിഞ്ഞ പൈയീന കച്ചോടാക്കാൻ വന്നവര് നോക്കുമ്പോലെ ഓൻ ചെക്കനെ അടിമുടി നോക്കി. മന്ത്രവാദത്തിന് ദീപം ചുഴറ്റ്ന്നത് പോലെ ഓൻ ചങ്ക് നീട്ടി ചെക്കനെ ഉഴിഞ്ഞു. എന്നിറ്റ് പെർമലയന്റെ നേരെ നാക്ക് പൊറത്തിട്ടു.

"ഈ നർന്ത്* ചെക്കൻ പറഞ്ഞാല് അന്സരിക്കോ ഗുളികൻ..."

"അടിയൻ മന്ത്രായ മന്ത്രല്ലം ഇവന പഠിപ്പിച്ചിറ്റ്ണ്ട് തമ്പ്രാക്കളെ..."

പിന്ന പെർമലയൻ എന്റെ ചെമ്പകം നോക്കി പറഞ്ഞു.

"എല്ലാറ്റിനും തൊണയായി, കാവലായി, എന്റെ പൊട്ടൻ തെയ്യും കൂടെന്നെ ഇണ്ടല്ലോ..."

കോയിച്ചപ്പു മീശപറിച്ചോണ്ട് അമർത്തി മൂളി.

പീറ്റ* കവുങ്ങിന്റെ തലക്ക് കാറ്റടിച്ചപോലെ കോയിച്ചപ്പു തലയൊന്ന് ചുഴറ്റി വട്ടം തിരിഞ്ഞ് പെർബയി നോക്കി ഇഴഞ്ഞുപോയി.

ചെക്കന്റെ ജീവിതത്തില് ഇന്ന് ബെല്യ സംഭവം തന്ന്യാ നടക്വ... മന്ത്രം ചൊല്ലി ഗുളികനെ സന്തോഷിപ്പിച്ച് തമ്പ്രാട്ടീരെ മേത്ത്ന്ന് ഗുളികൻ വെലക്ക് ഒയിപ്പിക്കണം. ആദ്യായിറ്റാ ഇങ്ങിന ഒരു കർമ്മം. അതും വല്യമ്പ്രാന്റെ മനക്കല്... ഓനെല്ലാം അറിയ... വാണ്യനെമ്മന്റെ വീട്ടില് പനിവന്നാലും, തീയ്യത്തിചിർതക്ക് കൊതികേറി വയറ് വീർത്താലും, കോമൻനായരീം, പെർങ്കൊല്ലൻ അപ്പേരീം, ആശാരിച്ചീരീം ബീട്ട്ല് ദീനം വന്നാലും ഓൻ തന്ന്യാ ജപിച്ചൂതി മാറ്റ്വാ... അതെല്ലാം ഓന്റെ അമ്മാമ്മ മലിനാണീം ചെയ്യും. ഓള്, പക്കേങ്കില്* കെർപ്പക്കാരത്തി പെണ്ണിനീം, പെറ്റപെണ്ണിനും അയിന്റെ കുഞ്ഞിക്ക്വാ ഏറീം ചെയ്യ്വാ. അയിന് ഓള ബിളിക്കാനാള് ബെരും. ഓള് പോയി ചെയ്ത് കൊടുത്താല് എന്തെങ്കിലും ചെമ്പ്കാശും കാസേരരീം കിട്ടും.

** പീറ്റകവുങ്ങ് – നീളംകൂടിയ കവുങ്ങ്*

** പക്കേങ്കില് – പക്ഷേ; * കടിഞ്ഞിപ്പേറ് – ആദ്യ പ്രസവം*

** നർന്ത് ചെക്കൻ – ചെറിയ കുട്ടി;*

ഒരീസം ബെടിക്കണ്ണൻ ആവുള്ള പടിഞ്ഞാറേടത്തെ കേളപ്പൻ നമ്പ്യാരെ കണ്ടത്തിന്റെ വരമ്പത്തേക്കൂട കാട്ട് വായക്കൊല കൊത്താൻ പോമ്പം കണ്ടത്തില് നെല്ല് വളന്ന് നിക്ക്ന്ന് കണ്ടിറ്റ് ഓൻ കണ്ണ് വെച്ച് പറഞ്ഞിന്,

"നെല്ല് ബളന്നത് കണ്ടാല് കവുങ്ങ് ബളന്ന പോലീണ്ടല്ലോന്ന്..." വെടിക്കണ്ണനാവുള്ളേന്റെ കണ്ണ് തട്ടി നെല്ല് തേച്ചും വാടിക്കരിഞ്ഞ പോലെയായി.... നെല്ലിന്റോലീല് തേച്ചും പുസു*ക്കളിരിന്ന് തിന്ന്ന്... വെടിക്കണ്ണനാവുള്ള അങ്ങനെയാ... ഓനെന്ത് കണ്ടാലും മൊട്ടത്തലീല് കെട്ട്യ തോർത്തയിച്ച് തലയൊന്ന് ചൊറിഞ്ഞ് എടത്തും വലത്തും നോക്കാതെ അതിശയം പറയും. കരിങ്കണ്ണ് കരിമ്പാറീം പൊടിക്കുംന്നാ. അയിനോട കഥ കയ്യും. വെടിക്കണ്ണൻ ആവുള്ളേന്റെ കണ്ണ് കൊണ്ടതാണ്ന്നറിഞ്ഞ കേളപ്പൻ നമ്പ്യാർ പെർമലയന്റടുത്ത് വന്ന് ചെക്കനെകൊണ്ട് അരീം ഭസ്മൂം ജപിച്ച് വാങ്ങി കണ്ടത്തിലെറിഞ്ഞു. ഒരാഴ്ചകൊണ്ട് ഒണങ്ങ്യ നെല്ല് പുസുവല്ലം പോയി നീർന്ന് വന്നു.

അത് കണ്ടത്ത്ന്ന് കാറ്റായി പറന്ന് നാട്തേച്ചും അറിഞ്ഞു. ചെക്കന് പേരും പെർമീം കൂടി... ചെക്കൻ അന്നേരം എന്ന വിളിച്ച് പറഞ്ഞിനി.

"ന്റെ പൊട്ടൻ തെയ്യേ... നീയെന്നെ കാത്തു..."

ഗുളികനെ എല്ലാരിക്കും പേടിയാ... ഓൻ മന്ത്രമൂർത്ത്യാ... കോലം കെട്ട്യാല് ഏറെല്ലം* എന്നപ്പോലന്ന്യാ... മോത്ത് മൊകപ്പാളവരച്ച് വെക്കും, മേത്ത് അരിച്ചാന്ത് തേക്കും, അരയില് കരോലകീറി ഉടുക്കും ഞാൻ കൊക്കണ കത്തി എടുക്കുമ്പം ഗുളികൻ ശൂലാ എടുക്കാ...

ചൊവ്വായ്ച്ചീം ബെള്ള്യായ്ച്ചീം പകല് നട്ടുച്ചക്കും രാത്രി നട്ടപ്പാതിരക്കും കൂമൻ മൂളുമ്പും ഗുളികൻ ചെല വൈക്കേയെല്ലം* ഓട്ട് മണീം കിലുക്കി ശൂലോം പിടിച്ചോണ്ട് ഒരു പോക്ക് വരവുണ്ട്. പാതിരാത്രീല് കൂമൻ മൂള്ന്ന ഒച്ചേരെടക്ക്* ഗുളികന്റെ ഓട്ട്മണീരെ ഒച്ച ആരല്ലോ കേട്ടവരുണ്ട്. ഗുളികന് പോവാനും ബെരാനും ഒരു ബയീണ്ട്. ആ ബയിക്കേ പോവും ബെരൂം ചെയ്യൂ. ആ ബയി അറീന്നവരാരും ചൊവ്വായ്ചീം ബെള്ള്യായ്ച്ചീം നട്ടുച്ചക്ക് ആ ബയിക്ക് നിക്കൂല. ഗുളികൻ പോന്നീം ബെര്ന്നീം ബയിക്ക് ആരെങ്കിലും ഇണ്ടായാല് അവരെ ഓൻ ഉന്തീടും. പിന്ന പനിയായി, കൂക്കലും ബിളീം ആയി... പൈക്കാലീന്ന്യോ മൂരിക്കുട്ടമ്മാര്യോ ബയിക്ക് കണ്ടാലും ഗുളികൻ ഉന്തീടും. അയിറ്റിങ്ങ ചെലപ്പോ വയറ് പൊന്തിച്ചാവും.

വലിയ മനക്കലെ ഒരു ചെറുപ്രായക്കാരൻ തമ്പ്രാന ഒരു വെള്ള്യാഴ്ച നട്ടുച്ചക്ക് മനക്കലെ കൊളത്തില് ഉന്തീട്ട് വെള്ളത്തില് മുക്കി കൊന്നിന്. നട്ടുച്ചക്ക് ഗുളികൻ കൊളത്തില് വെള്ളം കുടിക്കാനെറങ്ങ്യതാ. അന്നേരാ

** പുസു - പുഴു; * ഏറെല്ലം - കൂടുതലും*

** ഒച്ചേരെടക്ക് - ശബ്ദത്തിനിടയിൽ*

** വൈക്കേയലും - വഴിയിലൂടെ*

തമ്പുരാൻകുട്ടി കുളിക്കാൻ കൊളത്തില് എറങ്ങ്യതും. ഒറ്റതട്ടാ, ബയ്യല്* ഒളിച്ച് നിന്നിറ്റ്. തമ്പുരാൻകുട്ടി ബെള്ളത്തീല് വീണു. വെള്ളത്തിന്ന് കേറാൻ നോക്ക്മ്പം ഓന ബെള്ളത്തില് മുക്കിപ്പിടിച്ചു. ഒടൂല്* ബെള്ളും കുടിച്ച് കൊടല് വീർത്ത് ശ്വാസം മുട്ടി, കണ്ണ് രണ്ടും പൊറത്തേക്ക് തള്ളി വന്ന് തമ്പ്രാൻകുട്ടി ചത്തു.

അമ്പുമണിയാണി കൊളത്തിന്റെ കരീന്ന് വെത്തിലക്കൊടീമ്മല് കേറി വെറ്റില നുള്ളുമ്പം ഓനാ കണ്ടതോലും. ഓൻ കൊളത്തിലെ ബെള്ളത്ത്ന്ന് തമ്പുരാൻകുട്ടീന കരക്ക്കേറ്റുമ്പളക്ക് ചത്തിറ്റാണ്ടായിനി. അമ്പു മണിയാണി നെലവിളിച്ചിറ്റാ മനക്കലെ പണിക്കാറും ആളും വന്നത്.

തമ്പുരാൻ കുട്ടീന്റെ ശവടക്ക്യന്ന് കുഞ്ഞിരേമ്മൻ ഗുരിക്കളെ കൊണ്ടന്ന് രാശിവെപ്പിച്ചു. ഗുരിക്കളാ കവിടി നെരത്തിപ്പറഞ്ഞത് ഗുളികൻ തള്ളീട്ട് വെള്ളത്തില് മുക്കിക്കൊന്നതാന്ന്ന്.

പിന്ന പെർമലയൻ ഒര് രാത്രി തേച്ചും മന്ത്രവാദം നടത്ത്യാ ഗുളികനെ ഒയിപ്പിച്ചത്.

അതും കയിഞ്ഞ് ഒരീസം ഏട്ന്നോ വന്നൊരു കാറ്റ് തീയ്യത്തിചിരുതേന്റെ കുന്ന്മ്മക്കേറി ഓളോട് ചെവീല് പറഞ്ഞുപോലും,

"തമ്പ്രാൻകുട്ടീന കൊന്നത് ഗുളികൻ തെയ്യം അല്ല, അമ്പുമണിയാണി ആണ്ന്ന്."

മുതുകാട്ട് കാവിലെ കൊട്ടാരത്തില്, അയ്യപ്പന കുളിച്ച് തൊവ്ത് ഇരിക്കന്ന തമ്പ്രാൻകുട്ടി, അമ്പലത്തിന്റെ അരയാലിന്റെ മുമ്പ്ല് നിന്ന് തൊവ്ത് പ്രാർത്ഥിക്കുന്ന അമ്പുമണിയാണീരെ മോളെ കണ്ടേലാലും... വയസ്സറീക്കാത്ത പെൺകുഞ്ഞീരെ മോത്തന്നെ തമ്പ്രാൻകുട്ടി കണ്ണിന്റെ പോള അടക്കാതെ നോക്കീന് പോലും. അത് കണ്ട് കോയിച്ചപ്പു ഓന്റെ ചേരിപ്പാണ്ടപോലത്തെ മീശപിരിച്ച് പറച്ച് കാലേമടക്കീലെ കയ്യിട്ടിറ്റ് അമ്പുമണിയാണീന്റെ മോളെ എടുത്തിറ്റ് കൊട്ടാരത്തിന്റെ ഉള്ളിലേക്ക് പാഞ്ഞത് തോട്ടിന്റകരീന്ന് കുളിച്ച് തോർത്ത്ന്ന അമ്പലത്തിലെ ചെണ്ട കൊട്ട്ന്ന മാരാറ് ഓന്റെ കണ്ണോണ്ട് കണ്ടിനോലും... അന്നേരംമൊതല് കണ്ണ് പൂട്ടാതെ വായീം പൊളന്ന് നിന്ന മാരാര് കണ്ണ് പൂട്ട്യത് ചോരീം ഒലിപ്പിച്ച് ചത്ത അമ്പുമണിയാണീന്റെ കുഞ്ഞിനെ അമ്പലത്തിന്റെ മുമ്പിലെ കണ്ടത്തില് കൊണ്ട് കെടത്തി കവുങ്ങിന്റെ മാച്ചിപ്പട്ട* എട്ത്ത് പോത്ത്യേ പിന്ന്യാന്ന് പോലും. മാരാറ് അന്ന് അയ്യപ്പന്റെ മുമ്പില് ചെണ്ടകൊട്ടാതെ അമ്പുമണിയാണീരെ ചേവീലാ ചെണ്ട കൊട്ട്യത്. അന്ന് അമ്പുമണിയാണി ഓന്റെ മോള മണ്ണിന്റുള്ളില് കെടത്തി കണ്ണിലെ വെള്ളം കൊണ്ട് കുളപ്പിച്ചേരം മുതുകാട്ടയ്യപ്പനോട് പറഞ്ഞിനി. വെറ്റിലേരെ ഞെട്ട് നുള്ളുമ്പോലെ തമ്പ്രാൻ കുട്ടീരെ ചങ്ക് ഓൻ നുള്ളുംന്ന്.

മയ* പിന്നീം കൊറെ പെയ്തു. തോട്ട്ല് വെള്ളം നെറയും മറിയും

** ഒടൂല് – ഒടുവിൽ*

** മാച്ചിപ്പട്ട – കവുങ്ങിൻ ഓല*

** മയ – മഴ; * ബയ്യ്യല് – പിന്നിൽ*

ചെയ്തു. തമ്പ്രാൻകുട്ടി ചത്തന്ന് മോന്ത്യാവുമ്പം അമ്പുമണിയാണി എന്ന ക്കാണാൻ എന്റെ തറേരെ മുമ്പില് വന്നിന്. എന്നിറ്റ്, കുത്തുവെളക്കില് വെളിച്ചെണ്ണ ഒയിച്ചിറ്റ് ഓൻ മെല്ലെ, മാളത്തിന്ന് പാമ്പ് പൊറത്തേക്ക് വര്ന്ന പോലെത്തെ ഒച്ചീല് എന്നോട് പറഞ്ഞു:

“ന്റെ പൊട്ടൻ തെയ്യേ... ഞാൻ പോവേന്ന്. ഈ നാട് വിട്ട് പോവേന്ന്... എന്റെ ഓക്കും മക്കക്കും* നീയേ തൊണയായിറ്റ് ഇല്ലൂ... നീ കാക്കണം...”

മഞ്ഞ് വീണ് മാവിന്റെ എലേരെ കൊടിക്ക്ന്ന് ബെള്ളൂറ്റുമ്പോലെ ഓന്റെ മോത്ത്ന്ന് ബെള്ളൂറ്റാൻ തൊടങ്ങി... അപ്പളത്തേക്ക്* മോന്തീന ഇരുട്ട് മുക്കി കൊന്നിന്... ഓൻ പോയി... ഓൻ കൊടകിലേക്കാ പോയത്. പിന്ന ഈ കാലത്രയായിറ്റും ഓന ആരും കണ്ട്റ്റ്ല്ല....

ഒണങ്ങ്യ ചപ്പില വാരി അട്പ്പ്ല് നെറച്ച് കത്തിക്കുമ്പം ബെരുമ്പോലത്തെ ഒരു ഉണ്ടലും പൊകീം ആകാശത്ത്മ്മല് ചുരുള് ചുരുളായി പറക്ക്ന്ന്ണ്ട്. മോന്ത്യാവുന്നേന് മുമ്പിലെ മനക്കലെത്തണം.

ചെക്കന്റെ ആദ്യത്തെ ഗുളികൻ വെലക്ക് നീക്കലാ... ഓൻ നേരത്തെ തോട്ട്പ്പോയി കുളിച്ച് പട്ടുകോണം ഉടുത്ത് അയിന്റെ മേലെ ചൊട്ടിക്കരയൻ തോർത്തുടുത്ത് പൊറപ്പെടാനൊരുങ്ങിനിന്നു.

കുഞ്ഞാംഗലത്ത്ന്ന് ചാല്യമ്മാര് ഇണ്ടാക്ക്ന്ന തോർത്താ... ചാല്യൻ, പല്ലൻ കൊട്ടൻ ഓൻ തന്നെ ഇണ്ടാക്ക്യ ഒരു കെട്ട് തോർത്ത് തലീല് വെച്ചിറ്റ് നാട് തേച്ചും നടക്കും. ചെറുതും ബെലുതും തോർത്ത്ണ്ടാവും. പട്ട്കോണും പെണ്ണ്ങ്ങളെ മൊലക്കച്ചീംണ്ടാവും. മൊലക്കച്ച കെട്ടുന്ന പെണ്ണ്ങ്ങക്ക് അയിന്റെ മോള്ല് പൊതക്കാനായി തോർത്തുംണ്ടാവും.

മലിനാണി മന്ത്രവാദത്തിന് പോയാ കിട്ട്ന്നതും, പേറെടുപ്പിന് പോയ കിട്ടുന്നേൽന്നും, തെയ്യത്തിന് പോയ കിട്ടുന്നേൽന്നും ഓരോ ചെമ്പ്കാശ് എട്ത്ത് അരിക്കലത്തിലിടും. അയിനക്കൊണ്ടാ ഓള് തോർത്ത് മേണിക്കല്. ചെമ്പ്കാശ് കൈമല് കിട്ടുമ്പം ചാല്യൻ പല്ലൻ കൊട്ടൻ, വീട്ടിന് എറ കെട്ട്യപോലെ പൊറത്തേക്ക് ഉന്തിനിക്ക്ന്ന ഓന്റെ പല്ല് ഒന്നും കൂടി പൊറത്തേക്ക് കാട്ടി ചിരിക്കും.

കണ്ടത്തില് നെല്ല് മൂർമ്പാ ഓന്റെ വരവ്. നെല്ല് ഇല്ലവരെല്ലാം ഓനോട് തുണിവാങ്ങല് നെല്ല് കൊടുത്തിറ്റാ... വാണ്യനെമ്മൻ ഓന് വെളിച്ചെണ്ണീം പുണ്ണാക്കും കൊടുത്തിറ്റാ വാങ്ങാ... പുണ്ണാക്ക് കൊറച്ചധികം കൊടുക്കും. കയിഞ്ഞ കൊല്ലം കോമൻനായര് ഓന് തോർത്ത് വാങ്ങ്യേന്റെ കൂലിയായിറ്റ് ഒരു കുറ്റി പൈപ്പാലിന്റെ* നെയ്യാ കൊടുത്തിന്, ഓനത് തീയ്യത്തി ചിരുതക്ക് ഒരു കുടുക്ക റാക്കിന് വിക്കേ* ചെയ്തിന്. തീയ്യത്തി ചിരുതീം ഓളെ പുരുവൻ തീയ്യൻ ചവുണിയനും മയക്കാലാവുമ്പം

* ഓക്കും മക്കക്കും - ഭാര്യക്കും കുട്ടികൾക്കും

* അപ്പളത്തേക്ക് - ആ സമയത്ത്

* പൈപ്പാല് -പശുവിൻ പാൽ

* വിക്കേ ചെയ്തിന് - വിറ്റു

കൊത്തമ്പാരീട്ട് ബെള്ളം തെളപ്പിച്ച് തെങ്ങിൻ കള്ള്ന്ന് ചക്കര എടുത്തതും ചേർത്ത് നെയ്യൊയിച്ച് പൊലച്ചക്ക് കുടിക്കും. തടിക്ക് നല്ല അറ്ക്കത്ത്* ഇണ്ടാവൂന്ന് ഓളോട് ആരോ പറഞ്ഞിന്. ചാല്യൻ പല്ലൻ കൊട്ടൻ ഓന് കിട്ടുന്ന നെല്ല് കെട്ടിക്കോണ്ടോയി ചാല്യക്കൂട്ടത്തിന്റടുത്ത് മല്യോട്ടരേരെ മുമ്പിലെ അവില് ഇടിക്ക്ന്ന തീയ്യമ്മാർക്ക് വിക്കാ ചെയ്യാ. എന്നിറ്റ് അവരോട് കൊറച്ചവ്ലും ബാക്കി പണൂം വാങ്ങും.

പെർമലയൻ പുറപ്പെട്ടു. മുന്നില് ഓൻ തന്ന്യാ നടന്നത്. ഓന്റെ ഒടിഞ്ഞ പൊറത്ത് ചെക്കിപ്പൂം, ഓട്ട്മണീം കോത്തിരീം മറ്റും കെട്ടി വെച്ചി റ്റ്ണ്ട്. നട്ക്ക് നടക്ക്ന്ന ചെക്കന്റെ കൈമല് ചെറിയ തുണ്ടം വായത്തടീം ബയ്യല് നടക്ക്ന്ന മലിനാണീരെ തലീല് മന്ത്രവാദത്തിന് വേണ്ട മറ്റെല്ലൂം കെട്ടിവെച്ചിറ്റ്ണ്ട്. എടക്ക് ചെക്കൻ കേറി മുമ്പില് നടന്നു. പെർമലയൻ ഓന്റെ നടത്തം കണ്ട് ഉള്ളാലെ ചിരിച്ചു. വെല്യ ബാല്യക്കാരെപ്പോല്യാ ഓൻ നടക്ക്ന്ന്. ഓന്റപ്പൻ അമ്പൂനപ്പോലെ. കാലിന്റെ തൂങ്ങിനിക്ക്ന്ന എറച്ചി തുള്ളിച്ചോണ്ട്, കവിള് തുളുമ്പിക്കോണ്ട്, ഓൻ നടക്ക്ന്നത് കണ്ട് മലിനാണീരിം കണ്ണ്ന് ചിരിച്ചു.

മനക്കലെത്താനായി.

ചെക്കനിത് മൂന്നാമത്തെ മനക്കല് പോക്കാ... ആദ്യായിറ്റ് പോയത് ഓന് പേര് വിളിക്കാനാ, പിന്നെ ഒലക്കോട്ട് പൊരേല് നെല്ല് കുത്താൻ എളേമ്മമാരൊപ്പരംപോയതാ... മനക്കലെ കാര്യം കേക്ക്മ്പല്ലം ഓന്റെ മനസ്സില് ഒലക്കോട്ട് പൊരീല് നെല്ല് കുത്താൻ പോയേരം ഉടുത്ത തുണീല് ചോര ഒലിപ്പിച്ചോണ്ട് ബെർന്ന ഓന്റെ എളേമ്മേരെ കോലൂം, അതറിഞ്ഞ് കുത്ത്വെളക്ക് ഊരി മലിനാണീന കുത്തിക്കൊല്ലാൻ കുടിക്ക് ചുറ്റും ഇര്ട്ടത്ത് പാഞ്ഞ ഓന്റെ അപ്പാപ്പനീംആ* ഓർമ്മ വെരൂ. എപ്പെ ങ്കിലും ആ ഓർമ്മ മനസ്സിന്റെ ഉള്ളിൽ തെളച്ച് പതക്കുമ്പം ഓന്റെ മേലെല്ലാം ബെറക്കും. പിന്ന ആ ബെറ നിക്കണെങ്കില് എന്റെ തറമ്മ ലിര്ന്ന് കൊറേനേരം എന്നത്തന്നെ നോക്കിയിരിക്കണം. അന്നേരം ഞാനെന്റെ കൊക്കണകത്തീം എടുത്ത് കൊടുങ്കാറ്റായി ബെർന്നതായി ഓൻ കാണും. അന്നേരം ഓന്റെ മനസ്സ് തണ്ക്കും...

ഇന്ന് ഗുളികൻ ബെലക്ക് നീക്ക്മ്പം തമ്പ്രാന്റെ മിറ്റം ഒന്ന് ബെറപ്പി ക്കണം. മലേച്ചെക്കന്റെ പൊരുള് അറീക്കണം. എന്നോട് പറഞ്ഞു.

"കൊക്കണംകത്തീം എടുത്ത് എന്റൊപ്പരം ബെരണേ പൊട്ടൻ തെയ്യേന്ന്..."

അതാ ഓന്റെ നോക്കിലും നടത്തത്തിലും കാണിക്ക്ന്ന ഉശിര്.

മനക്കലെത്തി,

ചെക്കൻ നോക്കി... ഓടുത്തു വല്യമ്പ്രാൻ... ഏടീം കണ്ടില്ല... മല പോലെ പന്തലിച്ച് നിക്ക്ന്ന മന... അത്രീം പേടിപ്പെടുത്തുന്ന മഞ്ഞ്കട്ട പിടിച്ചപോലത്തെ മൗനം. പേടിതോന്ന്വാ. ചോരയോട്ടം നിന്ന് പോയ പോലെതോന്ന്ന്.

** അറ്ക്കത്ത് - ശക്തി*

** അപ്പാപ്പനീം ആ - അപ്പാപ്പനീം ആണ്*

പെർമലയനും മലിനാണീം കാര്യസ്ഥൻ കോരൻ നായരെ താണ് തൊഴുതു. മനേരെ മിറ്റത്ത് കോരൻ നായര് ഗുളികൻ ബെലക്കിനില്ലെ കളം ഇണ്ടാക്കാനില്ലെ നെലം കാണിച്ചു.

പെർമലയനും മലിനാണീം ചെക്കനും കളം ഒരുക്കി. വാഴത്തട വിരിച്ച് ചൂളക്കോലിന്റെ അറ്റത്ത് തുണിചുറ്റി മറ്റേ അറ്റത്ത് മൊന കൂർപ്പിച്ച് കോത്തിരി കുത്തി.

ചെക്കനും ഒരുങ്ങി. മലയന്റപ്പൻ കുളിയനും കുളിയന്റപ്പൻ മലയനുംന്നാ ചൊല്ല്. അത്ര ബന്ധാ ഗുളികനുമായി. അത് ചെക്കനറിയാം.

ബെളുത്ത തോർത്തിന്റെ മേലെ പട്ടുടുത്തു. അയിനെ മുറുക്കി നാട കെട്ടി. നെറ്റിക്ക് ഭസ്മം നനച്ച് വെലിച്ചു. മേത്തെല്ലാം തീച്ചാമുണ്ഡീരെ തോറ്റത്തിന് അണിയുംപോലെ നൂറ്റൊന്ന് കുറി* വെലിച്ചു. പെർമലയന്റീം മലിനാണീരിം കാല്തൊട്ട് വന്ദിച്ചു. ആകാശത്തെ വണങ്ങി.

പെർമലയൻ ഒരു വെല്യ പന്തം കത്തിച്ചു.

ചെക്കന്റെ മുഖം ചെക്കിപ്പൂപോലെ ചോന്നു. ഓന്റെ മുഖം മാറി. മനം മാറി... ഓൻ ഉഗ്ര മന്ത്രവാദിയായി...

വല്യമ്പ്രാൻ പൂമൊഖത്തേക്കെഴുന്നള്ളി ഇരുന്നു. ബയ്യല് കൊറെ ബാല്യക്കാറും പെണ്ണുങ്ങളും നിന്നു. മനക്കലെ ചൊമർമ്മല് എള്ളെണ്ണ മണക്ക്ന്ന വെളക്കിന്റെ വെളിച്ചത്തില് ജനലിന്റെ മരക്കാലിന്റെ എടീല് തെളങ്ങ്ന്ന കൊറേ പെണ്ണ്ങ്ങളെ കണ്ണ് ചെക്കൻ കണ്ടു...

ചെക്കൻ വല്യമ്പ്രാനെ തൊഴുത് മനയിലില്ലെ എല്ലാരീം വണങ്ങി. എന്നീം ഗുളികനീം വിളിച്ചു.

വാഴപ്പോളീല് കുത്ത്യെ ചൂളക്കോലിന് തുണിചുറ്റ്യ കോത്തിരി എല്ലും കത്തിച്ചു. മിറ്റത്ത് പരന്ന ഇരുട്ടിനതേച്ചും അത് നക്കിയെടുത്തു.

നെലത്ത് വിരിച്ച തുണിയില് ചെക്കൻ ഇരുന്നു. ഓന്റെ ചുണ്ട്ന്ന് മന്ത്രം ഒഴുകാൻ തൊടങ്ങി... കയ്യിന്ന് ഓട്ടുമണി പൊട്ടിച്ചിരിക്കാൻ തൊടങ്ങി.

മന്ത്രവാദകളത്തിലേക്ക് ജപിച്ചെറിയാനുള്ള ഓരോന്നും പെർമലയൻ ചെക്കന് മുറതെറ്റാതെ എടുത്ത് കൊടുത്തു.

ഓട്ട്മണീരെ പൊട്ടിച്ചിരി അട്ടഹാസമായപ്പൊ മിറ്റത്തെ മൂലീന്ന് കാല് കെട്ട്യ പൂങ്കോഴിരെ നെലവിളി കേട്ട് എല്ലാരൊന്ന് ഞെട്ടി... ചെക്കന്റെ മുഖം ഹിരണ്യനെ വധിച്ച് കൊടല് മാല പറിച്ച് കീറുന്ന വിഷ്ണുമൂർത്തി തെയ്യത്തിന്റേ പോലെയായി... സൂചീരെ മൊന നോക്കുമ്പോലെ എല്ലാരും ചെക്കനെതന്നെ നോക്കി നിക്വാ...

ചെക്കൻ ഗുളികന്റെ മൂലമന്ത്രം ഉരിയാടാൻ തൊടങ്ങി.

മോത്ത് വർണ്ണങ്ങളിൽ ചാലിച്ച മുഖപ്പാള വെച്ച് തലപ്പാളിയും കെട്ടി കാരോല മുടികെട്ടി അരിച്ചാന്ത് മേലാകെ തേച്ച് അരയിൽ കാരോലപ്പൊട ഉടുത്ത് കൈയിൽ ശൂലം പിടിച്ച് കൈവളയും കാൽച്ചെലമ്പും കുലുക്കി ചെക്കന്റെ മുമ്പിൽ ഗുളികൻ ഉറഞ്ഞാടാൻ തൊടങ്ങി...

** കുറി - ഭസ്മക്കുറി*

ഗുളികൻ കളത്തില് നെറഞ്ഞാടുന്നത് ചെക്കൻ കണ്ണനക്കാതെ നോക്കി. ഗുളികന്റെ പൊട്ടിച്ചിരികേട്ട് ചെക്കന്റെ ഉള്ള് ചിരിച്ചു. കളത്തിലുറയുന്ന ഗുളികന്റെ കാലാംഗ്യത്തിന് ചെക്കൻ ഓട്ട് മണിയോണ്ട് താളം പിടിച്ചു. ഓന്റെ ചുണ്ടിലെ മന്ത്രം ഉയർന്നു കേട്ടു. ചെക്കൻ ഗുളികനെ വണങ്ങി പൊത്തി വെച്ച അവിലും മലരും എലനീക്കി പാരണ* കൊടുത്തു. പാരണതിന്ന് എടംവലം നോക്കുന്ന ഗുളികനെ കണ്ട് ചെക്കൻ ഗുർസി ഒരുക്കി. ഓട്ടുരുളിയിൽ നൂറും മഞ്ഞളും കലക്കി. പെർമലയൻ മെല്ലെ പൂങ്കോയീരെ കാലിലെ കെട്ടയിച്ച് ചെക്കന് കൊടുത്തു. ഗുരുസി വെള്ളും അരിമണീം ഭസ്മൂം കോയീരെ കൊക്ക് തൊറന്ന് നെറച്ചു. ചെക്കൻ കൊയീരെ തലയറുത്ത് ഗുരുസീല് ചോരകലക്കി തലയില്ലാത്ത കോയീന പൊറത്തേക്ക് വെലിച്ചെറിഞ്ഞു. ചെക്കൻ എണീറ്റ് ഇരുകൈയ്യോണ്ടും ഗുരുസി* വട്ടത്തിൽ കറക്കി ഉരുളി കമിഴ്ത്തി.

അത് കണ്ടോരല്ലം പിന്ന കണ്ണ് പൂട്ടീല. രണ്ടാള് പിടിച്ചെടുക്കുന്ന ഉരുളിയാ മൊലപ്പാല് മണക്ക്ന്ന ചെക്കൻ എടുത്തടിച്ച് കമ്ഴ്ത്ത്യത്... മനക്കലെ ജനലഴി തൊരന്ന് ഗുളികൻ കളത്തിലെത്ത്യ അകത്തമ്മമാരുടെ കണ്ണെല്ലം ഉരുണ്ട് പൊറത്തേക്ക് വീണപോലെയായി. കത്ത്ന്ന പന്തത്തിനുള്ളിൽ പാരണ ഉണ്ട്. ഗുരുസി കണ്ട് ഗുളികൻ അലിഞ്ഞ് പോവുന്നത് ചെക്കൻ കണ്ടു.

"തമ്പ്രാട്ടിക്കുട്ടിയെ കൊണ്ടരാ..."

ചെക്കന്റെ തൊണ്ടീന്ന് ഓട്ട്മണി കിലുങ്ങുന്ന ഒച്ചീല് കല്പനയായി വന്നു...

മോത്ത് തേച്ചും പേടീണ്ടെങ്കിലും എടക്കെടക്ക് ചിരിവെരാതെ ചിരിച്ചോണ്ട് തടിച്ചിപ്പാറു, തോർത്തുടുത്ത വെളുവെളുത്ത കുഞ്ഞീന കളത്തിൽ കൊണ്ടിര്ത്തി. പേടിച്ച് പെടക്ക്ന്ന്ണ്ട് തമ്പ്രാട്ടി കുഞ്ഞീരെ കണ്ണ്.

ഓളെ മേത്തേക്ക് മന്ത്രം ജപിച്ച് ചെക്കൻ ചെക്കിപ്പൂവും ഭസ്മവും വാരിയെറിഞ്ഞു.

ഓന്റെ കൈമന്ന് അലറുന്ന ഓട്ട്മണീരീം ചുണ്ട്ന്ന് പറക്ക്ന്ന് മന്ത്രത്തിന്റ്റീം ഒച്ച തമ്പ്രാട്ടിക്കുട്ടീരെ കാത് തൊരന്ന് കടന്നല് കുത്തുന്ന പോലെ കുത്തി. ഓക്ക് ബെറള് കൂടിവന്നു. ഓള് മറഞ്ഞ് വീണു. ഓട്ട്മണീരെ പൊട്ടിച്ചിരി നിന്നു.

കളത്തില് കാലിട്ടടിക്കുന്ന തമ്പ്രാട്ടിക്കുട്ടീന നോക്കി ചെക്കൻ കല്പിച്ചു.

"കൊണ്ട് പോയി കൊളത്തില് മുക്കി കുളിപ്പിക്കണം. പുതിയതുടുപ്പിച്ച് കളത്തിലെ ഭസ്മൂം നെറ്റീല് തേച്ച് ഒറങ്ങാൻ കെടത്തണം."

ഇര്ട്ടിനെ വിഴുങ്ങി ക്ഷീണിച്ച കോത്തിരി കരീന്ന* ഒച്ച കേക്കാൻ തൊടങ്ങി.

** പാരണ - ഭക്ഷണം; * ഗുരുസി - ചുണ്ണാമ്പും മഞ്ഞളും ചേർത്ത് വെള്ളത്തിൽ കലക്കി ചുവന്ന നിറമാക്കുന്നത്*

** കരീന്ന - എണ്ണ തീർന്ന് കത്തിക്കരിയുന്ന*

രണ്ട് പെണ്ണ്ങ്ങള് തമ്പ്രാട്ടിക്കുട്ടീനീം കൊണ്ട് പോയി.

ചെക്കൻ കത്തിത്തീർന്ന് കണ്ണ് ചിമ്മാൻ തൊടങ്ങ്ന്ന ദീപങ്ങളെ വണങ്ങി എന്നെ വണങ്ങി ഗുളികനെ വണങ്ങി പെർമലയന്റെ മോത്തേക്ക് ഓന്റെ കണ്ണേറിഞ്ഞു. നിർത്താനായി പെർമലയന്റെ കണ്ണ് ഓനോട് പറഞ്ഞു.

ചെക്കൻ തമ്പ്രാനെ വണങ്ങി, മനയിലെ എല്ലാരീം നോക്കി വണങ്ങി.

തമ്പ്രാൻ എണീറ്റു.

പെർമലയനും മലിനാണീം തമ്പ്രാന വണങ്ങി.

തമ്പ്രാന്റെ മോത്ത് സന്തോഷൂണ്ട്ന്ന് പെർമലയന് തോന്നി.

പന്നീരെ തുടി*ആട്ട്ന്ന പോലെ തലയാട്ടി തമ്പ്രാന്റെ ഉള്ള്ന്ന് ഒച്ച പുറത്ത് വന്നു. അതാരിക്കും തിരിഞ്ഞിറ്റ്ല്ല*.

തമ്പ്രാന്റെ കൈമല് ആരോ പണം കൊടുത്തു. അത് തമ്പ്രാൻ ദൂരെ വണങ്ങി നിക്ക്ന്ന ചെക്കന്റ്റീം പെർമലയന്റ്റീം മലിനാണീരിം കൈമല് ഇട്ട് കൊടുത്തു. പണം കൂട്ടി തൊവ്വുമ്പം തമ്പ്രാൻ പറഞ്ഞു.

"പെർമലയാ... നേരം പാതിരയാ... ഇപ്പം പോണ്ട. ആട ചായ്പില് ഓലീട്ട് കെടന്നോ..."

പെട്ടെന്നാ ചെക്കൻ പറഞ്ഞത്...

"അപ്പാപ്പാ. ഇപ്പം പാതിരാത്ര്യല്ല. നേരം പൊലരാൻ നാല് നാഴികേ ബാക്കീല്ലൂ..."

പെർമലയൻ പേടിച്ച് ചെക്കന്റെ വായി പൊത്തി.

പിന്ന്യാട ഒരലർച്ചയാ തൂങ്ങിയാടുന്ന തമ്പ്രാന്റെ ചങ്കിന്റ്റു ള്ള്ന്ന് പൊറത്ത് വന്നത്.

"എന്താടാ കഴുതേ പറഞ്ഞത്... ഇപ്പൊ പാതിരാത്ര്യന്ന്യാ... സംശ്യണ്ടോ നിനിക്ക്..."

തമ്പ്രാന്റെ തൂങ്ങിനിക്ക്ന്ന വായീന്ന്, തൊണ്ടൻ* പന്നീരെ മൂക്ക്ന്ന് വെള്ളം ഇറ്റുംമ്പോലെ വെള്ളം ഇറ്റ്ന്ന്ണ്ട്..

മലിനാണീം പെർമലയനും വെറച്ചോണ്ടും തൊവ്വ്തോണ്ടും പറഞ്ഞു.

"ഓൻ പുത്തീലാഞ്ഞിറ്റാ* തമ്പ്രാ... മാപ്പാക്കണം തമ്പ്രാ... ഇപ്പം നട്ടപ്പാതിരതന്ന്യാ തമ്പ്രാ..."

മനക്കുള്ളിലെ ജനലിന്റുള്ളിന്ന് പൊറത്തേക്ക് വന്ന കണ്ണെല്ലും അടഞ്ഞ് പോയി. മനക്ക് പൊറത്ത് നിന്നവര് ഇടിവെട്ടുമ്പോൾ ഭൂമിവെറച്ച് മാളത്തിലൊളിക്ക്ന്ന പാമ്പിനെപോലെ മനക്കുള്ളിലേക്ക് എഴഞ്ഞ് കേറി.

** തുടി - മുഖം*

** തിരിഞ്ഞിറ്റ്ല്ല - മനസ്സിലായില്ല*

** തൊണ്ടൻ - വൃദ്ധൻ*

** പുത്തീല്ലാഞ്ഞിറ്റാ - ബുദ്ധിയില്ലാത്തത് കൊണ്ടാ*

പിന്നീം തുപ്പലൊലിപ്പിച്ച്* കൊണ്ട് മാളത്തിന്ന് വെര്ന്നപോലെ തമ്പുരാന്റെ ഒച്ച പൊറത്തേക്ക് വന്നു.

"നിന്റെ നാവ് ഞാനരിയും. നിനക്കായിറ്റ് ഇണ്ടായ അപ്പന്റെ ഗതി നിനിക്കും ബെര്ന്ന്ണ്ട്... കഴുതകള്..."

ആരോ തമ്പ്രാനെ മനക്കകത്തെ ഇരുട്ടിന്റുള്ളിലേക്ക് കൊണ്ടോയി. കൊടുങ്കാറ്റ് വന്ന് സകലതും തകർത്ത് തവിട് പൊടിയാക്കി അയിന്റെ നടുക്ക് നിലകിട്ടാതെ ബെറച്ച് നിക്ക്ന്ന പോലെ പെര്മലയനും മലിനാണീം ചെക്കനും നിന്നു.

ആളെല്ലാം ഒയിഞ്ഞു.

പെര്മലയനും മലിനാണീം എല്ലാം വാരിക്കെട്ടി... പൊറത്തില്ലെ തല യറുത്ത കോയീരെ കാല് തൂക്കിപ്പിടിച്ച് പെര്മലയൻ നിന്നു.

ചെക്കൻ ആകാശത്തേക്ക് നോക്കി.

നേരം പൊലരാൻ എനി കൂടി വന്നാല് നാലരനാഴിക. അത്രേ ഉള്ളൂന്ന് ചെക്കന്റെ മനസ്സ് ഗണിച്ചു. അല്ലാണ്ട് നട്ടപ്പാതിര അല്ല. അത് ഒന്നും കൂടി പറയണംന്ന് ചെക്കന് തോന്ന്യത് ചെക്കൻ ഓന്റപ്പാപ്പന്റെ ചെവീല് പറഞ്ഞു.

"അപ്പാപ്പാ... ഇപ്പം നേരം പൊലരും. ഇപ്പം നട്ടപ്പാതിരയല്ല..."

പെര്മലയൻ ഒന്നും കേക്കാത്തപോലെ എല്ലാരീംകൊണ്ട് ഓല ക്കോട്ട് പൊരയിലേക്ക് പോയി. ആട* ഓലക്കീറ് വിരിച്ച് കെടന്നു. ഒറ ങ്ങാനല്ല. ഒറങ്ങാതിരിക്കാനാ കെടന്നത്. അയിനക്കൊണ്ട് ചെക്കൻ കെട ന്നില്ല. ഓൻ ഒലക്കോട്ട് പൊരേരെ ചെമരിന് ചാരീരുന്നു. മലിനാണീം, പെര്മലയനും മടഞ്ഞോലീല് കെടന്നു. ഒലക്കോട്ട് പൊരീലെ ഉമീല് കാല് നീട്ടി ഇരിക്കുമ്പം ചെക്കന്റെ തലീന്ന് ഉമിത്തീ ഉരുകി കത്തി ഉണ്ടലും പൊകീം ബെരാൻ തൊടങ്ങി.

"അപ്പാപ്പനെന്തിനാ നൊണ പറഞ്ഞിന്..."

പെര്മലയൻ അയിനൊന്നും മിണ്ടീല. അമ്മാമ്മ്യാ ഉത്തരം കൊടു ത്തത്.

"അപ്പാപ്പൻ സത്യാ പറഞ്ഞത്..."

അത്രീം പറഞ്ഞ് പെട്ടെന്ന് മലിനാണി കരഞ്ഞു.

"ന്റെ പൊന്ന് മോനെ... നിന്ന കാക്കീം കിടിയനും* കൊത്താതെ ഞങ്ങക്ക് ആയുസ്സോടെ തന്നത് പൊട്ടൻ തെയ്യാന്ന്... ന്റെ പൊട്ടൻ തെയ്യ ത്തിന്റെ കണ്ണിന്റെ കാവലിലാ നീ ഇത്രീം ബളന്നത്... ഇനീം നിന്നെ വളത്തി മലപോലെയാക്കണം..."

"നട്ടപ്പാതിരാന്നോ, നട്ടുച്ചാന്നോ എല്ലാം തീരുമാനിക്ക്ന്ന് നമ്മളല്ല... അവരാ... തമ്പ്രാക്കമ്മാര്... സത്യം പറയാനും നമ്മക്ക് അവകാശൂല്ല,

---

** തുപ്പലൊലിപ്പിച്ച് - ഉമിനീർ ഒലിപ്പിച്ച്*

** ആട - അവിടെ*

** കിടിയൻ - പരുന്ത്*

നൊണ പറയാനും അവകാശൂല്ല. നേരും നൊണീം അവര് കല്പിക്കും. നമ്മള് പോത്തിന്റെ ചങ്കില് നൊകം ബെച്ചപോലെ തെളിക്ക്ന്നെടുത്തേക്ക് നടന്നോള്വാ..."

ചെക്കൻ ഓന്റമ്മാമ്മേരെ വർത്താനം തീരെ പിടിച്ചില്ല. ഓൻ പറഞ്ഞു.

"എന്ന അയിന് കിട്ടൂല..."

മലിനാണി എണീറ്റ് ഓന്റടുത്ത് ചേർന്നിരുന്നു. വായത്തളിര്* പോലെ മിനുസൂള്ള ഓന്റെ രണ്ട് തുന്തയിലും എളം കാറ്റ്പോലെ ഓള് തലോടി.

"തമ്പ്രാക്കമ്മാർക്ക് നേരെ നോക്ക്യോരൊന്നും, ആരും ഇന്ന് ജീവനോടെ ബാക്കീല്ല. അവരോട് എതിരായിറ്റ് കളിച്ചവരെല്ലം, നായാട്ട് നായ്ക്കളെ അയിച്ചെളക്കി കടിപ്പിച്ചിറ്റും, ചെമ്പചന്തുന്റെ തോക്കോണ്ട് വെടിവെച്ചിറ്റും, കോയിച്ചപ്പൂന്റെ നീളം ബെച്ചെ പനങ്കുറ്റി പോലത്തെ കാലോണ്ട് ചവിട്ടീറ്റും ഒരീസല്ലെങ്കില് മറ്റൊരീസം അവര് കൊല്ലും. കൊന്നിറ്റ് അരക്ക് ബെല്ല്യ കല്ല് കെട്ടി ഇരിപ്പത്തൂർ പൊഴീലെ കയത്തില് താക്കും. മയക്കാലാണെങ്കില് കലങ്ങി മറിഞ്ഞ് പായുന്ന പൊയീലെ ബെള്ളത്തില് വായത്തട കെട്ടി എളക്കും. പിന്ന അവര കടലിലെ മീനാതിന്ന്വാ..."

ഓളെ കുമ്പളവള്ളി പോല ഞരമ്പ് പൊന്ത്യ തൊണ്ടീലേക്കൂട ഒരു കാറ്റ് പൊറത്തേക്ക് പോയി.

"മലയോട് നായികൊരച്ചിറ്റെന്താ കാര്യം... ഈ അമ്മാമ്മേരെ വയസ്സിനെടീല്, എത്രയെത്ര കരിമ്പിൻ തണ്ട് കണക്കത്തെ ബാല്യക്കാരത്തി പെണ്ണ്ങ്ങളീം, പനപോലെ ബളന്ന ആണ്ങ്ങളീം അവര് കൊന്നിനീന്നറിയ്വോ... ന്റെ പൊന്ന് മോനെ... ചെവീല് കേക്ക്ന്ന സത്യും കണ്ണില് കാണ്ന്ന ബെളിച്ചും ഒന്നും നമ്മളാൽ ചെലർക്ക് സത്യം അല്ല, ബെളിച്ചും അല്ല... കണ്ണോടും കാതോടും ഒന്നും കാണണ്ടാന്നും, ഒന്നും കേക്കണ്ടാന്നും നല്ലോണം അതാതാളന്നെ പറഞ്ഞ് പഠിപ്പിക്കണം. അരീല് കെട്ട്യ കയറ് പാമ്പാവുന്ന കാലം മലേനും വണ്ണാനും പൊലേനും എല്ലം അത്ര നേരായൊരു ബയീല്ല... ഈ അമ്മാമ്മേനപ്പോലെ ആ ബയിക്കേ നടക്കാനേ എന്റെ മോൻ പഠിക്കണ്ടൂ..."

പിന്ന കരഞ്ഞോണ്ട് എന്നോട് പറഞ്ഞു.

"ന്റെ പൊട്ടൻ തെയ്യേ... ന്റെ കുഞ്ഞിക്ക് തെറ്റായിറ്റൊന്നും തോന്നിക്കല്ലെ..."

ഒന്നും മിണ്ടാതെ എല്ലാം കേട്ടോണ്ട് ഒണങ്ങ്യ ഓലീല് മറ്റൊരോല പോലെ കെടന്ന പെർമലയൻ എണീറ്റു. ഓൻ ചെക്കന്റെ കൈപിടിച്ചു. മേടമാസത്തിലെ ഉച്ച വെയില് കൊണ്ട മാടോട് പോലെ പൊള്ള്ന്ന്ണ്ട് ഓന്റെ കൈ. ആ കൈയില് ഓൻ തടവി.

"അടങ്ങ്... ന്റെ മോൻ അടങ്ങ്... കാലായിറ്റ്ല്ല. കാലാവുന്നേന് മുമ്പേ

** വായത്തളിര് – വാഴയുടെ കുരുന്നില*

കനലാടാനെറങ്ങ്യാല്, ചെറക് കരിഞ്ഞ് പോവും. അയിന്റെ കാലം ന്റെ പൊട്ടൻ തെയ്യം കാത്ത് വെച്ചിറ്റ്ണ്ടാവും. കനലിന് ബെളഞ്ഞ* കാര്യങ്ങളെല്ലം എന്റെ കരളുന്നും ബെളീ*ന്ന്ണ്ട്. അതെല്ലാം എന്റെ നെഞ്ചും കൂട് തൊറന്ന് നിനിക്ക് കാണിച്ച് തരണം. അയിനില്ലെ കാലം ബെരെ നീ കാക്ക്..."

പെർമലയന്റെ മോത്തെ കുണ്ടിലേക്ക് എറങ്ങിപ്പോയ കണ്ണ്ന്ന് കടല്ന്ന് പൊന്തി വെർന്ന പെലെ, സൂര്യൻ ഉദിച്ച പൊന്ത്ന്നത് ചെക്കൻ കണ്ടു.

ബെളഞ്ഞ - വിളഞ്ഞ

ബെളീന്ന്ണ്ട് - വിളയുന്നുണ്ട്

ബെലക്കി*പ്പോയ കന്നി അടയാളം

തീയ്യൻ ചവുണ്ണിയൻ രാവിലെ ഓന്റെ കുന്നെറങ്ങല് കള്ള് ഏറാനാണ്*.

ഇന്നിപ്പം രാവിലെത്തന്നെ ഏറിവന്നേപ്പിന്നെ പിന്നീം കുന്ന് കീഞ്ഞു. ഇപ്പം ഓന്റെ കൈമല് ഒരു കുടുക്കീല് പതഞ്ഞ് പൊന്ത്ന്ന മധൂരൂല്ലെ എളങ്കള്ളും, മറ്റേകൈമ്മല് ഓന്റോള് തീയ്യത്തിചിരുത വാറ്റിയെടുത്ത ഏറ്റ്ന്ന* റാക്കാ ഇണ്ടായിനി.

ഓനത് എന്റെ തറമ്മല് ചെമ്പകത്തിന്റെ മുമ്പില് വെച്ചിറ്റ് എന്ന തൊവുത് നിന്നു. എന്നിറ്റോൻ എന്തോല്ലോ കുശുകുശ പറഞ്ഞു. ഓന്റെ ചുണ്ട്ന്ന് വെര്ന്ന ഒച്ച കത്ത്ന്ന കനലില് വെള്ളം ഒയിച്ചാല് കനല് ചാവുമ്പം ഇണ്ടാവ്ന്ന പോലീല്ല ഒച്ച മിറ്റത്ത് വായേരെ മെരട്ട്ന്ന്* പാത്രം വടിച്ച്* വൃത്തിയാക്കി വെക്ക്ന്ന മലിനാണി കേട്ടു. അതന്നെ കേട്ടോണ്ട് മിറ്റാടിക്ക്ന്ന മാതീം ഓന നോക്കാതെ ഓളെ പണി നടത്തി. മാണി അടുപ്പില് കത്തിച്ച് രാവിലെ കത്തലടക്കാൻ കേങ്ങ്* പൂങ്ങുമ്പം ഇതൊന്നും കേട്ടതൂല്ല.

പാത്രം വടിക്ക്ന്നേനെടക്ക് മലിനാണി ലേശം ഒച്ചീല് തന്നെ ചോയിച്ചു.

** ബെലക്കി - തടഞ്ഞ*

** ഏറാൻ - തെങ്ങിൽനിന്നും കള്ള് എടുക്കാൻ*

** ഏറ്റ്ന്ന - രൂക്ഷഗന്ധമുള്ള; * മെരട്ട് - ചുവട്ടിൽ*

** വടിച്ച് - കഴുകി*

** കേങ്ങ് - കിഴങ്ങ്*

"രാവിലെന്നെ എന്താ എന്റെ പൊട്ടൻതെയ്യത്തോട് ചെവീല് പറീന്ന്"

തീയ്യൻ ചവുണ്ണ്യൻ ഓള നോക്കി ചിരിച്ചു.

ഇന്നലെ ഓൻ മോന്തിക്കേത്തെ ഏറ്റൂം കയിഞ്ഞിറ്റ് ഓന്റെ കുന്ന് കേറ്ന്നേന് മുമ്പിലെ എന്നോട് തൊഴുത് പറഞ്ഞതാ. കുഞ്ഞിക്കേളു മന ക്കല് ഗുളികൻ ബെലക്ക് നീക്കാൻ പോമ്പം ഓന് തൊണയായി എന്റെ പൊട്ടൻ തെയ്യേ നീ പൊണംന്ന്. ഒരു മൊടക്കും ബെരാതെ ഗുളികൻ ബെലക്ക് നീക്കാൻ കർത്തായിറ്റ് ഇണ്ടാവണംന്ന്. എല്ലാം നല്ലോണം നട ന്നു. ചെക്കൻ ഉശിരുള്ള മന്ത്രവാദിയാണ്ന്ന് സൂര്യഭഗവാൻ ഉദിച്ച് ബെരുമ്പം തന്നെ നാട്ട്ല് പാട്ടായിന്. ഓൻ രാവിലെ ഏറാൻ പോയേരം ബയിക്ക് കണ്ടവരെല്ലാം ഓനോടിത് അതിശയപ്പെട്ട് പറഞ്ഞിന്. അയി നില്ലെ സന്തോഷത്തിനാ ഓൻ കള്ളും റാക്കും എനക്ക് സമർപ്പിച്ചത്.

"ഇരിക്ക്... ദൈവത്തിന്റെ തറമ്മലിരിക്ക്, പെർമലയൻ മനക്കല് പോയതാ. ഗുളികൻ ബെലക്കലിന്റെ ബിവരം കേക്കാൻ."

മലിനാണി അങ്ങനെ പറഞ്ഞേരം തീയ്യൻ ചവുണ്ണിയൻ എന്റെ തറ മ്മലിരുന്നു. ചെക്കൻ ഒറങ്ങി എണീറ്റ് പൊറത്തേക്ക്വന്നു. ബെർമ്പം തന്നെ ചെക്കൻ കേട്ടത് തീയൻ ചവുണ്ണിയന്റെ വാക്കാ.

"എന്റെ കുഞ്ഞിക്കേളു തൊട്ടതെല്ലാം പൊന്നാവും. ഓൻ എരമം നാട്ടിന്റെ മാത്രല്ല, അള്ളട നാട്ടിന്റെ തേച്ചും കണ്ണാവും."

പെർമലയന്ണ്ട് ഒടിഞ്ഞ നടു കൊറേക്കൂടി ഒടിച്ച്പിടിച്ച് പെര യിക്ക്ന്ന് വേഗം കെതച്ചോണ്ട് കേറി ബെര്ന്ന്. ഓന്റെ കണ്ണ്ന്നും മൂക്കന്നും വായീന്നും തലീന്നും സന്തോഷത്തിന്റെ ഒരു പൊക പൊന്ത്ന്ണ്ട്. ഓൻ എന്റെ തറമ്മലിരിക്ക്ന്ന തീയ്യൻ ചവുണ്ണിയനോട് സന്തോഷൂം കെതപ്പും കൂട്ടിക്കൊയച്ച് പറഞ്ഞു:

"ഞാൻ മനക്കലെത്തുമ്പം, കുഞ്ഞിത്തമ്പുരാട്ടീണ്ട് മിറ്റത്ത്ന്ന് കളി ക്ക്ന്ന്. ഇന്നലെ ദീനൂണ്ടായിറ്റ് കെടന്ന് പെടച്ച കുഞ്ഞ്യാന്നോ ഇത്ന്ന് ഓർത്ത് ഞാൻ അന്തം വിട്ടു. മനക്കലെ വടക്ക് പൊറത്ത്ന്ന് ബാല്യക്കാ രത്തി പെണ്ണ്ങ്ങള് പറഞ്ഞു. കുഞ്ഞിക്കേളു ഓനേക്കാളും ബെല്ല്യ ഓട്ടു രുളി കമഴിത്ത്യത് കണ്ട് അകത്തേമ്മമാർക്കെല്ലം അതിശയായിന്ന്."

രണ്ട് ബാല്യക്കാര് പിടിച്ചിറ്റാ ഓട്ടുരുളി പത്തായപ്പൊരീന്ന് ഗുളികന്റെ കളത്തിലേക്ക് കൊണ്ടന്നത്. അന്നേരേ പെർമലയന്റെ ഉള്ളില് പേടി കൂടീ ന്. ചെക്കനെങ്ങിന്യാ ഗുരുസീം ഉരുളീം കമിക്കാന്ന്*. ഓൻ ഗുളികൻ ബെലക്കല് നടക്കുമ്പം ചെക്കന്റെ ചെവീല് ചെറ്ങ്ങനെ* പറീന്ന് ഞാൻ കേട്ടിന്, ഉരുളി കമിക്കാൻ നോക്കണ്ട. കോയീനറുത്ത് ഗുരുസീല് ചോര ആക്കീറ്റ് രണ്ട് കൈയോണ്ടും വട്ടത്തിലെളക്കീറ്റ് ഗുരുസി പൊറത്തേക്ക് തേവിക്കളഞ്ഞാമതീന്ന്. ചെക്കൻ അത് കേട്ട് മൂളും ചെയ്തിന്. എന്നാല് ഓൻ, വിഷ്ണുമൂർത്തീനീം ഗുളികനീം മനസ്സില് കണ്ട് ഉരുളീലെ ഗുരുതി

** കമിക്കാ – കമ്ഴ്ത്തുക*

** ചെറ്ങ്ങന – പതുക്കെ*

കയ്യോണ്ട് വട്ടത്തില് കലക്കി ഉരുളിനെ ഒറ്റ മറിക്കല് മറിക്കേതിന്ന്. അന്നേരം തന്നെ പെർമലയൻ ഓനറിയാതെ "ന്റെ പൊട്ടൻതെയ്യേന്ന്" എന്നെ അതിശയിച്ച് ബിളിച്ചിന്.

ഇന്നലെ ഗുരുസിക്കറുത്ത കോയീന്റെ തൊപ്പിട്ട കളഞ്ഞ്, ഓലകത്തിച്ച് കരിച്ച് കഴുകി വൃത്ത്യാക്കി പകുതി എറച്ചി വായേരെ എലീല് പൊതിഞ്ഞ് എന്റെ തറമ്മലിരിക്ക്ന്ന തീയ്യൻ ചവുണ്ണിയന് കൊടുത്തു. കൊറച്ച് അവിലും മലരും വേറീം പൊതിഞ്ഞ് കെട്ടിക്കൊടുത്തു.

ചെക്കൻ കാലും മൊകൂം കഴുകി തോട്ട്ന്ന് കേറിവന്ന് എന്റെ തറേമ്മല് ചാരിനിന്നു. ചെക്കന്റെ മോത്ത് മയക്കാറ് മൂട്യപോല്യാ. തെളിച്ചേ ഇല്ല. ഇന്നലെ രാത്രി മനക്കല് ഗുളികൻ വെലക്ക് കയിഞ്ഞേരം വല്യമ്പ്രാൻ ഓനോട് അലറിവിളിച്ചത് ഓന്റെ തലേരെ ചുറ്റും വട്ടം കറങ്ങേന്ന്. തലീല് ഒരു മേലേരികത്ത്ന്ന പോലെ. തമ്പ്രാന്റെ മോളീം, ആടില്ലോരെല്ലം കിടിലം ബെറപ്പിച്ച ഗുളികനെ അടക്കി ഒതുക്കി സന്തോഷിപ്പിച്ച് പറഞ്ഞേച്ചിറ്റ്, അയിന്റോരു നന്ദീംകൂടീം കാണിക്കാത്ത തമ്പ്രാന്റെ തുപ്പലൊ*ലിപ്പിക്ക്ന്ന പന്നീന്റെ മുഖം ചെക്കന്റെ തലീല് കെതച്ചോണ്ട് തുള്ളേന്ന്...

തീയ്യൻ ചവുണ്ണിയൻ വായേരെ എലീല് പൊതിഞ്ഞ എറച്ചീം എടുത്ത് ഓന്റെ കുന്ന് കേറ്യേരം ചെക്കൻ എന്നോട് മെല്ലെ പറഞ്ഞു.

"ന്റെ പൊട്ടൻ തെയ്യേ കാക്കണം... എന്റെ പൊട്ടൻ തെയ്യത്തിന്റീം ഗുളികന്റീം കയിവ് കൊണ്ട് അടിയൻ എല്ലം നല്ലോണം നടത്തി. ഏതേത് ബാധ നീക്കാനും ഏത് പ്രേതാത്മാവിനെ പിടിച്ച് കെട്ടാനും വേണ്ട മന്ത്രെല്ലം അപ്പാപ്പൻ അടിയന്റെ തലീല് ആവോളം കോരി ഒയിച്ചിറ്റ്ണ്ട്. ന്റെ പൊട്ടൻ തെയ്യേ അടിയന്റെ ചങ്കിന്റുള്ളില് ഒര് സങ്കടൂണ്ട്. അത് അടിയന്റെ ചങ്കിന്റുള്ള്ന്ന് മേലേരി കത്തുമ്പോലെ കത്തിപ്പടര്ന്ന്ണ്ട്... അയിനൊര് ഉത്തരം നീ പറഞ്ഞ് തര്വോ... മനക്കലെ വെല്യമ്പ്രാന പിടിച്ച് കൈയും കാലും കെട്ടി വെള്ളത്തില് മുക്കിക്കൊല്ലാന്ല്ലെ മന്ത്രം നീ അടിയന് പറഞ്ഞ് തര്വോ..."

ചെക്കന്റെ മേത്ത്ന്ന് കരിങ്കപ്പാറക്ക് നട്ടുച്ചവെയില്കൊണ്ട് പൊള്ളുമ്പം പൊന്ത്ന്ന പോലെത്തെ ആവി പൊളയ്ന്ന്ണ്ട്ന്ന് എനക്ക് തോന്നി.

ചെക്കൻ പിന്നീം പറഞ്ഞു...

"അടിയന് ആ മന്ത്രം പഠിച്ചേ പറ്റൂ. ആ ഒരു മന്ത്രം അടിയന്റെ ചെവീല് ഒയിച്ച് താ ന്റെ പൊട്ടൻ തെയ്യേ..."

അവസാനം ചെക്കൻ ബെല്യ ഒച്ചീലാ അങ്ങനെ പറഞ്ഞത്. ഒരു കാര്യം ഒറപ്പാ... പെർമലയന് അങ്ങനെ ഒരു മന്ത്രം അറീല. ഓന് അറീന്ന്ണ്ടെങ്കില് എപ്ലേ* ഓൻ വെല്യമ്പ്രാന്റെ കൊടല്മാല മാന്തിപ്പൊളിച്ച് കഴുത്തിലിട്ട് വിഷ്ണുമൂർത്തിയായിറ്റ്ണ്ടാവും. അല്ല, എനി പെർമ

** തുപ്പല് - ഉമിനീര്*

** എപ്ലേ - എപ്പോഴേ*

ലയന്റെ തലേരുള്ളില് ഓനാ മന്ത്രം ഏടെങ്കിലും കുയിച്ചിട്ട്റ്റ് ഇണ്ടാവ്വാ... സമയാവുമ്പം, ചെക്കന്റെ തലീംമേലും വെളഞ്ഞ്* വെരുമ്പം മാന്തിപ്പൊളിക്കാൻ പറ്റ്ന്ന തരത്തില് ഓൻ മൂടിപ്പൊത്തി വെച്ചിറ്റ്ണ്ടാവ്വാ...

എന്റെ തറമ്മലിരിക്ക്ന്ന ചെക്കനെ പെർമലയൻ വിളിച്ചു.

"മോനേ ബാ... ഞാൻ മനീന്ന് ബെർമ്പം തോട്ട്ൻകരക്ക് രണ്ടാമ. എന്ന കണ്ടേരം രണ്ടും ബെള്ളത്തിലേക്ക് ഉരുണ്ട് ബീണിന്. രണ്ടും മുണ്ടക്കാട്ടിന്റുള്ളിലേക്കാ പോവ്വാ... വെല്യ പറക്കൂട്ട* കമിച്ച്* വെച്ചത്രീണ്ട് രണ്ടെണ്ണും. ബാ... അയിന പിടിക്കാല."

പെർമലയന്റെ വായീരുള്ള്ന്ന് നാവ് സന്തോഷം വന്ന് പെടക്കുംമ്പോലെ ഓന്റെ കയ്യും പെടപ്പിച്ചോണ്ടാ അങ്ങന പറഞ്ഞത്. ചെക്കന്റെ കണ്ണിലും മോത്തും വെയില്തട്ടാത്തപോലെ ഒരു മങ്ങല് ഇപ്പൂം, പകല് പോയിറ്റ് മോന്ത്യാവാൻ തൊടങ്ങ്ന്ന പോലെ.

പെർമലയൻ വേഗം തോട്ടിൻ കരക്കേക്ക് നടക്കുമ്പം ചെക്കൻ കാറ്റത്ത് ഒണങ്ങ്യഎല പറന്ന് പോമ്പോലെ ബയ്യന്നെ മെല്ലെ നടന്നു.

ചെക്കൻ തോട്ടിൻകരീലെത്തുമ്പം പെർമലയൻ തോട്ടിലെറങ്ങി മുണ്ടക്കാട്ട്ല് നൂണ് കേറീന്. ഓൻ മുണ്ടക്കാട്ടിലേക്ക് കേറുമ്പം ഓന കണ്ടിറ്റ് കൊറേ മുണ്ടക്കോയീം മക്കളും തോട്ടിന്റെ മറ്റേക്കരക്ക്ല്ലെ കാടിന്റുള്ളിലേക്ക് പേടിച്ച് കരഞ്ഞോണ്ട് പറന്ന് പോയി. മാളത്തില് കൈയിട്ട് തപ്പുമ്പം തന്നെ ഒരാമേനെ കിട്ടീന്. ആമേനീം വെലിച്ചെടുത്ത് മുണ്ടേരുള്ള്ന്ന് നീരുമ്പം* മുണ്ടക്കയ്യീന്റെ മുള്ള് പൊറത്ത് കുടുങ്ങീറ്റ് പൊറം* കീറി ചോരപൊടിഞ്ഞു. എന്നാല് അതോനറിഞ്ഞില്ല. ബെല്യ കാരാമേന ഓൻ തിരിച്ചും മറച്ചും നോക്കി, ബെള്ളത്തില് മുക്കി അതിന്റെ മേത്തെ നാറുന്ന ചളി തേച്ച് കളഞ്ഞു. എന്നിറ്റ് ചെക്കന്റെ കൈമല് കൊടുത്തു.

ചെക്കൻ അയിന മലത്തിക്കെടത്തി. കൈയും കാലും തലീം വാലും ആമ അയിന്റെ പാറപോലത്തെ തോടിന്റുള്ളിലൊളിപ്പിച്ച് അനങ്ങാതെ കെടക്ക്ന്നത് ചെക്കൻ നോക്കി നിന്നു. അത് ശാസം കയിക്ക്ന്നത് പോലും പൊറത്തറീന്നില്ല.

ഇന്നലെ രാത്രി മനക്കല് തമ്പ്രാന പേടിച്ച്, പടാപടാന്നടിക്കന്ന നെഞ്ചാംകൂട്ടിലെ ഒച്ചപോലും പൊറത്ത് കേക്കാനാക്കാതെ, കൈരണ്ടും ചങ്കിന് പൊത്തി നെഞ്ച് മറച്ച് കുനിഞ്ഞൊാടിഞ്ഞ് നിക്ക്ന്ന ഓന്റെ അപ്പാപ്പനീം അമ്മാമ്മേനീം ആമേരെ രൂപത്തില് നിക്ക്ന്നതായി ഓൻ കണ്ടു.

ആമക്ക് ഒളിക്കാൻ തോട്ടിൻകരക്ക് മുണ്ടക്കാടുണ്ട്. അടിയങ്ങൾക്കോ...?

പെർമലയൻ തോട്ടീന്ന് കേറി.

** വെളഞ്ഞ് - മൂപ്പെത്തുമ്പോൾ*

** പറക്കൂട്ട - ഒരു പറ നെല്ല് കൊള്ളുന്ന കൊട്ട*

** കമിച്ച് - കമ്ഴ്ത്തി; * നീരുമ്പം - നിവരുമ്പം*

** പൊറം - മുതുക്*

തോട്ടിൻകരക്ക് വീണ തെങ്ങിന്റെ ഓലീം ബെലിച്ച് ചത്തപോലെ കെടക്ക്ന്ന ആമേനീം എടുത്ത് പെർമലയനും ചെക്കനും കുടിലേക്ക് നടന്നു. ചെക്കൻ ആമേന കുടീന്റെ മിറ്റത്ത് കമിച്ച് വെച്ചു. ആമ മെല്ലെ തല പൊറത്തിട്ട് ചെക്കന നോക്കി, പെർമലയനെ നോക്കി, പാത്രം വടിക്ക്ന്ന വായക്കൂട്ടത്തിലേക്ക് നോക്കി. മെല്ലെ കാല് പൊറത്തിട്ട് അങ്ങോട്ട് നടക്കുമ്പം ചെക്കൻ അയിന്റെ പൊറത്ത് ചവുട്ടി. അത് പിന്നീം ചത്തപോലെ കെടന്നു.

പെർമലയൻ എന്റെ തറേരെ അപ്പറത്ത് ഒണങ്ങ്യ ഓലീം ചപ്പിലീം വാരിക്കൂട്ടി തീയിട്ടു. അയിലേക്ക് ആമേനെകൊണ്ട് കെടത്തി. തീ അയിന പൊതിഞ്ഞ് കത്തുമ്പം അത് ജീവനും കൊണ്ടോടി. പെരുമലയൻ ശീമക്കൊന്നേരെ കൊമ്പ് കൊണ്ട് ആമേന തീയിലേക്ക് മറച്ചിട്ടു. പിന്നീം അത് നെലവിളിക്കാൻ തൊണ്ടീല് ഒച്ചീല്ലാതെ ചങ്കും നീട്ടി തീയിന്ന് പായുമ്പം പെർമലയൻ അയിന കുത്തിപ്പിടിച്ച് നിർത്തി.

ആമ കൈയും കാലും തലീം പൊറത്തേക്ക് തേച്ചും നീട്ടി ചത്തു.

ചെക്കന്റെ ഓർമ്മീല് വേറെ എന്തല്ലോ അന്നേരം പൊട്ടിമൊളച്ച് വന്നു. ഓൻ മോന്തിക്ക് എന്റെ തറമ്മല് ബെളക്ക് വെച്ച് പ്രാർത്ഥിക്കുമ്പം എന്നോട് പറഞ്ഞു.

“ന്റെ പൊട്ടൻ തെയ്യേ... വെറും ഒണങ്ങ്യ ചപ്പില കൂട്ടിക്കത്തിച്ച തീയില് പാറപോലെ ഒറപ്പില്ലെ തോട്ള്ള ആമേന കെടത്ത്യേരം ഒറ്റ പെടക്കല് പെടച്ച് അത് കരിഞ്ഞ് ചത്ത് മലച്ചിന്. എന്നാല് മലയന് കെട്ടണ്ട ബെല്ല്യതെയ്യല്ലേ തീച്ചാമുണ്ഡി. മലയോളം ഒയരത്തില് ചെമ്പകവെറക് കൂട്ടി കത്തീറ്റ്ണ്ടായ കനലിന്റെ നടുക്കേക്ക് ഒരീസം അടിയനും ചാടണ്ടേന്റെ പൊട്ടൻതെയ്യേ...”

പിന്നെ ചെക്കൻ കൊറേ നേരം മിണ്ടാതെ നിന്നിറ്റ് പറഞ്ഞു.

“അടിയന്റെ മേല് തീക്കൂനീല് കരിഞ്ഞ് കരിക്കൊള്ളി ആവാതെ, എരിഞ്ഞ് ജ്വലിക്കുന്ന തീക്കൂമ്പാരത്തില് മറവായ് നീ എന്റെ മുമ്പിലെന്നെ ഇണ്ടാവണം.”

കുന്നോളം എരിഞ്ഞ് നിക്ക്ന്ന തീക്കനലില് തീച്ചാമുണ്ഡി തെയ്യം നൂറ്റൊന്നോട്ടം ചാടണംന്നാ നേമം*. കമിഞ്ഞും മലന്നും തീയില് ബീഅണം*. മൂന്നോട്ടം ബീംബം*തന്നെ കരക്കാരെ തമ്പുരാൻ മഞ്ഞക്കുറി വാരി എറിയും. പിന്നെ തെയ്യക്കാരന് തീയിൽ കുളിക്കണ്ടേ.

എന്നാലും ചെല ഉശിരില്ലെ മലേമ്മാര് കൊറേ ഓട്ടം കമിഞ്ഞും മലന്നും ബീവും. ഒരിക്കാല് കുഞ്ഞിക്കേളൂനോട് ഓന്റെ അപ്പാപ്പൻ തീചാമുണ്ഡി കെട്ട്യ കഥ തീയ്യൻ ചവുണിയൻ ചെക്കനെ മടീലിരുത്തി പറഞ്ഞിന്. പെർമലയന്റെ പതിനെട്ടാമത്തെ വയസ്സില് ആദ്യായിറ്റ് കെട്ട്യ തീച്ചാമുണ്ഡിക്കോലം, എരമത്തെ അരയാക്കീല്, ആളും ആരവും ആളി

* *നേമം - നിയമം*
* *ബീഅണം - വീഴണം*
* *ബീംബം - വീഴുമ്പോൾ*

ക്കത്ത്ന്ന തീക്കുണ്ഡൂം. പൊലച്ചക്ക് തെയ്യം കീഞ്ഞു. കാറ്റത്ത് അട്ടഹസിക്കുന്ന തീക്കനല് കണ്ടപ്പോ തെയ്യക്കോലത്തിന് അയില് മുങ്ങിക്കുളിക്കാനാ തോന്ന്യത്. തെയ്യം മൂന്നോട്ടം തീയില് വീണു. കരക്കലെ എശമാനൻ കുറിയെറിഞ്ഞു. തെയ്യം തീച്ചാടല് നിർത്തീല. ജനങ്ങൾ എളകി ഗോവിന്ദം വിളിച്ചു. ആരോ എണ്ണി ഇരുപത്തൊന്ന്. പിന്നെ ഒപ്പരം പിടിച്ച മലേമ്മാര് തെയ്യത്തിന തീച്ചാടാൻ വിട്ടില്ല. അലറിക്കുതിച്ച് തെയ്യം പിന്നെ തീക്കുനക്ക് വട്ടം വന്നു. അക്കൊല്ലം പെർമലയന് ആചാരം കിട്ടി. പട്ടും വളയും കിട്ടി.

പെർമലയന്റെ മൂത്തമോൻ അമ്പുപണിക്കർക്കും ആട്ന്നന്ന്യാ ആചാരം കിട്ട്യത്. ഓന്റെ രണ്ടാമത്തെ തീച്ചാമുണ്ഡിക്കോലാ അത്. ആദ്യം ഓൻ തീച്ചാമുണ്ഡി കെട്ട്യത് ഓന്റെ അമ്മ മലിനാണിരെ നാട്ടില് പാണപ്പച്ചാലില് കണ്ടത്തിലെ നെല്ല് മൂർന്നേരാ... അന്ന് പാണപ്പനാട്ടിലെ തമ്പ്രാക്കന്മാരായ വേങ്ങീല് നായനാമ്മാരാ കെട്ട്യാടിച്ചത്. അവരും തെയ്യം മൂന്നോട്ടം കനലാട്ടം നടത്ത്യേരേ കുറീട്ട് നിർത്തീന്.

ആമേനീം, ഇന്നലത്തെ ഗുളികൻ വെലക്കലിന്റെ ഗുരുതിക്കറുത്ത കോയീനീം രണ്ടാക്കീറ്റ് ലേശം പറങ്കീം* പിന്നെ നല്ലോണം മൊളകും* കൊത്തമ്പാരീം മഞ്ഞളും ഓട്ട്ലിട്ട് ചൂടാക്കി അരച്ച് ചേർത്ത് കരീന്ന* പാകത്തില് വറ്റിച്ചെടുത്ത് രണ്ട് നാക്കില കൊടീല് ഇരണ്ട് കഷണം എന്റെ തറമ്മല് എനക്കായിറ്റ് കൊണ്ടച്ചു. എന്ന തലകുനിച്ച് തൊവ്വുതു. എന്റെ ചെമ്പകത്തിന്റെ മുമ്പില് രാവിലെ തീയൻ ചവുണ്ണിയൻ കൊണ്ടച്ച റാക്കും കള്ളു പെർമലയൻ എടുത്തു. റാക്ക് ഓൻ ഒറ്റവലിക്ക് കണ്ണ് മുറുക്ക ചിമ്മിപിടിച്ച് കുടിച്ച്, പുളിമാങ്ങ കടിച്ചപോലെ മീട്* കോട്ടിപിടിച്ച് നിന്നു. എന്നിറ്റ് റാക്ക് നെഞ്ചിന്റുള്ള്ന്ന് താണ് പോവാൻ ഓൻ നെഞ്ച് തടവി. പതഞ്ഞ് മൂത്ത് വന്ന കള്ള് ഓൻ ലേശം കുടിച്ച് ബാക്കി ഓന്റോള് മലിനാണിക്ക് കൊടുത്തു. ഓളും ഒറ്റ വലിക്കെന്നെ കുടിച്ച് തീർക്കേചെയ്തത്. എന്നിറ്റ് ഓള് മേലോട്ട് നോക്കി വായിതേച്ചും തൊറന്നിറ്റ് കാറ്റ് പൊറത്തേക്ക് ഊതിവിട്ടു.

എല്ലാരും മിറ്റത്ത്ന്ന് വാഴെലീല് എറച്ചിക്കറീല്, ഇന്നലെ ഗുളികൻ വെലക്കിന് പാരണ വെച്ച അവിലും ഇട്ട് കൊയച്ച് തിന്നു.മൊളകിന്റെ എരികേറി ചെക്കന്റെ കണ്ണ്ന്നും മൂക്ക്ന്നും വെള്ളം ഒലിച്ചിറങ്ങി. നാണിഓനി ചെരട്ടീല് പച്ചവെള്ളം കൊണ്ടുകൊടുത്തത് കുടിച്ച് എടത്തേകൈയ്യോണ്ട് മൂക്ക് തടവി. എല്ലാം കയിഞ്ഞിറ്റ് എന്റെ തറമ്മല് വച്ച എറച്ചി എടുത്ത് പെർമലയൻ തിന്നു.

എരികേറ്യ വായി പൊളന്ന് പിടിച്ച് ചെക്കൻ എന്റെ തറമ്മല് വന്നിരുന്നു. കുടിച്ച റാക്ക് ആശിച്ചത്ര തലേരുള്ളിലേക്കെത്തിറ്റ്ല്ലാന്ന് തോന്ന്യ പെർമലയൻ മെല്ലെ തീയ്യത്തി ചിരുതേരെ കുന്ന്കേറാൻ പോമ്പാ* രണ്ട്

* കരീന്ന - പൊരിയുന്ന; * മീട് - മുഖം
* പറങ്കി - വറ്റൽ മുളക്; * മൊളക് - കുരുമുളക്
* പൊമ്പാ - പോകുമ്പോൾ

കാര്യസ്ഥൻമാര് വന്നത്.

അവരക്കണ്ട് പെർമലയൻ തൊവ്വ്തു. എല്ലാരും തൊവ്വ്തു നിന്നു. ചെറിയ മനക്കലെ മരുമോൻ തമ്പ്രാന്റെ കാര്യസ്ഥന്മാരാ... ആ തമ്പ്രാൻ പാവാ*... ആ തമ്പ്രാന്റെ കാര്യസ്ഥന്മാര് അയിനേക്കാൾ പാവങ്ങളാ... ആരീക്കും വേദനീണ്ടാക്ക്ന്ന ഒന്നും ചെയ്യൂല. ചെറിയ മനക്കല് ഓരോ നേരത്ത് പോയാലും ആ നേരത്ത് ആടില്ലത് കൊടുക്കും. ഉച്ചനേരത്താണെങ്കില് വയറ് നെറച്ചും കരിക്കാടി കിട്ടും. അകത്തമ്മമാര് എണ്ണ തേക്ക്ന്ന നേരത്താണെങ്കിൽ തേക്കാൻ എണ്ണ കൊടുക്കും. എനി നെല്ല് മൂരുന്ന കാലായാല് ആര് പോയാലും ഒരു പറ നെല്ല് കൊടുക്കും. മലിനാണ്യാ പോയതെങ്കില് ഓക്ക് വയറ് നെറച്ചും കയിക്കാനും, പിന്നെ കൊറച്ചരീം കൂട്ടാൻ* വെക്കാനില്ലതും കൊടുക്കും. ഓളെ കൈമല് മങ്കുടുക്ക* ഇണ്ടായിനെങ്കിൽ നല്ല കയറ് പോലത്തെ കട്ടീല്ലെ മോര് കുടുക്ക നെറച്ചും കൊടുക്കും. ഓളതുകൊണ്ട് ആട പോമ്പം എപ്പൂം മങ്കുടുക്കീം എടുക്കും. ഇനി മോരില്ലെങ്കില്, വെച്ച കറീന്ന് കൊറച്ച് ഓക്ക് കൊടുക്കും. ആടത്തെ പെമ്മക്കളെല്ലാം പേറെടുത്തത് ഓളല്ലെ... അയിന്റെ സ്നേഹാ... ഓള് ബന്നാല് എപ്പൂം ബെറും കൈയ്യോടെ മടക്കറ്ന്നാ മരുമോൻ തമ്പ്രാന്റെ കല്പന... എന്നാലും മലിനാണി അത്യാവശ്യം ഇണ്ടെങ്കിലേ പോവൂ...

വന്ന കാര്യം വളച്ചൊടിക്കാതെ കാര്യസ്ഥമ്മാര് പറഞ്ഞു. കാര്യസ്ഥൻ രാമൻകുട്ടിനായരാ പറഞ്ഞത്.

"ചെറിയ മനക്ക് പൊട്ടൻതെയ്യം കെട്ട്യാടിക്കാൻ ഒരു നേർച്ചീണ്ടായിനി. അയിനിപ്പം കാലായിനീന്ന് തമ്പ്രാൻ പറഞ്ഞു. ഈട്ത്തെ, പെർമലയന്റെ മോന്റെ മോനക്കൊണ്ട് തെയ്യക്കോലം കെട്ടിക്കാന തമ്പ്രാന്റെ ചിന്ത. ഓൻ വെല്യമനക്കല് ഗുളികൻ വെലക്കം നീക്ക്യത് അതിശയായി. അത് മരുമോൻ തമ്പ്രാൻ അറിഞ്ഞിന്. അന്നേരാ ഇങ്ങിനെ ഒരു കാര്യം പറഞ്ഞത്."

പെർമലയൻ താണ് വണങ്ങി പറഞ്ഞു.

"എല്ലാം ആട്ന്ന് നിരീച്ച് കല്പിക്കുന്നത് പോലെ മ്പ്രാക്കളെ..."

"ന്നാല് നാളത്തന്നെ രാഹുകാലത്തിന് മുമ്പായി അടയാളം* വാങ്ങാൻ വന്നോളൂ."

പെർമലയൻ ഭൂമിമുട്ടെ കുനിഞ്ഞ്നിന്ന് പിന്നീം തൊവ്വ്തു.

ചെക്കന്റെ മോത്തെ മയക്കാറ് ചെറിയ മനക്കലെ കാറ്റടിച്ച് മായ്ച്ചു കളഞ്ഞു. ഓൻ പെർമലയനെ നോക്കി ചിരിച്ചു. മയക്കാറിന്റെ എടീന്ന് പൊറത്തേക്ക് വെർന്ന ചന്ദ്രനപ്പോലെ ചെക്കന്റെ കണ്ണും കവിളും ചിരിച്ചു.

മരുമോൻ തമ്പ്രാന്റെ മോളെ മോക്ക് കരുവനും* പനീം വന്നു. ഓളെ മേത്തെ കാറ്റ്കൊണ്ട മനക്കലെ എല്ലാരിക്കും വന്നു, കുരിപ്പ്. വണ്ണാൻ

** പാവാ – സാധു; * കൂട്ടാൻ – കറി*

** അടയാളം – തെയ്യം കെട്ടാൻ ഏറ്റെടുക്കൽ ചടങ്ങ്*

** മങ്കുടുക്ക – മണ്ണിന്റെ പാത്രം; * കരുവൻ – പൊട്ടിരോഗം*

കുഞ്ഞാരൻ കഷായം കൊടുത്തു. വേപ്പിന്റെ എല കെടക്ക്ന്നെടുക്ക വിരിച്ചു. എളനീരിന്റെ വെള്ളം നല്ലോണം കുടിപ്പിച്ചു. കൊത്തമ്പാരി വെള്ളം കണ്ണിലൊഴുക്കി. ഇതെല്ലാം നടക്കുമ്പം മരുമോൻ തമ്പ്രാൻ പറഞ്ഞു.

"തെക്ക്ന്ന് വന്ന കാറ്റ് കൊണ്ടന്ന കുരിപ്പിന വടക്ക്ന്ന് ഒരു കാറ്റ് വന്ന് വാരി കൊണ്ടോണെ എന്റെ പൊട്ടൻതെയ്യേ... ഇട്ന്നെല്ലാം വാരി ഈ നാട്ടിന്നേ അയിന കൊണ്ടോയാല് ഈ മിറ്റത്ത് നിന്റേതായൊരു കോലം കെട്ടിയാടിക്കും..."

കുരിപ്പ് വെതച്ച കാറ്റന്നെ കുരുപ്പിന തേച്ചും വാരിക്കൊണ്ടോയി...

അത് കയിഞ്ഞിറ്റ് കൊറേ ബെയിലും മയീം കുളിരും വന്നുപോയി. രണ്ടാണ്ട് കയിഞ്ഞു. അന്നേരാ തോന്നല് വന്നത്... എന്നെ കെട്ട്യാടിക്കാൻ...

പെർമലയൻ ഒറപ്പിച്ചു. നാള കേക്ക്ന്ന് സൂര്യഭഗവാൻ പൊന്ത്ന്നേന് മുമ്പേ എറങ്ങണം. പറ്റ്യങ്ക്ല് തുലാപ്പത്തിന് തന്നെ തെയ്യക്കോലം കെട്ട്യാടണം.

പെർമലയൻ എന്നോട് പറഞ്ഞു.

"ന്റെ പൊട്ടൻ തെയ്യേ... അടിയനും ആദ്യായിറ്റ് കെട്ടിയത് നിന്റേതായിറ്റ്ല്ലെ ഒരു കോലല്ലേ... അന്നടിയന് വയസ്സ് ഏഴ് കയിഞ്ഞിറ്റ്ല്ല. പിന്നെ മലേൻ കെട്ടണ്ട തെയ്യല്ലം അടിയൻ കെട്ടിയാടി... തീച്ചാമുണ്ഡീനെ പതിനാലോട്ടം കെട്ടി. അന്ന്, തീക്കനലില് വീണ് തെരഞ്ഞിറ്റും* ഒരു കനലിന്റെ തരിപോലും അടിയന്റെ മേത്ത് മുട്ടിപ്പൊള്ളാതെ, അടിയനപൊള്ളിക്കാതെ നീ കാത്തു. അടിയന്റെ മോനീം നീ കാത്തു. അടിയന്റെ മോന്റെ മോന, എന്റെ കുഞ്ഞിക്കേളൂനീം നീയായിറ്റ് പൊത്തിപൊതിഞ്ഞ് കാവലായി ഇണ്ടാവണം. നിന്റേതായ ഒരു കോലം കെട്ട്യാടീറ്റ്, പിന്ന എത്രയോ കോലങ്ങള് ഓനക്കൊണ്ട് കെട്ട്യാടിക്കാൻ അടിയന് ബാക്കീണ്ട്... എടൂം വലൂം, മുമ്പിലും ബയ്യലും നോക്കി കാത്തോളണേന്റെ പൊട്ടൻ തെയ്യേ..."

രാത്രി എല്ലാരും നേരത്തെ കെടന്നു.

തീയ്യത്തി ചിരുതേന്റെ കുന്നുമ്മന്ന് ആകാശത്ത് കൊറ്റി* ഉദിക്കുന്നേന് മുമ്പിലേ ഓളെ പൂവൻകോയി കൂവീന്. അയിനും മുമ്പിലേ ചെക്കൻ ഉറക്കറിഞ്ഞിറ്റ് എണീറ്റ് കെടന്ന പായിലിരുന്നു.

ഇന്നലെ രാത്രീല് ഓൻ ഒറങ്ങീറ്റേ ഇല്ല. എന്റേതായൊരു കോലം കെട്ട്ന്നതാ മനസ്സില് തേച്ചും. മോത്ത് കണ്ണാംമ്പാള വെച്ച് തലപ്പാളികെട്ടി, കാരോലകാതും കെട്ടി മേത്ത് തേച്ചും അരിച്ചാന്ത് തേച്ച് ഞാൻ ഓന്റെ നെഞ്ചത്തും, തലീലും ഓൻ കെടക്ക്ന്ന പായീലും പൊട്ടിച്ചിരിച്ച് തുള്ള്ന്നതാ ഓൻ കണ്ടത്. പിന്നപ്പിന്ന ഓൻ എന്റെ കൈപിടിച്ച് കൊറേനേരം തുള്ളി... കൊറേതുള്ളി ഓനൊറങ്ങി, ഞാനും ഒറങ്ങി.

** തെരഞ്ഞിറ്റും - വീണുരുണ്ടിട്ടും*

** കൊറ്റി - പുലർകാല നക്ഷത്രം*

ഓനെണീറ്റ് പായീലിരിക്ക്ന്ന് കണ്ടിറ്റ് ഓൻ്റമ്മാമ്മ എണീറ്റു. അമ്മാമ്മേ്യാട് ഓൻ പറഞ്ഞു:

"ഞാൻ തോട്ട്പ്പോയി കുളിച്ചിറ്റ് ബെരാ..."

ഓൻ തോട്ടിലേക്ക് പാഞ്ഞു.

ഇർട്ട്ന ആരോ അരിച്ചരിച്ച് നുണഞ്ഞ് തിന്നാൻ തൊടങ്ങീന്...

ഓൻ തോട്ടിലേക്കല്ല ആദ്യം പോയത്. വാണ്യനെമ്മൻ്റെ വീട്ടിലേക്കാ. വാണ്യമനെമ്മൻ്റെ മോൻ പൊന്നൂട്ട്യാ ഓന് ആകീല്ലെ* ചങ്ങായി. പൊന്നൂട്ടീന വാണ്യത്തി കുഞ്ചിരി പെറ്റിട്ട് രണ്ട് മയീം രണ്ട് ബെയിലും കയിഞ്ഞേപ്പിന്ന്യാ ചീല കുഞ്ഞിക്കേളൂന പെറ്റിന്. അയിൻ്റെ മൂപ്പ് പൊന്നൂട്ടീരെ തടീലും കാണാനുണ്ട്. ഓൻ കുളിക്കാൻ പോമ്പം തേങ്ങ ആട്ട്യ ചക്ക് തൊടച്ച തുണിയോണ്ട് മേലെല്ലം തൊടക്കും. അന്നേരം വെളിച്ചെണ്ണീല് കുളിച്ചപോല്യാവും. അയിൻ്റോരു മിന്ന്ന്ന നെറൂം പൊന്നൂട്ടിക്ക് ഇണ്ട്. വൈന്നേരം ചെക്കൻ തോട്ട്ല് കുളിക്കാൻ പോമ്പം രണ്ടാളും ഒപ്പരാ* പോവ്വാ... രാവിലെ ചെക്കൻ ഒറ്റക്കാ പോക്ക്.

ഓൻ ചക്കാലേരെ പൊറത്ത് നിന്ന് പൊന്നൂട്ടീന വിളിച്ചു. ഒറക്കപ്പൊയീന്ന് ചാറൊലിപ്പിച്ച* മീടോ*ടെയാ പൊന്നൂട്ടി വന്നത്. ചെക്കൻ തോർത്താ ഉടുത്തതെങ്കിലും പൊന്നൂട്ടീരെ അരീല് വെള്ളക്കോണാ ഉടുത്തിറ്റ്ണ്ടായിന്.

എൻ്റേതായ കോലത്തിന് അടയാളം വാങ്ങാൻ പോന്നത് ചെക്കൻ പൊന്നൂട്ടിയോട് പറഞ്ഞു. ഓൻ്റെ കണ്ണും കാതും, വായീം കവിളും എല്ലം കൂടി ഒപ്പരാ പൊന്നൂട്ടിയോട് പറഞ്ഞത്...

"ഞാനും ബെരട്ടാ..."

പൊന്നൂട്ടി ചോയിച്ചു...

"വേണ്ട... നിനിക്ക് ബന്നൂട... നീ ബെല്യ ജാത്യാ... എൻ്റെ അപ്പാപ്പനോട് ഞാൻ ചോയിച്ചിന്... അപ്പാപ്പനാ പറഞ്ഞിന് വന്നൂടാന്ന്, പിന്ന ചവുണിയച്ചൻ ബെരും. അപ്പാപ്പനും ബെരും അമ്മമ്മീം ബെരും..."

ഓൻ ഇന്നലെ മോന്തിക്കന്നെ തീയൻ ചവുണിയൻ്റെ കുന്ന് കേറി ചിരുതമ്മേ്യാടും ചവുണ്യച്ചനോടും പറഞ്ഞിന്... ചവുണ്യൻ പറഞ്ഞു.

"ഞാനും ബെര*... രാവിലെ നിങ്ങളൊപ്പരം..."

തീയ്യത്തി ചിരുത അരി മങ്കലത്തിലിട്ട് വറുത്ത് ഒരലിലിട്ട് കുത്തി പൊടിച്ച് തേങ്ങീം ചെരീട്ട് ബെല്ലൂട്ട്* കൊയച്ച് ഉണ്ടയാക്കി ചെക്കന് കൊടുത്തു. ജീരകം ഇട്ട് തെളപ്പിച്ച് ലേശം ബെല്ലൂട്ട് ബെള്ളൂം കൊടുത്തു. ചെക്കൻ ചിരിച്ചോണ്ടെല്ലാം തിന്നു. ഒരുണ്ട ഓൻ ഓൻ്റെ മടീല്* വെച്ചു. ഓൻ്റമ്മാമ്മക്ക് കൊടുക്കാൻ.

** ആകീല്ലെ - ആകെയുള്ള*

** ഒപ്പരം - ഒന്നിച്ച്; * ചാറൊലിപ്പിച്ച - ഉമിനീർ കവിളിൽ ഉണങ്ങിയ*

** മീട് - മുഖം; * ബെര - വരാം; * ബെല്ലൂട്ട് - ശർക്കര ചേർത്ത്*

** മടീല് - അരയിൽ ഉടുത്ത മുണ്ടിൻ്റെ അറ്റം*

വർത്താനം കേട്ട് വാണ്യനെമ്മൻ വന്നു. വാണ്യനെമ്മന്റെ കണ്ണിലും ചെക്കൻ ഓന്റുള്ളിലെ സന്തോഷം ഒയിച്ച് കൊടുത്തു.

"നന്നായി വരട്ടെ..."

വാണ്യനെമ്മൻ മനസ്സ് തൊറന്ന് അനുഗ്രഹിച്ചു. എന്നിറ്റ് ഓൻ ചക്കാലീല് പോയി ചെക്കന് തേക്കാൻ വെളിച്ചെണ്ണ കൊടുത്തു. ചെക്കൻ അത് തലീലും മേത്തും തേച്ചു. മരച്ചക്ക് കടഞ്ഞെടുത്ത വെളിച്ചെണ്ണേരെ മണം മൂക്കിലേക്ക് ഇരിഞ്ഞിരിഞ്ഞ്* കേറി... ചെക്കന്റെ മോത്ത് സന്തോഷം കൂടി വന്നു. പൊന്നൂട്ടി ഓന്റെ ചക്കാലീല് കേറി കൊണ്ടീ*ന്ന് വെളിച്ചെണ്ണ എട്ത്ത് തലീലും മേത്തും തേച്ചു. രണ്ടാളും തോട്ടിലേക്കോടി. ഓടി എത്തിയ ഓട്ടത്തിൽ തന്നെ തോട്ടിന്റെ കയത്തിലേക്ക് രണ്ടാളും തുള്ളി.

പൊറത്ത് തണുപ്പാന്നെങ്കിലും ബെള്ളത്തിന് ചൂടുണ്ട്. അവര് അവരെക്കാണാൻ വന്ന മീനിന്റെ ഒപ്പരം നീന്തി. മീനും അവരെ ബയ്യന്നെ നീന്തി. വെള്ളത്തില് മദിച്ചു. രണ്ടാളീം മേത്ത് മുട്ടിയുരുമ്മി വർത്താനം പറഞ്ഞ മീനോടും ഇന്ന് പൊട്ടൻതെയ്യത്തിന് അടയാളം മേണിക്കാൻ പോന്ന വിവരം കുഞ്ഞിക്കേളു പറഞ്ഞു. ചങ്കോളം വെള്ളത്തില് നിക്ക്ന്ന അവരെ നെഞ്ചത്ത് വാലോണ്ട് ഒരസി മീനെല്ലാം പറഞ്ഞു. 'പോയി നന്നായി വാന്ന്...'

കരക്ക് കേറി രണ്ടാളും തലതോർത്തുമ്പം മേത്ത് പറ്റ്യ വെളിച്ചെണ്ണീല് തട്ടി വെള്ളം ഉരുണ്ട് തായല് വീണു.

തോർത്തി തീരുമ്പളക്ക് തണുപ്പ് വന്നിന്...

അന്നേരം കോയിച്ചപ്പു തോട് കടന്ന് വന്നു. ഓൻ വെള്ളക്കൊച്ച* ചങ്ക് നീട്ടുമ്പോലെ ചങ്ക് നീട്ടി രണ്ടാളീം നോക്കി. ഓന്റെ മീട്ടത്തെ പരന്ന്കെടക്ക്ന്ന മീശ ഓൻ പിടിച്ച് വലിച്ചു. രണ്ടാളും പേടിച്ച് മാറി നിന്നു. ഓന ബൈക്ക്* കണ്ടാത്തന്നെ ആള് ദൂരമാറിനിന്ന് തൊവ്വും. ഓൻ തീയ്യത്തി ചിരുതേരെടുക്ക്ന്ന് റാക്ക് കുടിച്ചാൽ പണം കൊടുക്കൂല. അന്തുമാപ്പളോട് ഒണക്ക് മീൻ മേണിച്ചിറ്റ് മാപ്പ്ളേന കണ്ണുരുട്ടി പേടിപ്പിച്ചിറ്റ് പണം കൊടുക്കാതെ പോവും.

ചെക്കൻ ഓന താണ് വണങ്ങി തൊവുതു... കവുങ്ങ് പോലെ നീണ്ട ഓന്റെ ചങ്ക് ഒടിച്ച് വളച്ച് ഓൻ ചെക്കനോട് ചോയിച്ചു.

"നീ മലയചെക്കനല്ലേടാ..."

ചെക്കൻ അതേന്ന് തലയാട്ടി.

"നീയോ...?"

"വാണ്യനെമ്മന്റെ മോൻ..."

വാല് നെലത്ത് കുത്തി പത്തിഒലത്തി ആടുന്ന പാമ്പിനെപ്പോലെ ആടുന്ന കോയിച്ചപ്പൂന കണ്ട് രണ്ടാൾക്കും തൊണ്ടീലെ ഒച്ച വറ്റി. പെട്ടെ

** ഇരിഞ്ഞിരിഞ്ഞ് - ഇഴഞ്ഞ്*

** കൊണ്ട - വെളിച്ചെണ്ണ അളക്കുന്ന മരപ്പാത്രം*

** ബൈക്ക് - വഴിക്ക്; * ഒച്ച - ശബ്ദം; * കൊച്ച - കൊക്ക്*

ന്ന്, പാമ്പ് ചീറ്റി കൊത്തുന്നപോലെ കോയിച്ചപ്പു ചെക്കന്റെ തലക്കൊന്നടിച്ചു. എന്നിറ്റ് ഓൻ ചീറ്റി. ഓന്റെ ചീറ്റുന്ന ഒച്ച* കേട്ട് പേടിച്ച് തോട്ടിലെ മീൻ പൊത്തിലൊളിച്ചു.

"മലയചെക്കൻ വാണ്യചെക്കന്റൊപ്പരാ കുളിക്ക്വാ... നായിന്റാമോനേ... തൊടലും തീണ്ടലും നീ ഇല്ല്യാണ്ടാക്യാ..."

ചെക്കന് നിന്ന്ട്ക്ക്ന്ന് അനങ്ങാൻ കയീന്നില്ല. തെങ്ങും, കവുങ്ങും, തോടും പുഞ്ചക്കണ്ടും ഓന് ചുറ്റും വട്ടം കറങ്ങാൻ തൊടങ്ങി.

കോയിച്ചപ്പു ഒന്നുകൂടി ചങ്ക് കൊലച്ചു. കരടീനപ്പോലെ രോമൂള്ളെ ഓന്റെ കൈയോണ്ട് ചെക്കന്റെ ചങ്കിന് പിടിച്ച് തൂക്കി തോട്ടിലിട്ടു. പൊന്നൂട്ടി നെലവിളിച്ചോടി.

ചെക്കൻ തോട്ടില് മുങ്ങി പൊന്തിവന്ന് കരക്കേക്ക് നോക്കി. ഓൻ തോട്ടില് ഒന്നുംകൂടി മുങ്ങി ഒരു കല്ലെടുത്ത് പൊന്തി...

തെങ്ങ്മ്മന്ന് ഏറുമ്പം ഇത് കണ്ട തീയ്യൻ ചവുണിയൻ ചാടിയെറങ്ങി കൊലയറുക്കുന്ന കത്തീംകൊണ്ട് കോയിച്ചപ്പൂന്റെ നേരപാഞ്ഞ് വന്നു. കോയിച്ചപ്പു തീയ്യൻ ചവുണ്യന്റെ വെർത്ത് കണ്ട് ഓന്റെ ചങ്ക് വലിച്ച് നേരയാക്കിനിന്നു. തീയൻ ചവുണിയന്റെ കൊല ചെത്ത്ന്ന മിന്നുന്ന കത്തി കോയിച്ചപ്പുവോട് പറഞ്ഞു.

"കാര്യസ്ഥൻ നമ്പ്യാര് പോ..."

ഓൻ പിന്നൊന്നും മിണ്ടാതെ നീണ്ടചങ്ക് നെഞ്ചിന്റുള്ളിലേക്ക് താത്ത് തോടും കടന്ന് വന്നവയിക്കന്നെ തിരിച്ച് പോയി.

ചെക്കന്റെ വെറക്ക്ന്ന മുഖൂം കൈമലെ കല്ലും കണ്ട് തീയ്യൻ ചവുണിയൻ പറഞ്ഞു.

"ബേണ്ട മോനേ... അവരോട് കളിക്കാൻ പറ്റൂല നമ്മക്ക്." ചെക്കൻ അരീലെ തോർത്തയിച്ച് തലീം മേലും തോർത്തീറ്റ് ചവുണ്യനോട് പറഞ്ഞു.

"ചവുണ്യച്ചാ... അപ്പാപ്പനോട് പറേണ്ട ഇതൊന്നും. സമയാവുമ്പം പറയാ..."

തീയൻ ചവുണിയൻ ചെക്കനെ അതിശയത്തോടെ നോക്കി.

രണ്ടാളും കുടീലേക്ക് നടന്നു.

തീയൻ ചവുണിയൻ വേഗം ഓന്റെ കുന്ന് കേറി.

ചെക്കൻ കൂടീരാത്ത് പോയി നനഞ്ഞ തോർത്ത് മാറ്റി പട്ടുകോണകും ചൊട്ടിക്കരയൻ തോർത്തൂടുത്ത്, നെറ്റീല് ഭസ്മക്കുറി വെലിച്ച് എന്റെ ചെമ്പകത്തിന്റെ മുമ്പില് വന്നിരുന്ന് എന്റെ മൂലമന്ത്രം ചൊല്ലി. എന്റെ ചെമ്പകംപോലും കേക്കാത്ത ഒച്ചീലാ മന്ത്രം തലീല് ചുഴറ്റി എന്ന വിളിച്ചുണർത്തിയത്.

മലിനാണീം പെമ്മക്കളും പെർമലയനും തോട്ട്ല് പോന്നതൊന്നും ഓൻ കണ്ടില്ല. അവര് കുളിച്ച് വന്നതും ഓന്റെ കണ്ണിന്റെ പൊറത്തായിരുന്നു.

തീയൻ ചവുണിയനും ഓന്റോള് തീയ്യത്തി ചിരുതീം കുന്ന്കീഞ്ഞ്

ബെർമ്പാ ഓന്റെ ചെവി അവരെ കണ്ടത്. ചെക്കൻ എണീറ്റു. പെർമലയനും, മലിനാണീം ഇല്ലേല് നല്ലതുടുത്ത് നെറ്റീല് ഭസ്മം തൊട്ട് ഒരുങ്ങി എറങ്ങി. മാണീം മാതീം അവരൊപ്പരം പോന്നില്ലേങ്കിലും അവരും നല്ല തുടുത്ത് നെറ്റീല് കുറിതൊട്ടിന്. കണ്ണില് മഷീം ഇട്ടിന്.

എല്ലാരീം മോത്ത് വിഷൂന് കൊലച്ച കൊന്നപ്പൂന്റെ ചിരിയാ ഇണ്ടായത്. എന്റെ തറേര മുമ്പില് എല്ലാരും നിന്ന്. എന്ന തൊവ്വ്ത് തലകുനിച്ചു. പെർമലയൻ, ഓന്റെ പയേ കണ്ണിലൂടെ എന്ന നോക്കി പറഞ്ഞു.

“എന്റെ പൊട്ടൻ തെയ്യേ... നിന്റേതായൊരു കോലത്തിന് അടയാളം വാങ്ങാനാന്ന് എന്റെ കുഞ്ഞിക്കേളൂനീംകൊണ്ട് അടിയങ്ങള് പോന്ന്. ഓന്റെ കന്നിക്കോലാ ഇത്. അടിയങ്ങളെയെല്ലം കണ്ണായും കാതായും കാവലായും നീയന്നെ മുമ്പല് നടക്കണം. എല്ലം അടിയങ്ങളെക്കൊണ്ട് തെറ്റ് കുറ്റം ഇല്ലാതെ നടത്തിക്കണം. അപ്പനുംഅമ്മീം ഇല്ലാതെ, അമ്മിഞ്ഞപ്പാലിന്റെ രസറിയാതെ എന്റെ കുഞ്ഞിക്കേളൂന നീയാണ് ഇത്രീം ബളത്തി ഞങ്ങക്ക് തന്നത്. ഇനി ഓനില്ല കാലം തേച്ചും നീയെന്ന ഓന്റെ കാവക്കാരൻ...”

പിന്ന ഓൻ മിണ്ടീല... ഓൻ കണ്ണ് പൂട്ടുമ്പം അയിന്റുള്ള്ന്ന് തീക്കട്ട പോലത്തെ രണ്ട് തുള്ളി വെള്ളം എന്റെ തറമ്മല് ഒണങ്ങിവീണ ചെമ്പകത്തിന്റെ എലീല് ബീണ് പൊട്ടിച്ചെതറുന്ന ഒച്ച ഞാൻ കേട്ടു...

തീയ്യൻ ചവുണിയൻ പറഞ്ഞു

“ബാ... എറങ്ങാം...”

അത് കേട്ടേരാ എല്ലാരീം തൊണ്ടീന്ന് ശ്വാസം പൊറത്തേക്ക് വന്നത്. മലിനാണി ചെക്കന്റെ കൈപിടിച്ച് പെർമലയന ചൂണ്ടിപ്പറഞ്ഞു.

“എന്റെ മോന്റെ ഈ ജന്മത്തിലെ ഏറ്റവും ബെല്യ ദേവസാ ഇന്ന്... നിനിക്ക് അപ്പനായും അമ്മയായും, അപ്പാപ്പനായും ഗുരുനാഥനായും എല്ലും ഇണ്ടായിന് ഈ ഒണങ്ങിച്ചുരുണ്ട മേലാ... ആ കാലില് വീണ്ന്റെ മോൻ നമസ്കരിക്ക്...”

പെർമലയന്റെ വരണ്ട് വറ്റിയ ചെവി അത് കേട്ടേരം ഓന്റെ മേത്തേക്ക് ഇടിമിന്നല് കേറ്യ പോലെയായി... ഓന് ബെറക്കാൻ തൊടങ്ങി...

മലിനാണി പിന്നീം പറഞ്ഞു.

“ഓരോ ദെവസും നിന്റപ്പാപ്പൻ എന്നോട് പറയല്ണ്ട്. നീ കുളിച്ച് വെരുമ്പൂം, മന്ത്രം ചൊല്ലുമ്പൂം... നിന്നെ അടിമുടി അളന്ന് പറീം. നമ്മള കുഞ്ഞിക്കേളു ബേഗം ബളര്ന്ന്ണ്ട്... ഓൻ തടിച്ചിറ്റ്ണ്ട്, ഓന് നീളം കൂടി ബെർന്ന്ണ്ട്... ഓന്റെ കണ്ണിലിപ്പം നല്ലോണം തെളക്കം വന്ന് നെറഞ്ഞിറ്റ്ണ്ട്...”

മലിനാണി മൂക്ക് ചീറ്റി കരയാൻ തൊടങ്ങി

എല്ലാരീം മീട്* മയനനഞ്ഞപോലായി

** മീട് – മുഖം*

ചെക്കൻ ഓന്റെ അപ്പാപ്പന്റെ കാൽക്കൽ വീണ് നമസ്കരിച്ചു. പെർമ ലയൻ ഓന വാരിയെടുത്തു. എന്നിറ്റ് ഓന്റെ ഉരുണ്ട കവിളില് മഞ്ഞ് തുള്ളിപോലെ നിക്ക്ന്ന വെള്ളം പെരുമലയൻ ഓന്റെ വരവീണ മുഖംകൊണ്ട് തൊടച്ചു. എന്നിറ്റ് കണ്ണോണ്ട് മലിനാണീന ചൂണ്ടി. ചെക്കൻ മലിനാണീരെ കാൽക്കൽ വീണു.

പിന്നെ എല്ലാരീം കാല് തൊട്ടു...

തീയ്യത്തിചിരുത ഓളെ കണ്ണിലെ ബെള്ളം കൊണ്ട് ചെക്കനെ കുളി പ്പിച്ചു. പല്ലല്ലം കാണിച്ച് ചിരിച്ചോണ്ടാ ഓളങ്ങനെ ചെയ്തത്.

വാണ്യൻ എമ്മനും എത്തി...

അവരെറങ്ങി.

മുമ്പില് തീയ്യൻ ചവുണ്ണിയനാ നടന്നത്. എറങ്ങാൻ നേരം പെർമല യന്റെ പെമ്മക്കളും ആരും പറയാതെ ഒപ്പരം എറങ്ങി.

ബെല്യ വരവേൽപ്പാ പെർമലയന് ചെറിയമനക്കല് കിട്ട്യത്. മനേരെ മിറ്റത്ത് കസേരീല് ഇരിക്ക്ന്ന മരുമോൻ തമ്പ്രാന ദൂരെ നിന്നേ എല്ലാരും തൊവ്വ്ത് വണങ്ങി.

മെലിഞ്ഞ് നീളം വെച്ച് തേച്ചും നരക്കാത്ത കുടുമീം കെട്ടി നെറ്റീല് നെറച്ചും ചന്ദനക്കുറീം വെലിച്ച് കാലുമ്മകാലും കേറ്റിവെച്ച് ഇരിക്ക്ന്ന തമ്പ്രാനകണ്ട് വെല്ല്യരാജാവാന്ന് ചെക്കന് തോന്നി. കാതിലെ ചോന്ന കല്ല് വെച്ച സ്വർണ്ണത്തിന്റെ കടുക്കൻ ചിരിക്ക്ന്നപോലെ തമ്പ്രാന്റെ മൊകൂം ചിരിക്ക്ന്ണ്ട്.

പെർമലയനീം കൂട്ടരീം കണ്ടപാടെ കാര്യസ്ഥൻ രാമൻ കുട്ടി നായര് നെലവെളക്കില് തിരീട്ട് കത്തിച്ച് തമ്പ്രാന്റെ മുമ്പില് കൊണ്ടച്ചു. തമ്പ്രാൻ എല്ലാരീം അടുത്തേക്ക് വിളിച്ചു. തമ്പ്രാന്റടുത്ത് തോർത്ത് മുണ്ടും ചെമ ലിലിട്ട് നിക്ക്ന്ന കാര്യസ്ഥൻ രാമൻകുട്ടി നായരോട് തമ്പ്രാൻ പറഞ്ഞു.

"നായരേ... പെർമലയന്റൊപ്പരം ഒര് തെയ്യം കെട്ടാന്ല്ലെ ആള്ണ്ടല്ലോ."

അത് കേട്ട് എല്ലാരും തലകുനിച്ച് പിടിച്ച് ഒച്ചവെരാതെ ചിരിച്ചു. പനം കുറ്റീരെ കരുത്തോടെ തോളിന്റുള്ളില് തോർത്ത് മുണ്ട് ഇറുക്കി നിക്ക്ന്ന തീയ്യൻ ചവുണ്ണ്യന നോക്കി തമ്പ്രാൻ ചോയിച്ചു.

"ഓർമ്മീല് വെര്ന്നില്ല..."

"തീയ്യൻ ചവുണ്ണിയൻ... കള്ളേറലും തേങ്ങപറിക്കലുമാ ഓന്റെ പണി."

രാമൻകുട്ടിനായരാ ഉത്തരം കൊടുത്തത്.

"പെർമലയന്റെ കുടീന്റെ ബയ്യലെ* കുന്ന്മ്മലാ വീട്..."

തീയ്യൻ ചവുണ്ണ്യൻ കൂട്ടിച്ചേർത്തപ്പോൾ നന്നായീന്ന് പറയുന്ന പോലെ തമ്പ്രാൻ തലയാട്ടി.

"പെർമലയാ... രാഹുകാലം തൊടങ്ങ്ന്നേന് മുമ്പെ ചടങ്ങ് നടക്ക ട്ടെ..."

ബയ്യലെ - പിന്നിലെ

ചെക്കൻ തമ്പ്രാനെ വണങ്ങി കത്ത്ന്ന വെളക്കിനെ വണങ്ങി, ആടീല്ലെ എല്ലാരീം വണങ്ങി.

രാമൻകുട്ടിനായരെ കൈയില് തമ്പുരാൻ ഒരു പണം കൊടുത്തു. രാമൻകുട്ടി നായര് മൂന്ന് വെത്തിലഭീല് പണം വെച്ച് വണങ്ങിനിക്ക്ന്ന ചെക്കന് കൊടുത്തു.

“ഇന്നേക്ക് പതിനാലാം ദെവസം ഈ മിറ്റത്ത് പൊട്ടൻ തെയ്യം കെട്ട്യാടാ...”

എല്ലാരും തലകുലുക്കി. ചെക്കൻ തമ്പുരാനെ തൊഴുതോണ്ട് പറഞ്ഞു.

“ഇന്ന് തൊട്ട് പതിനാലാം ദെവസം ഈ തിരുമുറ്റത്ത് പൊട്ടൻ തെയ്യക്കോലം കെട്ടിയാടാൻ അടിയൻ അടയാളം കൈയേറ്റിരിക്കുന്നു.”

തമ്പുരാൻ തലകുലുക്കി.

“ഇവൻ പെർമലയനേക്കാൾ കേളികേട്ട തെയ്യക്കാരനാവും. ഈ മിറ്റത്താവട്ടെ ഇവന്റെ കന്നിത്തെയ്യം...”

കാര്യസ്ഥൻ രാമൻകുട്ടി നായരോട് പറഞ്ഞു.

“അരീം അയിലേക്ക്ള്ള വഹകളും ആവശ്യത്തിന് പെർമലയന് കൊടുക്ക്വാ... ഇപ്പം കത്തലടക്കാനുള്ളതും കൊടുക്ക്വാ... എന്താ പെർമലയാ, നീയും നിന്റോള് മലിയും ക്ഷയിച്ച് ക്ഷയിച്ച് അങ്ങില്ലാതായല്ലോ...”

“പട്ടിണി ഒയിഞ്ഞ ദെവസം കൊറവാ തമ്പ്രാ...”

മലിനാണ്യാ ഉത്തരം പറഞ്ഞത്...

“മലീരെ കൈപ്പുണ്യം കിട്ടാത്തവരാരാ ഈ നാട്ട്ല്... കാളുന്ന ബയറും പിടിച്ച് ഒറങ്ങണ്ടാ... പൈപ്പടക്കാനില്ലത് എപ്പം വന്നാലും ഈട്ന്ന് തെരും. അയിനില്ലെ മടിയൊന്നും വേണ്ട... ഇട്ത്തെ എളേ മോളെ പേറെട്പ്പ് കയിഞ്ഞിറ്റ് തൊട്ടട്ത്ത ദെവസം ഓക്ക് ബെർളും പനീം, ഒപ്പരം മയക്ക് ബീട്ടിന്റെ എറവാരത്ത്ന്ന് വെള്ളം ബീബോലെ ചോരീം പോന്ന്. ഓള ഞാങ്ങക്ക് കിട്ടൂല്ലാന്ന് നിരീച്ചതാ... ഈ മലിനാണീരെ ഒറ്റ കൈപ്പുണ്യാ എന്റെ മോളെ ജീവൻ കാത്തത്. അതൊന്നും ഞാൻ മറന്നില്ല...”

മലിനാണി കരിഞ്ഞ കുറ്റിപ്പല്ല് കാണിച്ച് ചിരിച്ച് തമ്പ്രാന തൊഴുതു. ഓളെ പയേ മനസ്സിലും അതെല്ലം ചത്ത് ചീഞ്ഞ് പോവാതെ കെടക്ക്ന്ന്ണ്ട്.

അന്ന് തമ്പ്രാട്ടിക്കുട്ടീരെ കന്നിപ്പേറാ... ഒരു ചെമ്പരത്തിപ്പൂ നുള്ളിപറിക്കുന്ന പോലെ മലിനാണി കുഞ്ഞീന എട്ത്തിന്. പിറ്റേന്ന് രാവിലെ പെറ്റോളീം കുഞ്ഞീനീം കുളിപ്പിക്കാനെറങ്ങുമ്പാ മനക്കന്ന് കാര്യസ്ഥൻ വന്ന് കാര്യ പറഞ്ഞത്. അത് കേട്ടേരം തന്നെ തോളിലെ രോമം വടിക്ക്ന്ന കത്തീം മങ്കലത്ത്ന്ന് പിന്നീം എന്തല്ലോ എട്ത്ത് മടിക്കുത്തില് ചുരുട്ടി വെച്ച് എന്റെ പൊട്ടൻതെയ്യേന്ന് ബെല്യ ഒച്ചീല് എന്ന വിളിച്ചോണ്ട് മലിനാണി കീഞ്ഞ് പാഞ്ഞു.

മനക്കലെത്തി പെറ്റോള കണ്ടേരം ഓളൊന്ന് ബെറച്ചു. പെറ്റപെ

ണ്ണിന്റെ മേല് തീപ്പോലെ പൊള്ള്ന്ന്. മിന്നരക്ക്ന്ന് കിണ്ടീരെ വാല്ന്ന് വെള്ളം മറീമ്പോലെ ചോര മറീന്ന്...

ഓള് ബേം പറഞ്ഞു... ഒര് പൂങ്കോയീന പിടിക്കാൻ. പൂങ്കോയീന്റെ നെലവിളി കേക്ക്മ്പളക്ക് മലിനാണി പെറ്റപെണ്ണിന കോത്തുടുപ്പിച്ച് പെണ്ണിന്റെ തലമൂർത്തീന്ന് ഒളെ അരക്ക് ഇറക്യ കത്തി എട്ത്ത വട്ടത്തില് തണാറ് ചെത്തിയെട്ത്തു. ആട നെല്ലിന്റെ മൊനകൊണ്ട് എടത്തോട്ടും വലത്തോട്ടും കീറി ചോര വെര്ത്തി. പൂവൻ കോയീരെ ചങ്കറ്ത്ത ചോര പെണ്ണിന്റെ തലമൂർത്തീല് ഒയിച്ചു. ഒര് കൈ പെണ്ണിന്റെ ചൊമലില് വെച്ച് മറുകൈ ഓളെ നെഞ്ഞത്തും വെച്ച് മലിനാണി കൊറത്ത്യമ്മേരെ മൂലമന്ത്രം നൂറ്റൊന്നോട്ടം മനസ്സില് ചൊല്ലി. ചോരതള്ളിച്ച നിന്നു. പിന്ന്യോള് ചെന്തെങ്കിന്റെ കരിക്ക് തൊരന്ന് അയില് അട്പ്പിന്റെ മോളില് കെട്ട്യ ബരൂന്റെ കരീം കോലരക്കും പൊടിച്ചിട്ട്, ചട്ടീല് മണലിട്ട് അയിൽ എളനീര് താത്ത് വെച്ച് അട്പ്പത്ത് വെച്ച് ചേരീം* ചെരട്ടീം ഇട്ട് തീകത്തിച്ച് എളനീര് തെളപ്പിച്ച് അത് അരിച്ചെട്ത്ത് പെറ്റോക്ക് കുടിക്കാൻ കൊടുത്തു.

ഇങ്ങന മൂന്ന് ദെവസം കൊടുത്തു. അതോടെ പെറ്റ പെണ്ണിന്റെ മേത്ത് ചോര നെറഞ്ഞ് ദീനം പോയി.

ദീനം മാറി നിലാവ് പോലെ ചിരിക്ക്ന്ന തമ്പ്രാട്ടികുട്ടീരീം അമ്മതമ്പ്രാട്ടീരീം മോത്ത് നോക്കി മലിനാണി പറഞ്ഞു.

“അടിയനോട് പൊറ്ക്കണം. തലമൂർത്തീന്ന് തണാറ് വടിച്ചെട്ത്ത സ്ഥലത്ത് പുതിയതായി വെര്ന്ന തണാറെല്ലം നരച്ച് വെള്ത്തതാവും. അടിയന് ബേറെ വയി ഇല്ലാത്തത് കൊണ്ടാ...”

അങ്ങന പറഞ്ഞിറ്റും തമ്പ്രാട്ടികുട്ടീരീം അമ്മതമ്പ്രാട്ടീരീം മോത്തെ നിലാവ് മാഞ്ഞില്ല. പിന്ന ഇന്ന് വരീം നരച്ച തണാറന്ന്യാ തമ്പ്രാട്ടി കുട്ടിക്ക് തലമൂർത്തീല് വന്നത്.

എല്ലാരും വണങ്ങി...

“അടിയങ്ങള് ബിടോണ്ടോളാ*...”

രാമൻകുട്ടിനായര് അരീം, കറിവെക്കാനില്ലതും കെട്ടിക്കൊടുത്തു. പെർമലയന്റെ രണ്ട് പെമ്മക്കിളീം തലീല് കനത്തില് തന്നെ വെക്കാനില്ലത് ആട്ന്ന് കെട്ടിക്കൊടുത്തിന്.

തീയ്യൻ ചവുണിയൻ മനക്കന്ന് കത്തലടക്കീല. ബാക്ക്യെല്ലാരും വയറ് നെറച്ചും ചൂട്ല്ലെ കഞ്ഞീം നല്ല കട്ടിമോരൊയിച്ച് ഉലുവീം ഇട്ട് വെച്ച വെള്ളരിക്ക പുളിശ്ശേരീം തിന്നു. അയിന്റെ മേലെ ഉപ്പിട്ട കട്ടി കഞ്ഞീരെ വെള്ളും കുടിച്ചു.

തിരിച്ച് ബെരുമ്പം ബയിക്ക് കണ്ട പൈക്കളോടും, പറന്ന് പോന്ന പ്രാക്കളോടും തോട്ട്ന്ന് പായുന്ന മീനുകളോടും എങ്ങുന്നോ വന്ന കാറ്റിനോടും പെരുമലയൻ പറഞ്ഞു.

** ചേരി - ചികരി*

** ബിടോണ്ടോള - വിടപറയുന്നു*

"ന്റെ കുഞ്ഞിക്കേളു കന്നിത്തെയ്യത്തിന് അടയാളം ബാങ്ങി..."

തോടും കടന്ന് പെര്‌വയികേറുമ്പം പെര്‌മലയൻ തീയൻചവുണ്ണിയ നോട് പറഞ്ഞു.

"നമ്മക്ക് ഇന്ന് പൊട്ടൻ തെയ്യത്തിന് കലശം* ബെക്കണം. ഒരു കോയീന അറ്ത്ത് ഗുരുതി കയിക്കണം. ഇന്നന്നെ ന്റെ പൊട്ടൻ തെയ്യ ത്തിന് സന്തോഷം ബെര്‌ത്തണം."

കുടീലെത്ത്യോരേ അയിന്റെ പണീലായി എല്ലാരും.

പൂങ്കോയീന തീയൻ ചവുണ്ണിയനും ഓന്റോള് തീയ്യത്തി ചിരുതീം കൊണ്ടന്നു. ചെക്കിപ്പൂ ചെക്കൻ പാറക്ക് പോയി പറിച്ചു. വാണ്യനെമ്മൻ വെളിച്ചണ്ണ കൊടുത്തു. പാരണ*ക്കില്ലത് പെര്‌മലയൻ ഒരുക്കി. എന്ന സന്തോഷിപ്പിക്കാനാ എല്ലാം ചെയ്യ്ന്ന്.

തീയ്യൻ ചവുണ്ണിയനാ കലശം ബെച്ചത്.

തീയ്യൻ ചവുണ്ണിയന്റെ പൂങ്കോയീരെ നെലവിളികേട്ട് എന്റെ ചെമ്പകം പേടിച്ച് വെറച്ചു. കോയീരെ ചങ്കറുത്ത് ഗുരുതി കയിച്ചത് പെര്‌മ ലയനാ...

കള്ളും റാക്കും പാരണീം തന്ന് എന്റെ വയറ്നെറച്ചു. ഓട്ടുമണീരെ ഒച്ചകേട്ട് എന്റെ മനസ്സ് കുളിർത്തു.

എല്ലാരും എന്ന തൊവ്വ്ത് വണങ്ങി.

തീയ്യൻ ചവുണ്ണിയനും ഓന്റോളും കുന്ന്കേറാൻ പോമ്പം പെര്‌മല യൻ പറഞ്ഞു.

"അറത്ത കോയീന അങ്ങോട്ടെടുത്തോ. എറച്ച്യാക്കീറ്റ് രണ്ട് കഷണം ഈട* തന്നാമതി."

മോന്തി കയിഞ്ഞിനെങ്കിലും ഓലചൂട്ടില്ലാതെ ചങ്ക്ന്ന് ചോര ഇറ്റുന്ന കോയീനീം തൂക്കി അവര് കുന്ന് കേറി.

ചെക്കൻ എന്റെ തറമ്മല് തന്നെ ഇരുന്നു.

പെര്‌മലയൻ കൂടീരുള്ളില് കേറി. ചെരട്ട കൊണ്ടന്ന് എന്റെ ചെമ്പ കത്തിന്റെ മുമ്പിലെ റാക്കെടുത്ത് അയിലൊയിച്ച് കുടിച്ചു. പിന്ന ലേശം ഒയിച്ച് ചെക്കന് കൊടുത്തു. എന്നിറ്റ് പറഞ്ഞു.

"കുടിച്ചോ... പൊട്ടൻ തെയ്യത്തിന്റെ കോലം കെട്ട്യാ റാക്ക് കുടിക്ക ണം. ഇപ്പേ ശീലായില്ലെങ്കില് തലചുറ്റും."

ചെക്കൻ റാക്ക് കുടിച്ചു.

റാക്കിന്റെ എറ്റ്ന്ന നാറ്റും, കത്ത്ന്ന രുചീം ഓന്റെ കണ്ണ് നെറഞ്ഞു. ഓൻ കണ്ണ് മേലോട്ടുരുട്ടി വായിതേച്ചും തൊറന്ന് പൊറത്തേക്ക് ഊതി... തറമ്മല് പാരണക്ക് വെച്ച മലര്ന്ന് ലേശം വാരി പെര്‌മലയൻ ചെക്കന് കൊടുത്തു. ഓനത് വായിലിട്ട് കണ്ണുംപൂട്ടി ചവച്ചിറക്കി. ലേശം കൂടി റാക്ക് പെര്‌മലയൻ ഓന് കൊടുത്തു. ഓൻ മടിയൊന്നും കൂടാതെ കുടി ച്ചു. ഓന്റെ മുമ്പിലെ പാരണക്ക് വെച്ച മലര് ഓൻ തന്നെ വാരിച്ചവച്ചു.

** പാരണ - ദൈവത്തിന്റെ ഭക്ഷണം; * ഈട - ഇവിടെ*

** കലശം - ദൈവത്തെ തൃപ്തിപ്പെടുത്തുന്ന ചടങ്ങ്*

ഇപ്പം ഓൻ എന്റെ തറമ്മല് കത്ത്ന്ന ബെളക്കിനെ നോക്കി... ബെളക്കിന്റെ തീനാളം മേലേരിയായി വളന്നു.. അയില് ഓൻ എന്റേതായൊരു കോലം കെട്ടി കെടന്ന് പൊട്ടിപ്പൊട്ടി ചിരിച്ചു...

പെരുമലയൻ ചോന്ന്തെളങ്ങ്ന്ന ഓന്റെ മോത്ത് നോക്കി പറഞ്ഞു.

"എണീക്ക്... ബാ... എന്റൊപ്പരം ഓട്... കുടിക്ക് ചുറ്റും ഓട്..." പെർമലയൻ ഇർട്ടത്തന്നെ ഓടാൻ തൊടങ്ങി, ചെക്കനും ഓടി.. കൊറേ ഓടി... ഇപ്പം കുടിതേച്ചും ചെക്കന്റെ ചുറ്റും ഓടുന്നതായി ചെക്കന് തോന്നി.

പെരുമലയൻ ഓട്ടം നിർത്തി. തുള്ളാൻ തൊടങ്ങി. ചെക്കനും ഓനൊപ്പിച്ച് തുള്ളി. മലിനാണി ചെണ്ടയെടുത്ത് മിറ്റത്തിരുന്ന് താളം അടിച്ചു. ചെണ്ട മുറുകുമ്പം തുള്ളല് മുറുകി. കൊറേ തുള്ള്യതും ചെക്കൻ പെർമലയന്റെ കൈപിടിച്ച് വിളിച്ചു.

"അപ്പാപ്പാ..."

"ആയിറ്റ്ല്ല... തുള്ള്... അപ്പാപ്പന്റൊപ്പരം തുള്ള്..."

മലിനാണി ചെണ്ടയടിക്ക്ന്നത് നിർത്തീല...

താളം അയഞ്ഞു...

പൊട്ടൻ തെയ്യം ചിരിക്കുന്ന പൊട്ടൻച്ചിരി പെർമലയൻ ചിരിച്ചു. ചെക്കനും ചിരിച്ചു.

ഇപ്പം പെർമലയനും കെതക്കാൻ തൊടങ്ങി.

എന്റെ തറമ്മല് വെച്ച റാക്ക് ഓൻ കുടിച്ചു. ചെക്കനും കൊടുത്തു.

റാക്ക് കുടിച്ചിറ്റ് പെർമലയൻ പറഞ്ഞു.

"എനി നാളമൊതല് പാതിരാത്രിവരെ കോലം പഠിക്കണം. തുള്ളി, തുള്ളി മേല് മെരുക്കണം, പൊട്ടൻ തെയ്യത്തിന് കെതച്ചൂട. കെതപ്പറിയാത്തവരാ ദൈവങ്ങള്..."

പെർമലയന ഓന്റെ കന്നിത്തെയ്യത്തിന് ഒർക്കാൻ പാതിരാത്രീല് നിലാവ് കണ്ണ് മീച്ച് നിക്കുമ്പം മറ്റാരും കാണാതെ ഓന്റപ്പൻ നൂറോട്ടം കുടിലിന് ചുറ്റും ഓടിച്ചിറ്റ്ണ്ട്. നെഞ്ചാംകൂട് പൊട്ട്ന്ന കെതപ്പ് ഇണ്ടായാലും അതൊന്നും നോക്കാതെ താളം തുള്ളിച്ച്റ്റ്ണ്ട്. പെർമലയൻ ഓന്റെ മൂത്തമോൻ അമ്പൂനീം അതേപോലെ തെയ്യാട്ടം പഠിപ്പിച്ചതും പാതിരക്കാ... മനസ്സും കണ്ണും കൈയും മെയ്യും ഒന്നായിവെര്ന്നവരെ ഓനപഠിപ്പിച്ചു. എനി കുഞ്ഞിക്കേളൂനീം പഠിപ്പിക്കണം.

പെർമലയന്റെ വർത്താനം തീരുമ്പം കുന്നുമ്മന്ന് ചൂട്ട് എറങ്ങി വെര്ന്ന്ണ്ട്. തീയ്യൻ ചവുണിയനും ഓന്റോള് തീയ്യത്തി ചിരുതീം കുന്നിറങ്ങ്യതാ... ചവുണിയന്റെ കൈമല് റാക്കും ചിരുതേരെ കൈമല് കുരുമൊളക് അരച്ച് പെരക്കി വറ്റിച്ചെടുത്ത കോയിഎറച്ചി വാഴെല* വാട്ടി പൊതിഞ്ഞതും എന്റെ തറമ്മല് വെച്ചു.

എന്റെ തറമ്മലെ വെളക്കിലെ തിരി നീട്ടിക്കത്തിച്ചു.

** വാഴേല - വാഴ ഇല*

വാഴേരെല പറച്ച് മലിനാണി എല്ലാരിക്കും എറച്ചി കോരിക്കൊടുത്തു. റാക്ക് കൊറേ പെർമലയൻ കുടിച്ചു. ബാക്കി ഓന്റോക്ക് കൊടുത്തു. പെർമലയൻ ഇന്ന് കൊറേ കൂടുതലാ റാക്ക് കുടിച്ചത്. പെർമലയന്റീം നാണീരീം മോത്തെ സന്തോഷം ചാവുണ്യന്റീം ചിരുതേരീം കണ്ണില് നെറഞ്ഞ് തുളുമ്പി.

പെർമലയന്റെ തലീല് തെയ്യം ആടാൻ തൊടങ്ങി. ഓൻ ഒരുക്കങ്ങൾ നെരത്തി പറഞ്ഞു.

"രാമപുരത്തെ മലേനമ്പൂനീം കടന്നപ്പള്ളീന്ന് കുഞ്ഞമ്പു പണി ക്കറീം ഓന്റെ അനിയനീം, അവരെ രണ്ടാളെ ഓള്കളീം* വിളിക്കണം. കുഞ്ഞമ്പുപണിക്കറെ ഓള് കാളി നല്ലോണം തോറ്റം ചൊല്ലും, ഓന്റെ അയനിയന്റോളും ചൊല്ലും. നമ്മളെ വണ്ണാൻ കുഞ്ഞാരനീം ഓന്റെ രണ്ടാ മ്മക്കളീം ബിളിക്ക. ചെണ്ട അവര് നോക്കും. പിന്ന തെയ്യം മേലേരീല് കെടക്കുമ്പം പിടിക്കാൻ വേലൻ കരിമ്പനീം ഓന്റെ മൂത്തമോനീം ബിളി ക്കണം. ഏറ്റവും ബെല്യ ആളല്ലെ കാനായിക്കാരൻ കൊമ്ട്ട്ക്കുരുവൻ കോതോർമ്മൻ... ഓനല്ലേ കുഞ്ഞിക്കേളൂന്റെ അമ്മേരെ അപ്പൻ... ഓനോട് രണ്ടീസം മുമ്പേ അവരെ ബന്ധുക്കളെ എല്ലാരീം കൂട്ടീറ്റ് ബെരാൻ പറയ ണം. ഇന്ന് അടയാളം കൈയ്യേക്കാൻ പോമ്പം തന്നെ ഓറ* കൊണ്ടോ ണ്ടതാന്ന്... അയിനില്ലെ കാലം കിട്ടീറ്റല്ലോ നമ്മക്ക്...

പെർമലയന് നേരം കിട്ടാഞ്ഞിറ്റന്ന്യാ... ഓൻ പോവാൻ പറ്റാത്തേന്റെ വെഷമം മലിനാണ്യോട് പറീന്ന് ഞാൻ കേട്ടിന്...

"... പിന്ന പാണപ്പിന്ന് മലിനാണീരെ വീട്ടുകാരും ബെരും... ഓൻ അക്കാര്യല്ലെം ഒറപ്പിച്ചു."

റാക്ക് തലീല് തുള്ളാൻ തൊടങ്ങി. മനസ്സില് തോറ്റം പാട്ടും ഒയർന്നു. ഓൻ ചൊല്ലുന്നത് മലിനാണി ബെല്യ ഒച്ചീല് തന്നെ ഏറ്റ് ചൊല്ലി. പിന്ന പ്പിന്ന എല്ലാരം ഒപ്പരം ചൊല്ലി...

തോറ്റംപാട്ട് മലവെള്ളപാച്ചിലായി...

തീയൻ ചവുണ്ണിയനും ഓന്റോളും അയില് മുങ്ങിക്കുളിച്ചു.

എല്ലാരീം നടുക്ക് കത്തിച്ച് വെച്ച വെളക്ക് കാറ്റത്ത് ഓരോ ഭാഗ ത്തേക്കും പായ്ന്ന്... ആ ഭാഗത്തിരിക്ക്ന്നോരെ കണ്ണ്ല് തീക്കട്ടപോലെ ഉശിര് കത്ത്ന്ന് കാണ്ന്ന്. അവരെ കണ്ണുംകാതും വായീം തകർന്നാട്ന്ന്; തലവട്ടത്തില് കറക്ക്ന്ന്...

അന്നേരാ പെർബയിക്ക്ന്ന് ചൂട്ട് ബെര്ന്ന് കണ്ടത്. ഇര്ട്ടിനെ മാന്തി ക്കീറി ചൂട്ട് നാലെണ്ണം കുടീലേക്ക് കേറി ബെര്ന്ന്.

ചൂട്ടിന്റെ വരവ് കണ്ട് തോറ്റം നിർത്തി. നടക്ക്ന്ന വരെ ഊക്ക് കണ്ട് എല്ലാരും ഇരിന്നേട്ക്ക്ന്ന് എണീറ്റു.

വന്നോര് നാലാളും മദം പൊട്ട്യ ആനേനപ്പോലെ അലറി...

ഓറ - അദ്ദേഹത്തെ

ഓള്കളീം - ഭാര്യമാരെയും

ചൂട്ട് രണ്ടാളെ പേര് പറഞ്ഞ് തന്നു.

"കോയിച്ചപ്പു, ചെമ്പച്ചന്തു..."

മുമ്പില് നിക്ക്ന്ന കോയിച്ചപ്പു നീണ്ട് വളഞ്ഞ ഓന്റെ ചങ്ക് കരിനാടൻ പാമ്പിനെപ്പോലെ ആട്ടാൻ തൊടങ്ങി. ഓൻ കണ്ണ് പൊറത്തേക്കിട്ടു. പാമ്പിനെപോലെ ഓന്റെ കണ്ണിനും പോളീം പുരികൂം ഇല്ലാന്ന്തോന്നി.

ചെക്കന് ഓനകണ്ടേരം ആത്ത് പോയിറ്റ് എന്റെ കൊക്കണ കത്തി എടുത്ത് ഓന കൊത്തിത്തറിക്കാനില്ലെ അരിശം വന്നു.

രാവിലെ തോട്ട്ന്ന് വാണ്യനെമ്മന്റെ മോൻ പൊന്നൂട്ടീരൊപ്പരം കുളിച്ചേനി* ചെക്കന അടിച്ചതും ബെള്ളത്തില് ഉന്തീട്ടതും ഓൻ ആരോടും ഇത്രീം നേരം പറഞ്ഞിറ്റില്ല. പൊട്ടൻ തെയ്യത്തിന്റെ അടയാളം കൈയേൽക്കുമ്പം മണങ്ങും നീരും ചെയ്യുമ്പം ചങ്കിന്റുള്ള്ല്ണ്ടായ വേദനീം ഓൻ ആരോടും പറഞ്ഞിറ്റില്ല. നല്ലോര് കാര്യത്തിന് എറങ്ങുമ്പം കേട്ടാല് മനസ്സില് സങ്കടൂണ്ടാക്ക്ന്നത് പറഞ്ഞ് അതും തലീല് വെച്ച് പോണ്ടാന്ന് കര്ത്യാ ചെക്കൻ പറയാഞ്ഞത്. അതാ, ഓൻ തീയ്യൻ ചവുണിയനോടും ആരോടും പറയണ്ടാന്ന് പറഞ്ഞത്.

കോയിച്ചപ്പു ഏതോ തീയ്യത്തീരടുക്ക്ന്ന് നല്ലോണം റാക്ക് കുടിച്ചിറ്റ്ണ്ട്. ഓന്റെ ഒപ്പരൂല്ലവരും വയറ് നെറച്ചും കുടിച്ചിറ്റ്ണ്ട്.

പെര്മലയനും മലിനാണീം നെലവിളിച്ചോണ്ട് അവരെ തൊവുതു.

കോയിച്ചപ്പു ഒന്ന് കൊലഞ്ഞാടി... ഓൻ കാല് നീർത്ത് വളച്ച്, ഒടിഞ്ഞ്നിന്ന് തൊവ്വ്ന്ന പെര്മലയന്റെ നടൂന് ചവുട്ടി. പെര്മലയൻ തലക്ക് ഏറ് കൊണ്ട കോയീനപ്പോലെ മണ്ണില് വീണ് പെടച്ചു. തടുക്കാൻ പോയ മലിനാണീനീം ഓൻ ചവിട്ടി തെറിപ്പിച്ചു.

പെര്മലയന്റെ കുടീല് കൂട്ട നെലവിളിയായി.

തീയ്യൻ ചവുണ്യൻ നിന്ന് വെറച്ചു.

തീയ്യത്തി ചിരുത തലീല് കൈവെച്ച് പെര്മലയന്റെ പെമ്മക്കളൊപ്പരം നെലവിളിച്ചു.

ചെക്കൻ പെര്മലയനെ പിടിച്ചെണീപ്പിച്ചു.

കാലൊറക്കാത്ത കോയിച്ചപ്പു നാവിട്ടടിച്ചു.

നിന്റെ ചെക്കൻ ആരോട് ചോയിച്ചിറ്റാ തെയ്യത്തിന് അടയാളം വാങ്ങ്യത്... വാങ്ങ്യ അടയാളം തിരിച്ച് കൊടുത്തോളണം. അല്ലെങ്കില് എല്ലേനീം വാരി കുടീന്റുള്ളിലിട്ട് തീവെച്ച് കൊല്ലും നായ്ക്കളെ.

പിന്നീം കൊയിച്ചപ്പൂ ഓന്റെ കൊയഞ്ഞ നാവോണ്ട് റാക്കിന്റെ ഊക്കില് ബളബളാ ഒച്ചീണ്ടാക്കി.

പെര്മലയൻ നെലത്തിരുന്ന് ബെള്ളം കിട്ടാത്ത മലീത്തലച്ചീന* പ്പോലെ കരഞ്ഞു. എന്നിറ്റ് ചവുട്ട്യ ഓന്റെ കാലന്നെ പിടിക്കാൻ പോമ്പം കോയിച്ചപ്പു മുരണ്ടു.

** കുളിച്ചേനി - കുളിച്ചതിന്*

** മരീത്തലച്ചി - വേഴാമ്പൽ*

ചെക്കൻ കുടീന്റാത്തേക്ക് പാഞ്ഞ്പോയി എന്റെ കൊക്കണകത്തി പെർതി*. അത് കാണാത്തേരം വടക്ക്പൊറത്ത്ന്ന് വയക്കത്തീം* എടുത്ത് മിറ്റത്തേക്ക് ചാടിവെരുമ്പം തീയൻ ചവുണിയൻ ഓനപിടിച്ചു. ഓൻ തീയ്യൻ ചവുണിയന്റെ മുളങ്കുറ്റി പോലത്തെ കൈയീരുള്ള്ന്ന് കെണീല് വീണ പുലീനപോലെ പെടച്ചു. കോയിച്ചപ്പു ആടെല്ലം ചവിട്ടിതേച്ച് തീകെട്ട്പോയ ചൂട്ടും വീശി പെർവയിക്കേക്കെറങ്ങി.

ചെക്കൻ എന്ന വിളിച്ച് അലറി.

"ന്റെ പൊട്ടൻ തെയ്യേ... തീയിലിട്ട് ചുട്ട കാരാമേന കൊത്തി പൊളക്കുമ്പോലെ എനക്കവരെ കൊത്തിപ്പൊളക്കാൻ കർത്ത്താന്റെ ദൈവങ്ങളേ..."

ചെക്കൻ നിന്ന് തെളച്ചു.

ഓൻ മിറ്റത്തെ പുളിയമ്മാവിന് വയക്കത്ത്യോണ്ട് ചറപറാ കൊത്തി. എന്നിറ്റ് മാവിനന്നെ ചാരിനിന്ന് ഒച്ചീല്ലാതെ കരഞ്ഞു. മലിനാണി എന്റെ ചെമ്പകം പിടിച്ച് കുലുക്കിക്കൊണ്ട് എന്നോട് പറഞ്ഞു.

"എന്റെ മക്കളെച്ചുന ചവിട്ട്യ കോയിച്ചപ്പൂന്റെ കാലിന് കരിനാടൻ പാമ്പിനെ കൊണ്ട് കൊത്തിക്ക് ന്റെ പൊട്ടൻ തെയ്യേ..."

മിറ്റടിച്ച് തയഞ്ഞ* മാച്ചിക്കുറ്റി പോലത്തെ ഓളെ അയിഞ്ഞ തണാറ്* പാറ്റിപറത്തി എന്റെ ചെമ്പകത്തിന് തലയിട്ടടിക്കാൻ തൊടങ്ങി.

പെർമലയൻ കൊരച്ചു. കെരണ്ടിന്റുള്ള്ന്ന്* ഒച്ച വെർന്ന പോലെ ഓൻ കൊരച്ച് കൊരച്ച് തുപ്പി.

തുപ്പ്യത് തേച്ചും കട്ടചോരയാന്ന്ന് ഞാൻ കണ്ടു.

ചോരതുപ്പുമ്പൂം ഓൻ എന്നോട് പറയാൻ തൊടങ്ങ്യതൊന്നും പൊറത്തേക്ക് ബെർന്ന്ണ്ടായിറ്റ്ല്ല... ഒന്ന് മാത്രം ഞാൻ കേട്ടു...

"കന്നി അടയാളം നിന്റെ കോലം കെട്ടാൻ വാങ്ങ്യത് തിരിച്ച് കൊടുക്കേണ്ട ഗതി എന്റെ മോന് വന്നില്ലേ ന്റെ പൊട്ടൻ തെയ്യേ..."

** തയഞ്ഞ - തേഞ്ഞ്പോയ*

** തണാറ് - തലമുടി*

** കെരണ്ടിന്റുള്ള്ന്ന് - കിണറിനുള്ളിൽനിന്നും*

** പെർതി - തിരഞ്ഞു;*

** വയക്കത്തി - കാടുവെട്ടുന്ന നീളൻ കത്തി*

തലീല് പൂവന്ന കരിനാടൻ* പാമ്പ്

എന്റെ കൊക്കണകത്തി കിട്ടാഞ്ഞിറ്റ്, കുഞ്ഞിക്കേളു ഇന്നലെ, വടക്ക് പൊറത്ത്ന്ന് വെറ്* കൊത്ത്ന്ന വയക്കത്തീം എടുത്ത് വല്യമ്പ്രാന്റെ കാര്യസ്ഥൻ കോയിച്ചപ്പൂന കൊത്താൻ പാഞ്ഞേനപറ്റി, ഇന്ന് പൊല ന്നേപ്പിന്ന ഓനൊടാരും ചോയിച്ചതൂല്ല, പറഞ്ഞതൂല്ല.

എന്നോട് ഓൻ എന്തെങ്കിലും പറയൂന്ന് ഞാൻ കർതീന്. മോന്തി യായേരം വെളക്ക് വെക്കുമ്പും അത് ഇണ്ടായില്ല.

ഓൻ തോട്ടില് കുളിക്കാൻ പോമ്പം പെരുവയിക്ക് കണ്ട വാണ്യനെ മ്മൻ ഓനോട് ചോയിച്ചിന്...

“ന്താ കുഞ്ഞിക്കേളൂ... മോത്തൊര് ഇട്ക്കം*. ഇന്നലെ രാത്രി കോയി ച്ചപ്പും ആളും വന്നിറ്റ് പെർമലയന ചവ്ട്ടീനീന്ന് കേട്ടു. കുഞ്ഞിക്കേളൂന്റെ ചെറിയ മനക്കലെ തെയ്യം ബെലക്കീ*നീന്നും കേട്ടു. ഇന്നലെ തോട്ട്ല് എന്റെ പൊന്നൂട്ടീരൊപ്പരം കുളിച്ചേന് ആ കോയിച്ചപ്പു നിന്ന തല്ലും ചെയ്തിന് അല്ലേ...”

ചെക്കന്റെ തലക്കും ചങ്കിനും അയിന്റെ വേദന ഇപ്പും ഇണ്ടെങ്കിലും ചെക്കൻ അയിനൊന്നും ഉത്തരം കൊടുത്തില്ല. ഓൻ പൊള്ളുന്ന വെയില് കൊണ്ട് വാടിയ മാങ്ങപോലത്തെ ഓന്റെ മീടോണ്ട്* ചിരിക്കാൻ നോക്കി തോട്ടിലേക്ക് പോവ്വാ ചെയ്തത്.

** കരിനാടൻ പാമ്പ് - രാജവെമ്പാല*

** വെറ് - വിറക്*

** ഇട്ക്കം - വീർപ്പ്*

** ബെലക്കൽ - തടയൽ*

** മീട് - മുഖം*

രാവിലെ തോട്ട്ന്ന് മഞ്ഞുംപൊക പൊന്തുമ്പോലെ ഓന്റെ മേത്തുന്നും പൊകപൊന്ത്ന്ന്ണ്ട്.

ചെക്കൻ കുളിച്ച് വന്നേരം തന്നെ പെർമലയൻ ഓനീം കൂട്ടി ചെറിയ മനക്കല് മരുമോൻ തമ്പുരാനെ കാണാൻ പോയി. ഇണ്ടായ കാര്യങ്ങളെല്ലാം പറഞ്ഞ് രണ്ടാളും തമ്പ്രാന്റെ മിറ്റത്ത് കമിഞ്ഞ് കെടന്ന് അടിയങ്ങൾക്ക് മാപ്പ് തരണേന്ന് പറഞ്ഞ് കരഞ്ഞു. മരുമോൻ തമ്പ്രാൻ അവരോടെണീക്കാൻ പറഞ്ഞു. കമിഞ്ഞ് വീണേരം കണ്ണിലെ ബെള്ളത്തില് പറ്റ്യ മോത്തെ* മണ്ണ് കയ്യോണ്ട് തോർത്തി അവര് തൊഴ്ത് നിന്നു.

മരുമോൻ തമ്പ്രാൻ പറഞ്ഞു.

"സങ്കടം വേണ്ട പെർമലയാ... എന്റെ പ്രാർത്ഥന നടത്താൻ സമയായിറ്റ്ല്ലാന്നന്നെ കൂട്ടിക്കൊ. അയിനായിറ്റ് ന്റെ പൊട്ടൻ തെയ്യം കാലം കണ്ടറീക്കും. അക്കാലത്ത് ഈ മിറ്റത്ത് പെര് മലയന്റെ മോന്റെ മോൻ തന്നെ പൊട്ടൻതെയ്യം കെട്ട്യാടും. അത് ബെര്ന്ന കൊല്ലായാലും, എനി പത്ത് കൊല്ലം കയിഞ്ഞാലും. അത് കൊണ്ട് തന്ന അടയാളം എന്റെ കൈ തിരിച്ച് വാങ്ങ്ന്നില്ല. അയിനൊരു മനഃസ്താപം പെർമലയനും മോനും വേണ്ട..."

ഒണങ്ങി കരിഞ്ഞ പുല്ലിന്റെ മോളില് മയച്ചാറ്റല് വീണപോലെ പെര് മലയന് തോന്നി. പിന്നീം മോത്തേക്ക് വന്ന കണ്ണിലെ വെള്ളം ഒണങ്ങി ചുരുണ്ട ഓനുടുത്ത തോർത്തിന്റെ കോന്തലയോണ്ട് തോർത്തി.

"പോയിറ്റ് അപ്പറത്ത്ന്ന് കത്തലടക്കാൻ* എന്തെങ്കിലും കയിച്ചിറ്റ് പോയ്ക്കോളൂ"

തമ്പ്രാൻ അങ്ങനപറഞ്ഞെങ്കിലും പെർമലയനും ചെക്കനും കത്തലടക്കാൻ ഒന്നും കയിച്ചില്ല.

തുലാപത്ത് വെര്ന്നേന് മുമ്പെത്തന്നെ മലയൻമാരും, വേലമ്മാരും, വണ്ണാമ്മാരും തെയ്യത്തിന്റെ അണിയലും* ചെണ്ടീം പുതുക്കിവെച്ചു. വാളും പരിചീം ഓട്ടുമണീം ചെലമ്പും സകലതും തൊടച്ച് തെളക്കം വെരുത്തി. ചെണ്ടേരെ കയറയിച്ച് മുറുക്കി. കോല് ചെണ്ടീല് വീണാല് വെള്ളോട്ട് കിണ്ണത്തിന് മണിക്കല്ല് വീണപോലെ ഒച്ച വെരണം.

എന്നാല് പെർമലയൻ ഇതൊന്നും ചെയ്തില്ല.

ഇപ്പം കൊറേ ദെവസായിറ്റ് തീയ്യത്തി ചിരുതേരെ റാക്കന്നെ ശരണം. കോയിച്ചപ്പ്ന്റെ ചവിട്ട് കിട്ടി ചോരകാര്യതൊന്നും ആരും കണ്ടിറ്റൂല്ല, ഓനാരോടും പറഞ്ഞിറ്റൂല്ല. മണ്ണില് വീണ കട്ടച്ചോര ഓൻ ആരും കാണാതെ കാലോണ്ട് മണ്ണ് കേറ്റി മൂടീന്. രാവിലെ ഓനത് നോക്ക്യേരം മണ്ണിന്റെ മോള്ല് ഉറുമ്പ് പതക്ക്ന്നാ* ഇണ്ടായിന്.

തീപ്പൊള്ളി കരുവാളിച്ചപോലെയായിറ്റ്ണ്ട് ഇപ്പം പെർമലയന്റെ മേല്. തീയ്യത്തി ചിരുതേരെട്ക്ക്ന്ന് റാക്കു കുടിക്കുമ്പം ഓള് നിർബ്ബന്ധിച്ച്

---

*കത്തലടക്കുക - വിശപ്പ് മാറ്റുക; * മോത്ത്- മുഖത്ത്;*

** അണിയലം - വേഷവിധാനങ്ങൾ*

** പതക്ക്ന്ന് - നിറഞ്ഞ് നില്ക്കുന്ന*

കൊടുക്ക്ന്ന ഒരു കയില് കഞ്ഞീം കനലില്ചുട്ട ഒരു കഷണം ഒണക്ക മീന്റെ തലയ്വാ ഓന്റെ ബയറില്, ഒരീസം എത്ത്ന്ന കരിക്കാടി*.

"കുടിച്ച് കുടിച്ച് ചോരകാറിചാവും, അതാണ്ടാവ്വാ... നിങ്ങള് കുടിച്ച് ചത്താല് പൊരനിറഞ്ഞ് നിക്ക്ന്ന പെമ്മക്കക്ക് ആരാ കാവല് ഇണ്ടാവ്വാ?"

തീയ്യത്തി ചിരുത ഓനോട് പറഞ്ഞു. ഓളിപ്പം റാക്ക് കൊടുക്കല് കൊറച്ചു.

ചെക്കനും പെർമലയനും എന്റെ തറമ്മലിരിക്കുമ്പം മലിനാണീം പെമ്മക്കളും മൂർന്നകണ്ടത്തില്* മുറിഞ്ഞ് വീണ കതിര് കാലിപ്പറക്കാൻ പോയി. കണ്ടത്തില് അവരൊപ്പരം കതിര് പറക്കാൻ ചെക്കൻ പോന്നത് പക്ഷികളോട് പയമ* പറയാനാ... ഇന്നും കിളികളല്ലം കണ്ടത്തില് ഇണ്ടാവുംന്ന് ഓനറിയാ... എന്നാലും ഓൻ ഇന്ന് കണ്ടത്തില് പോയില്ല. ഏളേരീം, പ്രാവിന്റീം തത്തേരീം ഒപ്പരം പറന്ന് കളിക്കണംന്ന് ഓനിന്ന് തോന്നീല. വെരലോണ്ട് ചെണ്ടയടിക്കുമ്പം ഇണ്ടാവുന്ന ഒച്ചീണ്ടാക്കീറ്റ് പറന്ന് പോന്ന പ്രാക്കള് ഇണ്ടാവുംന്ന് ഒറപ്പാ. എന്നിറ്റും, ഓന്റെ അമ്മാമ്മ വിളിച്ചിറ്റും ഓൻ പോയില്ല. ഓന്റെ അമ്മാമ്മ വിളിച്ചേരം ബെര്ന്നില്ലാന്ന് പറഞ്ഞില്ല. ഓൻ എന്റെ തറമ്മത്തന്നെ ഒന്നും കേക്കാത്തപോലെ ഇരുന്നു.

ചെക്കൻ എണീറ്റ് കുടീരുള്ളില് മന്താലത്തില്* പൊത്തിവെച്ച അരി വറുത്ത് പൊങ്ങിച്ചതും* ചൂടുവെള്ളൂം കുടിച്ച് എന്റെ തറമ്മല് തന്നെ ഓന്റെ അപ്പാപ്പന്റെ അടുത്ത് വന്നിരുന്നു. വാണിയനെമ്മൻ വെളിച്ചണ്ണീം വിറ്റ് തീയൻ ചവുണ്ണിയന്റെ കുന്ന്കീഞ്ഞ് വന്നത് കണ്ട് രണ്ടാളും തറമ്മന്ന് എണീറ്റ് നിന്നു. എണ്ണ വിക്കുമ്പം അയിന്ല്ലെ പണം വാങ്ങി ഓൻ മടീല് വെക്കുമ്പം ആടനടക്ക്ന്ന നാട്ട്ബിശ്യം* കോരി മുണ്ടിന്റെ കോന്തലക്ക് കെട്ടും. അത് പിന്ന പണം ഓന്റോള് കുഞ്ചിരിക്ക് കൊടുക്കുമ്പം നാട്ടുബിശ്യത്തിന്റെ കെട്ടും അയിച്ച് ഓളെ മുമ്പില് നെരത്തും. ഇന്നതെല്ലാം പെർമലയന്റെ മുമ്പിലാ കെട്ടയിച്ച് കാണിച്ചത്. എന്നാല് പെർമലയന്റെ കണ്ണും ചെവീം അതൊന്നും കണ്ടതും കേട്ടതും ഇല്ല. വാണ്യനെമ്മനും അത് മനസ്സിലായി...

പെർമലയന്റെ കണ്ണ്ന്ന് ബെള്ളം ബെര്ന്ന് എമ്മൻ കണ്ടു. അയിന്ള്ളതൊന്നും ഓൻ പറഞ്ഞിറ്റൂല്ല. പെർമലയന്റെ ഉള്ളില് പൊകീന്ന ഉമിത്തീ എമ്മനറിയാ... എന്നാലും ചോയിച്ചു...

"ന്താ പെർമലയാ...."

അയിന്ള്ളെ ഉത്തരായിറ്റും പെർമലയൻ കൊറേ കരഞ്ഞു... ചെക്കൻ പെർമലയന്റെ പൊറത്ത് മെല്ലെ തടവി. തലീല് വെച്ചിറ്റ്ണ്ടായ വെളിച്ചെണ്ണപാഞ്ഞീം* തെരിയീം* എമ്മൻ തായല് എറക്കി വെച്ചു.

** കരിക്കാടി – ആഹാരം; * പാഞ്ഞി – കുടം*

** പയമ – വർത്താനം; * നാട്ട് ബിശ്യം – നാട്ടു വർത്താനം*

** മൂർന്ന കണ്ടത്തില് – കൊയ്ത്ത് കഴിഞ്ഞ പാടത്ത്*

** മന്താലം – കുഴിയുള്ള മണ്ണിന്റെ പാത്രം; * പൊങ്ങിച്ചത് – വേവിച്ചത്*

** തെരിയ – കുടത്തിനടിയിൽ വെക്കുന്ന തുണി*

പെർമലയന്റെ തൊണ്ടീന്ന് മുറിഞ്ഞ് മുറിഞ്ഞ് വാക്ക് പൊറത്തേക്ക് വീണു.

“ന്റെ കുഞ്ഞിക്കേളൂന്റെ കന്നിത്തെയ്യം ഇന്നാന്ന് കെട്ട്യാടണ്ട്. അത് വെലക്കീലെ ന്റെ എമ്മൻ ചെറ്റ്യാനേ*... അടിയങ്ങള് ഈ നാട്ടില് എന്ത് പാവാ* ചെയ്തിന്... ഈന്റെട്ക്കല്ലെ തമ്പ്രാട്ടി കുഞ്ഞീരെ ഗുളികൻവെലക്ക് നീക്കീന്... അതാണോ ന്റെ കുഞ്ഞി ചെയ്ത തെറ്റ്...”

“ദൈവങ്ങള് നിരീച്ച* കാലായിറ്റ്ല്ലാന്ന് കൂട്ട്യാ മതി പെർമലയാ...”

എമ്മൻ ഓന്റെ എണ്ണപാഞ്ഞീന്ന് കൊറേ എണ്ണ എന്റെ തറമ്മലെ ബെളക്കിലൊയിച്ചു. എന്നിറ്റ് ചെക്കനോട് ഒരു പാത്രം കൊണ്ടരാൻ പറഞ്ഞു. ചെക്കൻ കൊണ്ടന്ന പാത്രത്തിലും കൊറേ വെളിച്ചെണ്ണ എമ്മൻ ഒയിച്ച്* കൊടുത്തു. പോവാനൊരുങ്ങുമ്പം ഓൻ ചെക്കനോട് പറഞ്ഞു.

“നീ ബാ... പുണ്ണാക്ക് കൊറച്ച്ണ്ടാടാ...”

ഓൻ പെർമലയന്റെ മനസ്സ് തണ്ക്കാൻ പറഞ്ഞു.

“പെർമലയാ... ഈലപ്പുറം കണ്ടിറ്റ്ലെ നമ്മള്... എന്റെ അമ്മേരെ അമ്മാമന, പുന്നുന്നൻ തൊണ്ടച്ചന അവര് ഒളിമറഞ്ഞ് നിന്ന് വെടിവെച്ച് കൊല്ലല്ലേ ചെയ്തിന്. അത് ഞാൻ പറീന്ന് കേട്ടതേ ഇല്ലു. പെർമലയന് അനുഭവല്ലേ... ഓന് പിന്ന ദൈവം കൂലി കൊടുത്തില്ലേ... കരിനാടൻ പാമ്പ് പറന്ന് വന്ന് ഓന്റെ തലീല് കൊത്തീറ്റല്ലെ ആ തമ്പ്രാൻ ചത്തത്...”

അത് പെർമലയനീം ഓർമ്മീലില്ലതാന്ന്. വെളക്കോട്ടത്ത് പൊനം നോക്കാൻ പോയേരം ബെല്ല്യ പാലമരക്കൊമ്പില് രണ്ട് കരിനാടൻ പാമ്പ് പെണഞ്ഞ് കെടന്ന് ഉഞ്ഞാലാട്ന്ന്. ഇപ്പളത്തെ ചെമ്പചന്തൂന്റപ്പൻ ചെമ്പക്കോരനും ആളും തമ്പ്രാന്റൊപ്പരം ഇണ്ടായിനി. പാമ്പിന കണ്ട തമ്പുരാൻ ചെമ്പക്കോരനോട് അയിന കൊയ്യ* കൊത്തി എറിയാൻ പറഞ്ഞു. ഓൻ കാഞ്ഞരത്തിന്റെ കുറ്റി കൊത്തി പാമ്പിനെ എറിഞ്ഞു. ഏറ് കൊണ്ട ഒന്ന് തായല് വീണു. മറ്റേ പാമ്പ് പറന്ന് വന്ന് തമ്പുരാന്റെ ചങ്കിന് ചുറ്റി തലീല് മൂർദ്ധാവില് ആഞ്ഞാഞ്ഞ് കൊത്തി. ആ തമ്പ്രാന്റെ കഥ ആടകയിഞ്ഞിനി. പിന്ന ആ പാമ്പിന ആരും കണ്ടോറില്ല. കാഞ്ഞരക്കോലോണ്ട് ഏറ് കൊണ്ട് ചത്ത് വീണ കരിനാടൻ പാമ്പിനും തമ്പ്രാന്റെ തലമൂർത്തീല് കൊത്ത്യ പാമ്പിനും തലീല് ചെമ്പരത്തി പൂപോലത്തെ പൂ ഇണ്ടായിനോലും. അര നാഴിക കയീമ്പക്കന്നെ തമ്പ്രാന്റെ വെള്വെളുത്ത മേല് കരിഞ്ഞ കരിക്കൊള്ളിപോലെ കറുത്ത് വെറങ്ങലിച്ചിന്. ചത്ത തമ്പ്രാന എളമാവിന്റെ വെറക് പൊതിഞ്ഞ് കത്തിക്കുമ്പം പൊന്ത്ന്ന ഉണ്ടലും പൊകീലും അയിന്റെ അട്ത്ത്ല്ലെ മരത്ത്മ്മല് വാല് ചുറ്റി ആടിക്കോണ്ട് കരിനാടൻ പാമ്പ് മുങ്ങിക്കുളിച്ചിനോലും.

ചെറ്റ്യാൻ - വാണിയജാതിക്കാരെ മലയർ വിളിക്കുന്നത്

*പാവാ - പാപമാണ്; * കൊയ്യ - മരക്കൊമ്പ്*

*നിരീച്ച - നിശ്ചയിച്ച; * ഒയിച്ച് - ഒഴിച്ച്*

അതോർമ്മീല് വന്നേരം, ഒരു കരിനാടൻ പാമ്പായി ജനിച്ചാ മതീന്ന് പെർമലയന് തോന്നി.

"പെർമലയന് എന്റെ അമ്മേരെ അമ്മാമന ഓർമ്മീണ്ടാ..."

ഓർമ്മീണ്ട്ന്ന് പെർമലയൻ തലയാട്ടി. എന്നിറ്റ് പറഞ്ഞു.

"നല്ലോണം ഓർമ്മീണ്ട്..."

ഇപ്പോന്റെ മോത്ത് നേരിയ തെളിച്ചം വന്നു. അയിനാ വാണ്യൻ എമ്മൻ ആ കഥ പറഞ്ഞ് വെച്ചതും. വാണ്യനെമ്മൻ പറഞ്ഞേന്റെ ബാക്കി പെർമലയൻ തലമാന്തി പൊറത്തെടുക്കാൻ തൊടങ്ങി. അതു കണ്ട് ചെക്കന്റെ മോത്തും എളവെയിലിന്റെ തിളക്കം വന്നു.

"എന്റപ്പന്റെ അടുത്ത ചങ്ങായ്യ്യാ പുന്നുന്നൻ തൊണ്ടച്ചൻ. ബെല്യ മന്ത്രവാദിയാ... എന്റെ അപ്പനും അതെ. എന്നാല് തൊണ്ടച്ചൻ കടിച്ചപാമ്പിന വെറ്റില കീറീട്ട് വിളിച്ച് വെർത്തി തിരിച്ച് കടിപ്പിച്ച് വെഷം എറക്കിക്കും. ആ പാമ്പിന് പിന്ന ആയ്സ്സില്ല. ആട*ചാവും. അത് പോലെ ഏത് ദീനത്തിനും ഓർക്ക്* മരുന്ന്ണ്ട്... എന്റപ്പൻ എടക്കെടക്ക് ഓറക്കാണാൻ പോവും. എന്റപ്പന്റൊപ്പരം കൂമ്പാള കോണൂട്ത്ത് കുഞ്ഞിയായ ഞാനും പോവും. രണ്ടാളും കൂടിക്കണ്ടാല് പിന്ന പിരിയേ* ഇല്ല. അവര് പറീന്ന തൊന്നും എനക്ക് തിരിയലേ* ഇല്ല. ചെലപ്പോ ഇങ്ങോട്ട് ബെരും. വന്നാല് ഈ തറമ്മലിരിക്കും. അപ്പൻ തായല് നെലത്തും ഇരിക്കും. ഓരോന്ന് പറഞ്ഞ് പൊലര്ന്നവരെ ഇരിക്കും. അയിനെടക്ക് ആരെങ്കിലും ദീനം വന്ന് വിളിച്ചാല് എണീറ്റ് പോവും. പിന്ന കൊറേ നാള് കാണൂല... പിന്ന ഏടെങ്കിലും ആവും. പാതിരാത്രിക്കും ചൂട്ടൊന്നും ഇല്ലാതെ നടന്ന് പോന്നത് കണ്ടവർണ്ട്. ഒറങ്ങാൻ തോന്ന്യാല് മുച്ചിലോട്ടെ ആലിന്റെ കീല്* ഒന്നും അറിയാതെ ഒറങ്ങും. ഏടയായാലും ശങ്കാന്തിക്ക്* മുച്ചിലോട്ടെത്തി* മുച്ചിലോട്ട് പോതീന* തൊവ്വും."

ഓറെ ആളായ്മ* കണ്ടാത്തന്നെ പേടിക്കും. മൊകം കാണണെങ്കില് നമ്മള് മേലോട്ട് നോക്കണം. കഷണ്ടിത്തലയാ... ചെറിയ കുഞ്ഞിക്കണ്ണോ... എന്നാല് ഏത് നേരൂം ചെക്കിപ്പൂപോലെ ചോന്നിറ്റാ... മേത്തെല്ലാം രോമം കൊണ്ട് നെറഞ്ഞിന്. കൈ തൂക്കീട്ടാല് മുട്ടിന് തായലെത്തും. ഓറ നേരെ ആരും നിക്കൂല. ഏട തോന്ന്യാസം കണ്ടാലും അയിന തച്ച് തമർത്തും. അതാ ചേല്.

റാക്ക് കുടിക്കും. എപ്പെങ്കിലേ റാക്ക് കുടിക്കൂ. അതും എന്റെ അപ്പന്റെ

** ഓർക്ക് - അദ്ദേഹത്തിന്; * പിരിയേ - വേർപിരിയൽ;*
** തിരിയൽ - മനസ്സിലാവൽ; * കണ്ടോറില്ല - കണ്ടവർ ഇല്ല*
** ആട - അവിടെ; * കീല് - കീഴിൽ*
** ശങ്കാന്തി - സംക്രാന്തി; * മുച്ചിലോട് - വാണിയസമുദായക്കാരുടെ അമ്പലം*
** പോതീന - ഭഗവതീന; * ആളായ്മ - വലുപ്പം*

ഒപ്പരാ* കുടിക്കാ... തീയൻ ചവുണ്ണിയന്റെ അമ്മീണ്ടായിന് ഒര്ത്തി. ചവുണ്ണിയനപോലെ കര്ത്ത നെറൊന്നല്ല ആ അമ്മക്ക്. നല്ല നിലാവിന്റെ വെളുപ്പാ... എന്റെ ഓർമ്മീല് തലതേച്ചും നരച്ചിന്. കരോലചുറ്റീറ്റ് വെല്ല്യ ഒട്ടീല്ലെ കാതില് ഇടും. അങ്ങനത്തെ പേര്വാ ഓർക്ക്. തീയ്യത്തി നങ്ങേലി. നങ്ങേലി അമ്മ നെല്ല് വെള്ളത്തിലിട്ട് മൊളവെര്ത്തി ഇടിച്ച് ഇട്ട് റാക്ക് കാച്ചും. റാക്ക് ഇണ്ടാക്കുമ്പം പുന്നുന്നൊൻ തൊണ്ടച്ചൻ കൊറേമരുന്ന് കാട്ട്ന്ന് പറച്ച് കാച്ച്ന്നേല് ഇടും. അത് കൊറച്ച് നങ്ങേലി അമ്മീം കുടിക്കും. ആ റാക്ക് അങ്ങനെ എല്ലാരിക്കും കൊടുക്കൂല. തമ്പ്രാന്റെ കാര്യസ്ഥമ്മാർക്ക്, വടക്കെ വീട്ടിലെ കുറുപ്പമ്മാർക്ക് അങ്ങനെ ചെലർക്ക്. എന്റപ്പനും തൊണ്ടച്ചമ്പാ പകുതിലധികും കുടിക്കു... തോട്ട്ന്ന് ബ്രാലിനെ പിടിച്ച് കറിയാക്കീറ്റാ കുടിക്കാ... എമ്മച്ചന്റെ അമ്മ്യാ കറിവെച്ച് വായേരെ എലീല് പൊതിഞ്ഞ് കെട്ടി കൊടുക്കാ...

അത്രീം പറീന്ന് കേട്ട് വാണ്യനെമ്മന്റെ മേലെല്ലാം തരിച്ചു. ഓൻ നീട്ടി ശ്വാസം കയിച്ചു. നെലത്ത് വെച്ച ചെമ്പ്പാഞ്ഞി തലീല് വെച്ച് ഓൻ പെര്വയി കീഞ്ഞ്* നടന്നു.

പെര്മലയനും എണീറ്റു. ഓൻ തീയ്യത്തിചിരുതേരെ കുന്ന് കേറാൻ തൊടങ്ങി. ചെക്കനും ഓന്റെ ബയ്യന്നെ പോയി...

അവര് കുന്ന് കേറ്ന്ന് കണ്ടിറ്റ് പെര്മലയന്റെ മൂത്തമോള് മാതി വിളിച്ച് പറഞ്ഞു.

“ഏട്ട്യാ പോന്ന്... ബയറ്* നെറച്ചും കുടിക്കാൻ തന്ന്യാ... ഗുരുതി കയിഞ്ഞ് മിറ്റത്ത് ചെക്കിപ്പൂന്റൊപ്പരം അപ്പൻ ചോരകാറ്യത് ഞാൻ കണ്ടിന്. ഞാനാന്ന് മിറ്റാടിക്കുമ്പം അടിച്ച് കൂട്ടി മണ്ണിന്റുള്ളിലാക്കീത്... അപ്പനോട് എതിരായിറ്റ് പറയാൻ ആരൂല്ലല്ല... പോട്... പോയിറ്റ് ചങ്കിന് മുട്ട്ന്ന വരെ കുടിച്ചോ... അപ്പൻ ചോരകാറി ചാവുമ്പം ഞാങ്ങീം ബയി കണ്ടിറ്റ്ണ്ട്... കൈക്കും കാക്കും കല്ല്കെട്ടീറ്റ് തോട്ടിലെ കയത്തില് തുള്ളിച്ചാവാൻ ആരീം പേടിക്കണ്ടല്ല...”

ഓളെ ഒച്ചീല്ള്ളെ വർത്താനം കേട്ട് പെർമലയൻ നിന്നു. ചെക്കനും നിന്നു. ഓളിത് വരെ അങ്ങിനെ ഒച്ചീല് പറഞ്ഞിറ്റേ ഇല്ല... പെർമലയന്റെ തലേരുള്ള്ന്ന് നല്ലോണം ചോര ഒലിക്ക്ന്ന്ണ്ട്ന്ന് ചെക്കൻ ഒറപ്പിച്ചു. അയിന്റെ തൂക്കം പെർമലയന്റെ മോത്ത് കനം വെച്ചു.

ചെക്കൻ പെർമലയന്റെ തലീലെ പെര്പ്പ് കൊറക്കാൻ പുന്നുന്നൻ തൊണ്ടച്ഛനക്കുറിച്ച് ചോയിച്ചു. എന്നാല് പെർമലയൻ അത് ഓന്റെ ചെവീരെ അരൂം വട്ടീം* പോവാത്തകോലത്തില് കുന്ന് കേറി. പുന്നുന്നൻ തൊണ്ടച്ചന്റെ കഥ ഒരീസം ചെക്കന് തേച്ചും പറഞ്ഞ് കൊടുക്കണംന്ന് പെർമലയന്റെ ചങ്കിന്റുള്ളില്ണ്ട്. അയിനായ്റ്റ്ല്ലെ നേരൂം കാലൂം ബെരട്ടേന്ന് ഓൻ നിരീച്ചു.

** ഒപ്പരം - ഒരുമിച്ച്; * കീഞ്ഞ് - ഇറങ്ങി*

** ബയറ് - വയർ*

** അരൂം വട്ടീം - അടുത്തൊന്നും*

വാണ്യൻ പുന്നൂന്നൻ ഈ ബയിക്ക് ഏടപ്പോമ്പും എന്നക്കാണാൻ ബെരും എന്റെ തറേരെ മുമ്പ്ല് നിന്നിറ്റ് ഓൻ എന്റെ മൂലമന്ത്രം ചൊല്ലും. എന്റെ തറേരെ പൊറത്തെ പിടിച്ചാ പിടിയെത്താത്ത പുളിയമ്മാവിന്റെ തടീം നീളും ഓന്ണ്ട്ന്ന് ഓന്റെ ഒറച്ച് നിപ്പ് കാണുമ്പം എനക്ക് തോന്ന ല്ണ്ട്.

ഏത് കരിനാടൻ പാമ്പ് കൊത്ത്യാലും ഓന്റെ മുമ്പിലെത്തിച്ചാല് ആക്ക്* ജീവൻ കിട്ടും. എന്നാല് ഓന കണ്ട് കിട്ടാനാ വെഷമം. ഊര് തെണ്ടലാ പണി... ഇപ്പം ഈടകണ്ടാല് പിന്ന കാണൂല. കൊടക് മലകേ റിപോവും ഓൻ. ആട കോടകറെടീല് മന്ത്രവാദം കയിക്കും. കൊടക്ന്ന് ബെര്മ്പം നല്ല ഒന്നാന്തരം നീലച്ചെടയൻ കഞ്ചാവ് കൊണ്ടരും. കുങ്കൻ* പുണ്ണ് പോലും ഒണ ക്ക്ന്ന കാച്ചുമ്പുളീം* കൊണ്ടരും. പെര്മലയന്റപ്പന് കൊറേ ചോന്ന പട്ട് കൊണ്ട് കൊടുക്കും.

ഒരിക്കാല് ഓനപ്പെര്തീറ്റ്* കൊറേ കൊടകമ്മാര്* എരമം നാട്ട്ല് വന്നിന്. ഓനക്കൊണ്ട് ബെല്ല്യ മന്ത്രവാദം കയിപ്പിക്കാൻ. ഓനന്ന് വാണ്യ നെമ്മന്റെ അമ്മേരെ വീട്ടിലാ ഇണ്ടായിന്. ബെര്മ്പം അവര് കൊടക്ന്ന് എന്തല്ലോ ഈടകിട്ടാത്ത മൊതലും കൊണ്ടാവന്നിന്. അവരിക്കില്ലെ മന്ത്ര വാദം ഓൻ ആ വീട്ട്ന്നന്ന്യാ കയിച്ചത്. കൊടകറെ ബർത്താനം ഓന് മാത്രേ അറിയൂ. അവരീം കൂട്ടീറ്റ് ഓൻ എന്റെ തറേരെടുത്ത് വന്നിറ്റ് എ ന്നപ്പറ്റി എന്തല്ലോ അവരോട് പറഞ്ഞിനി. അവസാനം ഓൻ എന്നോട് പറഞ്ഞു.

“ന്റെ പൊട്ടൻ തെയ്യേ... നിന്നീംകൊണ്ട് ഒരീസം ഞാൻ കൊടകി ല്പ്പോവും ആട നിന്റേതായൊരു കോലം കെട്ടിയാടണം...”

പിന്ന എല്ലാരും തീയ്യത്തി നങ്ങേലീരെടുത്ത് പോയി കൊറച്ച് റാക്ക് കുടിച്ച്, എറ്റ്ന്ന കൊറേ റാക്ക് അവര് കൊണ്ടോവും ചെയ്തിനി. പോന്ന പോക്കില് അവര് മണിയറ പൂമാലക്കാവില് മിറ്റത്ത് നിന്ന് പൂമാലപ്പോ തീന തൊവ്തു. പിന്ന മാടായിക്കാവില് അച്ചീരെടുത്ത് പോയി ആടീം തൊവ്ത് പെരിഞ്ചല്ലൂര് രാജരാജേശ്വരനീം തൊവ്ത്. ചൊഴലി വഴി തിരിച്ച് പോവ്വാണ്ടായത്...

അതെല്ലം നാട്ടില് വീശിയടിച്ച കാറ്റ് പൊരിഞ്ഞ് വീണ പിലാവിന്റെ പൊത്തിലും കൂടി അറീച്ചു.

അന്ന് മനക്കല് മന്ത്രവാദിയായ ഒരു തമ്പ്രാനിണ്ടായിനി. ആ തമ്പ്രാന്റെ ചെവീരുള്ളിലും കൊടകറ് വന്നത് തൊരന്ന് കേറി. പുന്നൂ ന്നൻ തൊണ്ടച്ചന്റെ കണ്ണിന്റീം കൈയിന്റീം കര്ത്ത് മനീല് തമ്പ്രാക്കളെ മനസ്സിന് വള്ളിക്കൊടൂത്ത* കൊണ്ടപോലെ ചൊറിച്ചില് ഇണ്ടാക്കല്ണ്ട്. കൊടകറ് വന്ന കഥയറിഞ്ഞപ്പൊ ചൊറിച്ചല് നല്ലോണം കൂടി.

** ആക്ക് – ആളിന്; * കുങ്കൻ – വലിയ കുഴിയുള്ള*

** കാച്ചുംമ്പുളി – പ്രത്യേക മരുന്ന്; * പെര്തീറ്റ് – അന്വേഷിച്ച്*

** കൊടകന്മാർ – കുടക്നാട്ടിൽനിന്നും വന്നവർ*

** വള്ളിക്കൊടൂത്ത – കൊടിത്തൂവ*

പുന്നൂന്നൻ തൊണ്ടച്ചന മന്ത്രവാദി തമ്പ്രാൻ ചതീല് കൊല്ലാനാ മനക്കലേക്ക് വിളിപ്പിച്ചത്. അത് കേട്ടോറെല്ലം പുന്നൂന്നന്റെ മുറിയത്തില്* വീണ്ടു തടഞ്ഞു. ഞാൻ ഓനത്തടഞ്ഞു. ഓന്റെ മുച്ചിലോട്ടെ തമ്പുരാട്ടി അമ്മ, മുച്ചിലോട്ട് പോതി ഒറക്കത്തില് കിനാവില് വന്ന് ഓനത്തടഞ്ഞു. മൺമറഞ്ഞ, ഓന് അടവും അറിവും കൊടുത്ത ഗുരുക്കമ്മാര് ഓന്റെ വഴിമൊടക്കി.

വയി തടയാൻ വന്നോരോടെല്ലാം ഓൻ പറഞ്ഞു.

"തൊണയായിറ്റ് എന്റൊപ്പരം ഇണ്ടാവണം, തടയാൻ പൊന്ത്യ* കൈയെണ്ടെന്റെ തലീല് വെച്ച് അനുഗ്രഹിക്കണം."

അന്ന് മോന്ത്യാവുമ്പം ഓൻ എന്നക്കാണാൻ വന്നു. മുച്ചിലോട്ട് പോതീന* കാണാൻ പോയി. ആടയെത്തുമ്പം അരയാലിന്റെ എലയെല്ലം കിടുകിടാ വെറക്ക്ന്നാ ഇണ്ടായിന്. ആടീല്ലെ മുച്ചിലോട്ടെ അന്തിത്തിരിയൻ* പുന്നൂന്നന്റെ അമ്മാവനാണ്. പുന്നൂന്നന ചതീല് കൊല്ലാൻ മനീലേക്ക് വിളിപ്പിച്ചതും പുന്നൂന്നൻ മനീലേക്ക് പോന്ന്ണ്ട്ന്നും ഓന്റമ്മാമന്റെ ചെവീല് എത്തീന്ന്. ഓന്റെ കൈമലെ ചങ്ങലാട്ടീലെ കത്ത്ന്ന ബെള്ക്കിത്തിരി കെട്ട്പോവ്വാണ്ടായത്. അത് കണ്ട് അന്തിത്തിരിയന്റെ കണ്ണിലെ വെള്ളം മുച്ചിലോട്ടിന്റെ നടീല് വീണു.

അന്ന് രാത്രി പുന്നൂന്നൻ അന്തിത്തിരിയൻ അമ്മാമന്റെ കുരീല് അന്തിയുറങ്ങാൻ പോയി. എലീട്ട് അന്നാഹാരം വെളമ്പ്മ്പം ഓന്റെ നേരമ്മായീരെ കണ്ണിലെ വെള്ളം എലീല് വീണു. അമ്മാമന്റെ മോള്, തലീം മൊലീം വളന്ന് നിക്ക്ന്ന ഓന്റെ മംഗലപ്പെണ്ണ് അടുക്കളേരുള്ള്ന്ന് വാതിലടക്ക്ന്ന ഒച്ചീല് കരഞ്ഞു. അന്നാഹാരം കഴിച്ച് അമ്മായി വിരിച്ച പായീല് കെടക്കാൻ പോമ്പം മിറ്റത്ത് ഇരുട്ടിന്റുള്ള്ല് കുത്തീരിക്ക്ന്ന അമ്മാമനോട് ഓൻ പറഞ്ഞു.

"എന്റെ നേരമ്മാമന് മനസ്സില് അലട്ട് വേണ്ട. നേരാംവണ്ണം വന്നോനും നേർവയിക്ക് വെര്ന്നോനും ഈ പുന്നൂന്നനെ തൊടാൻ പറ്റൂല. വയിവിട്ട് വന്നോന പുന്നൂന്നൻ ബിടും ചെയ്യൂല..."

അത്രീം പറഞ്ഞ് ഓൻ ഒറങ്ങാൻ കെടന്നു. തറീല് വിരിച്ച പായീം ഓനും കൂടിക്കണ്ടേരേ ഓൻ ഒറങ്ങീന്.

പൊലച്ചക്കൂറ്റിന് എണീറ്റ് അമ്മായ്യോട് വെളിച്ചെണ്ണ മേണിച്ച് തലീലും മേത്തും കുള്ക്ക*തേച്ച് ഓൻ മുച്ചിലോട്ടെ കൊളത്തില് കുളിക്കാൻ പോയി. ഓനക്കണ്ട് പേടിച്ച് കൊളത്തിന്റെ പടവിന്ന് വെള്ളത്തിലേക്ക് തുള്ളുന്ന തവളേരൊപ്പരം ഓനം കൊളത്തില് തുള്ളി മുങ്ങി നീർന്നു.

** മുറിയത്തില് - മുമ്പില് തടസ്സമായി;*

** പൊന്ത്യ - ഉയർത്തിയ;*

** മുച്ചിലോട്ട് പോതി - വാണിയസമുദായത്തിന്റെ മുച്ചിലോട്ട് ഭഗവതി*

** അന്തിത്തിരിയൻ - അമ്പലത്തിൽ വിളക്ക് വെക്കുന്നവൻ*

** കുള്ക്ക - നല്ലവണ്ണം*

കുളിച്ച് മുച്ചിലോട്ട് പോതീന തൊവ്വ്ത് അമ്മാമന്റെ വീട്ടിലെത്ത്യേരം അമ്മായി തേങ്ങ ചതച്ചിട്ട് ഒണക്കലരി വറ്റിച്ചത് ഓന് കത്തലടക്കാൻ കൊടിയെലീല് വെളമ്പിക്കൊടുത്തു. ചൂടോടെ ഓനതല്ലം വാരിത്തിന്ന് വയറ് നെറച്ച് നേരമ്മാവന്റെ കാല് തൊട്ട് വണങ്ങി വലിയമനക്കലേക്ക് യാത്ര പൊറപ്പെട്ടു.

മഞ്ഞും ബെള്ളം ബീണത് ഒണങ്ങാത്ത പുല്ലില് ചവിട്ടി ഓൻ നടന്ന് പോന്നത് കണ്ടവരെല്ലാം ഓന്റെ ബയ്യന്നെ നടന്നു.

ഓന്റൊപ്പരം പോയ ആളെല്ലം മനക്കലെ പറമ്പില് കൈരണ്ടും ചങ്കിന് കെട്ടി നടുകുനിച്ച് നിന്നു. ഞാൻ, പണ്ട് സർവ്വജ്ഞപീഠം കേറാൻ പോന്ന ശങ്കരാചാര്യന്റെ മുമ്പില് നെഞ്ച് ഉന്തി നിന്നപോലെ ഓൻ മനേരെ മിറ്റത്ത് നെഞ്ചൊലത്തി നിന്നു. പൂമോത്ത് ഇരിക്ക്ന്ന തമ്പ്രാൻ ഓനീം ഓൻ തമ്പ്രാനീം കണ്ടു.

കണ്ണ് നരച്ച് രണ്ട് തുന്തീം തൂങ്ങി വായനാര് പോലെ വെളുത്തകുടുമീം കെട്ടി മീട്ടത്ത്ന്ന് തുപ്പല് ഒലിപ്പിച്ച് കെതച്ചോണ്ട് പല്ലില്ലാത്ത ഒരു തൊണ്ടൻ*പുലി ഇരിക്ക്ന്നപോലെ തോന്നി ഓന് തമ്പ്രാന കണ്ടപ്പോ.

"പുന്നൂന്നനാണേ..."

തമ്പ്രാൻ നെറ്റി പൊന്തിച്ച് നോക്കി...

ഇരിക്കാ... കത്തലടക്കാം...

പുന്നൂന്നൻ ഇരുന്നു. വാണ്യൻ പുന്നൂന്നനും വല്ല്യമ്പ്രാനും കൊടിയെലയിട്ടു. എലയിൽ ആവിപൊന്തുന്ന പാൽക്കഞ്ഞി വിളമ്പി... തമ്പ്രാന്റീം പുന്നുന്നന്റീം മോത്തേക്ക് ആവി കേറി.

പുന്നൂന്നൻ ഒരു നോട്ടേ കണ്ടുള്ളൂ... പിന്നെ എലീല് പാൽക്കഞ്ഞി ഇല്ല... പാൽകഞ്ഞിക്ക് പകരം ആവിപൊന്തുന്ന മനുഷ്യന്റെ തീട്ടം*. പുന്നൂന്നന്റെ ഉള്ള് ഊറിച്ചിരിച്ചു.

തമ്പ്രാന്റെ പയേകണ്ണ് കൊടിയെലേരെ അടുത്തേക്ക് അടുപ്പിച്ചു ആടക്കണ്ടത് നായ്ത്തീട്ടം.

തമ്പാന്റെ നരച്ചകണ്ണിലെ ഞരമ്പിന് ചോരനെറഞ്ഞ് തടിച്ചു. അത് മണ്ണെരെന്നപോലെ വീർത്തു. ആ മണ്ണെര വീർത്ത് ഇരിഞ്ഞ് തമ്പ്രാന്റെ മോത്തെല്ലം പൊളയാൻ തൊടങ്ങി.

എലമാടി* പുറത്ത് കളഞ്ഞു.

മുരളുന്ന തൊണ്ടവറ്റിയ പുലീനപ്പോലെ ചോദ്യം പുന്നൂന്നൻ കേട്ടു.

"തുമ്മാൻ* തിന്നാറ്ണ്ടോ..."

"ആവാം"

പൊകീലീം നൂറും പുന്നൂന്നന് എത്തി

പുന്നൂന്നൻ പൊറത്തേക്ക് നോക്കി വെത്തിലകൊടിയെ വിളിച്ചു, അടക്കക്കായ് കവുങ്ങിനെ വിളിച്ചു. വെത്തിലകൊടീം കവുങ്ങും കൊലഞ്ഞ്

** തീട്ടം - കാഷ്ടം; * തൊണ്ടൻ - കിളവൻ*

** എലമാടി - ഇലമടക്കി*

** തുമ്മാൻ - വെറ്റില മുറുക്ക്*

വന്ന് പുന്നൂന്നനെ നമസ്കരിച്ചു. പുന്നൂന്നൻ വെത്തിലീം അടക്കീം പറച്ച് തമ്പ്രാന് മുമ്പിൽ വെച്ചു.

മാളത്ത്ന്ന് പുലി മുരള്ന്നപോലെ തമ്പ്രാൻ പിന്നീം മുരണ്ടു.

രണ്ടാളും വെത്തില മുറുക്കി വായി ചോപ്പിച്ചു. എന്നാല് വായീനേക്കാൾ തമ്പ്രാന്റെ മീടാ ചോന്നത്. മീട്ടത്ത് തൂങ്ങ്ന്ന എറച്ചി വെറക്ക്ന്നൂണ്ട്.

പുന്നൂന്നന്റെ കാലിന്റെ നഖം തൊട്ട് കണ്ണിന്റെ പീര്യം* വരെ കളിയാക്കി ചിരിക്കേന്ന്ന് തമ്പ്രാന് തോന്നി. പുന്നൂന്നൻ തമ്പ്രാനോട് തൊവ്വ്ത് പറഞ്ഞ് എറങ്ങി.

തമ്പ്രാൻ തലയൊന്ന് പൊന്തിച്ചു. മീട്ടത്ത്ന്ന് ഒലിക്ക്ന്ന് തുപ്പല് ആടെല്ലം തെറിച്ചു. പിന്ന വിളിച്ചു.

"കോരാ..."

ചെമ്പചന്തൂന്റെ അച്ഛനാ ചെമ്പക്കോരൻ. പെര്ങ്കൊല്ലൻ അപ്പ തോക്ക് ഇണ്ടാക്കി കൊടുത്ത അന്ന് നട്ടുച്ചക്ക് കണ്ടത്തിന് പാറ്ന്ന കൊച്ചേന* വെടിവെച്ചിട്ടോനാ ചെമ്പക്കോരൻ. തമ്പ്രാന് തോക്ക് കിട്ട്യ തറിഞ്ഞ ചെവിയോടെല്ലം കാര്യസ്ഥന്മാര് പറഞ്ഞു. ചെറക്കത്തമ്പുരാൻ* കല്പിച്ച് കൊടുത്ത തോക്കാ. ചെറക്കത്തമ്പുരാന് തുക്ക്ടി സായ്പ്പാ* തോക്ക് കൊടുത്തിന്. അത് കേട്ട് ആരുംകാണാതെ പെര്ങ്കൊല്ലൻ അപ്പീം ഓന്റോളും കൊറേനേരം ചിരിച്ചിന്.

കോരനോട് ഒറ്റവാക്കേ തമ്പ്രാൻ പറഞ്ഞുള്ളൂ.

"പോയി കഥകയിച്ചിറ്റ്വാ... ഒറ്റ വെടീല് തീരണം."

ചെമ്പകോരൻ തോക്കെടുത്ത് എറങ്ങി.

തോക്കും എടുത്ത് എറങ്ങുമ്പം ഓനോട് തമ്പ്രാൻ പതുക്കെ പറഞ്ഞിന്.

"പുന്നൂന്നൻ തെങ്ങിൻ പറമ്പ്ന്ന് കണ്ട*ത്തിലെറങ്ങ്മ്പം ഒര് ഒച്ചിണ്ടാക്കണം. അത് കേട്ട് ഓൻ തിരിഞ്ഞ് നിക്ക്മ്പളക്ക് ഓന്റെ എടത്തെ നെഞ്ചത്ത് ഉണ്ടകേറ്റണം. കേറീറ്റ്ലേങ്കില് ഓൻ പിന്ന നിന്നക്കൊല്ലും."

ചെമ്പക്കോരൻ നെറച്ച തോക്കും എട്ത്ത് പുന്നൂന്നന്റെ ബയ്യന്നെ നടന്നു. ബയ്യന്നെ പോയ മറ്റാളെല്ലം ഓൻ തിരിച്ചോടിച്ചു.

മനക്കലെ കൃഷ്ണൻ കുട്ട്യാന തല ഉയർത്തി നടക്കുമ്പോലീണ്ട് പുന്നൂന്നന്റെ നടത്തം... പുന്നൂന്നൻ നടക്ക്ന്ന ബയിക്ക്ന്ന് ചെവീലാതി പക്ഷികള് ഒച്ചീട്ടിറ്റ് പാറിപറന്ന് പോന്ന് കണ്ടേരം ചെമ്പകോരന്റെ ഉള്ളില് പേടി വന്നു.

തോക്കിലെ ഉണ്ട പുന്നൂന്നനെ കൊന്നില്ലേങ്കില് പുന്നൂന്നൻ ഓനക്കൊല്ലൂന്ന് ചെമ്പക്കോരൻ പേടിച്ച് നിരീച്ചു. പന്നി ഒണങ്ങ്യ ചപ്പിലീല്

** പീര്യം – പുരികം; * കൊച്ച – കൊക്ക്*

** ചെറക്കത്തമ്പുരാൻ – ചിറക്കൽ തമ്പുരാൻ*

** തുക്ക്ടി സായ്പ്പ് – ബ്രിട്ടീഷ് ഭരണാധികാരി*

** കണ്ടം – വയൽ*

ചവുട്ടുന്ന ഒച്ച കേട്ടട്ത്തേക്ക് വെടിവെച്ച് പന്നീന കൊന്നോനാ ഓൻ. എന്നാല് പുന്നൂന്നന്റെ മേനി കാണുമ്പം ഓന്റെ കൈ ബെറക്കാൻ തൊടങ്ങീന്. ആന കുത്താൻ വന്നാലും അനങ്ങാത്തോനാ ഓൻ. ഓൻ തന്നെ മനക്കല് കെട്ടി പോറ്റുന്ന നായാട്ട് നായ്ക്കളീംകൊണ്ട് കാട് കേറ്യാല് കാടിനെ ഓൻ ബെറപ്പിക്കും. വലിയ മനക്കല് തങ്കടം പറയാൻ ബന്ന വേട്ടനീം ഓന്റോള് വേട്ടത്തീനം ഓന്റെ നായി കടിച്ച് കീറുമ്പം ഓൻ പിരാന്തനപ്പോലെ ആർത്ത് ചിരിക്കേതിന്. ഇവന്റെ എളേമോനാ ചെമ്പചന്തു... ഓൻ കരിമ്പനമ്പൂന്റെ പൂപോലത്തെ പെണ്ണിന വെടിവെച്ച് കൊന്നേരം അമ്പൂന്റോള് കാരിച്ചി ചപില എന്റെ തറേരെ മുമ്പില് നിന്ന് കരഞ്ഞ് കണ്ണിലെ ബെള്ളം വറ്റിച്ചിന്. ഓളപ്പോലത്തോക്കെല്ലം* കരയാനേ പറ്റൂ. കരഞ്ഞ് കരഞ്ഞ് കരളിലെ ബെള്ളം ബറ്റിക്കും.

പുന്നൂന്നൻ കണ്ടത്തിലേക്കെറങ്ങി വരമ്പത്ത് കേറി നടന്നു. നോക്ക്യാല് കാണ്ന്നത്രീം കണ്ടം തേച്ചും, ഓൻ നടക്കുമ്പം ഓന്റെ കാലിന്റെ അടീലായപോലെ എനക്ക് തോന്നി.

പെട്ടെന്നാ ബയ്യന്ന് ചെമ്പകോരൻ ബിളിച്ചത്

“വാണ്യൻ പുന്നൂന്നാ...”

പുന്നൂന്നൻ നിന്നു. ഓൻ ആന തലതിരിക്ക്ന്ന പോലെ എടത്തോട്ടും വലത്തോട്ടും തല ചെരിച്ച് നോക്കി. പിന്ന മെല്ലെ ബയ്യലോട്ട് തിരിഞ്ഞ് നോക്കി. തിരീന്ന തിരിച്ചലില് ഓന്റെ എടത്തെ നെഞ്ഞത്ത് ചെമ്പക്കോരൻ വെടിവെച്ചു.

വല്ല്യോർ പാറക്കല്ല് എടത്തെ നെഞ്ഞത്ത് ആഞ്ഞടിച്ചപോലെ പുന്നൂന്നൻ ഒന്ന് കുലുങ്ങി. നെഞ്ഞത്ത് തടൂമ്പം* ഓന്റെ കൈ ചോര നെറഞ്ഞിന്. കണ്ടത്തില് വെള്ളം നെറഞ്ഞ ആണീ* ന്ന് വെള്ളം പോമ്പോല്യ ഓന്റെ നെഞ്ഞിന്റുള്ള്ന്ന് ചുട്ചോര പതഞ്ഞൊഴുക്ന്ന്. ഓൻ തിരിഞ്ഞ് നോക്ക്യേരം കണ്ടത് തോക്കും നെലത്തിട്ട് പേടിച്ചോടുന്ന ചെമ്പക്കോരന്യാ... പുന്നൂന്നോൻ നെഞ്ചത്തിന്ന് പായുന്ന ചോരേ നോക്കാതെ കണ്ണ് പൊറത്തേക്കിട്ട് നെഞ്ഞ് കുലുക്കിക്കൊണ്ട് മദം പൊട്ട്യ ആനേനപ്പോലെ ചെമ്പക്കോരന്റെ ബയ്യന്നെ പാഞ്ഞു. കണ്ടത്തിന്ന് കൈമകിട്ട്യ കട്ട്യോണ്ട് ചെമ്പക്കോരന എറിഞ്ഞു. കോയിരെ തലക്ക് ഏറ് കൊണ്ടപോലെ ചെമ്പക്കോരന്റെ തലക്ക് ഏറ് കൊണ്ട് ഓൻ വട്ടത്തില് തിരിഞ്ഞ് നെലത്ത് വീണു. പുന്നൂന്നന് പിന്ന പായാൻ* പറ്റീല്ല... ഓന്റെ കവുങ്ങ് പോലത്തെ കാല് പൊന്ത്ന്നില്ല. ഓൻ രണ്ട് കൈയോണ്ടും നെഞ്ഞ് പിടിച്ച് വീണു. മലന്ന് ബീംബം ഓനലറി. അലറ്ന്ന ഒച്ച കണ്ടം തേച്ചും നെറഞ്ഞു. ആകാശം ബെറച്ചു. ഓന്റെ ചുറ്റും നിന്നവരോട് ഓൻ ഒറ്റവാക്കേ പറഞ്ഞ്റ്റ്ല്ലൂ.

** ഓളപ്പോലത്തോക്കെല്ലം - അവളെപോലുള്ളവർക്കെല്ലാം*

** തടൂമ്പം - തടവുമ്പോൾ*

** ആണി - വയലിൽ വെള്ളം ഒഴുക്കുന്ന ചാല്*

** പായാൻ - ഓടാൻ*

"വല്യമ്പ്രാൻ ചതിച്ചതാ..."

പിന്നൊരിക്കാല് പെർമലയൻ എന്റെ തറമ്മലിരുന്ന് ഇതെല്ലാം ചെക്കന് പറഞ്ഞ് കൊടുത്തിന്. അത് ഒരു തുലാപ്പത്തിനാന്ന്. അന്ന് പുന്നൂന്നൻ തൊണ്ടച്ചന് തെയ്യക്കോലം കെട്ട്യാടിച്ച പത്താവതദെവസം. പുന്നൂന്നൻ മരിച്ചേപിന്ന നാട്ട്ല് ബെള നശിച്ചു. തമ്പ്രാന്റെ ആലീല് പൈക്കള് കൊടല് പൊട്ടി ചത്തു. പിന്ന കണിശമ്മാരെല്ലം* കൂടി രാശി വെച്ചിറ്റാ അറിഞ്ഞത് പുന്നൂന്നൻ, പുന്നൂന്നൻ തൊണ്ടച്ചനായിന്നും ദൈവക്കരു വായീന്നും. പിന്ന തൊണ്ടച്ചനിം എന്ന കുടിയിരുത്ത്യപോലെ പള്ള്യറ ഇണ്ടാക്കി കുടിയിരുത്വാ ചെയ്തത്.

ഇതെല്ലാം പെർമലയൻ ചെക്കനോട് എന്റെ തറമ്മല് ഇരുന്ന് പറഞ്ഞേരം ചെക്കൻ ബേറൊരു ചോദ്യാ ചോയിച്ചത്...

"തൊണ്ടച്ചന കൊന്ന ചെമ്പക്കോരനെ ആരും കൊന്നില്ലേ..."

അയിനുത്തരം പെർമലയൻ ചെക്കന് പറഞ്ഞ് കൊടുത്തു.

"മനക്കല് കണ്ടത്തില് കാലിപൂട്ടാൻ സുബ്രഹ്മണ്യത്തിന്ന് ആറേറ്* കാലീന കൊണ്ടന്നിന്... നല്ല് ഇര്മ്പിൻ കട്ടപോലത്തെ എര്തമ്മാറ്*. കുന്തം പോലത്തെ കൊമ്പാ അയിറ്റങ്ങക്ക്. ഒരീസം കണ്ടത്തിന്ന് ആലിലേക്ക് ഒരെര്ത് കേറീല. ചെമ്പക്കോരൻ അയിന കാശാവിന്റെ കോലോണ്ട് തച്ചു.* പിന്നീം തല്ലാൻ നോക്കുമ്പം എര്തിന്റെ കൊമ്പ് ഓന്റെ കൊടലില് കേറീന്. കൊടല് പൊട്ടി ആടത്തന്നെ വീണ് കൊടല്മാല മണ്ണില് കൊയഞ്ഞ് നെലവിളിച്ച് ഓൻ ചത്തു. വെടിവെക്കാൻ പറഞ്ഞ തമ്പ്രാൻ തലീല് പൂവന്ന കരിനാടൻ പാമ്പിന്റെ കടിയേറ്റ് ചത്തു. വെടിവെച്ച് കൊന്ന ചെമ്പക്കോരന സുബ്രഹ്മണ്യത്ത്ന്ന് വന്ന എര്തും* കുത്തിക്കൊന്നു."

ചെമ്പക്കോരൻ ചത്തത് നാട്ട്ല് പാട്ടായേരം ആരല്ലോ, ആണും പെണ്ണും എന്റെ തറേരെടുത്തും, മുച്ചിലോട്ട് പോതീരെ പള്ള്യറേരെടുത്തും പോയി തൊവ്ത് പറഞ്ഞിന്.

"ന്റെ ദൈവങ്ങളേ... ഓനക്കൊന്ന് നീ നാട്ന കാത്തു. അടിയങ്ങളെ ദെണ്ണം നീ കണ്ടു. അടിയങ്ങളെ ചങ്കിലെ സങ്കടം നീ കേട്ടു..."

തീയ്യത്തി ചിരുതേരെ റാക്ക് ഇന്ന് പെർമലയൻ കൊറേ അധികം കുടിച്ചിന്. ഓൻ റാക്ക് കുടിക്കുമ്പം ചെക്കന് ഓള് തേങ്ങീം ബെല്ലും ഇട്ട് കൊയച്ച അവ്ല് കൊടുത്തത് ചെക്കൻ വയറ് നെറച്ചും തിന്നു. രണ്ടാളും കുന്നെറങ്ങുമ്പം പെർമലയന്റെ ഉള്ളില് ഓന്റെ മോള് കുന്ന് കേറ്മ്പം പറഞ്ഞത് വട്ടത്തില് തിരീന്ന്ണ്ട്. ഓൻ കുന്ന്കീയുമ്പം ഒന്നും മിണ്ടാത്യാ എറങ്ങ്യത്. മോള് പറഞ്ഞത് സത്യം തന്ന്യാന്ന്ന് ഓന് തോന്നി.

ഭൂമീലെ കാലാവധി വേഗം തീരും. ഇന്നലെ മിറ്റത്ത് ചോര കാറ്യത്* ഒര് സ്ഥലത്ത് ഇല്ലതേ ഓൻ കാലോണ്ട് മണ്ണ് തട്ടിമൂടീറ്റ്ലു. കൊറേ

** കണിശമ്മാര് – ജ്യോത്സ്യൻമാർ*

** ആറേറ് – പന്ത്രണ്ട്; * തച്ചു – അടിച്ചു*

** എര്തമ്മാറ് – കാളകൾ; * എര്ത് – കാള; * കാറ്യത് – ഛർദ്ദിച്ചത്*

സ്ഥലത്ത് ഓൻ ചോര കാറീന്... അതോന് ഓർമ്മീല്ല.

ഞാൻ ചത്ത് പോയാൽ ആരാ എന്റെ മക്കൾക്കിണ്ടാവ്വാന്ന് ഓൻ ഓനോടന്നെ ചോയിച്ചു. ഓൻ തന്നെ ഉത്തരം ഓനോട് പറഞ്ഞു:

"ന്റെ പൊട്ടൻ തെയ്യൂണ്ടാവും."

രണ്ടാളും എന്റെ തറമ്മലിരിക്കുമ്പം പെർബയിക്ക്ന്ന് വെല്യ ഒച്ച കേട്ട് മലിനാണീം പെമ്മക്കളും കുടീന്ന് പൊറത്തു കീഞ്ഞു. പെർമല യനും ചെക്കനും ഇരിന്നെട്ക്ക്ന്ന് എണീറ്റു.

എല്ലാരീം ചെവി പെഥയിക്കേക്ക് നോക്കി.

ചെവി പൊട്ട്യതാന്നെങ്കിലും പെർമലയനാ പറഞ്ഞത്...

"വല്യമ്പ്രാന്റെ പോക്ക് വരവാ..."

മിറ്റത്ത് ഇറങ്ങി നിക്ക്ന്ന പെമ്മക്കളോട് കുടീന്റകത്തേക്ക് കേറി പ്പോകാൻ പെർമലയൻ ഒച്ചീട്ടു. ഓൻ നടുനീർക്കാതെ പെർവയിക്കേക്കോ ടി.

വെല്യമ്പ്രാനെ മഞ്ചലിലിരുത്യാ കൊണ്ടോവ്വാ. ചെലപ്പോ വെല്യ മ്പ്രാട്ടീം ഇണ്ടാവും. നാലാള് മഞ്ചല് ചെമലില് മരത്തടി ഏറ്റ്ന്നപോലെ പിടിക്കും. മുമ്പില് വാളുംപിടിച്ച് രണ്ടാള് ഇണ്ടാവും. ബയ്യല് കോയിച്ചപ്പും ചെമ്പചന്തൂം പിന്നെ കൊറെ കാര്യസ്ഥമ്മാരും നടക്കും. അവര് ഹേപ്പും ഹൈപ്പും താളം പറഞ്ഞോണ്ടാ നടക്ക...

തമ്പ്രാൻ ബെർമ്പം എല്ലാരും ബയി മാറിനിന്ന് തൊവ്വും...

മുതുകാട്ട്കാവില് കുളിച്ച് തൊവ്വാൻ എല്ലാ മാസത്തിലും രണ്ടാ മത്തെ ശനിയാഴ്ച തമ്പ്രാൻ പോവും. അയ്യപ്പന കുളിച്ച് തൊവ്വ്ത് കാവിലെ കൊട്ടാരത്തില് മുതുകാട്ടാശാരി ഇണ്ട്യാക്ക്യ ആട്ട്കട്ടിലിലിരി ക്കും. നാട്ടില് പരാതി ഇല്ലോർക്കെല്ലം അന്നേരം മുഖം കാണിച്ച് സങ്കടം ഒണർത്തിക്ക... ചെലരിക്ക്* തമ്പ്രാൻ അന്നേരം തന്നെ ശിക്ഷ വിധിക്കും. കാവിലെ മിറ്റത്തില്ലെ മുക്കാലീല് കെട്ടിയിട്ട് കോയിച്ചപ്പും ചെമ്പചന്തും അടിക്കും.

വാരും പാട്ടും കൊടുക്കാൻ പറ്റാത്തോരാ സങ്കടം പറയാൻ പോവ്വ... കൊട്ക്കാത്തോന്റെ ശിക്ഷയാ അടി...

പെർമലയൻ പെഥയിക്ക് ദൂരെ നിന്ന് തമ്പ്രാന തൊവുതു. തമ്പ്രാനെ പെർമലയൻ കണ്ടില്ല...

ചെക്കൻ പെഥയിക്കേക്ക് പോയില്ല... ഓന്റെ മോത്ത് പകേരെ ചൂട് പൊന്ത്ന്നാ ഞാൻ കണ്ടത്... ഓൻ എന്റെ തറമ്മല് കേറിനിന്ന് ചങ്ക് പൊട്ട്ന്ന ഒച്ചീല് എന്റെ തോറ്റം ചൊല്ലി.

"നാങ്ങളെ കൊത്ത്യാലും ഒന്നല്ലേ ചോര...
നീങ്ങളെ കൊത്ത്യാലും ഒന്നല്ലേ ചോര
പിന്നെന്തെ ചൊവ്വറെ കുലം പിശക്ന്ന്..."

ചെക്കന്റെ ഒച്ച ആകാശം നെറീന്ന്ണ്ട്ന്ന് എനക്ക് തോന്നി.

** ചെലരിക്ക് - ചിലയാൾക്ക്*

** വായി - വായ*

മലിനാണി ചാടി വന്ന് ചെക്കന്റെ വായി* പൊത്തിപ്പിടിച്ചു... ചെവി പൊട്ട്യ പെർമലയനും അത് കേട്ട് ചാടി വന്നു.

പെർമലയൻ എത്തുമ്പം ചെക്കൻ എന്നോട് ബെല്യ ഒച്ചീല് തന്നെ പറയേന്ന്.

"ന്റെ പൊട്ടൻതെയ്യേ... നിന്റെ കൊക്കണകത്ത്യോണ്ട് ആ മഞ്ചലില് ഇരിക്ക്ന്നോന്റെ നെഞ്ഞ് കൊത്തിപ്പൊളന്നൂടെ ന്റെ പൊട്ടൻ തെയ്യേ..."

പെർമലയൻ ഓനപിടിച്ചെന്റെ തറമ്മലിരുത്തി. പെർമലയൻ ഓന്റെ കണ്ണിലേക്കെന്നെ നോക്കീറ്റ് പറഞ്ഞു...

"സമയായിറ്റ്ല മോനേ... സമയാവുമ്പം ന്റെ പൊട്ടൻ തെയ്യം കൊക്കണകത്തി നിനിക്ക് തന്നിറ്റ് നിന്നോട് പറയും... അത്രവരെ, ഈ പൊട്ടൻതെയ്യത്തെപോലെ, ഈ അപ്പാപ്പനെപ്പോലെ ഒരു പൊട്ടൻ കളി കളിച്ച് നിക്കാ... അത്രവരെ അടങ്ങ്വാ... സൂര്യഭഗവാൻ ഒരീസം നമ്മളെ കുടീലും ഉദിക്കും."

ഇരുട്ടിന്റുള്ളിലേക്ക് കേറി നടന്നില്ലാതായോൻ

അയിന് ശേഷം രാത്രി ചെക്കൻ ഒറങ്ങ്യതേ ഇല്ല. ഓൻ എണീറ്റ് കൂരാകൂരിരുട്ടിലേക്കെന്നെ നോക്കിയിരുന്നു. തീപ്പോലെ ആളിക്കത്തിപ്പടരുന്ന ഇരുട്ടാ... നേരിയ കാറ്റില് ഇരുട്ടിന്റെ കറുത്ത നാളം പൊളഞ്ഞ് പടന്ന്* ജ്വലിക്കേന്ന്.

ഈ ഇരുട്ടിന്റെ കയത്തിലേക്ക് നടന്ന് പോയി ഇല്ലാതായതാരാന്ന്...?

രാവിലെ എണീറ്റ് കാലും മീടും* കഴുകി ചെക്കൻ എന്റെ തറമ്മലിരിക്കുമ്പും ഇതെന്നെ ഓന്റെ ഉള്ളില് ചൊഴലിക്കാറ്റ് പോലെ വട്ടത്തില് തിരിഞ്ഞോണ്ടിരുന്നു.

തോട്ടിൻകരക്ക് മുണ്ടക്കാട്ടിന്റുള്ളില് തൂറാൻ* പോയ ഓന്റെ അപ്പാപ്പൻ ബെർന്നതും നോക്കി ഓൻ എന്റെ തറമ്മലിരുന്നു.

മാണി മിറ്റാടിക്ക്ന്ന്ണ്ട്*, ഓളെ ഏട്ടി* മാതി വായേരെ മെരട്ട് കുത്തീർന്ന് പാത്രം വടിക്കേന്ന്*. മലിനാണി അടുപ്പില് ഒണങ്ങ്യ ചപ്പില വാരീട്ട് കത്തിച്ച് ഓട്ടട ചുടാൻ തൊടങ്ങി. ചുട്ട് പഴുത്ത മഞ്ചട്ടീന്ന്* അപ്പം പരത്ത്യ പച്ചെല* കരീന്ന* മണം എന്റെ തറീം കടന്ന് പെർവയിക്കേക്ക് എറങ്ങിപ്പോവാൻ നോക്ക്ന്ന്ണ്ട്.

പെർമലയൻ തോട്ടിലിറങ്ങി കൈയും കാലും മീടും കഴുകി ബെറും കൈയും വീശി എന്റെ തറേരെടുത്തെത്തുമ്പേ ചെക്കൻ ചോയിച്ചു.

** പടന്ന്- പടർന്ന്; * മീട് - മുഖം*

** തൂറാൻ - മലവിസർജ്ജനം നടത്താൻ*

** മിറ്റാടിക്ക്ന്ന്ണ്ട് - മുറ്റം വൃത്തിയാക്കുന്നു*

** ഏട്ടി - ജ്യേഷ്ടത്തി; * വടിക്കുക - കഴുകുക*

** മഞ്ചട്ടി - മണ്ണിന്റെ പാത്രം; * പച്ചെല - പച്ച ഇല*

** വന്നാള - കയറി വന്ന ആളിനെ; * കരീന്ന - കരിഞ്ഞ് കത്തുന്ന*

"ആരാ അപ്പാപ്പാ ഇന്നലെ രാത്രി വന്നിന്...?"

"അതാരോ..."

പെർമലയൻ, എന്റെ ചെമ്പകത്തിന്റെ കൊമ്പ്മ്മന്ന് പഴുത്ത് വീണ എലേന്റത്രപോലും കാര്യൂല്ലാന്ന് തോന്നിക്ക്ന്ന പോല്യാ അങ്ങന പറഞ്ഞത്.

"ഊട ആരിക്കും രാത്രി വന്നാള* അറീല്ലെങ്കിലെന്തിനാ അവര് പോമ്പം അപ്പാപ്പനും അമ്മാമ്മീം എളേമ്മീം എല്ലം നെഞ്ഞത്തടിച്ച് നെല വിളിച്ചത്..."

ചെക്കൻ വെല്യ ഒച്ചീലാ അങ്ങനെ ചോയിച്ചത്. ഓന്റെ തലീല് പിന്നീം തീക്കേറാൻ തൊടങ്ങി.

ഏട്ന്നും ഉത്തരം കിട്ടാത്ക്കുമ്പം ഓൻ എന്റടുത്ത് ബെരും. ഇതേ ചോദ്യം എന്നോടും ചോയിക്കുംന്ന് എനക്കറിയാ... മോന്ത്യാവുമ്പം എന്റെ തറമ്മല് ബെളക്ക് ബെച്ചിറ്റ് എന്നെ തൊവ്വ്തോണ്ടാ ചോയിക്കാ... എന്റെ പൊട്ടൻ തെയ്യേ... ആരാ ഇന്നലെ രാത്രി വന്നിന്. അപ്പാപ്പനും അമ്മാമ്മീം എത്ര ചോയിച്ചിറ്റും മിണ്ട്ന്നില്ല, ആരും മിണ്ട്ന്നില്ല. നീയായിറ്റ് എനക്ക് പറഞ്ഞ് താ പൊട്ടൻ തെയ്യേന്ന്...

എന്നേരം ഓന്റെ അപ്പാപ്പാൻ ബയറ്നെറച്ചും റാക്കുംകുടിച്ച് തീയ്യത്തി ചിരുതേന്റെ കുന്ന്കീഞ്ഞ് ബെരും. പിന്ന എന്റെ തറമ്മലിരുന്ന് ഓന മടിയിലിരുത്തി ഓന്റെ തലീംമേലും തടീക്കോണ്ട് ഇണ്ടായതെല്ലം പറയും. അന്നേരം ഓൻ കരയും. പിന്നീം പറയും. പറേന്നേനെടീല് ഓന്റെ കണ്ണ്ന്ന് ബെര്ന്ന ബെള്ളം ചെക്കന്റെ കാലേ തൊടമ്മല് വീണ് ഒലിക്കും. ചെക്കന് അത് കണ്ട് മനസ്സ് പൊള്ളും. ഓന്റെ അപ്പാപ്പന്റെ തലീല് തേച്ചും തീയാ ന്ന്ന് ചെക്കന് തോന്നും.

ഇന്നും പയേ പോലന്ന്യാ ഇണ്ടായത്.

ചെക്കൻ മോന്ത്യാവുന്നേന് മുമ്പിലെ എന്റെ തറമ്മല് ബെളക്ക് വെച്ച് പ്രാർത്ഥിച്ചു.

ബെളക്ക് വെക്കാൻ തീയെടുക്കാൻ ആത്തേക്ക് പോയേരം ഉമിക്കലത്തില് തീയില്ല. ഉമിതേച്ചും പൊകഞ്ഞ് കത്തിവെണ്ണീരായിന്. കലത്തില് നെറച്ചും ഉമിയിട്ട് കുത്തി അമർത്തി അയിന്റെ നട്ക്ക് ഒര് കനലിന്റെ കട്ട ഇടും. പിന്ന്യത് പൊകഞ്ഞ് എരിഞ്ഞ് കൊറേ ദെവസം നിക്കും. നല്ല ഒണങ്ങ്യ മുരിക്കിന്റെ പൂതല്* മരം കിട്ട്യാല് പെർമലയനോ, മലിനാണ്യോ അത് ബീട്ടിന്റെ ബയ്യപ്രത്ത് കൊണ്ടക്കും. അയിനെ ഒരറ്റത്ത് ഒര് കനലോണ്ട് ചെറ്ങ്ങന കത്തിക്കും. അതും എരിഞ്ഞുരുകി കൊറേദെവസം നിക്കും. തീ കയിഞ്ഞാല് ചെക്കൻ തീയ്യത്തി ചിരുതേരെട്ക്യാ തീക്കടം* മേണിക്കാൻ പോവ്വാ. ഓളെ റാക്ക് കാച്ച്ന്ന പാറക്ക് എപ്പ്ലും തീ ഇണ്ടാവും. ആട്ന്ന് ഒര് ചേരിപ്പാണ്ടീല്* ഒര് കനലിട്ട് ഊതി എരിച്ച് ചെക്കൻ

** തീക്കടം - തീ കടമായി വാങ്ങുക*

** ചേരിപ്പാണ്ട - ചികരിയുടെ പാളി*

** പൂതല് - കാതലില്ലാത്ത പഴകിയ മരം*

കൊണ്ടരും. ആടീല്ലേങ്കില് പിന്ന വാണ്യനെമ്മന്റെട്ത്ത് പോയി ഓന്റോള് കുഞ്ചിരിയോട് ചേരിപ്പാണ്ടീല് ഒര് കനല് കടം വാങ്ങും. അന്നേരാണെങ്കില് കുഞ്ചിരി നല്ല കരിഞ്ഞ മണൂലെ ഒര് കഷണം പുണ്ണാക്കും ചെക്കന് കൊടുക്കും.

ഇപ്പം ബെളക്ക് കത്തിക്കാൻ ഓൻ തീയ്യത്തി ചിരുതേരെട്ക്ക പോയിറ്റാ തീ കൊണ്ടന്നത്. ഓള് എന്നേരം ചെക്കനോട് അരിവറ്ത്ത് പൊടിച്ച് വെല്ലൂട്ട് കൊയച്ച ഉണ്ട തിന്നാൻ പറഞ്ഞിനി. എങ്കിലും ഓൻ തിന്നാതെ തിരിച്ച് ബെരാ ചെയ്തത്. കൊറേ നാളായിറ്റ് ചെക്കൻ പ്രാർത്ഥിക്കുമ്പം ചുണ്ടിന്റുള്ള്ന്ന് ഒച്ച പറന്ന് പൊറത്തേക്ക് വെരലില്ല. കരക്ക് പിടിച്ചിട്ട മീന്റെ ചെള്ക്ക* പൊന്തും താവും ചെയ്യ്ന്ന പോലെ ഒര നക്കം മാത്രം.

ഇന്നോൻ എന്നോട് മറ്റൊന്ന് കൂടി ചോയിച്ചു.

"ന്റെ പൊട്ടൻ തെയ്യേ... അപ്പാപ്പനും അമ്മാമ്മീം എന്തിനാ എന്നോടൊന്നും പറയാതെ, എല്ലം പൊത്തിവെക്ക്ന്ന്... എനക്കിപ്പം പതിനഞ്ച് വയസ്സായില്ലേ... ഞാൻ ബെല്യ കുട്ട്യായില്ലേ...?"

എല്ലേനീം കൊള്ളുന്നോനായി ഓനെന്ന് ഓനന്നെ തോന്നിത്തൊടങ്ങി. എനക്കും അങ്ങനെ തോന്നീറ്റ്ണ്ട്. ഓന്റെ പൂരിപ്പില്ലെ* മേല് കണ്ട്റ്റല്ല. ഓന്റെ എളം ചോന്ന കണ്ണിന്റെ തെളക്കം, മോത്ത് വിരിഞ്ഞ് നിക്ക്ന്ന ഗൗരവ്വം, ആരീം കൂസാതെ തല ആകാശത്തേക്ക് പൊന്തിച്ച്* പിടിച്ച നടത്തം... എന്റെ തോന്നല് പെര്മലയനും ഇണ്ടായിറ്റ്ണ്ട്. എന്നാലും പെര്മലയന് ഓൻ കുഞ്ഞ്യന്ന്യാ... മലിനാണ്യോട് ഒരിക്കാല്* പെര്മലയൻ പറീന്ന് ഞാൻ കേട്ടിന്...

"കുഞ്ഞിക്കേളൂന്റെ കണ്ണ്ത്തന്നെ നോക്ക്മ്പം എന്റെ ഉള്ളിലൊര് പേട്യാബെര്ന്ന്ന്..."

ചെക്കൻ എന്നോട് സങ്കടം പറഞ്ഞ് തീരുന്നേന് മുമ്പെ പെര്മലയന്റെ റാക്കില് മുങ്ങിയ കൂറ്റ്* ഓൻ കേട്ടു. അത് കേട്ടാല് ചെക്കന് സന്തോഷാ...

അയിന്റെ തെളക്കം കുത്തുവെളക്കിലെ തിരികത്ത്ന്നത് പോലെ ഓന്റെ കണ്ണില് ബെളങ്ങും*...

പെര്മലയൻ എന്റെ തറമ്മലിരുന്നു. ഓൻ കുന്ന്മ്മന്ന് എറങ്ങുമ്പം ഇരുട്ടും വെതച്ചോണ്ടാ വന്നിന്. എന്റെ കുത്തുവെളക്കിലെ കത്ത്ന്ന തിരീന്റെ ചുറ്റും ഇരുട്ട് വളന്ന് വട്ടം കൂടി നിക്കാൻ തൊടങ്ങീന്. എന്റെ വെളക്കിന്റെ ചോപ്പ് പെര്മലയന്റെ കണ്ണിലെ റാക്കിന നല്ലോണം ചോപ്പിക്ക്ന്ന്ണ്ട്.

** ചെള്ക്ക - ചെകിള; * പൂരിപ്പ് - നിറഞ്ഞ വളർച്ച*

** പൊന്തിച്ച് - ഉയർത്തി;*

** ഒരിക്കാല് - ഒരു തവണ; * കൂറ്റ് - ശബ്ദം*

** ബെളങ്ങും - തിളങ്ങും*

"ആരാ ഇന്നലെ രാത്രി ഇരുട്ട് കുടിച്ച് കറപ്പ്നെറായി മാഞ്ഞ്പോയിന്."

ചെക്കന് അറിഞ്ഞേ പറ്റൂ.

ചെക്കൻ പെർമലയന്റടുത്തേക്ക് ചേർന്നിരുന്ന് റാക്കൊഴുകുന്ന ഓന്റെ കൈയിമ്മല് തലോടിക്കൊണ്ട് ചോയിച്ചു. ഇരുട്ടിന്റുള്ളിലേക്ക് പടന്ന് പോവാതെ ഓന്റെ ചോദ്യം പെർമലയന്റെ തലേരുള്ളില് നെറഞ്ഞു.

മലിനാണി കുടീരുള്ള്ന്ന് പൊറത്തേക്ക് വന്നു. ഓളെ ബയ്യന്നെ പെമ്മക്കളും ബന്നു. പെമ്മക്കള് ഇരുട്ടത്ത് മിറ്റത്തെ എറങ്കല്ല്മ്മല് ഇരുന്നു. മലിനാണി ഒടിഞ്ഞ വായപോലത്തെ നടുവും പിടിച്ച് എന്റെ തറമ്മല് ഇരുന്നു.

ചെക്കൻ പിന്നീം ചോയിച്ചു-എന്നിറ്റ് പെർമലയന്റെ മോത്തെ നരച്ച കരിമ്പിൻ വേര് പിടിച്ച് കുലുക്കി...

ഒരു നോട്ടം പെർമലയൻ ഓന്റെ ഓളെ മോത്തേക്ക് നോക്കി...

"അത് നിന്റെ അപ്പന്റെ ചെങ്ങായ്യാ... എന്റെ മൂത്തമോൻ അമ്പു ചാവാതെ ഇണ്ട്ന്ന് ഓന്റെ ചെങ്ങായി പറഞ്ഞു...അങ്ങ് തുളുനാട്ട്ല്* നമ്മളെ ഓർത്തോണ്ട് ജീവിക്ക്ന്ന്ണ്ട്ന്ന് ഓൻ പറഞ്ഞു. എന്റെ മോൻ ചത്തിറ്റ്ല്ല..."

പെർമലയന്റെ തൊണ്ടീന്ന് ഒച്ച് പൊറത്തേക്ക് വെരാതായി... ഇടിയും മിന്നലുമില്ലാതെ പെയ്യുന്ന മയപോലെ ഓൻ ഒച്ചീല്ലാതെ കരയാൻ തൊടങ്ങി... മഴചാറ്റല് മലിനാണീരെ മോത്തും വീണു.

ചെക്കൻ പരന്ന് നെറഞ്ഞ ഇർട്ടിലേക്ക് നോക്കി... ആ ഇരുട്ടിനോട് ഓന് അതിശയിപ്പിക്ക്ന്ന അടുപ്പം തോന്നി. കട്ട പിടിച്ച ഇരുട്ടില് നീന്തിക്കുളിച്ച് പെർബയി വരെ പോയി... ആടന്നും പോയി പിന്നീം പിന്നീം മലന്നും കമിഞ്ഞും നീന്തി നീന്തി തുളുനാട്ടിലേക്ക്...

പെർമലയന്റെ കരച്ചലും പറച്ചലും കൂടിക്കൊയഞ്ഞു.

"നിനിക്ക് അപ്പന്ണ്ട്... ന്റെ കുഞ്ഞിക്കേളൂന് അപ്പനായിറ്റൊരുത്തൻ ഈ പൂമീല്ണ്ട്*... എന്റെ മൂത്തമോൻ..."

കരച്ചലടക്കി ഏതോ കർത്ത് പെർമലയന്റെ തൊണ്ടീല് നെറയാൻ തൊടങ്ങി...

"എന്റെ മൂത്തമോനാ ഓൻ... ഓനീ പൂമീല് ഒരു ഈച്ച ഉറുമ്പ് മൊതല്* ഒന്നിനീം പേടിക്കാത്തോനാ... വല്യമ്പ്രാൻ ഓനീം ചതിച്ചതാ... നീ നിന്റെ അപ്പന കണ്ടിറ്റില്ലല്ല... കാണും... ഒരിക്കാലോനക്കാണും... എന്റെ പൊട്ടൻ തെയ്യും വിഷ്ണുമൂർത്തീം ഓന് കാവലായ് നിന്ന് ഓന ഈട കൊണ്ടരും... എന്റെ ദൈവങ്ങള് അവരെ ചെറകിന്റുള്ളില് ഒളിപ്പിച്ച് ആരും കാണാതെ ആരീം കാണിക്കാതെ ആത്മാവിന ശരീരം കൊണ്ട് നടക്ക്ന്ന പോലെ കൊണ്ടന്ന് കാണിക്കും... സകലപ്രമാണൂം,

---

** തുളുനാട് – മംഗലാപുരം*

** പൂമീല് – ഭൂമീല്; * മൊതല് – മുതൽ;*

മലേനും വണ്ണാനും വേലനും കെട്ട്ന്ന ഏത് തെയ്യും, ഓൻ പഠിച്ചിന്, കരിവെള്ളൂരെ മൺമറഞ്ഞ മണക്കാടൻ ഗുരിക്കളെപ്പോലെയാ ഓൻ."

പെർമലയൻ കെതപ്പടക്കി പിന്നീം പറയാൻ തൊടങ്ങി.

"വല്യമ്പ്രാൻ എന്റെ അമ്പൂനകൊല്ലാൻ കൊറേ നോക്കീന്... ഒരീസം കണ്ടത്തില് നെല്ല് മൂർന്ന് കയിഞ്ഞേരം, ഞാങ്ങയെല്ലം കോതാമൂരികെട്ടീറ്റ് നേരം താണേരം* ഈട, ഇതേ തറമ്മല് വന്ന് ഇരിക്കേന്ന്, ഞാനും നിന്റെ അമ്മാമ്മീം അമ്പും എളേമോൻ ദാറൂട്ടീം ന്റെ പെമ്മക്കളും എല്ലാരും... കോതാമൂരി കെട്ടീറ്റ് കൊറേ കോള് കിട്ടീന്... നെല്ലായിറ്റും അരിയായിറ്റും, പറങ്കിയാ*യിറ്റും, തേച്ച് കുളിക്കാൻ വെളിച്ചെണ്ണയായിറ്റും കഞ്ഞിക്ക് കറിവെക്കാൻ മുതിരീം, വെള്ളരിക്കീം... എല്ലം ഞാങ്ങള് വേറെ വേറെ വേക്കിത്തിരിച്ച്* കെട്ടിവെക്കേന്ന്... നിന്റെ അപ്പന്റെ മംഗലത്തിന് നാള് കുറിച്ച് നിക്ക്ന്ന കാലാ... മംഗലം വലിയ മനക്കലെ തമ്പ്രാനെ അറിയിക്കാൻ പോയിറ്റ്ല്ല. ഞങ്ങളീ പണിയെടുക്കുമ്പം മനക്കന്ന് കാര്യസ്ഥമ്മാര് ചിരുതമ്മേരെടുക്ക്ന്ന് ബയറ് നെറച്ചും റാക്കും കുടിച്ച് കുന്ന്കീഞ്ഞ് വന്നു. അവരക്കണ്ട് തൊവ്വ്ത് നിക്ക്മ്പം ന്റെ അമ്പൂന പിടിച്ച് കെട്ടി അവര് മനക്കലേക്ക് കൊണ്ടോയി... തലീട്ടടിച്ച് കരഞ്ഞോണ്ട് ഞാങ്ങളെല്ലാരും അവരെ ബയ്യന്നെ പാഞ്ഞു. തോട് കടക്കുമ്പം അമ്പൂന അവര് തോട്ട്ലെ കയത്തില് മുക്കി ശ്വാസം മുട്ടിച്ച് വെലിച്ച് കേറ്റി. ഞാങ്ങള് നെലോളിച്ച് ഓട്ന്നത് കേട്ട് നാടെല്ലാം ഞാങ്ങളെ ബയ്യേ ഓടി. മനക്കലെത്തിറ്റ് അമ്പൂന മിറ്റത്തെ പുളിമരത്തിന് കെട്ടീട്ട്ന്. ഓൻ മീശ വെച്ചിനീന്നാ കുറ്റം..."

പെർമലയന്റെ ഒച്ച നിന്നു. ഓന്റെ കണ്ണും മീടും പിന്നീം നനയാൻ തൊടങ്ങി. പണ്ട് ശങ്കരാചാര്യന്റെ മുമ്പില് നിക്കുമ്പം എനക്ക് നല്ലോണം താടീം മീശീം ജടപിടിച്ച തണാറും ഇണ്ടായിന്. എന്നാല് അമ്പുപ്പണിക്കർക്ക് മീശീം താടീം ബെല്യ ഇഷ്ടാ... ഓൻ പുന്നൂന്നൻ തൊണ്ടച്ചനെ പോലീം പറശ്ശിനീലെ മുത്തപ്പനപ്പോലീം കട്ടി മീശവെക്കും. ഓനത് തേച്ചും മുറിക്കല് തെയ്യക്കാലാവുമ്പാ... അന്നേരം കണ്ണിന്റെ പിരികും കൂടി ഓൻ കാത്യമ്മാറക്കൊണ്ട് വടിച്ചെടുപ്പിക്കും.

മലേമ്മാറെ താടീം മീശീം കാത്യമ്മാര് വടിക്കൂല. അവര് തീയ്യമ്മാറീം, അയിലും ബെല്ല്യ ജാതിക്കാറീം മാത്രേ ക്ഷൗരം ചെയ്യൂ. എന്നാൽ കാത്യൻ പൊക്കൻ തെയ്യക്കാലായാല് പെർമലയന്റീം മക്കളീം താടീം തണാറും മുറിക്കും. അയിനോൻ പറീം.

"മലിനാണ്യാ എന്റെ മക്കളീം മക്കളെ മക്കളീം പേറ് തേച്ചും എട്ത്തത്. തെയ്യക്കോലത്തിന് ചമയം വരക്കണ്ട മൊകാ. അത് എന്റെ കാലത്തോളം ഞാൻ ചെയ്ത് കൊടക്കും."

കാത്യൻ പൊക്കൻ അങ്ങനെ ചെയ്യ്ന്നത് ബെല്ല്യ ജാതിക്കാർക്ക്

** പറങ്കി - വറ്റൽമുളക്*

** നേരം താണേരം - വൈകുന്നേരമായപ്പോൾ*

** വേക്കിത്തിരിച്ച് - വെവ്വേറെ തരംതിരിച്ച്*

പിടിക്കൂല. അവര് ഓരോന്ന് പറയും. എന്നാല് പൊക്കൻ അതെല്ലം കേക്കാത്തപോലെ പോവും. ഇപ്പം കാത്യൻ പൊക്കന് കണ്ണിന്റെ വെളിച്ചം കൊറഞ്ഞു. ഓന്റെ മക്കള് രണ്ടാളാ ഇപ്പം ഓന്റെ പണിയെടുക്ക്ന്നത്. അവര് ഓരോ വീട്ടിലും പോവും. എന്നിറ്റ് കാട്ടിന്റെ മറവിലിരിന്നിറ്റാ തണാറും താടീം മീശീം മുറിക്കല്. നെല്ല് മൂർന്നാലാ അയിന് ഓന് കൂലി കൊടുക്കല്... പെർമലയനോട് അവര് കൂലിയൊന്നും മേണിക്കൂല. എത്ര യോട്ടോ ബെർളും പനീം* വന്നേരം പെർമലയനും മക്കളൊ ജപിച്ചൂതി മാറ്റിക്കൊടുക്കല്.

പുളിമരത്തിന് കെട്ടീട്ട അമ്പൂന്റെ മീശ സാക്ഷാൽ പറശ്ശിനി മുത്തപ്പന്റെ മീശന്ന്യാ...

കോയിച്ചപ്പു പുളിമരത്തിന്റെ എടത്ത് ഭാഗത്ത് നിന്ന് ചേരിപ്പാണ്ട കണക്കത്തെ ഓന്റെ മീശീല് കൈയിട്ട് വെലിച്ചു. ചെമ്പചന്തു അമ്പൂന്റെ വലത്ത് ഭാഗത്ത് നിന്നു. അമ്പുപണിക്കര് നീർന്ന് നെഞ്ഞ് വിരിച്ച് നിന്നു. പുളിമരത്തിനെക്കാളും ബെല്ല്യതോനാന്ന് ദൂരെ നിക്ക്ന്ന നാട്ടാർക്കെല്ലം തോന്നി... പെർമലയനും മലിനാണീം മക്കളും തലക്കടിച്ച് നെലവിളിക്ക്ന്ണ്ടെങ്കിലും അമ്പുപണിക്കർ അത് കേക്ക്ന്നേ ഇണ്ടായിറ്റ്ല്ല...

വല്യമ്പ്രാൻ എറങ്ങി വന്നു.

പെർമലയനും മലിനാണീം വല്യമ്പ്രാന്റെ മുമ്പില് കമിഞ്ഞ് കെടന്ന് കരഞ്ഞു.

വല്യമ്പ്രാൻ അമ്പുപ്പണിക്കറെ നോക്കി. പന്നീരെ തേറ്റപോലത്തെ പല്ല് തൊലിച്ചു. പന്നി താടകുലുക്കി തലയാട്ടി. എന്നിറ്റ് മുക്രയിട്ടു.

“നീ മീശ വെക്കും അല്ലേടാ നായിന്റെ മോനേ... പറിച്ച് കളയടാ അയിന്റെ മീശ...”

പിന്ന എടത്തുന്നും വലത്ത്ന്നും കണ്ടത്തിലെ പുല്ല്പറിക്ക്ന്നപോലെ കോയിച്ചപ്പൂം ചെമ്പചന്തൂം അമ്പുപ്പണിക്കറെ മീശ പറിച്ചു.

കൈയില്ലവരെല്ലം കണ്ണ് പൊത്തി...

അമ്പുപണിക്കറും കണ്ണ് മുറുക്കി അടച്ചു.

മൂക്കിന്റെ തായന്ന് ചോരഒലിച്ച് താടി മുങ്ങി.. താടീന്ന് ചോര ഒലിച്ച് നെഞ്ഞ് മുങ്ങി. നെഞ്ചത്ത്ന്ന് ചോരയൊലിച്ച് ഓന്റെ മുമ്പിലെ മണ്ണ് ചോന്നു.

മീശതേച്ചും പറിച്ച് മാറ്റി ഓന്റെ കെട്ടയിച്ച് വിട്ടു. മേത്തെല്ലാം കരടീനപോലത്തെ രോമൂല്ലെ കൂറ്റൻ പന്നി, തേറ്റ കാണിച്ചോണ്ട് തലയാട്ടി മനക്കലേക്ക് പോയി...

പെർമലയനും മലിനാണീം മക്കളും അമ്പുപ്പണിക്കറപ്പിടിച്ച് ഓന്റെ മീട്ടത്തെ ചോര തടീക്കളയുമ്പം വായിലേക്കെറങ്ങ്യ ചോര ഓൻ പൊറത്തേക്ക് തുപ്പീറ്റ് ഓന്റെ മുമ്പ്ല് നിക്ക്ന്ന ചെമ്പചന്തുവോടും കോയിച്ചപ്പുവോടും ചങ്ക് നീർത്തിപ്പിടിച്ചിറ്റ് പറഞ്ഞു.

** ബെർളും പനീം – വിറച്ച് കൊണ്ടുള്ള പനി*

“മ്പ്രാക്കളെ... അടിയൻ ചെലപ്പോ തമ്പ്രാക്കളെ പേടിക്കും പക്കേങ്കില് അടിയന്റെ മോത്തെ മീശ തമ്പ്രാക്കള പേടിക്കൂല... അത് പിന്നീം ബളരും... ”

മലിനാണി ഓന്റെ വായി പൊത്തിപ്പിടിച്ചു... അമ്പുപ്പണിക്കറ് പറീന്നത് ആട കൂട്യാളെല്ലാം കേട്ടു.

ഓൻ ഉടുത്ത തോർത്തയിച്ചിറ്റ് മീട്ടത്ത് ഒലിക്ക്ന്ന ചോര തൊടച്ചിറ്റ് മുമ്പോട്ട് നടക്കുമ്പം ആളെല്ലം മാറിക്കൊടുത്തു. തോട്ടില് എറങ്ങി കുളിച്ച് എന്റെ തറമ്മല് വന്നിരിക്കുമ്പം വിവരം അറിഞ്ഞ് വണ്ണാൻ കുഞ്ഞാരൻ അയ്യപ്പാനേരെ എല പറച്ചരച്ച് അമ്പുപ്പണിക്കറെ മീട്ടത്ത് മൂക്കിന് തായല് തേച്ച് കൊടുത്തു...

പെർമലയൻ ഇതെല്ലാം ഒറ്റ ഇരിപ്പിന് ചെക്കന്റെ കണ്ണിലും കാതിലും നെറച്ചു. ചെക്കൻ ഓന്റെ മൂക്കിന് തായല് തടവീറ്റ് ആ കൈ നോക്കി... ഓന്റെ കൈക്ക് ചോരപറ്റീന്...

ചെക്കന്റെ കണ്ണില് ഹിരണ്യനകൊല്ലുന്ന നരസിംഹമൂർത്തി ഒറഞ്ഞ് തുള്ള്ന്നത് പെർമലയൻ കണ്ടു.

അതല്ലം കയിഞ്ഞിറ്റും പിന്നീം വല്യമ്പ്രാൻ ഓന കൊല്ലാൻ നോക്കിയത് പൊക പൊന്ത്ന്ന ചെക്കന്റെ തലീലേക്ക് തീക്കനലായികോരീട്ടു.

അമ്പുപ്പണിക്കറ് മംഗലം ഒറപ്പിച്ചത് കാനായീന്നാ... കാനായി വെള്ളിക്കെട്ട്ന്റടുത്തെ കൊമ്മ്ട്ട്ക്കുരുവൻ കോതോർമ്മന്റെ മോള് ചീലേനാ ഓന്റെ പെണ്ണായി നിരീച്ച് ഒറപ്പിച്ചത്. കൊമ്മ്ട്ട്ക്കുരുവൻ കേളികേട്ട ചീനക്കൊയലൂത്ത്കാരനാ... ശ്വാസം പിടിച്ച് ഊതിഊതി ഓന്റെ രണ്ട് തുന്തയും* വീർത്തു വന്നു. ഓരോ വെളിച്ചെങ്ങ* കൊമ്മ്ട്ട്ല്* വെച്ച മാതിര്യാ ഓന്റെ മീട്. പിന്ന തെയ്യത്തിന്റെ മോത്തെഴുതാൻ ഓനക്കയിഞ്ഞിറ്റേ വേറെ മലേനും വണ്ണാനും ഇല്ല്യ. പ്രാക്കെഴുത്ത്, കോഴിപ്പുഷ്പം, വെച്ചെഴുത്ത്, തേപ്പുംകുറി, ഭദ്രച്ചൊട്ട, കൊരങ്ങിരുത്തം, വെച്ചെഴുത്ത്, കുറ്റിശംഖ് തൊടങ്ങി മലേന്റീം വണ്ണാന്റീം തെയ്യത്തിന്റെ തട്ടുംദളും തിരിക്കലെല്ലം കൊമ്മ്ട്ട്ക്കുരുവന്റെ പച്ചീർക്കിലിന്റെ മൊനേമ്മല് വിരിയും. ചായില്യം ചാലിച്ച് പച്ചഈർക്കില് അയില് മുക്ക്യാല് ഒറയുന്ന തെയ്യത്തിന്റെ തെളങ്ങ്ന്ന മുഖം വിരിയലായി. സൂര്യഭഗവാന്റെ തേജസ്സാ ഓൻ ചായില്യത്തിലും ഈർക്കിലിലും ഒളിപ്പിച്ച് വെക്കല്... എന്റേതായ കോലത്തിന് മുഖത്തെഴുത്തില്ല. കവുങ്ങിന്റെ പാളമുറിച്ച് അയിലാ ഓൻ ചേലില് എനക്കായിറ്റ്ലെ മുഖപ്പാള വരക്കല്...

കവ്ങ്ങിന്റെ പച്ചപ്പാളീല് കീരിത്തോലൊ ആട്ടിന്റെ തോലോ കീറി ഒട്ടിക്കും. ആരിക്കെങ്കിലും കീരീന കിട്ട്യാല് ഓന് അവര് അയിന്റെ തോല് അറിഞ്ഞ് കൊടുക്കും. അത് വീർത്ത തുന്ത കുല്ക്കിച്ചിരിച്ചോണ്ടും തൊവ്വ്തോണ്ടും മേണിച്ചിറ്റ് ഓന്റെ ബരൂന് കെട്ടിത്തൂക്കി ഒണക്കും. അതാ

** തുന്ത - കവിൾ*

** കൊമ്മ്ട്ട്ല് - കവിളിൽ*

** വെളിച്ചങ്ങ - മച്ചിങ്ങ;*

ഓൻ പച്ചപ്പാളീല് ഒട്ടിക്കു. ചായില്യൂം, മനയോലീം കൊണ്ട് കൊടുംപിരിയം, എകിറ്, പല്ല്, ചുങ്ങള്, തെക്കൻ മീശ ഇതെല്ലം ഓന്റെ കണ്ണില് വരച്ചത് പാളിലേക്ക് ചേർക്കും. പാളീല് കണ്ണെഴുതും. എന്നിറ്റ് കണ്ണിന്റെ സ്ഥാനത്ത് ഒര് ഓട്ട കുത്തും. അത് മോത്ത് വെച്ച് കെട്ടുമ്പം തന്നെ എന്റെ കോല സ്വരൂപായി...

കൊമ്ട്ട്ക്കുരുവൻ കോതോർമ്മന്റെ മോള് ചീല പ്രമാണും മന്ത്രോം തോറ്റും കണ്ണേറ്പാട്ടും തേച്ചും പഠിച്ചോളാ... തെയ്യം ഒറേണെങ്കില് മലയത്തി തോറ്റണംന്ന് ചീലേനക്കൊണ്ടാ പറയ്വാ. പേറെടുക്കാനും ഓളമ്മ മലിചെറിയേരൊപ്പരം പോയിറ്റ് പഠിച്ചിന്. ഓള് എന്റെ തെയ്യക്കോലത്തിന് തോറ്റം ചൊല്ലാനിരിക്കും. ആരെ കൂട്ടത്തിലിര്ന്ന് ചൊല്ല്യാലും ഓളൊച്ചെ ചെവീല് ബേറെന്നെ തൊരന്ന് കേറും. നല്ല ഇറ്റിറ്റിപുള്ളിന്റെ ഒച്ച്യാ ഓളെ തൊണ്ടിന്ന് പാഞ്ഞ് വെര്വാ...

അമ്പുപ്പണിക്കർക്ക് പറ്റ്യ പെണ്ണന്ന്യാ ഓള്... ഓളമ്മ മലിചെറിയേനപ്പോലെ നീളം വെച്ചിറ്റാ ഓള്. കരിക്കറുപ്പല്ല... മരത്തിന്റെ നെഴല് പോലത്തെ കറുപ്പാ. അല്ലെങ്കില് മോന്ത്യാവുന്നേന് മുമ്പിലെത്തെ വെളിച്ചത്തിന്റെ ഒരു മങ്ങല്ണ്ടല്ലോ... ആ നെറാന്ന്ന്നും പറയാ. ഓളമ്മേരെ നെറം തന്ന്യാ ഓക്കും. മേല്പോലെ മെലിഞ്ഞ ഓളെ മൊകത്ത് ചിരി വെരുമ്പം എന്റെ തറമ്മലെ ചെമ്പകത്തിന്റെ പൂ ചിരിക്ക്ന്നപോലെ എനക്ക് തോന്നീറ്റ്ണ്ട്. നീണ്ട ഓളെ കണ്ണാ ഒരാളെ കണ്ടാല് ആദ്യം ചിരികു്വാ...

ഓളെ കണ്ടേരം തന്നെ അമ്പുപ്പണിക്കർക്ക് നല്ലോണം പിടിച്ചിന്.

മംഗലം കയിഞ്ഞു.

പഴികേന്റെ* മൂപ്പൻ മുതുടോന്റെ നോട്ടത്തിലാ മംഗലം നടന്നത്. എരമം നാട്ടിലെ മലേമ്മാരെല്ലം നേതാവാ മുതുടോൻ... വയസ്സ് ഓന് പെർമലയനേക്കാളും പത്ത് കൊല്ലം കൊറവാ ഇണ്ടാവ്വാ... ഓന്റെ അപ്പനും പഴികേന്റെ മൂപ്പനായിരുന്നു.

മംഗലം കയിഞ്ഞ് ചീലേനീം കൊണ്ട് അമ്പുപ്പണിക്കറ് വന്നു. ഓന്റൊപ്പരം ഓന്റെ നാല് ചെങ്ങായിമാറും പെങ്ങമ്മാരായ മാതീം മാണീം മലിനാണീരെ പാണപ്പേ വീട്ട്ന്ന് വന്ന രണ്ട് ആണ്ങ്ങളും രണ്ട് പെണ്ണ്ങ്ങളും ആന്ന് മംഗലപ്പെണ്ണിനെ കൊണ്ടരാൻ ഇണ്ടായത്. കാനായീന്ന് പെണ്ണിന്റൊപ്പരം ഒര് നാലാള് ബേറീം ബന്നിന്.

നാട്ടനടപ്പില് ഇല്ലെങ്കിലും കൊമ്ട്ട്ക്കുരുവൻ കോതോർമ്മനും കാനായീന്ന് അവരൊപ്പരം വന്നിന്. അയിന് കാരണം ബേറെയാന്ന്. പെർമലയനും കോതോർമ്മനും പണ്ടേ ബെല്ല്യ ചെങ്ങായിമാരാ... അയിനക്കൊണ്ടാ, അപ്പറും ഇപ്പറൂം* ബർത്താനൂല്ലാതെ മംഗലം എളുപ്പം നടന്നത്.

പെർമലയനും മക്കളും കൂടി ഈന്തോല്യോണ്ട് എന്റെ തറീം കുടീന്റെ ചുറ്റും ചമീച്ചിന്*. നല്ലോണം വാണിയനെമ്മന്റെ വെളിച്ചെണ്ണ

പഴിക - മലയന്മാരുടെ നാട്ടുകൂട്ടം

അപ്പുറൂം ഇപ്പുറൂം - രണ്ട്ഭാഗത്തും

ചമീച്ചീന് - അലങ്കരിക്കുക.

ഒയിച്ചിറ്റ് എന്റെ വെളക്കും കത്തിച്ചിന്.

മംഗലം കയിഞ്ഞ് ബെർന്നേരം ചെക്കനും പെണ്ണും എല്ലാരും എന്റെ ചെമ്പകം നോക്കി തറക്ക്ചുറ്റും നിന്ന് തൊവ്വുതു.

മുതുടോന് ഇരിക്കാൻ നെല്ല് കുത്ത്ന്ന ഒരല്* കമിച്ച്* വെച്ച് കൊടുത്തു. ചെണ്ട ഇണ്ടാക്കാൻ ഓട്ടീല്ലെ* പ്ലാവിന്റെ കുറ്റി പെർമലയൻ ഏട്ന്നോ കൊണ്ടന്നത് എട്ത്ത് അയിന്റെ മേലെ തോർത്ത് വിരിച്ച് കൊമ്ട്ട്ക്കുരുവൻ കോതോർമ്മന പെർമലയൻ ആദരിച്ചിരുത്തി. ബാക്കീല്ലവരെല്ലം മടഞ്ഞോലീല് മിറ്റത്തിരുന്നു. മംഗലക്കാറ് വന്ന വിവരം അറിഞ്ഞ് കുന്ന് കീഞ്ഞ് വന്ന തീയ്യൻ ചവുണിയൻ എന്റെ തറമ്മലിരുന്നു. ഓന്റോള് തീയ്യത്തി ചിരുത മംഗലം കയിഞ്ഞ പെണ്ണിനോടും ഓളോടൊപ്പരം കാനായീന്ന് വന്ന ഓളെ ചെങ്ങായിമാരോടും ചിരിച്ചോണ്ട് വർത്താനം പറഞ്ഞു. എടക്ക് ഓള് മംഗലപ്പെണ്ണോട് പറഞ്ഞു.

"ഞാൻ പെറ്റ ചെക്കൻ തന്ന്യാ നിന്ന മംഗലം കയിച്ച എന്റെ അമ്പു..."

അത് പറീമ്പം തീയ്യത്തി ചിരുതേരെ കണ്ണിലൊരു നനവ് വന്ന പോലെ എനക്ക് തോന്നി.

ഒര് കലത്തില്, തീയ്യൻ ചവുണിയൻ മൂന്നീസായി ഏറിയ പുല്ലാഞ്ഞിപ്പാമ്പ്* എരിക്കുംമ്പോലെ എരിക്ക്ന്ന* കള്ളും വേറെ കലത്തില് തീയ്യത്തി ചിരുത മുണ്ടച്ചക്കീട്ട്* ഇണ്ടാക്യ റാക്കും മലിനാണീം ദാറൂട്ടീം അവരെ മുമ്പില് കൊണ്ടച്ചു. കൊറേ ചെരട്ടീം ഒപ്പരം ബെച്ചു. ദാറൂട്ടി എല്ലാരെമുമ്പിലും കൊടിയെല ഇട്ടു. മലിനാണി ആത്ത്ന്ന് കൊണ്ടന്ന വരിക്കച്ചക്ക പൂങ്ങിയതും* കോയിഎറച്ചി കുരുമൊളക്ട്ട് ചാറാക്കി വെച്ചതും ദാറൂട്ടീരെ കൈമല് കൊടുത്തു. ഓൻ തന്നെ എല്ലാരെ എലീലും വെളമ്പി. അമ്പുപ്പണിക്കറ് ഓരോരാക്കും ബേണ്ടത്ര കള്ളും റാക്കും ഒയിച്ച് കൊടുത്തു. കുഞ്ഞാംഗലത്തിന്ന് മല്ല്യോട്ടറേക്കാലിന്റെ മുമ്പ്ന്ന് തീയ്യമ്മാറ് ഇടിക്ക്ന്ന അവില് കൊണ്ടന്നതും എലീല് വാരീട്ട് കൊടുത്തു.

പെർമലയൻ ഇല്ലേല്ന്നെല്ലാം ഒരോഹരി കൊടിയെല വെച്ച് എനക്കാദ്യേ കൊണ്ട് തന്നിന്. തൊട് കുടുക്കീല് കള്ളും റാക്കും ഒയിച്ച് ബെക്കും ചെയ്തിന്.

കുരുമൊളക് അരച്ച് ചേർത്ത് ഇണ്ടാക്യ എറച്ചിക്കറീല് അവില് പെരക്കീറ്റും*, പൂങ്ങ്യ ചക്കമുക്കീറ്റും എല്ലാരും വയറ് നെറച്ചും തിന്നു. നല്ലോണം മൂത്ത പുളിച്ച കള്ള് ചീലേരൊപ്പരം വന്ന പെണ്ണ്ങ്ങളും കുടിച്ചു. ആണ്ങ്ങള് ആദ്യം കൊറച്ച് കള്ള് കുടിച്ചിറ്റ് അയിന്റെ മേലെ റാക്ക് കുടിച്ചു.

** ഒരല് - ഉരൽ; * കമിച്ച് - കമ്ഴ്ത്തി*

** ഓട്ടീല്ലെ - ദ്വാരമുള്ള; * പുല്ലാഞ്ഞിപ്പാമ്പ് - മൂർഖൻ പാമ്പ്*

** എരിക്കുന്ന - ചീറ്റുന്ന; * മുണ്ടച്ചക്ക - കൈതച്ചക്ക*

** പൂങ്ങിയത് - പുഴുങ്ങിയത്;*

കാനായീന്ന് വന്ന പെണ്ണ്ങ്ങള് കിണ്ണത്തിനടിച്ച് കണ്ണേറ് പാട്ട് പാടി. ഊടില്ലെവരും അയിന്റെ ഒപ്പരം പാടി... അയിന്റെ ഒപ്പരം ആണ്ങ്ങളെ റാക്കില് കുളിച്ച പയമീം കൂടി വന്നപ്പോ ചെലാ*പക്ഷികളെ ഒച്ചീടല് പോലെയായി...

എറച്ചീം കള്ളും റാക്കും തിന്നും കുടിച്ചും ഓരോരാളീം ബയറ്* പൊട്ടാനായി. മംഗലത്തിന്റെ സന്തോഷം തലീല് നെറഞ്ഞ് ഭൂമി വട്ടത്തില് തിരിയാൻ തൊടങ്ങി. കത്തിക്കൊണ്ടിരിക്കുന്ന ഓലച്ചൂട്ടും തീരാനായി.

തെയ്യത്തിന്റെ കാലിലെ ചെലമ്പ് ചിരിക്കുമ്പോലെ പെർമലയന്റെ കുടിലും എന്റെ തറീം ചെമ്പകമരൂം എല്ലും ചിരിച്ചു. അത് കണ്ടിറ്റ് ദേവലോകത്ത് നക്ഷത്രങ്ങളും ചിരിച്ചു.

ഏട്ന്നോ കൂവുന്ന കോയീരെ ഒച്ച കേട്ട് മുതുടോൻ പറഞ്ഞു.

“നേരം പൊലന്നു. എനി നമ്മക്ക് പിരിയ*...”

മുതുടോൻ എറങ്ങാൻ നേരത്ത് അമ്പുപ്പണിക്കറെ വിളിച്ച് എല്ലാരും കേക്കെ* പറഞ്ഞു.

“എല്ലാ ചടങ്ങും കേമായിറ്റ് എന്റെ ദൈവങ്ങള് എല്ലാരുംകൂടി നടത്തിത്തന്നു. എനി ഒരു ചടങ്ങ് ബാക്കീണ്ട്. അമ്പുപ്പണിക്കറ് ഓളീം കൂട്ടീറ്റ് മോന്ത്യാവുമ്പം മനക്കല് പോയി തമ്പ്രാന കാണണം. കണ്ണേറ്പാട്ട് മംഗലം കയിഞ്ഞ പെണ്ണ് ആദ്യരാത്രീല് തമ്പ്രാന പാടികേപ്പിക്കണംന്നാണല്ലോ നേമം. അതും കഴിഞ്ഞാല് തമ്പ്രാന്റെ അനുഗ്രഹും ആയി... എനി മംഗലപ്പെണ്ണിന കൂട്ടീറ്റ് അമ്പുപ്പണിക്കറ് പോണംന്നില്ല. നിന്റമ്മനാണി പോയാലും മതി...”

മലേൻ മംഗലം കയിച്ചാല് ആദ്യത്തെ ദെവസം പെണ്ണിന തമ്പ്രാമ്മാരെ പത്തായപ്പൊരീല് എത്തിക്കണം. അയിപിന്നേ മംഗലച്ചെക്കന് പെണ്ണിന തൊട്ടൂടൂ. തമ്പ്രാമ്മാരെ നേമാ*...

മുതുടോന്റെ വാക്ക് കേട്ട് അമ്പുപ്പണിക്കറ് ഒറ്റക്കൊമ്പൻ ആന അലറുംപോലെ അലറി. ഓൻ മുമ്പില് നിക്ക്ന്നവരെ ഉന്തിമാറ്റി മുതുടോന്റെ മുമ്പിലെത്തീറ്റ് പറഞ്ഞു.

“അയിന് എന്ന കിട്ടൂല മുതുടോനെ, എന്നീം കിട്ടൂല എന്റെ ഓളീം കിട്ടൂല. ചീലേന ഞാനാ മംഗലം കയിച്ചിന്, മനക്കലെ തമ്പ്രാനല്ല.”

മലിനാണി ചാടിവന്ന് അമ്പുപ്പണിക്കരെ വായിപൊത്തിറ്റ് പറഞ്ഞു.

“ന്റെ മോനേ... അതെല്ലം തമ്പ്രാക്കമ്മാരെ അവകാശാ... ന്റെ മോൻ അടങ്ങ്...”

പിന്ന മുതുടോനോടായിറ്റ് പറഞ്ഞു...

“മുതുടോൻ സന്തോശായിറ്റ് പോയ്കോ... ചീലേനീം കൂട്ടീറ്റ് ഞാൻ

** ചെലാപ്പക്ഷി - കരിയിലക്കിളി*

** ബയറ് - വയറ്; * കുയിച്ചിറ്റ് - കുഴിയാക്കി*

** പിരിയ - പിരിഞ്ഞ് പോകാം; * കേക്കെ - കേൾക്കെ*

** നേമം - നിയമം; * പെരക്കുക - കുഴയ്ക്കുക*

മോന്ത്യാവുമ്പം മനക്കല് പോയ്ക്കോളാ...."

അമ്പുപ്പണിക്കറ് കുറ്റിക്ക് കെട്ട്യ മൂരീനപ്പോലെ നിന്നെടുക്ക്ന്ന് ചവുട്ടി നെലം കുയിച്ചിറ്റ്* പറഞ്ഞു.

"ഇല്ല മുതുടോനെ, വല്യമ്പ്രാൻ കൊന്നാലും എന്നീം എന്റോള് ചീലേനീം അയിന് കിട്ടൂല, കിട്ടൂല, കിട്ടൂല... എന്റെ പൊട്ടംതെയ്യത്തി നാണ സത്യം കിട്ടൂല..."

അമ്പുപ്പണിക്കറെ അനുസരിപ്പിക്കാൻ ആവൂലാന്ന് ഒറപ്പ്ണ്ടെങ്കിലും മുതുടോൻ കൂറ്റ് കൊറച്ച് ഓനോട് പറഞ്ഞു.

"അമ്പൂ... ആചാരൂം മര്യാദീം നമ്മളായിറ്റ് മൊടക്കിക്കൂട. അയിനില്ലെ അവകാശും നമ്മക്കില്ല. തമ്പ്രാക്കമാരുടെ അവകാശം എങ്ങിന്യാ നമ്മള് തടയ്യ്വാ... നിന്റെ ഒരു ഊക്കിന് നീ തടയാൻ നോക്കീന്ന് വെച്ചൊ. കോയിച്ചപ്പൂം ആളും വന്നിറ്റ് പിടിച്ച് കെട്ടിക്കൊണ്ടോവും. ചെലപ്പൊ ചെമ്പച്ചന്തൂനകൊണ്ട് വെടിവെച്ച് കൊന്നുന്നും ബെരൂം. ചെറക്കത്തമ്പുരാൻ അധികാരം കൊടുത്ത തോക്ക്ണ്ട് അവരിക്ക്... ആരിക്കാ അവരിക്കെതിരായിറ്റ് ഉരിയാടാൻ പറ്റ്വാ..."

എത്ര പറഞ്ഞിറ്റും അമ്പുപ്പണിക്കറ് മുതുടോന്റെ കൂട്ടീല് കേറീല... മുതുടോൻ ഓരോന്ന് പറീമ്പും ഉശിര് കേറിയ നരീനപോലെ ഓൻ ചീറിക്കടിക്കാൻ പോവ്വാ ചെയ്തത്.

പല്ലിളിച്ച് തലകുലുക്കി ചീറികടിക്കാൻ പോയ ഓനകണ്ടിറ്റ് എന്റെ മനസ്സില് തേച്ചും ആനന്ദം നെറഞ്ഞിന്. ഓന് എന്നപ്പോലെ നെഞ്ചുറപ്പ് ഇണ്ട്ന്ന് ഞാൻ ഒറപ്പിച്ചു. എനക്കോന പേടീം ഇണ്ട്. നെഞ്ഞ് ഒറപ്പില്ലോന് കിട്ടുന്ന കൂലി മരണാ... നേരത്തേ കാലത്തെ ഇല്ലെ മരണം. ഓൻ മരണത്തിലേക്കാ നടന്ന് പോന്നത്ന്ന് എന്റെ ഉള്ളിലൊര് തോന്നൽ... ബിടുല അയിറ്റിങ്ങ... ഞാൻ ഓന്റെ ചെവീല് പതുക്കെ, ആരും കേക്കാതെ പറഞ്ഞു...

"അമ്പൂ... കോപവും താപവും അടക്ക്... കനൽക്കട്ട കണ്ട മയപ്പാറ്റ ആവറ്*, വകതിരിവ് പൊറത്തെടുക്ക്... കാലാവുമ്പം കലിയടങ്ങാതെ ആടിത്തിമർക്ക നമ്മക്ക്..."

ഓന്റെ ചെവീലേക്കൂട അത് കേറിപ്പോയിനോ എന്തോ...

മുതുടോൻ പിന്ന്യൊന്നും മിണ്ടാതെ പോയി... പോമ്പം ഓൻ പെർബയ്യോട് പറഞ്ഞു.

"അനുസരിച്ചാൽ അതാതാക്ക് നല്ലത്..."

കൊമ്ട്ട്കുരുവൻ കോതോർമ്മനും കാനായിക്കാറും പോവാനൊരുങ്ങി. കോതോർമ്മൻ പോവാൻ കീമ്പം* ഓന്റെ മോള ചീലേനെ വിളിച്ച് ചെവീല് കുശുകുശുത്തു.

"ന്റെ മോള് പേടിക്കണ്ട... പെർമലയനും അമ്പുപ്പണിക്കറും നല്ല മനസ്സുള്ളോരാ... ഇന്ന് മോന്ത്യാവുന്നേന് മുമ്പെ നീ അമ്പുപ്പണിക്കറെ കൂട്ടാതെ ഓൻ്റമ്മ നാണീനീം കൂട്ടീറ്റ് വല്യമ്പ്രാന കണ്ട് തൊവ്വ്ത് വന്നോ...

** ആവറ് - ആവരുത്; * കീമ്പം - തുടങ്ങുമ്പോൾ; * കൊമ്ട് - കവിൾ*

നീയായിറ്റ് ആചാരം തെറ്റിക്കണ്ട."

അത്രീം പറീമ്പം ഓന്റെ കറുത്തമോത്തേക്ക് കൊറേകൂടി ഇരുട്ട് ഉരുണ്ട് കൂടീന്. വീർത്ത കൊമ്ട്* ഒന്നുംകൂടി വീർത്തപോലെ...

മലിനാണിക്ക് അവര് പറീന്നേന്റെ പൊരുള് മണത്തറിയാൻ കയിഞ്ഞു. ഓള് കൊമ്ട്ട്കുരുവനോട് പറഞ്ഞു.

"നിങ്ങ പോയ്ക്കോ... ഞാൻ എന്റെ അമ്പുനോട് പറയാതെ നാളെ, അല്ലെങ്കില് മറ്റന്നാളോ ചീലേനീംകൊണ്ട് ആചാരം നടത്തിക്കോളും. അല്ലെങ്കില് ഒരാഴ്ച കയിഞ്ഞിറ്റ് പോവും. പോവാൻ ബെയ്തേന്* വല്യമ്പ്രാൻ ചീത്ത പറഞ്ഞാൽ, ഞാൻ പറഞ്ഞോളും... വല്യമ്പ്രാ... ഓള് മംഗലം കയിഞ്ഞ് വന്നന്നെന്നെ ദൂരത്തായിന്*... അയിന കൊണ്ടാ ബെയ്ത് പോയിനീന്ന്..."

മലിനാണീരെ ചങ്കിലെ പുത്തി* മണം പിടിച്ച് അറിഞ്ഞ അമ്പുപ്പണിക്കറ് ഓന്റെ അമ്മേ്യാട് പറഞ്ഞു.

"ന്റെ അമ്മ ആ ബയിക്ക് ചിന്തിച്ചാല് അമ്മേരെ ചങ്ക് ഞാൻ അരിയും... എന്നിറ്റ് എന്റെ ചങ്കും അരിയും... എനി അങ്ങനാ യോഗെങ്കില്, എന്റെ തെയ്വങ്ങള് അങ്ങനാ നിരീക്ക്ന്നെങ്കില്, കയ്യട്ടെ ഈ ജന്മം അങ്ങനെ..."

പിന്ന ആരും ഒന്നും മിണ്ടീല...

കാനായീന്ന് വന്നവര് തിരിച്ച് പോമ്പം ചീല കരഞ്ഞു. ഓളച്ഛൻ കൊമ്ട്ട്ക്കുരുവനും കണ്ണില് ബെള്ളം നെറഞ്ഞിനെങ്കിലും ഓനത് കാണിക്കാതെ മുമ്പില് പെര്വയിക്കേക്ക് നടന്നു...

അമ്പു പണിക്കറ് എന്നിറ്റും അടങ്ങീല. കണ്ണിലെ ബെള്ളം ഒലിപ്പിച്ചോണ്ട് നിക്ക്ന്ന ചീലേരെ നേരെ ഓൻ ചീറിയടുത്തു...

"അമ്പൂന്റെ ഓളായിറ്റ് നീ നിക്ക്മ്പം ഒര് തമ്പ്രാന്റെടുത്ത് പോവാനും ഞാൻ ബിടൂല. അല്ല, നിനിക്ക് മംഗലം കയിഞ്ഞ ദെവസം തമ്പ്രാക്കമ്മാരൊപ്പരം കെടക്കണംന്ന് കൊതീണ്ടെങ്കില് ഇപ്പം നിന്റെ അപ്പന്റീം ആളീം ഒപ്പരം നീ കാനായ്യേക്ക് പോയ്ക്കോ... അങ്ങനെ ഒരു ഓള് എനക്ക് വേണ്ട..."

അമ്പുപ്പണിക്കറെ ഒച്ചകേട്ട് നടക്കാൻ തൊടങ്ങ്യ കാനായിക്കാറ് തിരിച്ച് നിന്നു.

ചീല ഓളെ പുരുവൻ അമ്പുപ്പണിക്കറെ കണ്ണില് നെറഞ്ഞ ബെള്ളത്തിന്റെ ഉള്ളിലേക്ക് നോക്കി...

അത്രീം നേരം ഒന്നും മിണ്ടാണ്ടിരുന്ന പെര്മലയൻ ഒരു എളംകാറ്റ് മൂളിപ്പോന്നപോലെ ഓന്റെ മോൻ അമ്പൂനോട് പറഞ്ഞു.

"എന്റെ മോൻ അടങ്ങ്... ഈ കുടീല് നിന്റെ ഓളായിറ്റ് മറ്റൊരു

** ബെയ്തേന് - വൈകിയതിന്*

** ദൂരത്തായിനി - ആർത്തവം ഉണ്ടായി*

** പുത്തി - ബുദ്ധി*

കൂടീന്ന് കേറിവന്ന പെണ്ണാ ചീല. ഓക്ക് സങ്കടം കൊടുക്കറ്... ഓള് പൈകുട്ടീനപ്പോലെ ഒന്നും അറിയാത്തോളാന്ന്..."

കാനായിക്കാറ് പോയി

പിന്ന അമ്പുപണിക്കറ് ഒന്നും മിണ്ടീല.

ഓൻ എന്റെ തറമ്മല് കൊറേസമയം ഇരുന്നു. ഇന്നലീം ഇന്ന് പൊലച്ചവരീം ഒരുതുള്ളി കള്ളും റാക്കും കുടിക്കാത്ത ഓൻ എന്റെ ചെമ്പ കത്തിന്റെ മുമ്പില്ണ്ടായ കള്ളും റാക്കും എടുത്ത് കുടിച്ചിറ്റ് "എന്റേ പൊട്ടൻ തെയ്യേന്ന്" വിളിച്ചിറ്റ് ഉമ്പിച്ചി*ക്കുഞ്ഞളപ്പോലെ എക്കിട്ട ഇട്ട് ഒരേ കരച്ചല് കരഞ്ഞു.... കൊറേ കരഞ്ഞേരം ഒണങ്ങ്യ വെറ്ക്ക്ട്ട് കത്ത്ന്ന മേലേരി പോലെ ഇണ്ടായ ഓന്റെ മനസ്സ് തണുത്തു.

മലിനാണീം മക്കളും മിറ്റത്തെ ചട്ടീം കലൂം എട്ത്ത് വായേരെ മെരട്ട്* കൊണ്ടച്ചിറ്റ് വടിക്കാൻ തൊടങ്ങി. അവരൊപ്പരം മിറ്റം വൃത്തിയാക്കാൻ ചീലീം ദാറൂട്ടീം കൂടി.

കൊറേനേരം എന്റെ തറമ്മലിരുന്ന് കരഞ്ഞ് തളന്ന അമ്പുപ്പണി ക്കറ് തോട്ടില് കുളിക്കാൻ എറങ്ങി. ഓന്റൊപ്പരം ഓന്റനിയൻ ദാറൂട്ടീം തോട്ടിലേക്ക് നടന്നു.

തോട്ടിൻ കരക്ക് തമ്മാമ്മില്* കാണ്വങ്കിലും ഒരു പൊക വന്ന് മൂടീറ്റാ ഇണ്ടായിന്. ആ പൊക കണ്ടത്തില് നെറഞ്ഞിറ്റ് കണ്ടം കാണ്ന്നേ ഇല്ല.

അമ്പുപ്പണിക്കറ് തോട്ടിലെ വെള്ളത്തില് കീഞ്ഞിറ്റ് കൊറേയോട്ടം മുങ്ങിനീർന്നു. വെള്ളത്തില് മുങ്ങി നീരുമ്പം ഓന്റെ തലീന്നും മേത്തുന്നും എല്ലം പൊകപൊന്തി മേലോട്ട് പോയി. ദാറൂട്ടി പൊയേരിട്ടക്കെ കാട്ടിന്റു ള്ളില് കേറി തൂറീറ്റ് അമ്പൂന്റൊപ്പരം കുളിച്ചു.

ഒപ്പരം കുളിക്കുമ്പം അമ്പുപ്പണിക്കറോട് എന്തെങ്കിലും ഉരിയാടാൻ ദാറൂട്ടിക്ക് പേടി തോന്നി.

ഉടുത്ത തോർത്ത് അയിച്ച് തലീം മേലും തോർത്തീറ്റ് തോട്ട്ന്ന് കേറുമ്പം അവരമ്മ മലിനാണീം ചീലീം മാതീം മാണീം തോട്ട്ല് തുണി തിരുമ്പാനും കുളിക്കാനും വന്നു. അമ്പുപ്പണിക്കറ് അവരെ ആരീം മോത്ത് നോക്യതേ ഇല്ല... ഓൻ നേരെ കൂടീലേക്ക് നടന്നു. ഓന്റൊപ്പരം ദാറൂട്ടീം നടന്നു.

തോട്ടിലെ കയത്തില് കൊറേയോട്ടം മുങ്ങീറ്റും തലീലെ തീക്കെ ട്ടില്ല. ദാറൂട്ടി കുങ്കോട്ടെടുത്ത്* കുണ്ട്കേങ്ങ് കെളക്കാൻ പോമ്പം അമ്പു പണിക്കറ് എന്റെ തറമ്മലിരുന്ന് പെർവയിക്കേക്കന്നെ നോക്കി.

തോട്ട്ന്ന് കുളിച്ചിറ്റ് ബെർമ്പം വലിയമനക്കലെ തമ്പ്രാന്റെ പത്താ യപ്പൊരീല് കണ്ണേറ് പാട്ട് പാടാൻ പോണ്ടകാര്യം മലിനാണി ചീല്യോട്

** ഉമ്പിച്ചി - വളരെ ചെറിയ കുട്ടി*

** മെരട്ട് - ചുവട്ടിൽ*

** തമ്മാമ്മില് - തമ്മിൽ തമ്മിൽ*

** കുങ്കോട്ട് - തൂമ്പ*

പറഞ്ഞു. ഓളെ പുരുവൻ അമ്പുപ്പണിക്കറെക്കൊണ്ട് മയത്തില് അയിനായിറ്റ് സമ്മതിപ്പിക്കണംന്നും പറഞ്ഞു.

ചീല അയിനൊന്നും മൂളീല.

“ആചാരം നമ്മള് തെറ്റിച്ചാല് തമ്പ്രാന്റെ ആള് വന്ന് നമ്മളെല്ലം കെട്ടീട്ട് കുടീന്റുള്ളില് ഇട്ട് കുടിക്ക് തീകൊടുത്ത് കൊല്ലും. അതാ ഇണ്ടാവ്വാ...”ന്നും പറഞ്ഞ് മലിനാണി കണ്ണിലെ വെള്ളം ഒലിപ്പിച്ചു. കുടീലെത്താനാവുമ്പം ചീല പറഞ്ഞു.

“ഇനി ഈ പൂമീല്* എന്റെ ദൈവം എന്റെ പുരുവൻ മാത്രാന്ന്... ആടത്തെ തീരുമാനേ എനക്കും തീരുമാനമായിറ്റ്ല്ലൂ...”

പെർമലയനും തോട്ട്ന്ന് കേറിവന്നേരം മലിനാണി എല്ലാരിക്കും രാവിലെ കത്തലടക്കാന്ല്ലത് വെളമ്പി.

മംഗലത്തിന് ഇണ്ട്യാക്കേല് ബാക്കില്ലെ പൂങ്ങ്യവരിക്കച്ചക്കീം കോയിക്കറീരെ ചാറും വെളമ്പി. ലേശംബാക്കീല്ലെ കുഞ്ഞാംഗലത്ത്ന്ന് കൊണ്ടന്ന അവിലും ഓരോ പിടി എല്ലാരെ എലീലും മലിനാണി വാരീട്ടു. കോയിക്കറിക്ക് ലേശം പുളി വന്നിന്. അത് അടുപ്പത്ത് വെച്ച് തെളപ്പിക്കുമ്പം പതപൊന്ത്ന്ന് കണ്ടേരേ മാതി പറഞ്ഞിന് കോയിക്കറി പുളിച്ച് പോയിനീന്ന്. എന്നാല് തിന്നുമ്പം അതൊന്നും ആരും പറഞ്ഞില്ല. ചക്കക്കും അവിലിനും കോയിഎറച്ചിക്കും എല്ലം ഓരേ രസാ വായിക്ക്* തോന്ന്യത്.

മിണ്ടാതെ, ഏതോ മന്ത്രവാദ കർമ്മം ചെയ്യുമ്പോലെ എല്ലാരും തിന്നുമ്പം മലിനാണീരെ തൊണ്ടീന്ന് ഒണങ്ങിച്ചുരുണ്ട ഒരൊച്ച പൊറത്ത് വന്നു.

“ന്റെ അമ്പുമോനേ... നീ ഈ അമ്മേന അനുസരിക്കണം. എന്ന നിന്റപ്പൻ മംഗലം കയിച്ച് കൊണ്ടന്ന ദെവസം, നിന്റെ അപ്പന്റെ അമ്മ എന്നീം നിന്റെ അപ്പനീം കൂട്ടി വല്യമ്പ്രാന്റടുത്ത് കണ്ണേറ് പാട്ട് പാടാൻ പോയിന്. ആ ഒരു രാത്രി തേച്ചും തമ്പ്രാക്കമ്മാരുടെ അവകാശാ... അത് മായ്ക്കാനാവൂല... എന്റെ അപ്പൻ പണ്ട് പറേല്ണ്ട്*. നരീരെമേത്തെ വരതുപ്പല്* തൊട്ട് ഒരച്ചാല് പോവൂലാന്ന്. അതാ നേമം...”

ആരും ഒന്നും മിണ്ടീല... അമ്പുപ്പണിക്കറ് മന്താലത്ത്ന്ന് കുള്ത്ത് വാരിത്തിന്ന്ന്നേന്റെ വേഗം കൂടിവന്നു. മലിനാണി ഓന്റെ മോത്ത് നോക്കി പറഞ്ഞു.

“നിങ്ങ ആരും ബെരണ്ട... മോന്ത്യാവുമ്പം ഞാൻ ചീലേനീം കൂട്ടീറ്റ് വലിയമനക്ക് പോയിക്കോളാം.”

കുടിക്ക്ന്ന മന്താലം എട്ത്തിറ്റ് അമ്പുപ്പണിക്കറ് അട്ടഹസിച്ചോണ്ട് പെർവയിക്കേക്കെറിഞ്ഞു “അമ്മ പോയാല് ഈ അമ്പൂന് ഒരമ്മീണ്ടായി

** പൂമീല് - ഭൂമിയിൽ*

** പറേല്ണ്ട് - പറയാറുണ്ട്*

** തുപ്പല് - ഉമിനീര്*

** വായി - വായ*

നീന്ന് പിന്ന ഞാൻ നിരീക്കൂല... കൊത്തിക്കൊന്ന് കുയീലിട്ട് മൂടും."

പിന്ന കുടീരെ മിറ്റത്ത്ന്ന് കാറ്റ് പോലും വീശീല.... എന്റെ ചെമ്പകത്തിന്റെ ചപ്പില മോത്തോട് മൊകം ഒന്ന് നോക്കീല...

മോന്ത്യാവുന്നേന് മുമ്പെ വാണ്യനെമ്മൻ എന്റെ വെളക്കിലൊയിക്കാൻ വെളിച്ചെണ്ണ കൊണ്ടന്നു. അമ്പുപ്പണിക്കറെ മംഗലത്തിന്, അയിന്റെ തലേന്നാള് ഓൻ രണ്ട് കുറ്റി വെളിച്ചെണ്ണ കൊണ്ട് കൊടുത്തിന്. വെളിച്ചെണ്ണ വെളക്കില് ഒയിച്ചിറ്റ് ഓൻ എന്നെ തൊവ്വ്ത് നിക്കുമ്പം തീയൻ ചവുണ്ണിയനും വന്നു. ഓൻ കൊണ്ടന്ന റാക്കും കള്ളും എന്റെ തറമ്മല് ചെമ്പകത്തിന്റെ മെരട്ട് വെച്ച് എന്ന തൊവ്വുതു. ഓൻ റാക്കും കള്ളും വെക്കുമ്പം അയിന്റൊപ്പരം എയ്യന്റെ* എറച്ചീം ഒരു കൊടിയെലീല് വെച്ചിന്. ഓനി ഇന്ന് പൊലച്ചെകൂറ്റിന്* പാറക്ക്ന്ന് എയ്യന കിട്ടീന്. കുറുക്കൂട്ടി ചപ്പിലീല് പൊതിഞ്ഞ കൊറച്ച് പച്ച എറച്ചി മലിനാണീന വിളിച്ച് കൊടുത്തു. കൊടുക്കുമ്പം ഓൻ പറഞ്ഞു.

"ബെലൃതൊന്നും അല്ല, ചെറിയ എയ്യനാ... അയിന്റെ കാല് എങ്ങന്യോ മരത്തിന്റെ വേരില് കുടുങ്ങീന്, രാവിലെ പാറക്കൊളത്തിന്ടുക്ക റാക്ക് കാച്ചാൻ തീയ്യത്തി പോയേരം ഓളാ എയ്യൻ പെടക്ക്ന്ന് കണ്ടത്. ഓള് എന്നേരം തന്നെ ഒരു പാറക്കല്ല് എട്ത്ത് അയിന്റെ തലക്കിട്ട് കൊന്നു. അയിന്റെ മുള്ളും കൊടലും കൊറെച്ചെറച്ചീം വണ്ണാൻ കുഞ്ഞാരനീം കൊടുത്തു."

എയ്യന്റെ മുള്ള് ഓന് മരുന്നിന് വേണം. ഓനത് ചുട്ട് ഭസ്മാക്കീറ്റ് വെള്ളത്തില് കലക്കി ഊറലെടുത്തു വെക്കും. ശ്വാസം കിട്ടാതെ വലിവുള്ളോർക്കെല്ലം ഓനതാ കൊടുക്വാ. അന്നേരം നിക്കും ശ്വാസം മുട്ട്. എയ്യന്റെ കൊടല് തോട്ട്ല് കൊണ്ടോയി ഒഴുക്ക് വെള്ളത്തില് കഴുകി ഇർക്കിലിന് കുത്തി ഓന്റെ കുടിലിലെ അട്പ്പിന്റെ മോളിലെ ബരൂന് കെട്ടിത്തൂക്കും. അത് ഒണങ്ങ്യാല് തേങ്ങാപ്പാലില് മുറിച്ചിട്ട് വെന്ത് വെളിച്ചെണ്ണ എടുക്കും. കാലിന് മുട്ട് വരെ കരപ്പൻ വന്ന് ചളിപോലെ പൊട്ടി ഒലിക്കുമ്പം ഈ വെളിച്ചെണ്ണ തേക്കാൻ കൊടുക്കും. ആടക്കരിയും ഏത് കരപ്പനും. അതറീന്നവരെല്ലം എയ്യനകിട്ട്യാല് വണ്ണാൻ കുഞ്ഞാരന് അയിന്റെ കൊടല് കൊണ്ട് കൊടുക്കും. ബെലൃ പന്നീന കിട്ടീന്നറിഞ്ഞാല് കുഞ്ഞാരപ്പെരുവണ്ണാൻ പന്നീന മുറിക്ക്ന്നെടുത്ത് പോവും. എന്നിറ്റ് പന്നീരെ ചോര ഓൻ തോർത്തില് മുക്കി എടുത്ത് അത് വെലിയത്ത് വെച്ച് ഒണക്കും. ഒണങ്ങ്യ ചോര ഓൻ പറച്ചെടുത്ത് കെട്ടിവെക്കും. ഏത് നായി കടിച്ചാലും ഓനതാ മര്ന്നായിറ്റ് കൊടുക്വ. പന്നീന കിട്ട്യാല് ഓൻ അയിന്റെ മൂത്രസഞ്ചി എടുത്തിറ്റ് ആ സഞ്ചീല് നെറച്ചും പഴുത്ത് ഒണങ്ങ്യ കുരുമൊളക് നെറക്കും എന്നിറ്റ് അത് തുന്നിക്കെട്ടിബരൂന്ന് കെട്ടിത്തൂക്കും. ഒണങ്ങ്യാല് അതരച്ച് ഗുളികയാക്കും. കരിനാടൻ പാമ്പ് കടി

** എയ്യൻ - മുള്ളൻ പന്നി*

** പൊലച്ചക്കൂറ്റിന് - പുലരുമ്പോൾ*

ച്ചാലും അയില്ന്ന് മൂന്ന് ഗുളിക തിന്നാല് ബെഷം എറങ്ങി ആളെണീറ്റ് നടക്കും.

എയ്യന കിട്ട്യ കാര്യം പറീമ്പം തീയ്യത്തി ചിരുതീം കുന്ന്കീഞ്ഞ് വന്നു. ഓളെ ഒച്ച മിറ്റത്ത്ന്ന് കേട്ടേരം കുടീന്റകത്ത്ന്ന് അമ്പുപ്പണിക്കറ് പൊറത്തേക്ക് വന്നു.

ഓരോരാളും ഓരോന്ന് പറീമ്പം അമ്പുപ്പണിക്കറ് ഒന്നും മിണ്ടീല. തീയ്യത്തി ചീരുത ഓന്റെ പേര് വിളിച്ച് പറീമ്പം ഓൻ ചിരുതേരെ മോത്തേക്ക് നോക്കി...

“മോനേ അമ്പൂ... മലിനാണ്യാ നിന്ന പെറ്റിനെങ്കിലും എന്റെ ഈ കൈയില് എന്റെ മോനായിറ്റാ നീ ബളന്ന് ആണായിന്... നിന്റെ തായീല്ലേറ്റിങ്ങീം ന്റെ മക്കളന്ന്യാ... ന്റെ മോൻ ഈ ചിരുതമ്മ പറീന്നത് കേക്കണം. നീ പറീന്നതൊന്നും തെറ്റാന്ന് ചിരുതമ്മ പറീല. എന്നാല് നാട്ട്നടപ്പും നേമൂം നമ്മള് തെറ്റിച്ചൂട. തെറ്റിച്ചാല് അയിന്ല്ലെ കൂലി ചെറുതാവൂല. മനക്കലെ കാര്യസ്ഥമാര് വന്ന് ഈടീല്ലെ എല്ലാരീം തീയിട്ട് ചുട്ടുകൊല്ലും. കഞ്ഞികൊടുക്കാനും അത് കുടിക്കുമ്പം തന്നെ ഓന്റെ ചങ്കരിയാനും അവരിക്ക് അവകാശൂണ്ട്...”

അമ്പു ഒന്നും മിണ്ടീല... തീയ്യത്തി ചിരുത കരയാൻ തൊടങ്ങി. ഓളെ തൊണ്ട വെറച്ചു...

“ഞാളെ പയേ കണ്ണും കാതും കാണാൻ പറ്റാത്തതും കേക്കാൻ പറ്റാത്തതും എത്ര എത്ര കണ്ടുകേട്ടു... ന്റെ പൊട്ടൻ തെയ്യേ... എനി അയിനായിറ്റ് ഞങ്ങളെ ബാക്ക്യാക്കറ്... നിന്റെ കൊക്കണെ കത്ത്യോണ്ട് ഞങ്ങളെ ചങ്കൊന്ന് കൊത്തിമുറിക്ക് ന്റെ പൊട്ടൻ തെയ്യേ...”

ഓളെ കരച്ചിലിന്റെ അപ്പറം ബേറൊന്നും ആട ഇണ്ടായില്ല... മാറ് പൊത്ത്യ തോർത്തോണ്ട് ഓള് മീട്ടത്തിന്ന് ഒലിക്ക്ന്ന കണ്ണിലെ ബെള്ളം തൊടച്ചു. അമ്പുപ്പണിക്കറും ഓന്റെ കയ്യോണ്ട് കണ്ണ് തോർത്ത്ന്ന് ഞാൻ കണ്ടു. മൂക്ക്ന്ന് വെള്ളം ചീറ്റിക്കൊണ്ട് ചിരുത ചപ്പില വീന്ന ഒച്ചീല് പറഞ്ഞു.

“നാളപൊലന്നവാട് നീയും ചീലീം നിന്റമ്മീം വലിയമനക്കല് പോവ്വാ... വല്യമ്പ്രാനെകണ്ട് ആചാരം വിടാതെ തൊവ്വ്ത് പറയ്വാ... ചീലക്ക് മംഗലം കയിഞ്ഞന്നന്നെ ബെർളും ബെരുത്വാന്ന്* മ്പ്രാ... കുഞ്ഞാരപ്പെര്ണ്ണാന്റെ മരന്ന് കുടിച്ച് കെടക്കേന്ന് ഇത്രീം വരീം. ഇപ്പാതല പൊന്തീന്. അടിയങ്ങളോട് മാപ്പാക്കണം... എന്നിറ്റ് ഇങ്ങോട്ട് വന്നോ...”

അയിന് ഉത്തരായിറ്റ് അമ്പുപ്പണിക്കറ് ഒന്നും പറഞ്ഞില്ലെങ്കിലും എല്ലാരീം മോത്ത് ഒരു പുതിയ ജീവൻ നെറഞ്ഞപോലെണ്ടായി.

നേരം പൊലന്നു.

ബെർത്തം – രോഗം

ഇല്ലേല് നല്ലതുടുത്ത് ചീലീം അമ്പുപ്പണിക്കറും മലിനാണീം മന ക്കലേക്കിറങ്ങി. എന്റെ തറമ്മലിരിക്ക്ന്ന പെർമലയന്റെ മീട് കടന്നല് കുത്ത്യപോലെ വീർത്തിറ്റ്ണ്ടെങ്കിലും ഓനൊന്നും ഉരിയാടീല. അമ്പു പ്പണിക്കറെ നേരെ അനിയൻ ദാറൂട്ടീം പെർമലയന്റെ അടുത്ത് ഇരിക്ക്ന്ന് ണ്ട്... ഓൻ ആരെ തീരുമാനത്തിനും ഒന്നും എതിരീയിറ്റോ അല്ലാത്യോ മിണ്ട്യതേ ഇല്ല... അമ്പുപ്പണിക്കറ് ലേശം ഒച്ചീലന്നെ എന്നെ തൊവ്വ്ത് പറഞ്ഞു.

"ആണൊർത്തനായിറ്റാന്ന് ഞാൻ മനക്കലേക്ക് പോന്ന്... ആണൊ ർത്തനായിറ്റെന്നെ എന്ന തിരിച്ച് ഈ കുടീലേക്ക്, ഈ തറേരെ മുമ്പി ലേക്ക് നീ കൊണ്ടരണം. അയിനായിറ്റ് നീ എനക്ക് തൊണയായിറ്റ് വെരണം"

മനക്കലെത്തുമ്പം കണ്ടത്തിലേക്ക് പണിക്കാറ് എറങ്ങ്ന്ന നേരായിന്. ചെമ്പച്ചന്തു പോറ്റ്ന്ന നായാട്ട് നായ്ക്കള് കൊരക്ക്ന്ന ഒച്ച മനീം കടന്ന് ആകാശം തേച്ചും നെറീന്ന്ണ്ട്.

മിറ്റത്ത് കണ്ട കോരൻ നായരെ മൂന്നാളും താണ് വണങ്ങി. ഭൂമി യോളം താണ് തൊവ്വ്ത് മലിനാണി പറഞ്ഞു.

"ന്റെ അമ്പു മംഗലം കയിച്ച പെണ്ണാന്ന്, ചീല. കാനായിക്കാരത്ത്യാ ന്ന്. മംഗലം കയിഞ്ഞ് വന്നേരേ ഓക്ക് ബെർളും ബെരുത്തും*ണ്ടായിനി. അയിന്റൊപ്പരം തീണ്ടാരീം വന്നു... അതാന്ന് മംഗലം കയിഞ്ഞ അന്ന് ഓളെ കൊണ്ടരാഞ്ഞിന്..."

കോരൻനായര് ഒന്ന് മൂളീറ്റ് മനേരകത്തേക്ക് പോയി...

പ്രാപിടിയന്റെ കാലിന്റുള്ളിലെ കോയിക്കുഞ്ഞീനപ്പോലെ ചീലക്ക് ബെറക്കാൻ തൊടങ്ങി. അമ്പുപ്പണിക്കറെ എണ്ണ ഒലിക്ക്ന്ന മോത്തെ എറച്ചി പെടക്ക്ന്ന്ണ്ട്.

കോരൻ നായര് ഒരു പുതിയ പൊടീം* കൊണ്ട് വന്നു. അത് ചീലക്ക് നേരെ നീട്ടീറ്റ് പറഞ്ഞു.

"ഇതുടുത്തിറ്റ് പത്തായപ്പൊരീലേക്ക് ചെല്ലാൻ പറഞ്ഞു തമ്പ്രാൻ."

അമ്പുപ്പണിക്കറ് കെട്ടിയിട്ട മൂരീനപ്പോലെ കാല് നെലത്ത് ഒരക്കാൻ തൊടങ്ങി.

മലിനാണി പൊടവാങ്ങീറ്റ് പറഞ്ഞു.

"ഓക്ക് ബെർളും പനീയ്യാമ്പ്രാക്കളെ... ഒന്ന് മൊകം കാണിക്കാൻ വന്നതാ... ബെർത്തം മാറീറ്റ് അടിയൻ ഓളീം കൊണ്ട് ബെരമ്പ്രാക്ക ളെ..."

കോരൻനായര് ചീലേന അടിമുടി നോക്കി.

"ഓക്ക് ബെർളൂല്ല പനീം ഇല്ല... പുതിയ പൊടീം* ഉടുത്ത് മാറില്

** പൊടീം - പുടവയും*

** ബെർത്തം - രോഗം*

പൊതിഞ്ഞ തുണീം മാറ്റിറ്റ് പത്തായപ്പൊരീലേക്ക് പോയ്ക്കോ കുത്തി ച്ചി..."

കോരൻനായര് പറഞ്ഞ് തീര്ന്നേന് മുമ്പിലേ അമ്പുപ്പണിക്കറ് മേലെല്ലാം ബെറപ്പിച്ചോണ്ട് ബാധ എളകൃപോലെ പറഞ്ഞു.

"ഇല്ല... അമ്പൂന്റോള* അയിന് കിട്ടൂലമ്പ്രാക്കളെ... ഓള തമ്പ്രാന് ഒപ്പരം കെടക്കാൻ കിട്ടണങ്കില് ഈ അമ്പൂപ്പണിക്കറ കൊല്ലണ്ടേരും."

മലിനാണീരെ കൈമലെ കന്നിപ്പൊട അമ്പുപ്പണിക്കറ് പിടിച്ച് വെലിച്ച് എടുത്ത് മനേരെ മിറ്റത്തെ മണ്ണിലേക്കെറിഞ്ഞു.

ഞാൻ മനസ്സില് പറഞ്ഞു.

'നീ ഉശിരുള്ളോനാ അമ്പൂ...'

കാര്യസ്ഥൻ കോരൻനായരെ അട്ടഹാസം മനതേച്ചും നെറഞ്ഞ് മറി ഞ്ഞു. കോരൻനായര് ഒറഞ്ഞ് തുള്ള്ന്നത് കാണാൻ നിക്കാതെ ഓൻ ഓന്റോള് ചീലേരെ കയ്യും പിടിച്ച് വെലിച്ച് തിരിച്ച് നടന്നു. ബയ്യന്നെ നെലവിളിച്ച് വെര്ന്ന മലിനാണീന ഓൻ നോക്യേതേ ഇല്ല.

പെര്മലയൻ കുഞ്ഞിക്കേളൂന ചേർത്തിരുത്തി മെലിഞ്ഞ തീനാളം കത്ത്ന്ന ഒച്ചീല് ഓന്റെ ചെവീലേക്ക് ഇതെല്ലാം ഒയിച്ച് കൊടുത്തേരം ചെക്കന് പിന്ന ഓന്റെ അപ്പാപ്പനീം അമ്മാമേനീം കാണാനേ കയിഞ്ഞില്ല.

ഓന്റെ മുമ്പില് ഒരായിരം തീക്കോലങ്ങൾ ഒന്നിച്ച് തുള്ളി ഒറയു ന്നത് മാത്രേ കാണാൻ കയിഞ്ഞുള്ളൂ.

** അമ്പൂന്റോള - അമ്പുവിന്റെ ഭാര്യയെ*

കെണിവെച്ച് നടത്ത്യപുലിവേട്ട

അമ്പുപ്പണിക്കറ്, ഓന്റെ ഓക്ക്* തമ്പ്രാൻ കൊടുത്ത കന്നിപ്പൊട മനേരെ മിറ്റത്തെ മണ്ണില് വെലിച്ച് ചാടീറ്റ്* ഓന്റെ ഓള് ചീലേരെ കൈയും പിടിച്ച് തിരിച്ച് വന്നത്, മീനമാസത്തില് പാറക്ക് ക്ടാരിപ്പുല്ലിന്* തീപ്പിടിച്ച പോലെ എരമം നാട്ട്ല് തേച്ചും ആളിപ്പടർന്നു.

വല്യമ്പ്രാന്റെ കാര്യസ്ഥൻമാരായ കോയിച്ചപ്പും ചെമ്പച്ചന്തും വന്ന് പെർമലയനീം മക്കളീം കുടീരുള്ളില്ട്ട് ചുട്ടുകൊല്ലുന്നതായി എല്ലാരീം കിനാവില് പേടിച്ച് വെറച്ചോണ്ട് കണ്ടു. അല്ലേങ്കില് ചെമ്പച്ചന്തു വല്യ മ്പ്രാന്റെ തോക്കെടുത്ത് അമ്പുപ്പണിക്കറ പുന്നൂന്നൻ തൊണ്ടച്ചന ഓന്റെ അച്ഛൻ ചെമ്പക്കോരൻ എടത്തെ നെഞ്ചത്ത് വെടിവെച്ച് കൊന്നപോലെ കൊല്ലലാ ഇണ്ടാവല്ന്ന് കൊറേ ആള് പേടിച്ചു. അമ്പുപ്പണിക്കറ് അങ്ങന ചെയ്തൂന്ന് കേട്ടേരേ നാട്ടിലെല്ലാരിക്കും ഇരിക്കപ്പൊറുതി ഇല്ലാതായി നി. എന്നാല് ആരിക്കും ഒച്ചീലീക്കാര്യം മോത്തോട് മൊകം പറയാൻ ചങ്കിന്റുള്ള്ന്ന് ഒച്ച പൊറത്തേക്ക് വന്നില്ല. ആരോ റാക്ക് കുടിക്കാൻ തീയ്യത്തി ചിരുതേരെടുത്ത് വന്നേരം. റാക്ക് കുടിച്ച് മത്തായ ഒരുത്തൻ പറഞ്ഞിന്...

"അമ്പുപ്പണിക്കറ് എരമം നാട്ടിലെ ആങ്കുട്ട്യാന്ന്"

പിന്ന ഓൻ തന്നെ കണ്ണിലെ വെള്ളം ഒലിപ്പിച്ചിറ്റ് പറഞ്ഞു.

"ഇന്ന് രാവിലെ ഉദിച്ച സൂര്യഭഗവാൻ വൈന്നേരം കടലില് താവു ന്നേന് മുമ്പിലെ തമ്പ്രാൻ അമ്പുപ്പണിക്കറ കൊല്ലും..."

അതുകേട്ട് കാലിലെ ചൂണ്ടം വെര്ല്ന്നേ* കലികേറ്യ തീയ്യത്തി

** ഓാക്ക് - ഭാര്യക്ക്*

** ക്ടാരിപ്പുല്ല് - പുരമേയാൻ ഉപയോഗിക്കുന്ന പുല്ല്*

** ചൂണ്ടൻ വെരല് - തള്ളവിരൽ; * ചാടുക - വലിച്ചെറിയുക*

ചിരുത ഓനോട് പറഞ്ഞു.

"റാക്ക് നക്കാൻ വന്നാല് നക്കീറ്റ് പണൂം വെച്ചിറ്റ് പോയ്ക്കോളണം... എന്റെ കുന്നുമ്മന്ന് മിണ്ട്യാല് ചെറാക്കത്തി* എടുത്ത് ആ നാവ് ഞാൻ അരിയും..."

പിന്ന ഓനൊന്നും മിണ്ടീല.

മംഗലം നടന്ന പെർമലയന്റെ കുടീല് കാലം എത്താതെ ആള് ചത്ത പോലെയായി. അടുപ്പില് തീ പൊകഞ്ഞില്ല. ആരും മോത്ത് നോക്കി ഉരിയാട്ടൂം ഇല്ല.

ദാറൂട്ടി മലിനാണീരെ വീട്ടിലേക്ക്, പാണപ്പേക്ക് പോയി. ഓന്റൊപ്പരം പെമ്മക്കളോടും ചീലയോടും പോവാൻ മലിനാണി പറഞ്ഞു... എന്നാല് ചീല കൂട്ടാക്കീല, തമ്പ്രാൻ കൊല്ലുന്നെങ്കില് ഒപ്പരം ചാവാന്ന് ഓള് പറഞ്ഞു. ചീലേരെ വർത്താനം കേട്ട് പെമ്മക്കളും പാണപ്പേക്ക് പോണ്ടാന്ന് ഒറപ്പിച്ചു.

പെർമലയനും അമ്പുപ്പണിക്കറും ആരോടും പാണപ്പേക്ക് പോണ്ട കാര്യം പറഞ്ഞതേ ഇല്ല.

രണ്ടീസം കയിഞ്ഞിറ്റും മനക്കല്ന്ന് കാര്യസ്ഥമ്മാര് ആരും വെഴോ ചോയ്ക്കോ ഒന്നും ചെയ്തൂംല്ല.

ചെമ്പചന്തു തീയ്യത്തി ചിരുതേരെടുത്ത് ഒരീസം റാക്ക് കുടിക്കാൻ വന്നിന്. തലീല് റാക്ക് കേറിത്തുള്ളുമ്പം ഓൻ ഉള്ളിലുള്ളതെല്ലം വിളിച്ച് പറയും. എന്നാല് ഒനോന്നും മിണ്ടീല.

തമ്പ്രാൻ പറമ്പിലേക്ക് എറങ്ങ്യേരം ബയ്യന്നെ പോയ ചെമ്പച്ചന്തു തമ്പുരാനോട് പറഞ്ഞു.

"ഓന ഞാൻ ശെരിപ്പെടുത്തിക്കോള തമ്പ്രാ... ആ അമ്പുപ്പണിക്കറെ, തമ്പ്രാൻ ഒന്ന് ചൂണ്ട്യാ മതി*... ഓൻ പൊലച്ചക്കൂറ്റിന് തോട്ടിൻകരക്ക് മുണ്ടക്കാട്ടില് തൂറാൻ ബെരും. ഞാൻ തോട്ടിന്റെ ഇക്കര നിന്ന്റ് ഓന്റെ എടത്ത് ഭാഗത്ത് പൊറത്ത് വെടിവെക്കും, ഓൻ വെടികൊണ്ട് മറഞ്ഞ് തോട്ടിലേക്ക് ബീം*. തോട്ട്ല് നല്ല ഒലിപ്പാ*. ഓനൊന്ന് നെലവിളിക്കാൻ പോലും ആവൂല. ഓൻ തോട്ടില്യന്നെ ഒലിച്ച് കാനായി മീൻകുയീം കടന്ന് കടലിലെത്തും. കടലിലെത്തുമ്പം തന്നെ സ്രാവ് മീൻ ഓന തേച്ചും തിന്നും. നാട്ട്ല് ഒരാളും അറീം ചെയ്യൂല."

വല്യമ്പ്രാൻ അയിന് സമ്മതം മൂളീലാന്നാ ഞാൻ അറിഞ്ഞത്. മനക്കലെ സംഭവം കയിഞ്ഞെപ്പിന്ന തീയ്യൻ ചവുണിയൻ അമ്പുപ്പണിക്കറെ കണ്ടിറ്റേഇല്ല. ഇന്ന് രാവിലെ ഏറീറ്റ് വെരുമ്പം ഓൻ പെർമലയന്റൊപ്പരം തറമ്മലിരിക്ക്ന്നാ കണ്ടത്. ഓന്, ഇച്ചീം പാറ്റീം കള്ള് കുടിച്ച് ചത്ത്

** ചെറാക്കത്തി - കറിക്കരിയുന്ന കത്തി*

** ചൂണ്ട്യാമതി - വിരൽ അനക്കിയാൽ മതി*

** ബീം - വീഴും; * ഒലിപ്പ് - ഒഴുക്ക്*

പൊന്തിനിക്ക്ന്ന ചെരപ്പതുണ്ടീന്ന് ഒരു തൊട്* കള്ളൊയിച്ച് കൊടുത്തിറ്റ് തീയ്യൻ ചവുണിയൻ ചോയിച്ചു.

"ന്റെ അമ്പൂ നീ എന്ത് ഉശിരാ മനക്കല് കാട്ട്യത്...?"

തൊട്ലെ കള്ളിന്റെ മേലെ ചത്ത് പൊന്ത്യ പ്രാണികളെ ഊതിക്കളഞ്ഞ് മധുരൂല്ലെ എളം കള്ള് ഒറ്റവലിക്ക് കുടിച്ചിറ്റ് അമ്പുപ്പണിക്കര് എന്ന ചൂണ്ടിപ്പറഞ്ഞു.

"ദാ എന്റെ പൊട്ടൻതെയ്യാ എന്റൊപ്പരം ഇണ്ടായിന്. എന്റെ പൊട്ടൻ തെയ്യം എന്നോട് പറഞ്ഞു, ഞാൻ ചെയ്തു..."

തീയൻ ചവുണിയൻ പിന്നീം ഓന്റെ ചെരപ്പതുണ്ടീന്ന് രണ്ടാക്കും കള്ളൊയിച്ച് കൊടുത്തു.

അല്ലെങ്കിലും എന്റെ കരുത്തന്ന്യാ ഓന്റെ ഉശിരായിറ്റ് ഓൻ കൊണ്ട് നടക്ക്ന്ന്, ഇപ്പം ഓന്റെ മോൻ കുഞ്ഞിക്കേളു എന്നെ പരിപാലിക്ക്ന്ന പോലെ ഓനും കുഞ്ഞീലേ* എന്നെ ഏത് നേരം ചങ്കിന്റുള്ളില് കൊണ്ട് നടന്ന് പരിപാലിക്കും. ഒര് ചെരട്ട ബെള്ളം കുടിക്കുമ്പം പോലും ഓൻ എന്നെക്കൊണ്ട് ചിന്തിക്കും. ഓന്റമ്മ മലിനാണി, ചീലേനീം കൂട്ടീറ്റ് മനക്കല് പോമ്പം, അവരൊപ്പരം എറങ്ങ്ന്നേരം എന്നോട് പറഞ്ഞിന്...

"മാനൂം* ആണത്തൂം ബിടാതിരിക്കാൻ നീ എനക്ക് കരുത്ത് തരണേ എന്റെ പൊട്ടൻ തെയ്യേ ന്ന്."

ആചാരൂം നാട്ട്നടപ്പും മനക്കലെ മിറ്റത്ത് മദംപൊട്ട്യ ആനേനപ്പോലെ ചവിട്ടിത്തേച്ചിറ്റ് മേത്തെ ഒരു രോമംപോലും പൊരിഞ്ഞ് പോവാതെ കുടീലെത്ത്യത് ന്റെ പൊട്ടൻ തെയ്യത്തിന്റെ കാവലിലും കരുത്തിലും മാത്രാന്ന്ന് ഓന്റപ്പനോടും തീയ്യത്തി ചിരുതയോടും പിന്ന ആരോടല്ലോ* ഓൻ പറഞ്ഞിന്.

മനക്കന്ന് വന്ന് എന്ന തൊഴ്ത് പ്രാർത്ഥിച്ചിറ്റാ ഇണ്ടായ കാര്യല്ലം ഓൻ പെർമലയനോട് പറഞ്ഞത്. അത് കേട്ട് പെർമലയന്റെ മോത്ത് പരവേശമൊന്നും ഞാൻ കണ്ടില്ല. ഓൻ നിരീച്ചിറ്റിണ്ടാവും ഓന് ചെയ്യാൻ പറ്റാത്തത് ഓന്റെ മോൻ ചെയ്തല്ലോന്ന്... അയിന്റെ സന്തോഷം ഓന്റെ ഉള്ളില് ഇണ്ടായിറ്റൂണ്ടാവും.

മനീന്ന്, അമ്പുപ്പണിക്കറ്, ചീലക്ക് കൊടുത്ത കന്നിപ്പൊട വെലിച്ചെറഞ്ഞേന്റെ തൊട്ടടുത്ത ദെവസം പെർമലയനും അമ്പുപ്പണിക്കറും എന്റെ തറമ്മലിരിക്കുമ്പം മലിനാണി ഓളെ മൂത്ത മോനോട് പറഞ്ഞിന്. ഇത്രീം നാള് കണ്ട നാണ്യായിരുന്നില്ല അന്നേരം. ഇത്ര വരെ ഓളെ മോത്ത് കാണാത്ത ഒരു കറുപ്പും കനൂം*. വരണ്ട് വറ്റിയ ഓളെ കണ്ണ്ന്ന് മിന്നല് വെർന്നപോലെ. കാരോല ഇട്ട് ബെല്യ ഓട്ടവന്ന ഓളെ കാത്

* *തൊട് - ചെറിയ മൺകുടുക്ക*
* *കുഞ്ഞീലേ - ചെറുപ്രായത്തിലേ*
* *മാനൂം - അന്തഃസ്സ്; * ആരോടല്ലോ - പലരോടും*
* *കനൂം - ഭാരം*

രണ്ടും വെറക്ക്ന്ന്ണ്ടായിന്. മലിനാണീരെ ഇങ്ങനത്തെ ഒരു മീട്* മംഗലം കയിച്ചിറ്റ് ഇത്രീം കൊല്ലം കയിഞ്ഞിറ്റും പെര്മലയൻ കാണ്ന്നത് ആദ്യാ യിറ്റാ... ഓളെ രണ്ടാമത്തെ മോൻ ദാറൂട്ടി മനക്കലെ ആള് വന്ന് തച്ച്* കൊന്ന് കത്തിക്കുന്ന് പേടിച്ചിറ്റ് മലിനാണീരെ പാണപ്പേത്തെ വീട്ടിലേക്ക് എറങ്ങിപ്പോന്നത് നോക്കി നിന്നിറ്റ്, അയിന്റെ ബാക്ക്യായിറ്റാ ഓള് പറ ഞ്ഞത്.

"അമ്പൂ... ഇന്നല മനക്കല് നീ നടത്ത്യ കാര്യത്തില് നിനിക്ക് ബെല്യ സന്തോശം കാണും. ഒന്നും മിണ്ടാതെ ഈ കുത്തീരിക്ക്ന്ന നിന്റെ അപ്പന്റെ ഉള്ളിലും നീ ചെയ്തത് നന്നായീന്ന് തോന്ന്ന്ണ്ടാവും. എനി ന്ങ്ങളെ തലീല് സങ്കടം കേറീറ്റ്ണ്ടെങ്കില് തീയ്യത്തി ചിരുതമ്മേരെ റാക്ക് നാല് ചെരട്ട കുടിച്ചാല് അതും ഒയിഞ്ഞ്* പോവും. എന്നാല് ചിരുത മ്മേരെ റാക്ക് തേച്ചും കുടിച്ചാലും തീരാത്ത സങ്കടങ്ങളാ ഈ കുടീന്റു ള്ളില് ഇല്ലേത്. നിന്റെ എളേത് രണ്ട് പെമ്മക്കള്, തലീംമൊലീം വളന്നിറ്റ് ഈ കുടീന്റുള്ളില്ണ്ട്. അയിറ്റിങ്ങ ഇര്ട്ടത്ത് നിക്ക്ന്ന മരംപോലെ മിണ്ടാതെ ഈന്റുള്ളില് ജന്മൊട്ക്ക്ന്ണ്ട്. എന്റെ വയറ് പെറ്റ മനിശകു ഞ്ഞളന്ന്യാ അവരും. അവരെ നീയും നിന്റപ്പനും വല്ല ചെരുപ്പൂത്തിക്കും എറച്ച്യാക്കാൻ കൊടുക്കേണ്ടി വെരും. അവരിക്ക് വെര്ന്ന മംഗലം തേച്ചും മനക്കലില്ല്വവര് മൊടക്കും. ആണായിറ്റ് ഒരുത്തനും ഈ കുടീല് കേറി വെരൂല..."

പിന്ന ഓള് ഒരു ഒറയലാണ്... കൊറത്തിതെയ്യം ഒറയുമ്പോലെ ഓള് നിർക്കനിർക്ക അമ്പുപ്പണിക്കറ ചൊമല് പിടിച്ച് പട പട കുലുക്കീറ്റ് പറ ഞ്ഞു...

"പറ അമ്പൂ... നീ പറ... നിന്റെ ഉടപ്പെറന്ന രണ്ടെണ്ണത്തിന നീ എന്താ ചെയ്യാ... പറ.... കൊത്തിക്കൊല്ല് അയിറ്റങ്ങള... കോത്തി തറച്ച് പൊട്ടൻ കെരണ്ടിലിട്*..."

മറ്റാരും ഒന്നും മിണ്ടീല

കുടീരുള്ള്ന്ന് മാണീം മാതീം വന്ന് ഓളെ പിടിച്ചേരം അവരെ കൈ തട്ടി തെറിപ്പിച്ച് എന്റെ തറേരെടുത്ത് കുത്തിയിരുന്ന് തലക്കടിച്ച് കരയ്യാ ഇണ്ടായത്.

കാട്ട്തീ വന്ന് കത്തിപ്പടന്ന് ക്ടാരിപുല്ല് വെണ്ണീരായി. മഞ്ഞും വെള്ളം വീണ് മണ്ണോട് ചേർന്നു. തമ്പ്രാന്റെ ഭാഗത്ത്ന്ന് ഒന്നും ഇണ്ടായില്ല.... ഓൻ പരിപാലിക്ക്ന്ന പൊട്ടൻ തെയ്യം അവരെ കാത്തൂന്ന് എല്ലാരും പറഞ്ഞ് പേടിതീർത്തു. കൊടുങ്കാറ്റും പെര്മഴീം മലവെള്ളപ്പാ ച്ചിലുംണ്ടാവുംന്ന് കര്ത്യേങ്കിലും നേരിയ മഞ്ഞ് പോലുംണ്ടായില്ല. മന ക്കലെ ഒരീച്ചീം ഉറുമ്പും പെര്മലയനോട് ഒന്നും ചോയിച്ചതൂല്ല.

പേടി ഒയിഞ്ഞ് ദാറൂട്ടി പാണപ്പീന്ന് എരമത്തേക്കന്നെ വന്നു.

ഒരീസം തോട്ട്ന്ന് മുങ്ങിക്കുളിക്ക്ന്ന തീയ്യൻ ചവുണ്യനോട് വെളി

** മീട് - മുഖം; * തച്ച് - അടിച്ച്*

** ഒയിഞ്ഞ് പോവും - ഇല്ലാതാവും*

** പൊട്ടൻ കെരണ്ട് - ഉപയോഗിക്കാത്ത കിണർ*

ച്ചെണ്ണ പാഞ്ഞീം തലീല് വെച്ചിറ്റ് ആവയിക്ക് വന്ന വാണ്യനെമ്മൻ പറഞ്ഞു.

"എല്ലാരും എല്ലം മറന്നാലും മനക്കലെ തമ്പ്രാൻ മറക്കൂല ചവു ണ്ണ്യാ... ഓൻ തോക്കില് ഉണ്ടീം മരുന്നും നെറച്ചിറ്റന്ന്യാ ഇണ്ടാവ്വാ... ഓന്റെ പക ഒരീസം തീപ്പാമ്പായി ബെരും. ഏത് ബയിക്കാ അത് ബെർന്ന്ന് പോലും കാണാനാവൂല." അമ്പുപ്പണിക്കറെ അനിയൻ ദാറൂ ട്ടീന തമ്പ്രാൻ മൂന്നാലോട്ടം മനക്കലേക്ക് വിളിപ്പിച്ചിനോലും. അതെന്തി നാന്ന്ന് ചോയിച്ചിറ്റ് ആ ചെക്കൻ ഒന്നും പറീന്നില്ല. ഓന്റെ അപ്പനും അമ്മീം അമ്പുപണിക്കറും ഓനോട് കുത്തി കുത്തി* ചോയിച്ചിറ്റും ഓൻ പറീന്നില്ല. ഓന്റപ്പനോട് ഓൻ പറഞ്ഞത് കാര്യസ്ഥൻ കോരൻനായരെ തറവാട്ടില് കാലത്താല് കെട്ടന്ന തെയ്യം നേരത്തെ ആക്കാൻ പറ്റ്വോന്ന് ചോയിക്കാനാന്ന്നാ...

"ഞാനും ഇതെല്ലാം കേട്ടിന്. തെയ്യത്തിന്റെ കാലം മാറ്റാൻ പെർമ ലയനയല്ലേ വിളിക്കണ്ട്... ഈ തീട്ടം മണക്കന്ന ചെക്കന്യാന്നോ... എന്റെ തീയ്യത്തി ചോയിച്ചാല് ഓളോട് ഈ ചെക്കൻ എല്ലം പറയും. ഇന്നാള് ചോയിച്ചിന്. എന്നേരൂം ഈ പറഞ്ഞ പോലന്ന്യാ ഓളോടും പറഞ്ഞ ത്..."

എന്നാലും അയിപ്പിന്ന ദാറൂട്ടിക്ക് മനസ്സിലൊര് വിങ്ങല് ഇണ്ട്... ദീനം വന്ന് തൂക്കം പിടിച്ച കോയിനപ്പോലെയാ ദാറൂട്ടീരെ നടത്തം...

പെർമലയനും ഒരിക്കാല് മലിനാണിയോട് ചോയിച്ചിന്.

"ന്താ ദാറൂട്ടിക്ക് എടങ്ങേറ്*...ന്ന്..."

ദാറൂട്ടീന ബിളിപ്പിച്ചേന്റെ ബയ്യന്നെ*, ആറേഴ് ദെവസം കയീമ്പം കാര്യസ്ഥൻ കോരൻനായര് പെർമലയന ഓന്റെ വീട്ടിലേക്ക് വിളിപ്പിച്ചു. ബെർമ്പം അമ്പുപ്പണിക്കറീം കൊണ്ടരണംന്നും പറഞ്ഞിനി. ഇക്കാര്യം പെർമലയനോട് പറഞ്ഞത് ദാറൂട്ട്യന്നെ ആന്ന്. എന്താ കാര്യംന്ന് അമ്പു പ്പണിക്കറ് ചോയിച്ചേരം അതറീലാന്നാ ഓന്റെ ഉത്തരം ഇണ്ടായത്. ഓനോടും പോവാൻ പറഞ്ഞിനീന്നും ദാറൂട്ടി പറഞ്ഞു.

പെർമലയന് എത്ര ആലോചിച്ചിറ്റും ഒരെത്തുംപിടീം കിട്ടീല. തലീല് തെളിഞ്ഞ് ബെർന്നത് തേച്ചും പേടിണ്ടാക്കന്ന കാര്യാ...

മോന്തിക്ക് തീയ്യത്തി ചിരുതേരെ കുന്ന്മ്മന്ന് റാക്ക് കുടിക്കുമ്പം ഓന്റെ മോൻ ദാറൂട്ടി പറഞ്ഞ കാര്യം പെർമലയൻ ആട ഇണ്ടായവ രെല്ലാം കേക്കാൻ മാത്രം പറഞ്ഞു. അയിന പറ്റീറ്റ് മാത്രാ പിന്ന റാക്കിന്റെ ബലത്തില് അഭിപ്രായം ഇണ്ടായത്. ഒച്ച കൂടി വന്നേരം തീയ്യത്തി ചിരുത പറഞ്ഞു.

"ചതി ഇണ്ടാവും. അത് ആദ്യേ നിരീച്ചോ... അമ്പുപ്പണിക്കറ് മന ക്കല് പൊട വെലിച്ചെറിഞ്ഞത് അവര് ചത്താലും മറക്കൂല. അത് വിത്ത്* വേറെയാ..."

എല്ലാരീം ചിന്ത ഒരു വയിക്കും എത്താതെ നിക്കുമ്പം തീയ്യൻ ചവു ണ്ണിയൻ പറഞ്ഞു.

** കുത്തികുത്തി- വളരെ നിർബന്ധിച്ച് വീണ്ടും വീണ്ടും*

** എടങ്ങേറ് - വിഷമം; * ബയ്യന്നെ - പിന്നാലെ; * വിത്ത് - വംശം*

"പെർമലയനും ദാറൂട്ടീം നാള നേരം ബെളക്ക്മ്പം പോവ്വ. അമ്പുപ്പണിക്കറ കൂട്ടണ്ട്. എനി ബേണന്ന്ണ്ടങ്ക്ല് ഞാനും നിങ്ങള ഒപ്പരം ബെര*..."

തീയ്യൻ ചവുണ്ണിയന്റെ ഈയൊരുവാക്കും മനസ്സില് ഒറപ്പിച്ച് എല്ലാരും റാക്ക് കുടി നിർത്തി കുന്ന് കീഞ്ഞു.

രാത്രി ഒറങ്ങാൻ കെടക്ക്മ്പം അമ്പുപ്പണിക്കറ് പെർമലയനോട് പറഞ്ഞു.

"അപ്പനും ദാറൂട്ടീം പോയാമതി. ഞാൻ ബെർന്നില്ല."

അയിന് പെർമലയൻ ഉത്തരം പറഞ്ഞില്ല.

നല്ലോണം റാക്ക് ഓൻ കുടിച്ചിന്, എന്നിറ്റും ഓന് ഒറക്കം* ബെര്ന്നില്ല. തളന്ന് കൊറേ കെടന്നേരം കണ്ണൊന്ന് പൂട്ടീന്. അന്നേരം തന്നെ തീയ്യത്തി ചിരുതേരെ കുന്ന്മ്മന്ന് ഓളെ പൂങ്കോയി കൂവുന്ന ഒച്ചീം കേട്ടു. പെർമലയൻ എണീറ്റ് വായേരെ മെരട്ട് പാത്രം വടിക്കാൻ വെച്ച കലത്തിലെ വെള്ളംകൊണ്ട് കാൽമം കവി* എന്റെ തറമ്മല് വന്നിരുന്നു.

ഓനെണീക്ക്മ്പം തന്നെ എല്ലാരും എണീറ്റു. മലിനാണി ഇണ്ടാക്കി കൊടുത്ത ചൂടുവെള്ളം കുടിച്ച് ഓൻ തോട്ടികരക്കേക്ക് പോയി. കൊറച്ച് കയീമ്പം* ദാറൂട്ടീം അമ്പുപ്പണിക്കറും തോട്ടിലേക്ക് പോയി. രാവിലെത്തെ ഏറ്റും കയിഞ്ഞ് ചെരപ്പതൊണ്ടീല് പതഞ്ഞ് നെറഞ്ഞ കള്ളും തൂക്കീറ്റ് തീയ്യൻ ചവുണ്ണിയൻ തിരിച്ച് വെർന്നത് അവര് കണ്ടു.

രാവിലെത്തെ കത്തലടക്കി പെർമലയനും ദാറൂട്ടീം കാര്യസ്ഥൻ കോരൻ നായരടുത്തേക്ക് പോവാൻ കീമ്പം* നല്ലൊരു തോർത്തുടുത്ത് തീയ്യൻ ചവുണ്ണിയനും എത്തി. എല്ലാരും എറങ്ങുമ്പം അമ്പുപ്പണിക്കറ് പറഞ്ഞു.

"ചവുണ്ണ്യച്ചോ. ഞാനും ബെർന്ന്..."

ഓന ആരും തടുത്തില്ല. അവരെറങ്ങുമ്പം അയല്മ്മന്ന് ഒര് തോർത്തെടുത്ത് മേല് പൊതച്ച് മലിനാണീം അവരൊപ്പരം എറങ്ങി. ഓളീം ആരും തടുത്തില്ല.

എറങ്ങുമ്പം അമ്പുപ്പണിക്കറ് പറഞ്ഞു.

"ഞാനിന്നലെ കാനായില് പോയിന്. ചീലേരപ്പനകണ്ട് കാര്യം പറഞ്ഞിന്. രാവിലെ ഈട എത്താന്ന് പറഞ്ഞിന്."

അമ്പുപ്പണിക്കറ് പറഞ്ഞ് നാവ് വായിരുള്ളില് ഇട്മ്പളക്ക് കാനായിക്കാരൻ കൊമ്ട്ട്ക്കുരുവൻ കോതോർമ്മൻ പെര്ബയിക്ക്ന്ന് കേറി ബെർന്ന്ണ്ട്.

ഓന കണ്ടേരം പെർമലയന്റെ മോത്ത് ഒര് തെളിച്ചം വന്നു. മൂടൽ മഞ്ഞില് സൂര്യവെളിച്ചം വീണപോലെ ഓൻ കോതർമ്മനോട് ചിരിച്ചു.

** ഒപ്പരം ബെര - ഒരുമിച്ച് വരാം;*

** കാൽമം കവി- കാലും മുഖവും കഴുകി*

** ബെര - വരാം; * ഒറക്കം - ഉറക്കം*

** കയീമ്പം - കഴിയുമ്പോൾ; * കീമ്പം - ഇറങ്ങുമ്പം*

അപ്പനകണ്ടേരം ചീലീം ചിരിച്ചു. എല്ലാരീം മോത്ത് ചെറിയ ചിരിവന്നിനെങ്കിലും വന്നപോലെയന്നെ മാഞ്ഞും പോയി. ഒരു ഗ്രഹണം വന്നപോലെ. കാറ്റുകൂടി അനങ്ങുന്നില്ല. പക്ഷ്യേള് ഒച്ച്യാക്ക്ന്നില്ല. മരത്തിന്റെ ചപ്പില ആട്ന്നില്ല...

അവര് നടന്ന് പെരിയയി കടക്ക്ന്നത് വരെ പെമ്മക്കളും ചീലീം അവരത്തന്നെ നോക്കി, കണ്ണും കാതും കേക്കാതെ എന്ന വിളിച്ച് പ്രാർത്ഥിച്ചു. തീയ്യൻ ചവുണ്ണിയൻ ഒപ്പരൂല്ലത് എല്ലാരീം ഉള്ളിലെ പെടപ്പിന് ലേശം ശമനൂണ്ടാക്കി.

ഇന്നലെ തീയ്യത്തി ചിരുത കൂടീലേക്കെറങ്ങ്യേരം മലിനാണ്യോട് പറഞ്ഞത് ചീലക്കും പെമ്മക്കൾക്കും ഇപ്പൂം ഉള്ള്ന്ന് കത്ത്ന്ന്ണ്ട്. 'ഏടെങ്കിലും മറഞ്ഞിരുന്നിറ്റ് ആ ചെമ്പച്ചന്തു തോക്കെടുത്ത് വെടിവെക്ക്വോന്നാ ന്റെ പേടിന്ന്' ചിരുത പറഞ്ഞേരേ മലിനാണി ഒറപ്പിച്ചതാ... അവരൊപ്പരം പോണംന്ന്...

തോട് കടന്നേരം കൊമ്ട്ട്ക്കുരുവൻ കോതോർമ്മൻ ദാറൂട്ട്യോട് ചോയിച്ചു.

"എന്തെങ്കിലും ഒരു സൂചനയായിറ്റ് അവര് നിന്നോട് പറഞ്ഞിന്യാ..."

"ഇല്ല.. അപ്പനീം ഏട്ടനീം കൂട്ടീറ്റ് പോവാനേ പറഞ്ഞിറ്റ്ലൂ..."

എന്തിനായിരിക്കും പോവാൻ പറഞ്ഞിറ്റ്ണ്ടാവ്വാന്ന് ഒരെത്തും പിടീം കിട്ടാതെ മനസ്സിലൊര് ചൂട്ല്ലെ ഇര്മ്പ് കട്ട ഉരുള്മ്പോലെ പൊള്ളലാ എല്ലാരിക്കും. തീയ്യൻ ചവുണ്ണിയനും കൊമിട്ട്ക്കുരുവൻ കോതോർമ്മനും മാത്രേ നടക്കുമ്പം ഓരോന്ന് ഉരിയാട്ന്ന്ല്ലൂ. അവരും മിണ്ടീം പറീം ചെയ്യുന്നൂന്നല്ലാതെ ചങ്കിന്റുള്ളില് തൊട്ട വർത്താനൊന്നല്ല പറീന്ന്.

മുമ്പില് ദാറൂട്ടീം ബയ്യല് തീയ്യൻ ചവുണ്ണിയമ്പാ നടക്ക്ന്ന്. ദാറൂട്ടീരെ നേരെ ബയ്യല് നടക്ക്ന്ന മലിനാണിക്ക് കോരൻ നായരെ വീട്ടിലേക്കില്ലെ ബയി മനപ്പാഠാ... ആടത്തെ ഒമ്പത് പെമ്മക്കളീം പേറ് മലിനാണ്യന്ന്യാ എട്ത്തത്. അയിന്റൊര് ദയ കോരൻ നായര് കാണിക്കൂന്ന് മലിനാണീരെ മനസ്സ് ഓളോട് പറീന്ന്ണ്ട്. കോരൻ നായരെ ഓളെ* അവസാനത്തെ രണ്ട് പേറും മലിനാ ണ്യന്ന്യാ എട്ത്തിന്. പേറ് കയിഞ്ഞ് പെറ്റ പെണ്ണിനീം കുഞ്ഞിനീം എണ്ണ തേപ്പിക്കാനും കുളിപ്പിക്കാനും മലിനാണി എത്രയോ നടത്തം ആ ബയിക്ക് നടന്നിറ്റ്ണ്ട്. അന്നേരല്ലം ആടത്തെ അകത്തമ്മ, പയങ്കഞ്ഞിയായിറ്റും, തലീതേക്കാൻ വെളിച്ചെണ്ണയായിറ്റും അരിയായിറ്റും രണ്ട് കൈ* വെള്ളരിക്കയായിറ്റും ചെലതല്ലം മലിനാണിക്ക് കൊടുത്തിറ്റൂണ്ട്. ഓക്ക് അയിലൊന്നും ഒര് പരാതീം ഇല്ല. കെർപ്പത്തിലെ കരൂന തോട്ട് പിടിച്ച് നൊമ്പലപ്പെടുത്താതെ അമ്മേനീം കുഞ്ഞീനം രണ്ടാക്കി കൊടുത്തേന്റെ ദയ കാണിക്കൂലെ പൊട്ടൻതെയ്യേന്ന് എന്നെ മനസ്സില് വിളിച്ചു. "ണ്ടാവും... ണ്ടാവാതിരിക്കൂല..." ഓള് ഓള സമാധാനപ്പെടുത്തി.

** രണ്ട് കൈ - നാല് എണ്ണം; * മീച്ച് - മിഴിച്ച്*

** ഓളെ - ഭാര്യയുടെ*

എല്ലാരും കോരൻ നായരെ വീട്ടിലെത്തി.

മിറ്റത്ത്, നെറ്റീല് ചന്ദനക്കുറീം വെലിച്ച് ഇരിക്ക്ന്ന കോരൻനായര എല്ലാരും ദൂരെനിന്ന് താണ് വണങ്ങി തൊവ്വുതു. കണ്ണിന്റെ വെളിച്ചം കൊറഞ്ഞ കോരൻനായര് നെറ്റീമ്മല് കൈവെച്ച് കണ്ണ് നല്ലോണം മീച്ച്* നീട്ടീ നോക്കി.

മലിനാണി ലേശം മുമ്പിലേക്ക് നീങ്ങിനിന്ന് കണ്ണും തൊറന്ന് തൊവ്വ്ത് നിന്നു.

ചുരുട്ടിക്കെട്ടിയ കുടുമ വെളുത്ത പഞ്ഞിക്കെട്ട് പോലീണ്ട്. നെഞ്ഞത്ത് നെറഞ്ഞ് നിക്ക്ന്ന രോമം പൊട്ടൻ തെയ്യത്തിന് അരിച്ചാന്ത് തേച്ച് വെച്ചതാന്ന്ന് തോന്നും. രണ്ട് തുന്തക്ക്ന്നും എറച്ചി തൂങ്ങി ആട്ന്ണ്ട്. ചെവീരെ ഒച്ചീം പോയിനീന്നാ തോന്ന്ന്. കോരൻനായര് ചെവി എടത്തോട്ടും വലത്തോട്ടും നീട്ടി.

മലിനാണി ഒച്ചത്തില് പറഞ്ഞു.

“അടിയങ്ങള്, പെർമലയനും മലിനാണീം മക്കളൊന്ന് മ്പ്രാനേ...”

മുമ്പോട്ട് നിക്കാൻ കോരൻനായര് കൈയാംഗ്യം കാണിച്ചു. എല്ലാരും കൊറച്ച് നീങ്ങിനിന്നു. തലമേലോട്ട് പൊന്തിച്ച് വെള്ത്ത് നരച്ച കണ്ണ് തേച്ചും തൊറന്ന്* കോരൻനായര് പറഞ്ഞു.

“ഈട, ഈ തറവാട്ടില് കൊല്ലാകൊല്ലം കെട്ടിയാട്ന്ന വിഷ്ണു മൂർത്തി തെയ്യം പെർമലയന്റെ കുടുംബക്കാരാന്നല്ലോ കയിക്ക്വാ*... അത് ഇത്തവണ ധനു പതിനാറിനാക്കണം. മീനം പതിനാറിനാണല്ലോ സാധാരണ കോലം കെട്ടിയാടിക്കാറ്... എരമത്ത് അരയാക്കീല് മീനമാസത്തില് ബെല്യോരാളക്കൂട്ടി ഒറ്റക്കോലം കെട്ട്യാടിക്കാൻ തീരുമാനായിറ്റ്ണ്ട്. അത്കൊണ്ട് കണിയാൻ കുഞ്ഞിരേർമ്മൻ ഗുരിക്കളകൊണ്ട് നീക്ക് പോക്കാക്കി ധനു പതിനാറ്ന്ന് ഒറപ്പിച്ചു.”

പറഞ്ഞത് കേട്ടതല്ലാതെ ആരും ഒന്നും മിണ്ടാതെ മിറ്റത്ത് കൊലച്ചബായ* പോലെ മണങ്ങി* നിന്നു. ധനുമാസത്തിലെ പൊലച്ച ക്കൂറ്റ്ന് ഏട്ന്നോ വെർന്ന തണ്ത്തകാറ്റ് എല്ലാരീം ചങ്കിന്റുള്ളിലേക്ക് കേറി യെറങ്ങി. ആരും അത് പൊറത്ത് കാണിച്ചില്ല.

ബെല്യ സന്തോഷത്തിലാ കോരൻനായരെ വർത്താനം ഇണ്ടായത്. നരച്ച കണ്ണിലെ വലകെട്ട്യപോലത്തെ ചോന്ന ഞരമ്പ് പൂട്ടീം തൊറന്നും, വെറ്റില മുറുക്കി ചോരയായ തുപ്പല് പൊറത്തേക്ക് നീട്ടിത്തുപ്പിക്കോണ്ടും കോരൻനായര് പറഞ്ഞു.

“എരമം നാട്ട്ല് മാത്രല്ല, അള്ളട നാട്ട്ല് തേച്ചും തെയ്യം കെട്ടി ബെറപ്പിച്ചോനല്ലേ ഈ നിക്ക്ന്ന പെർമലയൻ. ഓനിപ്പം അയിനൊന്നും ആവാത്ത കാലായി അല്ലേ പെർമലയാ...”

മലിനാണി തലയാട്ടി.

** കയിക്ക്വാ - കെട്ടിയാടുക; * ബായ - വാഴ*

** മണങ്ങി - കുനിഞ്ഞ്; * തൊറന്ന് - മിഴിച്ച്*

"ഓന തോപ്പിക്ക്ന്ന തെയ്യക്കാരനാന്നല്ലോ ഓന്റെ മോൻ അമ്പു. ഇക്കൊല്ലം ധനുപതിനാറിന് ഈടത്തെ വിഷ്ണുമൂർത്തി തെയ്യം അമ്പുപ്പണിക്കറ് കെട്ടട്ടെന്നാ എന്റെ നിശ്ചയം. കുഞ്ഞിരേർമ്മൻ ഗുരിക്കളെ രാശീലും അങ്ങനന്യാ തെളിഞ്ഞതും. ആ പരദേവതക്ക് ഓന നല്ലോണം ബോധിച്ചിനീന്ന് ഗുരിക്കള് പറഞ്ഞു... തെയ്യത്തിന് അടയാളം ഇപ്പത്തന്നെ വാങ്ങ്വാ..."

അമ്പുപ്പണിക്കറെ മോത്ത് ബെർത്തം* വന്നാളപ്പോലെ ഒരു ബെറ*. ഓൻ ഉള്ളാലെ ചിരിച്ചു.

"ന്റെ വിഷ്ണുമൂർത്ത്യേ... ന്റെ പൊട്ടൻ തെയ്യേ..."

ഓൻ ലേശം മുമ്പോട്ട് നിന്ന് കോരൻനായരെ വണങ്ങി. പെർമലയന്റീം മലിനാണീരീം കൊതോർമന്റീം തീയ്യൻ ചവുണിയന്റീം പാദം തൊട്ട് വന്ദിച്ചു. ഓന്റെ അനിയൻ ദാറൂട്ടീരെ പാദം തൊടാൻ മണങ്ങുമ്പം, ദാറൂട്ടി ഓന കെട്ടിപ്പിടിച്ചു. പിന്ന രണ്ടാളും കോരൻനായരെ മുമ്പില് ആചാരപ്രകാരം വണങ്ങി. കോരൻനായര് കാലണ അടയാളം കൊടുത്തു.

"ഇന്നേക്ക് പതിനാലാം ദെവസം ധനുപതിനാറിന് ഈട വെച്ചിറ്റ് വിഷ്ണുമൂർത്തി തെയ്യം അടിയൻ കെട്ടിയാടാൻ അടയാളം കൈയേറ്റിരിക്കുന്നു."

അമ്പുപ്പണിക്കറ് കോരൻനായരെ പിന്നീം വണങ്ങി.

എല്ലാരും തൊവ്വ്ത് മടങ്ങി. ബെര്മ്പൂണ്ടായ* പായ്യാരം തേച്ചും കളഞ്ഞ് ചെലാപ്പക്ഷ്യളെപ്പോലെ കലപില കൂട്ടിക്കൊണ്ട് അവര് കണ്ടൂം കയിഞ്ഞ് തോടും കടന്ന് പെർബയിക്കെത്തി.

മംഗലം കയിഞ്ഞ് ചീലേനീം കൂട്ടി മനക്കല് പോയേരം കോരൻനായരാ ഓക്ക് കന്നിപ്പൊട കൊടുത്തത്. കോമരത്തിനപോലെ ഒറഞ്ഞ് തുള്ളി പൊട വെലിച്ചെറിഞ്ഞത് കോരൻനായര് മറന്നോ... ആ പൊട അമ്പുപ്പണിക്കറ് മണ്ണിലേക്കാ വെലിച്ച് എറിഞ്ഞതെങ്കിലും കൊണ്ടത് കോരൻനായരെ മോത്താ. എന്നാല് അങ്ങിനെ ഒന്ന് നടന്നതായിറ്റേ കോരൻനായർക്ക് ഓർമ്മീല്ലേ...

അന്ന് ചീലേരെ കൈയും പിടിച്ച് മദം പൊട്ട്യ ആനേനപ്പോലെ അമ്പുപ്പണിക്കറ് തിരിച്ച് പോമ്പം കോരൻനായര് പറഞ്ഞത് ഓന്റെ നെഞ്ചിന്റുള്ള് ഇപ്പും കത്ത്ന്ന്ണ്ട്.

"എടാ... നീ തല ചൊറീന്ന് കത്ത്ന്ന വെറകോണ്ടാ... ദൈവങ്ങള് ഭൂമീല് ആടാൻ നിനിക്ക് തന്ന ആയുസ്സ് നിന്റെ ബെടക്കത്തരം* കൊണ്ട് നീയായിറ്റ് നേരത്തെ തീർക്കും. നിന്റെ അവസാനം അടുത്തന്നെ ഈ മിറ്റത്ത് ഇണ്ടാവും നോക്കിക്കോ..."

** ബെർത്തം – രോഗം; * ബെറ – വിറയൽ*

** ബെരുമ്പൂണ്ടായ – വരുമ്പോൾ ഉണ്ടായ*

** ബെടക്കത്തരം – മോശം സ്വഭാവം*

എന്റെ തറമ്മലെത്തി ഇരുന്ന പെർമലയനോട് കൊമ്ട്ക്കുരുവൻ കോതോർമ്മൻ പറഞ്ഞു.

"എനി മനസ്സില് ആധി ഇണ്ടാക്കണ്ട... എല്ലാം നല്ലേനാണ്ന്ന് കൂട്ടിക്കോ..."

പെർവയികേറിവന്ന് കൂടീരെ എറങ്കല്ല്മ്മലിരുന്ന് മങ്ങണത്തിൽ കഞ്ഞീരെ വെള്ളം ഉപ്പിട്ട്റ്റ് കുടിക്ക്ന്ന അമ്പുപ്പണിക്കറോടും കോതോർമ്മൻ പറഞ്ഞു.

"അമ്പൂ... വന്നതെല്ലാം വന്നു. കയിഞ്ഞതെല്ലാം കയിഞ്ഞു. എനി ആരീം ചൊടിപ്പിക്ക്ന്ന*തൊന്നും നിന്റെ വായീന്ന് വെരാതെ നോക്കണം."

പെർമലയൻ മേലോട്ട് നോക്കീറ്റ് പറഞ്ഞു.

"ന്റെ പൊട്ടൻതെയ്യേ... എല്ലാം നിന്റെ ബെളയാട്ടം*... എനീം നീയായിറ്റ് ഞങ്ങക്ക് കാവല് വേണം."

കുടീല് എല്ലാരും എത്തുമ്പം, ചീലീം മാതീം മാണീം ഓരേ നിത്തം* മിറ്റത്ത് നിക്ക്ന്നാ ഇണ്ടായിന്. മലിനാണി ഇണ്ടായതെല്ലം പറഞ്ഞേരം അവരെ കണ്ണില് പൊലച്ചക്ക് വെള്ളപ്പൂ ഒലന്നപോലെയായി. തീയ്യൻ ചവുണിയൻ ഓന്റോളോട് ഇണ്ടായതെല്ലാം പറയാൻ വേഗം കുന്ന് കേറേ ചെയ്തത്. ഓന്റോള് ഇതെല്ലാം കേട്ടേരം പറഞ്ഞു.

"ന്റെ പൊട്ടൻ തെയ്യം എന്റെ നെഞ്ചിന്റുള്ളിലെ വിളി കേട്ടു."

വയറ് നെറച്ചും ഉപ്പിട്ട കഞ്ഞീരെ വെള്ളം കുടിച്ചിറ്റ് മങ്ങണം എറങ്കല്ല്മ്മല് വെച്ചിറ്റ് അമ്പുപ്പണിക്കറും തീയ്യത്തി ചിരുതേരെ കുന്ന് കേറി. ഓന കണ്ടേരം തീയ്യത്തി ചിരുതേരെ കണ്ണില് ബെള്ളം നെറഞ്ഞ് നെലത്തേക്ക് ഉറ്റി വീണു.

"ആയുസ്സ് ന്റെ മോന് നല്ലോണം തന്നിറ്റ്ണ്ട് ദൈവങ്ങള്..."

ഓള് മേല് പൊതിഞ്ഞ തോർത്തോണ്ട് കണ്ണിലെ ബെള്ളം ഒലിച്ച മീട്* തൊടച്ചു. ഓന് ഒര് ചെരട്ട റാക്ക് കൊടുത്തു. അതും കുടിച്ച് രണ്ട് കുടുക്ക റാക്കും മേണിച്ചിറ്റ് കുന്നെറങ്ങാൻ കീമ്പം* ചിരുത ഓനോട് പറഞ്ഞു.

"മോനേ... നല്ല ചൂട്ല്ലെ കഞ്ഞീണ്ട് ചിരുതമ്മ ഇണ്ടാക്കീറ്റ്. അന്തുമാപ്പള ഇന്നലെ കൊണ്ടന്ന നല്ല ഒണക്ക് മുള്ളനൂണ്ട്. അത് അടുപ്പിലിട്ട് ചുട്ട്റ്റ് കഞ്ഞി ബയറ് നെറച്ചും കുടിച്ചിറ്റ് പോ..."

റാക്കും കുടുക്ക പൊന്തിച്ച് കാണിച്ചിറ്റ് "ഇത് ചീലേരപ്പന് കൊടുത്തിറ്റ് ബെരാന്നും" പറഞ്ഞ് ഓൻ ബേം കുന്ന്കീഞ്ഞു.

മംഗലം കയിഞ്ഞിറ്റ് ബാക്കീണ്ടായ ഒരു പടിച്ചിക്കോയീന* പിടിച്ച് കൊന്ന്, അമ്പുപ്പണിക്കറും ഓന്റനിയൻ ദാറൂട്ടീം കൂടി ബേഗം തൊപ്പ്ട്ട* പറിച്ച്, ഓലക്കൊടി കത്തിച്ച്, കരിച്ച് കഴുകി മുറിച്ച് വാഴെലീല് വെച്ചു.

** ചൊടിപ്പിക്കുന്നത് - വെറുപ്പിക്കുന്നത്*

** നിത്തം - നിൽക്കുക; * മീട് - മുഖം*

** ബെളയാട്ടം - വിളയാട്ടം; * കീമ്പം - ഇറങ്ങുമ്പോൾ*

** പടിച്ചിക്കോഴി - പിടക്കോഴി; * തൊപ്പിട്ട - തൂവൽ*

കോയീരെ തൊപ്പിട്ട പറിക്കുമ്പേ മലിനീണീം പെമ്മക്കളും കുരുമൊളക് ഓട്ട്ലിട്ട് ചൂടാക്കി മഞ്ഞളും ചേർത്തരച്ച് വെച്ചിന്. അതും പെരക്കി എറിച്ചി അടുപ്പത്ത് വെച്ചു. വറ്റാനാവുമ്പം വാണ്യനെമ്മന്റെ വെളിച്ചെണ്ണ മംഗല ത്തിന് കൊണ്ടന്നത് ബാക്കീല്ലത് ഒയിച്ച് വരട്ടിയെടുക്കുമ്പം ചട്ടീന്ന് വന്ന മണം പെർവയീം കടന്ന് പോയി.

എറച്ചീം കൂട്ടി റാക്ക് കുടിക്കുമ്പം റാക്കിന്റൊപ്പരം കുരുമൊളകിന്റെ എരിവും എല്ലാരീം തലീക്കേറി. എരിഞ്ഞിറ്റ് കണ്ണ്ന്നും മൂക്ക്ന്നും ബെള്ളം ഒലിക്കുമ്പം അത് ഒര് കൈയോണ്ട് തോർത്തിക്കോണ്ട് എല്ലാരും പലേ നോസ്സും നൊണീം പറഞ്ഞു. എന്നാല് രാവിലെ ഇണ്ടായ കാര്യത്തെ പറ്റി ആരും ഒന്നും ഉരിയാടീല.

റാക്ക് കുടിക്കാൻ തൊടങ്ങ്മ്പം, ആദ്യം ഒര് കൊടിയെലീല് എറച്ചി ക്കഷണും ഒര് തൊട് റാക്കും എനക്കായിറ്റ് ചെമ്പകത്തിന്റെ മുമ്പില് വെച്ചത്, എല്ലാം കയിഞ്ഞേരം പെർമലയൻ എടുത്ത് കയിച്ചു. കൊമ്ട്ട് ക്കുരുവൻ കോതോർമ്മൻ കാനായ്യേക്ക് പോവാൻ കീമ്പം പെർമലയൻ പറഞ്ഞു.

"ധനു പതിനാറാവാൻ കാത്ത് നിക്കണ്ട, അയിന്റെ നാലീസം മുമ്പെ ഇങ്ങോട്ട് ബെരണം. ബീട്ട്കാരെല്ലം* കൂട്ടണം. ബേണ്ടപ്പെട്ടവരെല്ലാം ബെരാൻ പറയണം. അയിനായിറ്റ് എനി കാനായ്യേക്ക് ബെരാൻ കാലൂം നേരൂം കിട്ടീന്ന് ബെരൂല... നിങ്ങളെ അനിയൻ പാണ്ടൻ കേളനോട് മറ ക്കാതെ പറഞ്ഞ് കൂട്ടണം." ഓന്ണ്ടായാല് ചെണ്ടേരെകാര്യൂം തോറ്റ ത്തിന്റെ കാര്യൂം പിന്നാരും നോക്കണ്ടാന്ന് പെർമലയനറിയാം.

ഓന്റെ രണ്ട് ചിറി*ക്കും, തൊണ്ടക്കും, കൈയീരെ വെരലിന്റെ നഖ ത്തിന്റെടുക്ക്ന്ന് തായലോട്ടും തേച്ചും കോലോത്തെ കൃഷ്ണൻ കുട്ട്യാ നേരെ നെറ്റിക്കും തുമ്പിക്കൈക്കും ഇല്ല പോലെ വെള്ത്ത പാണ്ടാ... ഓൻ പൊട്ടൻ കെരണ്ടില്* കൂടിയ മാടപ്രാവിനെ വലീട്ട് പിടിച്ച് എറച്ച്യാക്കി തിന്നും. അങ്ങന്യാ പാണ്ട് വന്നത്ന്ന് വണ്ണാൻ കുഞ്ഞാരൻ പറഞ്ഞു.

കാനായിക്കാരൻ കൊമ്ട്ട്ക്കുരുവൻ കോതോർമൻ അയിന് ഉത്തരാ യിറ്റ് തലയാട്ടി എല്ലാരീം നോക്കി കണ്ണോണ്ട് ചിരിച്ച്, അടക്ക കവി ളിന്റുള്ളില് വെച്ച പോലത്തെ തുന്തീം കുലുക്കിക്കൊണ്ട് പെർവയിക്കെ റങ്ങി പടിഞ്ഞാറോട്ട് കാനായ്യേക്ക് നടന്നു. ഓൻ കണ്ണ്ന്ന് മറീന്നവരെ ചീല ഓന നോക്കിനിന്നു.

എല്ലാരീം മനസ്സില് ഇർട്ടത്ത് നിലാവ് ഉദിച്ചപോലെ സന്തോഷൂണ്ടാ യിനെങ്കിലും അമ്പുപ്പണിക്കറെ മോത്ത് തെളിച്ചം വന്നില്ല. നേരം മോന്ത്യാ വുന്നേന് മുമ്പിലെ ഓന്റെ മനസ്സില് ഇർട്ട് കേറി. പെർമലയൻ തീയ്യൻ ചവുണ്യനോട് കുശുകുശുത്ത് പറീന്നത് കേട്ടേരെ അമ്പുപ്പണിക്കരെ മീട് ഉച്ചവെയില് കൊണ്ട ചീരച്ചപ്പ്പോലെ വാടീന്...

അന്തിക്കള്ള് ഏറാൻപോമ്പം പെർമലയനോട് "ദൈവം എപ്പൂം നമ്മ

* *ബീട്ട്കാർ - വീട്ടുകാർ*

* *ചിറിക്കും-ചുണ്ടിനും; * പൊട്ടൻ കെരണ്ട് - ഉപയോഗിക്കാത്ത കിണറ്*

ളൊപ്പരാ അല്ലേ പെർമലയാന്ന് പറഞ്ഞേരം" ഓനോട് പെർമലയൻ ഇങ്ങ നെയാ പറഞ്ഞത്.

"തമ്പ്രാക്കമ്മാര് നമ്മളേക്കാൾ പുത്തീല്ലവരാന്നോ ചവുണ്യച്ചാ?... ഈഗലെന്തോ കെണീണ്ട്... അല്ലാതെ കാലം മാറ്റീറ്റ് ഏടെങ്കിലും തെയ്യം ഇണ്ടായിറ്റ്ണ്ടാ... ന്റെ അമ്പൂന ചതിയിലൂടെ കൊല്ലാൻ തന്ന്യാ അവരെ പൊറപ്പാട്ന്ന് എന്റെ വറ്റിവരണ്ട മനസ്സില് പൊട്ടൻതെയ്യം തോന്നിക്ക്ന്ന്..."

അയിന് തീയ്യൻ ചവുണിയൻ ഉത്തരം ഒന്നും പറഞ്ഞതൂല്ല...

ഇതെല്ലം അമ്പുപ്പണിക്കറ് കേക്കൂഞ്ചെയ്ത്ന്*.

രാത്രി എല്ലാരും ഒറങ്ങീറ്റും അമ്പുപ്പണിക്കറ് ഒറങ്ങാതെ എന്റെ തറ മ്മലിര്ന്ന് പെർമലയന്റെ വാക്കിന്റെ പൊറ്ള് തേടേചെയ്തത്...

മഴപെയ്ന്നപോലെ മഞ്ഞ് വീണ് കുളിച്ച് മരം പെയ്യിന്ന്ണ്ട്. കാര മുള്ള് കുത്തിക്കേറുമ്പോലെ ശീതം* മേത്തെല്ലാം തൊരന്ന് കേറീറ്റും അമ്പുപ്പണിക്കറ് കുടീന്റാത്ത് പോയി കെടക്ക്വോ, മേത്തൊരു കീറിയ തുണിയെങ്കിലും എട്ത്തിറ്റ് പൊത്ത്വോ ഒന്നും ചെയ്യാതെ എന്റെ തറ മ്മല് ഇരിക്കേന്ന്... എന്റെ തറമ്മലെ ചെമ്പകത്തിന്റെ എലീന്ന് കരീന്ന* മനിശന്റെ കണ്ണ്ന്ന് ബെർന്ന പോലത്തെ ബെള്ളം ഓന്റെ മേത്ത് ഉറ്റുന്നൂണ്ട്. അതൊന്നും ഓനറിയാതെ ആടത്തന്നെ ഇരുന്നു...

കരിമ്പടം പൊതച്ചപോലെ അമ്പുപ്പണിക്കറ് ശീതും പൊതച്ചിറ്റാ ഇരിക്ക്ന്ന്.

എല്ലാരും ഒറങ്ങീറ്റും ഒറങ്ങാൻ കെടക്കാതെ കൂടീന്റെ ആത്ത് കുത്തീര്ക്കന്ന ചീല, ഒറക്ക് കേറി ഓളെ കണ്ണിന്റുള്ളില് കുത്തുമ്പം മിറ്റത്ത് പരന്ന നിലാവിന്റുള്ളിലേക്കെറങ്ങി ഓളെ പുരുവൻ* അമ്പുപ്പ ണിക്കറെ ആത്ത്* കേറി കെടക്കാൻ ബിളിച്ചു. ഓനിരിക്ക്ന്ന തറേരടു ത്തേക്ക് നടന്ന് ഓള് പറഞ്ഞു.

"നേരം പാതിര കയിഞ്ഞിറ്റ്ണ്ടാവും... ബാ കെടക്കാല..."

"നീ പോയി കെടന്നോ..."

നിലാവില് കുളിച്ച കരിങ്കല്ലിൽ കൊത്ത്യ പ്രതിമ വായി അനക്കാതെ ഒച്ചീണ്ടാക്ക്ന്നതായി ഓക്ക് തോന്നി.

"മഞ്ഞിന്റുള്ളില് ഇരിന്നാല് പനീം ബെർത്തും ബെരും... പതിനാല് ദേവസം കയീമ്പം തെയ്യം കെട്ടണ്ടതല്ലേ..."

ഓനൊന്നും മിണ്ടാത്തേരം, ഓള് ഓനത്തന്നെ നോക്കിനിന്നു. ഓന്റെ രണ്ട് കണ്ണിലും വിഷ്ണുമൂർത്തി ഒറഞ്ഞ് ഒറഞ്ഞ് തുള്ളുന്നപോലെ ഓള് കണ്ടു. ഓള് ആത്ത് പോയി പയേ തോർത്തെടുത്ത് വന്ന് ഓന്റെ തലീലും മേത്തും പൊതപ്പിച്ചു. എന്നേരൂം ഓനൊന്നും അനങ്ങീല. വേറൊരു തോർത്തെടുത്ത് ഓളെ മേല് പൊതച്ച് ഓള് എറങ്കല്ല്മ്മല് ഓനത്തന്നെ നോക്കിക്കോണ്ട് ഇരുന്നു.

** കേക്കൂഞ്ചെയ്തിന് - കേൾക്കുകയും ചെയ്തിരുന്നു*

** ശീതം - തണുപ്പ്; * കരീന്ന - കരയുന്ന*

** പുരുവൻ - ഭർത്താവ്; * ആത്ത് - അകത്ത്*

പൊലച്ചകൂറ്റിന് തീയ്യത്തി ചിരുതേരെ കുന്ന്മ്മന്ന് കോയികൂവുമ്പം രണ്ടാളും ഒറക്ക് ഞെട്ടി. ഒറക്ക് ഞെട്ടുമ്പം അമ്പുപ്പണിക്കറ് ഉടുത്ത തോർത്തും ചീല മേല് പൊത്ത്യ തോർത്തും ഒന്നിച്ചാക്കി അയിന്റുള്ളില് മിറ്റത്ത് മഞ്ഞിന്റെ തണ്പ്പറിയാതെ ഒറങ്ങ്ന്നാ ഇണ്ടായിന്. ഒറക്കറിഞ്ഞേരം ഓൻ തോർത്തെടുത്ത് ഉടുത്ത് ആത്ത്* കേറി കെടന്നു. ചീല പൊതച്ച തുണിയെടുത്ത് ഇര്ന്നെടുക്ക്ന്നന്നെ മാറും മേലും പൊത്തി പൊതിഞ്ഞു. മേത്ത് പൊതിഞ്ഞ തുണീല് പറ്റിപ്പിടിച്ച മണ്ണ് ഓള് മണത്തു. അമ്പുപ്പണിക്കറെ അതേ മണം. തുണിക്ക്തേച്ചും ഓന്റെ കറുത്ത് ഉരുണ്ട മണം. ഓള് എണീറ്റ് ഓന്റെ ബയ്യന്നെ ആത്ത് കേറി കെടന്നു.

എണീറ്റ് ആത്തേക്ക് നടക്ക്മ്പം മേത്ത് ഓളെ പുരുവൻ* അമ്പുപ്പണിക്കറെ മേല് ഒട്ടിനിക്ക്ന്നപോലെ തോന്നി. കെടന്നിറ്റ് ഓളെ പുരുവന മണക്ക്ന്ന തോർത്ത് ഓള് മോത്ത് അമർത്തിവെച്ചു.

കോയി കൂവ്ന്ന ഒച്ച ധനുമാസത്തിലെ തണുപ്പിന്റൊപ്പരം ചെവിക്ക് ചുറ്റും മൂളുമ്പം തന്നെ മലിനാണീം, പെർമലയനും ഒറക്കറിഞ്ഞിന്. എന്നിറ്റും അവര് ചുരുണ്ട് കെടന്ന് തോർത്ത് മുണ്ട് എത്ത്ന്നെടുത്തെല്ലം പൊതച്ച് ഒറങ്ങാതെ കെടന്നു.

കുടീന്റെ മോള്ന്ന് ഓലേരെ തോട്ട്രേരുള്ളിലേക്കൂട സൂര്യൻ കീഞ്ഞ് ബെർമ്പം എല്ലാരും എണീറ്റെങ്കിലും അമ്പുപ്പണിക്കറ് എണീറ്റില്ല. ഓനെണീക്ക്മ്പളക്ക് എല്ലാരും കുളുത്തില് ചൂട്വെള്ളം ഒയിച്ചിറ്റ് പുണ്ണാക്ക് ചുട്ടതും കപ്പപ്പറങ്കീം ഞെലച്ചിറ്റ്* കുടിക്ക്ന്നാ ഇണ്ടായിനി. ഓൻ ആരോടും മിണ്ടാതെ അടുപ്പിന്റടുത്ത് വെച്ച ഉമിക്കരീം നുള്ളി കൈമലിട്ട് അയിനക്കൊണ്ട് പല്ല് തേച്ചോണ്ട് തോട്ടിലേക്ക് പോയി. അന്നേരം ചീല തോട്ട്ന്ന് കുളിച്ചിറ്റ് നനച്ചല് തോർത്തോണ്ട് മാറിടം മറച്ച് പിടിച്ച് വെര്ന്ന്ണ്ടായിന്. അമ്പുപ്പണിക്കറ് അട്ത്തെത്ത്യേരം ഓള് ഒര്നോട്ടം അമ്പുപ്പണിക്കറെ കണ്ണിലേക്ക് നോക്കി. പിന്ന തല കുനിച്ച് നിന്നു. ഓളെ മേല് തേച്ചും നാണം നെറഞ്ഞു. ഇന്നലെ രാത്രീല് തെളച്ച് മറിയുന്ന തണുപ്പിന്റുള്ളില് സ്വയം പൊതപ്പായി മാറിയത് ഓർത്ത് നാണം തുളുമ്പുന്ന ഓളെ മോത്തേക്ക് നോക്കി അമ്പുപ്പണിക്കറ് കുയിലിനെ പോലെ ഒന്ന് മൂളി. ഓള് ഒന്നുകൂടി അമ്പുപ്പണിക്കറ നോക്കി കുടീലേക്ക് നടന്നു. തോട്ട്ല് മുങ്ങിക്കുളിച്ചിറ്റും അമ്പുപ്പണിക്കർക്ക് മേത്ത്ന്ന് ഓന്റോള് ചീലേരെ മണം പോയ്റ്റ്ല്ലാന്ന് തോന്നി.

കുള്ത്ത് കുടിച്ചിറ്റ് പെർമലയൻ എന്റെ തറമ്മലിരിക്കുമ്പം കുളിച്ച് വന്ന അമ്പുപ്പണിക്കറ് പെർമലയന്റടുത്ത് ഇരുന്നു. ചൂട് വെള്ളം ഒയിച്ച കുള്ത്ത് കുടിക്കാൻ ഓനോട് ഓന്റെ ഓള് ചീല പറഞ്ഞേരം അയിന് ചെവികൊടുക്കാതെ ഓൻ പെർമലയനോട് ചോയിച്ചു.

"അപ്പാ ഈഠലെന്തോ ചതീണ്ട്ന്ന് അപ്പന് തോന്നീനാ... കോരൻ

** പുരുവൻ - ഭർത്താവ്*

** ഞെലച്ചിറ്റ് - ചതച്ചിറ്റ്*

നായര് എന്തോ ചതി ഒര്ക്കി വെക്കേന്ന്നാ എനക്ക് തോന്ന്ന്. മീനത്തില് നടത്തണ്ട വിഷ്ണുമൂർത്തി തെയ്യം എന്തിനാ ധനൂല് നടത്ത്ന്ന്. നമ്മക്കൊരു കാര്യം ചെയ്യ... അപ്പനെണീക്ക്. നമ്മക്ക് കണിശൻ* കുഞ്ഞിരേർമ്മൻ കുരിക്കളെടുത്ത് പോയിറ്റ് രാശിവെച്ച് നോക്ക..."

"ഗുരിക്കള് എന്ത് പറഞ്ഞാലും നമ്മളായിറ്റ് മുമ്പിലും ബയ്യലും ചിന്തിക്കാതെ തെയ്യത്തിന് അടയാളം മേണിച്ചില്ലെ അമ്പു... അടയാളം കൈയേറ്റാല് നമ്മളന്നെ തെയ്യം കെട്ടണം. പിന്നെന്തിനാ കണിശപ്പൊരക്ക് പോന്ന്...?"

"എന്നാലും എനക്കൊന്ന് പോയിറ്റ് രാശിവെപ്പിക്കണം. എന്തോ ചെലതെല്ലാം എന്റെ പൊട്ടൻ തെയ്യം എന്റെ മനസ്സില് കാണിക്ക്ന്ന്..."

അമ്പുപ്പണിക്കറ് പിന്നീം പിന്നീം പറഞ്ഞേരം പെർമലയൻ എണീറ്റ് കണിയാപൊരക്കേക്ക് നടന്നു. ബയ്യന്നെ അമ്പുപ്പണിക്കറും.

പെർബയി കടന്ന് തോട്ടിന് മുറിയത്തിനിട്ട കവുങ്ങിന്റെ പാലം കടക്ക്മ്പം തോട്ടിൻ കരക്ക്ല്ലെ കുറുക്കൂട്ടിമരത്തിന്റെ മോള്ന്ന് ഒരു കടവാതിൽ* പക്ഷീന കൊറേ കാക്ക വളഞ്ഞ് കൊത്തി കൊല്ലേന്ന്. കാക്കേരെ പടകൂടുന്ന ഒച്ചീല് കടവാതിലിന്റെ എലി കരീന്ന* പോലത്തെ ഒച്ച പൊറത്ത് കേക്ക്ന്നില്ല.

വരമ്പത്ത് നിന്ന് ഒര് കട്ട എട്ത്ത് കാക്കേന എറിഞ്ഞേരം കടവാതില് കണ്ടത്തില് വീണിറ്റ് നെലവിളിക്കാൻ തൊടങ്ങി.

അത് കണ്ട്റ്റ് അമ്പുപ്പണിക്കറ് പറഞ്ഞു.

"ചാവാന്ല്ലെ നെലവിള്യാ അയിന്റത്..."

പെർമലയൻ ഉത്തരം പറയാതെ രണ്ടാമതൊന്ന് കടവാതിലിന നോക്കാതെ നേരെ വരമ്പിലന്നെ നടന്നു.

കണിയാപ്പൊരക്ക് എത്തുമ്പം കുഞ്ഞിരേർമ്മൻ കുരിക്കളും ഓന്റ്ോളും മിറ്റത്ത്ന്ന് കൊടപ്പനേരെ ഓല കൊത്തി ഒണക്കീറ്റ് മൊളേരെ കാലാക്കി, അയിന് പൊളന്ന് ചെത്തി അല്ലി പിടിപ്പിച്ച് ഓലക്കൊട ഇണ്ടാക്ക്ന്നാ ഇണ്ടായിന്. മയ വെർമ്പക്ക് നാട്ടിലെ വെല്ല്യവരിക്ക് വേണ്ട്ന്ന കൊടയല്ലം കണിയാമ്മാരാ ഇണ്ടാക്ക്വാ...

പെർമലയനീം മോനീം കണ്ടേരം പക്തി* പണിതീർത്ത കൊട നെലത്ത് വെച്ച് കുഞ്ഞിരേർമ്മൻ കുരിക്കള് എണീറ്റു. പെർമലയൻ ഇല്ലെ കാര്യം കുരിക്കളോട് പറഞ്ഞു.

കവിടി നെരത്തീറ്റ് കുഞ്ഞിരേർമ്മൻ കുരിക്കള് ഒറ്റക്കാര്യാ പറഞ്ഞത്.

"അമ്പുപ്പണിക്കറ് നല്ലോണം കർതണം. എടുംവലും മുമ്പിലും ബയ്യലും കണ്ണ് ഇണ്ടാവണം... ഒര് നെലക്കും ഒറ്റക്ക് ഏടീം എറങ്ങറ്. വളരെ മോശം സമയാ... കുടിക്ക്ന്ന കഞ്ഞീനീം, ശ്വസിക്ക്ന്ന കാറ്റിനീം കൂട്പ്പെറപ്പിനീം കൂടീ വിശ്വാസത്തിലെടുക്കാൻ പറ്റൂല പെർമലയാ... പടീല്* ജയിച്ചിറ്റ് ചതീല് ഒടുങ്ങുന്ന യോഗം പോലും പറയാന്ണ്ട്..."

** കണിശൻ - ജ്യോത്സ്യർ; * കടവാതിൽ - വവ്വാൽ*

** പടീല് - യുദ്ധത്തിൽ; * കരീന്ന - കരയുന്ന; * പക്തി - പകുതി*

കടവാതിലിന്റെ നെലവിളിയാ പെർമലയന്റെ ചെവ്ട്ട്ല് കെടന്ന് അട്ട ഹാസം കൊടുത്തത്... പൊട്ടിയ ഓന്റെ ചെവീരുള്ളിലേക്ക് കുത്തിത്തൊ രന്ന് കേറി അത് ചൊഴലിക്കാറ്റ് പോലെ വട്ടം കറങ്ങി...

കുഞ്ഞിരേർമ്മൻ ഗുരിക്കൾക്ക് കാലണവെച്ച് തൊഴുത് രണ്ടാളും മടങ്ങി.

തിരിച്ച് ബെർമ്പം പെർമലയൻ മോനോട് പറഞ്ഞു.

"തെയ്യം കയീന്നവരെ ഏടീം പോണ്ട. റാക്ക് കുടിക്കീം വേണ്ട... പൊലച്ചക്കേ എണീറ്റ് തീയൻ ചവിണ്ണ്യച്ഛൻ ഏറാൻ പോമ്പം ഓറൊ പ്പരം തോട്ടല് പോയി മുങ്ങിക്കുളിച്ചിറ്റ് എരമത്തപ്പന്റെ മുമ്പില് പോയി തൊവ്വണം. എരമത്തപ്പൻ സാക്ഷാൻ വിഷ്ണുമൂർത്ത്യാ... ആട്ന്ന് മുതു കാട്ട്കാവിലും പോയി മുതുകാട്ട് അയ്യപ്പനെ തൊവ്വ്ത് പ്രാർത്ഥിക്കണം. മോന്ത്യാവുമ്പം പേരൂല് പോയി പേരൂവപ്പന കണ്ട് തൊവ്വണം."

പിന്ന മിണ്ടാതെ കൊറേനേരം തോട്ടിൻ കരക്കേക്കൂട നടന്നിറ്റ് പാലം കടക്കുമ്പം പെർമലയൻ പറഞ്ഞു.

"നമ്മക്കതല്ലാതെ ബേറെ ബയീല്ല... എല്ലം എന്റെ പൊട്ടൻതെയ്യും വിഷ്ണുമൂർത്തീം കാക്കും."

അമ്പുപ്പണിക്കറ് അനുസരണീല്ലെ കുഞ്ഞീനപ്പോലെ അതെല്ലം ചെയ്തു.

പെർമലയന്റെ കുടീല് നട്ടുച്ചനേരത്തും ഇരുട്ട്പോലെ തോന്നി. ആരെ മോത്തും ഒരു തെളിച്ചൂണ്ടാവ്ന്നില്ല... അമ്പുപ്പണിക്കറ് റാക്ക് കുടിക്കല് നിർത്ത്യെങ്കിലും പെർമലയൻ മോന്ത്യാവുമ്പം നല്ലോണം കുടിച്ചിറ്റ് ചങ്ക് പൊട്ട്ന്ന ഒച്ചീല് വിഷ്ണുമൂർത്തീരെ തോറ്റം ചൊല്ലിക്കോണ്ട് കുന്ന് കീഞ്ഞ് എന്റെ തറമ്മല് വന്നിരുന്ന് പിന്നീം ചൊല്ലി ആടത്തന്നെ ചത്ത ശവം പോലെ ചുരുണ്ട് കെടന്ന് ഒറങ്ങും.

പിന്ന ഓന ആര് വിളിച്ചാലും എണീക്കൂല. നേരം നട്ടപ്പാതിര കയീമ്പം ചരല് വാരി എറീമ്പോലെ മഞ്ഞ് മരത്ത്മ്മന്ന്* ഓന്റെ മേത്ത് വന്ന് വീമ്പം ഒന്നും മിണ്ടാതെ ബെറച്ചോണ്ട് എണീറ്റ് കുടീന്റെ ആത്ത് പോയി ചാണോം തേച്ച ബെറും നെലത്ത് പായ്യൊന്നും വിരിക്കാതെ ചുരുണ്ട് കെടക്കും. പൈച്ച് വയറൊട്ടിപിടിച്ച് തളന്നൊറങ്ങും.

ഇരുട്ട് വന്നും പോവീം* ചെയ്ത് ധനുപതിനഞ്ചിലേക്കെത്തി. കോരൻനായരെടുക്കന്ന് വിഷ്ണുമൂർത്തിക്ക് അടയാളം വാങ്ങ്യേന്റെ രണ്ട് ദെവസം കയിഞ്ഞിറ്റ് ദാറൂട്ടി ഓന്റെ അമ്മേരെ വീട്ടല് പാണപ്പേക്ക് പോയിനി. ഓൻ രാവിലന്നെ തിരിച്ച് വന്നു. വെരുമ്പം ഓന്റൊപ്പരം മലി നാണീരെ ആങ്ങളേരെ രണ്ട് ആമ്മക്കളും ഇണ്ടായിന്. ദാറൂട്ടീരെ പ്രായം തന്നെ അവരിക്കും.

സൂര്യൻ തലക്ക് മോളില് എത്ത്ന്നേന് മുമ്പിലെ കാനായീന്ന്, കാനാ

** മരത്ത്മ്മന്ന് – മരത്തിന്റെ മുകളിൽനിന്നും*
** പോവീം – പോകുകയും*

യിക്കാരൻ കൊമ്ട്ട്ക്കുരുവൻ കോതോർമ്മനും ഓന്റോള് മലീചെറിയീം, ഓന്റെ അനിയൻ പാണ്ടൻ കേളനും വന്നു. കേളന്റെ രണ്ട് ചെങ്ങായി മാറീം ഓൻ കൂട്ടീന്.

എല്ലാരും ആടീം ഇടീം ഇരുന്ന് ഓരോ പയമ* പറീന്നതല്ലാതെ ഒന്നിനും ഒര് ഉശിരില്ലാതെ കെട്ടികെടക്ക്ന്ന വെള്ളം പോലെ ഒര് വിങ്ങല്. മലയന്റെ കുടിലില് തെയ്യം അടുത്താല് പിന്ന കാക്കക്കൂട്ടില് കല്ലിട്ട പോലെ കലപിലയാ... തെയ്യത്തിന്റെ അണിയലം തൊടച്ച് വെളങ്ങിക്കണം. ചെണ്ടക്കയറ് അയിച്ച് മുറുക്കണം. കത്തീം ചരടും ചായം കലക്കാന്ല്ലെ ചെരട്ടയടക്കം ഒന്നൊായിയാതെ പറക്കി*വെക്കണം. തെയ്യക്കാരന് കത്തലടക്കാൻ തെനക്കഞ്ഞിയാക്കണം. ഒപ്പരൂല്ലെവരിക്കല്ലം പൈപ്പടക്കാൻ വേണ്ടത് ഇണ്ടാക്കണം. അയിന്റെ പണീം ഒച്ചീം ബഹളൂം കൊണ്ട് കുടിലും മിറ്റും നെറയും. എന്നാല് ഈട ആരോ കാലം തേയാതെ ചത്തപോലെയാ... ഓരോ ഒച്ചീം ഒര് നെലവിളിപോലെ തോന്ന്വേന്ന്...

വിഷ്ണുമൂർത്തി തെയ്യത്തിന്റെ അണിയലം ഓരോന്നും പേര് ചൊല്ലി മുമ്പ് നോക്കി ദാറൂട്ടി എടുത്ത് കൊടുത്തത്. കോതോർമ്മൻ പേളികീല്* വാങ്ങിവെച്ചു. ഒടുക്കം കാൽച്ചെലമ്പ് എടുത്ത് ഒന്ന് കുലുക്കി അതും വാങ്ങി പേളികീല് വെച്ചു. തീയ്യൻ ചവുണിയൻ കൊണ്ടന്ന തെങ്ങിന്റെ കുരുത്തോലീം അവരെ മിറ്റത്തന്നെ ഇല്ലെ വായത്തടീം കൊത്തി എടുത്ത് കെട്ടി വെച്ചു.

തെയ്യാട്ടക്കളത്തില് രണ്ട് ചെണ്ടീം കൊണ്ട് കുഞ്ഞാരപ്പെരുവണ്ണാന്റെ മക്കള് ഉച്ചത്തോറ്റത്തിന് മുമ്പായി എത്താന്ന് പറഞ്ഞിന്. എല്ലാരും ഓരോ കെട്ടും എടുത്ത് എറങ്ങി.

എറങ്ങാൻ നേരത്ത് അമ്പുപ്പണിക്കറ് എന്റെ മുമ്പില് വന്ന് തൊവ്വ്ത് പറഞ്ഞു.

"എല്ലാ കാലത്തീം പോലെ അടിയന് തൊണയായിറ്റും കർത്തായിറ്റ് ഒപ്പരം തന്നെ ഇണ്ടാവണം..."

കുന്ന്മ്മന്ന് എറങ്ങി വന്ന തീയ്യൻ ചവുണ്യ്യന്റീം ഓന്റോള് ചിരുതേരീം കാല് തൊട്ട് അമ്പുപ്പണിക്കറ് വന്ദിച്ചു.

അന്തിക്കള്ള് ഏറീറ്റ് അങ്ങോട്ട് വെരാന്ന് ചവുണിയൻ ഓനോട് പറഞ്ഞു. തീയ്യത്തി ചിരുതേരെ കണ്ണിലൊര് നനവ് പൊടീന്ന്ണ്ട്ന്ന് എനക്ക് തോന്നി. ഓള് തല കുത്തന പിടിച്ച് നിന്നു.

നടന്ന് തോട്ടിന്റെ പാലത്തിന്റെ മുമ്പിലെത്തുമ്പം മുതുടോനും അവരൊപ്പരംകൂടി. സാധാരണ അമ്പുപ്പണിക്കറ് ഒര് തെയ്യത്തിന് പോമ്പം പടക്കളത്തില് എതിരാളിയെ അരിഞ്ഞിടാനില്ലെ നെഞ്ചൂക്കം ആവോളം കാട്ട്യാ പോവ്വാ... ഇപ്പളത്തെ പോക്ക് ശവൂം എടുത്ത് ചൂട്ടാട്ടിലേക്ക്* പോന്ന പോലീണ്ട്, ആരിക്കും ഒര് ഉരിയാട്ടൂല്ല.

** ചൂട്ടാട്ടിലേക്ക് - ശവടക്കം ചെയ്യുന്ന സ്ഥലം*

** പയമ - സംസാരം; * പറക്കി - എടുത്ത്*

** പേളിക- തെയ്യത്തിന്റെ അണിയലം സൂക്ഷിക്കുന്ന പെട്ടി*

ഉച്ചക്ക് നെഴല് കാലിന്റടീല് പതുങ്ങിനിക്കുമ്പം എല്ലാരും കോരൻനായരെ വളപ്പിലെ തീയ്യമ്മാറക്കൊണ്ട് കെട്ടിച്ച പതീരെ* മുമ്പിലെത്തി. കലയക്കാരനായിറ്റ് നിന്നത് കോരൻനായരെ പറമ്പിലെ പണിക്കാരൻ തീയ്യൻ ചിരോണ്ടനാ... ഓനും ഓന്റോളും തന്ന്യാ പതികെട്ട്യതും.

പെർമലയനും അമ്പുപ്പണിക്കറും ദാറൂട്ടീം കോരൻനായര കണ്ട് വണങ്ങി. പിന്ന എല്ലാരും ഓരോ പണീലായി.

അരയോടക്കും, അരക്ക് ചുറ്റി ഉടുക്കാന്ല്ലെ കരോല ചീന്തിഒരുക്കി. പതീല് വെളക്ക് കത്തിച്ചു. ആട്ന്ന് ദീപൂം തിരീം എടുത്ത് പെർമലയൻ ചമയക്കളത്തില് കുത്ത് വെളക്ക് ഒറപ്പിച്ച് അയിന്റെ മുമ്പില് തലപ്പാളീം കിരീടും വെച്ചു.

ഒറ്റച്ചെണ്ട മുഴങ്ങി. അത് കണ്ടൂം കടന്ന് തോടും പെർവയീം കടന്ന് എന്റെ തറീന്ന് നേരെ തീയ്യത്തി ചിരുതേരെ കുന്ന് കേറി.

കണ്ണിന് കൺമഷിയിട്ട് നൂറ്റൊന്ന് കുറി*വെലിച്ച് ചോപ്പുടുത്ത് തലീലുംകെട്ടി അമ്പുപ്പണിക്കറ് ഉച്ചത്തോറ്റത്തിന് നിന്നു. പെർമലയനും, കൊമ്ട്ക്കുരുവൻ കോതോർമ്മനും ദാറൂട്ടീം ഓന്റൊപ്പരം തോറ്റം ചൊല്ലി.

കൂടിയവരെല്ലം തോവ്ത് വണങ്ങി ഉച്ചതോറ്റം ബേം തീർത്തു. എനി പാതിരാക്ക് മോന്തിതോറ്റം. അത് കയീമ്പം തന്നെ പൊലച്ചക്കൂറ്റിന് തെയ്യം എറങ്ങണം.

അരീലുടുത്ത പട്ട് അയിച്ച് വന്ന ഓന് ചീല വെല്ലൂട്ട് വെച്ച തെന കഞ്ഞി കൊടുത്തു. കഞ്ഞികുടിച്ചേരം മലിനാണി ഓനോട് പറഞ്ഞു.

"ഓലക്കീറ് ഇട്ടിറ്റ് അയില് കെടന്നിറ്റ് ഒന്ന് കണ്ണ് ചിമ്മിക്കോ..."

അത് നേരാന്ന്ന നെലയിൽ പെർമലയൻ ഓന് രണ്ട് കീറ് ഓല നെലത്ത് ഇട്ട് കൊടുത്തു. അയില് ഓൻ കെടന്നു.

തീയ്യത്തി ചിരുതേരെട്ക്ക്ന്ന് കൊണ്ടന്ന റാക്ക് ദൂറൂട്ടി തുള്ളീശ* ആണ്ങ്ങക്കെല്ലാരിക്കും ഒയിച്ച് കൊടുത്തു. പെർമലയൻ കുടിച്ചില്ല. ദാറൂട്ടീം.

തുള്ളീശ എല്ലാരും റാക് കുടിച്ചേരം മലിനാണീം പെമ്മക്കളും എല്ലാരിക്കും ഓരോ കഷണം വാഴയില കൊടുത്ത് അയില് കഞ്ഞി വെളമ്പി. വാണിയനെമ്മന്റെ പുണ്ണാക്ക് ചുട്ടത് കപ്പപ്പറങ്കീം ഉപ്പും ചേർത്ത് പൊടിച്ചതും കൂട്ടി എല്ലാരും കഞ്ഞി കുടിച്ചു. ആണ്ങ്ങ കുടിച്ചേപ്പിന്ന ബാക്കീല്ലത് ചീലീം, മലിനാണീം പെമ്മക്കളും കുടിച്ചു.

പൊലച്ചക്ക് കുടിക്കാന്ള്ള കഞ്ഞി വെക്കാന്ല്ലെ അരി തീയ്യൻ ചിരോണ്ടൻ അളന്ന് കൊടുത്തു.

അമ്പുപ്പണിക്കറ് ഒറങ്ങാതെ ഓലക്കീറ്റില് കണ്ണ് മുറുക്കെ അടച്ച് കെടക്കുമ്പും ഓന്റെ ഉള്ളിലെ ചോദ്യം കെടുന്നില്ല.

"ന്റെ വിഷ്ണുമൂർത്ത്യേ... ആരാ അടിയന ചതിക്കാ... എന്തിനാ അടിയനെ ചതിക്ക്ന്ന് ന്റെ പൊട്ടൻ തെയ്യേ..."

** പതി - തെയ്യത്തിന്റെ താൽക്കാലിക പള്ളിയറ*

** കുറി -ഭസ്മക്കുറി; * തുള്ളീശ - കൊറച്ച്*

നേരം പാതിരയായി... നിലാവും മഞ്ഞും മയപെയ്യീന്നപോലെ പെയ്യേന്ന്...

അന്തിത്തോറ്റം കാണാൻ നിലാവെളിച്ചത്തില് ആളെത്താൻ തൊടങ്ങി.

തലീല് ചോപ്പും അയിന്റെ മേലെ തലപ്പാളീം കെട്ടി ചോന്നത് കെട്ടി യുടുത്ത് കഴ്ത്തില് മാലീട്ട് അമ്പുപ്പണിക്കറ് കലയക്കാരൻ തീയ്യൻ ചിരോ ണ്ടനോട് ദീപൂം തിരീം അരീം കൈയേറ്റ് അന്തിത്തോറ്റത്തിന് നിന്നു.

അമ്പുപ്പണിക്കറ് തകർത്താടി. തലീല് ചോപ്പും തലപ്പാളീം കെട്ട്യേരെ ഓനാകെ മാറീന്. ഓന്റെ മേലെല്ലാം വിഷ്ണുമൂർത്തി തെയ്യം നെറഞ്ഞു. ചെണ്ടേമ്മല് കോല് തുള്ളുമ്പം ഓനും എല്ലം മറന്ന് നെറ ഞ്ഞാടി.

കോരൻ നായരെ കുടുംബക്കാറായിറ്റും, അല്ലാതെ പൊറനാട്ട്കാ രായിറ്റും കൊറേ ആള് ഇണ്ടായിനി. അവരെല്ലം വെള്ളാട്ടം കണ്ട് അതി ശയിച്ചു. പൊയ്ത്തിനെറങ്ങ്യ പടക്കുറുപ്പിനപോലെ ഓന്റെ കർത്ത് കണ്ട് ചീലേരെ മൊകം തുടുത്തു...

തോറ്റം അരീം പൂവും വാരിയെറിഞ്ഞ് കൂടിയവരെയെല്ലം അനുഗ്ര ഹിച്ചു. കോരൻനായര് തോറ്റത്തിന തൊവ്വ്ത് നിന്നു. കോരൻ നായരെ മഞ്ഞളിച്ച കണ്ണിലെ ഞരമ്പില് ചോരനെരഞ്ഞു. തോറ്റം കയീമ്പക്ക്* അമ്പുപണിക്കറ് മേല് തേച്ചും വെയർത്ത് കുളിച്ചിന്. പെർമലയൻ തോർത്തോണ്ട് എല്ലം തോർത്തി.

ദാറൂട്ടി ഒര് കരിക്ക് ചെത്തി ഓന് കൊടുത്തത് ഓൻ മേത്തെല്ലാം മറച്ചോണ്ട്* കുടിച്ചു.

രണ്ട് കരിക്ക് കുടിക്ക്മ്പളക്ക് ഓന്റെ പൊള്ള്ന്ന മേല് തണുത്തു.

തോറ്റം കയിഞ്ഞേരം എല്ലാരീം മോത്ത് നിലാവിനേക്കാൾ വെളുപ്പ് നെറഞ്ഞു.

ഇത് വരെ ചിരിക്കാത്ത ചീല ആരും കാണാതെ അമ്പുപ്പണിക്കറെ നോക്കി ചിരിച്ചു. ആ ചിരീല് ഓള് ഇന്നേവരെ കൊതിച്ച് വെച്ച എല്ലാ സന്തോഷൂം ഇണ്ടായിനി. അത് കണ്ട് അമ്പുപ്പണിക്കറ് കണ്ണോണ്ട് ചിരിച്ചു.

ഒരെളീനീരും കൂടി കുടിച്ചിറ്റ് ഓൻ ചീലേരപ്പൻ കൊമിട്ട്ക്കുറുവൻ കോതോർമ്മന്റെ മുമ്പില് മോത്തെഴുതാൻ കെടന്നു. ഓൻ മംഗലം കയിച്ച പെണ്ണിന്റെ അപ്പനായിറ്റ് ആദ്യായിറ്റാ മോത്തെഴുതുന്നത്. എരമത്ത് അര യാക്കീലെ ഒറ്റക്കോലത്തിന് രണ്ടോട്ടം കോതോർമ്മൻ അമ്പുപ്പണിക്കറെ മോത്തെഴുതീറ്റ്ണ്ട്. മോത്തെഴുതുമ്പം കോതോർമ്മന്റെ കണ്ണ് അമ്പിന്റെ മൊനപോലെയാ... ഓൻ, ഓന്റെ മനസ്സില് ആദ്യം മോത്തെഴുതുന്ന തെയ്യ ത്തിന്റെ മൊകം കൊത്തിവെക്കും. പിന്ന അയില് നോക്കീറ്റാ വരക്കാ...

കുത്ത്വെളക്ക് കത്തിച്ച് വെച്ച ഭാഗത്ത് തലവെച്ച് അമ്പുപ്പണിക്കറ് കെടന്നു.

** മറച്ചോണ്ട് - ഒഴുക്കിക്കൊണ്ട്; * കയീമ്പക്ക് - കഴിയുമ്പോഴേക്കും*

ഓൻ കണ്ണ് പൂട്ടി. വിഷ്ണുമൂർത്തിയെ കണ്ണിന്റുള്ളില് നെറച്ച് മൂല മന്ത്രം ചൊല്ലി. ഉപാസന മന്ത്രം ചൊല്ലി കണ്ണ് തൊറന്ന് ഒമ്പത് ചൊട്ട തൊട്ടു. ഒന്ന് നേത്രസ്ഥാനത്ത്. രണ്ടെണ്ണം ചെന്നിയില്, രണ്ടെണ്ണം ഇരു കവിളില്, ഒന്ന് മൂക്കിന്, ഒന്ന് താടിയില്, രണ്ടെണ്ണം വായ്ക്കിരുഭാഗത്തും.

കൊമ്ട്ട്ക്കുരുവൻ കോതോർമ്മൻ ഓന്റെ മടിയിൽ അമ്പുപ്പണിക്കറെ തലവെച്ച് മനസ്സിൽ തട്ടും ദളവും തിരിച്ചു.

വിഷ്ണുമൂർത്തിക്ക് കോഴിപുഷ്പവും കൊടും പുരികവും വേണം. നരനും സിംഹവും ചേർന്ന ഉഗ്രനരസിംഹമൂർത്തിയാവണം. രൗദ്രഭാവം മോത്ത്ന്ന് ആളിക്കത്തണം.

ആദ്യം മോത്ത് ഇളവർണ്ണം തേച്ച് പിടിപ്പിച്ചു. മഞ്ഞ മനയോല കൊണ്ട് മുഖം നെറഞ്ഞു. നെറ്റിക്ക് ഇരുവശവും കൊടുംപുരികം ഉണർന്നു. അതിൽ പാതിപ്പൂവും, മഞ്ഞച്ചിന്തും, ചേരവട്ടിയും പിറന്നു.

കോതോർമ്മന്റെ കണ്ണും കൈയും സൂചിമൊനപോലെ നേർത്തു. ഓൻ മൂക്കിന്റെ അടുത്ത് നിന്ന് കോഴിപ്പൂവര തുടങ്ങി. മൂക്കിന്റെട്ക്ക്ന്ന് തൊടങ്ങി കവിളിൽ കോഴിപുഷ്പം വരച്ച് മോളിലേക്ക് കൊണ്ടന്ന് പുരി കത്തോട് ചേർത്തു.

മുഖം താഴ്ത്തിപ്പിടിച്ച് രണ്ട് കണ്ണിന്റീം നട്ക്ക്, തായല് പുരികക്കൊടി വരച്ച് കൊമ്ട്ട്ക്കുരുവൻ തല പൊന്തിച്ച് നോക്കി.

എനി മീശ എഴ്തണം. അതില് ചേരവട്ടി വേണം. പാതിപ്പൂവ് വേണം. ചായം മുക്കിയ പച്ച ഈർക്കിലിൻ കൊടിയിൽ അതും വിടർന്നു.

ചായില്യംകൊണ്ട് ചുണ്ട് ചോപ്പിച്ച് എടത്തും വലത്തും എരിഞ്ഞിപ്പൂ വരച്ചു. നെറ്റീരെ നട്ക്ക് നേത്രമെഴുതി. സുദർശനത്തിൽ മഷിമുള്ളും, തത്തക്കൂടും എരിഞ്ഞിപ്പൂവും പിറന്നു. എനി, തായല്, താടിത്തണ്ടിൽ കറുപ്പില് മഞ്ഞവര വരക്കണം. അമ്പുപ്പണിക്കറെ മൊകം വെല്ല്യതായത് കൊണ്ട് താടിത്തണ്ടിലൂടെ വര ഒതുക്കിപ്പിടിച്ച് ബാക്കി വെർന്ന സ്ഥലം കൊമ്ട്ട്ക്കുരുവൻ ചായില്യം തേച്ച് ശരീരത്തോട് ചേർത്തു. ഓൻ വിഷ്ണുമൂർത്തിക്ക് നെറ്റിയിൽ എടത്തും വലത്തും മത്സ്യക്കണ്ണ് വരക്ക ല്ണ്ട്. എന്നാല് അമ്പുപ്പണിക്കർക്ക് അത് വരച്ചില്ല.

അട്ത്തന്നെ കണ്ണിന്റെ പോള അടക്കാതെ കുത്തീരിക്ക്ന്ന പെർമല യൻ ചോയിച്ചു.

"ന്താ... മത്സ്യക്കണ്ണ് വരക്കണ്ടെ..."

"വേണ്ട, ഒര് ഐെയ്വ്കേട്* ഇണ്ടായിക്കോട്ടെ, അല്ലെങ്കില് കണ്ണ് തട്ടും."

കൊമ്ട്ട്ക്കുരുവൻ തലപൊന്തിച്ച്* അമ്പുപ്പണിക്കറ നോക്കി. ജ്വലിച്ച് നിക്കേന്ന് നരസിംഹാവതാരം.

** ഐെയ്വ്കേട് – കുറവ്; * പൊന്തിച്ച് – ഉയർത്തി*

മോത്തെഴുത്ത് കയിഞ്ഞ് അമ്പുപ്പണിക്കറ് മങ്കലത്തിലെ* അന ങ്ങാത്ത വെള്ളത്തില് ഓന്റെ മൊകം നോക്കി. തെളങ്ങി നിക്ക്ന്ന മൊകം കണ്ട് ഓൻ ഉള്ളാലെ ഉശിര് കൊണ്ടു. തലപ്പാളി കെട്ടി കിരീടം വെക്ക്ന്നേന് മുമ്പിലെ ഓൻ പെർമലയന്റെ കാല്തൊട്ടു. പിന്നെ എല്ലാരീം കാല് തൊട്ടു. ചീല ഓന തൊവ്വ് തേരം ഓൻ ചീലേരെ കൈതൊട്ട് നെറു കീല് വെച്ചു. കുന്ന് കീഞ്ഞ് കെതച്ചോണ്ട് വന്ന തീയ്യൻ ചവുണ്യനീം തീയ്യത്തി ചിരുതേനീം തലകുമ്പിട്ട് തൊവ്വ്തു.

ചിരുത അമ്പുപ്പണിക്കറെ മോത്ത്ന്ന് കണ്ണ് പറിക്കാതെ നിന്നു. ഓൻ എന്നീം വിഷ്ണുമൂർത്തീനീം നല്ലോണം മനസ്സില് നിരീച്ചു.

കുരുത്തോല ഒലി അരയിൽ ഉടുത്ത് അമ്പുപ്പണിക്കറ് മൗനിയായി ഒരല് കമിച്ച് വെച്ചേന്റെ മോളിലിരുന്നു.

മാടപ്രാവ് ചെറക് പെടപ്പിക്ക്ന്ന പോലെ പെർമലയന്റെ കൈ പെട ക്കാൻ തൊടങ്ങി.

ഓൻ അമ്പുപ്പണിക്കറെ തലയില് ചോപ്പ് കെട്ടി അയിന്റെ മേലെ കിലുങ്ങുന്ന തലപ്പാളി കെട്ടി. മരത്തിന്റെ തോല് നീളത്തിൽ ചെത്തി ചീന്തിയെട്ത്ത് ഒണക്കി പൂങ്ങി ചപ്പങ്ങത്തിലിട്ട് ചോപ്പിച്ച് നെഴലില് ഒണക്ക്യ വഞ്ചി തലീലെ തണാറ് പോലെ തലേര് ബയ്യലും കെട്ടി. തല ത്തണ്ടയും, ചെക്കിപ്പൂവും, പൂവളയും കുരുത്തോല നഖവും അണിഞ്ഞു കാതിന് ചുയിപ്പ് വെച്ചു.

അമ്പുപ്പണിക്കറ് എല്ലാരീം തൊവ്വുതു.

കഴുത്തിൽ എയരം വെച്ച് തലീല് ചിറ്റുകിരീടം വെച്ചു.

അമ്പുപ്പണിക്കറ് കൈ രണ്ടും മേലോട്ട് പൊന്തിച്ച് പിടിച്ചു. അന്നേരം പെർമലയൻ അമ്പുപ്പണിക്കറെ നെഞ്ഞാംകൂട് മൂടി അരയോട കെട്ടി.

എല്ലം കെട്ട്യേത് പെർമലയൻ മാത്രാന്ന്. ഓനത് ആദ്യേ പറഞ്ഞ താണ്. "അപ്പന്റെ കൈയോണ്ടെ അണിയലം കെട്ടണ്ടൂന്ന്..."

തെയ്യം ദേവസ്ഥാനം വണങ്ങി. നെഞ്ച്മൂടിയ അരയോടേരുള്ളിന്ന് പൊന്നിൻനെറൂല്ലെ വളയണിഞ്ഞ കൈ പൊന്തിച്ച്* നാലുപാടും നോക്കുമ്പം കരിമഷിയിട്ട കണ്ണിന്റുള്ള്ന്ന് തീപ്പന്തം വെർന്നപോലെ തോന്നി.

ചെണ്ടയുടെ താളംകൊണ്ട് ആകാശം വെറച്ചു.

തെയ്യം പൊറപ്പാടിന് അനുവാദം തേടി... കോരൻനായര് അരിയെ റിഞ്ഞ് അനുവാദം കൊടുത്തു.

ആട*കൂടിയ ആളെല്ലം തന്റെ ചോരക്കണ്ണോണ്ട് അരിച്ചെടുത്തു. പിന്ന നരസിംഹാവതാരമായി.

ഹിരണ്യനെ വലിച്ചെടുത്ത് തന്റെ തുടയിൽ മലർത്തി കിടത്തി കൊടല് വെലിച്ച് കീറി കൊടല്മാലയെടുത്ത് കഴുത്തിലിട്ട് ഹിരണ്യന്റെ ചോര വാരിക്കുടിച്ച് ആർത്തട്ടഹസിച്ചു, വിഷ്ണുമൂർത്തി... എടവും

** മങ്കലത്തില്- മണ്ണിന്റെ പാത്രത്തിൽ; * പൊന്തിച്ച് - ഉയർത്തി*

** ആട - അവിടെ*

വലവും നോക്കി അലറി... തെയ്യം എണീറ്റ് നിന്നും... തലവെട്ടിച്ച് കണ്ണില് തീയാളിച്ചും ചുറ്റും നോക്കി. ഉറഞ്ഞാടി...

ആട കൂട്ട്യോരെല്ലം ശാസം കയിക്കാതെ കണ്ണും മീച്ച് തൊവ്വ്ത് നിന്നു.

തെയ്യം തിളച്ച് മറിഞ്ഞു. എടത്തും വലത്തും പെർമലയനും കോതോർമ്മനും കണ്ണ് തെറ്റാതെ നിക്ക്ന്ന്ണ്ട്. ബയ്യ്യന്നെ ദാറൂട്ടീം ഇണ്ട്... തെയ്യം പീഠത്ത്മ്മലിരുന്ന് ബീത്തിന്* കൈനീട്ടി... ദാറൂട്ടി വേഗം പോയി പതീരെ മുമ്പില് ചെത്തി വെച്ച കരിക്കിന്റെ വെള്ളം എടുത്ത് തൊട് കലത്തിലാക്കി കൊടുത്തു. പിന്നീം കൊടുത്തു... തെയ്യം കുടിച്ചു.

തെയ്യം ദാറൂട്ടീരെ മോത്ത് നോക്കി കണ്ണുരുട്ടി. പിന്ന അരയോടീന്ന് കൈപൊന്തിച്ച് ചെണ്ടീലമർന്ന് തുള്ളി രണ്ട് ചുറ്റ് ആടിവെർമ്പം തലക റങ്ങ്ന്നപോലെ തോന്നി..

എളനീരും ബെള്ളം കൊടലിലെത്ത്യേരം തൊണ്ടക്കൊയല് തേച്ചും തെളച്ച് പൊന്ത്ന്നപോലെ... ബയ്യപ്രത്ത്ന്ന് തലക്കാരോ അടിച്ചപോലെ തല കൊലീന്ന്.

“ന്റെ പൊട്ടൻ തെയ്യേ... എന്റെ വിഷ്ണുമൂർത്ത്യേ...”

അമ്പുപ്പണിക്കറ് തെയ്യത്തിന്റുള്ള്ന്ന് നെലവിളിച്ചതാരും കേട്ടില്ല. മല വെള്ളം കലങ്ങി മറിഞ്ഞ് വെർന്നപോലെ വയറ്റിന്റുള്ള്ന്ന് കൊടല്മാല അടക്കം മറിഞ്ഞ് പൊറത്തേക്ക് ബെരേന്ന്. കരിമഷീരുള്ള്ന്ന് കണ്ണ് കൊയഞ്ഞ് മൂടേന്ന്...

എടത്തും വലത്തും നിക്ക്ന്ന പെർമലയനീം കോതോർമ്മനീം നോക്കി... കണ്ണ് കാണാത്ത പോലെ പെർമലയന്റെ ചൊമലില്* കൈവെ ക്കമ്പം തന്നെ തെയ്യം കാറി* വീണു. ആളെല്ലം വളഞ്ഞു. ചീലേരെ നെലവിളി ആകാശം തൊരന്ന് കേറി... ആൾക്കാരെ ഒച്ചേന്റെടീല് ഒച്ചീ ല്ലാതെ ഓന്റെ കണ്ണ് പെർമലയനോട് പറഞ്ഞു.

“ചതിച്ചെന്റപ്പാ...”

പിന്ന ഓൻ കാറിക്കാറി കണ്ണുമൂടി.

നെലവിളിച്ചോണ്ട് പെർമലയൻ അരയോടീം തിരുമുടീം വെലിച്ച് പറച്ച് മാറ്റി... കലത്തില് ബെള്ളം കൊണ്ടന്ന് ഓന്റെ മേത്തൊയിച്ചു.

ആരല്ലോ ഓന എടുത്ത് തെയ്യാട്ടക്കളത്തിന് പൊറത്ത് ഓലീല് കെട ത്തി. കൊറേ വെള്ളം ഓന കുടിപ്പിച്ചു. വെള്ളം കുടിച്ച ഓൻ മെല്ലെ എണീറ്റ് ചായം കലങ്ങി, കുത്തിക്കീറി ചോര ഒലിക്ക്ന്ന പോലത്തെ മീട് കുത്തന* പിടിച്ച് കെതച്ചോണ്ടിരുന്നു.

കോരൻനായര് ബെർമ്പം എല്ലാരും ബയിമാറി. കോരൻ നായരെ കണ്ട ഓൻ രണ്ടാളെ താങ്ങിപ്പിടിച്ച് നിക്കാൻ കയ്യാതെ നിന്നു. കോരൻനാ യര് ആട കൂട്യവരെല്ലാം കേക്കാനായി ബെല്ല്യ ഒച്ചീല് പറഞ്ഞു.

** ബീത്ത് - വെള്ളം*

** ചൊമല് - തോള്; * കാറി - ഛർദ്ദിച്ചു*

** കുത്തന- കുനിച്ച്*

"നാണക്കേടായല്ലോ പെര്മലയാ... തെയ്യം ബെടിഞ്ഞ മലേന എന്തിന് കൊള്ളും... ഓന എനി ഈ നാട്ട്ല് പറ്റൂല... ഓന കണ്ണെത്താത്തെടുത്തേക്ക് നാട് കടത്തണം. ഈ നാട്ട്ല് എനി ഓന കാണാമ്പറ്റൂല..."

തെയ്യം തുള്ള്ന്നപോലെ കോരൻനായര് ഒറഞ്ഞ് തുള്ളി...

"പെര്മലയാ... തമ്പുരാന വെറപ്പിക്കുന്നോനല്ലേ പെര്മലയാ ഓൻ. പ്രാന്തൻ നായി കടിച്ച് പറച്ച മീട് പോലത്തെ മീടും കുത്തപ്പിടിച്ചിറ്റ്* ആടിക്കോണ്ട് നിക്ക്ന്ന്... ആ വിഷ്ണുമൂർത്തിയാകുന്ന പരദേവത ഓന് കൂലി കൊടുത്തതാ... മുതുടോനെ, ഓനീ നാട്ട്ല് എനി കണ്ട്പോകറ്. എങ്ങന തെയ്യം കെട്ടീറ്റ് ചോരകാറി ബീവാതെ നിക്കും. രാവും പകലും ഓന്റെ കുന്ന്മ്മല് തീയ്യത്തി എടുക്ക്ന്ന റാക്ക് തേച്ചും ഓനല്ലെ കുടിക്ക്ന്ന്... ഓന്റെ ഉള്ളല്ലം കത്തിക്കരിഞ്ഞ കാരാമേരെ ഓട് പോലെയായിറ്റ്ണ്ടാവും. ഓന ഈ മണ്ണില് എന്റെ കാലോണ്ട് ചവുട്ടി താക്കണ്ടേങ്കില് വേഗം കൊണ്ടോയ്ക്കോ പെര്മലയാ... അല്ലേങ്കില് ഞാൻ ചവിട്ടിക്കൊന്ന ഓന്റെ ശവൂം കെട്ടിബെലിച്ചിറ്റ് നീ ഈട്ന്ന് പോണ്ടേരും."

ആട* കാർക്കിച്ച് തുപ്പി കോരൻനായര് പോയി.

അമ്പുപ്പണിക്കറ് വെയില്കൊണ്ട താള് കൊയീമ്പോലെ കൊയഞ്ഞ് ഓലീലിരുന്നു.

കുടിച്ച ബെള്ളല്ലം പിന്നീം കാറി. ചീല കുത്തീരുന്ന് കണ്ണിലെ വെള്ളം ഒലിപ്പിച്ച് ഓന്റെ പൊറത്ത് തടീക്കൊടുത്തു,

കോരൻനായര് പോയേപ്പിന്ന ആരും ഒന്നും മിണ്ടാതെ, ആകാശത്ത്ന്ന് എറങ്ങി വന്ന മൂടൽമഞ്ഞില് മുങ്ങി മരച്ച് നിന്നു.

** ആട - അവിടെ*

** കുത്തനപിടിച്ച്- കുനിച്ച് പിടിച്ച്*

കുരുതി

അമ്പുപ്പണിക്കറ് കാറി വീണത്, മനക്കലെ ഒറ്റക്കൊമ്പൻ കൃഷ്ണൻ കുട്ട്യാന ചത്ത പോലെ നാട്ട്ല് പാട്ടായി. അമ്പുപ്പണിക്കറ് വീണിറ്റ് അണിയലം വെലിച്ച് പറച്ച് ഓലീല് കൊണ്ട് കെടത്ത്യേരം, ആ കെടപ്പ് കണ്ടാല് ആന പടിഞ്ഞ* പോലന്ന്യാ കണ്ടവരിക്ക് തോന്ന്യത്. കാറ്റ് അയിന്റെ ബായില് കിട്ട്യത് നാട്ട്ല് തേച്ചും പാട്ടാക്യേരം കേട്ടവരിക്കെല്ലം ആദ്യം അതിശയം ഇണ്ടായിനെങ്കിലും പിന്ന എനി എന്താ ഇണ്ടാവ്വാന്ന് നിരീച്ചിറ്റ് മേലാകെ ഒരു ബെറയലാ വന്നത്.

തമ്പ്രാക്കമ്മാറ് എന്തും ചെയ്യും. എന്താ ചെയ്യാന്ന് ആരിക്കും പറയാനും ആവൂല. ചെയ്യ്ന്നകാര്യം ആരിക്കും തടക്കാനും ആവൂല. കോരൻ നായര് പറീന്ന് അമ്പുപ്പണിക്കറെ നാട് കടത്തണംന്നാ... അത് തമ്പ്രാന്റെ പകയാ... ചെലപ്പൊ ഓനീ നാട്ട്ന്ന് പോയില്ലെങ്കില് ചെമ്പച്ചന്തൂനകൊണ്ട് തമ്പ്രാന്റെ തോക്കെടുത്ത് വെടിവെച്ച് കൊല്ലും ചെയ്യും. അല്ലെങ്കില് രാത്രി എല്ലാരും കുടീല് കെടന്നൊറങ്ങുമ്പം കോയിച്ചപ്പു കരിനാടൻ പാമ്പിനെപ്പോലെ ആടിയും പൊളഞ്ഞും വന്ന് കത്തിച്ച ചൂട്ടോണ്ട് കുടിലിന് തീ കൊടുത്താലൊ...

പെർമലയനും ഓന്റോക്കും പെമ്മക്കക്കും, ചീലക്കും, തീയ്യൻ ചവുണിയനും ഓന്റോക്കും, വാണിയൻ എമ്മനും വയറ്റില് കെർപ്പം* നെറഞ്ഞ് പൊന്നൂട്ടീന പെറാൻ മുട്ടിനിക്ക്ന്ന ഓന്റോള് കുഞ്ചിരിക്കും ഇത് ചെവീല് ചാടിക്കേറ്യ എല്ലാ മാലോകർക്കും, ഈയൊര് തോന്നല് തലീല് പൊകഞ്ഞ് കത്താൻ തൊടങ്ങി...

തോട്ട്ല് മുങ്ങിക്കുളിച്ചിറ്റ് തലീം മേലും തോർത്താതെ എന്റെ തറ

** ആനപടിഞ്ഞ - ആന ചെരിഞ്ഞ*

** കെർപ്പം - ഗർഭം*

മ്മല് വന്നിരിക്ക്ന്ന അമ്പുപ്പണിക്കറെ അടുത്ത് തീയ്യത്തി ചിരുത വന്നിരുന്നു. മയ പെയ്ത് ഒലിക്ക്ന്നപോലെ വെള്ളം ഒലിക്ക്ന്ന ഓന്റെ തലീല് ഓള് മെല്ലെ തടൂമ്പം* അത്ര വരെ മിണ്ടാതിരുന്ന ഓൻ നെഞ്ഞ് പൊട്ടി ക്കരഞ്ഞോണ്ട് ഓളെ മടീല് തലകുമ്പിട്ട് കെടന്നു. ഓൻ, നൊന്ത് കരീന്ന കുഞ്ഞീനപ്പോലെ എക്കിട്ട ഇട്ട് കരീമ്പം* ഓളെ കണ്ണ്ലും ഒച്ചീല്ലാതെ കരഞ്ഞു. മിറ്റത്ത് അത് കണ്ട് നിന്ന ഓന്റെ ഓള് ചീലീം, മലിനാണീം ഓളെ മക്കളും കത്ത്ന്ന തേൻ മെഴുക് പോലെ കരഞ്ഞുരുകി.

ഓന് തീയ്യത്തിചിരുത അമ്മതന്ന്യാന്ന്, ഓക്ക് അമ്പുപ്പണിക്കറ് മോനും. ഓള് മേത്തിട്ട തുണി എടുത്ത് അമ്പുപ്പണിക്കറെ തലതോർത്തി. ഓന പിടിച്ചെണീപ്പിച്ച് ഓന്റെ പൊറത്തും നെഞ്ഞത്തും കരഞ്ഞ് വീങ്ങി വീർത്ത ഓന്റെ മീടും തോർത്തി. തോർത്തുമ്പം ഓള് കണ്ണിലെ ബെള്ളം ഒലിപ്പിച്ചോണ്ട് ഓനോട് പറഞ്ഞു.

"ന്റെ അമ്പു അടങ്ങ്... ന്റെ പൊട്ടൻ തെയ്യം ഒര് ബയി കാണിച്ച് തെരും."

അയിനുത്തരായിറ്റ് ഓൻ എന്നെ കുറ്റപ്പെടുത്തിക്കോണ്ട് പിന്നീം കരഞ്ഞു.

"നീയും എന്നെ കാത്തില്ലല്ലോ ന്റെ പൊട്ടൻ തെയ്യേ"

പിന്ന ഓൻ തീയ്യത്തി ചിരുതേരെ കൈപിടിച്ചിറ്റ് പറഞ്ഞു.

"ഈ പേര് ദോഷം വന്നിറ്റ് എന്റെ നേർപെങ്ങമ്മാർക്ക് ഏട്ന്നാ എനി മംഗലം കയിക്കാൻ മലേന കിട്ട്വാ... നാടായ നാടെല്ലം തെയ്യം കെട്ടി മന്ത്രവാദൂം കയിച്ച് പേരും പെരുമീം ബന്ന ന്റെ അപ്പനെങ്ങിന്യാ മാളോരെ മോത്ത് നോക്ക്വാ... എനിയെന്റെ അപ്പനെങ്ങിന്യാ ഈ കുടീരെ പൊറത്ത് കീയ്വാ*... എന്റെ പെറ്റമ്മ മലിനാണീന ആരാ എനി ഈറ്റെടുക്കാൻ* ബിളിക്ക്വാ..."

ഭൂമി തലകുത്തനയായപോലെ തോന്നി ഓന്. തീച്ചാമുണ്ഡീരെ കനലാട്ടത്തിന്ന് കൂട്ട്യ തീക്കനലിന്റെ നട്ക്ക് നിക്ക്ന്നപോലെ ഓന്റെ മേലെല്ലാം ചുട്ട് പഴുത്തു.

അന്നാഹാരം ഒന്നും കുടില് ഇണ്ടാക്കീറ്റില്ലാന്ന് കണ്ടേരം തീയ്യത്തി ചിരുത കുന്ന് കേറീറ്റ് കൊറച്ച് കുളുത്തും, കുണ്ട്കേങ്ങ് പൂങ്ങ്യതും ഒണക്കമീൻ കനലിലിട്ട് ചുട്ട് പൊള്ളിച്ചതും കൊണ്ടന്നു. ഈട കത്തലടക്കാൻ ഒന്നൂണ്ടാക്കൂലാന്ന് തോന്നീറ്റ് ഓള് രാവിലെ കൊറച്ച് അധികം കുണ്ട് കേങ്ങ് പൂങ്ങി വെച്ചിന്.

ഓള് അമ്പുപ്പണിക്കറെക്കൊണ്ട് കുളുത്ത് കുടിപ്പിച്ചു. ബാക്കീല്ലത് മലിനാണീരെ കൈമല് കൊടുത്തു.

** തടൂമ്പം - തടവുമ്പോൾ*

** കരീമ്പം - കരയുമ്പോൾ*

** കീയ്വാ - ഇറങ്ങുക*

** ഈറ്റെടുക്കാൻ- പ്രസവം എടുക്കാൻ*

മിറ്റത്തെ ബായേരെ കയ്യീമ്മലിരുന്ന് ഒരു കാക്ക നേരം വെള്ള കീറ്യേരം തൊട്ട് നെലവിളിക്കാൻ തൊടങ്ങീന്. അയിന് ഓള് അമ്പുപ്പണിക്കറ് കുടിച്ച് ബാക്കീല്ലെ കുള്ത്ത് നെലത്ത് ഒയിച്ച് കൊടുത്തു.

പെർമലയനും, കൊമ്ട്ട്ക്കുരുവൻ കോതോർമ്മനും തോട്ട്ന്ന് കേറി വന്നു. കോതോർമ്മന്റെ ഒപ്പരം വന്ന കാനായിക്കാര് രാവിലെന്നെ കാനായ്യേക്ക് പോയിനി. വേണെങ്കില് അമ്പുപ്പണിക്കർക്ക് തൊണയായിറ്റ് ഒരീസം നിക്കാന്ന് അവര് പറഞ്ഞിനെങ്കിലും പെർമലയനാ ബേണ്ടാന്ന് പറഞ്ഞത്. പാണപ്പക്കാറും അവരൊപ്പരം തന്നെ എറങ്ങീന്.

തീയ്യൻ ചവുണ്ണിയനും കുന്ന്കീഞ്ഞ് വന്നു. ഓന്റെ കൈമല് ഇണ്ടായ റാക്കും കുടുക്കീം ഓന്റോള് വാങ്ങി. പതുക്കെ എന്റെ തറമ്മല് വെച്ചു. അയില് ഒന്നില് രാവിലത്തെ എളങ്കള്ളും മറ്റേതില് തീ കത്ത്ന്ന റാക്കാ ഇണ്ടായിനി.

പൂതലായ* മരക്കുറ്റിപോലെ ഇരിക്ക്ന്ന അമ്പുപ്പണിക്കറെ മോത്ത് നോക്കി എല്ലാരോടായിറ്റ് ചവുണ്ണിയൻ പറഞ്ഞു.

“എല്ലാരും കുടിക്ക്... നല്ലോണം കുടിക്ക്... എല്ലാരെ മനസ്സും തണ്ക്കട്ടെ.”

അമ്പുപ്പണിക്കറ് അത് കേട്ടേരം എണീറ്റ് കൂടിന്റാത്തേക്ക് പോവാൻ നോക്കുമ്പം ചവുണ്ണിയൻ ഓന ആട പിടിച്ചിരുത്തി. ചിരുത വടക്ക് പൊറത്ത് പോയി കൊണ്ടന്ന ചെരട്ടീല് നെറച്ചും കള്ളൊായിച്ചിറ്റ് തൊട്ട് തെറിപ്പിച്ച് അമ്പു കുടിച്ചു. കള്ള് കുടിച്ചോണ്ട് ഓൻ വായിരെ ചൊയ മാറ്റാൻ കുണ്ട്കേങ്ങിന്റെ കഷണം തിന്നുമ്പം വണ്ണാൻ കുഞ്ഞാരൻ വയസ്സനായെങ്കിലും വടീംകുത്തി കേറി വന്നു. കുഞ്ഞാരനകണ്ട് എല്ലാരും എന്റെ തറമ്മന്ന് എണീറ്റേരം അമ്പുപണിക്കറ് വേഗം ചെന്ന് ഓന്റെ കാലിന്റെ മെരട്ട്* കുത്തീര്ന്ന് കാല്പിടിച്ച് നെലവിളിക്കാൻ തൊടങ്ങി. തീയ്യൻ ചവുണ്ണിയനും ഓന്റോളും ഓന പിടിച്ച് മാറ്റി. എന്റെ തറമ്മലിരുന്ന വണ്ണാൻ കുഞ്ഞാരൻ മീട് പൊത്തികരയുന്ന അമ്പുപ്പണിക്കറോട് പറഞ്ഞു.

“ന്താ അമ്പൂ... നീ ഒന്നടങ്ങ്... എല്ലേനീം ബയിണ്ടാക്ക*... നമ്മളെ പൊട്ടൻതെയ്യും, വിഷ്ണുമൂർത്തീം, പരദേവതീം നമ്മളെ കൈവിടുന്നാ നീ കരിതീത്... എല്ലം അവരും കാണ്ന്ന്ണ്ട്. അവര് നമ്മക്ക് ഒരു പരിഹാരം ഇണ്ടാക്കിത്തരും...”

വണ്ണാൻ കുഞ്ഞാരൻ അങ്ങന പറഞ്ഞിറ്റും അമ്പുപ്പണിക്കറെ കണ്ണ്ന്ന് തീവെള്ളം തെളച്ച് വെർന്നത് നിന്നില്ല.

പട്ടും വളയും നാട്ടാചാരപ്രകാരം വാങ്ങ്യ മലേനാ ഓൻ, ഓന്റെ പതിനെട്ടാമത്തെ വയസ്സില് തീച്ചാമുണ്ഡി കെട്ടി കത്ത്ന്ന കുന്ന് പോലീല്ലെ കനൽക്കട്ടീല് കമിഞ്ഞും* മലന്നും വീണേരം ഒപ്പരൂല്ലവര്

* ബയിണ്ടാക്ക - പരിഹാരം കാണാം
* പൂതലായ - പഴകി ദ്രവിച്ച; * മെരട്ട് - ചുവട്ടിൽ
* കീച്ച് - ഇറക്കി; * കമിഞ്ഞും - കമിഴ്ന്നും

പിടിച്ച് മാറ്റീറ്റും, പിന്നീം ബീണിറ്റും ഓന്റെ കുളിറ് മാറീറ്റ്ല്ല. അന്ന് കര പ്രമാണിമാറ് തീരുമാനിച്ച് ഓന് പട്ടും വളീം തെയ്യം കയിഞ്ഞ് മൂന്നാം ദെവസം കൊടുത്തു. പിന്ന്യാ ഓൻ മലേനമ്പു അമ്പുപ്പണിക്കറായത്. അയിപ്പിന്ന* എത്രയെത്ര തെയ്യം ഓൻ കെട്ടി...

ഓൻ തെയ്യം കെട്ടാൻ തൊടങ്ങ്യേപ്പിന്ന പെർമലയൻ തെയ്യം കെട്ടീറ്റേ ഇല്ല... ഓന അണിയലം കെട്ടി അണീച്ചൊർക്കി കീച്ച്*, തലയും ഉടലും പെടപ്പിച്ച് സാക്ഷാൽ ദൈവമായി കൊടുങ്കാറ്റ് പോലെ ആർത്ത് വിളിച്ച് വെര്ന്നത് കാണാൻ പെർമലയന് ബെല്യ ഇഷ്ടാന്ന്. കണ്ടാലും കണ്ടാലും പെർമലയന്റെ കണ്ണിന്റെ മോഹം തീരൂല്ല. അതെല്ലാം ഓൻ മുമ്പില് കാണ്ന്നപോലെ തീയ്യത്തി ചിരുതേരെ റാക്ക് കുടിക്കുമ്പം ഓളോട് പറയും.

എന്റേതായ ഒരു കോലം തന്നെ പതിനെട്ടോട്ടം കെട്ടീറ്റ്ണ്ട്. വിഷ്ണുമൂർത്തി, തീചാമുണ്ഡി അങ്ങന എത്രയെത്ര തെയ്യത്തിന ദേവലോകത്ത് നിന്ന് കീഴ്ലോകത്തിലേക്ക് കൊണ്ടന്ന് കെട്ടി പൊലിപ്പിച്ചിറ്റ്ണ്ട്, ഓൻ.

ഞാനീ ചിന്തിക്ക്ന്നതു തന്ന്യാ ഓന്റെ തലീലും കെടന്ന് പൊളീന്ന്...

കൊണ്ടന്ന കള്ളും റാക്കും തീർന്നേരം കൊമ്ട്ട്ക്കുരുവൻ കോതോർമ്മനും പെർമലയനും തീയ്യത്തി ചിരുതേരെ കുന്ന് കേറി.

വന്നവരെല്ലാം പിരിഞ്ഞ് പോയി. എല്ലാരും പോമ്പം അമ്പുപ്പണിക്കറോട് യാത്ര ചൊല്ലി. ഓൻ അവരെ അനങ്ങാത്ത കണ്ണോണ്ട് ഒന്ന് നോക്കീന്നല്ലാതെ തലയാട്ടി മറുപടി കൊട്ത്തതു പോലും ഇല്ല.

എല്ലാരും പോയേരം മോന്ത്യാവാനാവുമ്പം, ബരൂമ്മല് വെച്ചെ ഒണക്കമീൻതല കക്കാൻ വെര്ന്ന കണ്ടൻപൂച്ചേന*പ്പോലെ അപ്പറത്തും ഇപ്പറത്തും നോക്കി പതുങ്ങി പതുങ്ങി ഒച്ചീണ്ടാക്കാതെ ദാറൂട്ടി കേറിവെര്ന്ന് അമ്പുപ്പണിക്കറ് കണ്ടു. ഓൻ ഒറ്റനോട്ടേ നോക്കീറ്റ്ല്ലൂ. കറ്റൻനെരി* കാളേരെ പൊറത്ത് ചാടിവീണപോലെ ദാറൂട്ടീന്റെ നേരെ ചാടിവീണു. ദാറൂട്ടി പേടിച്ച് വെറച്ച നെലവിളീം അമ്പുപ്പണിക്കറെ അരിശം നെറഞ്ഞ അലർച്ചീം കേട്ട് മലിനാണീം മക്കളും ചീലീം ചാടിവന്നു. അവര് വെര്മ്പം മണ്ണില് കമിഞ്ഞ് വീണ ദാറൂട്ടീന അമ്പുപ്പേണിക്കറ് ഓന്റെ കാഞ്ഞരകുറ്റിപോലത്തെ കാലോണ്ട് ചവിട്ട്ന്നാ കണ്ടത്. എല്ലാരുംകൂടി അമ്പുപണിക്കറെ പിടിച്ച് മാറ്റി. കറ്റൻ നെരീരെ വായീന്ന് ഊര്യെ* മൂരീനപ്പോലെ വീണെടുക്ക്ന്ന് എണീറ്റ് കുത്തിയിരുന്ന് ദാറൂട്ടി വെറച്ചു. ഓന്റമ്മ മലിനാണീം ചീലീം ഓന കൈപിടിച്ച് എണീപ്പിച്ച് കുടീന്റെ എറങ്കല്ല്മ്മല് കൊണ്ട് ഇരുത്തിയേരം ഓന്റനിയത്തി മാതി മന്താളത്തില് ഉപ്പിട്ട കഞ്ഞീര വെള്ളം ഓന് കൊണ്ട് കൊടുത്തു. ഒറ്റവെലിക്ക് ഓനത് കുടിച്ചിറ്റ്, നെലത്ത് വീണുര്ണ്ടേരം മേത്ത് പറ്റ്യ മണ്ണെല്ലം തട്ടിക്കളഞ്ഞ് എടംകണ്ണാ ലെ അമ്പുപ്പണിക്കറ നോക്കി.

അയിപ്പിന്ന - അതിന് ശേഷം;

കണ്ടൻ പൂച്ച - ആൺപൂച്ച

*ഊര്യെ - രക്ഷപ്പെട്ട; * കറ്റൻ നെരി - വലിയ ആൺ നരി*

അമ്പുപ്പണിക്കറ് മോത്തെ എറച്ചി തുള്ളിച്ചോണ്ട് എന്നനോക്കി പറഞ്ഞു.

"ന്റെ പൊട്ടൻ തെയ്യേ... എന്റമ്മ മലിനാണീരെ വയറ്റ്ല് പെറന്ന ഇവൻ, ഈ ദാറൂട്ട്യാ എന്ന ചതിച്ചത് ന്റെ പൊട്ടൻതെയ്യേ... മലേമ്മാരെ ചോരീല് തേച്ചും ചതിയായിപ്പോയല്ലോ ന്റെ തെയ്‌വങ്ങളേ... നിന്റെ കൊക്കണകത്ത്യോണ്ട് എന്നെയൊന്ന് കൊത്തിത്തറച്ച് കൊന്നൂടെ നിനിക്ക്..."

ഓൻ പിന്നീം കരയാൻ തൊടങ്ങി.

മലിനാണി അത് കേട്ട് ദാറൂട്ടീരടുത്ത് പോയിരുന്ന് ചോയിച്ചു.

"ന്റെ അമ്പു പറഞ്ഞത് നേരാന്നോ... നീ നിന്റെ ഏട്ടന ചതിച്ചോനാന്നോ പറ..."

മലിനാണീരെ തൊണ്ട വെറച്ചു. ഓള് ദാറൂട്ടീരെ തലപിടിച്ച് കുലുക്കി പിന്നീം പിന്നീം ചോയിച്ചു.

ദാറൂട്ടി ഒന്നും മിണ്ടീല... ഓൻ എണീറ്റ് എന്റെ തറമ്മലിരിക്ക്ന്ന അമ്പുപ്പണിക്കറെ കാലിന്റടുത്ത് കുത്തീർന്ന് കാല് പിടിച്ച് കരയാൻ തൊടങ്ങി. കരീന്നേന്റെടക്ക് ഓൻ ഓരോന്ന് പറയാനും തൊടങ്ങി...

"ഇങ്ങനെ ഒന്നും ബെരൂന്ന് ഞാൻ കർതീലന്റെ ഏട്ടാ... എന്റെ പൊട്ടൻ തെയ്യത്തിനാണ സത്യം ഞാൻ നിരീച്ചില്ല..."

ഇണ്ടായതെല്ലം ഓൻ പറീന്നത് കേട്ട് മലിനാണീം പെമ്മക്കളും ചീലീം മേല് മരച്ച് പൂതല്പോലെയായി...

എല്ലം കേട്ട അമ്പുപ്പണിക്കറ് കരിങ്കല്ല് പോലെ ഇരുന്നു. ഓനൊന്നും മിണ്ടീല.

കോരൻനായര് അമ്പുപ്പണിക്കർക്ക് വിഷ്ണുമൂർത്തി തെയ്യത്തിന് അടയാളം കൊടുക്ക്ന്നേന് മുമ്പേ ദാറൂട്ടീന, വല്യമ്പ്രാൻ മനക്കലേക്ക് വിളിപ്പിച്ചിന്. വല്യമ്പ്രാൻ തന്ന്യാ തെയ്യം കാലം തെറ്റിച്ച് നടത്താൻ കോരൻനായരോട് പറഞ്ഞതും. അമ്പുപ്പണിക്കറ് ഓന്റെ ഓള തമ്പുരാന് പത്തായപ്പൊരീല് കൊട്ക്കാത്തേന്റെ അടങ്ങാത്ത പക തീർക്കാനാ എല്ലം ചെയ്യിച്ചത്. തമ്പ്രാൻ കോരൻനായരെ മുമ്പ്ന്ന് ദാറൂട്ട്യോട് പറഞ്ഞത്.

"ആ അഹങ്കാരി ഞാൻ കൊടുത്ത പൊട വെലിച്ച് ചാട്യത് മണ്ണിലേക്കല്ല, എന്റെ മോത്തേക്കാന്ന്..."

ബാക്ക്യെല്ലം പറഞ്ഞത് കോരൻനായരാ...

"ദാറൂട്ടി ഇത്രേ ചെയ്യണ്ടൂ... തെയ്യം ഒറീമ്പം ബീത്ത് കൊടുക്കണം. എളനീരിൻ ബെള്ളത്തില് ബെഷക്കായ അരച്ച് കലക്കി കലശക്കാരൻ തീയ്യൻ ചിരോണ്ടൻ തെരും. അത് നീ വാങ്ങീറ്റ് തെയ്യത്തിന് കൊടുക്കണം. അത്രീം നീ ചെയ്താ മതി. ബാക്കി ഞാനേറ്റു. അയിനായിറ്റ് നിനിക്ക് പേരൂല്, പേരപ്പന്റെ അമ്പലത്തിനടുത്ത് അര ഏക്ര സ്ഥലും അയിലൊര് കുടിലും ഞാൻ കെട്ടിത്തരും. പേരപ്പന്റെ അമ്പലത്തിന്റെ ബയ്യലെ തോട്ടിന്റക്കര എടക്കൈ വയലില് ഒരു പൊതി നെലും* നിനിക്ക് തെരും.

* ഒരുപൊതി നെല്ലം – സുമാർ ഒരുവയൽ

നല്ലൊരു മലിച്ചിപ്പെണ്ണിന മംഗലും കയിച്ച് കൊല്ലത്തോട് കൊല്ലം തിന്നാനില്ലെ നെല്ലും മൂർന്ന് സുഖായിറ്റ് നിനിക്ക് ജീവിക്ക... എന്താ..."

പിന്നീം എന്തല്ലോ കോരൻനായര് ഓനോട് പറഞ്ഞു... ഒടൂല് ഓൻ സമ്മതായിറ്റ് തലയാട്ടി തൊവ്വ്തു...

ചെയ്ത്പോയ മഹാപാപം തേച്ചും പറഞ്ഞ് പൈക്കിടാവ് കരീമ്പോലെ അമ്പുപ്പണിക്കറെ കാല് പിടിച്ച് പിന്നീം പിന്നീം കരഞ്ഞു.

പെട്ടെന്ന് കരിങ്കല്ല് പൊട്ടിത്തെറിക്കുന്നപോലെ അമ്പുപ്പണിക്കറ് പറഞ്ഞു. "ഒര് വാരല്* മണ്ണിന് വേണ്ടീറ്റ് നീ ഈ കുടുംബം കത്തിച്ച് കളഞ്ഞില്ലേ ന്റെ പൊന്നനിയാ... നിന്റെ ഒടപ്പൊറന്നോരെ തലക്കല്ലെ നീ തീവെച്ചത്..."

എന്നിറ്റ് ഓൻ ഓന്റെ കൈയോണ്ടന്നെ തലക്ക് പടപടാ അടിച്ചോണ്ട് എണീറ്റ് നേരെ തീയ്യത്തി ചിരുതേരെ കുന്ന് കേറി. ഓനാട എത്തുമ്പളക്ക്* കൊമ്ട്ക്കുരുവൻ കോതോർമ്മനും പെർമലയനും റാക്ക് കുടിച്ചിറ്റ് നല്ല മത്തായിറ്റിരിക്കേന്ന്. റാക്ക് കുടിക്ക്മ്പം തീയ്യത്തി ചിരുത കൊടുത്ത പയേ ചക്കക്കുരു പൂങ്ങിയത് തിന്നേന്റെ ബാക്കി വാഴെലീല് അവരെ മുമ്പ്ല്ണ്ട്. തെയ്യം കാറി വീണത് പിന്നീം പിന്നീം പെർമലയൻ പറഞ്ഞോണ്ട് നിന്നത് അമ്പുപ്പണിക്കറ കാണുമ്പം നിർത്തി.

തീയ്യത്തി ചിരുതേരെ വീട്ടിന്റെ വയ്യപ്രത്ത്ന്ന്* അമ്പുപ്പണിക്കറ് രണ്ട് ചെരട്ട റാക്ക് വാങ്ങി കുടിച്ചു. അതോൻ കുടിക്കുമ്പം കൊറച്ച് കഞ്ഞീം ഒണക്കമീൻ ചുട്ടതും ഓള് കൊണ്ട് കൊടുത്തതും ഓൻ കുടിച്ചു. റാക്ക് കൊടലില് എത്തുമ്പം കാഞ്ഞ* ഓട്ട്ല് ബെള്ളം ബീംമ്പം ഇണ്ടാവ്ന്ന ഒരു ആളിക്കത്തല് ഓന്റെ ബയറ്റിലും ഇണ്ടായിന്. കപ്പപ്പറങ്കീം തേങ്ങീം ചതച്ചിട്ട ചക്കപ്പൂതല്* വെച്ചതും ഓള്, ഓന് കൊടുത്തു. നിന്നനിപ്പ്ന്നന്നെ ഓനതല്ലം തിന്നുമ്പം ചിരുത ഒര് തെരിയ* എടുത്ത് കൊടുത്തിറ്റ് ഓനോട് ഇരിക്കാൻ പറഞ്ഞു.

"സമാധാനായിറ്റ് ഈട ഇരിന്ന് തിന്നെന്റെമോനെ... നീ ഒന്നുകൊണ്ടും പേടിക്കണ്ട... എല്ലേനീം ബയീണ്ടാവും. എന്റെ പൊട്ടൻ തെയ്യൂം പരദേവതീം എന്തെങ്കിലൊര് നല്ല ബയി നമ്മക്ക് കാണിക്കും..."

ഓൻ പിന്നീം രണ്ട് ചെരട്ട റാക്ക് കുടിച്ച്എണീറ്റ് പെർമലയനും കൊമ്ട്ട്കുരുവൻ കോതോർമ്മനും ഇരിക്ക്ന്നേട്ക്കപ്പോയി തൂണും ചാരി നിന്നു. റാക്ക് ഓന്റെ മോത്ത്ന്നല്ലം പന്തം കത്തിച്ച് തുള്ള്ന്ന തെയ്യക്കോലം പോലെ തുള്ളാൻ തൊടങ്ങി. റാക്ക് ഓൻ മുമ്പും കൊറേ കുടിച്ചിറ്റ്ണ്ട് അന്നേരൊന്നും ഇപ്പളത്തെപ്പോലെ ഓന് തോന്നീല... മദം പൊട്ട്യ ആനേനപ്പോലെ ചവിട്ടിപ്പൊട്ടിക്കണംന്നും ആകാശം കുത്തിക്കീറണംന്നും ഓന്

** വാരല് - ഒരു പിടി; * കാഞ്ഞ - ചുട്ട് പഴുത്ത*

** ചക്കപ്പൂതല് - തീരെ മൂക്കാത്ത ചക്ക*

** തെരിയ - ഒണങ്ങിയ വാഴ എലകൊണ്ട് ഇരിക്കാൻ ഉണ്ടാക്കുന്ന കട്ടിയുള്ള സാധനം; * ഓനാട എത്തുമ്പളക്ക് - അവൻ അവിടെ എത്തുമ്പോഴേക്കും;*

** വയ്യപ്രത്ത് - പിന്നാമ്പുറത്ത്;*

തോന്ന്ന്ണ്ട്. തീയ്യത്തിചിരുതേരെ കുന്ന്മ്മന്ന് തായലേക്ക് തുള്ള്യാലോന്ന് ഒരിക്കാനിരീച്ചു. കണ്ണ് നോക്യതല്ല കാണ്ന്ന്, കാതിലേക്ക് ചെണ്ടയടിച്ചോണ്ട് ആരെല്ലോ ബെരേന്ന്...

ഓൻ ചാരിനിന്ന തൂണും പിടിച്ച് ആടിരുന്നു. ഇര്ന്നെട്ക്ക്ന്ന്, ഓൻ ദാറൂട്ടി പറഞ്ഞതെല്ലാം കണ്ണോണ്ടും മൂക്കോണ്ടും കൈയോണ്ടും തലയോണ്ടും ആടീല്ലവരോടെല്ലം പറഞ്ഞു. ഒടൂല് പെർമലയനോടായിറ്റ് പറഞ്ഞു.

"അപ്പാ... നമ്മള മോൻ ദാറൂട്ടി പൂമീം* നെല്ലുംകൊണ്ട് നല്ലോണം തമ്പ്രാക്കമ്മാരെപ്പോലെ ജീവിച്ചോട്ടെ... ഞാൻ ചത്താലും സാരൂല്ല... ഓൻ ബെല്യ ആളാവട്ട് അപ്പാ..."

പിമ്പോര് നെലവിള്യാ... അമ്പുപ്പണിക്കറത്...

"ന്നാലും ന്റെ ദാറൂട്ട്യേ... എന്റെ പൊന്നനിയാ... ഒരു മൊറം മണ്ണിന്വേണ്ടീറ്റ് നിന്റെ ഏട്ടന നീ കൊന്നില്ലേ ന്റെ ദാറൂട്ട്യേ..."

പെട്ടെന്ന്, പെർമലയൻ ഇരിക്ക്ന്നെടുക്ക്ന്ന് ഒരു കല്ലും എട്ത്ത് "ഓന ഞാൻ കൊല്ലുംന്ന്" അറണ്ടോണ്ട്* പാഞ്ഞു. ഒടിഞ്ഞ നടു പറ്റ്ന്നത്ര നീർത്ത് പിടിച്ച് കൊലഞ്ഞ വില്ലിന്ന് അമ്പ് എയ്തപോലെ ഓൻ പാഞ്ഞ് കുന്ന് എറങ്ങുമ്പം അരക്ക്ന്ന് ഉടുത്ത തോർത്ത് അയിഞ്ഞ് വീണത് ഓനറിഞ്ഞില്ല. ഓന്റെ ബയ്യന്നെ ഓന പിടിക്കാൻ കോതോർമ്മനും അമ്പുപ്പണിക്കറും പാഞ്ഞു. അമ്പുപണിക്കറ് കുന്നുമ്മന്ന് വീണ് ഉരുണ്ട്, ഉരുണ്ട് കൊറേ തായല് വെരെ എത്തി ആട കുത്തീരുന്നു.

മിറ്റത്തിരിന്ന് കഞ്ഞി കുടിക്ക്ന്ന ദാറൂട്ടീന കണ്ടതും പെര് മലയൻ കല്ല് നെലത്തിട്ട് എന്റെ തറമ്മലെ കുത്ത്വെളക്ക് വെലിച്ചൂരി വിഷ്ണുമൂർത്തി തെയ്യം ഹിരണ്യന കൊല്ലാമ്പോമ്പോലെ ഒറഞ്ഞ് തുള്ളി അടുത്തു. ദാറൂട്ടി കഞ്ഞി കുടിക്കുന്ന മന്താലം നെലത്തിട്ട് കുടിലിന് ചുറ്റും പാഞ്ഞു. കോതോർമ്മനും, മലിനാണീം പെമ്മക്കളും എല്ലാരും കൂടി പെർമലയന മുറുക്കപിടിച്ചു. മലിനാണീം പെമ്മക്കളും നെലവിളിച്ചു. കോതോർമ്മൻ പെർമലയന്റെ കൈമന്ന് കുത്ത്വെളക്ക് പിടിച്ച് വാങ്ങി എന്റെ തറമ്മല് വെച്ചു.

വെള്ളത്തില് വീണ് ജീവൻ പോവാനായ എലി വെറക്ക്ന്നപോലെ ദാറൂട്ടി മിറ്റത്ത് നിന്ന് ബെറക്കേന്ന്.

പെർമലയന എല്ലാരും എളക്ക്യേരം ബെറച്ച് നിക്ക്ന്ന ദാറൂട്ടീന ഓന്റെ ഒണങ്ങ്യ മൊളേരെ കുറ്റികണക്കത്തെ കാലോണ്ട് ചവിട്ടി. ചവിട്ട്കൊണ്ട് നെലത്ത് വീണ ദാറൂട്ടീന പിന്നീം ചവുട്ടി. ദാറൂട്ടീന ചവിട്ടുന്നത് തട്ക്കാൻ പോയ മലിനാണീം ഓന്റെ ചവിട്ട്കൊണ്ട് നെലത്ത് വീണു. പിന്നീം ചവിട്ടുമ്പം കോതോർമ്മനും അമ്പുപ്പണിക്കറും വന്ന് തടുത്തു. ചവിട്ട് തേച്ചും കൊള്ളുമ്പൂം ദാറൂട്ടി കരഞ്ഞില്ലെങ്കിലും മലിനാണീരെ നെലവിളി പെർവയീം കടന്ന് തോട്ടും കരക്കെത്തി, മേലോട്ട് കുന്ന് കേറി തീയ്യത്തി

** പൂമി - ഭൂമി; * അറണ്ടോണ്ട് - അലറിക്കൊണ്ട്*

ചിരുതേരെ ചെവീലും എത്തി...

തോട്ട്ല് കുളിക്കാൻ വന്ന വാണ്യനെമ്മനും പിന്ന ചെലരും, ഏറാൻ പോയ തീയ്യൻ ചവുണ്ണ്യനും കുന്ന്മ്മന്ന് എറങ്ങി വന്ന തീയ്യത്തി ചിരുതീം എന്റെ തറേരെടുത്ത് എത്തി കെതച്ചോണ്ട് നിക്കുമ്പം നെഞ്ഞത്ത് പടപടേന്ന് അടിച്ചോണ്ട് പെർമലയൻ പറീന്ന് ഇണ്ടായിനി.

"ഇവൻ എന്റെ മോനല്ല... ദാറൂട്ടി എന്റെ മോനല്ല. നിന്ന എനക്ക് കാണണ്ട... എന്റെ കണ്ണിന്റെ ഉള്ള്ന്ന് നീ പോ... പോയിറ്റേങ്കില് നിന്നെ ഞാൻ കൊത്തിക്കൊല്ലും. എന്റെ പൊട്ടൻ തെയ്യത്തിനാണെ സത്യം ഞാൻ കൊത്തിക്കൊല്ലും. ഓൻ എന്റെ ചോരീല് പെറന്ന മോനല്ല... എറങ്ങിക്കോ... നീ..."

ദാറൂട്ടി കണ്ണിലെ ബെള്ളം ഒലിപ്പിച്ചോണ്ട് എണീറ്റു. ഓൻ മേത്ത് പറ്റ്യ മണ്ണൊന്നും തട്ടിക്കളയാതെ, ആരീം നോക്കാതെ കുടീന്നെറങ്ങുമ്പം മലിനാണി നെലവിളിച്ചോണ്ട് ഓനപോയി തടുത്തു. അത് കണ്ട് എരേന കണ്ട പർന്തിനപ്പോലെ ചീറിപ്പാഞ്ഞ് പെർമലയൻ മലിനാണീന നടൂന് ചവിട്ടി നെലത്തിട്ടു. പിന്നീം ചവിട്ടാൻ പോമ്പം തീയൻ ചവുണിയൻ ഓനപിടിച്ച് വെലിച്ചു.

ദാറൂട്ടി, നെലത്ത് ചവുട്ടുംകൊണ്ട് കെടക്ക്ന്ന ഓന്റമ്മ മലിനാണീനെ ഒന്ന് നോക്കി പിന്ന നേരെ പെർവയിക്കേക്ക് നടന്നു. ആരും ഓന തിരിച്ച് വിളിച്ചില്ല. ചീലക്കും ഓന്റെ നേർപെങ്ങമ്മാർക്കും ഓന തിരിച്ച് ബിളിക്കണംന്ന് ഇണ്ടായിനി. എന്നാല് അയിനായിറ്റ് അവരെ നാവ് പൊന്തീല. ഓൻ നടന്ന് പെർവയീം കടന്ന് തോട്ടിൻ കരക്കെത്ത്ന്നത് വരെ ഓന്റമ്മ മലിനാണീരെ ചങ്കിന്റുള്ള്ന്ന് വന്ന സങ്കടക്കടലിന്റെ എരമ്പല് ഓൻ കേട്ടിന്.

ഓനപിന്ന പെർമലയൻ ഈ കുടീലേക്ക് കേറ്റ്യതേ ഇല്ല. ഓൻ വന്നതൂല്ല. ഓൻ പെർമലയന്റെ കൂടീന്നെറങ്ങീറ്റ്, മേത്ത് പറ്റ്യ മണ്ണോടെ കരഞ്ഞോണ്ട് നേരെ പോയത് കോരൻനായരെ ബീട്ട്ലേക്കാണ്. കോരൻ നായരെ കണ്ട് ഇണ്ടായതെല്ലം പറഞ്ഞേരം പൂത്ത്* പുസു* കേറ്യനായീന ആട്ടുന്നപോലെ ഓന ആട്ന്ന് ആട്ടി ഓടിക്വാ ചെയ്തത്. മിറ്റത്ത് കത്തിക്കാൻ ഒണക്കാനിട്ട തെങ്ങിന്റെ കൊലച്ചിലെടുത്ത് ഓന കോരൻനായര് എറിഞ്ഞ് ഓടിച്ചു.

ഓൻ പിന്ന നേരെ മലിനാണീരെ പാണപ്പേത്തെ കുടീലേക്ക് പോയി. പോന്ന വയിക്ക്ന്ന് ഓൻ കാട്ടില് കേറി മേന്തോന്നീ*രെ കേങ്ങ്* പറിച്ച് പാണപ്പെത്ത്യേരം ആരുംകാണാതെ ആട്ന്ന് അത് അരച്ച് കലക്കികുടിച്ച് ചാവാൻ കമിഞ്ഞ് കെടന്നു. പൊലച്ചകൂറ്റിന് വയറ് വേദന എട്ത്ത് പൊളീമ്പം ഓൻ ഓന്റെ അമ്മേരെ ആങ്ങള്യോട് പറഞ്ഞു ചാവാൻ വേണ്ടീറ്റ് ഞാൻ മോന്തോന്നിക്കേങ്ങ് അരച്ച് കലക്കി കുടിച്ചിനീന്ന്. പെർമ

** പൂത്ത് - പഴുപ്പ് വന്ന് ; * പുസു - പുഴു*
** എരേന - ഇരയെ; * മേന്തോന്നി - ഒരു ചെടി*
** കേങ്ങ് - കിഴങ്ങ്*

ലയന്റടുത്ത് ആളവിട്ടേരം പെർമലയൻ പറഞ്ഞു. "ഓൻ ചത്തോട്ടെന്ന്." അമ്പുപ്പണിക്കറ് ബേഗം വണ്ണാൻ കുഞ്ഞാരനീം കൂട്ടി പാണപ്പേക്കോടി. വയറും പിടിച്ച് അറണ്ടും മുറുണ്ടും കെടന്ന് തെരീന്ന ദാറൂട്ട്യോട് കുഞ്ഞാരപ്പെർവണ്ണാൻ ചോയിച്ചു.

"നീ മേന്തോന്നീരെ കേങ്ങ് ഏയിലാ കലക്കികുടിച്ചിന്...?"

"പച്ചാളത്തില്*..."

വണ്ണാൻ കുഞ്ഞാരൻ തുമ്മാൻ തിന്ന് കറീല്മുങ്ങ്യ പല്ല് കാണിച്ച് ചിരിച്ചു.

"പേടിക്കണ്ട.. മേന്തോന്നിക്കേങ്ങ് എള്ളെണ്ണീല് അരച്ച് കുടിച്ചാലേ ആള് ചാവൂ..."

പിന്ന കുഞ്ഞാരൻ മലിനാണീരെ ആങ്ങള്യോട് സൊകാര്യം ഓന്റെ ചെവിട്ടിന്റടുത്ത് മീട് വെച്ചിറ്റ് പറഞ്ഞു.

"നായ്ത്തീട്ടം* വേണം. അത് കലക്കീറ്റ് ഓന കുടിപ്പിക്കണം. അതേ ഈനിമര്ന്ന്ല്ലു."

ചെവീന്ന്, ചെവീലേക്ക് മരുന്നിന്റെ പേരൊഴുകി. കുറുക്കൂട്ടി ചപ്പിലീല് പൊതിഞ്ഞ മരുന്ന് എത്തി. കുഞ്ഞാരൻ അത് ചെരട്ടീല് കലക്കീറ്റ് ദാറൂട്ടിന കുടിപ്പിച്ചു. ഓൻ കാറി, പിന്നീം കുടിച്ച് കാറി... കൊറേ ചൂട്വെള്ളം കൊടുത്തേരം ഓൻ വയറെളക്കം വന്നു... അയിനോടെ ഓന്റെ മേത്ത്ന്ന് മേന്തോന്നീരെ വെഷം പോയി. അമ്പുപ്പണിക്കറും വണ്ണാൻ കുഞ്ഞാരനും പാണപ്പീന്ന് തിരിച്ച് വന്നേരം ദാറൂട്ടി ചത്തോ, ജീവിച്ചോന്നൊന്നും പെർമലയൻ ചോയിച്ചില്ല. മലിനാണ്യോട് ഇണ്ടായതെല്ലം വണ്ണാൻ കുഞ്ഞാരൻ പറഞ്ഞു. അന്നേരൂം ഓള് കരഞ്ഞു. പക്കേങ്കില് കരീന്ന ഒച്ച ആരും കേട്ടില്ല.

കൊറേ നാള് കയിഞ്ഞേരം ഓൻ കടന്നപ്പള്ളി ചെറൂച്ചേരീലെ മലയൻ ദേർമ്മന്റെ മൂത്തമോള മംഗലം കയിച്ചിറ്റ് ആട ആക്കി താമസം. മലയൻ ദേർമ്മന്റെ മൂത്തമോളെ മംഗലം ഒരിക്കാല് കയിഞ്ഞിന്. ഓളെ പുരുവൻ* ചത്തതാ... ഓൻ നല്ലോണം റാക്ക് കുടിക്കും. കാനായീല് രണ്ട് മൂന്ന് തീയ്യത്ത്യള് വണ്ണാത്തിപൊയേന്റെ കരക്ക്ന്ന് റാക്ക് ഇണ്ടാക്കല്ണ്ട്. ഓൻ ആട്ന്നാ എപ്പൂം റാക്ക് കുടിക്കാ... പെർമഴപെയ്ത് മലക്ക്ന്ന് വെള്ളം എറങ്ങി വണ്ണാത്തിപ്പൊയ നെറഞ്ഞ് മറഞ്ഞ് മുടിയയിച്ചിട്ട് തലതല്ലി അലറിവിളിച്ച് പായുമ്പം റാക്കും കുടിച്ച് നല്ല മത്തില് ഓൻ പൊയ നീന്തിക്കടക്കാൻ നോക്യതാ... വെള്ളത്തിലേക്ക് ചാടുമ്പം തന്നെ പൊയ* ഓന ബിത്ങ്ങീന്.* പിന്ന ഓന കണ്ടോര് ഇണ്ടായിറ്റ്ല്ല. മീങ്കുയീം കയിഞ്ഞ് പെർമ്പപ്പൊയീം കയിഞ്ഞ് ഓൻ കടലിലെത്ത്യേരം ഓന ഏതെങ്കിലും ബെല്യ മീൻ ബ്ത്ങ്ങീറ്റ്ണ്ടാവും.

** പച്ചാളത്തില് - പച്ചവെള്ളത്തില്*

** നായ്ത്തീട്ടം - പട്ടിയുടെ കാഷ്ഠം*

** പുരുവൻ - ഭർത്താവ്*

** പൊയ - പുഴ; * ബ്ത്ങ്ങീന്ന് - വിഴുങ്ങി*

ഓൻ ചത്തിറ്റ് നാലാമത്തെ കൊല്ലാ മലയൻ ദേർമ്മൻ ഓന്റെ മൂത്ത മോള ദാറൂട്ടിക്ക് മംഗലം കയിച്ച് കൊടുത്തത്. ആദ്യത്തെ മംഗലത്തില് ഓക്ക് രണ്ട് മക്കള് ഇണ്ടായിനി. രണ്ട് ആമ്പ്ള്ളറ്*...

ഈ വിവരല്ലം പെർമലയനുമായിറ്റ് ആലോചിക്കാൻ കുടുംബക്കാറ് കൊറേ വന്നേരൂം പെർമലയന് ഒറ്റവാക്കേ ഇണ്ടായിറ്റൂ.

“ദാറൂട്ടി എന്റെ ചോരീല് പെറന്നോനല്ല... ഓനെന്റെ മോനല്ല... എന ക്കങ്ങന ഒര് മോനില്ല...”

പെർമലയൻ, ദാറൂട്ടി എന്റെ ചോരീല് പെറന്നോനല്ലാന്ന് പറീമ്പം മലിനാണീരെ ഉള്ളില് തീക്കാളീന്. ഓളമേല് കാറ്റത്ത് ഓടകൂട്ടം ബെറക്ക്ന്നപോലെ ബെറച്ചിന്. വല്യമ്പ്രാന്റെ മോളെ പേറെടുക്കാൻ കൊറേ ദെവസം മനക്കല് പോയിനിന്നപ്പം വല്യമ്പ്രാൻ ഓളെ വയറ്റില് കെറ്പ്പം ഇണ്ടാക്കിക്കൊടുത്ത് പെറ്റതാന്ന് ദാറൂട്ടീന്ന് ഓക്കും, തീയ്യത്തി ചിരുതക്കും പിന്ന എനക്കും മാത്രേ അറീലു. മുമ്പും മനക്കല് പേറെടു ക്കാൻ പോയി നിന്നേരം ഓളെ വയറ്റില് രണ്ടോട്ടം കെർപ്പം ഇണ്ടാക്കി കൊടുത്തിന് തമ്പ്രാക്കമ്മാര്. ആ രണ്ടെണ്ണത്തിനീം കണ്ണാമ്പട്ടീരെ കറ ഒലിക്ക്ന്ന കമ്പ് കെർപ്പത്തില് കേറ്റി വെച്ചിറ്റ് ഓള് കലക്കി കളഞ്ഞതും എനക്കും തീയ്യത്തി ചിരുതക്കേ അറിയൂ. ദാറൂട്ടീന കെർപ്പത്ത്ന്നന്നെ കളയാൻ ഓക്ക് കയിഞ്ഞിറ്റ്ല. കെർപ്പത്തിലെ കരു കൊറേ ബളന്ന് പോയിന്.

പെർമലയൻ ഇതൊന്നും അറീലാന്നാന്ന് ഓള് കർതീന്. എന്നാല് ഇപ്പം ഓക്ക് തിരിഞ്ഞു പെർമലയൻ ഓളെ കെർപ്പത്തിന്റെ കണക്കല്ലും മനസ്സില് നാരായത്തോണ്ട് എഴുതിവെച്ചിനീന്ന്. ഓള് മനക്കലെ ഇറ്റെ ടുത്ത് വന്ന് ഒരു മാസം തെകയിന്നേന് മുമ്പിലെ വടക്ക് പൊറത്തെ വായേന്റെ മറവില് നിന്നിറ്റ് കാറ്ന്നത്* ഓൻ കണ്ടിന്.

എല്ലം കണ്ടിറ്റും അറിഞ്ഞിറ്റും എന്നപ്പോലെ, ഒന്നും അറിയാത്ത പൊട്ടനപ്പോലെ തീയ്യത്തി ചിരുതേരെ റാക്കില് മൂടിവെച്ച് ഓൻ മലിനാ ണീരീം മക്കളീം ഒപ്പരം കണ്ണും കാതും ഇല്ലാത്തോനപോലെ കയിഞ്ഞ് കൂടാ ചെയ്തത്.

മൂന്നീസം കൊമ്ട്ട്ക്കുരുവൻ കോതോർമ്മനും ഓന്റോളും പെർമല യന്റെ കുടീല് തന്നെ നിന്നു. എന്നേരൂം തമ്പ്രാന്റെ മനക്കന്ന് കല്പന ഒന്നും വന്നില്ല. അവര് രണ്ടാളും കാനായ്യേക്ക് പോയി. അവര് കാനാ യ്യേക്ക് പോമ്പം ചീല ഓളെ അമ്മേരെ കൈപിടിച്ച് കരഞ്ഞു. മറ്റാരും കരഞ്ഞില്ലെങ്കിലും എല്ലാരെ ഉള്ളിലും ഒരു പേടി കേറി വന്നു.

കൊറേ നാള് ആട്ടൂം അനക്കൂം ഒന്നും ഇണ്ടായില്ല. എല്ലാരീം മന സ്സിന്റെ ഉള്ള്ന്ന് ആളിക്കത്തിക്കൊണ്ടിരുന്ന തീയൊന്ന് അമരുമ്പാ* മുതു ടോൻ കേറി വന്നത്. വെറ്റില മുറുക്കീറ്റ് ഓന്റെ വായില് തേച്ചും ചോര നെറഞ്ഞ പോലീണ്ടായിന്.

** ആമ്പ്ള്ളറ് - ആൺകുട്ടികൾ*

** കാറ്ന്നത് - ഛർദ്ദിക്കുന്നത്; * അമർമ്പം - കുറയുമ്പോൾ*

തകിലിൻ കുറ്റിപോലെ ഉരുണ്ട ഓൻ എന്റെ തറമ്മല് വന്നിരുന്നു. ഓന്റെ അപ്പനും അമ്മീം ബെല്യ നീളൂല്ലവരാ... ഓന്റെ എളേതും നീളൂല്ലതന്ന്യാ... ഓൻ മാത്രം മുറിച്ചിട്ട മാവിന്റെ അടിക്കുറ്റി പോലെയാ... ഓനക്കണ്ടേരം എല്ലാരും എണീറ്റ് നിന്നു. പെർമലയൻ ഓനോട് എറേത്ത് കേറി ഇരിക്കാൻ പറഞ്ഞിനെങ്കിലും ഓൻ എന്റെ തറമ്മല് തന്നെ ഇര്ന്ന്റ്റ്. എല്ലാരും കേക്കാൻ മാത്രം ഒച്ചീല് കാര്യങ്ങള് പറഞ്ഞു. മലിനാണി മിറ്റത്ത് കുത്തീരിന്നേന്റെ ബയ്യല് പെമ്മക്കളും ചീലീം വന്ന് നിന്നു. പെർമലയൻ മുതുടോന്റടുത്ത് എന്റെ തറമ്മലിരുന്നു അമ്പുപ്പണിക്കറ് എറങ്കല്ല്മ്മലും.

"കോരൻനായര് എന്ന ആളെ വിട്ട് വിളിപ്പിച്ചിന്. അയിനക്കൊണ്ട് ഞാൻ തമ്പ്രാന കണ്ട് താണ് തൊവ്വ്ത് പറഞ്ഞു. അമ്പുപ്പണിക്കർക്ക് മാപ്പ് കൊടുക്കണംന്ന്... അമ്പുപ്പണിക്കറ നാട് കടത്ത്വന്നെ വേണംന്ന് തമ്പ്രാൻ ഒറ്റപ്പറച്ചലാ...ആവുന്നതും പത്തും ഞാൻ പറഞ്ഞ് നോക്കി. സമ്മതിക്ക്ന്നില്ല... തീയ്യത്തീരെ റാക്ക് രാപ്പകല് കുടിച്ചിറ്റ് വയറ് കത്തിക്കരിഞ്ഞിറ്റല്ലേ ഓൻ കാറി വീണിനിന്നാ തമ്പ്രാന്റെ ചോദ്യം. ഒടൂല് ഞാൻ തമ്പ്രാനോട് പറഞ്ഞു. തമ്പ്രാനേ... ഇത് വരെ ഓന്റെ ഭാഗത്ത്ന്ന് വന്ന പെഴവിനല്ലം ഓനീട്ത്തെ കാലിന് വീണ് മാപ്പ് ചോയിക്കും. തമ്പ്രാൻ മാപ്പാക്കണം. അന്നേരം കോരൻനായര് എന്നോട് ചോയിച്ചു. അയിന് ഓൻ നിക്ക്വോന്ന്. ഞാൻ നിക്കുംന്ന് ഒറപ്പ് പറഞ്ഞു. അങ്ങനെ തമ്പ്രാന് വേണ്ടി കോരൻനായര് സമ്മതിച്ചിറ്റാ ഞാൻ ഇപ്പം വന്നത്."

കോരൻനായര് ഇതും പറഞ്ഞു.

"ഓന് മാപ്പ് കൊടുക്കാം. ന്നാല് അള്ളട നാട്ട്ല് ഓന് മലേന്റെ അവകാശൊന്നും കിട്ടൂല. കൊടിച്ചി നായീനപ്പോലെ തെണ്ടിജീവിച്ചോള്ള..."

"അമ്പുപ്പണിക്കറ് വാ... ഇപ്പംതന്നെ നമ്മക്ക് മനക്കല് പോയി കരഞ്ഞ് പറഞ്ഞ് വെരാ... നീ വാ... മലേനായിറ്റല്ലെങ്കിലും ആയുസ്സ് കിട്ടൂലെ അത് മതി... വാ..."

എറങ്കല്ലിമ്മലിരുന്ന അമ്പുപ്പണിക്കറ് പീഠത്ത്മ്മന്ന് എണീക്ക്ന്ന തെയ്യത്തിനപ്പോലെ ചാടി എണീറ്റ് വായേരെ മെരട്ട് പോയി. കാർക്കിച്ച് തുപ്പി, താന്ന് ഒടിഞ്ഞ് നിക്ക്ന്ന വായേരെ കൈ വെലിച്ച് പറച്ചിറ്റ് പറഞ്ഞു...

"എല്ലം എനക്കറിയ മുതുടോനെ. ഞാൻ മംഗലം കയിച്ച ദെവസം എന്റെ ഓള തമ്പ്രാന്റൊപ്പരം കെടക്കാൻ കൊടുക്കാഞ്ഞിറ്റ് ഓൻ ഇണ്ടാക്യതാ ഇതെല്ലാം. കോരൻനായരെ തറവാട്ട് തെയ്യത്തിന്റെ ദെവസം മാറ്റ്യതും, എന്റെ അനിയനെ ഒരുപിടി മണ്ണ് കാണിച്ചിറ്റ് ഓനക്കൊണ്ട് എനക്ക് ബീത്തില് ബെഷം കലക്കി തന്നതും എല്ലം എനക്കറിയ മുതുടോനെ..."

ഓൻ നടന്ന് മുതുടോന്റെ മൂക്കിന് മുട്ടുന്ന പോലെ നിന്നിറ്റ് തല കുലുക്കി വടിപോലെ കൈ നീർത്തിക്കൊണ്ട് പറഞ്ഞു.

"വല്യമ്പ്രാൻ എന്ന ചതിച്ചതല്ലേ... എന്റെ ചീലേന ഓനിരിക്ക്ന്ന പത്തായപ്പൊരീല് കേറ്റീറ്റ് വാതിലടച്ചിറ്റ് ഞാൻ തന്നെ പൊറത്ത് കാവല്

നിക്കാഞ്ഞിറ്റല്ലേ... തമ്പ്രാനല്ലേ കുഞ്ഞിരേർമ്മൻ ഗുരിക്കളെക്കൊണ്ട് തെയ്യ ത്തിന്റെ നാള് മാറ്റീന്... കോരൻനായരല്ലേ കലേക്കാരൻ തീയ്യൻ ചീരോ ണ്ടനെക്കൊണ്ട് ബെഷക്കായ കലക്ക്യ എളന്നെറ്* ബെള്ളം ബീത്തായിറ്റ് തന്നിന്... മുതുടോനെ... ഞാനാ കുറ്റം ചെയ്തിന് അവരാ... അവര് കുറ്റം ചെയ്തിറ്റ് ഞാനെന്തിന് മാപ്പ് പറയണം. അതേത് ഞായാ* മുതുടോ നെ..."

ഒറഞ്ഞ് തുള്ളാൻ തോടങ്ങ്ന്ന തെയ്യത്തിനപ്പോലെ ഓൻ നെലത്ത് ആഞ്ഞ് ചവിട്ടി അരിശം തീരാതെ പറഞ്ഞു.

"എള്ളെണ്ണീല് മേന്തോന്നിക്കേങ്ങ് അരച്ച് കലക്കീറ്റ് കുടിച്ച് ഞാങ്ങ* എല്ലം ചാവേണ്ടിവന്നാലും, മുതുടോനെ, ഓനോട് മാപ്പ് എരക്കാൻ എന്ന കിട്ടൂല. ഓന്റെ കാലിന്റെ മുമ്പില് കമിഞ്ഞ് വീണിറ്റ് ഈയൊര് ജന്മൂം ജീവിതും എനക്ക് വേണ്ട മുതുടോനെ. എന്ന നാട് കടത്ത്വോ, കൊല്ല്വോ എന്തെങ്കിലും ചെയ്തോട്ടെ... അയിന്റെ സങ്കടം തേച്ചും മുതുടോൻ തലീല് കേറ്റി വെച്ച്റ്റ് നടക്കണ്ട. നന്നായാലും പൊട്ടായാലും അത് ഈ അമ്പൂന്റെ തലീല് കൊള്ളാനില്ലതേ ഇല്ലൂ.*"

മുതുടോന്റെ നാവിന് കെട്ട് വീണു.

ആരും വായിതൊറക്കാതിരിക്കുമ്പം മലിനാണി പറഞ്ഞു.

"ന്റെ മോനേ... അമ്പൂ... ഞാനും ബെര, മുതുടോനീം കൂട്ടാ, നമ്മക്ക് മൂന്നാക്കും പോയി വല്യമ്പ്രാനോട് സങ്കടം ഒണർത്തിക്ക. അല്ലാതെ പറ്റൂ ല്ലന്റെ അമ്പൂ."

മലിനാണീരെ ഒച്ചേരുള്ളില് കരച്ചിലും നെറഞ്ഞിരുന്നു.

ആര് കുലുക്കീറ്റും കുലുങ്ങാത്ത മലപോലെ അമ്പുപ്പണിക്കറ് ഒറച്ച് നിന്നു. അവസാനകൈയായി തീയ്യൻ ചവുണിയനും ഓന്റോള് തീയ്യത്തി ചിരുതീം, എമ്മനും, കെർപ്പക്കാർത്ത്യായ* എമ്മന്റെ ഓളും എല്ലാരും പറഞ്ഞ് നോക്കി. ഓൻ ഒറ്റക്കാര്യം എന്നെവിളിച്ച് സത്യം ചെയ്ത് പറഞ്ഞു.

"ന്റെ പൊട്ടൻതെയ്യേ... ഈ ഭൂമീല് നീയായിറ്റ്തന്ന ആയിസ്സ് ആര് കൊത്തിപ്പറച്ച് കൊണ്ടോയാലും നിന്നാണ സത്യം തമ്പ്രാന്റെ കാല് പിടിച്ച് ഒരു ജന്മം ഈ അമ്പൂന് വേണ്ട..."

മുതുടോനെറങ്ങി... എറങ്ങുമ്പം ഓൻ പെർമലയന്റെ മോത്ത് നോക്കി എല്ലാരും കേക്കാൻ വേണ്ടി പറഞ്ഞു:

"പെർമലയാ... പറയാനില്ലത് ഞാനായിറ്റ് പറഞ്ഞു. ഓൻ അയിന് ബയിപ്പെടുന്നില്ലാന്ന്* വെച്ചാല് എന്താ ചെയ്യ്വാ... പറഞ്ഞാ കേക്കാത്തേ റ്റിങ്ങ ചത്താല് ചേദൂല്ലാന്നാന്ന് കാർന്നോമ്മാര് പറയല്..."

അന്ന് മോന്തിക്ക് എന്റെ തറമ്മല് ബെളക്ക് കത്തിച്ച് അമ്പുപ്പണി ക്കറ് തൊവ്വ്ത് എറങ്ങുമ്പം ഓന്റെ അമ്മ മലിനാണി വന്ന് ഓന്റെ മോത്തേ ക്കന്നെ നോക്കി നടുനീർത്ത് നിന്ന് പറഞ്ഞു.

** എളന്നറ് - ഇളനീർ; * ഞായാ - ന്യായമാ;*

** ഞാങ്ങ - ഞങ്ങൾ; * കെർപ്പക്കാർത്ത്യായ - ഗർഭിണിയായ*

** ബയിപ്പെട്ന്നില്ല - വഴങ്ങ്ന്നില്ല*

"അമ്പൂ... നിന്റോള് ചീലക്ക് ഈ മാസംകുളി* വന്നിറ്റില്ല. ഓളെ ബയറ്റില് കെർപ്പം ബളര്ന്ന്ണ്ട്. ഞാൻ ഓളെ അടിവറ് തൊട്ടോക്കി ആങ്കുട്ട്യാ..."

അത് കേട്ട അമ്പൂന് ചിരിക്കണംന്നോ കരയണംന്നോ എന്താവേണ്ടന്ന് തിരീന്നില്ല... ഓൻ മുറിച്ചിട്ട മരക്കുറ്റിപോലെ എന്റെ തറമ്മലിരുന്നു.

അന്ന്, രാത്രി കുടീന്റകത്ത് കത്തലടക്കി എല്ലാരും ഒറങ്ങാൻ കെടന്നേരം ആകാശത്ത് പാല് പോലെ പരന്ന നിലാവ് കുടീന്റെ മിറ്റത്ത് പാൽക്കൊളം തളംകെട്ടി നിക്കുമ്പോലെ നിക്കുമ്പം ചീല ആത്ത്ന്ന് എറങ്ങി വന്ന് ഓനോട് പറഞ്ഞു.

"നാളെപ്പോയിറ്റ് വല്യമ്പ്രാനോട് മാപ്പ് പറേണം..."

ഓള് രണ്ട് കൈയും കൂട്ടി തൊവ്വ്തോണ്ടാ അങ്ങന പറഞ്ഞത്... നിലാവത്ത് ഓളെ കണ്ണിന്റെ മൂലക്ക് നെറഞ്ഞ് നിക്ക്ന്ന വെള്ളത്തില് നിലാവൊഴുക്കുന്ന രണ്ട് ചന്ദ്രൻ തുളുമ്പുന്നതും ഞാൻ കണ്ടു. പക്ഷേ, താളാം ചപ്പിലീല്* വീണ വെള്ളംപോലെ അത് ഉരുണ്ട് തായല് വീണ് പൊട്ടിത്തെറിച്ചു.

അമ്പുപ്പണിക്കറ് ഒന്നും മിണ്ടാതെ എണീറ്റ് ആത്ത് പോയി കെടന്നു. ബയ്യന്നെ ചീലീം പോയി.

പൊലന്നെണീറ്റ് തോട്ടിൻകരക്കേക്ക് പോവാൻ നിക്ക്മ്പം മുതുടോനെയാ അമ്പുപണിക്കറും പെർമലയനും കണികണ്ടത്.

മുതുടോൻ അധികം വിസ്തരിക്കാതെ നിന്നനില്പിന്ന് പറഞ്ഞു.

"ഇന്ന് തൊട്ട് നാലാം ദെവസം വെള്ള്യാഴ്ച രാവിലെ അരയാക്കീല് വെച്ച് പഴിക* ചേരണം. എരമം നാട്ടിലെ മലേമ്മാര് മാത്രല്ല, അള്ളട നാട്ട്ല് തേച്ചും വിവരം കൊടുത്ത് വെരാൻ പറീന്ന്ണ്ട്. ബാക്കി ആട്ന്ന് തീർമാനിക്ക."

മുതുടോൻ വന്ന വയിക്കെന്നെ തിരിഞ്ഞ് നടന്നു.

പെർമലയൻ മുതുടോന്റെ ബയ്യന്നെ തോട്ടിൻ കരക്കേക്ക് നടന്നേരം അമ്പുപ്പണിക്കറ് എന്നോട് പറഞ്ഞു.

"ന്റെ പൊട്ടൻതെയ്യേ... പത്ത്മാസം തെകീമ്പം എന്റോള് ചീല പെറും. ഓള് പെറ്ന്ന എന്റെ കുഞ്ഞി ഈ അപ്പൻ തെയ്യം കെട്ടികാറി വീണിറ്റ് തമ്പ്രാൻ നാട് കടത്ത്യതാന്ന്ന് നിരീക്കല്ലെന്റെ പൊട്ടൻ തെയ്യേ..."

ഓന്റെ തൊണ്ട എടറ്ന്ന ഒച്ച കേട്ട്റ്റ് കൂടീന്റെ ബയ്യ്പ്പൊറത്ത്ന്ന് ചീല വെർന്ന് കണ്ടേരം ഓൻ നിർത്തി.

ഇല്ല്യ - ഉള്ള്യ

** മാസക്കുളി - ആർത്തവം*

** താളാംചപ്പില - താളിന്റെ ഇല*

** പഴിക - മലയസമുദായക്കാരുടെ യോഗം*

ഓനിപ്പം, ചീലേരെ വയറ്റിന്റുള്ളില് ഓനപ്പോലത്തൊരുത്തൻ എണീറ്റ് നടക്ക്ന്നതായി തോന്നി... നടന്ന് വയറ്റ്ന്ന് പൊറത്ത് കീഞ്ഞ് ഓന്റെ മോത്തേക്കന്നെ നോക്കി ചിരിക്കീം, ഓന്റെ മടീലും പൊറത്തും തലീലും എല്ലം കേറിയിരിക്കുമ്പം മേലാകെ തണ്പ്പെത്ര കൊണ്ടാലും ഇല്ലാത്തെ കുളിര് മനസ്സില് നെറയാൻ തൊടങ്ങി...

ചീലേന കാണുമ്പം ഓളിന്നലെ രാത്രി ഓന്റെ ചങ്കിന്റെ ഉള്ളില് ഒച്ചീല്ലാതെ പറഞ്ഞത് ഓന്റെ തലീല് ആയിരം ചെണ്ട ഒന്നിച്ച് അലറു മ്പോലെ ഒണർന്നു.

"നാളെപ്പോയിറ്റ് വെല്യമ്പ്രാനോട് മാപ്പ് പറയണം..."

അരയക്കീല് തറമ്മല് വെള്ള്യാഴ്ച വിരിഞ്ഞു...

അള്ളട നാട്ടിലെ മലയമ്മാരെല്ലം അരയാക്കീല് തറക്ക് ചുറ്റും കൂട്യാല് എന്താ ഇണ്ടാവ്വാന്ന് എനക്ക് മാത്രല്ലാ മലയമ്മാർക്കും, മലയ മ്മാരല്ലാത്തോർക്കും അറിയാം. മല എലീന പെറ്റൂന്ന് പറയും. ആരെന്ത് പഴികേന്ന് പറഞ്ഞാലും തമ്പ്രാൻ നിരീച്ചതേ നടക്കൂ. വെള്ള്യാഴ്ച പെർമ്പ ചന്തേരെ ബയ്യന്ന് മൂരീന അറ്ക്ക്ന്ന കഥ പറീന്ന് കേട്ട്ന്, അറ്ക്കാൻ കെട്ട്യ മൂരീന്റെ മീട്ടത്ത്* ചൂടെവെള്ളം ഒയിക്കും. എന്നിറ്റ് മൂര്യോട് ചോയിക്കും നിന്ന അറ്ക്കട്ടാ... സമ്മതല്ലേ... ചൂട് വെള്ളം തലീല് വീണ മൂരി സമ്മതാന്ന്ന്ന് തലയാട്ടും. പിന്ന ഒറ്റ കൊത്താ അയിന.*

ഇന്ന്, വെള്ള്യാഴ്ച പഴികേന്റെ മുമ്പില് അമ്പുപ്പണിക്കറ കെട്ടും. ഈട മൂരി തലയാട്ടീറ്റേങ്കില് കുറ്റിക്ക്ട്ട് കെട്ട്യവര് തലയാട്ട്യാ മതി.

അമ്പുപ്പണിക്കറും പെർമലയനും എന്ന തൊവ്വ്ത് പഴികക്ക് പോവാ നെറങ്ങി. മലിനാണീം അവരൊപ്പരം എറങ്ങി. മിറ്റത്ത് ചീലീം, തീയ്യത്തി ചിരുതീം, ചവുണിയനും, പെങ്ങമ്മാറും നിക്ക്ന്ന്ണ്ട്. ഒറ്റ നോട്ടേ ഓൻ തീയ്യത്തി ചിരുതേനീം ഓന്റെ ഓളീം നോക്കീറ്റ്ല്ലൂ. തീയ്യത്തി ചിരു തേന്റീം ഓന്റോള് ചീലേന്റീം കണ്ണ്ന്ന് മയപെയ്യാൻ തൊടങ്ങ്ന്ന്ണ്ടന്ന് ഓന് തോന്നി.

അവര് അരയാക്കീല് എത്ത്മ്പം നെഴല് കാലിന്റടീലേക്ക് ഒളിക്കാൻ തൊടങ്ങീന്.

അരയാത്തറേരെ മുമ്പിലെ കല്ല്മ്മല് മുതുടോൻ ഇര്ക്ക്ന്നെടുത്ത്ന്ന് പെർമലയന കണ്ടേരം എണീറ്റ് തൊവ്വ്ത് ആടത്തന്നെ ഇരുന്നു. പൊരി വെയ്ല് കുടിച്ച് അരയാല് പെയ്യ്ന്ന തണലത്ത് ബാക്കി എല്ലാരും ഇരുന്നു. അമ്പുപ്പണിക്കറ കണ്ടേപ്പിന്ന അരയാലിന്റെ എലീം പൊള്ളുന്ന വെയിലും കുന്ന്മ്മന്ന് കീഞ്ഞ് വന്ന കാറ്റും അന്യോന്യം മിണ്ട്യതല്ലാതെ മറ്റൊരു ഒച്ചീം ഇണ്ടായില്ല.

പെണ്ണ്ങ്ങളാരും പഴികക്ക് വന്നിറ്റ്ല്ല.

എല്ലാരും ഇരിക്ക്ന്നേന്റെ ബയ്യല് പെർമലയൻ ഇരുന്നു. അയിന്റെ ബയ്യല് ഇരുന്ന അമ്പുപ്പണിക്കറെ മുട്ടിക്കോണ്ട് ഓന്റമ്മ മലിനാണീം ഇരുന്നു.

** അയിന - അതിനെ; * മീട്ടത്ത് - മുഖത്ത്*

പെട്ടെന്നാണ് മനക്കലെ കാര്യസ്ഥമ്മാരായ ചെമ്പച്ചന്തൂം, കോയിച്ചപ്പൂം പിന്ന രണ്ടാളും കേറിവന്ന് അരയാൽ തറമ്മല് ഇരുന്നത്. അവരെ കണ്ടേരം എല്ലാരും എണീറ്റ് നിന്ന് താണ് വണങ്ങി ഇരുന്നു. അമ്പുപണിക്കറ് ഇരുന്നില്ല. ഓന് മുതുടോനോട് ചോയിച്ചു.

"മുതുടോനേ... ഇത് മലേമ്മാറെ പഴികയല്ലേ... അരയാൽത്തറമ്മലിരിക്ക്ന്ന തമ്പ്രാക്കമ്മാരെപ്പാ മലയമ്മാരായിനി..."

കരിനാടൻ പാമ്പിനെപ്പോലെ കോയിച്ചപ്പു എണീറ്റ് നിന്ന് ചങ്ക് ചുഴറ്റി ആടിക്കോണ്ട് ചോയിച്ചു...

"എരമത്തെ അരയാൽത്തറ മലേമ്മാരെ അച്ഛന്റെതാന്നോ കഴുതകളേ..."

ഓൻ പിന്നീം പിന്നീം പത്തി ഒലത്തി ചീറ്റുമ്പം ചെമ്പച്ചന്തു ഓന പിടിച്ച് ഇരുത്തി.

മലിനാണി ഇരുന്നെടുക്ക്ന്ന് അമ്പുപ്പണിക്കറെ കൈപിടിച്ച് വെലിച്ചിരുത്തി. ഓനിരുന്നേരം വെറച്ചോണ്ട് മലിനാണി ഓനോട് കുശുകുശു പറഞ്ഞു.

"പാടില്ലാത്തതൊന്നും പറേല്ല* മോനേ..."

എരമത്തുന്നും, കുന്നരുന്നും, പാണപ്പീന്നും കടന്നപ്പള്ളീന്നും കാനായീന്നുല്ലം വന്നിറ്റ്, അരയാലിന്റെ തണലത്തിരിക്കുന്ന മലേമ്മാരോട് കല്ലിമ്മലിരുന്നോണ്ടന്നെ മുതുടോൻ പറഞ്ഞു.

"അമ്പുപ്പണിക്കറ് മലേമ്മാർക്ക് നാണക്കേട് ഇണ്ടാക്കി, ഓൻ തെയ്യം കെട്ടി കാറിവീണു. ഓൻ തീയ്യത്തി ചിരുതേന്റെ റാക്ക് കുടിച്ച് കൊടല് കത്തിക്കരിഞ്ഞ്റ്റ് കാറി വീണതാന്ന്ന് തമ്പ്രാൻ പറഞ്ഞു. ഓന അള്ളടനാട്ട്ന്ന് തുളുനാട്ട്ലേക്ക് നാട് കടത്തണംന്ന് തമ്പ്രാൻ കല്പിച്ചു. അമ്പുപ്പണിക്കറോട് പൊറുക്കണംന്ന് ഞാൻ തമ്പ്രാന കണ്ട് താണ് വണങ്ങി പറഞ്ഞേരം കോരൻനായര് പറഞ്ഞു. ക്ഷമിക്ക. ഓൻ ഈട വന്ന് തമ്പ്രാന്റെ മുമ്പില് സാഷ്ടാംഗം വീണ് മാപ്പ് ചോയിക്കണം. എന്നാല് ഓന് ഈട കയിഞ്ഞ് കൂട. തെയ്യം കെട്ടാൻ പറ്റൂല. ഈനപ്പറ്റി പഴിക തീരുമാനം ഇണ്ടാക്കണം."

മുതുടോൻ പറഞ്ഞ് നിർത്ത്യേരം, നിന്നിറ്റും ഇരുന്നെട്ക്ക്ന്നും മലേമ്മാര് കാക്കാകൂട്ടില് കല്ലിട്ടപോലെ ഒച്ചീണ്ടാക്കി. അവര് പറഞ്ഞത് ആരിക്കും തിരിവാട്* കിട്ടീല. ആര് പറഞ്ഞിറ്റും ആരും ഒച്ചീണ്ടാക്ക്ന്നത് നിർത്തീല്ല. പാണപ്പീന്ന് വന്ന രണ്ട് മലേമ്മാറ് ബെര്ന്ന ബയിക്ക്ന്ന് കുടിച്ച റാക്കിന്റെ മത്തില്* വെളിച്ചപ്പാടൻ അരങ്ങിൽ കീഞ്ഞ് കൂക്കുമ്പോലെ കൂക്കി. കൂക്ക്യോന അടുത്തിരുന്നോൻ പിടിച്ച് ഉന്ത്യേരം ഓൻ മലന്ന് വീണു. വീണോൻ ആര്യോ* കൈപിടിച്ച് എണീറ്റിറ്റ് ഉന്ത്യോന്റെ മോത്തേക്ക് കാറിത്തുപ്പി... മീട്ടത്തെ തുപ്പല് തോർത്ത്യ കയ്യോണ്ടന്നെ

** പറേല്ല - പറയരുത്*

** മത്തിൽ - ലഹരിയിൽ; * തിരിവാട് - മനസ്സിലായില്ല*

** ആര്യോ - ആരുടേയോ;*

ഓൻ പാണപ്പക്കാരന്റെ തലക്കടിച്ചു. ഇരിന്ന ആളെല്ലം എണീറ്റു. എന്റെ എളേപ്പന ആരാ അടിച്ചത്ന്ന് പറഞ്ഞിറ്റ് കുന്നരുക്കാരൻ വന്ന് ആരയോ അടിച്ചു. പിന്ന അവര് തമ്മിലടിയായി. അടി പിടിച്ച് മാറ്റാൻ പോയവര്ന്നെ അടിക്കാൻ തൊടങ്ങി. ഇതെല്ലം കണ്ട് ചിരിച്ചോണ്ട് അരയാൽ തറമ്മലിരിക്ക്ന്ന കോയിച്ചപ്പു എണീറ്റ് വന്ന് ഓന്റെ നീണ്ട കഴുത്ത് നീട്ടി, പിന്ന കരിനാടൻ പാമ്പ് പൊളീന്നപോലെ പൊളഞ്ഞോണ്ട് വന്ന് മലേമ്മാരെല്ലം അടിച്ചു. അടികിട്ടിയവരെല്ലാം ബയി*കണ്ടേടലേക്കൂടല്ലം ഓടി. ഓട്ന്നവരെ ബയ്യന്നെ ഓടി കോയിച്ചപ്പു കല്ലെടുത്ത് എറിഞ്ഞു.

അമ്പുപ്പണിക്കറും പെർമലയനും മലിനാണീം ദൂരെ മാറി തലീം കുനിച്ചുപിടിച്ച് നിന്നു.

എരമത്തെ നാലഞ്ച് മലേമ്മാരൊപ്പരം അരയാൽത്തറേന്റെ ബയ്യല് പേടിച്ച് നിക്ക്ന്ന മുതുടോന്റടുത്തേക്ക് പെർമലയൻ ഒടിഞ്ഞ നടൂന് കൈകൊടുത്തോണ്ട് പോയി... പെർമലയൻ ഒച്ച കൊറച്ച് പതുക്കെപ്പറഞ്ഞു.

“മുതുടോനെ, തുള്നാട്ട്ലേക്ക് നാട് കടത്തേണ്ടത് എന്റെ മൂത്ത മോൻ അമ്പൂനല്ല, എന്റെ എളേമോൻ ദാറൂട്ടീന്യാ... ഓനാന്ന് തെയ്യം ഒറഞ്ഞേരം ബീത്തില് വെഷക്കായ കലക്കിക്കൊടുത്തത്. ഓനാ ചതിയൻ... ഓന നാട് കടത്താനാ എല്ലാരും തീരുമാനിക്കണ്ട്...”

“അയിന് തെളിവില്ലല്ലോ പെർമലയാ...”

“തെളിവ്ണ്ട് മുതുടോനെ...”

പെർമലയന്റെ ഒച്ച പൊന്ത്ന്നത് ഓന്യന്നെ തിരിഞ്ഞില്ല.

“ദാറൂട്ടീന ഞാൻ ഈടക്കൊണ്ടര. ഓനക്കൊണ്ട് അന്ന് ഇണ്ടായ സത്യം ഞാൻ പറീക്ക...”

പെർമലയന്റെ മേല് ബെറക്കാൻ തൊടങ്ങി. അടിപേടിച്ചോട്യ എരമം നാട്ടിലെ മലേമ്മാര് ആട്ന്നും ഈട്ന്നും നൂണ് വന്ന് മുതുടോന് വട്ടം നിന്നു.

പെർമലയന്റെ വെറക്ക്ന്ന മേല് നോക്കി മുതുടോൻ അമ്പുപ്പണിക്കറ ആപത്ത്ന്ന് കരകേറ്റാന്ല്ലെ ബയി പറഞ്ഞു.

“അമ്പുപ്പണിക്കറ് ഒറ്റ വാക്ക് പറഞ്ഞാമതി... വല്യമ്പ്രാൻ അടിയങ്ങളോട് പൊറുക്കണംന്ന്... ആട തീർന്നില്ലെ പെർമലയാ എല്ലൂം...”

ബയ്യല്* മലിനാണീരെ ഒപ്പരം നിക്ക്ന്ന അമ്പുപ്പണിക്കറ് മുമ്പില്ള്ളെ ആള ഉന്തിമാറ്റി മുതുടോന്റെ മൂക്കിന് മുട്ടുന്ന പോലെ നിന്ന് തൊണ്ട പൊട്ടിച്ചു.

“മുതുടോനെ, എന്നെ നാട് കടത്ത്യോ കൊത്തിക്കൊല്ലോ എന്തും ചെയ്തോ... മാപ്പ് ഞാൻ പറീല്ല... കാരണം ഞാൻ തെറ്റ് ചെയ്തിറ്റ്ല്ല. തെറ്റ് ചെയ്തിറ്റ്ല്ലാന്ന് ഈട കൂട്യ എല്ലാരിക്കും അറിയാ... തമ്പ്രാക്കമ്മാർക്ക് സ്വന്തം കൂടീലെ പെണ്ണിന കൊണ്ട് കൊടുത്തിറ്റ്, അവരെ

** ബയ്യല് - പിന്നിൽ; * ബയി - വഴി*

എച്ചില് തിന്ന്ന്ന നായ്ക്കളപോലെ ഇല്ലെവര് ഒന്നും മിണ്ടൂല. അയിന് ഈ അമ്പുപ്പണിക്കറ കിട്ടൂല... കിട്ടൂല... കിട്ടൂല..."

അരയാൽമരം ആകാശത്ത്ന്ന് ഇടിവീണപോലെ വെറക്ക്ന്നതായി എല്ലാരിക്കും തോന്നി. പിന്ന അരയാലിന്റെ എല പെടക്ക്ന്ന ഒച്ചേരൊപ്പരം മുതുടോനും തൊണ്ട എടറിക്കൊണ്ട് പറഞ്ഞു.

"സങ്കടൂണ്ട് പെർമലയാ എനക്കിത് പറയാൻ... ഈടകൂട്യ എല്ലാരും ഈ മുതുടോനോട് പൊറുക്കണം..."

മുതുടോന് ഒച്ചതേച്ചും പൊറത്തേക്ക് വെരാതെ തൊണ്ടീല് കുടുങ്ങി നിന്നു. ഓന്റെ ഇത്രീം വയസ്സില് ഇങ്ങന ഒരു കാര്യം ഓൻ ചെയ്ത്റ്റില്ല... ഓൻ എന്നീം വിഷ്ണുമൂർത്തീനീം നെഞ്ചിന്റെ ഉള്ള്ന്ന് വിളിച്ചു. എന്ന്റ്റ് ഓൻ പറഞ്ഞൊപ്പിച്ചു.

"കേളുപ്പെരുമലയന്റീം മലിനാണീരീം മൂത്തമോൻ അമ്പുപ്പണിക്കറ് ഈ പഴികേന്റെ ആചാരത്തിനും മര്യാദക്കും ചേരാത്തതും മലയാന്മാർക്കന്നെ നാണക്കേടുണ്ടാക്കുന്നതും ആയ കാര്യങ്ങൾ ഓന്റെ ഭാഗത്തു നിന്ന് ഇണ്ടായിനീന്ന് ഈ പഴികക്ക് തിരിഞ്ഞിരിക്കുന്നു.* അയിനക്കൊണ്ട്* ഓന അള്ളടനാട്ട്ന്ന് തുളുനാട്ടിലേക്ക് നാട്കടത്താൻ എല്ലാരും കൂടി തീരുമാനിക്കുന്നു. എനി മരണം വരെ അള്ളടനാട്ടില് കാല്കുത്താനോ മലയനായിട്ട് ജീവിക്കാനൊ പറ്റൂലാന്ന് ഈട കൂടിയവര് തീരുമാനിക്കുന്നു. നാട് ബെലക്യ* ഓൻ ഏതെങ്കിലും കാലത്ത് നാട്ട്ല് ബന്നാല് അയിന്റെ കൂലി മരണായിരിക്കുംന്ന വല്യമ്പ്രാന്റെ കല്പനീം ഈടന്ന് എല്ലാരം ചെവിക്കൊള്ളണംന്നും..."

ഇത്രീം കേട്ടേരം സൂര്യദേവൻ അരയാൽ മരത്തിന്റെ പടിഞ്ഞാറ് ഭാഗത്തേക്ക് താണ് പോവ്വാ ചെയ്തത്.

കൊറേ നേരം കൂടി മലേമ്മാരെല്ലം ആട നിന്നു.

കോയിച്ചപ്പും ചെമ്പച്ചന്തും ഓന്റെ ഒപ്പരം വന്ന ആളും പോയി. മലേമ്മാറ് ആടുന്നും ഈടുന്നും കുശുകുശുപ്പറീന്നതും പെർമലയന്റടുത്ത് മേല് വെറച്ചോണ്ട് മുതുടോൻ നിക്കുന്നതും മലിനാണി, മക്കള് പെടച്ച് ചാവ്ന്നത് കണ്ട അമ്മേനപ്പോലെ നെഞ്ഞത്ത് അടിച്ച് നെലവിളിക്കുന്നതും, കണ്ടത്തിന്നും കുന്നുമ്മന്നും വന്നകാറ്റ് അങ്ങനന്നെ വാരികൂട്ടിപ്പിടിച്ച് പാഞ്ഞ് പോയി.

പെർമലയന്റെ കാല് തൊട്ട് നീരുമ്പം* മുതുടോന്റെ കണ്ണിന്റുള്ള്ന്ന് രണ്ട് ഉറ്റ് വെള്ളം അരയാക്കീലെ മണ്ണില് വീണത് ഞാൻ കണ്ടു. പിന്ന ഓൻ ആരീം മോത്തേക്ക് നോക്കാതെ പോമ്പം ഓന്റെ ഒപ്പരം തന്നെ മറ്റ് മലേമ്മാരും പോയി.

ഇപ്പം, ചാവാൻ പോന്ന സൂര്യന്റെ അവസാനത്തെ ശ്വാസം കൊണ്ട്

** തിരിഞ്ഞിരിക്കുന്നു - ബോധ്യം വന്നിരിക്കുന്നു*

** അയിനക്കൊണ്ട് - അത് കൊണ്ട്*

** ബെലക്യ - വിലക്കിയ*

** നീരുമ്പം - നിവരുമ്പം*

പൊതിഞ്ഞ അരയാലും പെർമലയനും മലിനാണീം അമ്പുപ്പണിക്കറും മാത്രായി...

കരഞ്ഞ് തൊണ്ടീലെ വെള്ളം വറ്റീറ്റ് മലിനാണീരെ ഒച്ച പോയി. അരയാലിന്റെ മൂത്ത തോല് ഒണങ്ങി പൊട്ടീറ്റ്ണ്ടായ ചാല് പൊലത്തെ പെർമലയന്റെ മോത്തെ വരേലേക്കൂട കണ്ണിലെ വെള്ളം ഒലിച്ചെറങ്ങി പൊത്റ്ന്ന്* ഓന്റെ മീട് വീങ്ങി.

അനങ്ങാതെ നിക്ക്ന്ന അരയാലിന്റെ മോളിലേക്ക് നോക്കി അമ്പുപ്പണിക്കറ് എന്ന വിളിച്ച് പറഞ്ഞു.

"എന്റെ പൊട്ടൻതെയ്യേ..."

ഓന്റെ കരളിന്റുള്ള്ന്ന് വന്നവിളികേട്ട് അരയാലിന്റില ആടാൻ തൊടങ്ങി.

"അടിയൻ ഇപ്പം ഈ അള്ളട നാട് വിട്ട് പോവ്വേന്ന്...എനക്കായിറ്റ് നീ ആയ്സ്സ് തെര്വാന്നെങ്കില് ഒരീസം ഞാനീ അള്ളടനാട്ട്ലേക്കെന്നെ തിരിച്ച് വെരും. ഇതേ അമ്പുപ്പണിക്കറായിറ്റന്നെ ബെരും. ഈ ആൽത്തറേന്റെ മിറ്റത്ത്ന്നാന്ന് അടിയന പട്ടും വളയും തന്നിറ്റ് ആചാരപ്പെടുത്തീന്. അതൊന്നും ഈൗട അയിച്ച് വെക്കാതെ ഈൗട്ന്നന്നെ അടിയൻ പൊറപ്പെടേന്ന്. നീയെന്നക്കാക്കണം."

ഓന്റെ മോത്ത്ന്ന് കണ്ണ് പറിക്കാതെ നിക്ക്ന്ന ഓന്റപ്പനോടും അമ്മയോട്വായിറ്റ് ഓൻ പറഞ്ഞു.

"നിങ്ങളോട് എനക്കായിറ്റ് ഒന്നേ പറയാനില്ലൂ. എന്റോള് ചീല. ഓളെ കെർപ്പത്ത്ന്ന് പെറ്ന്ന* കുഞ്ഞി പെണ്ണാന്നെങ്കില് അയിന വളർത്തി കണ്ണേറ് പാട്ട് പാടാൻ മനക്കലേക്കയക്കറ്, ആണ്വെക്കന്യാ*ന്ന് ഓക്ക് എന്റെ പൊട്ടൻ തെയ്യം കൊടുക്ക്ന്നങ്കില് എന്റപ്പൻ എന്ന വളത്ത്യപോലെ സകലപ്രമാണൂം മന്ത്രൂം തെയ്യും ഓനപ്പഠിപ്പിച്ച് എന്നേക്കാൾ ഉശിരുള്ളോനായി ബളർത്തണം. ഓന്റപ്പന്റെ കഥ ഓൻ ബളരുമ്പം ഓന പഠിപ്പിക്കണം. എന്നെക്കാളും എന്റപ്പനക്കാളും ബെല്യ തെയ്യക്കാരനായി ഈ അരയാല് പോലെ നാട് നെറഞ്ഞ് നിക്കാനാക്കണം. കണ്ണില് തറക്കാൻ ബെർന്ന ഏതിനീം കണ്ണോണ്ടന്നെ തട്ടിത്തെറിപ്പിക്കാൻ ഓന് ചങ്കൊറപ്പ്ണ്ടാക്കണം..."

മയങ്ങാൻ പോവ്ന്ന ആകാശം തേച്ചും നെറഞ്ഞ് നിക്ക്ന്ന അരയാലിന്റെ കീല്ന്ന് അമ്പുപ്പണിക്കറ് ഓന്റപ്പന്റീം അമ്മേരീം കാല്തൊട്ട് വണങ്ങി.

നെഞ്ഞത്തടിച്ച് കരീന്ന ഓന്റമ്മ മലിനാണീന ഓൻ കെട്ടിപ്പിടിച്ച് പറഞ്ഞു.

"ഞാൻ എനി കുടീലേക്ക് ബെർന്നില്ല. എന്നീം കാത്ത് കുടീല് കണ്ണ് പൂട്ടാതെ, പൈപ്പടക്കാതെ* നിക്ക്ന്ന എന്റെ നേർപെങ്ങമ്മാരോട് പറ

പൊതർന്ന് - കുതിർന്ന്

**പെറ്ന്ന-പ്രസവിക്കുന്ന; *പൈപ്പടക്കാതെ- വിശപ്പടക്കാതെ*

യണം അവരെ ഏട്ടൻ പടീല് ചതിത്തീല്* വീണ് ചത്ത് പോയീന്ന്... കെർപ്പത്തില് എന്റെ കുഞ്ഞിനീം പേറി നിക്ക്ന്ന എന്റോള് ചീലേന എന്റമ്മ നല്ലോണം നോക്കണം. ഓള കാനായ്യേക്ക് പറഞ്ഞേക്കാതെ ഓള് പെറ്ന്ന* എന്റെ കുഞ്ഞീന കിടിയനും* കാക്കക്കും കൊടുക്കാതെ ബെല്യാളാക്കി വളത്തണം. എന്റപ്പൻ കുന്ന്മ്മ പോയാല് ചവിണ്യച്ഛ നോടും ചിരുതമ്മ്യോടും സങ്കടപ്പെടാതിരിക്കാൻ പറയണം. അവരിക്ക് പെറക്കാത്ത ഈ മോൻ പടീല് തോറ്റിറ്റല്ല ജയിച്ച് വീരനായിറ്റാ തുളു നാട്ടിലേക്ക് പോയിനീന്ന് പറേണം."

അമ്പുപ്പണിക്കറ് ഓന്റെ അപ്പന തൊവ്വ്തോണ്ട് പറഞ്ഞു.

"എനക്ക് തോക്കാൻ പറ്റൂല അപ്പാ... തോക്കാൻ പറ്റൂല, ഞാൻ അപ്പന്റെ മോനായിറ്റ്, പൊട്ടൻതെയ്യത്തിന്റെ കണ്ണും കാതും കണ്ട് വള ന്നോനായിപ്പോയി... എന്റെ പൊട്ടൻ തെയ്യേ... എന്റെ പരദേവതേ... എന്നെ ഞാനാക്ക്യ എന്റെ തെയ്വങ്ങളേ... അടിയൻ പോവേന്ന്... എനക്ക് തൊണ യായിറ്റും, എന്റെ അപ്പനും അമ്മക്കും കെർപ്പത്തില് വളര്ന്ന എന്റെ കുഞ്ഞിക്കും നിങ്ങല്ലം കാവലായിറ്റും ഇണ്ടാവണം."

നേരം മോന്ത്യായി...

ആരിക്കും ആരീം കാണാൻ പറ്റാതായി.

"എന്റെ തെയ്വങ്ങളെ... എന്റെ മേത്ത്ന്ന് നിങ്ങ ആയ്സ്സ് പറ ച്ചെടുക്കാതെ തന്നാല് ഞാൻ ഒരീസം തിരിച്ച് ബെരും..."

അത്രീം പറഞ്ഞ് ഓൻ ഇര്ട്ടിന്റെ ഉള്ളിലേക്ക് നടന്ന് പോയി. ഓന്റെ ഓള് ചീലീം പെങ്ങമ്മാറും അരയാക്കീലേക്ക് ഏതോ ബയിക്കേക്കൂടി പാഞ്ഞ് വെര്ന്ന ഒച്ച ഓൻ കേട്ടു.

ഓൻ തിരിഞ്ഞ് നിക്കാതെ നടന്നു.

ഓന്റപ്പൻ പെര്മലയന്റീം ഓന്റമ്മ മലിനാണീരീം, ഓന്റെ ഓള് ചീലേരീം ഓന്റെ നേർപെങ്ങമ്മാറ് മാതീരീം മാണീരീം ഇടിമിന്നല് പോലത്തെ നെലവിളി., ഇര്ട്ടന്റെ ഉള്ളിലെന്നെ ഓന്റെ ബയ്യന്നെ പോയി...

ചതിത്തീല് - ചതിച്ച് അഗ്നിയിൽ ഇടുക

പെറ്ന്ന - പ്രസവിക്കുന്ന

കിടിയൻ - പരുന്ത്

ആഞ്ചെക്കൻ- ആൺകുട്ടി

ആളിക്കത്തിയ ഇരുട്ട്

പെര്മലയൻ എന്റെ തറമ്മലിര്ന്ന് കുഞ്ഞിക്കേളോട് ഓന്റെ അപ്പനപ്പറ്റി ഇണ്ടായതെല്ലം പറഞ്ഞേരം കുഞ്ഞിക്കേളൂന് മേലേരികൂട്ട്യ തീക്കൂനീന്ന് ആവിപൊന്ത്ന്നപോലെ തീച്ചൂട് പൊന്താൻ തൊടങ്ങി. പെര്മലയൻ ചെക്കന്റെ കൈരണ്ടും പിടിച്ചിറ്റ് പറഞ്ഞു.

"നിന്റെ അപ്പന്റെ മനസ്സില് കത്ത്യ* തീ തേച്ചും കെടാതെ കോരീറ്റ് നിന്റെ മനസ്സിലിട്ട് ആളിക്കത്തിക്ക്... ആ തീയ്യോണ്ട് കത്തിക്കരിക്കാനില്ലവര ഞാൻ ചൂണ്ടിത്തര*. കത്തിച്ച് കരിക്കട്ടയാക്കണം അവരെല്ലം. അയിനായിറ്റ് നീ ഒര്ങ്ങിക്കോ... തമ്പ്രാക്കമ്മാരെ ചോരീല് തേച്ചും ചതിയാ... പെരും ചതി..."

പെര്മലയന്റെ കണ്ണ്ന്ന് കോത്തിരി കത്ത്ന്ന് ചെക്കൻ കണ്ടു. ഓന്റെ അപ്പാപ്പന്റെ മേല് ഒണങ്ങ്യ മരക്കൊമ്പല്ല, തേച്ചും കനലില് കാച്ച്യ ഇരുമ്പും കട്ടയാണ്ന്ന് ചെക്കന് ഒറപ്പായി...

പെര്മലയന്റെ മേത്ത്ന്ന് അടുപ്പിലെ ഉമിത്തീന്ന് വെര്ന്ന പോലത്തെ പൊള്ള്ന്ന ചൂടേറ്റ് ചെക്കന്റെ തല തെളച്ചു. ഓൻ പെര്മലയനോട് ചോയിച്ചു.

"അപ്പാപ്പാ... ഒര് മന്ത്രം അപ്പാപ്പൻ എന്ന പഠിപ്പിക്കാൻ ബാക്കീണ്ട്."

അത്രീം പറഞ്ഞ് പെര്മലയന്റെ മോത്തേക്കന്നെ നോക്കിയിരുന്ന ചെക്കനോട് പെര്മലയന്റെ കണ്ണ് ചോയിച്ചു.

"ഏതാ...?"

"മാരണ മന്ത്രം. ആളെ കൊല്ലുന്ന മന്ത്രം. അങ്ങന ഒര് മന്ത്രൂണ്ടോ... ഇണ്ടാവില്ല... ഇണ്ടാവില്ലാന്നല്ല... ഇല്ല. ഇണ്ടെങ്കില് എന്റെ അപ്പാപ്പൻ കൊറേ തമ്പ്രാക്കമ്മാരെ കൊടല് പൊട്ടിച്ച് കൊന്നിറ്റ്ണ്ടാവും."

** കത്ത്യ - തീപ്പിടിച്ച; * ചൂണ്ടിത്തര - ചൂണ്ടികാണിക്കാം*

ചെക്കൻ കൊറേയോട്ടം എന്നോടും ഇങ്ങനൊരു മന്ത്രത്തെപ്പറ്റി ചോയിച്ചിന്...

വണ്ണാൻ കുഞ്ഞാരൻ ഒരിക്കാല് ഉരുളീല് ഗുരുസികലക്കി മന്ത്രവാദം നടത്തീറ്റ് ഏതോ നമ്പ്യാരെ കറക്ക്ന്ന* പൈയീ*ന്റെ കൊടല് വീർത്ത് പൊട്ടി കൊടല്മാല പൊറത്ത് വന്ന് പൈ ചത്തിനോലും. അത് കയിഞ്ഞ് കൊറച്ചീസം കയീമ്പം വണ്ണാൻ കുഞ്ഞാരന്റെ മോളെ മോളും പൈയീനപ്പോലെ കൊടല് വീർത്ത് ചത്ത് പോയിനോലും.

പെർമലയൻ, ഇങ്ങനൊര് മന്ത്രൂണ്ട്ന്നോ ഇല്ലാന്നോ ചെക്കനോട് പറഞ്ഞില്ല.

വേലൻ അമ്പൂക്കൻ ഓട്ട്യേ്യാ*ണ്ട് മടഞ്ഞ് കൊടുത്ത കൂട്ടീല് നെറച്ചും പാറക്ക് പോയിറ്റ് പച്ചച്ചാണം* ബാരീറ്റ് മാണീം മാതീം വന്നു. തീയ്യത്തി ചിരുതേരെ കുന്ന്മ്മലെ പാറക്ക് കാല്യ്യള് മേയ്ന്നടുത്ത് പോയിറ്റാ ചാണം കൊണ്ടരല്. അത് പറക്കി ഒണക്കിവെച്ചതാ മയക്കാലത്ത് അടുപ്പില് കത്തിക്കാൻ എടുക്ക്വ.

അയിനായിറ്റ് കൊല്ലാകൊല്ലം വേലനമ്പൂക്കന്റടുത്ത്ന്ന് രണ്ട് കൂട്ട മേണിക്കും*. വേലനമ്പൂക്കനും ഓന്റനിയനും കുറ്റൂര് പാറക്കടവ് മുതല് പോയേരെ കരക്ക് അങ്ങ് കടാങ്കുന്ന് വരെ പോയിറ്റാ ഓട കൊണ്ടര്വ. അത് ചെത്തിക്കീറീറ്റ് ഓനും ഓന്റെ ഓളും മക്കളും കൂട്ടമടയും. മനക്കല് നെല്ല് മൂർന്ന കാലത്ത് മനക്കലേക്കന്നെ നെല്ല് കോരാൻ കൊറേ കൂട്ട വേണം. തെയ്യത്തിന്റെ കാലായാല് ഓൻ തെയ്യും കെട്ടും. ചാമുണ്ഡീം, കുണ്ടോർ ചാമുണ്ഡീം, കൊറത്തീം എല്ലം ഓൻ കെട്ടും. എരമത്തെ നടൂല് വീട്ട്ല് കാലത്താല് കുണ്ടോർചാമുണ്ഡി കെട്ടല് ഓനാന്ന്. ആട കുണ്ടോർ ചാമുണ്ഡി കെട്ടീറ്റ് കത്ത്ന്ന കോത്തിരി കടിച്ചിറ്റാ ഓന്റെ പല്ലെല്ലം കരിഞ്ഞ് പോയത്.

മാണീം മാതീം കൊണ്ടന്ന ചാണം കൈയോണ്ട് പരത്തി വെയില്ത്ത് ഒണക്കാനിടുമ്പം പെർമലയൻ എന്നോട് പറഞ്ഞു,

"ന്റെ പൊട്ടൻ തെയ്യേ... എന്റെ പെമ്മക്കള് ഈ ജന്മം തേച്ചും ഇങ്ങനെ ചാണോം വാരി തീർക്കേണ്ടി വെര്വോ..."

"ന്താ അപ്പാപ്പൻ പറഞ്ഞത്...?"

"അപ്പാപ്പന് ഒറങ്ങാൻ കയ്യണെങ്കില് എന്റെ പെമ്മക്കളെ, കൊള്ളാവുന്ന മലേന് കൈപിടിച്ച് കൊടുക്കണം. അവര് മൂത്ത് നരക്ക്ന്ന് കാണുമ്പം അപ്പാപ്പന്റെ കണ്ണിന്റുള്ളില് ഒറക്ക്* കേറൂല മോനേ... എനി ഏതെങ്കിലും മലയച്ചെക്കൻ ഏട്ന്നെങ്കിലും വന്നാലും വല്യമ്പ്രാൻ അയിന് സമ്മതിക്കൂല... അതാ ഇണ്ടാവ്വാ..."

അതെല്ലം ചെക്കന്റെ തലേരെ പൊറത്തേക്കൂട പോയതല്ലാതെ ഓന്റെ തലേരുള്ളില് കേറീല... ഓൻ ചോയിച്ചു.

** പൈ - പശു; * ഓട - ഈറ്റ;*

** ചാണം - ചാണകം; * കറക്ക്ന്ന - കറവയുള്ള;*

** മേണിക്കും - വാങ്ങിക്കും; * ഒറക്ക് - ഉറക്കം*

“ന്റെ അപ്പൻ എപ്പെങ്കിലും ബെരോ അപ്പാപ്പാ... ബെരാൻ പറ്റൂല അല്ലേ... ബന്നാല് ന്റെ അപ്പന തമ്പ്രാൻ കൊല്ലേ്ലാ...”

കൊറച്ച് നേരം മിണ്ടാതിര്ന്ന്റ് ഓൻ പിന്നീം പറഞ്ഞു.

“അപ്പാപ്പ... ന്റെ അപ്പൻ ബെരും*. ഒരീസം എന്തായാലും ന്റെ അപ്പൻ ബെരും. ന്റെ പൊട്ടൻ തെയ്യം നമ്മളെല്ലം കാണാൻ എന്റെ അപ്പന കൂട്ടിക്കൊണ്ടരും.”

ഓന്റെ അപ്പനപറ്റി കേട്ടേപ്പിന്ന ചെക്കന് അതേ ഓർമ്മയാണ്. രാത്രി ഇരുട്ടിലേക്ക് ഒലിച്ച് പോയ ഓന്റെ അപ്പന്റെ തൊണക്കാരൻ അപ്പനക്കണ്ട് ഈട്ത്തെ കാര്യല്ലം പറീലെ... ഇത്രീം ബെല്യ ഒര് മോന്ണ്ട്ന്ന് പറീ ലേ... എന്നല്ലാന്ന് ചോദ്യം.

രാത്രി വന്ന അമ്പുപ്പണിക്കറെ തൊണക്കാരനോട് ഈട നടന്ന തെല്ലം എന്റെ ഇതേ തറമ്മല് ഇരുന്നിറ്റ് വളരെ മെല്ലെ, ഒച്ച കൊറച്ച് പെര്മലയൻ പറഞ്ഞിന്. അമ്പുപ്പണിക്കറെ തൊണക്കാരൻ എല്ലാം ചോയിച്ച് മനസ്സിലാക്കും ചെയ്തിന്. എരമം നാടിന്റടുത്തന്യാ. ഓന്റെ നാട്, പറൂറാ. മലിനാണീരെ പാണപ്പേത്തെ കുടീന്റെട്ക്ക്ന്ന് ഒരു പതി നഞ്ച് നാഴിക നടക്കണം. അത്രേ ഇല്ലൂ. ഓൻ മലിനാണ്യോട് ഓന്റെ അച്ഛന്റീം അമ്മേരീം പേരും വീട്ട്പേരും പറഞ്ഞു. തീയ്യനാ ഓൻ. മലി നാണിക്ക് അവര അറീല്ല. ഓള കുഞ്ഞ്യായേരേ പെര്മലയൻ മംഗലം കയിച്ച് കൊണ്ടന്നതല്ലേ... എന്നാലും ആ നാട്ട്ല് ഓളമ്മേരൊപ്പരം പേറെ ടുക്കാൻ പോയ വീട്ടുകാരെല്ലം ഓള് ഓർമ്മീന്ന് പറഞ്ഞേരം അവരെ യൊന്നും ഓന് തിരിഞ്ഞില്ല. പറൂറെ തീയ്യറെ അറേക്കാലിന്റെ* ബയ്യപ്പറ ത്തേക്കൂട ഇല്ലെ തോട്ടിന്റെ ഇട്ടക്കാ* ഓന്റെ ബീട്ന്ന് പറയാനേ ഓന് കയിഞ്ഞുള്ളൂ. ഈട പണിയൊന്നും ഇല്ലാഞ്ഞിറ്റ് ഓൻ കൊടകിലേക്ക് പോയതാ. ആട കൊടകമ്മാരൊപ്പരം മൊളക് പറിക്കലാ പണീണ്ടായി ന്. ആട്ന്ന് ലോഹ്യം കൂടിയ ഒരു കൊടകന്റൊപ്പരം ഓൻ തുളുനാട്ടി ലേക്ക് പോയി. എനി തുള്നാട്ട്പ്പോയിറ്റ് ബെര്മ്പം അമ്പുപ്പണിക്കറീം കൊണ്ടേ ബെരൂന്ന് ഓൻ പറഞ്ഞിറ്റാ പോയത്. അത് പറീമ്പം ഓൻ ഇങ്ങനീം പറഞ്ഞു.

“അമ്പുപ്പണിക്കറ കണ്ടാല് അള്ളട നാട്ട്ല് ആരിക്കും തിരീല. ഓൻ തുളുനാട്ട്ല് എത്ത്യേപ്പിന്ന താടീം തണാറും മുറിച്ചിറ്റേ ഇല്ല. സാമിമാറെ തുണി ഉടുത്താല് ഓനക്കണ്ടാല് സാമീന്നേ പറയൂ.”

“ന്റെ അമ്പു വന്നാല് ഓനെ തമ്പ്രാക്കമ്മാര് ജീവനോടെ ബാക്ക്യാ ക്കോ... ഓന കൊല്ലാൻ ബെരൂലെ...”

പെര്മലയൻ അങ്ങനാ ആദ്യം നിരീച്ചത്”

എന്നാലും പെര്മലയന് ഒറപ്പ്ണ്ട് “ന്റെ അമ്പു ബെരും” അങ്ങന ചിന്തിക്കുമ്പം ഇര്ട്ട്ന്റെ ഉള്ളിലേക്ക് അരയാക്കീന്ന് നൂണ് പോയ രൂപാന്ന് മനസ്സില് ബെര്ന്ന്. മനസ്സില് ഓൻ ബന്ന് തെയ്യം തുള്ളുമ്പോലെ നെറീമ്പം* പെര്മലയന്റെ കണ്ണും നെറയേന്ന്.

** ബെരും – വരും*

** അറേക്കാൽ – അമ്പലം; * ഇട്ടക്ക് – കരയിൽ; * നെറീമ്പം – നിറയുമ്പോൾ*

എന്റെ അമ്പു വന്നിറ്റ് ഈച്ച ഉറുമ്പ് അറിയാതെ അന്നന്നെ വന്നടുത്തേക്ക് പോയാലും വേണ്ടീല്ല, ഒന്നോന കണ്ടാമതീന്ന് പെർമലയൻ മലിനാണ്യോട് പറഞ്ഞു.

ഓൻ ബെരും.

ഓൻ അരയാക്കീന്ന് ഇർട്ടിന്റുള്ളിലൂടെ പോമ്പം എന്ന ബിളിച്ച് പറഞ്ഞിന്-

"ന്റെ പൊട്ടൻ തെയ്യേ... ഒരീസം ഈ മണ്ണിലേക്കെന്നെ ബെരാൻ നീയെനിക്ക് കാവലായിറ്റ് ഇണ്ടാവണം"ന്ന്...

പറൂക്കാരൻ പറഞ്ഞ് കേട്ടേരം തന്നെ പെർമലയനും അമ്പുപ്പണിക്കറ പെറ്റമ്മക്കും മനസ്സില് കുളിര് വന്നിന്ന്. അന്നേരം തന്നെ മലിനാണി എന്നെ വിളിച്ച് കരഞ്ഞോണ്ട് പറഞ്ഞിനി-

"എന്റെ കുഞ്ഞി ജീവനോടെ ഇണ്ട്ന്ന് കേട്ടാമതി എന്റെ പൊട്ടൻ തെയ്യേ"ന്ന്...

പറൂക്കാരൻ പാതിരാത്രിക്ക് കേറിവന്നേരം കുഞ്ഞിക്കേളൂന് ഓനോട് ഒന്നും ചോയിക്കാനോ പറയാനൊ കയിഞ്ഞിറ്റ്ല്ല. ഓൻ ഒറങ്ങാൻ കെടന്ന കെടപ്പിന്ന് പറൂക്കാരൻ പറീന്നത് കേട്ടിന്

"അപ്പന്റെ തനി സ്വരൂപം തന്ന്യാ മോനും..."

പിന്നീം എന്തല്ലോ പറീന്ന് ഓൻ കേട്ട്നെങ്കിലും അതൊന്നും ചെക്കന് തിരിഞ്ഞിറ്റ്ല്ല. ചെക്കന്റെ തലീല്, പറൂക്കാരൻ പറീന്ന് കേട്ട് വായിപൊത്തി കരീന്ന മലിനാണീരീം മാണീരീം മാതീരീം സങ്കടാ നെറഞ്ഞ് നിക്ക്ന്ന്. പിന്ന ഓൻ ഇർട്ടിന്റെ ഉള്ളിലേക്ക് നടന്ന് പൊയേരം, ചെക്കന് എന്തല്ലോ ചോയിക്കണംന്ന്ണ്ടായിന്. ഓൻ അക്കാര്യല്ലെം ഓന്റെ അപ്പാപ്പനോടും അമ്മാമ്മയോടും എളേമ്മയോടും ചോയിച്ചിറ്റും അവരൊന്നും കാര്യായിറ്റ് ഓന്യൊന്നും പറഞ്ഞ് കൊടുത്തതും ഇല്ല.

ഒരീസം ചെക്കൻ എന്റെ തറമ്മലിരിക്ക്ന്ന പെർമലയനോട് ഓന്റെ അപ്പനെപ്പറ്റി ചോയിച്ചു. പെർമലയന് അത് കേട്ടേരാ തോന്ന്യത് ചെക്കന്റെ മനസ്സില് ഒര് തീക്കനലല്ല, വെല്യ തീമല കത്ത്ന്ന്ണ്ട്ന്ന്. കുടിച്ചിറ്റ്ണ്ടെങ്കില് ഓൻ എന്തെങ്കിലും പറയ്വായിരുന്നു. എന്റെ തറമ്മലിര്ന്ന് പെർമലയനോട് ഓൻ ഇങ്ങിന്യാ ചോയിച്ചത്.

"അപ്പാപ്പാ... ഞാൻ എന്റപ്പന പോലന്ന്യാ..."

പെർമലയൻ അയിന് ഉത്തരായി ചെക്കന കെട്ടിപ്പിടിക്കാ ചെയ്തത്. പെർമലയന്റെ ഒണങ്ങ്യ മേലോട് പറ്റിനിന്ന് ചെക്കൻ പറഞ്ഞു.

"എന്തായാലും എനക്ക് ന്റെ അപ്പന കാണണം."

പെർമലയൻ അയിനുള്ള ഉത്തരം കൂമൻ മൂള്ന്ന പോലെ ഒന്ന് മൂളി. ചെക്കന്റെ തലീന്ന് പിന്നീം ചോദ്യം വന്നു.

"ആള് മാറി പുലിയാവുന്ന ഒര് മന്ത്രൂണ്ട്ന്ന് അപ്പാപ്പൻ എന്നോട് ഒരിക്കാല് പറഞ്ഞിന്. ആ മന്ത്രം എന്റെ അപ്പന് പറഞ്ഞ് കൊടുത്താല് ഏതെങ്കിലും വേഷത്തില് വെരാലൊ*."

** വെരാലൊ- വരാമല്ലോ*

ആനയായോ, പുലിയായോ, പൊത്തായോ, കാളയായോ ഏത് രൂപത്തിലായാലും ഓന് ഓന്റെ അപ്പന കണ്ടേ മതിയാവുന്ന ചിന്ത തലീല് തെളച്ച് പൊന്തി മറിയാൻ തൊടങ്ങി.

ചെക്കന് ആറ് വയസ്സ് തേഞ്ഞേരം* പെർമലയൻ ഓനീം കൂട്ടി കുഞ്ഞാംഗലത്ത് മാക്കപ്പോതി തെയ്യത്തിന് പോയിന്. വണ്ണാൻ കുഞ്ഞാരന്റെ മക്കളാന്ന് ആ ആണ്ടിന് തെയ്യം കെട്ട്ന്ന്. അതാ പെർമലയനും പോയത്. പെർമലയനും ചെക്കനും മാത്രല്ല, മലിനാണീം പെമ്മക്കളും കരിക്കാടി* ഇണ്ടാക്കാൻ സഹായത്തിനായിറ്റ് കുഞ്ഞാംഗലത്തേക്ക് പോയിന്. മാക്കപ്പോതീം മക്കളും തെയ്യക്കോലായ കഥ തെയ്യത്തിന് പോന്നേന്റെ തലേന്നാള്, മലിനാണി ചെക്കന ഓളെ മടീല്ർത്തി ഓന്റെ മുറ്റിവളന്ന തണാറിന്റെ എടീന്ന് പേൻ എടുക്കുമ്പം ഓൻ അനങ്ങാതിരിക്കാൻ പറഞ്ഞ് കൊടുത്തിനി.

"പന്ത്രണ്ടാങ്ങളമാർക്ക് ഒരേ ഒര് പെങ്ങളാ മാക്കം. ആങ്ങളാറെല്ലം ഓള* കണ്ണിലും കരളിലും ബെച്ചിറ്റാ ബളത്തീന്. എന്നാല് മാക്കത്തിന്റെ ആങ്ങളാറെ* ഓള്കൾക്ക്* ഇതൊന്നും പിടിക്ക്ന്നില്ല. ഒരീസം ആങ്ങളാറ് പടക്ക് പോയേരം വാണിയൻ എണ്ണീംകൊണ്ട് വന്നു. ആ വാണിയനോട് ഓള് ലോഹ്യം കൂടീന്ന് പടക്ക് പോയി വന്ന ആങ്ങളാറോട് അവരെ ഓള്കള് ഒറ്റ ശ്വാസത്തില് പറഞ്ഞു. മാക്കം വീട്ടില് പറ്റാത്തോളാന്ന്ന് അവര് ഒറപ്പിച്ച് പറഞ്ഞു. അത് കേട്ട് തല തെറ്റ്യ ആങ്ങളാറ് ഓള കൊല്ലാൻ തന്നെ ഒറച്ചു. മാക്കത്തിനീം ഓളെ രണ്ട് മക്കളീം കൂട്ടീറ്റ് ആങ്ങളാറ്, കോട്ടയത്ത് വെളക്ക് മാടം കാണാമ്പോവാന്നും പറഞ്ഞ് കൊണ്ടോയി. വയിക്ക്ന്ന് മാക്കത്തിനും മക്കക്കും പൈദാഹം* വന്നു. തൊണ്ട വരണ്ടു. അതോള് ആങ്ങളാരോട് പറഞ്ഞു. അവര് വയിക്ക് കണ്ട കെരണ്ട്ന്ന് വെള്ളം കോരിക്കൊടുത്തു. അന്നേരം നട്ടുച്ച നേരാ... നട്ടുച്ചനേരത്തതാ ആകാശത്ത് നക്ഷത്രം ഉദ്ച്ച് പൊന്ത്ന്ന് മാക്കേന്ന് ആങ്ങളാറ് മാക്കത്തോടും മക്കളോടും പറഞ്ഞു. അത് കേട്ട് മാക്കും മക്കളും ആകാശത്തേക്ക് നോക്കുമ്പം ഓളെ കഴുത്ത് കൊത്തിയരിഞ്ഞ് ആങ്ങളാറ് കെരണ്ടിലിട്ടു*. പേടിച്ച് കരഞ്ഞ മക്കളീം അവര് കോയീരെ ചങ്കറുക്കുമ്പോലെ ചങ്കറുത്ത് കെരണ്ടിലിട്ടു. ആ മാക്കും മക്കളും തെയ്യക്കോലായി കാടാങ്കോട്ട് തറവാട്ടിന് തീയിട്ട് ആങ്ങളാറ കൊന്നു. കുറുവാടൻ കുറുപ്പിന്റെ തറവാട് കത്തിച്ച് ഓന വിഷ്ണുമൂർത്തിതെയ്യം കൊന്നപോലെ. ആ മാക്കത്തിന്റീം മക്കളീം തെയ്യക്കോലാന്ന് ആണ്ടോടാണ്ട് കുഞ്ഞാംഗലത്തെ കടാങ്കോട്ട് തറവാട്ടില് കെട്ടിയാടിക്ക്ന്ന്."

** തേഞ്ഞേരം – തികഞ്ഞപ്പോൾ*
** കരിക്കാടി – കഞ്ഞി; * ഓളെ – അവളെ*
** ആങ്ങളാറ് – സഹോദരങ്ങൾ*
** ഓള്കൾക്ക് – ഭാര്യമാർക്ക്*
** പൈദാഹം – വിശപ്പും ദാഹവും*
** കെരണ്ട് – കിണർ*

ഇതെല്ലം പറഞ്ഞിറ്റും ചെക്കന്ന് ഒന്നും തോന്നീല. ഓന്റെ കുഞ്ഞി മനസ്സില് അതൊന്നും കേറിക്കൂടാൻ സ്ഥലൂണ്ടായിറ്റ്ല്ലാന്ന് എനക്ക് തോന്നി. ഇണ്ടെങ്കില് അത് തിരിച്ചും മറച്ചും ചോയിച്ചിറ്റ് മലിനാണീന ഉത്തരം മുട്ടിക്കും.

ഇപ്പം ഓൻ ആള്മാറാൻ പറ്റുന്ന മന്ത്രത്തെ പറ്റിച്ചോയിക്കാൻ കാരണം അന്നത്തെ മാക്കപ്പോതി തെയ്യത്തിന് പോമ്പം പെർമലയൻ ഓന കാണിച്ച് കൊടുത്ത ഒരു കുടീന്റെ ഓർമ്മീലാന്ന്. കാരിഗുരുക്കളെ കുടീല് ഇപ്പും കളരീണ്ട്. ആട പഠിച്ചാല് ഓന്റപ്പന് വേഷം മാറിവരാ ലൊന്ന് ഓൻ ചിന്തിച്ചു.

കാരി എന്നപ്പോലെന്നെ പൊലയനാ. അള്ളട നാട്ട്ല് ചേണിച്ചേരി വളപ്പിലെ കുഞ്ഞമ്പുനായർക്ക് കണ്ടത്തില് പണിയെടുക്കാൻ തിരൂർകാട്ട്ന്ന് കൊറേ പൊലയമ്മാര കൊണ്ടന്നിന്. അക്കൂട്ടത്തിലിണ്ടായ വള്ളിക്കുടിച്ചി വിരുന്തീന മണിയൻ കാഞ്ഞൻ മംഗലം കയിച്ചു. ഓളെ കന്നിക്കെർപ്പത്തിലെ ചെക്കനാ കാരി. കെർപ്പത്തിലിരിക്കുമ്പം തന്നെ ഓൻ ഓന്റമ്മ വള്ളിക്കുടിച്ചി വിരുന്തിന്റെ പള്ളക്ക് ചിവിട്ടീറ്റ് ഓക്ക് പള്ള വേദന വന്നിന്. ഓന കെർപ്പത്ത്ന്ന് പെറ്റ് വീണേരം കണ്ടവര് ഞെട്ടി. അമ്മിക്കുട്ടി കണക്കത്തെ, കരിക്കട്ടപോലെ കറുത്ത ചെക്കൻ എണീറ്റ് ഇരിക്ക്ന്ന്. ഇര്ട്ടത്ത് ഇരുന്നാല് ഓന ആരും കാണൂല. എന്നപ്പോല പൊലേനായത് കൊണ്ട് ഓനാരും എഴ്ത്തും പൊയ്ത്തും* പറഞ്ഞ് കൊടു ത്തില്ല. എന്നലോൻ കളരീന്നല്ലം എഴ്ത്തും പൊയ്ത്തും കണ്ടും കേട്ടും പഠിച്ചു. വെല്യ ജാതിക്കാറെ പിള്ളറ* പഠിപ്പിക്ക്ന്ന ചെമ്ട്ടാൻ കുരിക്കള് ഓന ഒറ്റക്ക് എഴുത്ത് പഠിപ്പിച്ചു. പൊയ്ത്ത് ഓൻ മാടായിക്കളരീന്നും കൊക്കണം കളരീന്നും പഠിച്ചു. മന്ത്രവാദും മരുന്നും പഠിച്ചത് ചോതി യാർ കളരീന്നാ.

ഏട്ന്നോ വന്ന ഓൻ മന്ത്രവാദിയായും, രോഗം മാറ്റ്ന്ന വൈദ്യനായും കളരിക്കാരനായും അള്ളട നാട് തേച്ചും നെറഞ്ഞ് നിന്നു. കരിങ്കല്ല് പോലത്തെ പൊലയപ്പിള്ളറീം കൊണ്ട് കാരി നാട് വെറപ്പിച്ചു. പൊലപ്പി ള്ളറല്ലം ഓന കുരിക്കളേന്ന് ബിളിച്ചു.

എനക്കോന്റെ കരുത്തും നടത്തും ബെല്ല്യ ഇഷ്ടാ. ഓൻ എട ക്കെന്നെ വിളിച്ച് പ്രാർത്ഥിക്കും. ഓന്റെ മോത്തെ കർത്തും, കണ്ണില് കത്ത്ന്ന് പന്തും വീട്ടിക്കാതല് പോലത്തെ കൈയും എല്ലം കാണുമ്പം എന്റെ ഉള്ളില് ഒരു ബെറയല്ബെരല്ണ്ട്. ഓന്റെ ഇക്കളിക്ക് എന്റെതായെയൊരു ഗതി ഓന് ബെര്വോന്നൊര് പേടി.

ഒരീസം നാട്ട്ല് ഒരു കുശുകുശുപ്പ്... തമ്പ്രാന് പ്രാന്തായീന്ന്. പിന്ന്യത് നാട്ട്ല് നട്ടപ്പ്രാന്തായി പടന്നു. പലേ ആളും പലേതരം മരുന്നും കൊടുത്തു. തമ്പ്രാന്റെ പ്രാന്ത് കൂടിക്കൂടി വന്നു. ഒടൂല് കാരിഗുരിക്കളെ വിളിച്ചു. കാരീരെ ചെവീല് ഏട്ന്നോ വന്ന കാറ്റ് പറഞ്ഞു, അയില്

** എഴുത്തും പൊയ്ത്തും - അക്ഷരപ്പഠിപ്പും ആയുധപഠിപ്പും*

** പിള്ളറ - കുട്ടികളെ;*

ചതീണ്ട് കുരിക്കളേന്ന്. കാറ്റ് പറീന്ന് കേട്ട് കാരികുരിക്കള് പോയില്ല. കാരീന പിന്നീം പിന്നീം കൊറേയോട്ടം വിളിപ്പിച്ചു. കാരി പോയില്ല. അവസാനം തമ്പ്രാന്റോള് ഓന്റെ ചാളക്ക് മുമ്പിലെ കളരീല് വന്ന് ഓന് മണ്ണും പൊന്നും കാളേനീം പൈയ്യിനീം* കൊടുക്കാന്ന് പറഞ്ഞു. അത് കേട്ട് കാറ്റ് പറഞ്ഞത് മറന്ന് കാരികുരിക്കള് തമ്പ്രാന്റെ മനക്കല് പോയി. കാടും പടലും പറച്ച് കണ്ണിലിറ്റിച്ചും കായും കനീം പറച്ച് തലക്ക് തളം വെച്ചും കാരികുരിക്കള് തമ്പ്രാന്റെ നട്ടപ്പിരാന്ത് മാറ്റി.

പിരാന്ത് മാറ്യ തമ്പ്രാൻ വാക്ക് മാറി. കൊട്ക്കാന്ന് പറഞ്ഞതൊന്നും കാരിക്ക് കൊടുത്തില്ല. തെരാന്ന് പറഞ്ഞത് തന്നില്ലെങ്കില് ഞാൻ പറച്ചെടുത്ത നിന്റെ നട്ടപ്പ്രാന്ത് നിന്റെ തലീല്ത്തന്നെ മൊളപ്പിക്കുംന്ന് കാരി പറഞ്ഞു.

കാരീന്റെ കർത്ത് കണ്ട തമ്പ്രാൻ അടവ് മാറ്റി

“വാക്ക് ഞാൻ മാറ്റ്ന്നില്ല കാരി... നിന്റെ കർത്ത് എന്റെ കണ്ണിന് പിടിച്ചു. ആ കണ്ണിന് നിന്റെ പുലിവിദ്യ കാണാൻ മോഹം. നീ പുലിയായി മാറി പെറ്റ് കെടക്ക്ന്ന് പുലീന പുലിമടീല് കേറി പിടിച്ച് കൊന്ന് അയിന്റെ പുലിജടീം, പുലിവാലും കൊണ്ട് ബാ... എന്റെ കണ്ണത് കണ്ടാല് പറഞ്ഞേല് എരട്ടി നിനിക്ക്തെരും...”

കാരി സമ്മതിച്ചു.

കുഞ്ഞാംഗലത്ത്ന്ന് എല്ലാരും കാരീന തടഞ്ഞു. ചേണിച്ചേരി വളപ്പിലെ കുഞ്ഞമ്പുനായര് ഓനത്തടഞ്ഞു. തമ്പ്രാൻ ചതിക്കേന്ന്ന് ഓനോട് പറഞ്ഞു.

വായിലെ നാവോണ്ട് വടം കെട്ടി തടുത്തിറ്റും സ്നേഹത്തില് മുക്കീറ്റ് ഓന മാറോട് ചേർത്തിറ്റും നിരീച്ച ബയ്യീന്ന് ഓൻ മാറ്യതേ ഇല്ല.

പുലീന കൊന്ന് പുലിജട എടുക്കാൻ കാട് കേറാൻ പോമ്പം നെലവിളിച്ച് തലക്കടിച്ച് വീണ് തെരീന്ന* ഓന്റോളോട് ഓൻ പറഞ്ഞു.

“ഞാൻ പുലിരൂപായി മാറും. കൊടുങ്കാട്ട്ല് പോയി പുലീന കൊന്ന് പുലിജടീം കൊണ്ട് ഞാൻ ബെർമ്പം അരികഴുകിയ വെള്ളം എന്റെ മീട്ടത്ത്* നീ ഒയിക്കണം. ചാണം* കലക്യ വെള്ളം മിറ്റാടിക്ക്ന്ന മാച്ചീല്* മുക്കി എന്റെ മേത്ത് നീ അടിക്കണം. എന്നാലെ എനക്ക് പിന്ന മനുഷ്യക്കോലം കിട്ടൂ.”

കരച്ചിലിന്റെ എടീല് ഓളത് കേട്ടെങ്കിലും കരഞ്ഞോണ്ട് ഓനതടുത്ത്വങ്കിലും എടംവലം നോക്കാതെ ഓൻ പൊറപ്പെട്ടു.

നെഞ്ഞ് പൊട്ടിക്കരീന്ന ഓന്റെ ഓളെ ഒച്ച ചെവീല് കേറീല. തൊട്ടും പിടിച്ചും ചെങ്ങായിമാറ് ഓന്റെ മുമ്പില് വീണ് തട്ക്ക്ന്നത് ഓന്റെ കണ്ണില് കേറീല. തമ്പ്രാന്റെ ചതിയാന്ന് കാരീ... നീ പോവല്ല. പോവല്ല കാരീന്ന് കുഞ്ഞാംഗലം നാടിന്റെ തേങ്ങല് ഓനത്തൊടാതെ കാറ്റായ് മാഞ്ഞ് പോയി.

** പൈയീന - പശുവിന*

** തെരീന്ന - വീണുരുളുന്ന; * മീട്ടത്ത് - മുഖത്ത്*

** ചാണം- ചാണകം; * മാച്ചില് - ചൂല്*

കാട് കേറ്ന്നവരെ നാട് ഓന്റൊപ്പരം നടന്നു.

പിന്ന ഇര്ട്ട് പോലത്തെ കൊടുങ്കാടായേപ്പിന്ന ഓന്റെ ചെങ്ങായി മാറ് ഓന കണ്ടില്ല. ചോതിയാൻ കളരീന്ന് ഓന്റെ ഗുരിക്കള് പഠിപ്പിച്ച മന്ത്രം കൊണ്ട് മനുഷ്യക്കോലം വെടിഞ്ഞു. പുലിരൂപം പൂണ്ട ഓൻ അലറി. ഓന്റെ അലറല് കേട്ട് കാട്ടിലെ കിളികള് പാറി. ആകാശം തൊട്ട മരം വെറച്ചു. കാട് പുലീന വിത്ങ്ങി*.

ഓനീം കാത്ത് നിന്ന ചെങ്ങായിമാറ് കാട് പൊലര്ന്നതും നോക്കി ഇരുന്നു. ചെലക്ക്ന്ന കിളീന്റെ ഒച്ച കേട്ട് കാട്ടിന്റുള്ളില് പൊലന്നു.

അലറ്ന്ന പുലീരെ ഒച്ചകേട്ട് ചെങ്ങായിമാറല്ലം ഊടുമ്പാടെ* എണീറ്റ് നോക്കി...

കടിച്ച് തൂക്കിയ പുലിജടീം പുലിവാലുംകൊണ്ട് മീട്ടത്ത്ന്ന് ഒണങ്ങാതെ ഒലിക്ക്ന്ന ചോരീംകൊണ്ട് പുലി പാഞ്ഞ് വെര്ന്ന്. ചെങ്ങായിമാറക്കണ്ട് പുലി തലയാട്ടുമ്പം പേടിച്ചും ബെറച്ചും ചങ്ങായിമാർ ഓടി...

പുലിവേഷം പൂണ്ട കാരി ചോരയൊലിക്ക്ന്ന പുലിജടീം കടിച്ച് ഓന്റോള് പാർക്ക്ന്ന ചാളീലേക്കോടി. പുലിവേഷം പൂണ്ട് കാരി വെര്ന്ന്ന് കേട്ട് അരികഴുകിയ വെള്ളം ചട്ടീലേടുത്ത്, മറ്റേ കൈമല് ചാണത്തില് മുക്ക്യ മാച്ചികുറ്റീം എടുത്ത് ഓന്റോള് ചാളേരെ മിറ്റത്ത് കാത്ത് നിന്നു.

അലറിവിളിച്ച് പുലി ചാളേരെ മുമ്പിലെത്ത്യേരം ചോരയൊലിക്ക്ന്ന പുലീരെമീട് കണ്ട് പേടിച്ച് ചാണം മുക്കിയ മാച്ചീം, അരികഴുകിയ വെള്ളൊയിച്ച ചട്ടീം നെലത്തിട്ട് ഓന്റോള് ചാളേരുള്ളില് കൂടി ചെറ്റ* അടച്ചു. അയിന്റുള്ള്ന്ന് ഓള് പേടിച്ച് വെറച്ച് നെലവിളിച്ചു.

പുലി, പുലിജടീം പുലിവാലും നെലത്തിട്ട് അമറി അമറി കരഞ്ഞോണ്ട് മിറ്റത്ത് നിക്ക്മ്പം തമ്പ്രാന്റോള് വടീം തണ്ടും കൊണ്ട് പുലീന കൊല്ലാൻ ബെര്ന്ന്...

പുലീന കൊല്ലാൻ വന്നവരെ നേരെ പുലി ചീറിപ്പാഞ്ഞു. പുലി, പുലീരെ ഭാഷീല് ചാളീലൊളിച്ച ഓന്റോള വിളിച്ചു. അരികഴുക്യ വെള്ളം ഒയിക്കാനും ചാണോത്തില് മുക്യ മാച്ച്യോണ്ട് മോത്തടിക്കാനും കരഞ്ഞ് പറഞ്ഞു. പുലീരെ പയമയറിയാത്തോള് ചാളേരുള്ളില് കഞ്ഞിക്കലത്തിന്റെ ബയ്യ്യല് കരഞ്ഞോണ്ടും ബെറച്ചോണ്ടും കുത്തീരുന്നു. പുലീരെ പൊറത്ത് ഏറ് വീമ്പം പുലി മുറുണ്ടോണ്ടും അറണ്ടോണ്ടും തിരിച്ചോടി. തമ്പ്രാന്റോള് ബയ്യന്നെ ഓടി.

പുലി ഓടി... ഓടിയ പുലി കാട് കേറി... കാട്ടിന്റുള്ളിലെത്തുമ്പും ഓൻ കേട്ടത് ഓന്റോള് ചാളേര് ഉള്ള്ന്ന് കരീന്ന ഒച്ചയാന്ന്...

പുലി കാട്ട്ക്കേറി തൊണ്ട കാറിക്കരഞ്ഞു. ചാളേരെ മിറ്റത്ത് ഓന്റോള് ഒച്ച്യല്ലം അടങ്ങ്യേരം കീഞ്ഞ് നോക്ക്യേരം ചോര കട്ടപിടിച്ച പുലിജടീം പുലിവാലും ഉറുമ്പരിക്ക്ന്ന്... പുലി കാട്ടിലേക്കോട്യ

---

* *വിത്ങ്ങി – വിഴുങ്ങി*
* *ഊടുംമ്പാടെ – വളരെ വേഗം*
* *ചെറ്റ – ഓലവാതിൽ*

ബയ്യ്ക്കന്നെ കരഞ്ഞോണ്ട് ഓള് പാഞ്ഞു. കാടിന്റെ വക്കത്തെത്തി ഓള് കാരീന വിളിച്ചു. ഓള് വിളിക്ക്ന്ന് കേട്ട് കാടും കാരീന വിളിച്ചു. ഓളും കാടും വിളിച്ച് വിളിച്ച് തളന്നിറ്റും കാരി ബിളി കേട്ടില്ല. പുലിയായ് മറഞ്ഞ് കാട് കേറ്യകാരി പിന്ന ഓന്റോളും ഓന്റെ ചെങ്ങ്യായിമാരും വിളിച്ചിറ്റും കരഞ്ഞിറ്റും കാടെറങ്ങീല. പുലി ഏഴിമലേരെ കരിങ്കയം* കണക്കത്തെ കാട്ട്ല് മുങ്ങിത്താണു.

തണ്ടും വടീം എടുത്ത് പുലിയായി മാറ്യ കാരീന കൊല്ലാൻ കാട് കേറ്യ തമ്പ്രാന്റാള്കള് തിരിച്ച് വെരുമ്പം കാരീന്റോള് ബോധം കെട്ട് വീണ് കാട്ടിന്റെ ബയിക്ക് കെടക്ക്ന്ന് കണ്ടിന്.

ഇത് കേട്ട ചെക്കന്റെ മനസ്സില് പുലീരെ കണ്ണ്പോലെ തെളങ്ങ്ന്ന എന്തോ ഒന്ന് കുടിയിര്ത്തീറ്റ്ണ്ട്. ഓൻ അതാ ഓന്റെ അപ്പാപ്പനോട് ചോയിച്ചത്.

"അപ്പാപ്പാ... ചോതിയാൻ കളരി ഇപ്പ്ളും ഇണ്ടോ...?"

രാത്രി ചെക്കൻ ഒറങ്ങ്യതേ ഇല്ല.

ആദ്യല്ലം ഓൻ ചോയിച്ച ചോദ്യത്തിന് ഓന്റടുത്ത് കെടക്ക്ന്ന പെർമ ലയൻ ഉത്തരം കൊടുത്തു. പിന്നപ്പിന്ന പെർമലയൻ പതുക്കെ മൂളി. പെർമലയന്റെ മൂളലും ഇല്ലാതായേരം ഓൻ നോക്കി. മലിനാണീം ഓളെ ഒപ്പരം കെടക്ക്ന്ന പെമ്മക്കളും ഒറങ്ങീന്. എല്ലാരീം ഒറക്കത്തിന്റെ താള ത്തിൽ ലയിച്ച് ഓനും ചെറുതായി മയക്കത്തിലേക്ക് പോയി. ഒറക്കം ബെര്മ്പം ഓൻ എപ്പ്ളും എന്ന ബിളിച്ചിറ്റാ ഒറങ്ങ്വ. ഇന്ന് അത് ഇണ്ടായില്ല.

നേരം പാതിര കയിഞ്ഞേരം പെർമലയന്റെ കുടിലിന്റെ പൊറത്ത്ന്ന് ഒരാളനക്കം ഞാൻ കേട്ടു. ആരോ കുടിലിന്റെ ബയ്യന്ന് ചെറ്റക്ക്* മുട്ട്ന്ന് ണ്ട്. പെർമലയൻ നല്ല ഒറക്കാ... മിറ്റത്തെ മരത്തിന്റെ കൊമ്പ്മ്മന്ന് കൂമൻ മൂളീറ്റ് ഇര്ട്ട്ന പേടിപ്പിക്ക്ന്നൂണ്ട്.

കുടീന്റെ പൊറത്ത്ന്ന് ശൂ... ശൂന്ന് ഒരൊച്ചീം ഞാൻ കേട്ടു. പെർമ ലയന്റെ എളേ മോള് മാണി ഒച്ചീണ്ടാക്കാതെ മെല്ലെ എണീറ്റ് ഇരുന്നു. ഞാൻ പെർമലയന്റെ ഒച്ചപോയ ചെവ്ട് കുത്തിത്തൊറന്നു. ഇര്ട്ടത്ത് കാണാന്ല്ലെ വെളിച്ചം ഓന്റെ കണ്ണിലേക്ക് ഞാൻ ഒയിച്ച് കൊടുത്തു. ഓനെണീറ്റു. ഓനെണീക്ക്മ്പം ഓന്റെ മോള് മാണി ഇരുന്നെടുക്ക്ന്ന് കെടന്ന് അന്നേരം തന്നെ ഒറങ്ങി. പെർമലയൻ കുടിലിന്റെ ഉള്ള്ന്ന് ഇരു ട്ടോട് ചോയിച്ചു.

"ആരാ എന്റെ ചെറ്റക്ക് മുട്ട്യത്....? ആരാ മിറ്റത്ത്... ആരാന്ന് മിറ്റത്ത്...?"

പെർമലയൻ ബെല്ല്യ ഒച്ചീലാ അങ്ങന ചോയിച്ചത്

പെർമലയന്റെ ഒച്ച കേട്ട് ആരോ ഒണങ്ങ്യ ചപ്പിലേന* ചവിട്ടികരീ ച്ചോണ്ട്* ഓടിപ്പോയി. മിറ്റത്തെറങ്ങ്യ പെർമലയനോട് കരഞ്ഞോണ്ട് ഒണങ്ങ്യ ചപ്പില പറഞ്ഞു.

** കരിങ്കയം - ഇരുൾമൂടി കിടക്കുന്ന പുഴയുടെ വലിയ ആഴം*

** ചെറ്റ - വീടിന്റെ ചുമരായികെട്ടി ഓലമറവ്*

** ചപ്പില - ഇല; * കരീച്ചോണ്ട് - കരയിപ്പിച്ചുകൊണ്ട്*

“ദാ... ഇലേക്കൂട ഒരാള് ഓട്ന്ന്ണ്ട്...”

ഒണങ്ങിപ്പൊടീന്ന ചപ്പിലീം പെർമലയനും പയമ പറീന്ന് കേട്ട് മലിനാണി എണീറ്റു. മലിനാണീരെ ഒച്ചകേട്ട് ഓളെ മക്കള് രണ്ടാളും എണീറ്റു. എല്ലാരും മിറ്റത്ത് കീഞ്ഞേരം ഇര്ട്ട് പടന്ന് കത്ത്ന്നതല്ലാതെ മറ്റൊന്നും കണ്ടില്ല. പെർമലയന്റീം ഓന്റെ ഓള് മലിനാണീരീം ഒച്ചീം വിളീം കേട്ട് മിറ്റത്തെ പുളിയൻ മാവിന്റെ കൊമ്പ്മ്മലിര്ന്ന് മൂളിക്കൊണ്ടിരുന്ന കൂമൻ ആകാശത്തേക്ക് പാറിപറന്ന് പോയി.

മലിനാണി, ഇര്ട്ടത്തേക്ക് കല്ല് പറക്കി എറിഞ്ഞ് കലമ്പ് കൂടുന്ന പെർമലയനോട് ചെവീലാതിപക്ഷീനപ്പോലെ ഒച്ചീണ്ടാക്കി.

“നിങ്ങ മോന്ത്യാവുമ്പം ചിരുതമ്മേരെ റാക്ക് തേച്ചും കുടിച്ചിറ്റ് മതി കെട്ട് ഒറങ്ങീറ്റ് കൂമൻ മൂള്ന്ന ഒച്ചകേട്ട്റ്റ് ഓരോന്ന് തോന്ന്യതാരിക്കും...”

മലിനാണിക്ക് അയിനില്ലെ ഉത്തരം ചെക്കൻ കൊടുത്തു.

“അല്ല അമ്മാമ്മേ... ആരോ ചെറ്റക്ക് മുട്ടി ശൂശൂന്ന് വിളിക്ക്ന്ന ഒച്ചീം അപ്പാപ്പന്റെ ഒച്ചകേട്ട് ഇര്ട്ട്ത്ത് തായലോട്ട് ഒരാള് ഓടിപ്പോന്ന ഒച്ചീം ഞാനും കേട്ടിന്...”

പിന്നാരും മിണ്ടീല.

കൊറേനേരം മിറ്റത്ത് ഇര്ട്ട്ന്റെ ഉള്ളില് നിന്ന മലിനാണീം പെമ്മക്കളും കുടീന്റകത്ത് പോയി കെടന്നു. പെർമലയനും ചെക്കനും എന്റെ തറമ്മല് വന്നിരുന്നു. കൂമൻ തീയ്യത്തി ചിരുതേരെ കുന്ന്മ്മലെ കാഞ്ഞരത്തിന്റെ മോളിലിരുന്ന് മൂളാൻ തൊടങ്ങി. പെർമലയനും ചെക്കനും മിണ്ടാതെ കൊറേനേരം ഇരുന്നേരം കൂട്ടായിറ്റിരിക്ക്ന്ന ഇരുട്ട് വിങ്ങി വിങ്ങി കരയാൻ പോവേന്ന്ന് ചെക്കന് തോന്നി. മൂകനായിരിക്ക്ന്ന പെർമലയന്റെ കണ്ണ്ന്ന് വെള്ളം ഒലിച്ചെറങ്ങ്ന്നത് ഇരുട്ട് ഓന കാണാൻ വിട്ടില്ല.

അനങ്ങാതിരിക്ക്ന്ന പെർമലയന എന്തോ പൊള്ളിക്ക്ന്ണ്ട്ന്ന് ചെക്കന് തോന്നി.

“അപ്പാപ്പാ... ബാ... പാതിരാത്രി കയിഞ്ഞില്ലെ... കെടക്കാല.”

പെട്ടെന്ന് മലേരെ മോള്ന്ന് കല്ല് ഉരുണ്ട് വീമ്പോലെ പെര് മലയന്റെ തൊണ്ടീന്ന് എന്ന വിളിച്ച് കരീന്ന ഒച്ച പൊരിഞ്ഞ്* വീണു.

“ന്റെ പൊട്ടൻതെയ്യേ... രണ്ടാമ്മക്കള എനക്കായിറ്റ് നീ തന്നത് പോയില്ലെ ന്റെ പൊട്ടൻതെയ്യേ... ഇനീപ്പുല്ലത് രണ്ട് പെമ്മക്കളാന്ന്. അയിറ്റിങ്ങള ഞാൻ എന്താ ചെയ്യ്വാ ന്റെ പൊട്ടൻ തെയ്യേ... അടക്ക്യാന്നെങ്കില് ഞാൻ അത് എന്റെ മുണ്ടിന്റെ കോന്തലക്ക് ഇറ്ക്കും*. ഇപ്പം അവര് കവ്ങ്ങായില്ലേ... ന്റെ തെയ്വങ്ങളേ... എന്റെ പെമ്മക്കളെ പെയച്ചവയിക്കേക്കയക്കല്ല ന്റെ തെയ്വങ്ങളേ...”

പെർമലയന്റെ നെലവിളി ഇര്ട്ട്ല് കലങ്ങി കട്ടപിടിച്ച് നിന്നു.

കുടിലിന്റെ അകത്ത്ന്ന് മലിനാണീം പെമ്മക്കളും മിറ്റത്തേക്കെറങ്ങി

ഇറ്ക്കും – സൂക്ഷിക്കും

പൊരിഞ്ഞ് – കടയിളകി

നിന്നതല്ലാതെ അവരൊന്നും മിണ്ടീല...

നെലവിളി കുന്ന്മ്മക്കേറി തീയ്യൻ ചവുണ്ണ്യനീം, ഓന്റോള് ചിരുതേനീം ഒറക്കത്ത്ന്ന് എണീപ്പിച്ചു.

ഓലക്കൊടീം കൂടി കത്തിക്കാതെ പാഞ്ഞ് വന്ന തീയ്യൻ ചവുണ്ണ്യനോടും ചിരുത്യോടും പെർമലയൻ കരഞ്ഞു.

“മണ്ണിന്റുള്ള്ന്ന് മേന്തോന്നിക്കേങ്ങ് കെളച്ച് കൊണ്ടന്ന് അരച്ച് കുടിച്ച് ചാവണെങ്ക്ല് അയിലൊയിച്ച് കലക്കാൻ കാച്ചെരട്ട എള്ളെണ്ണീം കൂടി എന്റെ കുടീരാത്ത് ഇല്ലല്ലോന്റെ ചവുണ്ണ്യച്ചാ... കെട്ടിത്തൂങ്ങി ചാവാൻ പറ്റ്യ ഒര് കഷണം ഒറപ്പില്ലെ കയറും കൂടി എന്റെ കുടീലില്ലല്ലോ ന്റെ ചവുണ്ണ്യച്ചാ...”

പിന്ന ആരും ഒന്നും അന്യോന്യം മിണ്ടാതെ മിറ്റത്തും എന്റെ തറമ്മലും ഇരുന്ന് ഇര്ട്ടിനെ വെളിപ്പിച്ചു.

പേറെടുപ്പ്

ഇന്നലെ രാത്രി ഇണ്ടായ സംഗതിയുടെ പൊര്ള് ചെക്കന് മനസ്സിലായിനീന്ന് തോന്ന്ന്ന്. ഓൻ ഇന്ന് രാവിലെ തോട്ട്ന്ന് കുളിച്ച് വന്ന് എന്റ ചെമ്പകത്തിന നോക്കി എന്നെ വിളിച്ച് പ്രാർത്ഥിക്കുമ്പം അയിനപ്പറ്റി ഒന്നും ചോയ്ക്ക്വോ പറയ്യോ ചെയ്തില്ല. എന്നാല് ഓന്റെ മോത്ത് ഇന്നല രാത്ര്യേത്തെ ഇരുട്ട് തേച്ചും കട്ട പിടിച്ച് നിക്ക്ന്ന്ണ്ട്. ചെക്കൻ അയിന പ്പറ്റി എന്നോട്ന്നല്ല, ആരോടും ചോയിച്ചില്ല. ഇതൊന്നും ചോയിക്കാൻ പറ്റാത്തതാന്ന്ന്ന് ഓന് തോന്നിക്കാണണം.

മലിനാണി, ഇന്നലെ രാത്രീല് ഒര് സംഗതീം ഇണ്ടാവാത്തത് പോലെ രാവിലെ ഒണങ്ങ്യ ചാണോത്തിന്റെ ഉണ്ട കത്തിച്ച വെണ്ണീര്* തേങ്ങേരെ ചകരിനാരില് മുക്കി പാത്രം വടിച്ച് വെടിപ്പാക്ക്വാ ചെയ്യ്ന്ന്, ചാണോത്തിന്റെ ഉണ്ടീം, ഒണങ്ങ്യ ചപ്പിലീം കാറ്റത്ത് പൊട്ടിവീണ മരത്തിന്റെ ചുള്ളിക്കമ്പും അടുപ്പില് നെറച്ച് കത്തിച്ച് പെർമലയന്റെ മൂത്തമോള് മങ്കലത്തില് കഞ്ഞിതെളപ്പിക്കുമ്പം, വെന്ത കഞ്ഞീരെ മണം പരക്ക്ന്ന മിറ്റം ഈൗർക്ക്ല് മാച്ചീന* കൊണ്ട് മാണി അടിച്ച് വാരും* ചെയ്യ്ന്ന്ണ്ട്.

എന്താ ഇന്നലെ രാത്രി ഇണ്ടായന്ന് മാതി, മാണിയോട് ചോയിച്ചതേയില്ല. എന്നാല് മാണിക്കറിയാം. എപ്പായാലും ഇന്ന് മോന്ത്യാവുന്നേന് മുമ്പെ മാതി ഓളോട് ചോയിക്കുംന്ന്. അത് രണ്ടാളും ഒപ്പരം തോട്ടില് കുളിക്കാൻ പോമ്പാരിക്കുന്നും മാണിക്കൊറപ്പ്ണ്ട്. രാത്രി തീരെ ഒറങ്ങാത്തേന്റെ ഒരു വീക്കം ഓളെ മോത്ത് കടന്നലിന്റെകൂട് പോലെ തൂങ്ങ്ന്ന്ണ്ട്ന്നല്ലാതെ മറ്റൊന്നും മനസ്സിന്റെ ഉള്ള്ന്ന് പൊറത്തേക്ക് നെഴലായി വന്നില്ല.

** വെണ്ണീർ - ചാരം*

** മാച്ചി - ചൂൽ; * അടിച്ച് വാരുക - തൂത്തുവാരുക*

പെർമലയൻ രാവിലെ തോട്ടിന്റെ കരക്ക് മുണ്ടക്കാട്ടില് തൂറാൻ പോയിറ്റ് വെരുമ്പം എന്തെങ്കിലും ഒന്ന് ഓന്റെ കൈമല് തൂങ്ങ്ന്ണ്ടാവും. ഒന്നിക്ക്ല് ഒരു കാരാമ, അല്ലെങ്കില് ഒര് ബെല്യ മീൻ, അതൂല്ലെങ്കില് രണ്ട് തേങ്ങ, എനി ഒന്നൂല്ലെങ്കില് കടവാതില്* തോല് ചപ്പിച്ചിട്ട* പത്ത് പഴുക്കടക്ക, എങ്കിലും രണ്ട് കൈമലായിറ്റ് ഇണ്ടാവും. കടവാതില് ചപ്പിച്ച് നീർകുടിച്ച അടക്ക ഓൻ മങ്കുട്ക്കില് വെള്ളൊായിച്ചിറ്റ് അയില് ഇട്ട് വെക്കും. അയിലിന്ന് എപ്പെങ്കിലും വെറ്റില മുറുക്കാൻ ഓരോന്നെടുക്കും. ബാക്കിവെർന്നത് വെള്ളം പീഞ്ഞ് കളഞ്ഞ് ഒണങ്ങ്യ വാഴഎലീല് കെട്ടീറ്റ് തീയൻചവുണ്യൻ പെർമ്പചന്തക്ക് പോമ്പം ഓന്റെ കൈമല് കൊടുക്കും. ഓനത് ചന്തീല് കൊടുത്തിറ്റ് ഉപ്പിട്ട് ഒണക്യ മുള്ളനൊണക്കോ മത്ത്യോ മറ്റെന്തെങ്കിലും ഒണക്ക് മീനോ വാങ്ങീറ്റ് പെർമലയന് കൊടുക്കും. ചെലപ്പോ അന്തുമാപ്പിള ഒണക്ക് മീൻ വിക്കാൻ വന്നാല് ഓനും അടക്ക കൊടുക്കും.

ഇന്ന് പെർമലയന്റെ കൈമല് ഒന്നും ഇണ്ടായില്ല. ഓൻ സ്വതേ ഒടിഞ്ഞ് ആടിയാന്ന് നടക്കലെങ്കിലും ഇന്ന് തീരെ കയ്യാതെ, ആരോ ഓന്റെ അരക്ക് കെട്ടിവെലിച്ച് കൊണ്ടര്ന്നപോലെയാ ഓൻ നടന്ന് വന്നത്. ഓന്റെ കയ്യാത്ത* നടത്തം കണ്ടിറ്റ് ചെക്കൻ ഓനോട് ഒന്നും ചോയിച്ചതൂല്ല, ഓനൊട്ട് എന്റെ തറമ്മലിരിക്ക്ന്നെ ചെക്കനെ നോക്ക്യതൂല്ല. ഓൻ നേരെ കുടീന്റെ ഉള്ളിലേക്ക് പോയി മൂലതേച്ചും പറഞ്ഞ്കീറിയ* പായി* എടുത്ത് നെലത്ത് ഒലത്തീട്ട്* അയില് ചെമ്മീൻ ചുരുണ്ടപോലെ ചുരുണ്ട് കെടന്നു. അത് കണ്ടിറ്റും മലിനാണീം ഓളെ രണ്ട് പെമ്മക്കളും പെർമലയനോട് ഒന്നുംചോയിച്ചില്ല.

രാവിലത്തെ കത്തലടക്കാൻ കൊറച്ച് ചൂട്ല്ലെ കഞ്ഞീം ചക്കക്കുരു പൂങ്ങ്യതും, അയിന് ഞെലക്കാൻ* കപ്പപ്പറങ്കീം ആന്ന് എല്ലാരിക്കും മലിനാണി വെളമ്പ്യത്.

കയിഞ്ഞ കൊല്ലം കൊറേ ചക്ക കിട്ട്യേരം അയിന്റല്ലും കുരു* പുറ്റ്മണ്ണ് കൊയച്ച് അയില് പൊതിഞ്ഞ് കുടീന്റാത്ത് ഒരു മൂലക്ക് കൂട്ടിവെച്ചിന്. ഇക്കൊല്ലം, ഇന്ന് ആദ്യായിറ്റാ അയിലിന്ന് കൊറച്ചെടുത്ത് കത്തലടക്കാൻ പൂങ്ങ്യത്. ചക്കക്കുരു, മണ്ണിന്റെ ചട്ടീലിട്ട് വറുക്കും. തോട് കരീന്നവരെ എളക്കി വറുക്കും. കരിഞ്ഞതോട് കളഞ്ഞ് ഉപ്പും കപ്പപ്പറങ്കീം കൂട്ടീറ്റ് ഇടിച്ചിറ്റ് തിന്നും. അയിന്റൊപ്പരം കൊത്തമ്പീരീട്ട് തെളപ്പിച്ച വെള്ളും കുടിച്ചിറ്റ് ഒര് നേരത്തെ പൈപ്പ്* മാറ്റും.

** ചപ്പിച്ചിട്ട - നീര് ചവച്ച് കുടിച്ച*

** കടവാതില് - വവ്വാൽ; * കയ്യാത്ത - വയ്യാത്ത*

** പറഞ്ഞ് കീറിയ - പിന്നിപ്പോയ; * പായി- പായ*

** ഒലത്തീട്ട് - പായ വിരിച്ച്; * ഞെലക്കുക - ചതക്കുക*

** കുരു - ചക്കയുടെ കുരു; * പൈപ്പ് - വിശപ്പ്*

മങ്ങണത്തില് വെളമ്പ്യ ചൂട് കഞ്ഞീം ചക്കക്കുരും ചെക്കൻ തിന്നാൻ തൊടങ്ങി. ചെക്കന്റെ ഒപ്പരം തന്നെ മാണീം മാതീം കത്തലടക്കി.* മലിനാണി കുടിച്ചില്ല. പെര്മലയൻ കെടന്നെടക്ക്ന്ന് എണീറ്റതൂല്ല.

അന്തുമാപ്പള പെര്മ്പച്ചന്തീന്ന് പയിനാണി*ക്കെട്ടും തലീല് വെച്ചിറ്റ് എന്റെ തറേരെ മുമ്പിലെത്തി. ഓൻ തലീലെ പയിനാണീംകൂട്ട എന്റെ തറമ്മല് എറക്കി വെച്ചിറ്റ് മലിനാണീന വിളിച്ചു.

“നാണ്യമ്മേ... അന്തുമാപ്പളയാ... നല്ലോണം പൈക്കുന്നുണ്ട്. തായിക്കുന്നുണ്ട്.* കുടിക്കാൻ കുടീലെന്തെങ്കിലും ഇണ്ടെങ്കില് താ...”

മലിനാണി പൊറത്ത് വന്ന് ഓന നോക്കി ചിരിച്ച് ആത്ത് പോയി മന്താളത്തില് കൊറച്ച് കഞ്ഞീം പിന്ന വേറെ എലീല് ചക്കക്കുരൂം കൊണ്ടന്നു. ഓൻ ഓന്റെ കൂട്ടീന്ന് വെളുവെള്ത്ത സാണ്* എടുത്ത് നീട്ട്യേരം മലിനാണി ചൂട്ല്ലെ കഞ്ഞി അയില് ഒയിച്ച് കൊടുത്തു. ചക്കക്കുരൂം കൊടുത്തു. ഓന് വയറ്റില് പയിപ്പ് വെര്മ്പം ഏത് വീട്ടില് എത്ത്യാലും ചോയിച്ച് വാങ്ങി തിന്നീം കുടിക്കീം ചെയ്യും. അയിനായിറ്റ് എപ്പും ഓന്റെ കൂട്ടീല് ഒരു സാണ് കൊണ്ടരും. ഓൻ മാപ്പളയായത് കൊണ്ട് കുടീലെ പാത്രം ഓന് തൊടാൻ കൊടുക്കൂല. മാപ്പളതൊട്ട കലൂം നായ് നക്ക്യ കലൂം ഒരു പോലെയാന്ന്ന്നാ. പിന്ന ആരും അത് തൊടൂല. അത്കൊണ്ടാ ഓൻ ബെര്മ്പം തന്നെ ഓന്റെ പൊരീന്ന് പാത്രം കൊണ്ടര്ന്ന്.

ഓൻ ചൂട് കഞ്ഞീം ചക്കക്കുരൂം തിന്നു. എല്ലാരും മലേമ്മാരെട്ക്ക്ന്ന് തിന്നൂല. തീയ്യത്തി ചിരുതക്കും ഓളെ പുരുവനും പെര്മലയനീം ഓളീം മക്കളീം ജീവന്റെ ജീവനാ... എന്നാല് മലിനാണി വെച്ച കഞ്ഞീം കറീം അവര് തിന്നൂല. മലയമ്മാറ് താണ ജാതിക്കാരായത് കൊണ്ടാ... എന്നാല് എന്റെ പൊലയജാതീന്ന് മലിനാണീം ആളും ഒന്നും കുടിക്കൂലാന്ന് മാത്രല്ല, കൈയോണ്ട് തൊടൂം കൂടി ചെയ്യൂല.

അന്തുമാപ്പിള കഞ്ഞികുടിക്കുമ്പം, മലിനാണി കുടീന്റകത്ത് പോയി അന്തുമാപ്പിള വന്നിറ്റിണ്ട്ന്ന് പെര്മലയനോട് പറഞ്ഞു. ഓനത് കേട്ട്നെങ്കിലും കേക്കാത്തപോലെ കെടന്നു. അന്തുമാപ്പള എന്റെ തറേരടുത്തെത്തി മലിനാണീന വിളിക്ക്ന്നതെല്ലാം ഓൻ കേട്ടിന്. എന്നിറ്റും ഓൻ അതേ കെടത്തം കെടന്നു. ഓന് അന്തുമാപ്പളയോട് ബെല്ല്യ അടുപ്പാന്ന്. രണ്ട് മാസത്തിലൊരിക്കാല് അന്തുമാപ്പള ഈ പെര്ബയീം കേറീറ്റാ ബെരു... എന്നാലും പെര്മലയൻ എണീറ്റ്ല്ല.

കഞ്ഞികുടിച്ച പാത്രം വടിച്ച് അന്തുമാപ്പള കൂട്ടീല് വെച്ചിറ്റ് അഞ്ചെട്ട് ഒണക്കല് മുള്ളൻമീൻ ഒണങ്ങ്യ ചപ്പിലീല് വെച്ച് മലിനാണിക്ക് കൊടുക്കുമ്പം ഓള് അന്തുമാപ്പളയോട് പറഞ്ഞു.

“അന്തുമാപ്പള ഞാൻ പറീന്നായിറ്റ് ഒന്നും വെഷമം വിജാരിക്കറ്.

** കത്തലടക്കുക - വിശപ്പ് മാറ്റുക*

** പയിനാണി - പലേസാധനങ്ങളും*

** തായിക്കുന്നു - ദാഹിക്കുന്നു; * സാണ് - പാത്രം*

ഈ തറമ്മല് മാപ്പളമാർക്ക് ഇരുന്നൂട. ഞങ്ങളെ പൊട്ടൻ തെയ്യത്തിന്റെ തറയാ ഇത്. ഈ തറമ്മല്ള്ള ചെമ്പകമരത്തിലാ ഞങ്ങളെ പൊട്ടൻ തെയ്യം കുടീരിക്ക്ന്ന്. ഈ തറമ്മല് ഒണക്കമീന്റെ കൂട്ടീം അതും ഇതും ഒന്നും ബെച്ചൂട."

അന്തുമാപ്പള അത് കേട്ടേരം തന്നെ ഞെട്ടി എണീറ്റ് പയിനാണീം കൂട്ടിം എട്ത്ത് നെലത്ത് വെച്ചു. എന്നിറ്റ് പറ്റിയത് തെറ്റ്യായിപ്പോയീന്ന് ഓളെ നോക്കി പറീമ്പം അന്തുമാപ്പളേരെ തലീല് ബേറൊര് ചോദ്യാ മൊളച്ച് വന്നത്. പെർമലയൻ ഈട ഇണ്ടാവുമ്പം എത്രയോ തവണ ഈ തറമ്മല് ഇർന്ന്റ്റുണ്ട്. പയിനാണി കൂട്ട വെച്ചിറ്റൂണ്ട്... പിന്നെ എന്തെ നാണ്യമ്മക്ക് ഇപ്പം ഇങ്ങനെ തോന്നാൻ...

എല്ലാ ജാതിക്കും എതിരായിറ്റ് മനുഷന്റെ ജാതി ഓന്നാന്ന്ന് പറഞ്ഞ് ലഹള ഇണ്ടാക്കി, തമ്പ്രാക്കമ്മാരെ നെഞ്ഞത്ത് കേറി പറ ഞ്ഞേന്യാ എന്ന അവരെല്ലം കൂടി എറിഞ്ഞ് കൊന്ന് പൊട്ടൻ തെയ്യാ ക്ക്യത്. ഞാങ്ങളെ കൊത്ത്യാലും ഒന്നല്ലെ ചോര നീങ്ങളെ കൊത്ത്യാലും ഒന്നല്ലെ ചോരാന്നും പിന്നെന്തെ ചൊവ്വറെ കൊലം പെശക്ന്ന്ന്നും; ഞാൻ വെല്യ തമ്പ്രാക്കമ്മാരോട് വെരല് ചൂണ്ടി, എന്റെ കരിങ്കല്ല് പോലത്തെ നെഞ്ച് ഉന്തിപ്പിടിച്ച് പറഞ്ഞത് ഈ മലിനാണീം മക്കളും പെർമലയനും, മലയമ്മാരായ മലയമ്മാര് തേച്ചും എത്രോട്ടാ തോറ്റം ചൊല്ല്യത്... എന്നിറ്റും അയിന്റെ വെള്ളി വെളിച്ചം പോലത്തെ പൊരു ളെന്തേ ഇപ്പൂം ഈ മലിനാണിക്കും മലേമ്മാർക്കും കണ്ണിലും കരളിലും തൊളച്ച് കേറാത്...? തളന്ന് നടന്ന് വന്ന അന്തുമാപ്പള എന്റെ തറമ്മല് കയ്യാതിരിന്നേരം മലിനാണി എണീപ്പിച്ചത് എനക്ക് തീരെ പിടിച്ചില്ല. മാപ്പള എന്താ മനിശവർഗ്ഗത്തിലല്ലേ...

തമ്പ്രാക്കമ്മാര് എന്നെ എറിഞ്ഞ് കൊന്ന് മരക്കുട്ട കൂട്ടി കത്തിച്ച് വെണ്ണീരാക്കീറ്റ് ആ വെണ്ണീരിന്റുള്ള്ന്ന് കനലായ്, പൊട്ടൻ തെയ്യായി ജനി ച്ചേപ്പിന്ന ആണ്ടോടാണ്ട് എത്രകയിഞ്ഞു, മയയെത്ര പെയ്തു, പൊയ* എത്ര നെറഞ്ഞു, പിന്നീം കനലില് എത്രാള കത്തിച്ച് വെണ്ണീരാക്കി... എന്നിറ്റും എന്തേ മലിനാണീം മലേരും ഇങ്ങന.

കരിഞ്ചാമണ്ഡി തെയ്യത്തിനും മാപ്പളേന കണ്ടൂട. അയിനും ഞാൻ മറീടാൻ* നോക്കീന്.

ഒരു മാപ്പളക്കുടീല് ഉമ്മപ്പെണ്ണിന് കെർപ്പൂണ്ടായിറ്റ് ഈറ്റുമ്പലം വന്ന് നെലവിളിക്കുമ്പം മാപ്പള ഈറ്റെട്ക്കാൻ പെറ്റിച്ചിനീം നോക്കി പായുമ്പം ബയിക്ക് ബെള്ളിക്കെട്ടിന്റെ ഉള്ളില് കാട്ട് വള്ളി കൂട്ടിക്കെട്ടി ഒരു പെണ്ണ് ഊഞ്ഞാലാട്ന്നത് മാപ്പള കണ്ടു. ഊഞ്ഞാല്ന്നെണീറ്റ് കരിഞ്ചാമുണ്ഡി ചിരിച്ചോണ്ട് മാപ്പള്യോട് ചോയിച്ചു. മാപ്പള നിന്ന് കെതച്ചോണ്ട് മോക്ക്

** കത്തലടക്കി - വിശപ്പടക്കി*

** പൊയ - പുഴ*

** മറീടാൻ - തടുക്കുവാൻ*

ഈറ്റുമ്പലം വന്ന് നെലവിളിക്ക്ന്ന കാര്യം പറഞ്ഞു. കരിഞ്ചാമുണ്ഡി പേറ്റിച്ചിയായി മാപ്പളേരൊപ്പരം പോയി. എല്ലാരീം നോക്കി ചിരിച്ച് കരിഞ്ചാമുണ്ഡി പെണ്ണ് പെറാൻ കെടക്ക്ന്ന ഒലക്കോട്ടിന്റെ ഉള്ളില് കേറി. കരിഞ്ചാമുണ്ഡി കേറ്യതും നെലവിളിച്ചോണ്ട് കെടന്ന പെണ്ണിന്റെ നെലവിളി നിന്നു. നേരം നാഴിക പലത് കയിഞ്ഞിറ്റും ഒലക്കോട്ടിന്റെ ഉള്ള്ന്ന് ഒച്ച്യോന്നും കേക്ക്ന്നില്ല. അനക്കം കേക്കാഞ്ഞിറ്റ് മാപ്പള വാതില് തട്ടി തൊറന്നു, വാതില് തൊറന്നേരം മാപ്പളീം ആളും ഞെട്ടി. കരിഞ്ചാമുണ്ഡി അമ്മേനീം കുഞ്ഞീനീം കൊന്ന് ചോരകുടിച്ച് ചോരീക്കുളിച്ച് അലറി വന്നു. ആത്ത്ന്ന് പൊറത്തേക്കെറങ്ങുമ്പം മാപ്പള കരിഞ്ചാമുണ്ഡീരെ നടൂന് ആഞ്ഞ് ചവുട്ടി. കരിഞ്ചാമുണ്ഡീരെ നടു വായത്തട ഒടീമ്പോലെ ഒടിഞ്ഞു. ഒടിഞ്ഞ നടൂം ബെലിച്ച് കരിഞ്ചാമുണ്ഡി പാഞ്ഞു. പിന്ന ഇന്നത്തെകാലം വരെ കരിഞ്ചാമുണ്ഡിക്ക് നടുനീർത്ത് പിടിച്ച് തെയ്യാടാൻ കയിഞ്ഞിറ്റ്ല്ല. ഇതുംകൂടി ആയപ്പൊ കരിഞ്ചാമുണ്ഡിക്ക് മാപ്പളാറോട് എതിര് കൂടിവന്നു.

എടവരമ്പിലെ എന്റെ മാടത്തിനടുത്ത് പുളിങ്ങോത്ത് ഏട്ന്നോ വന്ന കലന്തൻ മുക്രിമാപ്പള പള്ളികെട്ടാൻ തൊടങ്ങി. കലന്തൻ മുക്രീന നാട്ട്കാർക്കെല്ലം ബെല്ല്യകാര്യാ. നിസ്കാരപ്പള്ളി നാട്ട്കാരെല്ലം കൂടി കെട്ടി പൊന്തിച്ചു. കലന്തൻ മുക്രീം മാപ്പ്ളാറും നിക്കരിക്കാൻ* തൊടങ്ങി. കരിഞ്ചാമുണ്ഡി അത് പൊളിക്കുന്ന് വെളിപാടാക്കി. എന്നോടും പറഞ്ഞു. എന്റെ പൊട്ടൻ തെയ്യേ... എനക്കാ പള്ളി തച്ച് പൊളിക്കാതെ ഒറക്കം കിട്ട്ന്നില്ലാന്ന്. ഞാൻ അയിന് ചെവികൊട്ത്ത്ല്ല. ഒരീസം മോന്ത്യാവുമ്പം കരിഞ്ചാമുണ്ഡി കൊട്ടത്തലച്ചി മലകേറ്ന്ന് ഞാൻ കണ്ടു. ഞാൻ എന്റെ മേലൊളിപ്പിച്ച് ബയ്യന്നെ പോയി. കരിഞ്ചാമുണ്ഡി മല പോലത്തൊര് കല്ല് കൊട്ടത്തലച്ചി മലക്ക്ന്ന് ഉരുട്ടി എളക്കി. അത് പോയി ബീണാല് പള്ളി തവ്ട്പൊടിഞ്ഞപോലെ പൊടിയും. മലേന കുലുക്കി ഉരുണ്ട് ബെര്ന്ന കല്ലിന്റൊപ്പരം കരിഞ്ചാമുണ്ഡീരെ അട്ടഹാസും ബെര്ന്ന്ണ്ട്. ഞാനെന്റെ ഒതുക്കിവെച്ച രൂപം മലയോളം വളത്തി മലമ്മന്നൊര് മരം പൊരിച്ച് ഉരുണ്ട് വെര്ന്ന കല്ലിന്റെ മുമ്പില് കുത്തിപ്പിടിച്ചു. കല്ലിന എന്റെ മരം തടുത്തു. മരം ഞാൻ മണ്ണിലൊറപ്പിച്ചു. കരിമഷിയിട്ട കണ്ണില് പന്തം കത്തിച്ച് ചോര തെറിക്ക്ന്ന ചോപ്പ് മോത്തെഴുതി കാരോല കുത്ത്യ വെല്ല്യ വട്ടമുടി ചുഴറ്റി നാവ് നീട്ടി കാറ്റായി വന്ന കരിഞ്ചാമുണ്ഡ്യോട് ഞാൻ എന്റെ കൊക്കണകത്തി കാണിച്ച് പറഞ്ഞു...

"നിന്റെ ഉള്ളിലെ മോഹത്തിന തടഞ്ഞേന് എന്നോട് പൊറുക്കണംന്റെ കരിഞ്ചാമുണ്ഡ്യേ... അര്താത്തത് നീ നിരീക്കറ്... ആണ് പെണ്ണ് ജാതിയല്ലാതെ മറുജാതി ഇല്ല കരിഞ്ചാമുണ്ഡ്യേ... മാപ്പളീം മനിശ്ശനാന്നെന്റെ കരിഞ്ചാമുണ്ഡ്യേ... ഈ കല്ലിനെ തടയാൻ ഈട ഞാൻ നട്ടമരത്തിന് കാലമുള്ള കാലത്തോളം കാവലായി ഞാൻ നിക്കും."

** നിക്കരിക്കാൻ – നിസ്ക്കരിക്കാൻ*

അത് കേട്ട് കരിഞ്ചാമുണ്ഡീരെ കണ്ണിലെ പന്തം കെട്ടു.

പിന്ന കലന്തൻ മുക്രിക്ക് എന്നോട് ബെല്യ സ്നേഹായി. ഓൻ എടക്കെടക്ക് ന്റെ വാതിൽമാടത്തില് വന്ന് എന്നക്കണ്ട് എന്തല്ലോ പായ്യാരം പറഞ്ഞ് പോവും.

മാപ്പളച്ചോരീം മലേന്റെ ചോരീം ഒന്നാന്ന്ന് എപ്പാ മലയമ്മാര് പഠിക്കാ...

അന്തുമാപ്പള മലിനാണിക്ക് ഒണക്ക് മുള്ളനും കൊടുത്ത് പയിനാണി കൂട്ടീം തലീല് വെച്ച് വയറ്റിലെ കാളല് മാറ്യ ചിരീം ചിരിച്ച് തീയ്യത്തി ചിരുതേന്റെ കുന്ന് കേറി.

പെർമലയൻ എണീക്കാതെ കണ്ണും മീച്ച് കുടീരെ ഉള്ളിലേക്ക് ഓല തൊരന്ന് ബെർന്ന വെയിലും നോക്കി മലന്ന് കെടന്നു.

ചെക്കൻ കഞ്ഞീം കുടിച്ച് പൂങ്ങ്യ ചക്കക്കുരൂം തിന്ന് തോട്ടിൻകരക്കേക്ക് പോയി.

മാണീം മാതീം കത്തീം പിരിച്ച മുണ്ടക്കയറും എട്ത്ത് തോല്* കൊത്താൻ തീയ്യത്തി ചിരുതേന്റെ കുന്ന് കേറി. കുന്നിന്റപ്രത്ത്ല്ലെ പുല്ല്പാറക്ക് പോയി. വാണ്യനെമ്മന് ചാണോക്കുണ്ടില് തറച്ചിടാനാ തോല്. ചാണും തോലും ചവിട്ടിക്കൊയച്ച് കൂനകൂട്ടി വളൂണ്ടാക്കും. ഓന്റെ വീട്ടിന്റെ മുമ്പില് കുണ്ട്ത്തായല് തോടിന്റക്കര മൂന്നൊടി* പുഞ്ചകണ്ടത്തില് ഈ വളാന്ന് ഓൻ പുഞ്ച വെതക്കാൻ നെലം ഒരുക്കുമ്പം നെരത്തല്.* പാറക്ക് കുറ്റിക്കാട്ടില് തളിരിട്ട് നിക്ക്ന്ന എല്ലാ തണ്ടും* എലീം* കൊത്തി കെട്ടി കൊണ്ടരും.

എല്ലാരും ഓരോ ബയിക്ക് പോയേരം, രാവിലെത്തെ കത്തലടക്കാതെ മലന്ന് കെടക്ക്ന്ന പെർമലയനെ, മലിനാണി നല്ലോണം കലമ്പിക്കോണ്ട് മിറ്റത്തെ എറങ്കല്ല്മ്മല് ഇരുന്നു. പെർമലയൻ എണീറ്റ് വന്ന് എറങ്കല്ല്മ്മല് തലകുത്തിപ്പിടിച്ച് പിറുപിറുക്കുന്ന മലിനാണീരെ നടൂന് ഊക്കില് ചവുട്ടി. തലകുത്തി കമിഞ്ഞ് വീണ ഓള് വീണെടുക്കത്തന്നെ എണീറ്റിരുന്ന് ഒച്ചീല്ലാതെ കരയാൻ തൊടങ്ങി. വെള്ളാട്ടം കെട്ട്യ തെയ്യക്കാരപ്പോലെ ഒടിഞ്ഞ നടൂം പിടിച്ച് മിറ്റത്ത് തെക്കോട്ടും വടക്കോട്ടും വെറച്ചോണ്ടും നടന്നോണ്ടും ഓൻ മലിനാണ്യോട് ചോയിച്ചു.

"പറ കൂത്തിച്ചി... പറ... ആരാ ഇന്നല പാതിരാത്രീല് ചെറ്റക്ക് മുട്ടി മുട്ടി വിളിച്ചിന്?"

ഓളൊന്നും പറയാതെ കണ്ണിലെ വെള്ളം ഒലിപ്പിച്ച് ഇരുന്നു. ഓൻ വന്ന് എന്റെ തറമ്മലിരിക്ക്ന്ന് കണ്ടേരം ഓള് ആത്ത് പോയി മങ്ങണം നെറച്ചും കഞ്ഞീം ചക്കക്കുരൂം ഓന്റടുത്ത് കൊണ്ടച്ചു. ഓള്, അന്തുമാപ്പള കൊണ്ടന്ന മുള്ളൻ ഒണക്ക്മീൻ അടുപ്പിലിട്ട് ചുടാൻ ആത്തേക്ക്

* *മലേന - മലയെ; * പൊരിച്ച് - പിഴുതെടുത്ത്*
* *തോല് - മരത്തിന്റേയും കുറ്റിക്കാടിന്റേയും ഇലയും ഇളം തണ്ടും*
* *മൂന്നൊടി - മൂന്ന് നിര; * നെരത്തല് - നിരത്തുക*
* *തണ്ട്- ചെറിയ കമ്പ്; * എല - ഇല*

പോമ്പം ഓൻ ഇരിക്ക്ന്നേന്റടുത്ത് വെച്ച കഞ്ഞീം മങ്ങണും എടുത്ത് നെലത്ത് എറിഞ്ഞ് പൊട്ടിച്ചു. ചക്കക്കുരു ബായേന്റെ മെരട്ടേക്ക് എറിഞ്ഞു. കഞ്ഞീം പാത്രൂം എറിഞ്ഞ് പൊട്ടിക്ക്ന്ന ഒച്ചകേട്ട് ഒണക്കമീൻ ചുടാതെ മിറ്റത്തേക്ക് മലിനാണി വെർമ്പം പൈച്ചിറ്റ് കരീന്ന* പൈതങ്ങളെപ്പോലെ ഓൻ ഏങ്ങലടിച്ച് കരീന്നാ കണ്ടത്. കരഞ്ഞോണ്ട് ഓൻ എന്നോട് പറഞ്ഞു.

"തെയ്യം കെട്ട്യേരം എന്റെ അമ്പൂന് ആരോ കലക്കിക്കൊടുത്ത വെഷക്കായ എനക്കും കലക്കി താന്റെ പൊട്ടൻ തെയ്യേ..."

അയിനെടീല് ഓൻ കൊറേയോട്ടം കൈചുരുട്ടി നെഞ്ഞത്ത്ടിക്ക്ന്ന ഒച്ചകേട്ട് എന്റെ ചെമ്പകമരം വെറച്ചു.

മിറ്റത്ത് ചെതറിക്കെടക്ക്ന്ന പൂങ്ങ്യചക്കക്കുരു ഓന്റെ ഓള് പറക്കി എടുക്കുമ്പം ഒന്നും മിണ്ടാതെ മോത്തും നെഞ്ഞത്തും വീണ കണ്ണിലെ വെള്ളം ഓൻ വെറക്ക്ന്ന കൈയോണ്ട് തൊടച്ച് നേരെ തീയ്യത്തി ചിരുതേന്റെ കുന്ന് കേറി. ഓനാട എത്തുമ്പം ചിരുത മിറ്റത്ത് ഒറ്റക്ക് ഇരിക്കേന്ന്. കള്ള് ചെത്താൻപോയ ചവുണിയൻ തിരിച്ച് എത്തീറ്റ്ല. ഓൻ ബെർന്ന ബയിക്കേക്ക് കണ്ണ് കൂർപ്പിച്ചിരിക്കേന്ന് ഓള്.

പെർമലയൻ ഇന്നല രാത്രി ഓന്റെ കുടീല്ണ്ടായതെല്ലം ഓളോട് പറഞ്ഞു. ഓള് അതിശയപ്പെട്ട് കണ്ണ്മീച്ച് കേക്ക്മ്പം തന്നെ പെർമലയന് രണ്ട് ചെരട്ട റാക്ക് കൊടുത്തു. റാക്ക് ഓന്റെ തലീന്ന് തുള്ളാൻ തൊടങ്ങ്യേരം ഓൻ പറഞ്ഞു.

"ന്റെ പൊട്ടൻ തെയ്യാ പാതിരാത്രീല് കെട്ട്പോയ എന്റെ കണ്ണും കാതും കുത്തിത്തൊറന്ന് തന്നിന്. പൊറത്ത്ന്ന് ആരോ ചെറ്റക്ക് മുട്ടി വിളിച്ചേരം എന്റെ ചെറിയ മോള് ഒച്ചീം അനക്കൂം ഇല്ലാതെ എണീറ്റ് ഇരുന്നത് എന്റെ പയേ കണ്ണില് തിരിഞ്ഞിന്. ഞാൻ എണീക്ക്ന്ന് കണ്ടേരം ഒണങ്ങ്യ ചപ്പില വീന്ന ഒച്ചപോലും ഇല്ലാതെ ഓള് ആടത്തന്നെ കെടന്നതാ..."

തീയ്യത്തി ചിരുത ചെവി പൊത്തിപ്പിടിച്ച് പറഞ്ഞു.

"എനി ഒന്നും പറേല്ലന്റെ പെർമലയാ... എനിയും കേട്ടാല് എന്റെ തല പൊട്ടിത്തെറിച്ച് പോവും..."

പിന്ന ഓള് ചങ്ക് നീട്ടി കണ്ണും ചെവീം കൂർപ്പിച്ച് പൂച്ച നടക്ക്ന്ന ഒച്ചീല് പറഞ്ഞു.

"എനി ഒര് ചെവി ഇത് കേക്കറ്. ആട മൂടിക്കെട്ടി വെച്ചോളണം."

അത്രീം പറഞ്ഞിറ്റ് എന്ന വിളിച്ച് കരഞ്ഞു.

"ന്റെ പൊട്ടൻ തെയ്യേ... കുടി നെറഞ്ഞ്, ഞാനോ നീയോന്ന് പറഞ്ഞ് നിക്ക്ന്ന അയിററിങ്ങക്ക്* നീയാന്ന് തൊണ. സത്യം പാലിച്ച് ഈ നാള് വരെ പെർമലയൻ അയിറ്റ്ങ്ങളെ നോക്കി. പ്രാക്കിടയനും കാക്കീം തെറ്റി* ക്കൊണ്ടോവാതെ കോയിക്കുഞ്ഞീന എറ്ന്റുള്ളില്* ഒളിപ്പിച്ച് പോറ്റ്ന്ന

* കരീന്ന - കരയുന്ന; * അയിറ്റിങ്ങക്ക് - അവർക്ക്
* തെറ്റി - റാഞ്ചി; * എറ്ന്റുള്ളില് - ചിറകിനുള്ളിൽ

പോലെയാ പെർമലയൻ അയിറ്റ്ങ്ങള പോറ്റ്ന്ന്. അവരെ രണ്ടാളീം ഓരോ ആൺതരീരൊപ്പം കൈപിടിച്ചയക്കാൻ നീയന്നെ ബയികാണിക്കണം."

അത്രീം തീയ്യത്തി ചിരുതേരെ നാവിമ്മന്ന് വീണേരം പെർമലയന്റെ ഉള്ളില് മകരമാസത്തിലെ മോന്തിക്ക് കുളിരുംകൊണ്ട് വന്ന കാറ്റ് പോലത്തെ ഒരു കാറ്റ് വീശി.

ഓൻ രണ്ട് ചെരട്ട റാക്കും കൂടി കുടിച്ച് കണ്ണില് നേരിയൊര് തെളക്കൂം കൊണ്ട് കുന്ന്കീഞ്ഞു. മിണ്ടാതുരിയാടാതെ, ഒണങ്ങ്യ ചപ്പില ഒച്ചീല്ലാതെ കാറ്റത്ത് പറന്ന് പോന്നപോലെ ഓൻ കുന്നെറങ്ങിപ്പോന്നതും നോക്കി തീയ്യത്തി ചിരുത നിന്നു.

ഓനറിയാ. ആരാ ഇന്നല രാത്രി പാതിരക്ക് കൂമൻ മൂളുമ്പം ഓന്റെ ചെറ്റക്ക് മുട്ടീനീന്ന്. അതോൻ തീയ്യത്തി ചിരുത്യോട് പറഞ്ഞില്ല. എന്നോടും പറഞ്ഞില്ല, ഓന്റെ ഓളോടും പറഞ്ഞില്ല.

കുന്നിറങ്ങി വന്ന ഓൻ എന്റെ തറമ്മലിരിക്കാതെ നേരെ കുടീന്റ കത്ത് പോയി ഇരുന്നു. കുണ്ടിലേക്ക് പോയ ഓന്റെ കണ്ണ് പഴുത്ത ചെക്കി പ്പഴം പോലെ ചോന്ന് കണ്ടപ്പം ഓൻ ബയറ് നെറച്ചും കുടിച്ചിറ്റാ വന്നത്ന്ന് മലിനാണിക്ക് ഒറപ്പായി.

ഓള് രാവിലെ കത്തലടക്കാൻ പൂങ്ങ്യ ചക്കക്കുരൂം മങ്ങണത്തില് ലേശം കഞ്ഞീം അന്തുമാപ്പള കൊണ്ടന്ന മുള്ളനൊണക്ക് ചുട്ടതും ഓന്റെ മുമ്പില് കൊണ്ടച്ചു. ദൈവങ്ങൾക്ക് നിവേദ്യം കൊണ്ടക്കും പോലെയാണ് ഓള് ഓന്റെ മുമ്പില് കത്തലടക്കാൻ വെച്ചിറ്റ് ദൂരെ മാറിനിന്നത്. എന്നിറ്റ് ദൈവങ്ങളെ പ്രാർത്ഥിക്കുമ്പോലെ ഓള് പതുക്കെ സങ്കടും കൂട്ടിക്കൊ യച്ച് പറഞ്ഞു.

"ഒന്നും തിന്നാതെ പച്ചവയറ്റ്ല് റാക്കൊയിച്ചാല് കൊടല് കത്തിക്ക രിഞ്ഞ് പോവൂന്ന് അറിയാത്ത ആളല്ലല്ല നിങ്ങ. ഇങ്ങന തൊടങ്ങ്യാല് എത്രകാലാ ഈ മേല് ഇണ്ടാവ്വാ... നിങ്ങക്കെന്തെങ്കിലും പറ്റ്യാല് മേന്തോന്നി അരച്ച് കലക്കി കുടിച്ച് ബാക്കീലെ ഞാങ്ങ്യല്ലം ചാവലല്ലാതെ പിന്നെന്താ ഗതി..."

നേരത്തെ പെർമലയൻ ഓളെ കൂന് പിടിച്ച നടൂന് ചവിട്ട്യപ്പൊ കരഞ്ഞ പോലെ അല്ല ഓളിപ്പം കരഞ്ഞത്... കരളിന്റുള്ള്ന്ന് തീപാളുന്ന പോലെ ഒര് നെലവിളിയാന്ന് ഇണ്ടായത്. ഓളെ കണ്ണിന്റുള്ള്ന്ന് ഒറന്ന് വെർന്ന വെള്ളം കണ്ട് ഓൻ തലകുത്തന പിടിച്ചു.

ഓൻ പൂങ്ങ്യ ചക്കക്കുരു തിന്നു.

മലിനാണീരെ കരച്ചലടങ്ങ്യേരം പെർമലയൻ ഓളോട് പറഞ്ഞു.

"എനി കൊയത്തിപാറൂനീം ഓളെ മോനീം ഈ മിറ്റത്ത് കേറ്റററ്.*"

നല്ലോണം ഒറപ്പിച്ചാ ഓൻ അങ്ങനെ പറഞ്ഞത്.

ഒരീസം മലിനാണീം പെമ്മക്കളും നെല്ല് മൂർന്ന് കയിഞ്ഞേരം കണ്ട ത്തില് മുറിഞ്ഞ് വീണ കതിര് പറക്കാൻ പോയിറ്റ് വെർമ്പം, പെർമല

---

* *കേറ്ററ് - കയറ്റരുത്*

യൻ ഏട്ന്നോ പൊരിഞ്ഞ് വീണ കൊടപ്പനേ ന്റെ ഉള്ളിലെ ചോറ് കൊത്തി എടുത്ത് തോർത്ത് മുണ്ടില് കെട്ടി ബെര്ന്ന്ണ്ടായിന്.

പെര്മലയൻ പനച്ചോറും കെട്ട് തലീല് വെച്ചിറ്റ് വെരുമ്പം ഓന്റെ എളേമോള് മാണി കണ്ടത്തിന്ന് പറക്ക്യ* കതിര് തോട്ടിൻ കരക്ക് വെച്ച് തോട്ടില് എറങ്ങി കാലിലെ ചെളി കളീന്ന് ഇണ്ടായിന്. എല്ലാരും കുടീ ലെത്തീറ്റും മാണി എത്താതെ വന്നേരം പെര്മലയൻ ആരോടും പറ യാതെ തോട്ടിൻ കരക്കേക്ക് പോയി നോക്കി. പോന്ന ബയിക്ക് കൊയത്തി പാറു തലീല് കലൂം പാത്രൂം നെറച്ച കൂട്ടീം വെച്ചിറ്റ് ഓള് ഓനതെറ്റി കടന്ന് പോയി. തോട്ടിൻ കരക്ക് കലൂം കൂട്ടീം എറക്കി വെച്ചിറ്റ് ഓളെ ചെക്കൻ, തോട്ട്ന്ന് കാലിലെ ചളികളയാൻ എറങ്ങിനിന്ന മാണ്യോട് ചിരിച്ചും കൊയഞ്ഞും പയമ* പറീന്ന് പെര്മലയൻ ദൂരത്ത് നിന്നേ കണ്ടു. പെര്മലയൻ തോട്ടിൻ കരക്ക് എത്താനാവുമ്പം മാണി തോട്ട്ന്ന് കേറി. കരക്ക് വെച്ച കലൂം കൂട്ടീം കൊയത്തിപാറൂന്റെ ചെക്കന്റെ തലീല് വെച്ച് കൊടുക്കാൻ ഓളും പിടിച്ച് കൊടുത്തു. അന്നേരൂം ഓള് കൊയത്തിപാ റൂന്റെ ചെക്കനോട് ചിരിക്ക്ന്നത് പെര്മലയൻ കണ്ടു. പെര്മലയനെ കാണുമ്പം രണ്ടാളും രണ്ട് ബയിക്ക് പിരിഞ്ഞ് പോവ്വാ ചെയ്തത്.

അന്നേരേ പെര്മലയന്റെ തലീല് ഒരു തീപ്പൊക കേറീന്. പിന്നീം ഒരിക്കാ എടവയിക്ക്ന്ന് കൊയത്തി പാറൂന്റെ ചെക്കൻ മാണ്യോട് ചിരിച്ച് പയമ പറീന്ന് പെര്മലയൻ കണ്ടിന്. അന്ന് കൊയത്തിപാറൂന്റെ ചെക്കന്റെ തലീല് കലം നെറച്ച കൂട്ട്യോന്നും ഇണ്ടായിറ്റില്ല.

കണ്ടത്തില് നെല്ല് മൂര്ന്ന് കയീമ്പം എരമത്ത് ഉള്ള്യൂര് ഭാഗത്ത്ന്ന് കൊശോമ്മാറും* കൊയത്തികളും* മങ്കലം* ഇണ്ടാക്കീറ്റ് വെല്ല്യ കൂട്ടീല് നെറച്ചും വെച്ച് വിക്കാൻ* കൊണ്ടരും. കലം വാങ്ങ്ന്നവര് കൊയത്തി കൾക്ക് നെല്ലാ അളന്ന് കൊടുക്കവ. കലം ബിക്കാൻ ഉള്ള്യൂര്ന്നും, ചെലര് കൊട്ട്ലീന്നം ബെരും. ബന്നാല് രണ്ടോ മൂന്നോ അന്തി കയിഞ്ഞിറ്റേ തിരിച്ച് വീടടങ്ങൂ. കിട്ട്ന്ന നെല്ല് പരിചക്കാറെ വീട്ടില് വെക്കും. കൊയ ത്തിപാറൂം മോനും കലൂം കൊണ്ടെറങ്ങ്യാല് കിട്ട്ന്ന നെല്ല് പെര്മലയന്റെ കുടീലാ വെക്കവ. രാത്രി കെടത്തം വാണ്യനെമ്മന്റെ ചക്കാട്ട്ന്ന ആലീ ലാ. ആട്ന്നന്ന്യാ* കത്തലടക്കലും. കലല്ലം ബിറ്റ്* കയിഞ്ഞിറ്റ് പോമ്പാ നെല്ല് കൊണ്ടുപോവ്വ.

ഓള് എല്ലാ കൊല്ലൂം കലൂം കൊണ്ട് വെര്മ്പം എനക്ക് ബീത്തിന് നാലഞ്ച് തൊട് കുടുക്ക കൊണ്ടന്ന് എന്റെ തറമ്മല് വെച്ച് പ്രാർത്ഥി ക്കും. മലിനാണിക്ക് ആമേരെ എറച്ചി വെക്കാൻ ഒര് ചട്ടീം മീൻ കൂട്ടാൻ ബെക്കാൻ വേറെ ഒരു ചട്ടീം കഞ്ഞി വെക്കാനും ചക്കീം കേങ്ങും

* *കൊശോമ്മാര് - കുശവന്മാർ; * കൊയത്ത്യള് - കുശവസ്ത്രീകള്*
* *മങ്കലം - മണ്ണിന്റെ കലം; * പറക്ക്യ - ശേഖരിച്ച*
* *പയമ - വർത്തമാനം; * വിക്കാൻ - വിൽക്കുവാൻ;*
* *ആട്ന്നന്ന്യാ - അവിടുന്ന് തന്നെയാണ്*
* *ബിറ്റ് - വിറ്റ്; * ബെശമം - വിഷമം*

പൂങ്ങാനും ഒരു ബെല്ല്യ കുടുക്കീം കൊടുക്കും. പിന്ന മലിനാണി ഒന്ന് രണ്ട് മങ്ങണനും* മറ്റും എടുക്കും. അയിന് വെല്ല്യ കലത്തിന്റെ കൂലി യായി അര എടങ്ങായി നെല്ല് ഓള് മലിനാണ്യോട് വാങ്ങും. മറ്റൊന്നിനും ഒന്നും വാങ്ങൂല. ചെലെ ബെർത്തിന് കലം തേച്ചും ബിറ്റ് കയിഞ്ഞിറ്റി ല്ലേങ്കില് ബാക്കീല്ല കലം പെർമലയന്റെ കുടീന്റെ ബയ്യല് വെയിലും മയീം കൊള്ളാത്ത പാകത്തില് വായേരെ ഒണങ്ങ്യ എല മുറിച്ച് പൊത്തി വെക്കും.

കൊയത്തി പാറൂന്റെ മോൻ ദേരപ്പന് വയസ്സ് ഇരുപത്തെട്ടായീന്നും മംഗലം കയിക്കാൻ പട്ടുവത്തും, കൊട്ട്ള ഭാഗത്തും പെണ്ണിന തേടാൻ പോണന്നും ഓള് ഒരീസം മലിനാണ്യോട് പറീന്ന് പെർമലയൻ എന്റെ തറമ്മലിരുന്ന് കേട്ടിന്, അന്ന് മലിനാണി കലം വെരല് മടക്കി മുട്ടിനോക്കി എടുക്കുമ്പം ദേരപ്പൻ നെലത്തിര്ന്ന് കലം എടുത്ത് നോക്ക്ന്ന മാണീരെ മാറിലേക്കെന്നെ നോക്ക്ന്നത് പെർമലയന്റെ കണ്ണില് കുടുങ്ങീന്. നാല ഞ്ച് മോന്തി പൊലന്നേപ്പിന്ന കൊയത്തിപാറൂന ബയിക്ക് കണ്ടേരം ഓളോട് പെർമലയൻ പറഞ്ഞു.

“എനി അടിയന്റെ കുടീല് നെല്ലും കലൂം ബെക്കണ്ട പാറവമ്മേ... ലേശം ബെശ*മൂണ്ടായീറ്റാ... അടിയനോട് ഒന്നും തോന്നറ്.”

എന്താ പെർമലയാ ഇണ്ടായത്ന്ന് ഓള് തിരിച്ച് ചോയിച്ചേരം ഓൻ ഇങ്ങനെ പറഞ്ഞോണ്ട് നടന്ന് പോവ്വാ ചെയ്തത്...

“വായ ചൂരിമുള്ളിന്റെ മോളില് വീണാലും ചൂരിമുള്ള് വായേരെ മോള്ല് വീണാലും കേട് വായക്കാ ഇണ്ടാവ്വാ പാറവമ്മേ...”

നടുഒടിഞ്ഞ ഓൻ ഭൂമീല് അമർത്തി ചവുട്ടി നടന്ന് പോന്നതും നോക്കി കൊയത്തിപ്പാറു കൊറച്ച് നേരം പെർബയിക്ക് നിന്നു.

ഓൻ പറഞ്ഞേന്റെ പൊരുള് കൊയത്തിപാറൂന്റുള്ളില് കേറി കൂടി നോന്നറീല്ല, പിന്ന കൊയത്തിപ്പാറു നെല്ലോ ബാക്കീല്ലെ കലോ പെർമ ലയന്റടുത്ത് വെക്കാൻ പോയിറ്റ്ല്ല. ഓള് അയിപ്പിന്ന വാണ്യനെമ്മന്റെ ചക്കാലീല് വെച്ചിറ്റ് ആടത്തന്നെ ഒറങ്ങാനും കെടക്കും. എല്ലം വിറ്റ് കയിഞ്ഞ് ഉള്ള്യൂരേക്ക് പോമ്പം കൊറച്ച് പുണ്ണാക്കും വെളിച്ചെണ്ണീം വാണ്യനെമ്മന്റെ ഓള് കുഞ്ചിരിയോട് മേണിച്ചീറ്റാ* പോവ്വാ. വെളിച്ചെ ണ്ണക്ക് പകരായിറ്റ് വാണ്യത്തി കുഞ്ചിരിക്ക് കലം കൊടുക്കും. പുണ്ണാക്ക് കൊടുക്കുമ്പം അയിന് കണക്കൊന്നും നോക്കാതെ കൊറച്ച് കൂടുതല് കൊടുക്കും.

ഇന്നലെ കൊയിത്തിപാറു വാണ്യനെമ്മന്റെ ചക്കാലേരെ ചായ്പ്പിലാ നേരം പൊലത്തീ*ന്. ഓള് ഇന്നലെ എന്റെ തറമ്മല് വെക്കാൻ ബീത്തിന്റെ തൊട്കുടുക്കീം, മലിനാണിക്ക് എറച്ചി വെക്കാനില്ലെ ചട്ടീം കൊണ്ടന്നിന്. അന്നേരം ഓളെ മോൻ ദേരപ്പനും ഓളെ ഒപ്പരം ഇണ്ടായിന്. ഓൻ

** മങ്ങണം – കുഴിയുള്ള കഞ്ഞികുടിക്കുന്ന പാത്രം*

** മേണിച്ചിറ്റ് – വാങ്ങിയിട്ട്; * പൊലത്തുക – പുലർത്തുക*

വന്നേരം മൊതലേ കുടീന്റുള്ളിലേക്കും, കുടീന്റെ ബയ്യപ്പുറത്തേക്കും കാക്കനോക്ക്മ്പോലെ നോക്ക്ന്ന് എന്റെ തറമ്മല് ഇരിക്ക്ന്ന പെര്മലയന്റെ കണ്ണിന്റുള്ളില് പറ്റിപ്പിടിച്ചിന്. എന്നാൽ പെര്മലയൻ ഓനോട് ഒന്നും ചോയിക്ക്യോ പറയ്യോ ചെയ്തില്ല. കൊയത്തിപാറൂം ഓളെ മോൻ ദേരപ്പനും തിരിച്ച് വാണ്യനെമ്മന്റെ ചക്കാലീലേക്ക് പോമ്പം തോട്ട്ന്ന് കുളിച്ചിറ്റ് ബെര്ന്ന മാണീന കണ്ടേരം ദേരപ്പൻ ഓളെ മുട്ടിനിന്ന് ചിരിച്ച് കൊഞ്ചിച്ച് പയമ പറീന്നതും പെര്മലയൻ കണ്ട്ന്.

അതല്ലം പൂങ്ങിയ ചക്കക്കുരു തിന്നുമ്പം പെര്മലയൻ മലിനാണ്യോട് പറഞ്ഞു. ഓളോട് ഓരോന്ന് പറീമ്പം ഓന്റെ മോത്ത് ഇരുട്ട് കൂട്കെട്ട്ന്നതും നെഞ്ചാകൂട് മാടപ്രാവ് ചെറകടിക്കുന്നപോലെ ഒച്ചീണ്ടാക്കുന്നതും മലിനാണീരെ കണ്ണില് കൊണ്ടിന്.

"എത്തറീം പെട്ടെന്ന് എന്റെ പെമ്മക്കൾക്ക് ഓരോ ആൺതരീന കൊണ്ടരണേ ന്റെ പൊട്ടൻ തെയ്യേ"ന്ന നെലവിളിയോട്യാ ഓൻ മലിനാണ്യോട്ല്ലെ ഉരിയാട്ടം നിർത്ത്യത്.

മലിനാണി ഓൻ പറീന്നതല്ലം കേട്ടേരം, മീനമാസത്തിലെ കൊടുംചൂട് കൊണ്ട് വിണ്ട് കീറിയ പുഞ്ചകണ്ടം പോലത്തെ ഓളെ മീട്ടത്തെ ചാലിലേക്കൂടെല്ലം കണ്ണിലെ വെള്ളം ഒലിച്ചെറങ്ങീന്...

തോല് അരിഞ്ഞ് കെട്ടിക്കൊണ്ടന്ന് വാണ്യനെമ്മന്റെ ചാണോക്കുണ്ടിന്റെ മുമ്പിലിട്ട് മരക്കുട്ടേമ്മല് വെച്ച് ചായ്കത്ത്യാള്* കൊണ്ട് കൊത്തിത്തറച്ച് ചാണോക്കുണ്ടിലിട്ട് ചവുട്ടിക്കൊയച്ച് നേരെ തോട്ടില് പോയി മുങ്ങിക്കുളിച്ച് മാണീം മാതീം വന്നു. തോട്ടില് മുങ്ങിക്കുളിച്ചിറ്റും അവരെ മേത്ത്ന്ന് ചാണോത്തിന്റെ മണം ചുറ്റിത്തിരിഞ്ഞ് കളിക്ക്ന്ന്ണ്ട്. ചാണോത്തിന്റെ പച്ചമണം പോവാൻ രണ്ടാളും എന്റെ ചെമ്പകത്തിന്റെ മുമ്പിലെ കുത്ത് വെളക്കില് പറ്റിപ്പിടിച്ച കരിനെറം വന്ന വെളിച്ചെണ്ണ തൊട്ട് കാലിന്റെ മുട്ടിന് തായല് പെരട്ടി. തോട്ട്ന്ന് കുളിച്ചിറ്റ് വെരുമ്പം കുഞ്ഞിക്കേളൂം അവരൊപ്പരം ഇണ്ടായിനി. അവര് വെര്മ്പം മോന്ത്യായിന്. ചെക്കൻ എന്റെ തറമ്മല് വെളക്ക് വെച്ച് പ്രാർത്ഥിച്ച് ആടീരുന്നു.

മാണീം മാതീം ഉച്ചക്ക് ബാക്കീണ്ടായ കഞ്ഞി മങ്ങണത്തിലെടുത്ത് മിറ്റത്ത് കുടിക്കാനിരുന്നേരം പെര്മലയൻ ഏട്ന്നോ വന്ന് എന്റെ തറമ്മല് ചെക്കന്റെടുത്ത് ഇരുന്നു. മലിനാണി, പെമ്മക്കള് കഞ്ഞി കുടിക്കുമ്പം അവരട്ത്ത് പോയിരുന്നു. മലിനാണീരെ മോത്ത് വരണ്ട് നിക്ക്ന്ന വരയെല്ലം വീർത്ത് വളന്നിറ്റ് ചാലായത് പോലീണ്ട്. ആരോടും ഒന്നും മിണ്ടാതെ മങ്ങണത്തിലെ വറ്റും വെള്ളൂം കോട്ട്യ പഴുത്ത പ്ലാവിലയോണ്ട് കോരിക്കുടിക്കുമ്പം മലിനാണി അവരോട് പറഞ്ഞു. നല്ല കട്ടീല്ല ഒച്ചീല് തുറിച്ച കണ്ണ് പൂട്ടാതെ നാവിന മൂർച്ചീല്ലെ കത്തിയാക്ക്യാ ഓള് പറഞ്ഞത്.

"നിങ്ങള് രണ്ടാളും തലീം മൊലീം വളന്ന് നിക്ക്ന്ന പെണ്ണ്ങ്ങളാ...

** ചായ്കത്ത്യാള്- അറ്റം വീതിയുള്ള നീളമുള്ള കത്തി*

പെര്ബയിക്കേക്കൂട പോന്നീം ബെര്ന്നീം മാളോരോട് മാഞ്ഞാളം* പറയാൻ ആരും നിക്കണ്ട. ആണ്ങ്ങക്ക് എന്ത്വാവാ.... ഏത് ചളീലും അവര് ചവുട്ടും. വെള്ളം കണ്ടാല് ആ കാലും കവും*. എനക്കെന്റെ പൊട്ടൻ തെയ്യം നിങ്ങളെ രണ്ടാളേ ബാക്കി തന്ന്റ്റ്ല്ലു. മലയനായിറ്റ് ഓരോര്ത്തന പൊട്ടൻതെയ്യം കൂട്ടിക്കൊണ്ടന്നാല് അന്ന് ഞാൻ കൈപിടിച്ച് കൊടുക്കും രണ്ടാളീം. അത് വരെ ആതറമ്മലിരിക്ക്ന്ന, ഒണങ്ങിച്ചുരുണ്ട്, ഒറക്കൂല്ലാതെ ഒറങ്ങ്ന്ന നിങ്ങളെ അപ്പന്റെ മോത്ത് കരിക്കട്ട വാരിത്തേക്കറ്. എലയെല്ലം ഒണങ്ങിചുരുണ്ട് നടുഒടിഞ്ഞ് നിക്ക്ന്ന വായപോലെ കാണ്ന്ന വരിക്ക് തോന്ന്വെങ്കിലും മേലേരി എരീന്ന പോലത്തെ കനലിന്റെ കട്ടയാ അത്."

അത്രീം പറഞ്ഞ് ഓള് തലീം കുത്തനപിടിച്ച് ഇരുന്നു. മങ്ങണത്തിലെ വറ്റും വെള്ളൂം തേച്ചും കയിഞ്ഞിറ്റും മാണീം മാതീം ഇരുന്നെടുത്ത്ന്ന് എണീറ്റ്ല്ല.

പിന്ന അയിനപ്പറ്റി ആരും ഒന്നും അവരോട് ചോയിച്ചില്ല.

രാവിലെ പാറക്ക് തോലരിയാൻ പോയേരം മാതി, മാണ്യോട് ചോയിച്ചിന്.

"ഇന്നലെ രാത്രി ആരാ വന്നത്...?"

മാതി ഓളോട് പാറക്ക്ന്ന് ഇങ്ങനെ ചോയിക്കൂന്ന് ഒറപ്പ്ണ്ടായിനി. മാതീരെ ചോദ്യത്തിന് ഓള് ഉരിയാട്ടം ഒന്നും നടത്താതെ മുറിഞ്ഞ് തെഴ്ത്ത് വന്ന മരക്കുറ്റീന്റെ മോള്ന്ന് എളം കമ്പും ചപ്പിലീം ചറപറാന്ന് കൊത്ത്യെടുക്വാ ചെയ്തത്.

"ആ കൊയത്തി പാറൂന്റെ മോൻ ദേരപ്പനല്ലെ രാത്രി വന്നത്...?"

മാണി തോല് അരിഞ്ഞെടുക്കുമ്പം ഓളെ കൈമുറിഞ്ഞ് ചോരവന്നു. മുറിഞ്ഞ് ചോരയൊലിക്ക്ന്ന വെരല് ഓള് വായിലിട്ട് പിടിച്ചു. മാതി അത് കണ്ട് പുല്ലാഞ്ഞിക്കാടിന്റെ തിരി പറച്ച് തിരുമ്മി ചതച്ച് ഉടുത്ത തോർത്തിന്റെ അറ്റം കത്ത്യോണ്ട് മുറിച്ചെടുത്തു. വെരല് വായീന്നെടുത്ത് കാട്ടിന്റെ മറയത്ത് കുത്തിയിരുന്ന് വെരല്മ്മല് മൂത്രമൊഴിച്ചു. ചീറിവന്ന ചോരനിന്നു. വെരലിലെ മുറിഞ്ഞെടുത്ത് പുല്ലാഞ്ഞിക്കാടിന്റെ തിരി തിരുമ്പി ഒടച്ച് തോർത്തിന്റെ കഷണംകൊണ്ട് കെട്ടുമ്പം മാതി ഓളോട് പറഞ്ഞു.

"വന്നത് വന്നു. കയിഞ്ഞത് കയിഞ്ഞു. എനി നീ ആ കൊശോൻ ചെക്കന്റെ മോത്തേക്ക് നോക്ക്ന്ന് ഞാൻ കണ്ടാല് നിന്റെ ഉരുളുന്ന ഉണ്ടക്കണ്ണ് ഞാൻ ഈ കത്തീന്റെ കൊക്കോണ്ട് കൊത്തി പൊട്ടിക്കും."

തോലരിഞ്ഞ് കെട്ടി വാണ്യനെമ്മന്റെ ചാണോക്കുണ്ടില് എത്ത്ന്നത് വരെ രണ്ടാളും മിണ്ടീല.

ഒന്നും മിണ്ടാതെ മലിനാണി എണീറ്റേരം പെമ്മക്കള് രണ്ടാളും എണീറ്റ് കഞ്ഞി കുടിച്ച മങ്ങണം വടിച്ച് ആത്തേക്ക് പോയി.

** കവും – കഴുകും*

** മാഞ്ഞാളം – കൊഞ്ചിക്കുഴഞ്ഞ്*

ഇരുട്ട് ഇര്ണ്ട്തൊടങ്ങീന്. കൂട്ടത്തിലുള്ളവര് എത്താഞ്ഞിറ്റാവും ഒരു കാട്ട്കോയി തൊണ്ടപൊട്ടിച്ച് കരീന്ന് കൊറേ നേരായി. മോന്ത്യാവുമ്പം പതുങ്ങിനിന്ന് ഒരു കോയീന കുറുക്കൻ വായിലാക്കീറ്റ്ണ്ടാവുംന്ന് കാട്ട്കോയീരെ നെലവിളികേട്ട് പെര്മലയൻ ചെക്കനോട് പറഞ്ഞു.

പെര്ബയിക്ക്ന്ന് നേരെ പെര്മലയന്റെ കൂരീലേക്ക് ഇര്ട്ടന വീശിക്കെടുത്തോണ്ട് ഓലച്ചൂട്ട് കേറി വെര്ന്ന് കണ്ട് പെര്മലയനും ചെക്കനും എന്റെ തറമ്മന്ന് എണീറ്റ് നിന്നു. കത്ത്ന്ന ചൂട്ട് കണ്ട് മലിനാണീം പെമ്മക്കളും കുടീന്റുള്ള്ന്ന് തല പൊറത്തേക്കിട്ടു.

വല്യമ്പ്രാന്റെ കാര്യസ്ഥമ്മാരാ... രണ്ടാള്.

ആചാരപ്രകാരം എല്ലാരും വന്നവര വണങ്ങി നിന്നു.

വന്നകാര്യം, വന്നേല് ഒരാള് വളവും തിരിവുല്ലാതെ പറഞ്ഞിറ്റ് വന്ന വയിക്കന്നെ തിരിച്ച് പോവ്വും ചെയ്തു.

"നാളെ രാവിലെ പെര്മലയന്റെ മൂത്തമോള മനക്കലേക്കയക്കണം. തമ്പ്രാന്റെ മോളെ കന്നികെര്പ്പാ... ഏഴാം മാസായി. മനക്കല് തമ്പ്രാട്ടീരടുത്ത് പെറ്ന്നവരെ നിക്കണം. പെറാനാവുമ്പം മലിനാണീം ബെരണം."

കത്ത്ന്ന ചൂട്ട് പെര്വയിക്കെത്ത്യേരെ മറ്റ് രണ്ട് ചൂട്ടായി പെര്മലയന്റെ കണ്ണ്ന്റ് അതന്നെ നോക്കി നിന്നു.

പെര്മലയന്റെ മിറ്റത്ത് ഇര്ട്ട് ശെരിക്കും കരിക്കട്ടപോലെ ഇരുണ്ടു. ഇര്ട്ട്ന്റെ ഉള്ള്ന്ന് വിങ്ങിപൊറത്തേക്ക് വന്ന കരച്ചല് പെര്മലയന്റെ മൂത്തമോള് മാതീരതാന്ന്ന് പെര്മലയനും ചെക്കനും തിരിഞ്ഞു. മലിനാണീം, പെര്മലയനും ചെക്കനും മാണീം ഇരുട്ടിന്റുള്ളില് തലതെറിച്ച് പോയ തെങ്ങ് പോലെ ഒറ്റ നിപ്പാണ്.

മൂന്ന് മാസം മനക്കല് ഈറ്റെടുക്കാൻ പോയാല്ള്ള കഥയെന്താന്ന്ന് പെര്മലയനും അറിയാ... ഓന്റോള് മലിനാണിക്ക് അയിലേറെ അറിയാ.

മനക്കല് ഈറ്റെടുക്കാൻ പോയോള് എരട്ടപെറും.

ചെക്കൻ എന്റെ തറമ്മലെ കുത്തുവെളക്കില് തിരി കത്തിച്ച് വെച്ചേരം തന്നെ ഏട്ന്നോ വന്ന കാറ്റ് അത് തച്ച് കെടുത്തു. പിന്ന ചെക്കനത് കത്തിച്ചതൂല്ല.

ഇപ്പം ആരിക്കും ആരീം കാണാനേ പറ്റ്ന്ല്ല.

ഇര്ട്ട്നെ പിടിച്ച് കുലുക്കിക്കൊണ്ട് ചെക്കന്റെ വായീന്ന് ഒരു തീതുപ്പി.

"നാളെ വല്ല്യളേമ്മ മനക്കല് പേറെടുപ്പിന് പോന്നില്ല."

ചെക്കന്റെ വാക്കിന്റെ ഊക്ക് ആകാശത്തേക്ക് പൊന്തിപ്പോയെങ്കിലും മറുമൊഴി ഇണ്ടായില്ല.

പറഞ്ഞേന്റെ ബാക്കി ഓൻ പിന്നീം പറഞ്ഞു.

"വല്യളേമ്മ നാളെ മനക്കല് പോയില്ലെങ്കില് അവര് നമ്മളെ കൊല്ലോ... കൊല്ലൊങ്കില് കൊല്ലട്ട്. നമ്മക്ക് ഒപ്പരം ചാവാ. പക്കേങ്കില് എന്നെ കൊല്ല്ന്നേന് മുമ്പിലെ എന്റെ പൊട്ടൻ തെയ്യത്തിന്റെ കൊക്കണ കത്ത്യോണ്ട് ഒര്ത്തന കൊന്നിറ്റേ ഞാൻ ചാവൂ."

അത്രീം പറഞ്ഞ ഓന്റെ ഒച്ച പെര്വയീം കടന്ന് തോട്ടിൻകരക്ക്

എത്തീറ്റ്ണ്ടാവുംന്ന് തോന്ന്യ മലിനാണി ഇരുട്ടത്ത് ഓന്റെ വായി തപ്പിപ്പിടിച്ച് പൊത്തീറ്റ് പറഞ്ഞു.

"മിണ്ടാതെന്റെ പൊന്ന് മോനെ..."

ഏറ് കൊണ്ട നായി മോങ്ങുമ്പോലെയാ ഓളങ്ങനെ പറഞ്ഞത്.

പെർമലയൻ ഒന്നും മിണ്ടാതെ ഓന്റെ കുടീന്റെ ബയ്യപ്പുറത്തേക്കൂടി തീയ്യത്തി ചിരുതേരെ കുന്ന് കേറി.

ഇരുട്ടിന്റേം ഓന്റേം നെറം ഒന്നായത് കൊണ്ട് ഓൻ പോയത് ഇരുട്ട് മാത്രേ അറിഞ്ഞ്റ്റ്ലു.

"പോണം, മനക്കല് പോണം, നാളെ പൊലന്നവാട് പോണം. നമ്മളെ പണി അതാ... നാട്ടാചാരം ഒന്നും ഗുർസിക്ക് കോയീന അറുക്കുമ്പോലെ അറുത്ത് മുറിക്കാൻ പറ്റൂല. മലികളെല്ലം പേറ്റിച്ചികളാ..."

ഇരുട്ടിലേക്ക് നോക്കി പെർമലയൻ കുന്ന്കേറ്യതറിയാതെ മലിനാണി പറഞ്ഞു.

മനക്കല് പോയാല് എന്താ ഇണ്ടാവ്വാന്ന് ഓക്കറിയുമ്പോലെ മറ്റാരിക്കും അറീല. എന്നിറ്റും മംഗലം കയിയാത്ത പെണ്ണിന മനക്കലേക്ക് ഉന്തിവിടാൻ ഓള പെടപ്പ് കാണുമ്പം എനക്ക് അതിശാ* തോന്ന്യത്.

ഓള് എത്രയോ പെറെടുക്കാൻ മനക്കല് ഒലക്കോട്ട് പൊരീല് ഇരുട്ടും പൊതച്ച് കെടന്നിറ്റ്ണ്ട്. ഇരുട്ടിന്റെ ഉള്ള്ന്ന് മീട് തിരിയാതെ, മേല് തിരിയാതെ ഓളെ മേത്ത് വന്ന് അമർന്ന് നാണം പൊതിഞ്ഞ തോർത്ത് വെലിച്ച് പറച്ച* തമ്പ്രാക്കമ്മാരാരെല്ലാം ആന്ന്ന് ഇപ്പും തിരിഞ്ഞിറ്റ്ല. അതോർക്കുമ്പം അവരെയെല്ലം മേത്ത്ന്ന് പറന്ന് കളിച്ച കാച്യ എണ്ണേരെമണം ഇന്നും ഓളെ മൂക്കിന്റുള്ള്ന്ന് പൊകീന്ന്ണ്ട്. എത്രയോ തവണ ഇരുട്ട് മാത്രം അരീലും മേത്തും പൊതിഞ്ഞ് നേരം പൊലത്ത്യ ദെവസങ്ങൾ എണ്ണിത്തീരൂല.

രാത്രീം പകലൂന്നില്ലാതെ ഓരോ തമ്പ്രാക്കൾക്കും കാമം ഒണരുമ്പം അവരെ കണ്ണ് മലിനാണീല് തറക്കും. അവരെ വെരലറ്റം കാണിക്ക്ന്ന സ്ഥലത്ത് വെറച്ചോണ്ട് കെടക്കണം. ആദ്യല്ലം അറ്ക്കാനിട്ട നേർച്ചക്കോയീനപ്പോലെ എന്ന വിളിച്ച് ചങ്ക് പൊട്ടിക്കരഞ്ഞിന് ഓള്. പിന്ന ഓക്ക് മേലെല്ലം തരിച്ച് പൂതലായ മുരിക്കിന്റെ തടി പോലെയായി. പാല് കറന്നെടുക്കുമ്പം ചവുട്ടും കുത്തും അറിയാത്ത ചങ്കില് കയറ് മുറ്ക്കിയ പൈയീന*പ്പോലെ നടപാത്തി* കെടക്കലന്നെ...

മലിനാണി മനക്കല് പേറെടുക്കാൻ പോയേരെല്ലം പെർമലയന്റെ തലീല് തീ ആളിക്കത്ത്ന്നത് കെട്ക്കാൻ തീയ്യത്തി ചിരുത ഓളെ കത്ത്ന്ന റാക്ക് ഓന്റെ മൂർദ്ധാവില് ഒയിച്ച് കൊടുക്കും. പേറെടുത്ത് കയിഞ്ഞ് മലിനാണി, തിരിച്ച് കുടീലേക്ക് വന്നാല്, രാവും പകലും കൊറേ മാറി മറഞ്ഞ് പോയാലെ പെർമലയൻ ഓക്ക് മൊകംകൊടുക്കൂ.

** അതിശം - അത്ഭുതം*

** പറച്ച - അഴിച്ച; *പൈ - പശു*

** നടപാത്തി- കാലുകൾ അകത്തി*

കണ്ണും കണ്ണും മുട്ടാതെ ഓൻ നടക്കും. കൊറെ കയീമ്പം ഒരു മോന്തിക്ക് തലനെറച്ചും റാക്ക് കുടിച്ചിറ്റ് എന്റെ തറമ്മല് വന്നിരുന്ന് ഓള ഒരു കാരണ്ണൂല്ലാതെ കലമ്പും*. കലമ്പി, കലമ്പി ഒച്ചീല്ലാതാവുമ്പം എന്റെ തറമ്മല് തന്നെ ബെർളും പനീം വന്ന് കെടക്ക്ന്നവരെപ്പോലെ ചുരുണ്ട് കെടക്കും. അന്നേരം മലിനാണി ഓന പിടിച്ച് എണീപ്പിച്ച് കുടീന്റുള്ളില് കൊണ്ട് കെടത്തി ഓന്റെ തലീലും മേത്തും തലോടി ഓന ഒറക്കും. രാവിലെ എല്ലം മറന്നോണ്ടും പൊറുത്തോണ്ടും ഓൻ എണീച്ച് ഓള് ചൂടാക്കിക്കൊടുത്ത കൊത്തമ്പാരി വെള്ളം ഒരു കഷണം കറത്ത വെല്ലം കടിച്ച് കുടിക്കും.

പെർമലയന്റെ മൂത്തമോള് നാളെ മനക്കല് പേറെടുക്കാൻ പോണംന്ന് അറിഞ്ഞേരം തീയ്യത്തി ചിരുതേരെ മേത്തെല്ലം തീക്കേറീന്. ഓളെ കണ്ണിന്റുള്ളില് അന്നേരം ഓള് കണ്ടത് ഒരിക്കാല് മലിനാണി മനക്കല് ഈറ്റെടുക്കാൻ പോയിറ്റ് വന്നത് കണ്ടേരം തന്നെ, കെർപ്പം മൊളക്കാൻ വയറ്റിന് യോഗൂണ്ടായിറ്റേങ്കിലും തീയ്യത്തിചിരുതേരെ മനസ്സൊന്ന് പെടച്ചിന്. കാള പറ്റ്യെ* പൈയീന പോലെ മേലെല്ലം ഒന്ന് കൊഴുത്ത് വന്നിന് മലിനാണിക്ക്. അന്നോളെ മനസ്സ് തെളച്ചങ്കിലും മലിനാണ്യോട് ഒന്നും ചോയിച്ചില്ല. ഒരീസം തീയ്യത്തി ചിരുത തോട്ടില് കുളിക്കാൻ കുന്നെറങ്ങുമ്പം കുടീന്റെ വടക്ക്പൊറത്തെ വായേരെ മറയത്ത്ന്ന് മലിനാണി അടിവയറുംപിടിച്ച് കാറ്ന്നത്* കണ്ടേരം ഓള് ചോയിച്ചു.

"എന്താ പറ്റ്യത്..."

മലിനാണി കരഞ്ഞോണ്ട് ഉത്തരം പറഞ്ഞു.

"രണ്ട് മാസത്തിലധികായി കുളി വന്നിറ്റ്..."

തമ്പ്രാക്കമ്മാരുടെ കെർപ്പാന്ന് മലിനാണീരെ വയറ്റില് വളര്ന്ന്ന്ന് കേട്ടേരം തീയ്യത്തി ചിരുതേരെ കണ്ണ് പൊറത്തേക്ക് ഉരുണ്ട് വന്നു. ഇതാരീം ചെവീലെത്തിക്കാതെ ഞാനും തീയ്യത്തി ചിരുതീം, മലിനാണീം മനസ്സിന്റുള്ളില് കുയിച്ച് മൂടി. ഓള് പെറ്റ് പെർമലയന്റെ മോനായി, ദാറൂട്ട്യായി പനപോലെ വളന്നു. വെള്ത്ത് ചോന്ന്, പന്നീനപോലെ എളക്ന്ന മേലോടെ ഓൻ വളർന്ന് കാണമ്പം തീയ്യത്തി ചിരുതേരെ ചങ്ക് മുറുകല്ണ്ട്.

നാളെ മനക്കലേക്ക് ഓളെ മൂത്തമോള് മാതീന അയക്കാൻ തന്ന്യാ, മലിനാണീരെ മനസ്സൊറപ്പിച്ചത്. എന്നാല് അത് പെർമലയനോട് പറഞ്ഞാല് കോയീന അറുക്കുമ്പോലെ ഓളെ ചങ്കറ്ത്ത് തോട്ട്ല് എറിയുന്ന് ഓക്ക് ഒറപ്പ്ണ്ട്. മംഗലം കയ്യാത്ത മാതി മനക്കല് പേറെടുപ്പിന് പോയി നിന്നാല് എന്താ ഇണ്ടാവ്വാ...

എല്ലാരും മിറ്റത്ത് ഇരുട്ടിന്റെ ഉള്ളില് കരിങ്കല്ലൊറച്ച പോലെ ഇരിക്കുമ്പം ഇരുട്ടിന്റുള്ളിലേക്കൂട നൂണ്നൂണ് പെർമലയൻ വന്നു. ഓൻ റാക്ക്

** കാളപറ്റ്യെ- ഗർഭം ധരിച്ച*

** കാറ്ന്നത് - ഛർദ്ദിക്കുന്നത്*

** കലമ്പ് - കലഹം*

കുടിക്കുമ്പം തീയ്യൻ ചവുണ്ണ്യനോടും ഓന്റോളോടും എല്ലം ചൊല്ലി കേപ്പി ച്ചിന്. അവസാനത്തെ ചെരട്ട റാക്കും കുടിച്ച് എറങ്ങുമ്പം ദൈവങ്ങളോട് പറീമ്പോലെ ഓൻ പറഞ്ഞു.

"എന്റെ മോളെ മനക്കല് പേറെടുക്കാൻ പോവാൻ ഞാൻ ബിടൂല. ഞാൻ ബിടൂല... പെർമലയന കൊന്നോട്ടെ, ഞാൻ ചത്തോളാം."

തീയ്യൻ ചവുണ്ണിയനും ഓന്റോളും മാതീന മനക്കല് പേറെടുക്കാൻ അയക്കാൻ പറഞ്ഞ് നോക്കീന്. ആചാരം നോക്കീല്ലെങ്കില് തമ്പ്രാക്ക മ്മാർ എന്താ ചെയ്യാന്ന് ആരിക്കും പറയാൻ പറ്റൂല. അയിനൊന്നും പെർമ ലയൻ ഉത്തരം പറഞ്ഞില്ല.

ഓൻ കുടീന്റെ മുമ്പില് നിന്നിറ്റ് കത്തിക്കാളുന്ന ഇരുട്ടില്, ഒറഞ്ഞ് തുള്ള്ന്ന തെയ്യത്തിന്റെ അട്ടഹാസം പോലെ പറഞ്ഞു:

"എന്റെ മോള് നാളെ മനക്കല് പോവൂലന്റെ തെയ്‌വങ്ങളെ... പോവൂല... പോവൂല... അയന്റെ കൂലി മരണാന്നെങ്കില് ന്റെ ചങ്ക് കൊത്തിത്തറച്ചെടുത്തോ ന്റെ ദൈവങ്ങളെ..."

ഓൻ പിന്നീം അതന്നെ പറഞ്ഞോണ്ട് നിന്നേരൂം ആരും ഒന്നും ഇരു ട്ടിന്റുള്ള്ന്ന് മിണ്ടീല. തീയ്യത്തി ചിരുതേന്റെ റാക്കിന്റെ ഊക്കില് ഓൻ ഇര്ന്നെടുത്തന്നെ കെടന്നു. അടുപ്പിൻ കുണ്ടില് പൂച്ച ചുരുണ്ടൊറങ്ങ്ന്ന പോലെ ചുരുണ്ട് കെടന്ന് ഓൻ ആടത്തന്നെ ഒറങ്ങി. ഓന്റടുത്ത് ഒര് കീറ്യപായി വിരിച്ച് മലിനാണീം ചെക്കനും കെടക്കുമ്പം ഓള് പയേ തോർത്തെടുത്ത് ഓന്റെ ഒണങ്ങ്യ മേല് പൊത്തി.

തീയ്യത്തി ചിരുതേരടുക്ക രാത്രി റാക്ക് കുടിക്കാൻ വന്നവര് റാക്കിന്റെ എറ്റ്ന്ന നാറ്റത്തിന്റൊപ്പരം കാറ്റോടും മരത്തോടും നാണീരെ മോള് മന ക്കല് പേറെടുക്കാൻ പോന്നില്ലാന്ന് പറഞ്ഞോണ്ട് പോയി. നേരം പൊല ന്നേരം മൊതല് കാറ്റും മരൂം പെരവയിക്കേക്കൂട പോയവരോടെല്ലം ഇതന്നെ പറഞ്ഞോണ്ട് നിന്നു.

രാവിലെ ഏറാൻ പോയ തീയ്യൻ ചവുണ്ണിയൻ തെങ്ങ്മ്മകേറി കള്ളെ ട്ക്കാതെ പെർമലയന്റെ കുടീലെത്തി. വെളിച്ചെണ്ണ വിക്കാൻ പോയ വാണ്യൻ എമ്മൻ വെളിച്ചെണ്ണ വിക്കാതെ ചെമ്പ്പാഞ്ഞീം തലീല് വെച്ച് പെർമലയന്റെ കുടീലെത്തി. തീയ്യത്തി ചിരുതീം ഓളടുത്ത് റാക്ക് കുടി ക്കാൻ വന്നവരും, അവരൊപ്പരം പെർവയിക്ക്ന്ന് പിന്ന ആരല്ലോ കേറി വന്നു.

എല്ലാരും പെർമലയന്റെ ഒച്ചപോയി പേടായ ചെവീല് ഒപ്പരം കൂക്കി വിളിച്ച് പറഞ്ഞു.

"നിന്റെ മോള മനക്കല് പറഞ്ഞേക്കണം. മര്യാദ തെറ്റാതെ നമ്മള് നോക്കണം."

വന്നവരെല്ലം ഓനോട് അങ്ങനെ പറഞ്ഞേരം ഓൻ എന്റെ തറമ്മല് വന്നിരുന്ന് കരഞ്ഞു. പൈച്ച് കൊടല് കരിഞ്ഞ പൈക്കള് കരീമ്പോലെ ഓൻ എന്ന വിളിച്ച് എന്തല്ലോ പറഞ്ഞു.. കരച്ചലിന്റെ ഒച്ച്യോണ്ട് ഓന്റെ കുടിലിന് തീപ്പിടിച്ചേരം കുടീരുള്ള്ന്ന് മമ്പാഞ്ഞി* കണക്കെ വീർത്ത

** മമ്പാഞ്ഞി – മൺകുടം*

മീടും കൊണ്ട് ഉടുക്കാനില്ലത് തുണിക്കെട്ടാക്കി എടുത്ത് ഓന്റെ മൂത്ത മോള് മാതി മിറ്റത്തേക്കെറങ്ങി. ഓളൊപ്പരം ഓളമ്മ മലിനാണി തോർത്ത് മുണ്ടോണ്ട് മേല്പൊത്തി ചെറിയതുണിക്കെട്ട്യടത്ത് ഓളെ മിന്നല്* നടന്നു.

രണ്ടാളും മിണ്ടാതെ നടന്ന് പെര്വയിക്കെത്ത്യേരം, കണ്ടവരിക്കെല്ലം ചങ്കില് കരച്ചല് കുടുങ്ങി. മലിനാണി അവരെല്ലം തലകുനിച്ച് വണങ്ങി. എന്നാല് മാതി ആരീം നോക്കാതെ പുഞ്ചക്കണ്ടം പൂട്ടി* തളന്ന് ബെര്ന്ന പോത്തിനപോലെ തലകുത്തന പിടിച്ച് മലിനാണീരെ ബയ്യന്നെ നടന്നു.

ആളെല്ലം പിരിഞ്ഞ് പോയേരം പെര്മലയൻ ഓന്റെ തല ഞാൻ കുടിയിരിക്ക്ന്നെ എന്റെ ചെമ്പകമരത്തിന് നിർത്താതെ അടിച്ച് നെറ്റി പൊട്ടി ചോര ഒലിപ്പിച്ച് എന്റെ തറമ്മല് ബീണു.

** മിന്നല് - മുമ്പിൽ*

** പൂട്ടി - ഉഴുത് മറിച്ച്*

ഈറ്റെടുക്കാൻ പോയിറ്റ് എരട്ട* പെറ്റോള്

പെർമലയന്റെ മൂത്ത മോള് മാതി വല്യമ്പ്രാന്റെ മനക്കല്, തമ്പ്രാന്റെ മോളേ, മോളെ പേറെടുപ്പിന് പോയേപ്പിന്ന പെർമലയന്റെ മീട്ടത്ത് എപ്പും തീക്കാറ്റ് അടിച്ച് പൊള്ളി കരുവാളിച്ച പോലെയാന്ന്. ഓൻ ആകെ വായ്തൊറക്ക്ന്നത് എന്നോടും, ചെക്കൻ കുഞ്ഞിക്കേളുവോടും, റാക്ക് കുടിക്കാൻ പോയാല് തീയ്യത്തി ചിരുതയോടും മാത്രാന്ന്.

ഓന്റെ മോള് പോയിറ്റ് ദെവസം പത്ത് നാല്പത് കയിഞ്ഞു. മലിനാണി എടക്കെല്ലം ഓളെ മോളെ കാണാനും, കെർപ്പക്കാരത്തീന നോക്കാനും മനക്കല് പോവും. മനക്ക്ന്ന് തിരിച്ച് വെർമ്പം മലിനാണി ആട്ന്ന് കൊറേ കുള്ത്തും*, തൈരൊഴിച്ച് തേങ്ങ അരച്ച് വെച്ച കട്ടിപ്പുളിങ്കറീം ഒപ്പരം ഒയിച്ച് കെട്ടിക്കൊണ്ടരും. കൂടാതെ രണ്ടെടങ്ങായി അരീം, ചെലദെവസം രണ്ട് വെള്ളരിക്കീം, ഒരു കഷണം മത്തനും ഓളെ തുണിക്കെട്ട്ല് ഇണ്ടാവും. കുടീല്, കീറ്യപായില് വിരിക്കാനും, ഓളെ എളേമോക്ക് മേല് പൊതക്കാനും ഓക്ക് അരീല്* ഉടുക്കാനും എന്തെങ്കിലും ഓള് മനീലെ തുണി അലക്ക്ന്ന വണ്ണാത്തറച്ചി ഉണ്ണാങ്ങയോട് ചോയിച്ച് വാങ്ങും.

ചെലപ്പം തലേന്നത്തെ ബാക്കി ചോറ് കറക്ക്ന്ന പൈക്കൾക്കും പൂട്ടാൻ കൊണ്ടോന്ന പോത്തുകൾക്കും കൊടുക്കാൻ ചെമ്പിന്റെ വട്ടപാത്രത്തില് കോരീടുമ്പം, മലിനാണി അരിവെപ്പ്കാരി തടിച്ചിപ്പാറുവോട്, അടിയന് കൊറച്ച് കിട്ട്യാല് സന്തോശായീന്ന് പറയും. അന്നേരം തടിച്ചിപ്പാറു ചെമ്പിന്റെ വട്ടപാത്രത്ത്ന്ന് കൊറേ പയങ്കഞ്ഞി മലിനാണി നെലത്ത് വിരിച്ച തോർത്തില് വാഴഎല വെച്ച് അയില് കോരീടും. തടി

** എരട്ട - ഇരട്ട; * കുള്ത്ത് - പഴങ്കഞ്ഞി*

** അരീല് - അരയിൽ*

ച്ചിപ്പാറൂന്ന് അട്ക്കളീന്ന് ഓരോന്ന് തിന്നിറ്റ് വയറ് ചെമ്പ്പാഞ്ഞി* പോലെ വീർത്ത് വെരും. മലിനാണി വന്നാല് ഓളക്കൊണ്ട് ജപിച്ചൂതി വെള്ളം മന്ത്രിച്ചത് വാങ്ങി കുടിക്കും. അന്നേരം വയറെല്ലം ചുരുങ്ങും. അടുക്കളീലെ വേറീം പെണ്ണ്ങ്ങക്ക് ഇങ്ങനെ വന്നാല് മലിനാണി വെള്ളം മന്ത്രിച്ച് കുടിക്കാൻ കൊടുക്കും. അതുകൊണ്ട് മലിനാണി ചോയിച്ചതെന്തും തടിച്ചിപ്പാറു കൊടുക്കും. പയംകഞ്ഞീം കെട്ടി തലീല് വെച്ച് ഓള് കുടീലേക്ക് നടക്കുമ്പം ഓട്ടവീണ മമ്പാഞ്ഞീന്ന് വെള്ളം ചോർന്നപോലെ തലീലെ കെട്ടിന്റുള്ള്ന്ന് കുള്ത്തിന്റെ വെള്ളം ഒലിച്ച് ഓളെ തലീം മേലും തേച്ചും കുളിച്ച പോലെ ആവും. കുടിലെത്തി അയ്ലിന്ന് അന്ന് വേണ്ട്ന്നതെടുത്ത് ബാക്ക്യെല്ലം കെടക്ക്ന്ന പായി എടുത്ത് വെയിലത്ത് വിരിച്ച് അയില് ചിക്കിനെരത്തീറ്റ് ഒണക്കിവെക്കും. ഒന്നും കത്തലടക്കാൻ ഇല്ലാത്തേരം ഒണക്കി കെട്ടിവെച്ചേൽന്ന് എടുത്ത് കലത്തിലിട്ട് വറുത്ത് ഉപ്പുംകൂട്ടി പൊടിച്ച് എല്ലാരിക്കും തിന്നാൻ കൊടുക്കും.

മലിനാണി മനക്കല് പോയി വന്നാല് ആടത്തെ പയമ*യൊന്നും പെർമലയൻ ഓളോട് ചോയ്ക്കലില്ല. ഓള് മനക്കല് കണ്ട കാര്യങ്ങള് ഓളെ ചെറിയ മോളോടും ചെക്കനോടും പറീമ്പം പെർമലയൻ എന്റെ തറമ്മലിരുന്നിറ്റ് അതെല്ലം കേക്കല്ണ്ടെങ്കിലും ഒന്നും കേക്കാത്തപോലെ മൊകം കൊടുക്കാതെ ഇരിക്കലാണ് പതിവ്. കൊറേനേരം മനക്കലെ കാര്യം തന്നെ മലിനാണി നാവിട്ടടിക്ക്വാന്നെങ്കില് പെർമലയൻ എന്റെ തറമ്മന്നെണീറ്റ് നേരെ പെർബയി നോക്കി കീഞ്ഞ്* നടക്കും.

ചെക്കന്, മലിനാണീരെ നാവുമ്മന്ന് ഓരോന്ന് വീമ്പം* അറിയാതെ കണ്ണ് വിരിയും. എന്നാല് മറുചോദ്യം ഒന്നുംതന്നെ ഓൻ ചോയ്ക്കാറില്ല. കടൂന്റെ വലുപ്പൂല്ലെ മനക്കലെ കാര്യങ്ങളെല്ലം ആനേരെ വലുപ്പത്തിലാ ഓന്റെ അമ്മാമ്മ പറീന്ന്ന് ഓന് തോന്നിത്തൊടങ്ങീന്. മനീല് ഇല്ല ആണിനീം പെണ്ണിനീം നായീനീം പൂച്ചേനീം, കോയീനീം കൊമ്പനാനേനീം ഒന്നും ഇതേവരെ കുറ്റൂം കൊറവും ആയിറ്റ് മലിനാണീരെ നാവ്മ്മന്ന് പൊറത്തേക്ക് വീണിറ്റ്ല്ല.

മലിനാണി വലിയ മനക്കല് പോമ്പം ചെക്കനെ ഒപ്പരം പോവാൻ എപ്പൂം വിളിക്കും. എന്നാല് ഓൻ പോയിറ്റേ ഇല്ല,

മാതി മനക്കല് പോയേപ്പിന്ന മലിനാണീരേ എളേമോളും സ്വതേ ആരോടും മിണ്ടാത്തോളാന്നെങ്കിലും ഇപ്പം ആരോടും ഒന്നും മിണ്ടാട്ടേ ഇല്ല. ചോയിച്ചേനി* ഒരു മൂളലിലൊതുക്കും പലതും. ഏടപോമ്പൂം മാണീം മാതീം ഒപ്പരേ പോവൂ. ഇപ്പം ആ പോക്കും ഇല്ലാതായി. തോട്ട്ല് കുളിക്കാൻ പോമ്പം ചെക്കനീം കൂട്ടീറ്റാ മോന്ത്യാവുന്നേന് മുമ്പേ പോവല്. കത്തിക്കാന്ള്ള ബരടി ഇണ്ടാക്കാൻ തീയ്യത്തി ചിരുതേരെ കുന്ന് കേറി പാറക്ക് മേയുന്ന പൈക്കളെ ചാണം വാരാൻ അയിപ്പിന്ന* ഓള്

*ചെമ്പ്പാഞ്ഞി - ചെമ്പിൻകുടം; * പയമ - വർത്തമാനം*
** കീഞ്ഞ് - ഇറങ്ങി; * വീമ്പം - വീഴുമ്പോൾ*
** ചോയിച്ചേനി - ചോദിച്ചതിന്; *അയിപ്പിന്ന-അതിന്ശേഷം*

പോയിറ്റ്ല്ല. പാറക്ക് ചെക്കനീം കൂട്ടി ചാണം വാരാൻ പോവാൻ മലിനാണി ഓളോട് കൊറേ പറഞ്ഞ് നോക്ക്യെങ്കിലും ഓള് പോവാൻ കൂട്ടാക്കീല.

ചെക്കന്റെ പയമ എപ്പും എന്നോടാ. വല്യമനക്കലെ തമ്പ്രാന കൊല്ലാനില്ലെ സൂത്രാ ഓൻ ചോയിക്കാ. ഏടത്തൊടങ്ങ്യാലും അവസാനം ഓൻ അയിലാ* പോയി എത്തല്.

മലിനാണി മനക്കല് പോയി ഓളെ മൂത്ത മോള് മാതീനകണ്ടേരം മാതീരെ മോത്ത്ന്ന് കരച്ചല് മാത്രാ പൊറത്ത് വന്നത്. എപ്പം ഓളെ കാണുമ്പൂം ഓളെ മീട് മയക്കാറ് പിടിച്ച് വീർത്ത് വിങ്ങി നിക്ക്ന്ന ആകാശം പോലെ ഇര്ണ്ട്റ്റാ ഇണ്ടാവ്വാ... എന്താ ഓളെ മീട് കടന്നല് കുത്തി വീർത്തപോലെന്ന് ഓളോടോ മനക്കല് ഓളൊപ്പരം പെർമാറ്ന്ന പെണ്ണ്ങ്ങളോടൊ മലിനാണി ചോയിച്ചില്ല. കരിപിടിച്ച മങ്കലം* അടുപ്പത്ത്ന്ന് ഓട്ടവന്ന് വെള്ളം ചോര്ന്ന പോലെ മാതീരെ മോത്ത്ന്ന് വെള്ളം ഒഴുക്ന്ന് കണ്ടിറ്റും മലിനാണി ഓളെ മേല് പൊതച്ച തോർത്ത് മുണ്ടോണ്ട് മാതീരെ മോത്ത് പരന്ന കണ്ണ്ലെ വെള്ളം തോർത്തി കളഞ്ഞതല്ലാതെ അയിനപ്പറ്റി ഒന്നും ഓളോട് ചോയിച്ചില്ല. അത് കണ്ട് അടുക്കളീലെ നടുവൊടിഞ്ഞ കാർത്ത്യാനി അമ്മ പറഞ്ഞു.

"ആദ്യായത് കൊണ്ടാ..., മോളെ..., തമ്പ്രാക്കമ്മാര് കല്പിക്കും. നമ്മളെല്ലാരും അതെല്ലം അടങ്ങിനിന്ന് മിണ്ടാതുരിയാടാതെ അനുസരിക്കണം. പേടിക്കണം. ഞങ്ങളെല്ലം ഈടില്ലെ. മെല്ലെ, മെല്ലെ പൊരുത്തപ്പെടും അതെല്ലം മലിനാണ്യാ മോക്ക്* പറഞ്ഞ് കൊടുക്കണ്ട്..."

ഒരീസം ഒറ്റക്ക് ഒലക്കോട്ട് പൊരേല് ചൊമലില് കൈയും പൊത്തി കരഞ്ഞോണ്ടിരിക്ക്ന്ന മാത്യോട് നടുവൊടിഞ്ഞ കാർത്യാന്യമ്മ പറഞ്ഞു.

"ഈടത്തെ കഥയെല്ലം ബേറ്യാ* മോളെ... ഈട്ത്തെ കുഞ്ഞിത്തമ്പുരാൻ ഒർത്തനുണ്ട്. ഓന് വയസ്സ് പതിനഞ്ചൊ പതിനാറോ ആണ്. ഒരീസം ഞാൻ ഈ ഒലക്കോട്ട് പൊരീല് അരിയെടുക്കാൻ വന്നേരം എന്റെ ബയ്യന്നെ വന്ന് നടുവില്ലാത്ത എന്ന കേറിപ്പിടിച്ചു. എന്ന ഉന്തി തായലിട്ടു. എന്റെ അരീന്ന്* ഉടുത്ത തുണി ഓൻ വെലിച്ചയിച്ചു. ബാക്കി ഞാൻ പറേണൊ. എന്റെ മോളെ മോന്റെ പ്രായൂം കൂടി ആ കുഞ്ഞിത്തമ്പ്രാന് ഇല്ല.

ഈട്ത്തെ തമ്പ്രാട്ടികളെ കാര്യം അയിലും* ബെല്ല്യ കഷ്ടത്തിലാ. ഒര് തമ്പ്രാട്ടീം തമ്പ്രാക്കമ്മാരോട് മിണ്ടൂല. തമ്പ്രാട്ടിമാരെ മംഗലം കയിച്ച് കൊണ്ടരും. കൊറച്ച് ദെവസം കൊണ്ട് നടക്കും. പിന്ന മനക്കലെ മുറീല് പെറ്റ് കെടക്കും അയിറ്റങ്ങക്കും ഇരുട്ടിന്റെ കയത്തില് മുങ്ങിച്ചാവാനാ വിധി. തമ്പ്രാക്കമ്മാര് കണ്ട പൈക്കളൊപ്പരം കാളകുട്ടമ്മാരായി നടക്കും. ചെലെ ഉശിര്ള്ള തമ്പ്രാട്ടിമാര് ഒച്ച വെക്കും. അയിനക്കൊണ്ട് കാര്യോന്നൂല്ല. ആ ഒച്ച ആര് കേക്കാൻ. ഒരിക്കാല് ഒരു തമ്പുരാട്ടി ഏതോ സമ

** അയിലാ–അതിലാണ്; * മങ്കലം – മണ്ണിന്റെ കലം*

** മോക്ക്– മകൾക്ക്; * ബേറ്യാ – വേറെയാണ്*

** അരീന്ന് – അരക്കെട്ടിൽ നിന്ന്; * അയിലും– അതിലും*

യത്ത് പത്തായപ്പൊരീല് കേറിന്. അന്നേരം തമ്പുരാൻ ഏതോ പെണ്ണിന്റെ ഒപ്പരം അരീല് തുണില്ലാതെ കെടകാ... തമ്പ്രാട്ടി നെലവിളിക്കുമ്പം പെണ്ണ് എണീറ്റ് പാഞ്ഞ് രക്ഷപ്പെട്ടു. തമ്പ്രാട്ടി പിന്നീം കരഞ്ഞേരം തമ്പ്രാൻ ഓളെ അടിവയറ്റിന് ഊക്കില് ചവിട്ടി. ആ തമ്പ്രാട്ടിക്കന്ന് മൂന്ന് മാസം വയറ്റില് കന്നികെർപ്പാ... ആടത്തന്നെ വീണ് ചോര ഒലിച്ച് അന്നേരം തന്നെ ചത്തു. രാത്രിയാഠയേരം കോയിച്ചപ്പൂം ചെമ്പച്ചന്തും ഓലീല് പൊതിഞ്ഞ് കെട്ടി കൊണ്ടോയിന്. ഏടത്തേക്കാന്ന് ആരിക്കും ഇന്നും അറീല്ല."

കാർത്യാനിഅമ്മ പയമനിർത്തി നീളത്തില് ശ്വാസം കയിച്ചു. എന്നിറ്റ് ഇരുന്നെടുക്ക്ന്ന് എണീറ്റ് നിന്ന് പിന്നീം പറയാൻ തൊടങ്ങി.

"എന്റെ നടു പൊട്ട്യത് ഞാൻ ബാല്യക്കാരത്തി ആയേരാ. ഞാൻ അടുക്കളപണിക്കാരത്ത്യായിറ്റ് വന്നോളാ... ഏത് തമ്പ്രാനും ഏത് നേരത്തും വിളിക്കും. നമ്മള് കറവില്ലെ പൈയിനപ്പോലെ നടപാത്തി* നിന്നോളണം. പത്തായപ്പൊരീല് ഒയിഞ്ഞ കാലം നോക്കി ഞാൻ വണ്ണാമ്പല* അടിച്ച് വാരാൻ പോയേരം എന്റെ വയ്യന്നെ ഒര് തമ്പ്രാൻ വന്നിന്. അത് ഞാൻ അറിഞ്ഞിറ്റ്ല്ല. പത്തായത്തിന്റെ മോളില് കേറി അട്ടത്തെ വണ്ണാമ്പല അടിക്കുമ്പം ആ തമ്പ്രാൻ എന്റെ അരീലെ തുണി വെലിച്ച് അയിച്ചു... ഞാൻ കരഞ്ഞോണ്ട് തട്ത്തേരം പിടിവലീല് തായല് വീണിറ്റാ എന്റെ നടുപൊട്ടിപ്പോയത്. അന്നേരം തന്നെ എന്റെ കരച്ചില് കേട്ട് വന്ന വര്, എന്നെ എടുത്ത് മൊട്ട്ക്കന്റെ വീട്ട്ല് കൊണ്ടോയി. കളരീല് ഏഴ് വള ചാട്ട്യോനാ മൊട്ട്ക്കൻ. മൊട്ട്ക്കന്റെ ചായ്പ്പില് ഒര്മാസം കെടന്ന്, ഓന്റെ കൊയമ്പിന്റീം പച്ചമരുന്നിന്റീം ശക്തീലാ ഇപ്പും എണീറ്റ് നട ക്ക്ന്ന്."

വീണ്ടും നീളത്തില് ശ്വാസം വെലിച്ച് കാർത്യാനി അമ്മ പറഞ്ഞു.

"എന്റെ കുഞ്ഞീ... ഇതെല്ലാന്ന് ഊട്ത്തെ കഥ. നീ നായിനപോലെ വാലാട്ടി നിന്നാല് നിനക്ക് നല്ലത്. തമ്പ്രാക്കമ്മാര് ആശിച്ചത് കിട്ടീല്ലെങ്കില് അവര് അവരെ പെണ്ണ്ങ്ങളത്തന്നെ കൊല്ലും. കൊന്നതും ചത്തതും എത്രയെണ്ണാന്ന് ഈ വയസ്സിനുള്ളില് എനക്കറിയാ. പിന്നല്ലെ കുഞ്ഞി നിന്റീം എന്റീം കാര്യം"

കാർത്യാനി അമ്മേരെ കണ്ണില് വെള്ളം നെറഞ്ഞു.

"വായി കീറിയ ദൈവങ്ങള് ഇങ്ങനത്തെ ചോറാ നമ്മക്ക് വിധിച്ചി നിന്ന് കൂട്ടന്നെ..."

അന്ന് മടങ്ങ്മ്പം മലിനാണിക്ക് നടുവൊടിഞ്ഞ കാർത്യാനി അമ്മ നാലുപടന്ന കായീം*, ഒര് കഷണം ചേനീം, രണ്ടെടങ്ങയി തരക്ക്യരീം* അടുക്കളീന്ന് ഒരു തോർത്തെടുത്ത് അയില് കെട്ടി കൊടുത്തു. അയിനും പൊറമെ* ഉടുക്കാനായിറ്റ് ബയ്യല് കരീല്ലെ* മുട്ടിന് തായലെത്ത്ന്ന രണ്ട് തുണീം കൊടുത്തു. അടുക്കളേരെ ബയ്യപ്പറത്തേക്ക് വിളിച്ച് ബയറ്

** നടപാത്തി - കാല് അകത്തി; * വണ്ണാമ്പല - മാറാല*

** കായീം - നേന്ത്രക്കായ; * അയിനും പൊറമെ- അതു കൂടാതെ*

** തരക്യരി - പുഴുങ്ങാതെ കുത്തിയ അരി; * കരീല്ലെ - മുണ്ടിന്റെ കര*

നെറച്ചും കുടിക്കാൻ കുളുത്തും പുളിങ്കറീം കൊടുത്തു.

എന്നാല് ഇതൊന്നും മലിനാണി കുടീലെത്തീറ്റ് ആരോടും പറഞ്ഞില്ല. തീയ്യത്തി ചിരുത്യോടും പറഞ്ഞില്ല. മോന്ത്യാവുമ്പം എന്നവന്ന് തൊഴ്ത് പ്രാർത്ഥിക്കുമ്പം ഇതെല്ലം ഓളെ മനസ്സില് നെറച്ച് വെക്കും.

ഇന്നലെ കുഞ്ഞിക്കേളു എന്റെ തറമ്മല് കൊറേ നേരം മന്ത്രം ജപിച്ചോണ്ടിരുന്നു. തോട്ട്ന്ന് മീനും പിടിച്ച് പച്ച ഈർക്കലില് മീന്റെ ചെള്ക്കേരെ* ഉള്ളിലേക്കൂട കോത്തിറ്റ്* തൂക്കിപ്പിടിച്ചോണ്ട് പെർമലയൻ വന്നത് അന്നേരാന്ന്. ഓനാ മീൻ കുടീല് കൊട്ക്കാതെ അതുംകൊണ്ട് നേരെ തീയ്യത്തി ചിരുതേരെ കുന്ന് കേറി. അത് കണ്ട ചെക്കനും മന്ത്രം ചൊല്ലല് നിർത്തീറ്റ് ഓന്റെ ബയ്യന്നെകുന്ന് കേറി. കുന്ന് കേറ്മ്പൂണ്ടായ കെതപ്പ് വെലിച്ച് കുടിച്ചോണ്ട് ഓൻ പെർമലയനോട് പറഞ്ഞു.

"അപ്പാപ്പാ... നാളെ നമ്മക്ക് വലിയമനക്കല് പോയാലൊ, വല്യളേമ്മേന കാണാൻ. വല്യളേമ്മക്ക് നല്ലോണം മനസ്സിന് ദീനം ഇണ്ട്ന്ന് ന്റെ പൊട്ടൻതെയ്യം എന്നോട് പറഞ്ഞപോലെ. വല്യളേമ്മക്ക് ബെർത്തൂ*ണ്ടെങ്കില് നമ്മക്ക് പോയിറ്റ് നമ്മളെ കുടീലെക്കെന്നെ കൊണ്ടര*. കാര്യസ്ഥമ്മാർ തട്ക്കാൻ വന്നാല് ന്റെ പൊട്ടൻതെയ്യത്തിന്റെ കൊക്കണെ കത്തിഞാനെടും. അയിനക്കൊണ്ട് തോല്തറിക്കുമ്പോലെ കൊത്തിത്തറിക്കും ഞാൻ... അപ്പാപ്പൻ ബെര്വോ എന്റൊപ്പരം..."

പെർമലയൻ ചെക്കന് അയിന്ല്ലെ ഉത്തരം കൊടുത്തില്ല.

പച്ച ഈർക്കില്ല് തൂങ്ങി നിന്ന് ചാവാനായി അവസാനത്തെ ശ്വാസം എടുക്കാൻ കയ്യാത്ത മീനെല്ലം തീയ്യത്തി ചിരുതക്ക് കൊടുത്ത് പെർമലയൻ ഓളെ ബീടിന്റെ ബയ്യപ്പൊറത്തെ* കല്ല്മ്മല് പോയി ഇരുന്നു. ചെക്കനും ഓന്റടുത്ത് നെലത്തിരുന്നു.

തീയ്യത്തി ചിരുത അടുപ്പ്ന്ന് വെണ്ണീര് കോരി അത് തൊട്ട് മീൻ മുറിച്ച് കറിയാക്കി വാഴ എലീല് വെളമ്പി പെർമലയന് കൊടുത്തു, ചെക്കന് വേറീം കൊടുത്തു. പെർമലയന് ചെരട്ടീല് റാക്ക് കൊണ്ട് കൊടുക്കുമ്പം ചിരുത, ചെക്കന് മീന്റെ ചാറില് പെരക്കി* തിന്നാൻ തീയ്യൻ ചവുണിയൻ പെർമ്പ ചന്തീപ്പോയേരം കുഞ്ഞാംഗലക്കാറോട് അവില് വാങ്ങിക്കൊണ്ടന്നതിൽ നിന്ന് ലേശം കൊടുത്തു. പച്ചക്കുരുമൊളക് കനലിട്ട് ചുട്ട് അരച്ചതും വെളുത്തുള്ളി ചതച്ചിട്ടതും കൂട്ടി വറ്റിച്ചെടുത്ത മീങ്കറിക്ക് നല്ല എരി കേറി വന്ന് ചെക്കന്റെ കണ്ണ്ന്നും മൂക്ക്ന്നും വെള്ളം വന്നു.

മീനും തിന്ന് റാക്കും കുടിച്ച് തീയ്യത്തി ചിരുതേരെ വീട്ട്ന്ന് എറങ്ങ്മ്പം ചിരുത ചെക്കന്റെ എരിമാറ്റാൻ റാക്ക് കാച്ചാൻ കൊണ്ടന്ന കറത്തവെല്ലത്തിന്റെ ഒരു കഷണം കൊടുത്തു. രണ്ടാളും കുന്നെറങ്ങുമ്പം ചെക്കൻ, മനക്കല് പോണ്ടകാര്യം പെർമലയനോട് ചോയിച്ചെങ്കിലും ഓൻ ഒന്നും മിണ്ടീല. ചെക്കൻ പിന്നീം പിന്നീം ചോയിച്ചേരം പെർമലയൻ ഉത്തരം

** ബെർത്തം – രോഗം; * കൊണ്ടര – കൊണ്ട് വരാം*

** ബയ്യപ്പൊറത്തെ – പിന്നാമ്പുറത്ത്; * പെരക്കി – കൊഴച്ച്*

** ചെള്ക്കേരെ – ചെകിളപ്പൂവിന്റെ; *കോത്തിറ്റ് – കോർത്ത് വെച്ചിട്ട്*

കൊടുത്തു.

"നാളെ നേരം പൊലരട്ട്*..."

ചെക്കൻ രാത്രി ഓന്റെ അപ്പാപ്പന പറ്റി*ക്കെടന്നേരം ബേഗം നേരം പൊലന്ന് കിട്ടാൻ എന്നോട് പ്രാർത്ഥിച്ചു. ഓരോന്നോർത്ത് കെടന്നിറ്റ് നേരം പൊലരാനാവുമ്പാ ഓന്റെ കണ്ണില് ലേശം ഒറക്കം കേറി കൂട്യത്. എന്നാലും നേരം പൊലന്ന് വെളി*വെരുന്നേന് മുമ്പേ ഓൻ എണീറ്റ് പായിലിരുന്ന് ഓന്റെ അപ്പാപ്പന വിളിച്ചു.

പെർമലയൻ എണീറ്റില്ല.

ചെക്കൻ തോട്ടിൻ കരക്ക് നെച്ചിക്കാട്ടിന്റെ മറവിലിരുന്ന് തൂറി തോട്ടിലെറങ്ങി മുങ്ങിക്കുളിച്ചു. കുളിക്കുമ്പം ഓന്റെ കാലിന് കടിച്ച് ഇക്കിളിയാക്കാൻ വന്ന മീനോട് പറഞ്ഞു.

"ഇന്ന് നിങ്ങളൊപ്പരം നീന്തിക്കളിക്കാൻ സമയൂല്ല. മനക്കല് പോണം. വല്യേളേമ്മേന കൂട്ടിക്കൊണ്ടരാൻ."

ഉടുത്തതോർത്തയിച്ച് തല പകുതി തോർത്തി ഓൻ കുടീലേക്കോടി. അന്നേരൂം പെർമലയൻ എണീറ്റില്ല. ചെക്കൻ തെയ്യത്തിന്റെ അണിയലം വെക്ക്ന്ന പേളിക തൊറന്ന് അയിന്റുള്ളില് അടീല് ചെലമ്പിന്റൊപ്പരം വെച്ച എന്റെ കൊക്കണകത്തി എടുത്ത് തടവി നോക്കി. മാതീന, മനക്കല് നിന്ന് തിരിച്ച് കൂട്ടിവെർമ്പം തമ്പ്രാന്റെ കാര്യസ്ഥമ്മാറ് തടയാൻ ബെർമ്പം കൊക്കണ കത്ത്യോണ്ട് അവരെ കൊത്തിയരിഞ്ഞ് നെലത്തിട്ട് കൊടല്മാല പൊറത്ത് വന്ന്, ചോരീല് കുളിച്ച് കെടക്ക്ന്ന അവരെ ചത്ത ശവത്തിന്റെ മുമ്പിലേക്കൂട മാതീനീംകൊണ്ട് കുടിലേക്ക് വെർന്നത് ഓൻ കിനാവ് കണ്ടു. തമ്പ്രാന്റെ കാര്യസ്ഥമ്മാര് കത്തീം വടീം തോക്കുംകൊണ്ട് വെർമ്പം അവരെ തടുക്കാൻ നാട് കടത്ത്യ ഓന്റപ്പൻ അമ്പുപ്പണിക്കറും ഓന്റെ മുമ്പില് നടക്ക്ന്ന പോലെ ഓന് തോന്നി.

ചെക്കൻ അണിയലം വെച്ച പേളിക അടച്ച് നേരെ കൊക്കണകത്തീം എടുത്ത് എന്റെ തറമ്മല് വന്നിരുന്നു. നേരം പൊലരുമ്പം മരത്തിന്റെ കൊമ്പിന്റെ എടക്കേക്കൂട ശരംപോലെ തൊരന്ന് വെർന്ന സൂര്യദേവന്റെ വെള്ളിവെളിച്ചം ചെക്കന്റെ മോത്ത് വീണ് പടന്ന് ഓന്റെ മനസ്സിന്റുള്ളിലേക്ക് ആയിരം സൂര്യൻ കത്തിക്കേറി.

എല്ലാരും എണീറ്റു.

പെർമലയൻ തോട്ടിൻ കരക്കേക്ക് പോയി.

മലിനാണി മാങ്ങണ്ട്യോണ്ട് പായസം വെച്ചു. മാങ്ങീണ്ടാവ്ന്ന കാലത്ത് മാങ്ങാ കൊരട്ട* പറക്കി കൊത്തി പൊളന്ന് അണ്ടി എടുത്ത് ചതച്ച് വെള്ളത്തിലിട്ട് ചെരിക്ക്* കളഞ്ഞ് വെയിലത്തിട്ട് ഒണക്കിപൊടിച്ച് തുണീല് കെട്ടിവെച്ചത് ലേശൂണ്ടായിനി. മാണി ഈൗർക്കിലി മാച്ച്യോണ്ട് മിറ്റടിച്ചു. എന്റെ തറീം അടിച്ച് ഒണങ്ങി വീണ ചെമ്പകത്തിന്റെ ചപ്പില വാരിക്കളഞ്ഞു.

** പറ്റി - ചേർന്ന്*

** വെളി - വെളിച്ചം; * പൊലരട്ട് - പുലരട്ടെ*

** കൊരട്ട - കശുവണ്ടി; * ചെരിക്ക് - കട്ട്*

പെർമലയൻ തോട്ട്ന്ന് വെർമ്പളക്ക് മലിനാണി വായേരെ എല മുറിച്ച് പായസം തണിയാൻ* വെളമ്പിവെച്ചു. മനക്കല് പോയേരം നടുവൊടിഞ്ഞ കാർത്യായനി അമ്മ നാലാണി വെല്ലം കൊടുത്തേൽന്ന് രണ്ടാണി വെല്ലൂം പായസത്തില് ഇട്ടിന്. ഒരു പിടി തരക്യ അരീം പൊടിച്ച് ചേർത്തിന്. എല്ലൂം ചേർത്തിറ്റും പായസത്തിന് മാങ്ങായണ്ടീന്റെ ചവർപ്പ്രസം ഇണ്ടാ യത് രാവിലെത്തെ വയറ്റിലെ പൈപ്പിന്റെ കാളലില് ഏശീല്ല.

മാങ്ങണ്ടി പായസം ഇണ്ടാക്കി ഓളെ പുരുവനും മക്കക്കും കൊടു ക്ക്ന്നേന് മുമ്പിലെ ഒര് വാഴയെലീലാക്കി ലേശം എന്റെ തറമ്മല് ചെമ്പ കത്തിന്റെ മുമ്പില് മലിനാണി കൊണ്ടച്ചിറ്റ് പ്രാർത്ഥിച്ചു.

"ന്റെ പൊട്ടൻ തെയ്യേ... അടിയങ്ങളെ അന്നം മുട്ടാതെ നോക്കണേ..."

ചെക്കൻ, പായസം പൊള്ള്ന്ന്ണ്ടെങ്കിലും ബേഗം കുടിച്ച് തീർത്ത് പെർമലയന്റെ എലീലേക്ക് നോക്കി. പകുതി പായസൂം ബാക്കീണ്ടത്രെ.

ചെക്കൻ പെർമലയനോട് പറഞ്ഞു.

"വേക്കം* കുടിക്ക് അപ്പാപ്പാ... ന്ന്റ്റ് നമ്മക്ക് പോണ്ടെ..."

പെർമലയൻ ഒന്നും മിണ്ടീല...

പെർമലയൻ പായസം കുടിച്ച് എണീറ്റ് ബായേരെ മെരട്ട് വെച്ച വക്ക്പൊട്ട്യ മങ്കലത്തിലെ വെള്ളത്തോണ്ട് മീട് കഴുകി കുടീന്റാത്തേക്ക് നോക്കി മലിനാണീന വിളിച്ചു. വിളികേട്ട് മിറ്റത്തേക്ക് വന്ന മലിനാണി പെർമലയന്റെ മോത്തേക്ക് എന്താവിളിച്ചത്ന്ന് ചോയിക്ക്ന്ന പോലെ നോക്കി. പെർമലയൻ എന്തോ തീരുമാനെടുത്ത് ഒറപ്പിച്ചപോലെ പറ ഞ്ഞു.

"നീ ഇപ്പത്തന്നെ പോണം... വല്യമനക്കലേക്ക്...പോയിറ്റ് മാതീനീം കൂട്ടീറ്റ് ബെരണം... നീ ഒറ്റക്ക് പോയാ മതി."

"എന്താ നിങ്ങ പറീന്ന്... ഇത് പിള്ളറ് കള്ള്യോ മറ്റോ ആന്നോ..."

മലിനാണി നിന്നെടുക്കത്തന്നെ കുത്തീര്ന്ന് കണ്ണിലെ വെള്ളം ഒലി പ്പിക്കാൻ തൊടങ്ങി. ഓളോട് പിന്ന്യൊന്നും പറയാതെ പെർമലയൻ തീയ്യത്തി ചിരുതേരെ കുന്ന് കേറി.

കൊറേനേരം ആടത്തന്നെ ഒരേ ഇരുപ്പ് ഇരിന്നേപ്പിന്ന ഓള് എണീറ്റ് അരീലുടുത്തത് മാറ്റി വേറൊന്നുടുത്ത് മറ്റൊരു തോർത്തെടുത്ത് ഒണ ങ്ങിച്ചുരുണ്ട മേല് പൊത്തി ആരോടും മിണ്ടാതെ നേരെ വല്യമനക്ക ലേക്ക് പോയി. ചെക്കൻ ഒന്നും മിണ്ടാതെ എന്റെ കൊക്കണ കത്തീം പിടിച്ച് തറമ്മല് തന്നെ ഒറ്റയിരിപ്പിരുന്നു.

മാണി പായസം വെച്ച കുടുക്ക വായേരെ മെരട്ട്ന്ന് വടിച്ച് വെയി ലത്ത് വെള്ളാറാൻ* കമിച്ച് വെച്ച് മിറ്റത്ത് ഒര് മൂലക്കിരുന്ന് മിറ്റാടിക്കാ നില്ലെ മാച്ചീണ്ടാക്കാൻ തെങ്ങിന്റെ ഓലീന്ന് ഈർക്കില് ചീന്തി എടു ക്കാൻ തൊടങ്ങി. മലിനാണി ഒന്നും മിണ്ടാതെ എറങ്ങിപ്പോയ പെർവയിക്കേക്ക് നോക്കി ഇർക്കില് ഊരുമ്പം വെറക്ക്ന്ന ഈർക്കില്

** തണിയാൻ – തണുക്കുവാൻ; * വേക്കം– വേഗം*

** വെള്ളാറാൻ – വെള്ളം ഉണങ്ങാൻ*

പോലെ ഓളെ മേലും വെറക്കാൻ തൊടങ്ങീന്. ഓള് ഊരിയെടുത്ത ഈർക്കിലിന്റെ അറ്റത്ത് ബെല്ല്യൊരു ചോദ്യം തൂങ്ങിയാടി.

"തമ്പ്രാട്ടി പെറാതെ എങ്ങന്യാ മാതി വെരാ..."

ഒര് മട്ടല്* ഓലീന്ന് ആറ് മാച്ചിക്കില്ലെ ഈർക്കില് ഊരി തീരുമ്പ ളക്ക് പെര് ബയിക്ക്ന്ന് മലിനാണീം ഓളെ ബയ്യന്നെ മാതീം കേറിവര്ന്ന് ണ്ട്. ചെക്കനും മാണീം എണീറ്റ് നിന്ന് കണ്ണ് പൂട്ടാതെ മാതീന തന്നെ നോക്കി.

മാതി നല്ലോണം മെലിഞ്ഞിറ്റ്ണ്ട്. മേല് പൊത്ത്യെ തുണീരുള്ള്ന്ന് ചങ്കിന്റെടുത്തെ എല്ല് പൊന്തിക്കാണ്ന്ന്ണ്ട്. ഓള് ചെക്കന്റടുത്ത് പോയി ഓന പറ്റിപ്പിടിച്ച് തലീല് തടവി. ഓളെ തലീല് ഇണ്ടായ ബെല്ല്യ തുണി ക്കെട്ട് മിറ്റത്ത്ട്ട്. എറേത്ത് പോയി ബെറും നെലത്ത് മലന്ന് കെടന്നു. മാണി ഓളൊപ്പരം എറേത്തേക്ക് പോയി ഓളെ മുട്ടിച്ചേർന്ന് ഇരുന്നു. മലിനാണി ഒടിഞ്ഞ നടുവിന് കൈകുത്തി എറങ്കല്ല്മ്മലും ഇരുന്നു.

ചെക്കൻ ഒന്നും മിണ്ടാതെ തീയ്യത്തി ചിരുതേന്റെ കുന്ന് ഓടിക്കേ റി. ഓൻ കുന്നിന നോക്കി ചിരിച്ചോണ്ടാ ഓടിക്കേറ്യത്. റാക്ക് കുടിച്ചി രിക്ക്ന്ന പെര്മലയനോട് ദൂരത്ത്ന്നേ ഓൻ അപ്പാപ്പാ... ബെല്യേളേമ്മ വന്നൂന്ന് വിളിച്ച് പറഞ്ഞു.

തീയ്യത്തി ചിരുതീം തീയ്യൻ ചവുണ്ണ്യനും കേട്ടേ പിന്ന്യാ പെര്മല യൻ അത് കേട്ടത്. പെര്മലയൻ എണീറ്റു.

കാട്ട്ന്ന് പന്നി കുന്നെറങ്ങുമ്പോലെ ഓൻ ബയി നോക്കാത്യാ കുന്നെ റങ്ങ്യത്. ഓന്റെ ബയ്യന്നെ മേത്തൊരു തോർത്ത് പോലും പൊത്താതെ ചിരുതീം ഓളെ ബയ്യന്നെ ചവുണ്ണ്യനും കുന്നെറങ്ങി.

എല്ലാരും പെര്മലയന്റെ മിറ്റത്തെത്തുമ്പം മാതി കുടീന്റുള്ളില് ചാണം തേച്ച നെലത്ത് മലന്ന് കെടക്ക്ന്നാ ഇണ്ടായിനി. തീയ്യത്തി ചിരുത മിറ്റത്ത്ന്ന് ആത്തേക്ക് മാറിലെ തുണി അയിഞ്ഞ് മലന്ന് കെട്ക്ക്ന്ന മാതീന നോക്കി. ഓളെ മൊലക്കണ്ണ് നീർന്ന് നിക്ക്ന്ന്ണ്ട്. ചാണോക്കു ണ്ടില് നട്ട ബയിനീ*മ്മല് ഇണ്ടായ വിങ്ങിവീർത്ത വയിനിങ്ങ*പോലെ ഓളെ കൈയും കാലും വീർത്തിന്. അടിവയറിനൊര് മാറ്റം. പണ്ട് മലി നാണി മനക്കല് പോയി മൂന്ന മാസം കയിഞ്ഞിറ്റ് ബയറ്റില് കെര്പ്പും കൊണ്ട് ബെരുമ്പം ഓളും ഇത് പോലെന്ന്യാന്ന് ഇണ്ടായിനീന്ന് തീയ്യത്തി ചിരുതേരെ ഓർമ്മീല് മൊളച്ച് വന്നു. മാത്യോട് പൊറത്തേക്കെറങ്ങാൻ ചിരുത പറഞ്ഞു. മാതി മാറ് പൊത്തിപ്പൊതിഞ്ഞ് അരീലെ തുണി അയി ച്ചുടുത്ത് തലകുത്തന പിടിച്ച് ആരീം മോത്ത് നോക്കാതെ മിറ്റത്തേക്കെ റങ്ങി. തീയ്യത്തി ചിരുത ചോയിച്ചേന് മാത്രം ഓള് ഒച്ചതേച്ചും പൊറത്ത് വെരാതെ ഉത്തരം പറഞ്ഞു.

** മട്ടല്- തെങ്ങിന്റെ മടല്*

** വയിനിങ്ങ - വഴുതിനിങ്ങ*

** ബയിന് - വഴുതിനിങ്ങ*

കൊറച്ച് നേരം മിണ്ടാണ്ട് നിന്ന ചിരുത കുന്നെറങ്ങി ബെർബ്ബൂണ്ടായ മനസ്സിലെ സന്തോഷല്ലം ഏട്യോ പോയതോടെ തിരിച്ച് കുന്ന് കേറി. കുന്ന്കേറ്മ്പം ഓളെ മനസ്സ് നെറച്ചും ഗ്രഹണം പിടിച്ച ആകാശംപോലെ കനം പിടിച്ച് നിന്നു.

പെർമലയൻ ഒന്നും മിണ്ടാതെ കത്തീം എടുത്ത് തോട്ടിലേക്ക് പോയി. ആമേന പിടിക്കാനാന്ന് തോന്നീറ്റ് ചെക്കനും ഓന്റെ ബയ്യന്നെ പോയി.

തീയ്യൻ ചവുണ്യൻ എന്റെ തറമ്മല് തന്നെ ഇരുന്നു. ഓൻ മനക്കലെ വിവരല്ലം മിറ്റത്ത് ഒരു മൂലക്ക് ഇരിക്ക്ന്ന മലിനാണ്യോട് ചോയിച്ചു.

മലിനാണി പറഞ്ഞു.

"അടിയൻ മാതീന കൂട്ടാൻ മനക്കലെത്ത്യേരം തമ്പ്രാട്ടി പെറ്റിറ്റ് ഏഴ് ദെവസായീന്. പിന്ന ആട്യ്യൊന്നും പറയാൻ നിന്നിറ്റ.* കിട്ട്യ കോളും എടുത്ത് ബേഗം മടക്കം വന്നു. ഈടൈ്യാരാള് അരിശം വന്ന വെളിച്ചപ്പാട നപ്പോലെ തുള്ളുല്ലെ ചെയ്യ്ന്ന്ണ്ടായിനി എന്റെ ചവ്ണ്യച്ചാ..."

പിന്നീം മലിനാണി എന്തല്ലോ ചവുണ്യനോട് പറഞ്ഞു.

എല്ലാം മൂളിക്കേട്ട് അധികൊന്നും ചോയിക്കാതെ തീയ്യൻ ചവുണി യനും ഓന്റെ കുന്ന് കേറി.

മോന്ത്യായേരം പെർമലയന്റെ പെമ്മക്കള് രണ്ടാളും തോട്ട്ന്ന് കുളിച്ച് വന്ന് എന്റെ ചെമ്പകം നോക്കി തൊവ്വ്ത് ആത്തേക്ക് പോയി. തൊവ്വ്ത് നിക്കുമ്പം മാതീരെ മോത്ത്ന്ന് കണ്ണിലെ വെള്ളം ഉരുണ്ടുരുണ്ട് വീന്ന് ഞാൻ കണ്ടിന്.

കൊറച്ചീസം കയീമ്പം തോട്ടില് കുളിക്കാനും തുണി നനക്കാനും* വന്നവരെല്ലം മാതീന കുറിച്ച് ഓരോന്ന് പറഞ്ഞു. ഓളെ മൊകം വീർത്തി നീന്നും, മേലെല്ലാം തടിച്ചിനീന്നും മേത്ത്ന്ന് എണ്ണ മിന്ന്ന്ണ്ട്ന്നും, ഓള് കൊറേ ബെള്ത്തിറ്റ് ഇല്ലത്തമ്മേന* പോലെ ആയിനീന്നും മറ്റും പറ ഞ്ഞു.

ആരോ ഒരുത്തി, മാതി തോട്ട്ല് മുങ്ങി നീര്ന്ന് കണ്ടിറ്റ് മറ്റെവരുത്തീരെ ചെവീല് എണ്ണ ഒയിക്കുമ്പോലെ പറഞ്ഞു.

"ഓളെ മൊല രണ്ടും വീർത്ത് വളന്നിന്. ഓളെ അടിയവയറ്റില് നെറച്ചും പാറക്ക് നെയ്പ്പുല്ല് മൊളച്ചപോലെ കുഞ്ഞിരോമം മൊളച്ചി റ്റ്ണ്ട്. അടിവയറ് ഒരു കട്ടിപ്പൂം ഇണ്ട്... വയറ്റില് തമ്പ്രാൻകുട്ടി വളര്ന്ന്ണ്ട്ന്ന് ഒറപ്പാ..."

ഒര് ദെവസം ഉച്ചക്ക് ചക്കക്കുരു കൂട്ടാനും കൂട്ടി കഞ്ഞീം കുടിച്ച് ഇരിക്കുമ്പം പെർമലയന്റെ മൂത്ത മോള് മാതി വടക്ക് പൊറത്തെ വായ ക്കൂട്ടത്തിന്റെ മറേത്ത് നിന്ന് കാറാൻ* തൊടങ്ങി. വയറൊട്ടിച്ച് പിടിച്ച് എടക്ക് കൊരച്ചും ഓള് തൊണ്ട പൊട്ടിക്കാറി. മലിനാണീം മാണീം മാതീരെ പൊറത്ത് തടവി. പിന്നെ ഓള് ക്ഷീണം പിടിച്ച് തളന്ന് ഒരു വായപിടിച്ച് അയിന്റെ മെരട്ട* ന്നെ ഇരുന്നു.

---

* *നിന്നിറ്റ - നിന്നില്ല;*

* *കാറുക - ഛർദ്ദിക്കുക; * മെരട്ട് - ചുവട്ടിൽ*

* *നനക്കാനും - അലക്കാനും; * ഇല്ലത്തമ്മ - അന്തർജ്ജനം*

പെർമലയന വിളിക്കാൻ ചെക്കൻ കുന്ന് ചാടിക്കേറി.

വിവരറീച്ച് കുന്ന് കീയുമ്പം ചെക്കന്റൊപ്പരം പെർമലയനും തീയ്യത്തി ചിരുതീം ചവുണിയനും കുന്ന് കീഞ്ഞു.

തീയ്യത്തി ചിരുത മാതീന ഊരക്കോടെ പിടിച്ച് വായേരെ മെരട്ടന്ന് എണീപ്പിച്ച് മിറ്റത്തെ എറങ്കല്ലിമ്മല് ഇരുത്തി. ചൂടുവെള്ളം കുടിപ്പിച്ചു. കുടിച്ച ചൂട് വെള്ളം ഇരിന്നെടുത്തന്നെ ഓള് കാറി.

തീയ്യത്തി ചിരുത ചോയിച്ചു.

"കായൂ*ണ്ടോ പെർമലയാ എടുക്കാൻ... മനക്കല് നിക്കമ്പം നല്ല സാധനം തിന്നിറ്റ് വന്നോള് ഈട വന്ന് ചക്കക്കുരൂം താളും തിന്നത് ബയറ്റില് പിടിക്കാഞ്ഞിറ്റാ... കൊത്തമ്പാരി വെള്ളത്തില് കായം കലക്കികുടിച്ചാല് വയറ്റിലെ ചാടിക്കേറ്റം അടങ്ങും."

പെർമലയൻ എല്ലാരീം മോത്തേക്ക് നോക്കീറ്റ് പറഞ്ഞു.

"ഓളെ സൂക്കേട്നില്ലെ മരുന്ന് ഓളമ്മക്കന്നെ അറിയും ചിരുതമ്മേ... അയിന് കായം വേണ്ട..."

അത്രീം പറഞ്ഞ് ഓൻ, ഓന്റെ ഒടിഞ്ഞ നടുനീർത്തിപ്പിടിച്ച് പുലീനപ്പോലെ മലിനാണീരെ നേരെ ചാടിവീണു. ആട്ന്ന് ഓൻ അറണ്ടോണ്ട് മലിനാണീരെ നടൂന് രണ്ട് ചവിട്ട് ചവുട്ടി. കമിഞ്ഞ് മിറ്റത്ത് വീണ് നെലവിളിക്ക്ന്ന മലിനാണീന പിന്നീം ചവുട്ടാൻ കാലും പൊന്തിച്ച് പോമ്പം എല്ലാരും കൂടി പെർമലയന പിടിച്ച് എന്റെ തറമ്മല് കൊണ്ടിരുത്തി.

പിന്ന കൊറച്ച് നേരത്തേക്ക് മലിനാണീരെ തൊണ്ടേരുള്ള്ന്ന് തളന്ന് വെര്ന്ന ഒച്ചയല്ലാതെ ആരും ഒന്നും മിണ്ടീല.

ബീണെടുത്തന്നെ മലിനാണി എണീറ്റ് കുത്തിയിരുന്ന് കൊരക്കാൻ* തൊടങ്ങി. കൊരച്ച്, കൊരച്ച് ശ്വാസം കിട്ടാതാവുമ്പം തീയ്യത്തി ചിരുത ഓളെ പൊറത്ത് തടവി. മേത്ത് പറ്റ്യ മണ്ണെല്ലം ചിരുത തട്ടിക്കളഞ്ഞു.

കാറ്റും കനലും അടങ്ങ്യേരം തീയ്യത്തി ചിരുത മാത്യോട് ഓളെ കണ്ണ് തുരുതുര മീച്ച് ചോയിച്ചു.

"ആരാ നിന്റെ വയറ്റിലെ കെർപ്പത്തിന്റെ ആള്...?"

തീയ്യത്തി ചിരുതേരെ ചോദ്യത്തിന് ഓള് ഉത്തരം കൊടുത്തില്ല.

ചിരുത, കുത്തിരിക്ക്ന്ന ഓളെ ചെമല് പിടിച്ച് കുലുക്കി പിന്നീം പിന്നീം ചോയിച്ചു.

മാതി ഇര്ന്നെടുക്ക്ന്ന് എണീറ്റു. അയിഞ്ഞ് വീണ ഓളെ തണാറ് പറപറ പിടിച്ച് പറിച്ചു. ഓളെ മീട് കണ്ട് എല്ലാരും പേടിച്ചു. രക്തചാമുണ്ഡീന പോലെ ഓള് എല്ലാരീം നോക്കി. ഓള് തെയ്യം ഒറീമ്പോലെ ഒറയാന്ള്ള പൊറപ്പാടാണ്. കണ്ണ് തുരുതുരാ മീച്ചോണ്ട് ഓള് പറഞ്ഞു.

"എന്റെ ബയറ്റിന്റുള്ളില് ബളര്ന്ന കുഞ്ഞീര അച്ഛൻ ആരാന്ന്ന് പേര് ചൊല്ലിപ്പറയാൻ എനക്കറീല ചിരുതമ്മേ... വലിയമ്പ്രാനാവാം, ചെറിയമ്പ്രാക്കളാവാം, മരുമക്കള് തമ്പ്രാക്കളാവാം... എന്തായാലും ഒര് കാര്യ

* *കായം-പാൽക്കായം*

* *കൊരക്കാൻ - ചുമക്കുവാൻ*

ത്തിന് നമ്മക്ക് സന്തോഷിക്ക. ഞാൻ പെറാൻ പോന്നത് തമ്പ്രാൻ കുട്ടീ ന്യായിരിക്കും. മലേന്റെ കുടീല് ഒര് തമ്പ്രാൻകുട്ടി വളരട്ടെ."

ഓള് പിന്ന നെഞ്ചത്ത് പടപടാ അടിച്ച് നെലവിളിച്ചു. കുടീന്റെ ചെറ്റക്ക്* തലയടിച്ചു. എന്നിറ്റ് ഓള് കുടീല് കേറി മലന്ന് വീണു.

ആരും ഒന്നും മിണ്ടീല.

തീയ്യത്തി ചിരുത പെർമലയനോട് പറഞ്ഞു.

"പെർമലയൻ ബാ... ഒരു കുടുക്ക റാക്കാടീണ്ട്. വന്നിറ്റ് അത് തേച്ചും കുടിക്ക്. തലീലെ തീകെടട്ട്. തല തണ്ക്കട്ട്..."

ചെക്കനോടും ഓള് പറഞ്ഞു.

"എന്റെ കുഞ്ഞിക്കേളൂം വന്നോ. ഒര് ചെരട്ട റാക്ക് നീയും കുടിച്ചോ നിന്റീം മനസ്സില് കുളിര് കേറട്ട്..."

എന്നിറ്റ് ഓള് കെതച്ചോണ്ട് കുന്ന് കേറി.

കൊറേ നേരം കയിഞ്ഞേരം പെർമലയനും കുന്ന് കേറി. തീയ്യൻ ചവുണ്ണിയൻ പെർമലയനോട് ഇരിക്കാൻ പറഞ്ഞു. പെർമലയന് ഒര് ചെരട്ട് റാക്ക് കൊണ്ട്ക്കൊടുത്തിറ്റ് ചിരുത ചോയിച്ചു.

"നമ്മക്കാ കെർപ്പം കളഞ്ഞാലൊ. അയിന്റെ മര്ന്ന് മലിനാണിക്ക് അറിയാലൊ..."

പെർമലയനും തീയ്യൻ ചവുണ്ണിയനും ഒന്നും മിണ്ടീല. പിന്നീം ഒര് ചെരട്ട റാക്കും കൂടി കുടിച്ചിറ്റ് കനലില് ചുട്ട ഒണക്ക് മീന്റെ തലീം കടിച്ച് തിന്ന് പെർമലയൻ പറഞ്ഞു.

"മഹാപാപായിറ്റ് ഒന്നും ചിന്തിക്കല്ല ന്റെ ചിരുതമ്മേ... ഒര് കുഞ്ഞീന കൊല്വാന്ന് പറഞ്ഞാല് അയിന്റ്രത്ര പാപം മറ്റൊന്നും ഈ പൂമീലില്ല.* പിന്ന അതാതാളെ മക്കളെ കുഞ്ഞീന തന്നെ കൊല്ലാന്ന് പറഞ്ഞാല്..."

പെർമലയന്റെ കരള്ന്ന് വന്ന വേദന കേട്ട് പിന്നാരും മ്ണ്ടീല. പെർമ ലയൻ കരയുംന്ന് ചവിണ്ണ്യന് തോന്നി.

"ചവുണ്ണ്യച്ചാ... അടിയൻ ഈ ജന്മത്തില് അറിഞ്ഞ് കൊണ്ട് ഒരു പാപൂം ചെയ്യാത്തോനാന്ന്. എന്നിറ്റും തലീല് നെറച്ചും തീകേറ്റീറ്റല്ലാതെ ഈ വയസ്സ് വരെ എനക്ക് ജീവിക്കാൻ പറ്റീറ്റല്ലോ ന്റെ ചിരുതമ്മേ... അടി യന്റെ മോളെ ബയറ്റ്ല് വളര്ന്നതും മനിശകുഞ്ഞ്യല്ലേ ചിരുതമ്മേ..."

ഓൻ എന്ന വിളിച്ച് കരയാൻ തൊടങ്ങി. അത് കണ്ട് തീയ്യത്തി ചിരുത ആത്ത്ന്ന് ഒരു കുടുക്ക റാക്കെടുത്ത് ഓന്റെ മുമ്പില് വെച്ചിറ്റ് ഓള് കുന്ന് കീഞ്ഞു. മിറ്റത്തിരിക്ക്ന്ന മലിനാണീന എന്റെ തറേരടു ത്തേക്ക് വിളിച്ചിറ്റ് തീയ്യത്തി ചിരുത ചോയിച്ചു.

"നമ്മക്ക് മാതീരെ വയറ്റിലില്ലെ കുഞ്ഞീന കളഞ്ഞാലൊ. ഇപ്പം മാസം രണ്ടല്ലേ ആയിക്കാണൂ..."

മിറ്റത്തിരിക്ക്ന്ന മാണീം മാതീം കേക്ക്ന്ന്ണ്ടോന്ന് നോക്കി മലി നാണി ഒച്ച കൊറച്ച് പറഞ്ഞു.

** ചെറ്റക്ക് - ഓലവാതിലിന്*

** പൂമീല് - ഭൂമിയിൽ*

"ചിരുതമ്മേരെ മനസ്സില് അങ്ങന്യാ നിരീക്ക്ന്നെങ്കില് അങ്ങന ചെയ്യ്."

എത്ര ഒച്ച കൊറച്ച് പറഞ്ഞിറ്റും മലിനാണി പറഞ്ഞത് മാതീരെ ചെവി വെലിച്ചെടുത്തിന്. ഓള് തലീലും അരീലും പന്തം കെട്ട്യ പുതി യോതി തെയ്യത്തിനപ്പോലെ ചീറിവന്നു.

"എന്റെ കെർപ്പത്തിലെ കുഞ്ഞീന മാത്രായിറ്റ് കൊല്ലണ്ട. എന്ന കൊല്ലാനില്ലെ മര്ന്ന് അറീലെ എന്റമ്മ മലിനാണിക്ക്... എന്റെ ഏട്ടന് കൊടുത്ത വെഷക്കായ അരച്ച് കലക്കി എനക്കും താ... ചത്തോള ഞാൻ..."

പിന്ന എന്ന വിളിച്ചിറ്റായി ഓളെ കരച്ചില്.

"എന്റെ പൊട്ടൻതെയ്യേ... എന്ന്യൊന്ന് കൊന്ന് തന്നൂടെ ന്റെ പൊട്ടൻ തെയ്യേ"

ഓള് തലീലടിച്ച് കരഞ്ഞു.

മാതീരൊച്ച ഇത്രീം കാലും ഈ മിറ്റം കടന്ന് എന്റെ തറേരെ അപ്പറം ഇതേവരെ പോയിറ്റ്ല്ല. മാതീരെ ഒച്ച മാത്രല്ല, പെർമലയന്റെ പെമ്മക്കളെ ഒച്ച എരമം നാട്ട്ല് തന്നെ ആരും കേട്ട്റ്റ്ല്ല.

അഞ്ചാറ് മോന്തീം പകലും ബെരും പോവൂം ചെയ്തു.

തീയ്യൻ ചവുണിയൻ കള്ളേറി* രാവിലെ നേരെത്തെ വന്നു. ഓൻ പൊലച്ചകൂറ്റിനേ ഏറാൻ പോയിന്. പൊകപൊലെ ഇര്ട്ടന്ന്യായിരുന്നു അന്നേരം. ഏറാൻ പോമ്പം ഓൻ എന്റെ തറേരടുത്ത്ന്ന് പെർമലയനെ വിളിച്ചിന്. പെർമലയൻ ആത്ത്ന്ന് എണീറ്റ് വന്നേരം ചവുണിയൻ ഓനോട് കൊറേ സമയം കുശുകുശുത്ത് പറഞ്ഞു. എന്നിറ്റ് ഓൻ ഏറാൻ പോമ്പം എന്നോട് പറഞ്ഞു.

"ന്റെ പൊട്ടൻ തെയ്യേ... നീയെന്നെ എല്ലം നേരെയാക്കിത്തരണം."

ഓൻ ഏറി വന്നിറ്റ് ബേം തന്നെ കുന്ന്കീഞ്ഞ് ബെരൂം ചെയ്തു. ബെർമ്പം ഓൻ ഏറാൻ പോമ്പം ഉടുത്ത പയേ തോർത്ത് മാറ്റി, പെർമ്പ ചന്തീല് പോമ്പം ഉടുക്കുന്ന തോർത്തെടുത്ത് ഉടുത്തിറ്റാ വന്നത്. ഓൻ ചൊമലിലും ഒരു ചെറിയ തോർത്ത് മുണ്ട് ഇട്ടിന്. പെർമലയൻ ഓൻ കുന്ന് കീയ്ന്നതും നോക്കി തറേരട്ത്തന്നെ നിന്നു. ഓൻ കുന്നെറങ്ങി വെർമ്പം മധുരൂല്ലെ പതീന്ന* എളേ കള്ള് ഒരു കുടുക്ക നെറച്ചും കൊണ്ടന്ന് എന്റെ തറമ്മല് വെച്ച് എന്നോട് മനസ്സില് പ്രാർത്ഥിച്ചു. എറ ങ്ങുമ്പം ഓൻ പെർമലയനോട് പറഞ്ഞു.

"എല്ലം നേരെയാവാൻ നല്ലോണം ദൈവങ്ങളോട് പറ. ഞാൻ പോയ്ബെര..."

ഏട്യാന്ന് തീയ്യൻ ചവുണ്യൻ പോന്ന്ന് മലിനാണി പെർമലയനോട് ചോയ്ച്ചിനെങ്കിലും ഓനതിന് ഉത്തരം കൊടുക്കാതെ പെർബയിക്കേക്ക് എറങ്ങിപ്പോയി.

** കള്ളേറി - തെങ്ങിൽനിന്നും കള്ളെടുത്ത്*

** പതീന്ന - പതയുന്ന*

പെർമലയൻ പെരുവയിക്കേക്ക് പോയേപിന്ന്യാ ചെക്കനും മാതീം, മാണീം ഒറങ്ങി എണീറ്റത്. എണീറ്റവരെല്ലാം ഓരോ മൂലീല് ഇരുന്നതല്ലാതെ മിണ്ടോ പറയ്യോ ചെയ്തില്ല.

പെർമലയൻ തോട്ടിൻകരക്കെത്തുമ്പം തീയ്യൻ ചവുണിയൻ തോടും കടന്ന് അന്തുമാപ്പള പെർമ്പച്ചന്തീന്ന് പയ്നാണീംകൊണ്ട് വെർന്ന വയിക്കന്നെ നടന്ന് ദൂരെ എത്തീന്.

കൊറച്ച് കയീമ്പം ചെക്കനും തോട്ടിൻകരക്കെത്തി. പെർമലയന് തെങ്ങിന്റെ കൊലവാടി വീണ രണ്ട് എളനീര് കിട്ട്യതും തൂക്കിപ്പിടിച്ച് വെർമ്പാ ചെക്കൻ തോട്ടിൻ കരക്കെത്ത്യത്. പെർമലയന്റെ കൈമന്ന് എളനീര് വാങ്ങ്മ്പം ചെക്കൻ ചോയിച്ചു.

“അപ്പാപ്പാ... എപ്പ* എന്റെ അപ്പൻ ബെരുവാ...”

ഒറ്റവാക്കില് പെർമലയൻ ഉത്തരം പറഞ്ഞു.

“ബെരും...”

ചെക്കനും പെർമലയനും എളനീരും തൂക്കിപ്പിടിച്ച് കുടീലേക്ക് നടന്നു.

“ന്റെ അപ്പൻ വന്നാല് വല്യമ്പ്രാൻ ന്റെ അപ്പന കൊല്ലാൻ വെരുവോ...?”

പെർമലയൻ ഒന്നും മിണ്ടീല.

രാവിലെ കത്തലടക്കാൻ മലിനാണി കൊറച്ച് പൂങ്ങിയ കുണ്ട്കേങ്ങ് കൊടുത്തത് ചെറിയൊര് കഷണേ പെർമലയൻ തിന്നുള്ളൂ. കുളുത്തിന്റെ തണുത്ത വെള്ളം ഉപ്പിട്ടത് കൊറേ ഓൻ കുടിച്ചു. കുടിച്ച മങ്ങണം നെലത്ത് വെച്ച് ഓൻ ആടത്തന്നെ മലന്ന് കെടന്നു.

ചെക്കൻ ചെണ്ടയെടുത്ത് കയറ് മുറുക്കി കെട്ടാൻ നോക്കി. കയറ് നല്ലോണം മുറുക്കി കെട്ടീറ്റ് മിറ്റത്തിരുന്ന് ചെണ്ടയടിക്കാൻ തൊടങ്ങി. ചെണ്ട കൊട്ടി താളം മുറുകുമ്പം വിഷ്ണുമൂർത്തി തെയ്യം ഓന്റെ മുമ്പില് ഒറഞ്ഞാടാൻ ബെരേന്ന്. തലയെറിഞ്ഞ് കൊണ്ട് ഓൻ ചെണ്ടയടിക്ക്ന്നത് കുടീല് എന്തോ വിങ്ങല് പോലെ വന്നു. പെർമലയൻ കെടന്നട്ക്ക്ന്ന് എണീറ്റ് പോയി ചെണ്ടേമ്മലാറാടുന്ന വിഷ്ണുമൂർത്തി തെയ്യത്തിന്റെ കുഞ്ഞിക്കൈ പിടിച്ചു. കൊട്ട് നിർത്തി ചെക്കൻ പെർമലയന്റെ മോത്തേക്കന്നെ നോക്കി. പെർമലയൻ എണീറ്റ് തുള്ളാൻ തൊടങ്ങി. വിഷ്ണുമൂർത്തി ഒറഞ്ഞു. ഹിരണ്യന കൊന്ന് കൊടല്മാല വാരി കഴുത്തിലണിഞ്ഞു. വലിച്ച് കീറിയ ഹിരണ്യന്റെ കൊടല്ന്ന് ചോരകോരി കുടിച്ചു. കൈയീന്നും മീട്ടത്ത്*ന്നും ചോര ഒലിച്ച് വീന്ന്ണ്ട്*. ചോരകുടിച്ച് പിന്നീം തുള്ളി. തുള്ളി തളന്ന് പെർമലയൻ നെലത്ത് വീണു. വീണെടുക്ക്ന്ന് ചെക്കന്റെ കൈപിടിച്ച് എണീറ്റ് ഓൻ നേരെ തീയ്യത്തി ചിരുതേരെ കുന്ന് കേറി.

രാവിലെ പോയ തീയ്യൻ ചവുണിയൻ മോന്ത്യാവുമ്പം വന്നു. വെർമ്പം ഓൻ കൊക്കാൻശ്ശേരീന്ന് കൊങ്ങിണികളെ പീടീന്ന് കൊറച്ച്

* എപ്പ - എപ്പോഴാണ്

* വീന്ന്ണ്ട് - വീഴുന്നുണ്ട്; * മീട്ടത്ത് - മുഖത്ത്

കറുത്ത വെല്ലും, കുഞ്ഞാംഗലക്കാറെ അവിലും ഓന്റോക്ക് എപ്പെങ്കിലും വെറ്റില മുറുക്ക്മ്പം വായില് വെക്കാൻ ലേശം പൊകേലക്കണ്ടൂം* കൊണ്ട ന്നിന്. പെർമ്പച്ചന്ത തൊറന്ന്റ്റില്ല. ഏട്ടിക്കൊളത്ത്ന്ന് ഒര് മാപ്പള, കടപ്പുറ ത്തന്നെ ഉപ്പിട്ട് വെയിലത്ത് ചിക്കി* ഒണക്യ മത്തി വിക്ക്ന്ന്ണ്ടായിന്. അയില്ന്ന് പത്ത് മത്തീം മേണിച്ചിന്. ഈടൈത്തുമ്പളക്ക് വെല്ലത്തിനും പൊകേലക്കും ഒണക്കമത്തീരെ നാറ്റം വന്നിന്.

ഓൻ ബെർന്നവയിക്ക്ന്ന് എന്റെ തറേരെട്ത്ത് എത്ത്യേരം പെർമല യന വിളിച്ചു. ചെക്കനൊ ഓനോട് പറഞ്ഞത് പെർമലയൻ നേരത്തെ കുന്ന് കേറീനീന്ന്. തീയ്യൻ ചവുണ്യൻ തുണിക്കെട്ടയിച്ച് മലിനാണിക്ക് അഞ്ച് മത്തീം, ചെക്കന് തിന്നാൻ ഒര് കഷണം കറുത്ത വെല്ലൂം കൊടുത്ത് ഓൻ കുന്ന് കേറി. ചെക്കനും ഓന്റെ ബയ്യന്നെ കുന്ന് കേറി.

പെർമലയൻ രണ്ട് ചെരട്ട റാക്കേ കുടിച്ചിറ്റൂ. ഓൻ രണ്ട് ചെരട്ട കുടി ക്കുമ്പളക്കന്നെ റാക്ക് കുടിക്കാൻ തമ്പ്രാന്റെ കാര്യസ്ഥൻ ചെമ്പച്ചന്തും ഓന്റൊപ്പരം രണ്ടാളും വന്നിന്. അന്നേരം പെർമലയൻ ചിരുതേരെ വീടിന്റെ വയ്യപ്രത്ത്* പോയി ആട മലന്ന് കെടക്കാ ചെയ്തത്.

ചെമ്പച്ചന്തു ഈ കരക്കേക്ക് കാര്യസ്ഥപണിക്ക് വന്നാല് തീയ്യത്തി ചിരുതേരെടുത്ത്ന്ന് ഒരു കുടുക്ക റാക്കും ഒരു കുടുക്ക കള്ളും കുടി ക്കും. അത് കുടിക്കുമ്പം ത്ന്നാൻ ഓന് ഒരു മുറി തേങ്ങ ചിരുത പൂളി *ക്കൊടുക്കും.

തീയ്യൻ ചവുണിയൻ മിറ്റത്ത് നിക്ക്ന്ന അവരോടെല്ലം തലയാട്ടി തൊഴുത് ആത്തേക്ക് പോയി. ഓന്റോള് ചിരുത വെളമ്പിവെച്ച കഞ്ഞി കുടിച്ചു. കഞ്ഞി കുടിച്ച് മിറ്റത്തേക്ക് വെരമ്പളക്ക്* റാക്ക് കുടിക്കാൻ വന്ന വര് പോയിന്.

ഓൻ പെർമലയൻ കെടക്ക്ന്നടുത്തേക്ക് പോയേരം പെർമലയൻ എണീറ്റിരുന്നു. ഒരു തെരിയ എടുത്തിട്ട് പെർമലയന്റടുത്ത് ഓൻ ഇരു ന്നു. പെർമലയന്റെ കണ്ണും കാതും അണിയലം തുന്നുന്ന സൂചീരെ മൊന പോലെ കൂർപ്പിച്ച് തീയൻ ചവുണ്യന്റെ മോത്ത് തറച്ച് വെച്ചു. ചെക്കൻ പെർമലയനോട് ഒട്ടിപ്പിടിച്ച് കഥകേക്കാനിരിക്ക്ന്ന പോലെ ഇരുന്നു.

പോയിറ്റ്ണ്ടായ വിവരം തേച്ചും ചവുണിയൻ പെർമലയനോട് പറ ഞ്ഞു.

ചവുണ്യന് കുന്നരുത്തേക്ക് പോമ്പം തന്നെ ഒറപ്പ്ണ്ടായിന്, കാര്യം നടക്കുന്ന്. ഓൻ പെർമ്പച്ചന്തീല് ഒരീസം കുന്നരുക്കാരൻ കേളപ്പന കണ്ടേരം 'കേളുപ്പെരുമലയന് രണ്ട് പെമ്മക്കള് ഇണ്ടല്ലോ, അയിറ്റ്ങ്ങളെ മംഗലം കയിഞ്ഞിനോന്ന്' ചോയിച്ചിന്.

** പൊകേലക്കണ്ടം - പുകയിലക്കഷണം*

** ചിക്കി - നിരത്തി;*

** വയ്യപ്രത്ത് - പിന്നാമ്പുറത്ത്*

** വെർമ്പളക്ക് - വരുമ്പോഴേക്കും*

** പൂളുക - ചെറുകഷണങ്ങളാക്കുക*

മലയൻ കേളപ്പന് ഒരു മോനുണ്ട്, കുന്നരുക്കാരൻ കണ്ണൻ പണിക്കറ്. ഓന് മംഗലത്തിന്ല്ലെ കാലായിന്. അപ്പനും മോനും വെല്യ തെയ്യക്കാറാ... കണ്ണൻ പണിക്കർക്ക് പുനിയങ്കോട്ട് നീലിയാർ കോട്ടത്ത് ഒറ്റക്കോലം കെട്ടി ആചാരൂം വളീം കിട്ടീന്.

തീയ്യൻ ചവുണ്യൻ കുന്നരു പോമ്പം കാനായ്യേക്കൂട പോയിറ്റ് അമ്പുപ്പണിക്കറെ ഓള് ചീലേരെ അപ്പൻ കൊമ്ട്ട്ക്കുരുവൻ കോതോർമ്മനീം കൂട്ടീറ്റാ പോയിന്. എല്ലാരും കുന്നരു കല്ലേറ്റും കടവിലിരുന്ന് കൂടിയാലോചിച്ച് പെർമലയന്റെ മൂത്തമോള് മാതീന മലയൻ കേളപ്പന്റെ മോൻ കുന്നരുക്കാരൻ കണ്ണൻ പണിക്കറെക്കൊണ്ട് മംഗലം കയിപ്പിക്കാൻ ഒറപ്പിച്ചു. കണ്ണൻ പണിക്കറും ഓന്റെ രണ്ട് തൊണക്കാറും നാളെത്തന്നെ ഇങ്ങോട്ട് വന്ന് പെണ്ണിന കണ്ട് ബോധിച്ച് പോവുംന്നും തീയൻ ചവുണിയൻ പറഞ്ഞേരം പെർമലയന്റെ കണ്ണ് നെറഞ്ഞ് തുരുതുരാ വെള്ളം ഒലിച്ചിറങ്ങി. അത് കണ്ടേരം ചവുണ്യൻ പറഞ്ഞു.

"ദൈവങ്ങളെല്ലം നമ്മളൊപ്പരൂണ്ട് പെർമലയാ..."

ബീടിന്റെ ബയ്യപ്പറത്ത്, തീയ്യൻ ചവുണ്യന്റെ ബയ്യല് നടൂന് കൈയും കൊടുത്ത് എല്ലം കേട്ട് നിന്ന തീയ്യത്തി ചിരുത എന്ന വിളിച്ച് പറഞ്ഞു.

"എന്റെ പൊട്ടൻ തെയ്യേ... നീ ഇവരൊപ്പരം തന്നെ കുന്നരുത്തേക്കു പോയിനീന്ന് എനക്കറിയ... എനി ഈ മംഗലൂം നീയന്നെ നടത്തിതെരണം..."

എല്ലം കേട്ട് പെർമലയന്റെ ചങ്കിന്റുള്ള്ന്ന് വേറൊരു കുരുക്ക് വന്നു.

"എല്ലം നടത്താൻ ചെമ്പ്കാശ്* ഏട്യാ ഇല്ലത്... അരീം വെളിച്ചെണ്ണീം, കൂട്ടാൻ വെക്കാന്ല്ലെ കോയീനീം വേണം... എല്ലം വേണ്ടേ..."

തീയ്യൻ ചവുണിയൻ പെർമലയനോട് അയിനും സമാധാനം വെർത്തി.

"എല്ലം ഇണ്ടാവും, സമയാവുമ്പം ബെരും..."

കുഞ്ഞിക്കേളൂന് ഓന്റെ വെല്യളേമ്മേരെ മംഗലാന്ന് എല്ലാരും പറീന്ന്ന് തിരിഞ്ഞിന്.*

പെർമലയനും ചെക്കനും കുന്ന് കീഞ്ഞു.

രാത്രി കുടീന്റുള്ളിലെ ബെളക്ക് കെടുത്തി ഒറങ്ങാൻ കെടക്ക്മ്പം പെർമലയൻ ഇണ്ടായതെല്ലാം ഓന്റോള് മലിനാണ്യോട് പറഞ്ഞു.

ചെക്കനും ഓന്റെ പെമ്മക്കളും അതെല്ലം കേട്ടോണ്ടാ കെടന്നിനെങ്കിലും. മലിനാണി മാത്രാന്ന് മൂളിക്കോണ്ടിരുന്നത്.

രാവിലെ കുന്നരുക്കാറ് വന്നു.

കുന്നരുക്കാരൻ കണ്ണൻ പണിക്കറും ഓന്റെ ഒരു ചെങ്ങായീം പിന്ന ഓന്റെ അമ്മാമൻ വയസ്സായി തല നരച്ച മൈക്കണ്ണൻ അപ്പൂട്ടി മലയനും ആന്ന് വന്നത്. മൈക്കണ്ണൻ അപ്പൂട്ടി മലയന് ജനിക്കുമ്പേ കണ്ണിന് ചുറ്റും കരിമഷി തെയ്യത്തിന് എഴുതുമ്പോലെ എഴുതീറ്റാ ഇണ്ടായിനി. അതു

** ചെമ്പ്കാശ് – പൈസ*

** തിരിഞ്ഞിന് മനസ്സിലായിരുന്നു*

കൊണ്ടാ എല്ലാരും മൈക്കണ്ണാന്ന് വിളിക്ക്ന്ന്. ഇപ്പൊ ഓന്റെ തലീം, കണ്ണിന്റെ രോമൂം നരച്ചേരം കരിമഷി കൊറേക്കൂടി തെളിഞ്ഞ് വന്നു.

പെണ്ണിനെ എല്ലാരിക്കും ഇഷ്ടായി.

തീയ്യൻ ചവുണ്ണിയൻ എടപെട്ട് അപ്പൊത്തന്നെ എല്ലാരും കുഞ്ഞിരേമൻ കുരിക്കളെടുത്ത് നല്ലൊരു ദെവസം കാണാൻ പോയി. പെർമലയനും ഒപ്പരം പോയി. പെർമലയൻ എന്ന മനസ്സില് വിളിച്ചോണ്ടാ നടന്നത്.

കുഞ്ഞിരേർമ്മൻ കുരിക്കള് കവിടി നിരത്തി പറഞ്ഞു.

"സ്ത്രീ ജാതകം നക്ഷത്രം കാർത്തിക, ഇടവക്കൂറ് ഇടവലഗ്നം, ഏഴിൽ ഗുളികൻ, എട്ടിൽ ശനി രാഹു, ഒമ്പതിൽ വ്യാഴം, പുരുഷ ജാതകം രേവതി നക്ഷത്രം. മീനക്കൂറ്, ചിങ്ങലഗ്നം, ലഗ്നത്തിൽ ആദിത്യൻ, രണ്ടിൽ ബുധൻ ചൊവ്വ അഞ്ചില് വ്യാഴം രാഹു, ആറിൽ ശനി അഷ്ടമത്തിൽ ഗുളികൻ പന്ത്രണ്ടിൽ കേതു നല്ല ചേർച്ചയാ. ഏഴരപ്പൊരുത്തം നല്ല സന്താനയോഗുല്ലെ ജാതകാ..."

പിന്ന ദെവസൂം മുഹൂർത്തും തീരുമാനിച്ചു.

"അടുത്ത വ്യാഴാഴ്ച"

എല്ലാരിക്കും സന്തോഷായി. പുതുമയ* കൊണ്ടപോലെ മനസ്സ് കുളുത്തു.* ജാതകം കൂട്ടിക്കെട്ടി കൊടുക്കുമ്പം പെർമലയൻ ഒരു പണം കണിയാറെ പലേമ്മല് വെച്ചു.

എല്ലാരും തീയ്യത്തി ചിരുതേരെ കുന്ന് നോക്കി വേഗം നടന്നു.

ചിരുത ഇല്ലെടുത്തോളം കള്ളും റാക്കും അവരിക്ക് കൊടുത്തു. തീയൻ ചവുണ്ണിയൻ അവരിക്കായിറ്റ് ഒരു പടിച്ചി*ക്കോയീന കൊന്ന് എറച്ചി തറിച്ച് മുറിച്ച് ചിരുതക്ക് കൊടുത്തിന്. കോയിക്കറീം ഓൻ കൊക്കാൻശ്ശേരെ്യ കൊങ്ങിണികളെട്ക്കന്ന് കൊണ്ടന്ന കുഞ്ഞാംഗലക്കാറെ അവിലും എല്ലാരിക്കും വെളമ്പി. കൊമട്ട്ക്കുരുവൻ കോതോർമ്മനും കുന്നരുക്കാറും വേഗം കയിച്ച് ഒപ്പരം എറങ്ങി.

പെർമലയൻ ഓന്റെ മോള് മാതീരെ മംഗലത്തിന് കാര്യായിറ്റ് ആരീം ബിളിച്ചില്ല. മലിനാണി പേറെടുത്ത വീട്ടിലെല്ലം മംഗലക്കാര്യം അറീക്കാൻ പോയാല് ആട്ന്നെല്ലം ഓക്ക് എന്തെങ്കിലും അരിയായിറ്റൊ, നെല്ലായിറ്റോ, കറിവെക്കാൻ എന്തെങ്കിലോ കൊടുക്കും. അമ്പുപ്പണിക്കറ മംഗലത്തിന് ഓള് ആ വിവരം പറഞ്ഞ് പോയിനി. അന്നേരം ഓക്ക്, അരീം, വെളിച്ചെണ്ണീം, തേങ്ങീം, പയേ തോർത്ത് മുണ്ടും, വെള്ളരിക്കീം, എല്ലം കിട്ടീന്.

ഇപ്പം, മോളെ മംഗലത്തിന് മുതുടോനോടും വാണ്യനെമ്മനോടും കാനായിലെ കൊമ്ട്ട്ക്കുരുവൻ കോതോർമ്മന്റെടുത്തും പിന്ന മലിനാണിരെ പാണപ്പേ കുടീലും മാത്രേ പറഞ്ഞിറ്റൂ.

** കുളുത്തു - തണുത്തു; * പുതുമയ - പുതുമഴ*

** പടിച്ചിക്കോഴി - പിടക്കോഴി*

തീയ്യൻ ചവുണ്ണ്യനോടും ഓന്റോളോടും എന്നോട് പറീമ്പോലെ, നിങ്ങ വന്നിറ്റ് എല്ലം നടത്തിത്തെരണംന്നേ പറഞ്ഞിറ്റില്ലൂ.

പാണപ്പ*, മലിനാണീരെ വീട്ടില് മംഗലം പറയാൻ പോമ്പം പെർമ ലയനോട് എല്ലാരും പറഞ്ഞിന്. ഓന്റെ രണ്ടാമത്തെ മോൻ ദാറൂട്ടീന വിളിക്കാൻ. പാണപ്പീന്ന് പൊയ അരുവത്തെന്നെ* നേരെപോയാല് കൈതപ്പറം ആയി. ആട്ന്ന് വണ്ണാത്തിപ്പൊയ കടന്ന് അക്കര പോയാല് ചെറൂച്ചേരി എത്തി. വയി പറഞ്ഞവരോടും വിളിക്കാൻ പറഞ്ഞവരോടും പെർമലയൻ ഒറ്റവാക്കില് ഉത്തരം കൊടുത്തു.

"ദാറൂട്ടി, ന്റെ മോനല്ല, എനക്കങ്ങന ഒരു മോനില്ല..."

മലിനാണീം മക്കളും കരഞ്ഞ് പറഞ്ഞിറ്റും പെർമലയൻ കൂട്ടാക്കീ ല. ഓൻ ദാറൂട്ടീന വിളിച്ചില്ല.

കുന്നരുക്കാരൻ മലയൻ കേളപ്പന്റെ മോൻ കുന്നരുക്കാരൻ കണ്ണൻ പണിക്കറും പെർമലയന്റെ മോള് മാതീം തമ്മിലുള്ള മംഗലം നടന്നു. എല്ലേനീം മുതുടോൻ മുമ്പില് നിന്നു.

മംഗലച്ചെക്കനും പെണ്ണും വായേരെ കയറില് കെട്ട്യ തൊളസിമാല അങ്ങോട്ടീം ഇങ്ങോട്ടീം ഇട്ട് എന്റെ തറക്ക് മൂന്നോട്ടം വട്ടം വന്ന് എന്ന തൊഴുത് പ്രാർത്ഥിച്ചു.

കൊക്കിലൊതുങ്ങുന്ന പോലെല്ലം പെർമലയൻ മംഗലം നടത്തി.

വാണ്യൻ എമ്മൻ മംഗലത്തിന് വേണ്ട വെളിച്ചെണ്ണീം തേങ്ങീം കൊറച്ച് തേങ്ങപ്പുണ്ണാക്കും കൊടുത്തിന്. കള്ളും റാക്കും കോയീനീം തീയ്യൻ ചവുണ്ണ്യൻ എത്തിച്ചിന്. പിന്ന കേട്ടറിഞ്ഞവര് മലിനാണീന വിളി ച്ചിറ്റ് അരീം കറിവെക്കാനില്ലെ വെള്ളരിക്കീം കൊടുത്തു.

മംഗലചെക്കനും പെണ്ണും കുന്നരുവേക്ക് പോവാൻ നേരത്ത് മാതി പെർമലയന്റെ കാല് തൊട്ട് നീർന്നു. ഓള് ഒച്ചീല്ലാതെ കരീന്ന് എല്ലാരീം കണ്ണിലേക്ക് എത്തി. പെർമലയന്റെ അട്ത്തന്നെ നിക്കന്ന്ണ്ടായ കുഞ്ഞി ക്കേളൂന ഓള് ചേർത്ത് പറ്റിപ്പിടിച്ച് ഓന്റെ തലീല് തടവി ഓള് കുന്നരു ക്കാറെ ബയ്യന്നെ നടന്നു.

മാണീം മലിനാണീം അവര് പോന്നത് നോക്കിക്കോണ്ട് മേല് പൊത്ത്യ തോർത്തിന്റെ അറ്റംകൊണ്ട് കണ്ണ് തോർത്തി.

മംഗലക്കാറ് എറങ്ങ്യേരം തന്നെ പാണപ്പീന്ന് വന്നവരും കാനായീന്ന് വന്നവരും പിന്ന മുതുടോനും പോയി.

പെർമലയൻ എന്റെ തറമ്മല് തളന്നിരുന്നു. ചെമ്പകത്തിന്റെ മുമ്പില് ഇണ്ടായ കള്ളും റാക്കും ഓനെടുത്ത് കുടിച്ചു. അയിന്റൊപ്പരം വെച്ച കോയിഎറച്ചി എട്ത്ത് ചെക്കന് കൊടുത്തു. മംഗലക്കാറ് കുടിച്ച് ബാക്കീല്ലെ റാക്ക് മലിനാണി പെർമലയന് കൊടുത്തതും ഓൻ ഒറ്റവ ലിക്ക് കുടിച്ചു.

** പാണപ്പ - പാണപ്പുഴ എന്ന ഗ്രാമം*

** പൊയ അരുവത്ത് -പുഴക്കരയിലൂടെ*

ഒച്ചീം അനക്കൂം ഇല്ലാതെ നേരം കറുക്കാൻ തൊടങ്ങി.

തെയ്യം കയിഞ്ഞ് ആളൊയിഞ്ഞ തെയ്യാട്ടക്കളം പോലെ കുടീന്റെ മിറ്റം ചത്ത് കെടന്നു.

ചെക്കൻ എന്റെ കുത്ത് വെളക്കില് വെളിച്ചെണ്ണ ഒയിച്ച് തിരികത്തിച്ച് തൊവ്വ്തു. പെർമലയനും എണീറ്റ് നിന്ന് എന്ന തൊവ്വുതു. തൊവ്വ്തോണ്ട് ഓൻ കൊറേനേരം നിന്നു. നിന്നെടുക്ക്ന്ന് ഓന് മേല് ബെറക്കാൻ തൊടങ്ങി. ചെക്കന് അത് കണ്ട് പേട്യായി. ബെറച്ച് വെറച്ച് ഓൻ കരയാൻ തൊടങ്ങി. കരച്ചലിന് ഇടിവാളിന്റെ ഒച്ച വന്നു. ഓൻ എന്റെ ചെമ്പകം മുറുക്കെ പിടിച്ച് എന്നോട് പറഞ്ഞു.

"എന്റെ പൊട്ടൻ തെയ്യേ... എന്റെ മോള് ഒര്ത്തന്റെ കൂട കീഞ്ഞ് പോയത് വയറ്റില് വളര്ന്ന ഒരു കുഞ്ഞിനീം കൊണ്ടല്ലേ എന്റെ പൊട്ടൻ തെയ്യേ... ഓർമ്മീല് ഇക്കാലം വരെ ഒര് ചതീം ചെയ്യാത്ത ഈ പെർമലയന്റെ മോള് കണ്ടോന്റെ കെർപ്പൂം പേറീറ്റല്ലെ പോയത് ന്റെ പൊട്ടൻ തെയ്യേ..."

ചെക്കൻ പെർമലയന പിടിച്ചു. മലിനാണി പെർമലയന്റെ വായി പൊത്തി. അന്നേരൂം ഓൻ കൂളികൂട്യ*പോലെ കരഞ്ഞോണ്ടും ബെറച്ചോണ്ടും നിന്നു.

** കൂളികൂട്യപോലെ - പിശാച്ബാധിച്ചപോലെ*

പച്ചപ്പുണ്ണിന്റെ ചോരയൊറവ്

ഇന്നലെ പെർമലയന്റെ ബെല്ല്യമോളെ മംഗലം കയിഞ്ഞിറ്റ് കാനായ്യേക്ക് പോയ കൊമ്ട്ടക്കുരുവൻ കോതോർമ്മൻ, കാനായ്യേക്ക് പോവാതെ രാത്രി പെർമലയന്റെ കുടീലേക്കെന്നെ തിരിച്ച് വന്നു. ഓൻ കുന്നരുക്കാരൊപ്പരം തന്നെ തീയ്യത്തിചിരുതേരെ കുന്ന്മ്മന്ന് എറങ്ങീനെങ്കിലും വയിക്ക്ന്ന് വണ്ണാൻ കുഞ്ഞാരന്റെ കുടീല് കേറീറ്റ് കൊറേ പയേ* പയമയെല്ലം പറഞ്ഞിരുന്ന് നേരം പോയതറിഞ്ഞിറ്റില്ല. വണ്ണാൻ കുഞ്ഞാരന്റെടുക്ക്ന്ന് എറങ്ങുമ്പം മോന്ത്യായിന്. ഓൻ പുല്ല്പാറക്കെന്നെ കാനായ്യേക്ക് മുറിയന* നടന്ന് കൊളത്തിന്റടുത്ത് രാമൻ മണിയാണീരെ വീട്ട്ന്റടുക്ക എത്തുമ്പം നല്ല ഇർട്ടായിന്. ചൂട്ട് മേണിക്കാൻ രാമൻ മണിയാണീരെ വീട്ട്ക്കേറ്യേരം, കാനായി വള്ളിക്കെട്ടിന്റടുത്ത് പുലിയെറങ്ങീറ്റ്ണ്ട്ന്ന് രാമൻ മണിയാണീം ഓനോട് പറഞ്ഞു. മണിയാണീം ഓന്റെ മോനും മോളെ പുരുവനും കാനായീല് തമ്പുരാന്റെ ചിറ്റാരില് തമ്പുരാന്റെ മോളെ മോന് വീടെടുക്കാൻ തറകെട്ടാൻ പോയിറ്റ് വെർമ്പം വള്ളിക്കെട്ടില് പുലി ഇരിക്ക്ന്ന് അവരെല്ലം കണ്ടതാന്ന്ന് കോതോർമ്മനോട് പറഞ്ഞു. കണ്ടത്തിൽ പൂട്ടാൻ കൊണ്ടോന്നെ എർതമ്മാറ* പോലെ വെല്ല്യ രണ്ട് പുലികള് അവരെക്കാണുമ്പം വെള്ളിക്കെട്ടിന്റെ ഉള്ളിലേക്ക് മെല്ലെ പോയിനീന്നും രാമൻ മണിയാണി പുലികണ്ണുരുട്ടുന്നപോലെ ഓന്റെ കണ്ണ് പൊറത്തേക്ക് ഉരുട്ടിക്കീച്ച്റ്റ് പറഞ്ഞു.

കൊമ്ട്ടക്കുരുവൻ കോതോർമ്മന് രാമൻമണിയാണീനീം മക്കളീം പണ്ടേ അറിയ. എരമത്തും കാനായീലും വെല്ല്യ എശമാനമ്മാരെ വീട്ല്ലം

** പയേ - പഴയ*

** മുറിയന - എളുപ്പവഴിയിൽ*

** എർതമ്മാറ് - കാളകൾ*

അവരാ കെട്ടല്. കല്ല് ചെത്തികെട്ടീറ്റും, മണ്ണ് കൊയച്ച് കല്ല് പോലത്തെ കട്ടയാക്കീറ്റും അവര് വീട് കെട്ടീണ്ടാക്കും.

രാമൻ മണിയാണീരെ വാക്ക് കേട്ട് ആട്ന്ന് ചൂട്ടും കത്തിച്ച് കൊമ്ട്ക്കുരുവൻ തിരിച്ച് പെർമലയന്റടുത്തേക്കെന്നെ നടന്നു. ഓൻ ബന്ന് കേറുമ്പം പെർമലയൻ എന്റെ ചെമ്പകത്തിന് തലീട്ടടിച്ച് നെലവിളിച്ച് അയിന്റെ കീല്* തന്നെ വീണ് കെടന്ന് തീയ്യത്തി ചിരുതേരെ റാക്കിന്റെ ഊക്കില് ഒറങ്ങ്ന്നാ ഇണ്ടായിനി. ചെക്കനും മാണീം കുടീന്റാത്തന്നെ പായി വിരിക്കാതെ ചാണം* തേച്ച നെലത്ത് കെടന്നേരം തന്നെ ഒറങ്ങി പ്പോയിന്. മലിനാണി മിറ്റത്ത് എറങ്കല്ല്മ്മല് താടിക്ക് കയ്യുംകൊടുത്ത് പെർമലയന് കാവലായ് ഒച്ചീം അനക്കൂല്ലാതെ, ഒറക്കില്ലാതെ ഇരിക്കേ ന്ന്. ഓളെ മിന്നല് പുല്ലാങ്കൊടി കത്തുന്ന പോലത്തെ വെളക്ക്ത്തിരി കത്തിച്ചാവാനായി ശ്വാസം കയിക്ക്ന്ന്ണ്ട്.

കൊമ്ട്ക്കുരുവൻ കോതോർമ്മന്റെ ചൂട്ട് പെർവയി കേറ്ന്നത് കണ്ടേരെ മലിനാണി എണീറ്റ് പെർമലയൻ കെടക്ക്ന്ന എന്റെ തറേര ടുത്തേക്ക് വന്നു. പൊകീന്ന ചൂട്ട് എന്റെ തറേരടുത്ത് എത്ത്യേരാ വായില് രണ്ടടക്ക വെച്ച പോലെ തുന്ത* വീർത്ത കൊമ്ട്ക്കുരുവന ഓക്ക് തിരി ഞ്ഞത്. ഓള് ബേഗം രണ്ടടി മുമ്പോട്ട് വന്ന് വായിലെ കറുത്തപല്ലിന്റെ കുറ്റി തേച്ചും കാണിച്ചിറ്റ് ചിരിച്ചു. ഓനും ചൂട്ട് നെലത്ത് കുത്തിക്കെടു ത്തോണ്ട് ചിരിച്ചു.

മലിനാണി പെർമലയന ഉരുട്ടി ബിളിച്ചു. ഓൻ എണീക്കാതെ ഏതോ ഭാഷീല് എന്തെല്ലോ പറഞ്ഞു. അതൊന്നും മലിനാണിക്കും കോതോർ മ്മനും തിരിഞ്ഞില്ല. മലിനാണീരെ ഒച്ച കേട്ട് മാണീം ചെക്കനും ആത്ത്ന്ന് എണീറ്റ് അയിഞ്ഞ തോർത്ത് നേരെയുടുത്ത് പൊറത്തേക്ക് വന്നു. കൊമ്ട്ക്കുരുവന്റെ മടങ്ങി വരവ് കണ്ട് കണ്ണില് അതിശയം വളര്ന്ന് കണ്ട ഓൻ പറഞ്ഞു. “കാനായി വള്ളിക്കെട്ടില് എര്തമ്മാറെത്ര വെല്ല്യ പുലി കളെ രാമൻ മണിയാണീം മക്കളും കണ്ടിന്. അവര് പിന്ന ഒറ്റക്ക് കാനാ യ്യേക്ക് പോവാൻ വിട്ടില്ല. ഞാൻ ആട്ന്ന് ചൂട്ടും കെട്ടി കത്തിച്ച് ഇങ്ങോ ട്ടന്നെ വന്നു.”

മാണി ഒരു പലക്കഷണം എടുത്ത് നെലത്ത് വെച്ച് കൊമ്ട്ക്കുരുവ നോട് ഇരിക്കാൻ പറഞ്ഞു. എന്നാല് ഓൻ എന്റെ തറമ്മല് പെർമലയൻ കെടക്ക്ന്നടത്ത് ഇരിക്കാ ചെയ്തത്.

മലിനാണി വേഗം ആത്തേക്ക് പോയി രാവിലെ മുറിച്ച് വെച്ച വാഴ എല വാടിപ്പോയിനെങ്കിലും അയില് വെള്ളൊയിച്ച് തൊടച്ച് എന്റെ തറ മ്മല് കോതോർമ്മന്റെ ഇരിക്ക്ന്നെടക്ക വെച്ച് കത്തലടക്കാൻ പറഞ്ഞു. ഉച്ചക്ക് ബാക്കില്ലെ എറച്ചിക്കറീം കഞ്ഞീം അയില് വെളമ്പി. പെർമല

** കീല് - കീഴിൽ*

** ചാണം - ചാണകം*

** തുന്ത - കവിൾ*

യന് രാത്രി കുടിക്കാൻ വെച്ച കള്ളും റാക്കും അതൊയിക്കാനില്ലെ ചെരട്ടീം കൊണ്ടുകൊടുത്തു. കഞ്ഞീം എറച്ചിക്കറി പുളിച്ച മണ്ണൂം കള്ളിന്റീം റാക്കിന്റീം എറ്റ്ന്ന നാറ്റൂം എന്റെ തറക്ക് ചുറ്റും പരക്കാൻ തൊടങ്ങി.

കൊമ്ട്ട്ക്കുരുവന് റാക്ക് വയറ്റില് എരിയാൻ തൊടങ്ങ്യേരം പുളിച്ച മണം പിന്ന മൂക്കിന്റെ തൊള തൊരന്നില്ല. ഓൻ എലീന്ന് വാരിത്തിന്നുന്നതും നോക്കി മുമ്പില് നിക്ക്ന്ന മലിനാണി ഇത്വരെ ആരോടും പറയാത്ത ഒരു കാര്യം അയിന്റെടീല് ഓനോട് പറഞ്ഞു.

അമ്പുപ്പണിക്കറെ തൊണക്കാരൻ തുള്നാട്ട്ന്ന് വന്നതും ഒരീസം ആരും കാണാതെ അറിയാതെ ഓൻ നാട്ട്ല് ബെരുംന്നും ഓള് പറീമ്പം എടക്ക്, ഒറങ്ങിക്കെടക്കേന്നെങ്കിലും, കാക്കേനപ്പോലെ ഓള് പെർമലയന നോക്ക്ന്ന്ണ്ടായിനി. മലിനാണി പറീന്ന് കേട്ടിറ്റ് കോതോർമ്മൻ കൊറച്ച് നേരം തിന്നല് നിർത്തീറ്റ് പറഞ്ഞു.

“അമ്പു ഇപ്പം ബെരണ്ട. ഓൻ തുളുനാട്ട്ല് ജീവനോടെ ഇണ്ട്ന്ന് സമാധാനിച്ചിറ്റ് ഇരിക്കാ. ഓൻ വന്നതറിഞ്ഞാല് വല്യമ്പ്രാന്റോള് ഓനെ വളഞ്ഞ് പിടിച്ച് തച്ച് കൊല്ലാ ഇണ്ടാവാ... പിന്ന എന്റെ കുഞ്ഞിക്കേളൂന് അപ്പനും ഇല്ലാതാവും.”

അത് കേട്ട് മാണീരെ കൈയും പിടിച്ച് ഓളചാരിനിക്ക്ന്ന കുഞ്ഞിക്കേളു പെട്ടെന്ന് ഒണർന്നു.

“അപ്പൻ വന്നാല് അവര് എന്റെ അപ്പന തച്ച്* കൊല്ലോ...”

അയിന് ആരും ഉത്തരം പറഞ്ഞില്ല.

കോതോർമ്മൻ കത്തലടക്കി എണീറ്റു.

മലിനാണി ആത്ത്ന്ന് കീറാത്ത ഒരു പായി എടുത്ത് മിറ്റത്ത് നീർത്തി വിരിച്ച് അയില് ഒരു തോർത്തും വിരിച്ച് തലക്ക് വെക്കാൻ ഇരിക്ക്ന്ന തെരിയീം വെച്ച് കോതോർമ്മനോട് ഒറങ്ങിക്കോ... നടന്ന് മേല് തളർച്ച കാണുംന്ന് പറഞ്ഞു. കൊമ്ട്ട്ക്കുരുവൻ പായില് കെടന്നേരം ചെക്കനും ഓന്റപ്പാപ്പന്റെ ഒപ്പരം അയില് കെടന്നു.

എല്ലാരും ഒറങ്ങീന്ന് ചെക്കന് തോന്നി. എന്നാല് ഓൻ ഒറക്കം വരാതെ ആകാശത്ത് ഒറങ്ങാതിരിക്ക്ന്ന നക്ഷത്രങ്ങളോട് ഒച്ചീല്ലാതെ പയമ പറഞ്ഞു. ഓനോട് പയമ പറീന്ന നക്ഷത്രങ്ങള് ഒറക്കം വന്ന് അറിയാതെ കണ്ണ് പൂട്ടുംമ്പോലെ ഓന് തോന്നി. ആകാശത്തിന്ന് തണുപ്പ് വന്നിറ്റ് നേരിയ പൊതപ്പെടുത്ത് പൊതക്കാൻ തൊടങ്ങ്യേരം ഓന്റെ മേത്തും പുഴു ഇരീന്ന*പോലെ തണുപ്പ് ഇരിഞ്ഞ് കേറാൻ തൊടങ്ങി. ഓൻ ഓന്റെ അരീലില്ലെ കുഞ്ഞിത്തോർത്ത് അയിച്ച് മേത്ത് പൊതക്കാൻ നോക്കുമ്പം തീയ്യത്തി ചിരുതേരെ കുന്നുമ്മന്ന് പൂങ്കോയി കൂവുന്ന ഒച്ച ഓന്റെ ചെവീല് പറന്ന് കേറി.

തീയ്യത്തി ചിരുതേരെ കോയിക്ക് കൊറേ ബയസ്സായിറ്റ്ണ്ടാവും. അയിന കാണുമ്പം തന്നെ തൊണ്ട*നായ പോലീണ്ട്. പാറക്ക്ന്ന് കുറ്ക്ക

*തച്ച് - അടിച്ച്; * ഇരീന്ന - ഇഴയുന്ന*
** തൊണ്ടൻ -വൃദ്ധൻ*

മ്മാറ് അയിന പിടിക്കാൻ കൊറേയോട്ടം നോക്കീറ്റും ഒരു തൊപ്പിട്ട* പോലും അയിറ്റിങ്ങക്ക് കിട്ടീറ്റ്ല. ഇപ്പം തൊണ്ടനായേപ്പിന്ന ഓൻ പാറ ക്കേക്ക് പോവലേ ഇല്ല. അല്ലെങ്കില് തീയ്യത്തിചിരുത റാക്ക് കാച്ചാൻ പാറക്കെ കൊളത്തിലേക്ക് പോമ്പം ഓളൊപ്പരം നാലഞ്ച് പടിച്ചിക്കോയി കളീം* കൂട്ടീറ്റ് ഓൻ പോവും. ഇപ്പം ചിരുത പാറക്കേക്ക് പോമ്പം ഓൻ ഓളെ വീട്ടില് എറയത്ത് കാവക്കാരനെപ്പോലെ കെടക്കും. പെർമലയൻ പറയും. ചിരുതമ്മേരെ പൂങ്കോയീന്റെ കൂവല് കേട്ട് രാവിലെ എണീച്ചാല് അന്ന് നല്ല ബവ്സാന്ന്ന്*. ആര് ചോയിച്ചാലും ചിരുത അയിന കൊടു ക്കൂല. ചോന്നപൂവും ചുയിപ്പ് പോലത്തെ ചോന്ന കാതും അരയോട പോലെ നിറഞ്ഞ് നിക്ക്ന്ന തൊപ്പിട്ടീം എല്ലാം നോക്ക്യാല് ഒറയാൻ നിക്ക്ന്ന വിഷ്ണുമൂർത്തി തെയ്യാന്ന്ന്നേ തോന്നൂ.

ഒരീസം കോയീരെ കൂവ്ന്ന ഒച്ച കേട്ട് ചെക്കൻ പെർമലയനോട് ചോയിച്ചു.

“എങ്ങിന്യാ, അപ്പാപ്പാ പൂങ്കോയിക്ക് പൊലന്നൂന്ന് അറീന്ന്...?”

“അത്, പാതിരാത്രിയാവുമ്പം പൂമീലെറങ്ങ്ന്ന കൂളികളും പിശാ ചുക്കളും പൊലരാനാവുമ്പം പൂമീന്ന് നടന്ന് തിരിച്ച് പോമ്പൂല്ലെ ഒച്ച കേട്ടിറ്റാ... പൊലച്ചക്കൂറ്റിനാ പിശാചുക്കളൊക്കെ തിരിച്ച് പോവ്വാ.”

ചെക്കൻ എണീറ്റ് പായിലിരുന്ന് എന്റെ തറമ്മലേക്ക് നോക്ക്മ്പം പെർമലയൻ ആട കുത്തീരിക്കേന്ന്. ഓന തണുപ്പ് നല്ലോണം മാന്തിപ്പ റിക്ക്ന്ന്ണ്ട്. കൈരണ്ടും ചങ്ക്ന് ചുറ്റി കുത്തിരിക്കുമ്പം കരിമ്പിന്റെ വേര്പോലത്തെ താടീമ്മലെ രോമം വെറക്ക്ന്ന്ണ്ട്. ബെറച്ചോണ്ടിരി ക്കുമ്പൂം ഓന്റെ മനസ്സില് മംഗലം കയിഞ്ഞ് മാതി കുന്നരുവേക്ക് നടന്ന് പോന്ന കോലം മാത്രേ വെര്ന്ന്ല്ലൂ. അടിവയറ്റില് കെർപ്പൂം ചൊമന്നോണ്ട് മോത്ത് ഗുളികൻ തെയ്യത്തിന്റെ പാളകെട്ടി തുള്ളി അലറി വെര്ന്നപോലെ മാതി വെരേന്ന്.

തണ്ത്ത് ബെറക്ക്ന്ന പെർമലയന ചെക്കൻ, ഓൻ കെടന്ന പായീലെ തോർത്തെടുത്ത് പൊതപ്പിച്ചു. എന്നിറ്റ് ഓൻ തോട്ടിൻ കര ക്കേക്ക് പോയി. പോമ്പം പെർമലയൻ ചെക്കനോട് തണ്ത്ത് വാക്ക് കിട്ടാത്ത നാവോണ്ട് പറഞ്ഞു.

“നീ ഒറ്റക്ക് പോണ്ട. തോട്ട്ല് മൊതല എറങ്ങീറ്റ്ണ്ട്. നീ ഒറ്റക്ക് പോണ്ട.”

പെർമലയൻ എണീറ്റ് ചെക്കൻ ഓന പൊതപ്പിച്ച തോർത്ത് ഒന്നും കൂടി മുറുക്കി പൊതച്ച് ചെക്കന്റൊപ്പരം തോട്ടിൻ കരക്കേക്ക് പോയി. അന്നേരൂം കാനായിക്കാരൻ കൊമ്ട്ട്ക്കുരുവൻ കോതോർമ്മൻ പായീല് ഉടുത്ത തോർത്തയിച്ച് പൊതച്ച് തളന്നൊറങ്ങേന്ന്.

കാരിച്ചന്തൻ കണ്ടം പൂട്ടീറ്റ് എർതമ്മാറ തോട്ടിലെറക്കി കണ്ടത്തിന്ന് പറച്ച ഓടൂന* കൊണ്ട് തേച്ച് കുളിപ്പിക്കുമ്പം ഓന്റെ കാലിന് മൊതല

** തൊപ്പ്ട്ട - കോഴിത്തൂവൽ; *പടിച്ചിക്കോയി - പിടക്കോഴി*
** ബവ്സ് - ഭാഗ്യം; *ഒടു- കൊയ്ത നെല്ലിന്റെ കുറ്റി; * മെരണ്ട - വിരണ്ട*

പിടിച്ചിന്. ഓൻ പേടിച്ച് എർതിന്റെ വാലില് പിടിച്ചേരം മെരണ്ട* എർത് പാഞ്ഞ് കരക്ക് കേറ്യത് കൊണ്ട് ഓന്റെ കാല്ന്ന് മൊതല പിടിവിട്ടതാ. വണ്ണാൻ കുഞ്ഞാരൻ വന്ന് പച്ചമര്ന്ന് അരച്ചിട്ട് കാരിച്ചന്തന്റെ ഓള് തീയ്യത്തി കാച്ചിയ റാക്കും കുടിച്ച് വേദന ഇല്ലാതെ ഓൻ കെടന്നു. മനിശ്ശന്റെ പല്ലിന്റത്ര വെഷം മൊതലേരെ പല്ലിനില്ലാന്ന് വണ്ണാൻ കുഞ്ഞാരൻ ആട കൂടിയവരോടെല്ലം പറഞ്ഞു. പൊലച്ചകൂറ്റിന് ഏറാൻ പോയ തീ യ്യൻ ചവുണിയൻ തെങ്ങ്മ്മ കേറീറ്റ് തായലോട്ട് നോക്യേരം രണ്ട് മൊതലകള് തെങ്ങിന്റെ വെളിച്ചങ്ങ* തോട്ടിൻ കരക്ക്ന്ന് തിന്ന്ണ്ടായിനീന്ന് ഇന്നലെ പറീന്ന്ണ്ടായിന്. മണിയറ പൂമാലക്കാവ്ന്ന് കേറിവന്നതാണ്ന്നാ എല്ലാരും പറീന്ന്. ആട മൊതലീണ്ട്. പൂമാലപ്പോതിക്ക് നിവേദിച്ച ചോറ് കീരിക്കൊട്ടീലാക്കി കാവിന്റെ മുമ്പിലെ തോട്ടില് വെച്ച് കൊടുത്താല് മൊതലകള് അതെടുത്ത് തിന്നും.

മൊതലേന പിടിക്കാൻ പറ്റൂലേന്ന് ചെക്കൻ ചോയിച്ചേരം പെർമലയൻ പറഞ്ഞു.

"അന്തുമാപ്പള ചന്തീന്ന് വെരട്ട്. മൊതലച്ചൂണ്ടല് കൊണ്ടരാൻ പറയണം."

പിന്ന കൊറേ ദെവസം ചെക്കൻ ഒറ്റക്ക് തോട്ട്ല് പോയിറ്റ്ല. തീയ്യത്തി ചിരുതേന്റെ കോയി പിന്നീം കൂവി. അത് കേട്ട് മലിനാണി കെടന്നെടുക്ക്ന്ന് പറഞ്ഞു.

"കാലമ്മാറ് പൊലന്നിറ്റും നടന്ന് പോയിറ്റ് കയിഞ്ഞില്ലെ..."

മാണീനീം വിളിച്ചോണ്ട് ഓള് എണീറ്റു. വടക്ക് പൊറത്ത് പോയി കുത്തീര്ന്ന് മൂത്രൊയിച്ചിറ്റ് വെരുമ്പം തന്നെ അടുപ്പില് കത്തിക്കാന്ല്ലെ ഒണങ്ങ്യചാണത്തിന്റെ ഉണ്ടീം ഓലക്കൊടീം കൊണ്ടന്ന് രാവിലെത്തെ കത്തലടക്കാനില്ലെ പണി തൊടങ്ങി.

അവരെ ഒച്ചകേട്ട് കോതോർമ്മനും എണീറ്റു. ചെക്കനും പെർമലയനും അന്നേരം തോട്ടിൻ കരക്ക്ന്ന് വന്നിന്. അവരൊപ്പരം തന്നെ രാവിലത്തെ ഏറ്റും കയിഞ്ഞ് പതച്ച് മറീന്ന എളങ്കള്ളുംകൊണ്ട് തീയ്യൻ ചവുണിയനും വന്നു.

കൊമ്ട്ട്ക്കുരുവന കണ്ടേരം പെർമലയന് ഉള്ളൊന്ന് തണുത്തു.

മാണി രണ്ടാക്കും മങ്ങണത്തില് കൊത്തമ്പാരീട്ട് തെളപ്പിച്ച വെള്ളും റാക്ക് കാച്ച്ന്ന ഓരോ കഷണം കര്ത്ത വെല്ലും കൊടുത്തു. വെള്ളം ഊതി ഊതി കുടിച്ചിറ്റ് വായീന്ന് പൊക വിട്ടോണ്ട് രണ്ടാളും തോട്ടിൻ കരക്കേക്കന്നെ പോയി, മുണ്ടക്കാട്ടില് കേറി. മുണ്ടക്കാട്ടില് കേറി കുത്തീര്ന്ന് തൂറുമ്പം കൊമ്ട്ട്ക്കുരുവൻ കാനായില് എർതമ്മാറക്കണെക്കത്തെ പുലികള് എറങ്ങിയ പയമ പെർമലയനോട് പറഞ്ഞു. പെർമലയന്റെ മൂളല് തോട്ടിൻകരക്ക് തേച്ചും പരന്നു.

തീയ്യൻ ചവുണിയൻ മലിനാണ്യോട് ഒരു മങ്കുടുക്ക വാങ്ങി അയില് നെറച്ചും രാവിലെത്തെ കള്ളൊയിച്ച് വെച്ചിറ്റാ ഓന്റെ കുന്ന് കേറ്യത്.

വെളിച്ചെങ്ങ - മച്ചിങ്ങ

തോട്ടില് പോയവര് വന്നേരംതന്നെ മലിനാണി കള്ളും കുടുക്കീം രണ്ട് ചെരട്ടീം എന്റെ തറമ്മല് കൊണ്ടച്ച് കൊടുത്തു. അയില്ന്ന് കൊമ്ട്ട്ക്കുരുവൻ കുടിച്ചു. പെർമലയൻ കുടിച്ചില്ല. ചെക്കന് തീയ്യൻ ചവുണ്ണ്യൻ കള്ള് മങ്കുട്ക്കീല് ആക്ക്മ്പേ രണ്ട് ചെരട്ട കള്ള് കൊടുത്തിന്.

തലേന്ന് ബാക്കീല്ലെ കോയിയെറച്ചി മിറ്റത്തെ അടുപ്പത്ത്ന്ന് തെളക്കുമ്പം പൊന്തിവര്ന്ന ആവീല് തേച്ചും പുളിച്ചമണാ പരന്നത്. കോയി എറച്ചീന്ന് പുളിച്ച നാറ്റം പൊന്തിവെർന്നത് കണ്ട് മലിനാണി പറഞ്ഞു.

"ചത്തേറ്റിങ്ങ വന്നിറ്റ് കറി തൊട്ട് കൂട്ടീറ്റാ ഈ മണം."

ചോറോ കറിയോ ബാക്കീണ്ടായാല് ഓള് രാത്രി എല്ലം പൊത്തിവെക്കുമ്പം ആ ചട്ടീരീം കലത്തിന്റീം മോളില് ഓരോ കത്തീം എട്ത്ത് വെക്കും. എന്നാല് ചത്ത് പോയവരെ പ്രേതം വന്നാല് ചോറും കറീം തൊടാതെ മണപ്പിക്കാതെ പോവും. ഇന്നലെ ഓള് ബാക്കീല്ലെ എറച്ചിക്കറി പൊത്തിവെക്കുമ്പം അയിന്റെ മോളില് കത്തി എട്ത്ത് വെക്കാൻ മറന്ന് പോയിന്. അതാ ചത്ത് പോയവരെ കൂളി* വന്ന് എറച്ചിക്കറി തിന്ന് പുളിപ്പിച്ചത്.

ഓള് എറച്ചി വറ്റിച്ച് ലേശം പച്ച വെളിച്ചെണ്ണീം ഒയിച്ച് വരട്ടി വാങ്ങി കുളുത്തും എറച്ചീം എല്ലാരിക്കും വെളമ്പി.

രാവിലെത്തെ കത്തലടക്കി മങ്കുട്ക്കീല്ണ്ടായ കള്ള്ന്ന് രണ്ട് ചെരട്ട കള്ളുംകൂടി കുടിച്ച് കാനായിക്കാരൻ കൊമ്ട്ട്ക്കുരുവൻ കോതോർമ്മൻ കാനായ്യേക്ക് പോയി. ഓൻ പോമ്പം എല്ലാരോടും യാത്ര പറീമ്പം ചെക്കന പറ്റിപ്പിടിച്ച് തലീലും മേത്തും തലോടിക്കൊണ്ടാ പോയത്. ചെക്കൻ ഓന്റെ പോക്കും നോക്കി മിണ്ടാതെ നിന്നു.

കൊമ്ട്ട്ക്കുരുവൻ കോതോർമ്മന്റെ മോള് ചീലയാന്ന് കുഞ്ഞിക്കേളൂന്റെ അമ്മാന്ന് ഓനോട് മലിനാണി പറഞ്ഞ് കൊടുത്തിന്. അയിപിന്ന്യാ ഓൻ കോതോർമ്മനെ അപ്പാപ്പാന്ന് വിളിക്ക്ന്ന്. ഓൻ കൊമ്ട്ട്ക്കുരുവന്റെ മടീല് കേറി ഇരിക്കുമ്പം ഓന്റെ അമ്മേരെ മടീലിരിക്ക്ന്ന പോലെ ചെലപ്പല്ലം* തോന്നീറ്റ്ണ്ട്. കൊമ്ട്ട്ക്കുരുവനും ചെക്കനോട് ബെല്ല്യസ്നേഹാ എന്നാല് ചെക്കന കാനായ്യേക്ക് ഓൻ കൂട്ടിക്കൊണ്ടോവാൻ നോക്യാലൊന്നും ചെക്കൻ പോവലില്ല. ഓന് അയിന് മനസ്സില്ല. പെർമലയന്റെ പയേ ഒണങ്ങ്യ മേലിന്റെ ചൂട്ന്റെ ഉള്ളിലാണ് ഓന് ഒറങ്ങാൻ ഇഷ്ടം. അരി വറുത്ത് പൊടിച്ചത് വെല്ലും കൂട്ടി കൊയച്ച് വാഴയെലവാട്ടി അയില് കെട്ടീറ്റ് കാനായീന്ന് വെർമ്പം കൊമ്ട്ട്ക്കുരുവൻ ചെക്കന് കൊണ്ടരും. കാനായി ചിറ്റാരീല് പറച്ച് കൂട്ട്യ തേങ്ങ മൊളച്ചാല് അയിന്റെ പൊങ്ങ് ആ ബയിക്ക് പോയിറ്റ് ബെർമ്പം കിട്ട്യതാ മംഗലത്തിന് വെർമ്പം കൊമട്ട്ക്കുരുവൻ ചെക്കന് കൊണ്ട് കൊടുത്തത്.

കൊമട്ട്ക്കുരുവൻ പെർബയീം കടന്ന് പോന്നത് വരെ നോക്കി നിന്ന ചെക്കന് തലീല് ഒരു കെട്ട് വെച്ച പോലെ കനം തോന്നി. തറമ്മലിരിക്ക്ന്ന പെർമലയന്റെ അട്ത്ത് പോയി ഇരുന്ന് ചെക്കൻ ചോയിച്ചു.

** ചെലപ്പല്ലം - ചിലപ്പോഴെല്ലാം; * കൂളി - പ്രേതാത്മാവ്*

"അപ്പാപ്പാ എന്റെ അമ്മ ഓടുത്തു*."

അയിന് പെർമലയൻ ഒന്നും ഉത്തരം കൊടുത്തില്ല.

"എന്റെ അപ്പനപ്പോലെ എന്റെ അമ്മീം ഈ പൂമീല്* ഏടെങ്കിലും ഇണ്ടോ..."

പെർമലയൻ ഓന്റെ മടീല് വെച്ച ചെക്കന്റെ കൈ എടുത്ത് പൊറത്ത് വെച്ച് എണീറ്റു.

പെട്ടെന്ന് ആരും നിരീക്കാതെ ചെക്കൻ ഓനെക്കാളും ബെല്ല്യ ഒച്ചീല് എന്ന വിളിച്ച് പറഞ്ഞു.

"എന്ന്യാരും പെറ്റതല്ലേ എന്റെ പൊട്ടൻതെയ്യേ..."

പെർമലയൻ ഒന്നും മിണ്ടാതെ പെർവയിക്കേക്ക് എറങ്ങിപ്പോയി.

മലിനീണീം ഓളെ മോളും ഒന്നും മിണ്ടീല.

കൊമട്ട്ക്കുരുവൻ കോതോർമ്മൻ നിന്റെ അപ്പാപ്പനാന്ന്ന്നും ഓറെ മോളാന്ന് നിന്റമ്മയായിറ്റ് ഒരാള് നിനിക്ക് ഇണ്ടായിനീന്നും മലിനാണി ചെക്കന് പറഞ്ഞ് കൊടുത്തതല്ലാതെ മറ്റൊന്നും പറഞ്ഞ് കൊടുക്കാൻ, അയിന്ല്ലെ സമയമായിറ്റ്ലാന്ന് ഓക്ക് തോന്ന്വാ ചെയ്തത്.

രാവിലെ എല്ലാരൊപ്പരൂം കുളുത്തും എറച്ചിക്കറീം തിന്നതല്ലാതെ ചെക്കൻ പിന്ന്വൊന്നും കയിച്ചില്ല.

മാവിന്റെ കൊമ്പത്തും വായേരെ കൈമലും മാറിമാറി ഇരുന്ന് കരഞ്ഞ് നെലവിളിക്ക്ന്ന കാക്ക്യോട് ചെക്കന് കലിയെളകി. കാക്കേരെ കരച്ചില് കേട്ട് മലിനാണി കാക്കയോട് പറഞ്ഞു.

"എന്തിനാ കാക്കേ കരീന്ന്*.... നന്നെങ്കില് ഒന്ന് ഏറെക്കരഞ്ഞ് പൊട്ടെങ്കില് പാറിപ്പറന്ന് പോട്..."

കാക്ക പോയില്ല. അത് പിന്നീം തൊണ്ട പോട്ടിച്ച് കരഞ്ഞു. അരിശം വന്ന ചെക്കൻ ചരല് വാരി കാക്കേന എറിഞ്ഞു. കാക്ക കുടീന്റെ മുമ്പ്ന്ന് പാറി ബയ്യപ്പൊറത്തില്ലെ പുളീരെ കൊമ്പത്ത് ഇര്ന്ന് നെലവിളി തൊടങ്ങി. ആടത്തേക്കും കാക്കേന എറിയാൻ ചരലുംവാരി പോമ്പം മലിനാണി ഓനോട് പറഞ്ഞു.

"കാക്കേന എറിയണ്ട മോനേ.. അത് നിന്റമ്മയായിരിക്കും. ഓള് ഓള മോന കാണാൻ വന്നതാരിക്കും. ഓളെ മോന കണ്ട സന്തോഷം കരഞ്ഞ് തീർക്ക്ന്നതായിരിക്കും."

ചെക്കന് ആ പറഞ്ഞേന്റെ പൊര്ള് മനസ്സിലായില്ല. എന്നാല് അയിനപ്പറ്റി ഓൻ മലിനാണ്യോട് ഒന്നും ചോയിച്ചതൂല്ല. ഓൻ പിന്ന കുടീല് നിക്കാതെ നേരെ തീയ്യത്തി ചിരുതേരെ കുന്ന് കേറ്വാ ചെയ്തത്. ഓൻ ആടെത്ത്യേരം ഓന്റപ്പാപ്പൻ ആടീണ്ട്യറ്റ്ല്ല. അന്നേരം തന്നെ ആരോടും പറയാതെ ഓൻ കുന്ന് കീഞ്ഞ് നേരെ കുടീരുള്ളില് കേറി ബെറും നെലത്ത് മലന്ന് കെടന്ന് കണ്ണ് മുറുക്കെ അട്ച്ച് പൂട്ടി. ഓനോട് ചൂട്ല്ലെ

ഓടുത്തു - എവിടെ

** പൂമീല് - ഭൂമീല് ; * കരീന്ന് - കരയുന്നത്*

കഞ്ഞി കുടിക്കാൻ കൊറേയോട്ടം* മലിനാണി പറഞ്ഞിനിയെങ്കിലും ഓൻ പൂട്ട്യകണ്ണ് തൊറന്നതേയില്ല.

അമ്മേനെ പറ്റീം അമ്മിഞ്ഞപ്പാലിനപറ്റീം കൊറേയോട്ടം മലിനാണ്യോട് മുമ്പ് ചോയിച്ചിനെങ്കിലും അയിനൊന്നും അന്നേരം മലിനാണി ഓന് ഉത്തരം കൊട്ത്ത്റ്റ്ല്ല. ഒരീസം ഓൻ തീയ്യത്തി ചിരുതയോടും ചോയിച്ചിന്. ഓളും അയിനപ്പറ്റിമാത്രം ഒന്നും ചെക്കനോട് മിണ്ടീറ്റേ ഇല്ല. പിന്ന ഓൻ വെല്ല്യ സങ്കടത്തില് എന്നോട് ഊനപ്പറ്റി കൊറേ* പറഞ്ഞിന്. ഓന്റെ തൊണ ഞാനും ഓന്റപ്പാപ്പൻ പെർമലയനും മാത്രാന്ന്ന്ന് ഓൻ ഒറച്ച് വിശ്വസിക്കേന്ന്. പെർമലയനോടും ഓനീക്കാര്യം ഒരിക്കാ ചോയിച്ചിന്. അയിന് അന്ന് പെർമലയൻ ഓനോട് പറഞ്ഞതിങ്ങനെയാന്ന്.

"അയിന്റേതായ സമയാവുമ്പം എന്റെ മോന് ഞാൻ എല്ലം ഈ തറമ്മലിരുന്ന് എന്റെ പൊട്ടൻതെയ്യത്തിന സാക്ഷിയാക്കീറ്റ് നിന്റെ മുമ്പില് ഒലത്തി*വെക്കും. അത് കാണാനില്ലെ കണ്ണും കാതും കർത്തോടെ നീ കർതി വെക്കണം."

അയിപ്പിന്ന അക്കാര്യം ഇപ്പാ ഓൻ പെർമലയനോട് ചോയിക്ക്ന്ന്. അമ്മേനീം അപ്പനീം ബിജാരിച്ച്* ഓന് നിക്കാൻ കയ്യാണ്ടായി. താലേരുള്ള്ന്ന് വെണ്ണീരും പൊകീം പോയി കനല് കാണാൻ തൊടങ്ങി.

മോന്തിക്ക് നെറം കൂടി വെരേന്ന്. ഇർട്ടിന്റുള്ളിലേക്ക് അത് അലിഞ്ഞ് ഇല്ലാതാവാൻ തൊടങ്ങി.

ചെക്കൻ ഇന്ന് എന്റെ തറമ്മലെ കുത്ത്വെളക്ക് കത്തിക്കാൻ ബെയ്തു.* ബെളക്കില് രണ്ടീസം കത്തി ബാക്കീലെ നരന്ത്പോലത്തെ തിരിക്ക് ഓൻ തീ കൊടുത്ത് എന്ന കൊറേ സമയം തൊവ്വ്ത് നിന്നു. എന്നിറ്റ് എന്തോ തീരുമാനിച്ചൊറച്ചപോലെ ആത്ത്* തൂണ്മ്മല് തൂക്കീട്ടെ ചെണ്ടയെടുത്ത് എന്റെ തറമ്മല് വന്നിര്ന്ന് കൊട്ടി തൊടങ്ങി. കൊട്ടി കൊട്ടി കൊറേ കയിമ്പം ഓൻ തറമ്മന്ന് എണീറ്റ് നിന്ന് കൊട്ടാൻ തൊടങ്ങി. കൊട്ട് കേട്ട് തീയ്യത്തി ചിരുതേരെ കുന്ന് ബെറക്കാൻ തൊടങ്ങി. ബെറക്ക്ന്ന കുന്ന്മ്മന്ന് പെടച്ചോണ്ടെറങ്ങി വന്ന് ഓന്റപ്പാപ്പൻ ചെണ്ടേമ്മന്ന് ഒറഞ്ഞ് തുള്ള്ന്ന ഓന്റെ കൈക്ക് പിടിച്ചു. കയ്യിക്ക് പിടിച്ചേരം കൊട്ട് നിർത്തി കെതച്ചോണ്ട് നിക്ക്ന്ന ഓനനോക്കി പെർമലയൻ കണ്ണ് തേച്ചും പൊറത്തേക്ക് തള്ളിക്കൊണ്ട് ചോയിച്ചു.

"എന്താ ന്റെ കുഞ്ഞിക്കേളൂ ഇത്..."

പൊറത്തേക്ക് തുറിച്ച് നിക്ക്ന്ന ഓന്റെ അപ്പാപ്പന്റെ കണ്ണിലേക്കന്നെ നോക്ക്യതല്ലാതെ ഓൻ ഒന്നും മിണ്ടീല. എന്നേരും ഓൻ കൊട്ട്യ ചെണ്ടേരൊച്ച ആട്യല്ലം മൂള്ന്ന്ണ്ടായിനി. ഓന്റെ നോട്ടത്തിന്റെ പൊരുള് എന്താന്ന്ന് പെർമലയന്റെ മനസ്സില് വെളങ്ങി. ഓനറയിണം, ഓനപെ

* കൊറേയോട്ടം – പലതവണ
* കൊറേ – ഏറെ; * ആത്ത് – അകത്ത്
* ബിജാരിച്ച് – ചിന്തിച്ച്; * ബെയ്തു – വൈകി; * ഒലത്തി – വിടർത്തി

റ്റമ്മ ചീല ഏടപ്പോയിനീന്ന്. ഓൻ എന്ന വിളിച്ച് ചോയിച്ചു.

"ന്റെ പൊട്ടൻ തെയ്യേ... അതറീക്കാൻ നേരൂം കാലൂം ആയി അല്ലെന്റെ പൊട്ടൻ തെയ്യേ..."

തറമ്മലെ ചെമ്പകത്തിന്റെ മോളില് ഇരുന്ന് ഞാൻ തലയാട്ടി... "പറ ഞ്ഞോ... അറീക്കണ്ടതെല്ലാം പൊന്നിന്റെ തരീരെ വെലുപ്പത്തില് ഇല്ലതുംകൂടി പറക്കികൂട്ടി ഓന്റെ തലീല് ഒയിക്ക്"...

പെർമലയൻ ചെക്കന്റെ കണ്ണിലേക്ക് നോക്കിപ്പറഞ്ഞു.

"എന്റെ കുഞ്ഞിക്കേളൂ... നിന്റേതായ പെറ്റമ്മ ഒര്ത്തിഇണ്ടായിന് നിനിക്ക്... ഓള നിനിക്ക് ഞാൻ നിന്റെ കണ്ണിന്റുള്ളില് കാണിച്ച് തെര*... നീ നിന്റെ പുറക്കണ്ണ് പൂട്ട്... എന്നിറ്റ് നിന്റെ അകകണ്ണ് തൊറക്ക്.*"

ചെക്കൻ ഓന്റെ കണ്ണ് രണ്ടും പൂട്ടി. പെർമലയൻ, ചീല പോയബ യിക്കേക്കൂട ചെക്കനീം കൂട്ടി പായാൻ* തൊടങ്ങി. അന്നേരം മോന്തി കയിഞ്ഞ് ഇരുട്ട് കറുത്ത പഞ്ഞിക്കെട്ട് പോലെ അട്ടിഅട്ടിയായി അവ രിക്ക് ചുറ്റും അമർന്ന് കയിഞ്ഞിന്. ഏത് നേരത്തും ഒടുക്കത്തെ ശാസം കൂടി അലിഞ്ഞ് തീരാൻ പാകത്തില് കരിപോലത്തെ കുപ്പായൂട്ട് ബെർന്ന ഇര്ട്ട്നെ പേടിച്ച് ബെറച്ചോണ്ട് നിക്കേന്ന് എന്റെ കുത്ത്വെളക്കിലെ കരി ന്തിരി. ഞാനും ചെക്കനും ചാവാൻ നിക്ക്ന്ന ബെളക്ക്ത്തിരീം ഞാങ്ങളെ വരിഞ്ഞ് മുറുക്കുന്ന ഇരുട്ടും പെർമലയന്റെ ബയ്യന്നെ പോയി. ഞങ്ങ ളാരും കാണാതെ കൂടീന്റെ ബയ്യലെ പയ്യാനേരെ കൊമ്പ്മ്മല് ഇരിട്ട്ല് കുളിച്ച് നിക്ക്ന്ന കൂമൻ പെർമലയന്റെ കണ്ണില് തീക്കട്ട പൊളീന്ന് കണ്ട് പേടിച്ച് കരയാനും കൂടി കയ്യാതെ തീയ്യത്തി ചിരുതേരെ കുന്ന്മ്മലേക്ക് പാറിപ്പോയി.

അമ്പുപ്പണിക്കറ് തീക്കട്ടയാണെങ്കില് ചീല അയിലെ തീയാന്ന്. രാത്രീല് തെയ്യാട്ടക്കളത്തില് തെയ്യം ഒറീമ്പം ഏതോ തീയ്യച്ചെക്കൻ ഓളെ മേത്ത് തോണ്ട്യേരം തോണ്ട്യാന്റെ കൈയൊടിച്ച് തോറ്റം ചൊയലു* മ്പോലെ ചൊയന്നിന്ന് ഓള്. പാതിരാത്രിക്ക് ഓളമ്മേരൊപ്പരം ഇറ്റുമ്പലം വന്ന ബീട്ട്ല് പേറെടുക്കാൻ പോമ്പം ഓളമ്മ വായച്ചപ്പില് പച്ചമരന്ന് കെട്ടി അരക്ക് തിരുക്മ്പം ഓള് ചെറാക്കത്തി*, കണ്ടത്തില് ബെളഞ്ഞ നെല്ല് മൂരാൻ പോന്ന പോലച്ച്യള് അരക്കിറിക്കുമ്പോലെ അരക്കിറ്ക്കീറ്റാ പോവ്വ. മംഗലം കയിക്കാൻ ബാല്ല്യക്കാറ് മലേമ്മാറ് പതിനാല് വന്നിനെങ്കിലും ഓക്ക് പിടിച്ചത് അമ്പുപ്പണിക്കറെ നെഞ്ഞിന്റെ ഉശിരാ...

കുഞ്ഞിക്കേളൂന കെർപ്പത്തിലിരിക്കുമ്പം അമ്പുപ്പണിക്കറ തുളുനാ ട്ടിലേക്ക് നാട് കടത്ത്യേപ്പിന്ന ചോയിച്ചേനുത്തരല്ലാതെ ഓളാരോടും മിണ്ടാനും പറയാനും പോയിറ്റ്ല്ല. അമ്പുപ്പണിക്കറ നാട്കടത്ത്യതറിഞ്ഞ് കുടീല്ലെല്ലാരും സങ്കടത്തില് പൊട്ടിക്കരീമ്പൂം ഓള് മിറ്റത്ത് എറങ്കല്ല്മ്മല് കരിങ്കല്ല് കൊത്തിവെച്ച പോലെ പെർവയി നോക്കി ഒച്ചീം അനക്കൂല്ലാതെ

** തെര - തരാം; * പായുക - ഓടുക*

** തൊറക്ക് - തുറക്കൂ; * ചൊയലുക - വട്ടം ചുറ്റുക*

** ചെറാക്കത്തി - നെല് കൊയ്യുന്ന കത്തി*

ഇരിക്കേതിന്. അന്നാഹാരം തൊടാതെ ഇരിക്കുന്ന ഓളോട് കെർപ്പത്തിലെ കരുനപ്പറഞ്ഞ് അലറിവിളിച്ച് കരഞ്ഞ് തീർക്ക്, നിന്റെ ഉള്ളില് കത്ത്ന്ന തീ ന്ന് തീയ്യത്തി ചിരുത പറഞ്ഞേരം അടിയന്റെ പുരുവൻ ബെർബം എനക്ക് കരഞ്ഞ് തീർക്കാൻ കണ്ണില് ബെള്ളം ബേണം ന്റെ ചിരിയമ്മേ ന്നാന്ന് ഓളെ ഉത്തരം ഇണ്ടായത്. അമ്പുപ്പണിക്കറ് പെർബയി കേറി ബെരൂന്ന് ഓക്ക് ഒറപ്പാ. അയിനക്കൊണ്ട് ഓള് ആയ്സ്സ് നിർത്താനില്ലെ അന്നം തിന്ന് കണ്ണ് പെർവയിക്ക് വെച്ച് ഇരുന്ന് നേരം പൊലത്തി.

കന്നിപ്പേറിന് ഓളപ്പൻ കൊമ്ട്ട്ക്കുരുവൻ കോതോർമ്മനും ഓളമ്മ മലിച്ചെറിയീം ഓള കാനായ്യേക്ക് കൊണ്ടോവാൻ ആചാരൂം ആശീം പറഞ്ഞിറ്റ് കരഞ്ഞിറ്റും ഓള് പെർവയിക്ക്ന്ന് കണ്ണെടുത്ത് കാനായ്യേക്ക് പോവാൻ തമ്മതിച്ചില്ല.

മലേറെ നാട്ട്നടപ്പ് പോലെ കെർപ്പം കിട്ടി മൂന്നാം മാസം കയിഞ്ഞാല് എണങ്ങത്തിയായിറ്റ് ഒരാളും ബന്ധുക്കളായിറ്റ് ചിലരാൽ കൂടിയും കെർപ്പക്കാർത്തീനീം കൂട്ടി നാട്ട്ലെ നാല് ദൈവങ്ങളെ നടീല് പോയി ചങ്ക് താത്ത് തൊവ്വ്ത് പ്രാർത്ഥിക്കണംന്നാ എന്നാൽ ചീല അയിന് കൂട്ടാക്കീല.

ഏഴാം മാസത്തില് പുരുവന്റെ വീട്ടില് പുങ്ങൻ നടത്തണെന്നും നേമൂണ്ട്. അയിനായിറ്റ് അഞ്ചാള് കെർപ്പക്കാരത്തി പെണ്ണിന്റെ വീട്ട്ന്ന് ബെരണം.

ചീല തലകുത്തന പിടിച്ച് കെർപ്പത്തില് അനങ്ങ്ന്ന കുഞ്ഞീന നോക്കി പുങ്ങനും ബേണ്ടാന്ന് പറഞ്ഞു.

എല്ലാരും ബേണംന്ന് പറഞ്ഞ് പെർമലയന്റെ മോത്തേക്ക് നോക്ക്യേരം ഓനും പറഞ്ഞു.

"ബേണ്ട."

പുങ്ങൻ കയിഞ്ഞാല് പുരുവന്റെ കുടീന്ന് സ്വന്തം കുടീല് പോയി പെറണംന്നാ ആചാരം. അങ്ങന പോമ്പം പുരുവന്റെ അമ്മ പെറാൻ പോന്ന പെണ്ണിന്റെ മടീല് അരീട്ട് കൊടുക്കും. പെറ്റവിവരം അറിഞ്ഞ് പുരുവൻ കുഞ്ഞീന കാണാൻ പോയാല് ആ അരി വെച്ച് കഞ്ഞി കൊടുക്കണംന്നാ നേമം.

ചീല മനസ്സില് പറഞ്ഞു.

"ന്റെ പുരുവന്റെ ചോറ് ഈടത്തന്ന്യാ"

ഓള് പോയില്ല

പേറിന്റെ കാലൂം നേരൂം മലിനാണീരെ കൈവെരല് കൂട്ട്യത് ഓർത്ത് പേറിന്റെ രണ്ടീസം നേരത്തെ കോതോർമ്മനും ഓന്റോളും കാനായീന്ന് ബന്നു.

മലിനാണീരെ വെരല് കൂട്ട്യകണക്ക് പെഴച്ചില്ല. നേരം പൊലരാൻ നാലര നാഴികബാക്കീല്ലേരം നിലാവ് പാലായി ഒഴുകുമ്പം കുഞ്ഞിക്കേളു ഭൂമിതൊട്ട് കുടീന്റുള്ള്ന്ന് കരഞ്ഞു.

നെഞ്ഞിന്റുള്ള്ന്ന് ചെണ്ടയടിച്ചോണ്ട് എന്റെ തറമ്മലിരിക്ക്ന്ന പെർമ

ലയനോട് മലിനാണി പറഞ്ഞു.

"ചീല പെറ്റു. കുഞ്ഞി നമ്മളെ അമ്പൂന്റെ മുറിച്ച കഷണം തന്നെ... എല്ലാരെ മോത്തും നിലാവുദിച്ച പോലത്തെ സന്തോഷം ഇണ്ടായിറ്റും ചീലേരെ മോത്ത് നിലാവുദിച്ചില്ല. ഓളെ തലക്ക് ചുറ്റും അമ്പുപ്പണിക്കറ് വിഷ്ണുമൂർത്തി കെട്ടി ഒറയേന്ന്..."

നേരം പൊലന്നേപ്പിന്ന ഓള് എണീറ്റ് ഇരുന്ന് ചോപ്പും കറപ്പും നെറൂല്ലെ കുഞ്ഞീനത്തന്നെ നോക്ക്യേരം ഓക്ക് തോന്നി അമ്പുപ്പണിക്കറ് പെർബയിക്കേക്കൂട കേറിവന്ന് ഓളെ മുമ്പില് ഇരിക്കേന്ന്ന്. മടീല് കെടത്തി കുഞ്ഞി മൊലക്കണ്ണ് വായില്ട്ട് പാല് വെലിച്ച് കുടിക്കുമ്പം ഓള് കുഞ്ഞീരെ നെറ്റീമ്മല് മെല്ലെ തടീക്കോണ്ടിരുന്നേരം ഒറപ്പിച്ചു. ഇത് അമ്പുപണിക്കറെ തലപ്പാളകെട്ടി കിരീടം വെക്ക്ന്ന നെറ്റ്യെന്നെന്ന്.

ചീല കരഞ്ഞു. തുലാമാസത്തില് മഴ തകർത്ത് പെയ്യുമ്പോലെ ഓള് കരഞ്ഞു. കരഞ്ഞ് കരഞ്ഞ് കണ്ണ് പെയ്ത മഴയില് മടീല്ള്ളെ കുഞ്ഞി കുളിച്ചു.

ചീലേനീം കുഞ്ഞീനീം ഇരുപത്തെട്ട്നാൾ പൊലച്ചക്ക് കുളിപ്പിച്ച് മലിച്ചെറിയീം ഓളെ പുരുവനും കാനായ്യേക്ക് പോയി. അന്ന് രാവിലെ അവര് പോന്നേന് മുമ്പിലെ വാണ്യനെമ്മന്റെടുക്ക്ന്ന് ഒരു കുറ്റി പാല് കൊണ്ടന്ന് രണ്ട് കുറ്റി വെള്ളൂം ഒയിച്ച് നാലാണി വെല്ലൂട്ട് തരക്ക്യരി* വെച്ച് പായസ്സാക്കി ആദ്യം എനക്ക് തന്ന് പെന്നെല്ലാരും കുടിച്ചു.

വെന്തവെളിച്ചെണ്ണ തേച്ച് കുഞ്ഞീന ചീല കാലുംനീട്ടി മടീല് കെടത്തി എളവെയില് കൊള്ളിക്കുമ്പം എറങ്ങിവന്ന തീയ്യത്തി ചിരുത പറഞ്ഞു.

"എന്റെ അമ്പൂന വളത്തി* വല്താക്ക്യ പോലെ ഞാൻ ഇവനീം ബളത്തി* ആണാക്കും."

സൂര്യന്റെ വെയില് ചീലേരെ മോത്തടിച്ചേരം തീയ്യത്തി ചിരുതേരെ വാക്ക് കേട്ട് ഓള് ചിരിക്ക്ന്നപോലെ തോന്നി.

പെർമലയനും ഇപ്പാന്ന് കുഞ്ഞീന തേച്ചും കണ്ടിന്. ഓൻ മോന്തിക്ക് എന്നോട് പറഞ്ഞു.

"എന്റെ അമ്പൂന്റെ മോന അടിയൻ അമ്പുവായിറ്റെന്നെ ബളത്തും. ഓന ഞാൻ ഈ അള്ളട നാട്ട്ല് കാലം കണ്ടതിലും ബെല്ല്യ തെയ്യക്കാര നാക്കി വളത്തും. പ്രമാണങ്ങളെല്ലും, എന്റെ തലീന്ന് ഞാൻ ഓന്റെ തലീ ലേക്കെറക്കി വെക്കും. അടിയങ്ങളെ കുലം മുടിക്കാൻ നോക്ക്ന്ന വല്യ മ്പ്രാന്റെ കുലം തീയിട്ട് ചുടാൻ നീ ഓന് കർത്ത്ണ്ടാക്കണം എന്റെ പൊട്ടൻതെയ്യേ..."

അന്ന് മോന്തി കയ്യാനാവുമ്പം തീയ്യത്തി ചിരുതേരെ കുന്ന്മ്മന്ന് റാക്ക് കുടിക്കുമ്പം ഓള് പെർമലയനോട് പറഞ്ഞു.

** തരക്ക്യരി - ഉണക്കലരി*

** വളത്തി - വളർത്തി*

** ബളത്തി - വളർത്തി*

"ചീലേരെ മടീല് കെടന്നേരം എളവെയില് കുഞ്ഞീരെ മോത്ത് വീണേരം പെർമലയൻ കണ്ട്റ്റലേ... എന്തൊര് തെളക്കാ ആ മോത്ത്. വെള്ളോട്ട് കിണ്ണം തൊടച്ച് വടിച്ച് വെച്ച പോലീല്ലെ."

പെർമലയൻ അത് കേട്ട് റാക്ക് തലീല് തുള്ളി മറഞ്ഞ് പൊറത്തേ വെര്ന്ന്ണ്ടെങ്കിലും ഓൻ പറഞ്ഞു.

"ചിരുതമ്മേ... എത്രയെത്ര തെയ്യം ആ മോത്ത് വെളയാടേണ്ടതാ. ഏതെല്ലാം തെയ്യായി തെളിഞ്ഞ് കത്തണ്ടതാ... ആ മോത്ത്... അയിന്റെ വെളിച്ചം ഉടയതമ്പ്രാൻ ഓൻ ഭൂമീലേക്ക് വെർമ്പേ ഓന് കൊടുത്തതാ..."

അത്രീം പറീമ്പം* തന്നെ പെർമലയന്റെ കരിഞ്ഞ കുറ്റിപ്പല്ല് മാത്ര ല്ല, ഓന്റെ കണ്ണും കാതും തുന്തീം എല്ലം ചിരിക്ക്ന്ന്ണ്ട്...

അന്ന് പാതിരാത്രി വരെ പെർമലയൻ തറമ്മലിരുന്ന് എന്റെ തോറ്റം തെയ്യാട്ടക്കളെത്ത്ന്ന് ചെല്ലുമ്പോലെ ചെല്ലീന്. ഓനൊറങ്ങ്ന്നത് വരെ എന്റെ ചെമ്പകൂം. അയിന്റെ മോളില്ല്ലെ പുളിയൻ മാവും തീയ്യത്തിചി രുതേരെ കുന്നും ഒറങ്ങീറ്റേ ഇല്ല.

രാവിലെ മലിനാണീന, രാമപുരത്ത്ന്ന്, വെല്ല്യ ഗോവിന്ദപ്പൊതാളെ മോളെ മോക്ക് ഈറ്റുമ്പലം വന്നിറ്റ് കൂട്ടിക്കൊണ്ടോയിനി. മലിനാണി പോമ്പം ഓളെ മൂത്തമോള് മാതീം ഓളൊപ്പരം കൈയാളാ*യിറ്റ് പോയി ന്. പെർമലയൻ ഓളെ ബയ്യന്നെ പെരുയിക്കേക്കെറങ്ങി തോട്ടിൻകര ക്കേക്ക് ആമേന തപ്പാൻ കേറി.

അവര് പോയിറ്റ് അരനാഴിക കയീമ്പം തന്നെ വലിയ മനക്ക്ന്ന് വെല്യ മ്പ്രാന്റെ മോന്റോക്ക് ഈറ്റുമ്പലം വന്നിറ്റ് മലിനാണീന ബിളിക്കാൻ കാര്യ സ്ഥമ്മാറ് വന്നു.

മലിനാണി ഈറ്റെടുക്കാൻ രാമരത്ത് പോയത് ചീലീം മാണീം മിറ്റത്ത് നിക്ക്ന്ന തമ്പ്രാക്കളോട് തൊവ്വ്ത് പറഞ്ഞു.

തമ്പ്രാക്കള് പോയില്ല. അവര് മലിനാണീന കാത്ത് എന്റെ തറമ്മല് ഇരുന്നു. തറേന്റെ മോളിലെ പുളിയൻ മാവിന്റെ കൊമ്പിന്റെ എടീലേ ക്കൂട വെയില് കീഞ്ഞ് വന്ന് അവരെ മോത്തടിച്ചേരം മീട് ചുളിച്ചോണ്ട് പിറുപിറുക്കാൻ തൊടങ്ങി.

"മലിനാണി ബെരാൻ ബെയ്യ്വങ്കില്* നീ ബാ..."

"അടിയൻ പേറ് കയിഞ്ഞിറ്റ് മുപ്പത് രാവും പകലും കയിഞ്ഞതേല്ലൂ മ്പ്രാക്കളെ..."

പിന്ന ഓക്ക് നിക്കാൻ കയിഞ്ഞില്ല. കുഞ്ഞീന നോക്കാൻ മാണ്യോട് പറഞ്ഞ് പച്ചമര്ന്ന് കുടീരെ ബയ്യന്ന് പറച്ച് തിരുമ്മി വായേര ഒണങ്ങ്യ എലീല് പൊതിഞ്ഞ് അരക്കിറുക്കി* മേല് പൊതച്ചമുണ്ട് നേരെയാക്കി ചീല അവരൊപ്പരം എറങ്ങി. ഓളെ എറങ്ങാൻ നേരത്ത് തടക്കാൻ നോക്ക്യ മാണ്യോട് ഓള് പറഞ്ഞു.

"എന്റെ പൊട്ടൻ തെയ്യേ... മലിയായി പെറന്നാല് ഓളെ കർമ്മം പേറെടുക്കലൊന്നല്ലോ... എനക്ക് ഈറ്റുമ്പലം ഇണ്ടായേരം അയിന്റെ

---

*കൈയ്യാള് - സഹായി; * ബെയ്യ്വങ്കില് - വൈകുമെങ്കിൽ*

** പറീമ്പം - പറയുമ്പോൾ; * അരക്കിറുക്കി - അരയിൽ തിരുകി*

നൊമ്പലത്തിന്റെ ബെര്ത്തം എനക്കല്ലേ അറിയൂ. മനക്കല് ഈറ്റുമ്പലം വന്ന പെണ്ണും എന്നപ്പോലെ ഒര്ത്ത്യന്നല്ലേ... ഒര് പെണ്ണന്ന്യല്ലേ... കുഞ്ഞിരെ മേത്തെ ചൂട് തണിയാതെ* നീ നോക്കണം."

പിന്ന എന്ന വിളിച്ച് പറഞ്ഞു.

"എനക്കും ഞാൻ പെറ്റിട്ട എന്റെ കുഞ്ഞിക്കും കാവലായിറ്റ് നീ ഇണ്ടാവണം."

ചീല കാര്യസ്ഥമ്മാരൊപ്പരം വേഗം നടന്നു. തോടും കടന്ന് നെല്ല് മൂർന്ന് പൂട്ടി* കട്ട മറച്ചിട്ട കണ്ടൂം* കടന്ന് മനക്കലെത്തുമ്പേ ഓള് നൊമ്പലം കെട്ടി കരീന്ന പെണ്ണിന്റെ ഒച്ച കേട്ടു. പെറാൻ മുട്ടി തെരഞ്ഞും മറഞ്ഞും കെടക്ക്ന്ന പെണ്ണിന പിടിച്ച് അടക്കിക്കെടത്തി അരീല് ഇറ്ക്ക്യ മരന്നെടുത്ത് തേച്ചു. ഒരു കൊല്ലായി പെറെടുക്കാൻ പോവാത്ത പേട്യൊന്നും ഓളെക്കൈക്ക് ഇണ്ടായില്ല. കുഞ്ഞീരെ തല കണ്ടേരം തന്നെ ഓള് വെലിച്ച് പൊറത്തിട്ടു. പെറ്റ് വീണ കുഞ്ഞി കരഞ്ഞേരം ഓളെ നെഞ്ചി ന്റുള്ള്ന്ന് ഓളെ കുഞ്ഞീം കരീന്ന് കേട്ടു. ആയിരം പേറ് ഒന്നി ച്ചെടുത്തോളപ്പോലെ ഓളെ കൈനിക്കാതെ പെടച്ചു. എല്ലം കയിഞ്ഞിറ്റ് ഓള് എണീറ്റു. പെറ്റോളെ പള്ളക്ക്ന്ന് കുഞ്ഞി കരീന്നേനേക്കാൾ ഒച്ചീല് ചീലരെ നെഞ്ചിന്റുള്ള്ന്ന് ഓളെ കുഞ്ഞി കരയാൻ തൊടങ്ങീറ്റ് കൊറേ നേരായി. ഓളെ മൊലക്കണ്ണ്ന്ന് പാല് ഒഴുകി വന്ന് മേല് പൊത്ത്യ തോർത്ത് നനയിന്ന്ണ്ട്.

"നാള അടിയന്റമ്മ മലിനാണി നേരത്തെ വന്ന് ബേണ്ടത് ചെയ്യും. ഇപ്പം അടിയൻ ബിടോണ്ടോള..."

ഓള് മേത്ത് പൊതച്ച തോർത്ത് ചങ്കോളം വെലിച്ച് പൊത്തി എല്ലാരീം തൊവ്ട്ത് എറങ്ങി. പെടച്ചോണ്ട് പൊറത്തേക്കെറങ്ങുമ്പം എന്ന വിളിച്ച് എന്തല്ലോ പറീന്നുണ്ട്.

മനക്കലെ കാര്യക്കാരത്തി ചീലക്ക് കോള് കൊട്ത്തത് കൊറച്ചരീം രണ്ട് വെള്ളരിക്കീം ഒരു പയേ പൊടീം. ഓള് അതും വാങ്ങി തൊവ്ട്തോണ്ട് മിറ്റത്തെരഞ്ഞേര്യം ചെമ്പച്ചന്തു വന്ന് മുമ്പില് നിന്നു.

"തമ്പ്രാൻ വിളിക്ക്ന്ന്... കോള് തരാനാ..."

ഓള് കൈമലില്ലത് നെലത്ത് വെച്ച് ചെമ്പച്ചന്തൂന്റെ വയ്യന്നെ വേഗം നടന്നു. ഓൻ തൊറന്നിട്ട പത്തായപ്പൊരീലേക്ക് ചൂണ്ടീറ്റ് പറഞ്ഞു.

"കേറി വാങ്ങിക്കോളൂ..."

ഓളെ മേലാകെ വെറച്ച് നിന്നേരം ചെമ്പച്ചന്തു ഓളെ കൈക്ക് പിടിച്ച് വെലിച്ച് പത്തായപ്പൊരേന്റെ ഉള്ളില്ട്ട് വാതിലടച്ച് പൊറത്ത് കാവല് നിന്നു. അയിന്റുള്ള്ലെ ഓളെ നെലവിളി അയിന്റുള്ളില് തന്നെ ഒടുങ്ങി.

തമ്പ്രാൻ ഓള വെലിച്ച് നെലത്തിട്ടു. നരച്ച കുടുമ കുലുക്കി ഒറ്റേൻ പന്നീരെ മീട് ആട്ടിക്കോണ്ട് വെണ്ണീറി*ന്റെ നെറൂല്ലെ കണ്ണും മീച്ച് ഓളെ

** തണിയാതെ - തണുക്കാതെ; * പൂട്ടി - കന്ന് പൂട്ടി*

** കണ്ടം - വയൽ; * വെണ്ണീര് - ചാരം*

മേത്ത് അമർന്നു. ഓാക്ക് പിന്ന ശാസം കയിക്കാനേ പറ്റീല. മൂരീനപ്പോലെ മുക്രീട്ന്ന് കേട്ട് ഓളെ പാതി ബോധം പോയി. ഓള് കൈയും മേലും തളന്ന് കെടന്നു. കൊറേ കയിഞ്ഞ് കണ്ണ് മീച്ചേരം മല്ലയുദ്ധം കയിഞ്ഞ് ജയിച്ച് കെതക്ക്ന്ന ഒരു ഭൂതം ഓളെ മുമ്പില് ഇരിക്ക്ന്ന് ഓള് കണ്ടു. ഓാക്ക് എണീക്കാനേ കയീന്ന്ല്ല.

കറക്ക്ന്ന പൈയ്യീന കടിച്ച് കൊന്ന് പകുതി തിന്ന് വയറ് വീർപ്പിച്ച് ബാക്കീല്ലെ എല്ലും കൊട്ടും ആടീട്ട് തിരിഞ്ഞ് നോക്കാതെ നടന്ന് പോന്ന കറ്റൻ നെരീന*പ്പോലെ തമ്പ്രാൻ പത്തായപ്പൊരീന്ന് എറങ്ങിപ്പോയി.

ഓള് തെയ്‌വായ തെയ്‌വങ്ങളെല്ലം വിളിച്ച് എണീറ്റു. ഉടുത്ത തുണി അയിഞ്ഞത് വാരിക്കേറ്റി ഉടുത്തു. അയില്ന്ന് ചോര ഒലിക്ക്ന്ണ്ട്. പാലും ചോരീം ഒറവായി വെര്ന്ന മാറ് പൊത്താതെ ഓള് പൊറത്തേക്കെറങ്ങി. ഉടുത്ത തുണീന്ന് ചോരീം ഒലിപ്പിച്ച് മാറ് പൊത്താതെ അയിഞ്ഞ് ചെതറിയ മുടി പാറ്റിപ്പറത്തി പായ്ന്ന ഓളെ ബയ്യന്നെ അട്ക്കളീന്ന് ഒരു പെണ്ണ് തുണീംകൊണ്ട് പാഞ്ഞത് ഓള് കൂട്ടാക്കാതെ ഓടി.

ആരല്ലോ ഓളെ നോക്ക്ന്ണ്ട്... ഓള് ആരീം നോക്കാതെ മേത്ത്ന്ന് ചോരീം ഒലിപ്പിച്ചോണ്ട് ഓടി... പൂട്ടീട്ട കട്ട* പൊളിക്കാത്ത കണ്ടത്തിലെ ത്തുമ്പം ഓള് കമിഞ്ഞ്* വീണു. ആട്ന്ന് എണീറ്റു... ഓടാൻ ഓാക്ക് കയീന്നില്ല. കണ്ടത്തിലെ കട്ട തടയാതെ നടക്കാൻ ഓള് വരമ്പത്ത് കേറി. വരമ്പിന്റെ വക്കത്ത് പടന്ന പച്ചപ്പുല്ലില് ഓളുടുത്ത മുണ്ടന്ന് ചോരി ഉറ്റി വീണു. ഓാക്ക് കണ്ണില് ഇര്ട്ട് കേറ്ന്ന പൊലെ തോന്നി... കണ്ണ് മീക്കാ *നാവുന്നില്ല. ഓളെ കുഞ്ഞി കാറ്റത്ത് പറന്ന് വെര്ന്നപോലെ ഓാക്ക് തോന്നി... കുഞ്ഞീന എട്ക്കാൻ കൈനീട്ട്യേരം ഓള് വരമ്പ്മ്മന്ന് കണ്ടത്തിലേക്ക് മറഞ്ഞ് വീണു. വീണേരം ചീലേന്നൊര് വിളി പെർമലയന്റേതായിറ്റ് ഓള് കേട്ട്ന്. ഒന്ന് കണ്ണ് മീക്കാൻ നോക്കി... അപ്പാന്ന് വിളിക്കാൻ നാവനക്കാൻ നോക്കി... കണ്ണ് മൂടി... നാവ് താണുപോയി... ഓള് കെടന്ന കണ്ടത്തിലെ കട്ട*ചോരകുടിച്ച് വീർത്തു.

പാഞ്ഞ് വന്ന പെർമലയനും മലിനാണീം കെതപ്പടങ്ങാതെ മോളേന്ന് വിളിച്ചതൊന്നും പിന്ന ഓള് കേട്ടില്ല. കെടന്നെടുക്ക്ന്ന് ഓള ബെലിച്ച് പൊന്തിക്കാൻ പറ്റാതെ കണ്ടത്തില് നിന്ന് നെഞ്ഞത്തടിച്ച് പെർമലയനും മലിനാണീം കരഞ്ഞു. കരച്ചില് കേട്ട് പാഞ്ഞ് വന്ന തേങ്ങ പറിക്ക്ന്ന തീയ്യൻമ്മാറ് ഓളെടുത്ത് കുടീലേക്ക് നടന്നു. മിറ്റത്ത് വിരിച്ച് കെടത്തി മീട്ടത്ത് വെള്ളം കൊടഞ്ഞു. ചീല അനങ്ങീല. ഓളെ കുഞ്ഞി ആത്ത്ന്ന്* കൈകാലിട്ടടിച്ച് കരഞ്ഞതും ഓള് കേട്ടില്ല.

** കമിഞ്ഞ് - കമിഴ്ന്ന്; * മീക്കാൻ-തുറക്കാൻ*

** കറ്റൻ നെരി - വലിയ ആൺ നരി*

** പൂട്ടീട്ട കട്ട - ഉണങ്ങിയ വയൽ ഉഴുത് മറിച്ച കട്ട*

** കട്ട - ഉണങ്ങിയ ചളി; * ആത്ത്ന്ന് - അകത്തുനിന്നും*

കുടിക്ക് തീപ്പിടിച്ച പോലത്തെ നെലവിളികേട്ട് തീയ്യത്തി ചിരുതീം ഓളെ പുരുവനും ആട* റാക്ക് കുടിക്കാൻ വന്നവരും കുന്ന് ഓടിക്കീഞ്ഞു. വാണിയൻ എമ്മനും പെർവയിക്ക് പോന്നവരും വന്നു.

വണ്ണാൻ കുഞ്ഞാരൻ വന്ന് ചീലേരെ കൈപിടിച്ച് നോക്കി. വെളക്ക് തിരി കത്തിച്ച് വായീരീം മൂക്കിന്റീം മുമ്പില് പിടിച്ചു. അടഞ്ഞ കണ്ണ് തൊറന്നടച്ചു. വണ്ണാൻ കുഞ്ഞാരന്റെ മൊകം വാടി. ഒടുല് ഓൻ പറഞ്ഞു.

"ഓള് പോയിന്"

അന്നേരം ആടീണ്ടായ നെലവിളി കേട്ട് എന്റെ ചെമ്പകത്തിന്റെ എലയെല്ലം വീണു. ചെമ്പകത്തിന്റെ മോളിലെ പുളിയമ്മാവ് വെറച്ചിറ്റ് അയിന്റെ കൊമ്പ്മ്മലെ പക്ഷ്യെളെല്ലം പാറിപ്പോയി. തീയ്യത്തി ചിരുതേരെ കുന്ന്മ്മന്ന് കൊറേ കല്ലുരുണ്ട് വീണു.

നാടറിഞ്ഞു.

മുതൂടോൻ വന്നു.

കൊമ്ട്ട്ക്കുരുവൻ കോതോർമ്മന്നും ഓന്റോളും അവരൊപ്പരം കൊറേ കാനായിക്കാറും വന്നു.

മലേമ്മാറും മറ്റ് താണ ജാതിക്കാറും ചത്താല് വളപ്പിന്റെ മൂലക്ക് വെല്ല്യ കുണ്ട്* കുയിച്ച്* ചത്തവര* അയിലിട്ട് കൊത്തി മൂടലാന്ന്. അങ്ങന ചെയ്യാൻ നോക്കാന്ന് മുതുടോൻ പറഞ്ഞേരം പെർമലയൻ തട്ത്തു.

ഭൂമി ചവ്ട്ടി കുയിക്കുമ്പോലെ ഓന്റെ തൊണ്ട അമറി. "ബേണ്ട... എന്റെ മോള കുയിച്ചിടണ്ട, കുയിച്ചിടാൻ പറ്റൂല. വടക്ക്പൊറത്തെ എളമാവ് മുറിച്ച് വെറകാക്കി അയിലോള കെടത്തി മേലേരി പോലെ കത്തിക്കണം."

മുതുടോൻ ഒച്ച കൊറച്ച് പറഞ്ഞു.

"എന്നാലും..."

അയിന് പെർമലയൻ ഉത്തരം മിണ്ടീല.

വീടിന്റെ വടക്ക് പൊറത്തെ മാവിന് കൊത്ത് വീണു. അത് നെലവിളിച്ചോണ്ട് നെലത്ത് വീണു.

പെർമലയന്റെ കുടീരെ തെക്കേമൂലീല് കറയൊലിക്ക്ന്ന എളമാവിന്റെ പച്ചവെറീന്റുള്ളില് ചീല കത്തിത്തീർന്നു. എന്നിറ്റും ആട കൂട്യവരാരും പോയില്ല. അവരെ നെഞ്ചിന്റുള്ളിലെ തീ കത്തി തീരുന്നേ ഇല്ല.

കൂട്ടംകൂടി നിക്ക്ന്നവരാരും ഒന്നും മിണ്ട്ന്നില്ല.

കുടീരുള്ള്ന്ന് വയറ് പൈച്ചിറ്റ്ല്ലെ കുഞ്ഞീരെ കരച്ചല് ഇടിമിന്നല് പോലെ എല്ലാരെ ചങ്കിലും പൊളഞ്ഞു.

മിണ്ടാതെ തൊട്ട് ഉരിയാടാതെ ഓരോരാളേ ചങ്കില് കത്ത്ന്ന തീയും കൊണ്ട് കുടീരെ മിറ്റത്ത്ന്ന് പെർവയിക്കേക്ക് നടന്നു.

** കുണ്ട് - കുഴി; * കുയിച്ച്- കുഴിച്ച്; * ചത്തവര - മരിച്ചവരെ*

** ആട - അവിടെ;*

കാനായീന്ന് വന്നവര് കൊമ്ട്ട്ക്കുരുവൻ കോതോർമ്മന എന്റെ തറേ രടുത്തേക്ക് വിളിച്ചിറ്റ് ചെവിട്ട്ല് പറഞ്ഞു.

കോതോർമ്മൻ പേടിക്കണ്ട. ഞാങ്ങള് കാനായിപ്പോയി വെള്ളിക്കെ ട്ടിന്റടുക്ക്ന്ന് പത്ത് തീയ്യൻമ്മാറീം കൂട്ടി ഏറ്റ്കത്തീം* എട്ത്തിറ്റ് വേഗം വെര. നേരം പൊലര്മ്പളക്ക് മനക്കലെ കറ്റൻ നെരീന കൊത്തിക്കഷ ണാക്കി പച്ചോലീല് കെട്ടി തോട്ട്ല് എളക്ക*...

കൊമ്ട്ട്ക്കുരുവൻ അരുത്... അരുത്ന്ന് അവരോട് തലയാട്ടി കാണി ച്ചു. ഓൻ കരഞ്ഞോണ്ടും തൊവ്വ്തോണ്ടും ഇങ്ങനീം പറഞ്ഞു.

"അയിനക്കൊണ്ട് കത്തിവെണ്ണീരായ എന്റെ പൊന്ന് മോള് ചീലേന എനക്ക് തിരിച്ച് കിട്ട്വോ..."

തെളക്ക്ന്ന തീയ്യമ്മാരെ ചോരേന ആട കൂട്യ ആളെല്ലം കൂടി ഊതി ഊതി തണ്പ്പിച്ചു.

പൊറം കണ്ണ്പൂട്ടി അകക്കണ്ണ് തൊറന്ന് ഇതെല്ലം കണ്ട ചെക്കൻ എന്റെ തറമ്മല് കത്ത്ന്ന വെളക്കിന്റെ തിരി ഓന്റെ ഉള്ളം കൈയ്യോണ്ട് പൊത്തിപ്പിടിച്ച് വിഷ്ണുമൂർത്തീനപ്പോലെ അലറി. അത് കേട്ട് മലി നാണീം ഓളെ മോളും നെലവിളിച്ചു. പെര്മലയൻ ചെക്കനപിടിച്ച് കരിഞ്ഞ തീ വെലിച്ച് ചാടി* ഓന്റെ മടീല് അമർത്തി കെടത്തി.

ഇര്ട്ടത്ത് ആരോ കുന്നെറങ്ങി വന്നു. തീയ്യൻ ചവുണിയനാന്ന് വന്ന തെന്ന് പെര്മലയൻ മണം പിടിച്ചറിഞ്ഞു. പെര്മലയന ചവുണിയൻ ഇര്ട്ടത്ത് എന്റെ തറേരെ ബയ്യലേക്ക് വിളിച്ചു. തീയ്യൻ ചവുണിയൻ ഓന്റെ വായി പെര്മലയന്റെ പൊട്ട്യ ചെവീരുള്ളില് കേറ്റി വെച്ച് കരിക്കട്ട പോലത്തെ ഇര്ട്ട് പോലും കേക്കാതെ പറഞ്ഞു.

"പെര്മലയാ... നിന്റെ മോൻ അമ്പുപ്പണിക്കറ് വന്നിറ്റ്ണ്ട്. എന്റെ വീടിന്റെ ചായ്പ്പില് ഞാൻ ഓന ഇര്ത്തീറ്റ്ണ്ട്..."

പെര്മലയൻ കട്ടിക്കരിമ്പടം പോലത്തെ ഇര്ട്ട്ന കുത്തിക്കീറീറ്റ് തീയ്യൻ ചവുണ്യന്റെ കുന്ന് ചാടിക്കേറി.

** ചാടി - ദൂരെക്കളഞ്ഞ്*

** ഏറ്റ്കത്തി-തെങ്ങിന്റെ കുലചെത്തുന്ന മൂർച്ച കൂടിയ കത്തി*

** എളക്ക - ഒഴുക്കാം*

പുലിവേട്ട

അമ്പുപ്പണിക്കറ് തീയ്യത്തി ചിരുതേന്റെ ചായ്പ്പില് ഒളിച്ച് കെടക്ക്ന്ന കാര്യത്തെപ്പറ്റി തീയ്യൻ ചവുണിയനോ ഓന്റോള് ചിരുതയോ ആരോടും മൂക്കിലെ ശാസം കയിച്ചില്ല. മലിനാണീം ഓളെ മോള് മാണീം, കുഞ്ഞി ക്കേളൂം ഒന്നും ഇക്കാര്യം അറിഞ്ഞിറ്റ്ല്ല. ഇപ്പം ഇത് ആരോടും പറയ ണ്ടാന്നും ആരും അറിഞ്ഞൂടാന്നും പെര്മലയൻ തന്ന്യാ തീയ്യൻ ചവു ണിയനോടും ഓന്റെ ഓളോടും പറഞ്ഞത്.

വല്ല്യമ്പ്രാനൊ ആടത്തെ കാര്യസ്ഥമ്മാരോ അറിഞ്ഞാല് ഒറപ്പാ... ഓനകൊല്ലും. പിന്ന പെര്മലയൻ വേറൊര് വയിക്ക് ആലോയിച്ചു. അമ്പൂന കാനായീല് കൊമ്ട്ട്ക്കുരുവൻ കോതോർമ്മന്റെ കുടീല് കൊണ്ടാ ക്ക്യാലോന്ന്.

അമ്പുപ്പണിക്കറ് അയിന് കൂട്ടാക്കീല. ഓൻ പാതിരാത്രീല് ചവു ണിയന്റെ ചായ്പ്പ്ന്ന് പെര്മലയന്റെ ചെവീല് പറഞ്ഞു.

“അപ്പാ... ആരും അറീല. നമ്മക്ക് നമ്മളെ കുടീല് തന്നെ മതി. ചിരുതമ്മേരട്ത്ത് റാക്ക് കുടിക്കാൻ ബെര്ന്നവര് കണ്ടാല് അത് കൊയ പ്പാ.*”

ഒരിക്കാല് റാക്ക് കുടിക്കാൻ വന്ന ഒരാള് ഓന കണ്ട്ന്. ആരാന്ന്ന് ചിരുതയോട് ചോയിച്ചു. ഓള് പറഞ്ഞു. ചെറുപ്പത്തിലേ സന്ന്യാസത്തിന് പോയ ഓളെ കൊക്കാനിശ്ശേരീലെ ആങ്ങളയാന്ന്ന്.

ഒറ്റ നോട്ടത്തില് ഓന കണ്ടാല് ആരിക്കും തിരീല. സന്ന്യാസ്യന്നെ... തലമുടീം താടീം നീണ്ട് വളന്ന്ന്. പതിനഞ്ച് കൊല്ലായില്ലെ ഓൻ പോയിറ്റ്. അന്ന് മൊതലേ ഓൻ മീട്ടത്തീം* തലീലീം തണാറ് മുറിച്ചിറ്റേ ഇല്ല. തണാറ് പെണ്ണ്ങ്ങള് കെട്ട്മ്പോലെ തലമൂർത്തീല് കെട്ടി വെക്കും. താടി

** കൊയപ്പം – കുഴപ്പം; * മീട്ടത്തീം – മുഖത്തെയും*

വളന്നിറ്റ് ഓന്റെ പൊക്കിള്ള് വരെ നീണ്ട്റ്റ്ണ്ട്. കരിക്കട്ട പോലെ കറ്ത്തിറ്റാ താടീം മുടീം. മീശവളന്ന് വീട്ടിന് എറവാരം കെട്ട്യപോലെ മേലെചുണ്ടും കയിഞ്ഞ് തായലോട്ട് താണത് കൊണ്ട് ഓന്റെ മീടും ആരിക്കും തിരീല. എന്നാല് ഓന്റെ കണ്ണിലേക്ക് നോക്ക്യാല് ഓന തിരിയും. തീക്കട്ടപോലത്തെ കത്തിതെളങ്ങ്ന്ന കണ്ണിന് ഒര് മാറ്റൂം ഇല്ല. മേല് പൊതച്ച തുണി എട്ത്താല് എള്ളെണ്ണ ഒയിച്ച കരിങ്കല്ല് പോലത്തെ ഓന്റെ മേലിനും ഒര് മാറ്റും ഇല്ല.

ഒര് രാത്രീം ഒര് പകലും തീയ്യത്തി ചിരുത ഓന് വെച്ച് ഇണ്ടാക്കി കൊട്ക്കാൻ എനിയൊന്നും ബാക്കില്ല. റാക്ക് കുടിക്കാൻ വന്നവരോടെല്ലം ഓള് പറഞ്ഞത് റാക്കില്ല. കാച്ച്മ്പം പതഞ്ഞ് മറിഞ്ഞ് പോയിനീന്നാ... ഓള് ഇണ്ടാക്കികൊടുത്തത് ഓരോന്നും തിന്നുമ്പം ഓന്റെ കണ്ണും മൊകും ഓള് കണ്ണ് ചിമ്മാതെ നോക്കിയിരുന്നു. കള്ളും റാക്കും ഓന് കൊടുത്തില്ല. ഓൻ ചോയ്ച്ചതൂല്ല.

ഓന്റെ ഓള് ചീല ചത്തതും, ദാറൂട്ടീന പിന്ന പെര്മലയൻ കുടീല് കേറ്റാത്തതും ഓനറിഞ്ഞിറ്റ്ല. തമ്പ്രാന്റെ കെര്പ്പൂം വയറ്റ്ല് വെച്ചോണ്ട് ഓന്റെ പെങ്ങള് മാതി മംഗലം കയിഞ്ഞ് കുന്നരു പോയത് മാത്രം തീയ്യത്തി ചിരുത ഓനോട് പറഞ്ഞിന്. ഓന്റെ മോൻ കുഞ്ഞിക്കേളു തടിച്ച് നീണ്ട് വളന്നിനിന്നും മന്ത്രൂം പ്രമാണൂം സകലതെയ്യൂം ഓൻ പഠിച്ചിനീന്നും തീയ്യത്തി ചിരുത പറീമ്പം ഓന്റെ കണ്ണ് രണ്ടും ചിരിക്ക്ന്നത് ഓള് കണ്ടു. ആ കണ്ണില് നോക്കി, വല്ല്യമ്പ്രാൻ ഓന്റെ ഓള് ചീലേന കൊന്നുന്ന് പറയാൻ ഓക്ക് കയിഞ്ഞില്ല. അത് തൊണ്ടക്കൊഴലിന്റെ ഉള്ള്ന്ന് എറങ്ങിവെരാൻ തൊടങ്ങ്യേരം തന്നെ ആടത്തന്നെ കെട്ട് പോവ്വാ ചെയ്തത്.

രാത്രി തന്നെ ഓൻ ചിരുതേരെ ചായ്പ്പ്ന്ന് ഓന്റെ അപ്പനോട് പറഞ്ഞിന്.

"അപ്പാ... നമ്മക്ക് ഇപ്പം തന്നെ തായല് കുടീലേക്ക് പോവ. എനക്കെന്റെ ഓളീം മോനീം കാണണം. എന്റെ പെറ്റമ്മേനീം ഒടപ്പെറന്നവരീം കാണണം..."

പെര്മലയൻ മിണ്ടീല. ഓന്റുള്ളില് അമ്പൂന്റെ ഓള് ചീല മേലേരിക്കിട്ട മരക്കുട്ടപോലെ ആളിക്കത്തേന്ന്. എന്റെമ്പു ഒന്നും അറീലല്ലോന്റെ പൊട്ടൻ തെയ്യേ... അറിഞ്ഞാലെന്താ ഇണ്ടാവ്വാ... നീയോന തടുക്കണം ന്റെ ദൈവങ്ങളേന്ന് ഓന്റെ നെഞ്ചിന്റുള്ള്ന്ന് എന്ന വിളിച്ച് കരീന്ന് ഞാൻ കണ്ടു. ആ പേടി ഗുരുസിക്ക് തലയറ്ത്ത്ട്ടെ കോയീനപോലെ പെര്മലയന്റെ ഉള്ള്ന്ന് പെടക്ക്ന്ന് ഞാൻ അറിഞ്ഞു.

സത്യറിഞ്ഞ് ഓൻ മദം പൊട്ട്യ ആനേനപ്പോലെ തമ്പ്രാന്റെ മനക്കലേക്ക് അലറിവിളിച്ച് ഓട്യാല് അന്നേരം തന്നെ ആടത്തെ കാര്യസ്ഥമ്മാര് ഓന തെങ്ങിന് പിടിച്ച് കെട്ടി തച്ച്* കൊന്ന് പച്ചോലീല് കെട്ടി വെലിച്ച് തോട്ട്ല് കൊണ്ട് എളക്കും.

** തച്ച് - അടിച്ച്*

സത്യം പറയാതെ നിന്നാല് ഓന്റോള് ചീലേന എങ്ങന കാണിച്ച് കൊടുക്കും.

പെർമലയൻ നിന്നെടക്ക്ന്ന് വെയർത്ത് കുളിക്കേന്ന്. തീയ്യത്തി ചിരുതേരെ ചാണോം തേച്ച* ചായ്പ്പില് ഓന്റെ മേത്ത്ന്ന് വെള്ളം ഒലിച്ചെറങ്ങി. അടുപ്പിലെ തീ കേറി വീർത്ത് പൊട്ട്ന്ന മങ്കലം പോലെ ഓൻ അറിയാതെ പൊട്ടിപ്പൊളന്നു.

"ന്റെ പൊട്ടൻ തെയ്യേ... അടിയന്റെ കണ്ണിലൊര് ബയികാണിച്ച് താന്റെ പൊട്ടൻ തെയ്യേ..."

പെർമലയന്റെ കരച്ചലിന്റെ പൊര്ളറിയാതെ അമ്പുപ്പണിക്കറ് ഓന്റപ്പനോട് പറഞ്ഞു.

"ന്റെ അപ്പൻ കരേണ്ട. എന്റൊള് ചീലേനീം എന്റെ മോനീം അമ്മേനീം ഒടപ്പെടന്നേറ്റിങ്ങളീം ഒരു നോട്ടം കണ്ടിറ്റ് ഞാൻ ബേഗം തുളുനാട്ടിലേക്കെന്നെ പോയ്ക്കോള... ആളറീന്നേന് മുമ്പേ ഞാൻ പോയ്ക്കോള..."

അപ്പനും മോനും മേലേരിത്തീയില് നിറ്നിട്ടാന*നിന്നിറ്റ് കാലും മേലും പൊള്ളി ഉരുക്ന്ന് കണ്ട്റ്റ് ചിരുത ആത്ത്ന്ന് രണ്ട് ചെരട്ടീല് നെറച്ചും റാക്ക് കൊണ്ടന്നു. ചീലേരെ കാര്യം ഓർത്തിറ്റാ പെർമലയന്റെ തലീല് തീപ്പൊകീന്ന്ന് ഓക്കറിയ. അത് പെർമലയൻ ഓളോട് പറീം ചെയ്തിന്.

"എന്റെ അമ്പു ഓന്റെ ഓള് ചീല ഓട്ത്തൂന്ന് ചോയ്ച്ചാല് ഞാൻ എങ്ങിന്യാ കാണിച്ച് കൊടുക്കന്റെ ചിരിയമ്മേ..."

ഓന്റെ കരച്ചിലിന്റെ മൊനേരെ മോള്ന്ന് ചീല കെടന്ന പെടക്കേന്ന്ന് തീയ്യത്തി ചിര്തക്കറിയ. ഓനത് ഓന്റെ മോനോട് പറയാനാവൂലാന്നും ഓക്കറിയാ... പെർമലയന്റെ കണ്ണ്ന്ന് മയപെയ്യിന്ന് കണ്ട് നിക്കാൻ കയ്യാതേരം തീയ്യത്തി ചിരുത തീരുമാനിച്ചു. ഓളെ തൊണ്ടീല് ഇത്രീം നേരം കെട്ടീട്ട തീക്കെട്ട് അയിച്ചെളക്കാന്ന്.

റാക്കും കുട്ക്കീം കൈമല് പിടിച്ചിറ്റ് നിന്ന നിപ്പ്ത്തന്നെ ഓള് ഇണ്ടായതെല്ലം അമ്പുപ്പണിക്കറോട് പറഞ്ഞു.

"നെല്ല് മൂർന്ന് പൂട്ടീട്ടെ കണ്ടത്തില് കല്ല് പോലത്തെ കട്ടേരെമേലെ ചോരീകുളിച്ചിറ്റ് മലന്ന് വീണ് കെടക്ക്ന്നാ ഇണ്ടായിനി. പെർമലയനും മലിനാണീം എത്തുമ്പളക്ക്* ചീലേരെ നെഞ്ചിന്റുള്ളിലെ വെളക്ക് കെട്ടന്. പിന്ന എല്ലാരുംകൂടി താങ്ങിപ്പിടിച്ച് പൊട്ടൻ തെയ്യത്തിന്റെ തറേരെ തായല് പായീല് കെടത്ത്യേരം വണ്ണാൻ കുഞ്ഞാരൻ വന്ന് തൊട്ട് നോക്കീറ്റ് പറഞ്ഞു. മേല്ചൂട്ണ്ട് ന്നാലും വെളക്ക് കെട്ടിന്..."

എല്ലം കേട്ടിറ്റും അമ്പുപ്പണിക്കറ് അനങ്ങീല. ഒച്ചപ്പാടും നെലവിട്ടകളീം ഒന്നും ഇണ്ടായീല. തീയ്യത്തി ചിരുത ഓന്റെ മനസ്സില് തണ്പ്പ് വരട്ടേന്ന് കർതി പറഞ്ഞു.

** ചാണോം തേച്ച– ചാണകം മെഴുകിയ*

** നിറ്നിട്ടാ– ഒരേനില്പ്*

** എത്തുമ്പളക്ക് – എത്തുമ്പോഴേക്കും*

"നല്ല പൊന്ന് പോലത്തെ, നിന്റെ മുറിച്ചിട്ട കഷണം കണക്കത്തെ ഒരാണിന നിനക്ക് തന്നിറ്റാ ഓള് പോയിന്..."

ഓൻ ഇരിന്നെട്ക്ക്ന്ന് എണീറ്റ് കൈമലെ ചെരട്ട ചിരുതേരെ നേരെ നീട്ടി. രണ്ട് ചെരട്ട റാക്കും കുടിച്ച് താടീമ്മല് വീണ റാക്ക് തൊടച്ച് ആരോടും മിണ്ടാതെ ഇർട്ടത്ത് കുന്ന് കീഞ്ഞു. പെർമലയനും ഇരുട്ടിന്റു ള്ളില് ഇർട്ടായിറ്റ് കുന്നെറങ്ങുന്ന ഓന്റെ ബയ്യന്നെ എറങ്ങി. എന്റെ ചെമ്പ കത്തിന്റെ മുമ്പില് മിന്നാമ്പുളിങ്ങ* മിന്ന്ന്ന പോലെ വെളി* കത്ത്ന്നത് ഓൻ കണ്ടു. ഓൻ തറമ്മല് കേറി നിന്ന് ചെമ്പകം പിടിച്ച് കുലുക്കി ക്കൊണ്ട് എന്ന വിളിച്ചു. ഓന്റെ വിളി എന്റെ ചെമ്പകത്തിന്റെ മേലെ യില്ലെ പുളിയമ്മാവും കടന്ന് പെരിയയീം തോടും കടന്ന് നാട് തേച്ചും കേക്ക്ന്ന്ണ്ട്ന്ന് ഓന് തോന്ന്യതേയില്ല. ഓന്റെ തല എന്റെ ചെമ്പകത്തിന് ആഞ്ഞാഞ്ഞ് അടിച്ച് പെറ്റുവീണ കുഞ്ഞി കരീന്ന പോലെ എക്കിട്ട* ഇട്ട് കരയാൻ തൊടങ്ങി.

പെർമലയന് ഒന്നും മിണ്ടാൻ കയീന്നില്ല.

ഒച്ചീം നെലവിളീം കേട്ട് കുടീന്റുള്ള്ന്ന് മലിനാണീം മാണീം കുഞ്ഞി ക്കേളൂം പൊറത്തേക്ക് വന്നു. മലിനാണീരെ കൈമല് കത്ത്ന്ന വെള ക്ക്ത്തിരീരെ ചോപ്പും മഞ്ഞീം കൂടിക്കലങ്ങ്യ വെളിച്ചത്തില് അമ്പുപ്പ ണിക്കറ് കണ്ടു... ഓന്റെ കുഞ്ഞിക്കേളൂന.

പീഠത്തിമ്മല് നിന്ന് വാചാല് ചെയ്ത തെയ്യം നെലത്തേക്ക് തുള്ളു മ്പോലെ അമ്പുപ്പണിക്കറ് മിറ്റത്തേക്ക് തുള്ളി കുഞ്ഞിക്കേളൂന വാരിയെ ടുത്ത് ഓന്റെ നെഞ്ചോട് ഒട്ടിച്ച് പിടിച്ച് കരഞ്ഞോണ്ട് പറഞ്ഞു.

"നിന്റപ്പനാ... നിന്റെ അപ്പൻ, എന്റെ പൊന്ന്മോന്റെ അപ്പനാ ഞാൻ..."

ഓൻ പിന്നീം കുടുകുടാ കരഞ്ഞു. ചെക്കനും കരയാൻ തൊടങ്ങി. മലിനാണീം മാണീം കരയാൻ തൊടങ്ങി...

കരച്ചലും വിളീം കേട്ടിറ്റ് ചൂട്ട് കത്തിക്കാതെ തീയ്യൻ ചവുണിയനും ഓന്റോളും കുന്ന് ചാടി കീഞ്ഞു. എന്റെ തറേരടക്ക എത്ത്യേരം തന്നെ തീയ്യത്തിചിരുത അടങ്ങ്യ* ഒച്ചീല് കണ്ണ് തുരുതുര മീച്ചിറ്റ് എല്ലാരോടും പറഞ്ഞു.

"മിണ്ടിപ്പോറ്*... ഒച്ച പൊറത്ത് കേക്കറ്..."

കരച്ചലിന്റെ ഒച്ച വിതുമ്പലായി..., ഇർട്ട്ല് വിങ്ങാൻ തൊടങ്ങി.

"ഓൻ ബന്ന കാര്യം നാട്ട്ല് അറിഞ്ഞാല് എന്താ ഇണ്ടാവ്വാന്ന് അറി യാലൊ. ഒരാക്കും തട്ക്കാനാവൂല പിന്ന..."

അമ്പുപ്പണിക്കറെ ചങ്ക്ന്ന് കരിമ്പടക്കഷണം ഞേല്ന്നപോലത്തെ താടീം പെറ്റപെണ്ണിനപ്പോലെ തലമൂർത്തില് കെട്ട്യ കുടുമീം ആരും നോക്കീല.

** മിന്നാമ്പുളിങ്ങ - മിന്നാമിനുങ്ങ്; * വെളി - വെളിച്ചം*

** എക്കിട്ട - ഏങ്ങലടിച്ച്; * അടങ്ങ്യ -പതിഞ്ഞ*

** മിണ്ടിപ്പോറ് - ശബ്ദിച്ച് പോകരുത്*

കരഞ്ഞും പറഞ്ഞും പാതിരാത്രീല് കൂമൻ പയ്യാനേമ്മന്ന് മൂളാൻ തൊടങ്ങ്യേരം എല്ലാരും മിറ്റത്ത് കെടന്നു. അമ്പുപ്പണിക്കറീം ഓന്റെ മോനീം ആത്ത് കെടത്തി. അപ്പനും മോനും ഒറങ്ങാതെ നെഞ്ഞത്ത് ഒട്ടിപ്പിടിച്ച് നെഞ്ചിന്റുള്ളിലെ താളം കൈമാറി. പെർമലയൻ ചപ്പിലേന്റ ടീല് പറ്റിപ്പിടിച്ചൊറങ്ങ്ന്ന പുസൂനപോലെ എന്റെ തറമ്മല് ചുർണ്ട് കെടന്ന് കണ്ണും കാതും തൊറന്ന്ട്ട് പുളിയമ്മാവിന്റെ കൊമ്പ്മ്മന്ന് കൂമന്റെ മൂളല് കേട്ട് പേടിച്ചിറ്റ് അയിന്റെ പെവ്ത്ത* എല തായല് വീമ്പും പൊട്ടിപ്പോയ പെർമലയന്റെ ചെവി ഓന്റെ കണ്ണോട് പറഞ്ഞു... എന്തോ അനങ്ങ്ന്നാ ന്ന്... ഓ ന്റെ കണ്ണ് അതും പെർതി ഇർട്ട്ല് വട്ടം ചുറ്റി.

തീയ്യത്തി ചിരുതേരെ കുന്ന്മ്മന്ന് പൂങ്കോയി കൂവുമ്പൂം ഇർട്ടിന്റെ പൊളപ്പ് കൊറഞ്ഞിറ്റ്ല്ല.

പെർമലയൻ എണീറ്റ് അമ്പുപ്പണിക്കറ വിളിച്ചു. ഓനും ഓന്റെ നെഞ്ഞത്ത് നെഞ്ചും വെച്ച് ചെക്കനും ചത്തപോലെ ഒറങ്ങ്ന്നാ ഇണ്ടാ യിന്. ഓൻ പെർമലയന്റെ കൈമുട്ട്യേരം തന്നെ ഞെട്ടി എണീറ്റു. ഓന്റൊപ്പരം ചെക്കനും എണീറ്റു. മൂന്നാളും ഇർട്ട്ന്റുള്ളിലേക്കൂട തോട്ടിൻകരക്കേക്ക് പോമ്പം തോട്ട്ല് മൊതല വന്നത് ചെക്കൻ ഓന്റപ്പനോട് പറഞ്ഞു.

തോട്ടിലെ വെള്ളത്തിന്റുള്ളിലെ കുളിരിന്റുള്ളില് അമ്പുപ്പണിക്കറ് കൊറേയോട്ടം മുങ്ങി. ഓൻ വെള്ളത്തിന്ന് കേറാത്ക്കുമ്പം പെർമലയൻ ഒച്ചീല്ലാതെ പറഞ്ഞു.

“വാ.. കേറ്... മതി...”

ഓന് തോട്ടിലെ ബെള്ളത്തിന്ന് കേറാനേ തോന്ന്ന്നില്ല. ഓന്റമ്മ മലിനാണീരെ മടീല് കെടക്ക്ന്നപോലെ ഒര്സുഖം ഓന് തോന്നി. പെർമലയൻ പിന്നീം വിളിച്ചേരം ഓൻ ഒറക്കം ഞെട്ടി അറിയുമ്പോലെ വിളികേട്ട് കരകേറി ഉടുത്തതോർത്തോണ്ട് തലീം മേലും തോർത്തി. കുടീലെത്തുമ്പളക്കും മലിനാണീം മോളും കൊത്തമ്പാരീട്ട വെള്ളത്തില് ഒരാണി വെല്ലൂട്ട്, തരക്യരി പൊങ്ങിച്ചതും* ആക്കി കുടീന്റുള്ളില് ഓന് മങ്ങണത്തില് വെളമ്പിക്കൊടുത്തു.

പിന്ന ഓൻ എപ്പൂം തീയ്യത്തി ചിരുതേരെ കോയി കൂവുമ്പം ചെക്കന്റീം പെർമലയന്റീം ഒപ്പരം തോട്ടില് പോയിറ്റ് ബെരും. വന്നാപിന്ന കുടീന്റുള്ള്ന്ന് പൊറത്ത് കീയില്ല. ചെക്കനും മോന്ത്യാവുമ്പം എന്റെ തറമ്മല് തിരികത്തിക്കാൻ മാത്രേ മിറ്റത്ത് കീയൂ*. എന്നേരം അമ്പുപ്പണിക്കറും ഓന്റൊപ്പരം വന്ന് തൊവ്വും.

പെർമലയൻ വെളിച്ചം വിരിഞ്ഞ് വെർമ്പം തന്നെ തോട്ടിൻകരക്കെ മുണ്ടക്കാട്ടില് പോയി ആമേന പിടിക്കും. മോന്ത്യാവാനാവുമ്പം തീയ്യത്തി ചിരുതേരെ കുന്ന് കേറി എറങ്ങുമ്പം നാല് ചെരട്ട റാക്ക് ഒരു കുടുക്കീല്

പെവ്ത്ത - പഴുത്ത

** പൊങ്ങിച്ചത് - വേവിച്ചത്; * കീയൂ - ഇറങ്ങൂ*

ഓന്റെ മോന് കൊണ്ടരും. നേരം വെള്ത്ത് ഏറ്റ് കയിഞ്ഞിറ്റ് വെർമ്പം തീയ്യൻ ചവുണിയൻ ഒരു കുടുക്ക കള്ള് എന്റെ തറമ്മല് വെക്കും. അതും അമ്പുപ്പണിക്കർക്കാ. തീയ്യത്തി ചിരുത ഓള് പൈപ്പടക്കാനിണ്ടാ ക്ക്ന്നേൽന്ന് ഓരോഹരി കുന്നെറങ്ങി കുടീലെത്തിക്കും.

ഒരീസം മോന്തി കയിഞ്ഞിന്. അമ്പുപ്പണിക്കറ് പൊറത്തെറങ്ങി. ഇര്ട്ട് ഏട്ന്നോ വന്ന് മിറ്റത്തെല്ലം അമരാൻ* തൊടങ്ങീന്. മിറ്റത്ത് തെക്കേ മൂലീല് ചീലേന കത്തിച്ച മണ്ണില് ഓൻ പോയി നിന്നു. കൊറേ നേരം മിണ്ടാതെ നിന്നേരം നീണ്ട് മെലിഞ്ഞ് കണ്ണ്പൂട്ടാതെ ഓൻ പൊതച്ച തോർത്ത് മുണ്ട് പിടിച്ച് മണപ്പിച്ച് ചിരിച്ചോണ്ട് ചീല നിക്ക്ന്ന് ഓൻ കണ്ടു. ഓന് മേലനക്കാനോ മിണ്ടാനോ കയീന്നില്ല. ഓൻ കണ്ണ് അടക്കാതെ ഓളെ കണ്ണിലേക്കെന്നെ നോക്കി നിന്നു. ചിരിക്കാൻ തൊടങ്ങ്യ ഓളെ ചുണ്ട് വാടാൻ തൊടങ്ങി. പൂട്ടാതെ നിന്ന ഓളെ കണ്ണില് വെള്ളം നെറ യാൻ തൊടങ്ങി... ഏട്ന്നോ ഒര് കാറ്റ് വന്നപ്പോ ഓള് ആ കാറ്റിന്റൊപ്പരം അലിഞ്ഞലിഞ്ഞ് പറന്ന് പോയി.

ചെക്കൻ ഓന കത്തലടക്കാൻ വിളിച്ചു. ഓന്റെ കണ്ണ്ന്ന് താടീലേ ക്കൂട ഒലിച്ചെറങ്ങ്ന്ന ചൂട് വെള്ളം മേല്പൊത്ത്യ തോർത്തോണ്ട് തൊടച്ചു. ഇര്ട്ട് ഓന പൊതിഞ്ഞത് കൊണ്ട് ചെക്കനത് കണ്ട്ല്ല.

മംഗലം കയിഞ്ഞിറ്റ് ചീലേന കൊതിതീരുന്നവരെ ഓൻ തേച്ചും കണ്ടീറ്റ്ല. മെലിഞ്ഞ കണ്ണും നീണ്ടമൂക്കും നീണ്ട കഴ്ത്തും ചെണ്ടക്കോ ല്പോലീല്ല വെരലും... എല്ലം ഒന്ന് ഒപ്പരം കാണാൻ ഓനിപറ്റീറ്റ്ല.

ചുറ്റും എല്ലാരും കത്തലടക്കി ഒറങ്ങ്യേരം ചെക്കനും അമ്പുപ്പണി ക്കറും പൈയ്യാനേമ്മിര്ന്ന് മൂള്ന്ന കൂമനും ഒറങ്ങാതിരിക്കുമ്പം ചെക്കൻ ഓനോട് ചോയിച്ചു.

“അപ്പാ... പാതിരാത്രി ആവുമ്പം നമ്മളെ പൊട്ടൻ തെയ്യത്തിന്റെ കൊക്കണകത്തീം എട്ത്ത് വലിയ മനക്കല് പോയിറ്റ് വല്യമ്പ്രാന കൊത്തിത്തറച്ച് കൊന്നാലോ...”

ചെക്കന്റെ ചങ്കിന്റുള്ള്ന്ന് ബെര്ന്നത് കേട്ട് ചെക്കന ഓന്റെ നെഞ്ഞാം കൂടിലേക്ക് അമർത്തി വെച്ചതല്ലാതെ ഒന്നും മിണ്ടീല.

റാക്കിന്റെ കുടുക്ക എന്റെ തറമ്മല് വെച്ച് ആടത്തന്നെ ഒറങ്ങിപ്പോയ പെർമലയൻ കൂമന്റെ മൂളല് കേട്ട് ഒറക്കറിഞ്ഞ് എണീറ്റ് കുടീന്റകത്ത് ഓന്റെ മോൻ കെടക്ക്ന്നേന്റടുക്ക പോയി ഇരുന്നു. പിന്ന ഓന്റെ മോന മുട്ടിച്ചേർന്ന് കെടന്നു. ഒറങ്ങാതെ കെടന്ന അമ്പുപ്പണിക്കറ് ഓന്റപ്പനോട് ചോയിച്ചു.

“നാളെ പൊലച്ചകൂറ്റ്ന് കാനായീല് ചീലേരെ വീട്ട്ല് ഒന്ന് പോയാ ലോ...”

“വേണ്ട... ആളറിഞ്ഞാല് അയിന്ല്ലെ കൂലി മരണാ...”

“എന്ത്രാന്ന് വെച്ചിറ്റാ ഇങ്ങനെ ഒളിച്ച് നിക്കാ...”

** അമരാൻ – അടിഞ്ഞ്കൂടാൻ*

"എന്റെ മോൻ പോയ്ക്കോ... ആരും കാണാതെ ഇർട്ടിന്റുള്ളിലൂടെ വന്നട്ത്തേക്കന്നെ പോയ്ക്കോ... എന്നാല് നീ ജീവനോടെ ഇണ്ട് ന്നെങ്കിലും നിന്റപ്പന് സമാധാനിച്ച് ഒറങ്ങാലോ. നിന്ന കാണ്വൊന്നും വേണ്ട... നിന്റെ മണം കിട്ട്യാമതി, അന്നേരം കാര്യസ്ഥമ്മാറ് ഈടെത്തും. പിന്നെന്താ ഇണ്ടാവ്വാന്ന് പറേണോ... നാളെ നട്ടപ്പാതിരയാമ്പും മിന്നാമ്പുളിങ്ങ കൂടി കണ്ണ് ചിമ്മ്മ്പം നീ ഇർട്ട്ലേക്കൂട നടന്ന് പോയ്ക്കോ... പിന്ന എപ്പെങ്കിലും ഇത്പോലെ വേറൊര് ഇർട്ടത്ത് നീ ബന്നാ മതി..."

"അപ്പാ... എനക്ക് എന്റപ്പനീം എന്റെ മോനീം പെറ്റമ്മേനീം പെങ്ങളീം വിട്ട് പോവാനാവൂലപ്പാ... എന്റെ വയ്യല്ലം* മാറിപ്പോവേന്ന്... വന്നവയ്യെല്ലം മറന്ന് പോവേന്ന്... പോവണ്ടത് നിരീക്കുമ്പം തലേരുള്ളില് ഇരുട്ട് കേറി കണ്ണ് മറഞ്ഞ് പോന്ന്..."

ചെക്കൻ ഓന്റപ്പന്റെ നെഞ്ഞത്ത് കുഞ്ഞിക്കൈ ഒലത്തി ചേരട്ട ഇരീമ്പോ*ലെ ഇരിഞ്ഞു.

പിന്നെപ്പാ ഒറങ്ങിതെന്ന് ആരിക്കും ഓർമ്മീല്ല. എന്നാല് പൊലച്ചക്കൂറ്റിന് തീയ്യത്തി ചിരുതേരെ കോയി കുവ്ന്നത് പെർമലയൻ കേട്ട്ന്.

അമ്പുപ്പണിക്കറ് ഇന്നും തോട്ട്ല്, തണുപ്പില് കുളിച്ച് കെടക്ക്ന്ന വെള്ളത്തില്, കൊറേയോട്ടം മുങ്ങി നീർന്നു. കരക്കേക്ക് നോക്കുമ്പം രണ്ട്മൂന്നാള് തോട്ടിലേക്ക് വെർന്ന് കണ്ട് ഓൻ ബേഗം കരക്ക് കേറി. പെർമലയൻ മുണ്ടക്കാട്ടില് തൂറാൻ കേറീറ്റാ ഇണ്ടായിനി. തുണിക്കെട്ടും കൊണ്ട് വന്നവര ഒന് തിരിഞ്ഞു. ആശാരിച്ചി കുഞ്ഞങ്ങീം ഓളെ രണ്ട് പെമ്മക്കള്വൊന്ന്. ഓൻ മൊകം വേഗം മറച്ച് തലീലീം മേത്തീം വെള്ളം തോർത്താതെ പെട്ടെന്നന്നെ പെരയിക്കേക്ക് നടന്നു. ഓൻ ബീട്ട്ലെത്തി തലതോർത്തുമ്പം മിറ്റത്തെ അടുപ്പില് ബരടിപൊള്ക്കിട്ട്* കത്തിച്ച് ചൂടെവെള്ളം ഇണ്ടാക്ക്ന്ന മലിനാണ്യോട് പറഞ്ഞു.

"കോയിന്ദൻ മേലാശാരീരെ ഓളും പെമ്മക്കളും തോട്ട്ല് കുളിക്കാൻ വന്നിന്... എന്ന കണ്ടിന്... എന്നാല് തിരിഞ്ഞിറ്റ്ല. ഓളെന്നെ തുരുതുരാ നോക്ക്ന്ന് ഇണ്ടായിന്."

ഓന്റെ ബയ്യന്നെ വന്ന പെർമലയൻ ഓൻ പറീന്ന് കേട്ടിറ്റില്ലെങ്കിലും ഗോയിന്ദൻ മേലാശാരീരെ ഓളീം മക്കളീം കണ്ടേനപ്പറ്റി ഒന്നും പറഞ്ഞില്ല.

തീയ്യൻ ചവുണ്ണിയന് പൊലച്ചക്കൂറ്റിന് ഏറാൻ പോയേരം ഉടുമ്പിന കിട്ടീന്. ഓൻ തെങ്ങ്മ്മ കേറാൻ നോക്കുമ്പം തെങ്ങ്മ്മ പറ്റിപ്പിടിച്ച് കെടക്ക്ന്ന ഉടുമ്പ് ഓന കണ്ടിറ്റ് തായലേക്ക് തുള്ളുമ്പം ചവുണ്ണിയൻ അയിന്റെ വാല് പിടിച്ച് തെങ്ങിന് വീശി അടിച്ചു. ഒറ്റ അടീലന്നെ അത് ചത്തിന്. ചത്ത ഉടുമ്പ് നാവ് പൊറത്തേക്കിട്ടത് ഓൻ വലിച്ച്പിടിച്ച് തെങ്ങിന്റെ കൊല ചെത്ത്ന്ന കത്ത്യോണ്ട് അറ്ത്തെടുത്ത് വിത്ങ്ങി.*

** വയ്യല്ലം - വഴിയെല്ലം; * ഇരീമ്പോലെ - ഇഴയുമ്പോലെ*

** ബരടിപ്പൊള്ക്ക - ചാണകം പരത്തി ഉണക്കിയത്*

** വിത്ങ്ങി - വിഴുങ്ങി*

ഉടുമ്പിന്റെ നാവ് ചൂടാറും മുമ്പേ വയറ്റില് എത്ത്യാല് പാമ്പ് കടിച്ചാല് വെഷം കേറൂലാന്ന് ഓന്റച്ഛൻ ഓന് പറഞ്ഞ് കൊടുത്തിന്. ഓൻ തോട്ടിൻ കരക്ക്ന്ന് ഉടുമ്പിന്റെ തോല് പൊളിച്ച് കൊത്തി മുറിച്ച് എറച്ച്യാക്കി പക്തി എറച്ചി പെർമലയന് കൊടുത്ത് കുന്ന് കേറി.

മലിനാണി അത് കിട്ട്യേരം തന്നെ കറിയാക്കി എല്ലാരിക്കും ചൂട്ല്ലെ കഞ്ഞീം ഉടുമ്പിന്റെ എറച്ചിക്കറീം വെളമ്പി.

അമ്പുപ്പണിക്കറ് ആത്ന്ന് തെരിയേമ്മലിരുന്ന് കഞ്ഞിവാരിതിന്ന്ന്നതന്നെ മലിനാണി നോക്കീരുന്നു. കഞ്ഞി വാരികുടിക്കാൻ തലകുത്തന പിടിക്കുമ്പം മീട്ടത്തേക്ക് തണാറ് വീണത് കണ്ടിറ്റ് മലിനാണി പറഞ്ഞു.

“ജട പിടിച്ച് കാട്പോലെ വളന്ന തലീം താടീം കാത്യപൊക്കന വെരാൻ പറഞ്ഞിറ്റ് അടിയെ മുറിച്ച് കളയണം. എന്നിറ്റ്ല്ലെ എന്റെ മോന്റെ മീടൊന്ന് ഈ അമ്മക്ക് കാണണം.”

ഇന്നലെ മോന്തിക്ക് ഓൻ എറങ്കല്ല്മ്മല് ഇരിക്കുമ്പം ഓന്റടുത്ത് ഇരുന്ന് മൂത്ത കവുങ്ങിന്റെ അടിക്കഷണത്തോണ്ട് കോയിന്ദൻ മേലാശാരീരെ ഓള് ആശാരിച്ചി കുഞ്ഞങ്ങ ഇണ്ടാക്യ ഈരിച്ചീപ്പോ*ണ്ട് ഓന്റെ തല വാരുമ്പൂം* മലിനാണി ഇതേപോലെ പറഞ്ഞിന്...

രാവിലെത്തെ കത്തലടക്കി പെർമലയൻ എന്റെ തറമ്മലിരിക്കുമ്പം പെർവയിക്കേക്കൂട തലീല് ചെമ്പാഞ്ഞീല് എണ്ണീം നെറച്ച് വിക്കാൻ പോന്ന വാണ്യനെമ്മൻ പെർമലയന പെർവയിക്കേക്ക് വിളിച്ചു. വിളികേട്ട് മലിനാണ്യാ പെർവയിക്കേക്ക് വേഗം പോയത്. തലീല് വെളിച്ചെണ്ണീം പാഞ്ഞീരെ കനം ഒരു കൈയോണ്ട് താങ്ങിപ്പിടിച്ച് വാണ്യനെമ്മൻ ഓളോട് ചോയിച്ചു. തീരെ ഒച്ചെട്ക്കാത്യാ ഓൻ ചോയിച്ചത്.

“നിന്റെ മൂത്തമോൻ അമ്പുപ്പണിക്കറ് തുള്നാട്ട്ന്ന് വന്നിറ്റ്ണ്ടോ...”

മലിനാണി മറുവാക്ക് കിട്ടാതെ കണ്ണ് തുരുതുരാ മീച്ചു.

“എന്റോള് കുഞ്ചിരി ദൂരത്തായിറ്റ്* തോട്ട്ല് മുങ്ങികുളിക്കാൻ പോയേരം ഗോയിന്ദൻ മേലാശാരീരെ ഓള് ആശാരിച്ചി കുഞ്ഞങ്ങ പറഞ്ഞിനോലും. താടീം തണാറും നീട്ടി ബളത്തി സാമിമാരെപ്പോലെയായി പൊലച്ചകൂറ്റന് അമ്പുപ്പണിക്കറ പോലത്തെ ഒര്ത്തൻ കുളിക്ക്ന്ന്ണ്ടായിനീന്ന്...”

അയിനും മലിനാണി വാണ്യനെമ്മന് ഉത്തരം കൊടുക്കാതെ കുടീലേക്ക് നടന്നു. എന്റെ തറേരട്ത്ത് എത്ത്മ്പം ഓള് എന്ന വിളിച്ച് കരയാൻ തൊടങ്ങി. അത് കണ്ട് പെർമലയൻ ഓളെ മോത്തന്നെ നേക്ക്യേരം ഓള് പെർമലയന്റെ ചെവീല് ഇണ്ടായത് പറഞ്ഞു.

ഏറ്റ് കയിഞ്ഞ് വന്ന് രാവിലത്തെ കത്തലടക്കി അരക്കുടുത്ത തോർത്ത്മുണ്ടിന്റെ മേലെ തൊടങ്ക്കെട്ടി കത്തീം തൂക്കി തെങ്ങിന്റെ

വാര്മ്പം - ചീകുമ്പം

ഈരിച്ചീപ്പ് - തലയിലെ ഈരിനെ ചീകിയെടുക്കുന്ന ചീർപ്പ്

ദൂരത്തായിറ്റ് - ആർത്തവം ഉണ്ടായിട്ട്

ചീഞ്ഞ് ഒണങ്ങ്യ പട്ടീം വെലിച്ച് വെളഞ്ഞ തേങ്ങീം പറിക്കാൻ കുറുപ്പിന്റെ വളപ്പിലേക്ക് പോവാൻ കുന്ന് എറങ്ങ്യേരം പെർമലയന്റെ വേവലാതീം പെടപ്പും കണ്ടിറ്റ് തീയ്യൻ ചവുണ്ണ്യൻ ചോയിച്ചു.

"ന്താ പെർമലയാ..."

"എല്ലം തീർന്നു ചവിണ്യേച്ചോ... എന്റമ്പു വന്നത് നാടറിഞ്ഞു. എനി എന്താ അടിയൻ ചെയ്യാന്റെ പൊട്ടൻ തെയ്യേ..."

അമ്പുപ്പണിക്കറ് ആത്ത്ന്ന് പൊറത്ത് കീഞ്ഞില്ല. ചെക്കൻ ഓന പറ്റിച്ചേർന്ന് ഇരിക്കേന്ന്.

തീയ്യൻ ചവുണ്ണ്യൻ ഞെട്ടി...

"അമ്പുപ്പണിക്കറ് ഓടുത്തു*... ഓനബിളിക്ക്. ഓൻ ബേഗം എന്റെ ചായ്പിലേക്ക് പോട്ട്. ബാക്യെല്ലം ബെർമ്പോലെ ബെരട്ട്. ഞാനാട ഇണ്ടാവ്മ്പം ഒരാളീം ഓന തൊടാൻ ഞാമ്പിടൂല."

അമ്പുപ്പണിക്കറ് കുടീന്ന് പൊറത്ത് വന്നു. ഓനോട് പെർമലയൻ ബെറച്ചോണ്ട് പറഞ്ഞു.

"എന്റെ അമ്പൂ... നീയൊര് കാര്യം ചെയ്യ്... മാങ്ങാട്ട്ന്ന് മന്ദപ്പൻ* കൊടക് മലകേര്യ ബയിക്കന്നെ നീയും കൊടക് മല കേറിക്കോ. ബേറെ ബയീല്ലെന്റെ അമ്പൂ."

തീയ്യൻ ചവുണ്ണിയൻ ഓന ബിളിച്ചു.

"നീ ബാ..."

അമ്പുപണിക്കറ് തീയൻ ചവുണ്ണ്യന്റെ ഒപ്പരം തന്നെ കുന്ന് കേറി. ഓന തീയ്യൻ ചവുണ്ണ്യൻ ചായ്പ്പിന്റുള്ളില് ഒളിപ്പിച്ച് ചായ്പ്പിന്റെ ബയിക്ക് ഓലമടഞ്ഞതെട്ത്ത് പൊത്തി. ഓൻ പിന്ന തെങ്ങിന്റെ ചണ്ടിവെലിക്കാനും വെളഞ്ഞ തേങ്ങ ഇടാനും പോവാതെ അമ്പുപ്പണിക്കർക്ക് കാവലായി ഇരുന്നു. റാക്ക് കുടിക്കാൻ വന്നവരോടെല്ലം ഓന്റോള് തീയ്യത്തി ചിർതക്ക് ബെർളും പനിയാന്ന്ന്ന് ഓൻ പറഞ്ഞു. പെർമലയനോടും ചെക്കനോടും കുന്ന് കേറണ്ടാന്ന് ഓൻ ആദ്യേ പറഞ്ഞൊറപ്പിച്ചിന്.

രാത്രി ഒറങ്ങാൻ കെടന്നേരം പെർമലയന്റെ കുടീരെ മുമ്പിലെ പയ്യാനേരെ കൊമ്പത്ത്ന്ന് കൂമൻ നേരത്തെ മൂളാൻ തൊടങ്ങീന്. കൂമന്റെ മൂളലിന്റൊപ്പരം ആരോ ചവുണ്ണ്യന്റെ മിറ്റത്ത്ന്ന് ഓന വിളിച്ചു. അത് ആദ്യം കേട്ടത് അമ്പുപ്പണിക്കറ് തന്ന്യാന്ന്.

തീയ്യൻ ചവുണ്ണ്യൻ മിണ്ടാതെ നിക്കുമ്പം പിന്നീം ബിളിച്ചരേം ചവുണ്ണ്യൻ എണീറ്റു. ഓന്റെ ബയ്യ്നെ ഓന്റോള് ബെളക്ക് ത്തിരീം കത്തിച്ച് പൊറത്തേക്ക് വന്നു. ബെളക്ക് തിരീന്റെ കുഞ്ഞി വെളിച്ചത്തില് അവര് പേടിച്ച് വെറച്ചു. വല്യമ്പ്രാന്റെ കാര്യസ്ഥൻ ചെമ്പച്ചന്തൂം കോയിച്ചപ്പൂം പിന്ന നാലാളും. തോക്കും ചൊമല്ല് വെച്ച് മുമ്പില് നിക്ക്ന്ന ചെമ്പച്ചന്തൂനിം ചങ്ക് നീട്ടി വളഞ്ഞ് നിക്ക്ന്ന കോയിച്ചപ്പൂനീം മാത്രേ അവരിക്ക്

---

* *ഓടുത്തു - എവിടെ*

* *കതിവനൂർ വീരൻതെയ്യം കഥയാണ് സൂചന. മന്ദപ്പൻ മാങ്ങാട്ട് നിന്ന് ചുഴലി വഴി കുടക് മലയിൽ അമ്മാവന്റെ കൂടെ ജോലിചെയ്യാൻ പോയി അവിടെ പടനയിച്ച് പടയിൽ മരിച്ച് കതിവനൂർ വീരനായ കഥ.*

തിരിഞ്ഞ്റ്റ്ലൂ.

തീയ്യൻ ചവുണ്യൻ നെഞ്ചുന്തി നിന്നോണ്ടന്നെ ചോയിച്ചു.

“എന്താ മ്പ്രാക്കളെ ഈ പാതിരാത്രീല്...”

“റാക്കിനാ...”

ചിരുത ബേഗം ആത്തേക്ക് പോയി ഒരു കുടുക്ക റാക്കെടുത്ത് അവരെ മുമ്പില് വെച്ച് കൊടുത്തു. അത് കുടുക്ക്യോടന്നെ എല്ലാരും കുടിച്ചു. റാക്കിന്റെ എറ്റല് കൈയോണ്ട് തടീക്കൊണ്ട് ചെമ്പച്ചന്തു പറഞ്ഞു.

“കറ്റൻ നരി എറങ്ങീറ്റ്ണ്ട്. രണ്ട് പൈക്കള്ള്യാ ഇന്നലെ രാത്രി കടിച്ച് പൊളന്നത്*. ആരും രാത്രി പൊറത്ത് കീയണ്ട.*”

അവരെല്ലാരും ഇര്ട്ടിന്റെ ഉള്ളിലേക്ക് പോവാൻ കീമ്പം ചെമ്പച്ചന്തു ചോയിച്ചു.

“പെർമലയന്റെ മോൻ അമ്പുപ്പണിക്കറ് ബന്നിറ്റ്ണ്ട്ന്ന് കേട്ടു. ഈട വന്നിനാ ഓൻ... ഓൻ നാടെറങ്ങ്യാല് കറ്റൻ നെരീന ഞാൻ ഒയിവാക്കും അയിന് വെച്ച തോക്കിലെ ഉണ്ട ഓനായിറ്റ് മാറ്റി വെക്കും.”

ഇരുട്ടിന്റെ കരിങ്കയത്തിലേക്ക് അവരെല്ലം മുങ്ങി ഇല്ലാതായേരം തീയ്യത്തി ചിരുത ചായ്പ്പില് പോയി അമ്പുപ്പണിക്കറ നോക്കി.

ഓനും അവര് പറീന്നതെല്ലം കേട്ട്ന്. അയിപ്പിന്ന കോയി കൂവ്ന്നത് വരെ മൂന്നാളും ഒറങ്ങീല.

കൂളികളും പ്രേതപിശാചുക്കളും ഇരുട്ടത്ത് നടന്ന് പോവ്ന്ന ഒച്ച കേട്ട് ഞെട്ടി അറിഞ്ഞ പൂങ്കോയി ഒച്ചത്തില് കൂവുമ്പം അമ്പുപ്പണിക്കറ് ചായ്പ്പ്ന്ന് എണീറ്റ് കുന്നെറങ്ങി. കുടീലെത്തമ്പം ആടീം ആരും ഒറങ്ങാതെ മിറ്റത്ത് കുത്തീരിക്ക്ന്നാ ഇണ്ടായിനി.

ഓൻ ഒറപ്പിച്ചു. പോണം... ന്റെ പൊട്ടൻ തെയ്യേ അടിയന് ഇപ്പം പോയേ പറ്റൂ. ഓൻ എന്ന തൊവ്വ്തു. കുടിലിന് ചുറ്റും ഗ്രഹണം പിടിച്ച പോലെ... ഒര് ചപ്പില പോലും അനങ്ങ്ന്നില്ല. ചെക്കൻ ഓന്റെ അപ്പന തന്നെ നോക്കേന്ന്. മലിനാണീരീം ഓളെ മോള് മാണീരീം മേല് ബെർളും പനി വന്നപോലെ വെറക്കേന്ന്. പെർമലയന്റെ മേല് ഒണങ്ങ്യ മരക്കുറ്റിപോലെ നിന്നു.

ചെക്കൻ ഓന്റപ്പന്റെ കൈപിടിച്ചു.

“ന്റെ അപ്പൻ ഏടീം പോണ്ട...”

ഓന്റെ കുഞ്ഞിക്കണ്ണ്റ്ന്ന് ചൂട്വെള്ളം അമ്പുപ്പണിക്കറ കൈമല് വീണ് ഒലിച്ചെറങ്ങി. അമ്പുപ്പണിക്കറ് ചെക്കന പറ്റിപ്പിടിച്ച് പെർമലയനോട് പറഞ്ഞു.

“അപ്പാ... എനക്കൊരാശീണ്ട്... ഈ തറമ്മലിര്ന്നിറ്റ് എനക്ക് പൊട്ടൻ തെയ്യത്തിന്റെ തോറ്റം ചൊല്ലണം. എന്റെ എടത്തും വലത്തും അപ്പനും അമ്മീം മുമ്പില് എന്റെ മോനും ഇര്ന്നിറ്റ് തോറ്റം ചൊല്ലണം.”

ഓൻ എന്റെ തറമ്മല് ചെമ്പകത്തിന്റെ മുമ്പില് ഇരുന്നു. തുമ്പി മൂള്ന്ന ഒച്ചീല് തോറ്റം ചൊല്ലാൻ തൊടങ്ങി. ഓന്റെ എടത്തും വലത്തും

** പൊളന്നത് - പിളർന്നത്*

** കീയണ്ട - ഇറങ്ങരുത്*

മുമ്പിലും വയ്യലുമായി നാല് തുമ്പികളും തോറ്റം പാടി. പാടിക്കൊണ്ടിരിക്കുമ്പം കൊറേ കറ്ത്ത വണ്ട് ഒന്നിച്ച് മൂള്ന്നേന്റെ ഒച്ച എന്റെ ചെമ്പകം കടന്ന് പുളിയൻമാവിന മൂടാൻ തൊടങ്ങി. തോറ്റത്തിന്റൊച്ച എപ്പാ അയിലും കൂട്യതെന്ന് അറീല.... ഇപ്പത് തീയ്യത്തി ചിരുതേരെ കുന്ന് കേറി... കൊറേ കയീമ്പം കുടീരെ ചുറ്റൂല്ലെ മരത്തിന്റെ കൊമ്പല്ലം വെറച്ച് എല വീണേരം അമ്പുപ്പണിക്കറ് എണീറ്റ് വെള്ളാട്ടം ഒറയാൻ തൊടങ്ങി. തുള്ളിയൊറഞ്ഞ് ഓൻ ഒടൂല് എന്റെ ചെമ്പകത്തിന്റെ മുമ്പില് തല കുമ്പിട്ടു.

"ന്റെ പൊട്ടൻ തെയ്യേ... അടിയൻ പോവേന്ന്... എനിയും എനക്കീട വെരാൻ എന്റെ അപ്പനീം അമ്മേനീം മോനീം കാണാൻ ആയ്സ്സ് കാത്ത് വെക്കണേന്റെ പൊട്ടൻ തെയ്യേ..."

ഓൻ തറമ്മന്ന് കീയുമ്പം ഓനപറ്റിപ്പിടിച്ച് കരീന്ന ഓന്റെ മോന പറിച്ച് തായലെറക്കി മലിനാണി മേത്ത് പൊതച്ച ഓളെ തോർത്ത് വെലിച്ചെടുത്ത് ഓന്റെ തലീം മേലും പൊത്തി ഓൻ എറങ്ങി. മാങ്ങാട്ട്ന്ന് മന്ദപ്പൻ, കതിവന്നൂർ വീരൻ, കൊടകിലേക്ക് നടന്ന വയി നോക്കി നടന്നു. നരക്കാൻ തൊടങ്ങ്യ ഇർട്ട്ല് ഓൻ അലിഞ്ഞില്ലാതായേരം പിന്ന പെർമലയന്റെ കുടീല് നെലവിളി ആളിക്കത്താൻ തൊടങ്ങി.

ഇരുട്ടും വെളിച്ചൂം കൂടിക്കലരുമ്പം പെർമലയന്റെ കുടീന്റെ മിറ്റത്തേക്ക് മുതുടോൻ ഓട്ടും അല്ല എന്നാല് നടത്തൂം അല്ലാത്തമാതിരി തലീം കുനിച്ച് പിടിച്ച് ഉരുണ്ടോണ്ട് വന്നു.

ഓൻ എന്റെ തറക്ക് മുമ്പിലെത്തി രണ്ട് കൈയും തറേമ്മേല് കുത്തിവെച്ച് മണങ്ങി*നിന്ന് കെതച്ചോണ്ട് പെർമലയനോട് ചോയിച്ചു.

"നിങ്ങളെ മോൻ അമ്പുപണിക്കറ് ബന്നിറ്റ്ണ്ടാ..."

മുതുടോന്റെ കെതപ്പ് നോക്കിനിന്നതല്ലാതെ പെർമലയൻ ഉത്തരായിറ്റ് ഒന്നും പറഞ്ഞില്ല.

മലിനാണീരീം മാണീരീം ചെക്കന്റീം മോത്ത് പൊലച്ചക്കേത്തെ നരച്ച ഇരുട്ടും പേടീം ഒപ്പരം പറ്റിപ്പിടിച്ചു.

"ന്താ പെർമലയാ മിണ്ടാത്തത്... ഓൻ ബന്നിനാ... ബന്നിറ്റ്ണ്ടെങ്കില് ഇപ്പം തന്നെ വല്യമനക്കല് പോവാൻ വല്യമ്പ്രാൻ കല്പിച്ചിന്. ഓന് വന്ന് പെഴച്ച തെറ്റ് പൊറുക്കാന്നും വല്ല്യമ്പ്രാൻ പറഞ്ഞു. പെർമലയൻ ഓന ബിളിക്ക് ഞാൻ ഓനീം കൂട്ടീറ്റ് പോവ്വാ..."

പെർമലയൻ അന്നേരം എന്ന നീട്ടി വിളിച്ചു.

"ന്റെ പൊട്ടൻ തെയ്യേ..."

അയിന്റെ പൊരുള് മുതുടോന് മനസ്സില് കൊണ്ടു.

"ഓൻ ബന്നിന്... ഓൻ ബന്നപോലെ അന്നേരം തന്നെ ബന്നവയിക്കെന്നെ തിരിച്ചും പോയിന്... മുതുടോനെ..."

"ഓൻ എനി തിരിച്ച് പോണ്ട കാര്യൂല്ല പെർമലയാ... വന്നവയിക്കെന്നെ പോയിനെങ്കില് പിന്ന പറഞ്ഞിറ്റ് കാര്യൂല്ലല്ലോ... ഏതായാലും കളിയാട്ടം തൊടങ്ങാനായില്ലേ. അന്നേരം ഓന ബിളിച്ച് ബെർത്ത."

---

* *മണങ്ങി– കുനിഞ്ഞ്*

മലിനാണി, മുതുടോന് കൊത്തമ്പാരീട്ട് തെളപ്പിച്ച വെള്ളൂം ഒര് കഷ്ണം വെല്ലൂം കൊടുത്തു. അത് കുടിക്കുമ്പളക്ക് വെറ്റിലീം അടക്കീം പൊകീലേന്റെ ഞെട്ടും ചെരട്ടീല് ലേശം നൂറും* കൊടുത്തു.

മുതുടോൻ മുറുക്കി തുപ്പിക്കോണ്ട് എറങ്ങി. പെർവയിക്കെത്ത്മ്പം ഓൻ പിന്നീം കാർക്കിച്ച് തുപ്പ്ന്നത് കേട്ട് പെർമലയൻ ഓന്റെ മിറ്റത്ത്ന്ന് കാർക്കിച്ച് തുപ്പി തോട്ടിൻകരക്കേക്കെറങ്ങി. തോട്ടിലെറങ്ങി വെള്ളം കോരിവായിലാക്കി കുലുക്കി തുപ്പി തോടും കടന്ന് മുതുടോൻ പോന്നത് പെർമലയൻ ദൂരത്ത്ന്നേ കണ്ടു.

പെർമലയൻ മുണ്ടക്കാട്ടില് കേറി തൂറി തോട്ടിലെറങ്ങി മുങ്ങിക്കുളിച്ച് അരീല് കോണം* മാത്രൂടുത്ത് തോർത്തയിച്ച് തലീം മേലും തോർത്തി. തോട്ട്ന്ന് കരക്ക് കേറുമ്പം, വെളിച്ചെണ്ണ ബിക്കാൻ പോയ വാണ്യൻ എമ്മൻ വെളിച്ചെണ്ണ വിക്കാതെ തോട്ടിൻകരക്കേക്ക് അക്കര കണ്ടത്തിന്ന് പാഞ്ഞ് വന്നു. രണ്ട് കൈയ്യോണ്ടും തലീലെ വെളിച്ചെണ്ണീം പാഞ്ഞീം പിടിച്ചോണ്ട് പാഞ്ഞ് വന്ന് അക്കര തോട്ടിൻകരക്ക് നിന്ന് കെതച്ചോണ്ട് പെർമലയന വിളിച്ച് പറഞ്ഞു. പെർമലയന് ചെവി പതുക്കെ ആയത് കൊണ്ട് വാണ്യൻ എമ്മൻ വെല്ല്യ ഒച്ചീല് പറഞ്ഞു.

"അമ്പു പോയാ... അമ്പു പോയ പെർമലയനെ..."

പെർമലയൻ പോയീന്ന് തലയാട്ടി.

"അമ്പൂന വല്യമ്പ്രാന്റെ കാര്യസ്ഥമ്മാര് ബയിക്ക്ന്ന പിടിച്ചിറ്റ് മനക്കലെ ആനേന തളക്ക്ന്ന മാവിന് കെട്ടീട്ടിറ്റ്ണ്ടോലും..."

പെർമലയൻ നനച്ചല്* തോർത്ത് പീയാതെ* ഉടുത്തിറ്റ് തോട് കീഞ്ഞ് കടന്ന് കണ്ടത്തിലന്നെ മനക്കലേക്ക് ഒടിഞ്ഞനടൂംകൊണ്ട് പാഞ്ഞു. വാണ്യൻ എമ്മൻ ഓന്റെ തലീലെ വെളിച്ചെണ്ണീം പാഞ്ഞീം തോട്ടിൻകരക്ക് വരമ്പത്ത് വെച്ച് പെർമലയന്റൊപ്പരം പാഞ്ഞു. പായുന്നേന്റെടക്ക് നാട്ടി നടാൻ കാലിപൂട്ടി* ഒര്ക്യ കണ്ടത്തിലെ ചളീല് പെർമലയൻ കൊറേയോട്ടം വീണു. വീണെടുത്ത്ന്ന് എണീറ്റ് ചളീല് കുളിച്ച മേലോടെ ഓൻ പിന്നീം പാഞ്ഞു.

നെലവിളിച്ചോണ്ട് മലക്കലെ ആനേന തളക്ക്ന്ന മാവിന്റടുത്തെത്ത്യേരം കൊറേ ആള് നിക്ക്ന്ന്ണ്ട്. ആള തൊരന്ന് ഉള്ളിലേക്ക് കേറ്യേരം ഓന്റെ മോൻ അമ്പുപ്പണിക്കറ മാത്രം കാണാനില്ല. ചളീല് കുളിച്ച് നെലവിളിക്ക്ന്ന പെർമലയന നോക്ക്യോരോടെല്ലം ഓൻ തൊവ്വ്തോണ്ടും കരഞ്ഞോണ്ടും ചോയിച്ചു...

"അടിയന്റെ മോൻ അമ്പു ഓടുത്തുമ്പ്രാക്കളെ... മ്പ്രാക്കളെ അടിന്റെ മോൻ അമ്പു ഓടുത്തു..."

പൈക്കാലികളെ കെട്ട്യ ആലേരുള്ള്ന്ന് പൈക്കള് തായിച്ചിറ്റ് തൊണ്ട

* *നൂറ് - ചുണ്ണാമ്പ്*

* *കോണം - കോണകം, കൗപീനം*

* *നനച്ചല് - നനഞ്ഞ; * പീയാതെ-പിഴിയാതെ*

* *കാലിപൂട്ടി - വയൽ ഉഴുത്*

പൊട്ടി കരഞ്ഞതല്ലാതെ ആട നിക്ക്ന്നവരാരും ഒന്നും മിണ്ടീല.

ചളീല് പെരങ്ങ്യ കൈയോണ്ട് തലക്കടിച്ച് കരഞ്ഞോണ്ട് ആനേന കെട്ട്ന്ന മാവിന്റെ മെരട്ടിരുന്ന് പെർമലയൻ പറഞ്ഞു...

"അടിയന്റെ മോൻ അമ്പൂന നിങ്ങ എല്ലാരും കൂടി കൊന്ന് തിന്നോ മ്പ്രാക്കളെ... അടിയന്റെ മോൻ ഓടുത്തുമ്പ്രാക്കളെ..."

ഓന്റെ നെഞ്ഞുരുക്ന്ന ഒച്ച കേട്ട് ആനേന തളക്ക്ന്ന മാവ് കരഞ്ഞോണ്ട് എല ഉതിർത്തു. കരീന്ന പൈക്കാലികൾക്ക് കാടിവെള്ളം ചെമ്പപാത്രത്തില് തലീല് വെച്ച് പോയ പെണ്ണ്ങ്ങള്, പെർമലയന്റെ കണ്ണ്ന്ന് തീയുരുകി വീന്ന്* കണ്ട്റ്റ് ചെമ്പും വെള്ളൂം തായല് വീണ് മറഞ്ഞ് പൈക്കളെപ്പോലെ അവരും നെലവിളിച്ചോണ്ട് പോയി. കൊളത്തില് വെള്ളം നെറഞ്ഞ് നിക്ക്ന്ന പോലെ മാവിന്റെ കീല് നെലവിളി നെറഞ്ഞ് നിക്കുമ്പം അയിലൊര് കല്ലെടുത്തിട്ടപോലെ ചെമ്പച്ചന്തൂന്റെ ഒച്ച ആടെല്ലം വളഞ്ഞ് പൊളഞ്ഞ് കളിച്ചു.

"പെർമലയൻ മാവിന്റെ കീല് ഇര്ന്ന് പ്രേതം എനീന്ന* പോലെ എനയണ്ട. നിന്റെ മോന കെട്ടയിച്ച് വിട്ടിന്. ഓൻ അന്നേരം തന്നെ തുള്നാട്ടിലേക്ക് പോയിന്."

ആരും ചെമ്പച്ചന്തൂന്റെ കൂറ്റിന്* മറുകൂറ്റ് പറഞ്ഞില്ല... എന്നാല് പെർമലയൻ ഓന്റെ തലക്ക്തച്ച് ഓനോടന്നെ പറഞ്ഞു.

"അടിയന്റെ അമ്പൂന തമ്പ്രാക്കമ്മാര് കൊന്നു... എന്റെ പൊട്ടൻ തെയ്യം എന്നോട് പറീന്ന്ണ്ട്... അമ്പൂന തച്ച്* കൊന്നൂന്ന്..."

പെർമലയൻ അങ്ങന പറഞ്ഞ് നിക്കുമ്പം ഓന ആരല്ലോ ബെലിച്ച് കൊണ്ടോയി. നാട്ടികണ്ടത്തില് ചളീല് മുങ്ങ്യ ഓന തോട്ടല് എറക്കി ചളി കളഞ്ഞു. എല്ലാരും ഓനോട് കുടീലേക്ക് പോവാൻ പറഞ്ഞിറ്റും ഓൻ അത് കേക്കാതെ മനക്കലേക്കന്നെ നടന്നു. ആരല്ലോ ഓന്റെ ബയി തടഞ്ഞേരം അവരോടെല്ലം ഓൻ ചോയിച്ചു.

"അടിയന്റെ മോൻ അമ്പു ഓടുത്തു... ഓന അടിയന് കാണ്ച്ച് താമ്പ്രാക്കളെ... ഓന എല്ലാരുംകൂടി കൊന്നില്ലേ... അടിയന്റെ അമ്പു പാവല്ലേ തമ്പ്രാക്കളേ... അടിയനീം കൂടി കൊന്നോമ്പ്രാക്കളെ... കൊന്നോതാമ്പ്രാക്കളെ..."

പെർമലയൻ തലക്കടിച്ചോണ്ട് മനക്കലെ മിറ്റത്തേക്ക് കേറുമ്പം തീയൻ ചവുണ്ണിയനും, വാണിയൻ എമ്മനും വന്ന് ഓന്റെ കൈപിടിച്ച് കുടീലേക്ക് നടന്നു. എന്നേരൂം ഓൻ കരീന്ന്ണ്ടെങ്കിലും എതിരായിറ്റൊന്നും പറയാതെ നടന്നു.

കുടീലെത്ത്യേരം തീയ്യത്തി ചിരുത ഓളെ കുട്ക്കീല് കൊണ്ടുന്ന

** വീന്ന - വീഴുന്നത്*

** എനീന്ന - കരയുന്ന*

** കൂറ്റ് - ശബ്ദം*

** തച്ച് - അടിച്ച്*

റാക്ക് കൊടുത്തത് തായ്ച്ചിറ്റും പൈച്ചിറ്റും കൊടല് ഒട്ട്യ* പൈക്കള് കാടി* കുടിക്കുമ്പോലെ പെർമലയൻ കുടിച്ചു. കുടിച്ചെട്ത്തന്നെ ഓൻ മലന്ന് കെടന്ന് എന്നെ വിളിച്ച് കരഞ്ഞോണ്ട് പറഞ്ഞു.

"ന്റെ പൊട്ടൻ തെയ്യേ... ന്റെ അമ്പൂന കൊന്നില്ലേ... ന്റെ പൊട്ടൻ തെയ്യേ... തച്ച് കൊന്ന ഓന്റെ ശവം ഓന്നന്നെ കാണിക്കെന്റെ പൊട്ടൻ തെയ്യേ..."

ഓന്റെ നെലവിളി കണ്ട് ചെക്കനും മാണീം മലിനാണീം ഓന്റൊപ്പരം നെലവിളിച്ചു.

പെർമലയന്റെ കുടിലും, എന്റെ തറമ്മലെ ചെമ്പകും, മിറ്റത്തെ വായീം*, പുളിയമ്മാവും എല്ലം തലക്ക് തീപ്പിടിച്ച് കത്തിക്കാളുമ്പോലെ നെലവിളിക്ക്ന്ന് കേട്ട് പെരുവയിക്കേക്കൂടി പോന്നവരെല്ലം എന്റെ തറേരടുക്ക വന്ന് എത്തിനോക്കി... നോക്ക്യതല്ലാതെ ആരും ഒന്നും മിണ്ടീല. പെർമലയന ഒര് നോട്ടം നോക്കീറ്റ് കൊറച്ച് നേരം ആട നിന്ന് ചത്ത് കെടത്ത്യ ശവം കണ്ടപോലെ തലീം തായലോട്ടാക്കി പെർബയിക്കേക്കന്നെ പോയി.

മോന്തി കയിഞ്ഞേരം കുടീന ഇർട്ട് വന്ന് പൊതിഞ്ഞ് മൂട്യേരം ഇർട്ട ഒറങ്ങ്ന്ന പോലന്നെ ഒച്ചീം അനക്കും ഇല്ലാതെ പെർമലയനും ഓന്റോളും മക്കളും ഇരുട്ടിന്റുള്ളിൽ തളന്നൊറങ്ങി.

അമ്പുപ്പണിക്കറെ പിന്നാരും കണ്ടോറില്ല...

ഒരീസം തീയ്യത്തി ചിരുതേരെ കുന്ന്മ്മല് റാക്ക് കുടിക്കാൻ വന്ന കോയിച്ചപ്പു, റാക്ക് നല്ലോണം തലീന്ന് തുള്ളാൻ തൊടങ്ങ്യേരം ചിരുതയോട് ഓൻ ചെവീല് പറീന്നമാതിരി പറയാനാ നോക്യതെങ്കിലും ഓൻ പറഞ്ഞത് ചിരുതേന്റെ കുന്ന് തേച്ചും കേട്ടു.

ചെമ്പച്ചന്തു കയിഞ്ഞാല് പിന്ന വെല്ല്യ കാര്യസ്ഥൻ കോയിച്ചപ്പുവാണ്. ചെമ്പച്ചന്തൂന് തോക്കിന കൊണ്ട്ല്ലെ കളിയാണെങ്കില് കോയിച്ചപ്പുന് കാഞ്ഞരത്തിന്റെ മുട്ട്യോണ്ടാ കളി. ഓൻ മുട്ട്യോണ്ട് കാട്ട്ന്ന് പാഞ്ഞ് വന്ന പന്നീന ഒറ്റയടിക്ക് കൊന്നിറ്റ്ണ്ട് ന്നാ കേളി.

ഒരിക്കാല് ഓൻ നല്ലോണം റാക്ക് കുടിച്ചിറ്റ് ഓന്റെ അച്ഛൻ കോയിച്ചിമാരന്റെ നീണ്ട കുടുമീം ചുറ്റിപ്പിടിച്ചിറ്റ് വട്ടംചുറ്റി വീശീറ്റ് മിറ്റത്തെ തെങ്ങിന് അടിച്ചിന്. കോയിച്ചിമാരൻ ആടത്തന്നെ ചത്തിന്.

റാക്ക് തലീല് തുള്ളി മറീമ്പം ഓൻ തീയ്യത്തി ചിരുതയോട് പറഞ്ഞത് ഓളെ പുരുവൻ തീയ്യൻ ചവുണ്ട്യനോട് അന്ന് രാത്രി തന്നെ ഒറങ്ങാൻ കെടന്നേരം ഓള് പറഞ്ഞിന്. പിന്ന്യാരോടും ഓള് അത് പറഞ്ഞ്റ്റ.

കരിനാടൻ പാമ്പിനപ്പോലെ ചങ്ക്നീട്ടി എടക്കെടെ നാവ് പൊറത്തേക്കിട്ട് ചുഴറ്റി കണ്ണ്മീച്ച് പിടിച്ചിറ്റാ ഓൻ ബെല്യ ഒച്ചീല ഓളെ ചെവീല് പറഞ്ഞത്.

അമ്പുപ്പണിക്കറ് പൊലച്ചക്ക് തോട്ട്ന്ന് കുളിച്ച് കേറുമ്പം ഓന വലീട്ട്റ്റാ പിടിച്ചിന്. കറ്റൻ നെരീരെ കർത്താ ഓന്. ഓൻ വലകീറ്യേരം

* കൊടല്ഒട്ട്യ – വയറ് ചുരുങ്ങിപ്പോയ
* കാടി – അരികഴുകിയ വെള്ളം; * വായീം – വാഴയും

ഓന്റെ കൈയും കാലും മുണ്ടക്കയെറോണ്ട് കെട്ടീറ്റാ തമ്പ്രാന്റെ മുമ്പില് എത്തിച്ചിന്. തമ്പ്രാൻ ഓന കൃഷ്ണൻ കുട്ട്യാനേന തളക്ക്ന്ന മാവിന് കെട്ടാൻ പറഞ്ഞു. ഓന ഞാങ്ങ കെട്ടീട്ടു. തമ്പ്രാൻ ഓന്റെ മുമ്പില് വന്നേരം ഓൻ തമ്പ്രാന്റെ മോത്ത് കാർക്കിച്ച് തുപ്പി. അന്നേരം മരക്കുറ്റി പോലത്തെ കാലോണ്ട് തമ്പ്രാൻ ഓൻ കോണം പൊതിഞ്ഞടത്ത് ഒര് ചവ്ട്ട് ചവിട്ടി. ചവിട്ടോടെ അമ്പുപ്പണിക്കറെ നാവ് പൊറത്തേക്ക് തള്ളി വന്നിന്. തമ്പ്രാന്റെ രണ്ടാമത്തെ ചവിട്ട്ല് ഓന്റെ കണ്ണും പൊറത്തേക്ക് വന്നു. കണ്ണും നാവും പൊറത്തേക്ക് വന്ന ഓന്റെ മോത്ത് കാർക്കിച്ച് തുപ്പി മൂരിമുക്രീടുമ്പോലെ മുക്രീട്ട് തമ്പ്രാൻ മനക്കലേക്ക് പോയി. ഞങ്ങള് അന്നേരം ഓന കെട്ട്യ കയറയിച്ചു. കയറൂര്യേരം വെടികൊണ്ട ഒറ്റേൻ പന്നീനപോലെ ഓൻ കണ്ടത്തിലേക്ക് പാഞ്ഞു. ഞങ്ങളും ബയ്യന്നെ പാഞ്ഞു. കണ്ടം പൂട്ട്ന്ന പൊലേമ്മാരോട് ഓനപിടിക്കാൻ പറഞ്ഞു. തെയ്യം മേലേരീല് വീമ്പോലെ ഓൻ ചളീല് മലന്ന് വീണേരം ചെമ്പച്ചന്തു ഓന്റെ ചങ്ക് ചവുട്ടി ചളീല് താത്തു. ചളീല് പൂണ്ട് പോയ ഓന്റെ തലപൊന്തിക്കാൻ ചന്തു കാലനക്കീല. പൊലേമ്മാരും ഞാങ്ങ ളെല്ലാരും ഓന്റെ മേത്ത് കേറി കോമരം തുള്ള്യത് കൊണ്ട് ഓന് ചാവുമ്പം ഒന്നനങ്ങാൻ കൂടി പറ്റീല. ചളിതിന്ന് ആ നായിന്റെ മോൻ ചത്തു. മോന്തി കറുത്തേരം, പൊലയമ്മാര് കണ്ടത്തിന്ന് കേറി പോയേരം ഓന ചളീന്ന് ബെലിച്ചെടുത്ത് പച്ചോലീല് പൊതിഞ്ഞ് ബായത്തടക്ക് കെട്ടി തോട്ടി ലെളക്കി. അന്നന്നെ ഓൻ കാനായീം മീങ്കുയീം കയിഞ്ഞ് കടലിലെത്തി കൊമ്പൻസ്രാവ് തിന്നിറ്റ്ണ്ടാവും.

ഇതല്ലം കേട്ടേരം തീയ്യത്തി ചിര്തക്ക് തടി വെറച്ചിറ്റ് നിക്കാൻ കയ്യാ തായി. ഓള് ചൊമരും പിടിച്ച് നെലത്തിരുന്നു. ഈനപ്പറ്റി ഓള്, ഓളെ പുരുവനോട് ഒറ്റ വാക്കേ പറഞ്ഞിറ്റ്ല്ലു.

"നമ്മളമ്പൂന അവര് ചളീല് ചവുട്ടി മുക്കി കൊന്നിനോലും കോയി ച്ചപ്പു പറഞ്ഞതാ..."

അത്രീം പറഞ്ഞേരം തന്നെ ഓള് മേക്കിട്ട തോർത്തോണ്ട് മീട് പൊത്തി കരയാൻ തൊടങ്ങീന്.

രണ്ടീസം കയീമ്പം കാനായീന്ന് കുന്ന്മ്മലേക്കൂട പോമ്പം ചിരു തേരെടത്ത് റാക്ക് കുടിക്കാൻ വന്നവര് പറീന്ന് ഓള് കേട്ടിന്.

കാനായി വെള്ളിക്കെട്ട്ന്ന് പൊയീല്* മരം താക്കാൻ പോയവര് പച്ചോലീല് പൊതിഞ്ഞ് വായത്തടക്ക് കെട്ട്യ ശവം ഒലിച്ച് പോന്നത് കണ്ടിനീന്ന്.

രാവും പകലും കൊറേ കയിഞ്ഞേരം ഇതെല്ലം നാട്ടിലെ ഏളീം കിളീം കൂടി പാടി നടക്കുമ്പൂം, കോയിച്ചപ്പു തീയ്യത്തി ചിരുതയോടു പറ ഞ്ഞതൊന്നും ചവുണിയനും ഓളും ആരോടും മിണ്ടീല. ഒരു ബെല്ല്യ ഇര്മ്പിന്റുണ്ട വിത്ങ്ങീറ്റ്* തൊണ്ടീല് കുട്ങ്ങ്യ പോലെ അവരെ ചങ്കിന്റു ള്ളില് അത് കെട്ടി നിന്നു.

** പൊയീല് - പുഴയിൽ; * വിത്ങ്ങി - വിഴുങ്ങി*

ചളി തിന്ന് ചത്തോൻ

ചെക്കൻ ഇന്നും രാവിലെ ഓന്റെ അപ്പൻ അമ്പുപ്പണിക്കറ് എപ്പാ ബെരവാന്ന് പെർമലയനോട് ചോയിച്ചു. ബെരൂന്ന് പെർമലയൻ ഓനോട് പറഞ്ഞു.

ഓന്റപ്പൻ അമ്പുപ്പണിക്കറ ബേം തന്നെ ബെര്ത്തണേന്ന് ചെക്കൻ ദെവസും മോന്തിക്ക് വെളക്ക് കത്തിക്കുമ്പം എന്റെ തറമ്മല് ചെമ്പക ത്തിന്റെ മുമ്പില് നിന്ന് വെളക്കിലെ തിരികത്തുമ്പോലെ ഒച്ചീല്ലാതെ പറ യും.

തീയ്യത്തി ചിരുത ഓന്റെ കുടീല് വന്നാലെല്ലം ഓൻ ഓളോട് ആദ്യം ചോയിക്കവ ഓന്റപ്പൻ പാതിരാത്രീല് ആട വന്നിനോന്നാന്ന്. അത് കേക്കുമ്പം ചിരുതേരെ മൊകം കത്തിക്കരിഞ്ഞ വെളക്ക്തിരിപോലെയാ വും. എനി നിന്റപ്പൻ ബെരൂലാന്ന് കേക്കാന്ല്ലെ വയസ്സ് ഓന്റെ ചെവി ക്കായിറ്റില്ലാന്ന് തീയ്യത്തി ചിരുതക്ക് തോന്നി.

കോയിച്ചപ്പു റാക്ക് തലീക്കേറി പതക്കുമ്പം ഓളോട് ചെവിട്ട്ല് പറഞ്ഞ കാര്യം മലിനാണ്യോടോ പെർമലയനോടോ ഓള് ഇത്രീം നാള് പറഞ്ഞിറ്റേ ഇല്ല.

ഒരീസം നെല്ല് പൊതിർത്ത് മൊള വെർത്തിച്ച് നല്ലോണം ഇടിച്ച് വെല്ലൂട്ട് മൂന്നീസം മൂപ്പിച്ചിറ്റ് എട്ത്ത റാക്ക് ഒരു തൊട് കുടുക്ക നെറച്ചും എന്റെ ചെമ്പകത്തിന്റെ മുമ്പില് വെച്ച് തൊവ്വ്തോണ്ട് മെല്ലെ, തൊണ്ടീന്ന് കുറുകുന്നപോലെ എന്നോട് പറഞ്ഞിന്...

"എന്റെ പൊട്ടൻ തെയ്യേ... ന്റെ അമ്പൂന കൊന്നവരെ ആരീം നീ ബിടറ്*. കായൽ*കൂട്ടത്തിന്റെ ഉള്ള്ന്ന് കരിനാടൻ പാമ്പിന വിളിച്ച് വെർത്തി അവരെ ഓരോരാളീം തലമൂർത്തീല് കൊത്തിച്ചിറ്റ് അയിറ്റിങ്ങ

** ബിടറ് – വിടരുത്; * കായൽക്കൂട്ടം – മുളങ്കൂട്ടം*

ളെല്ലം നീ കൊല്ലണം. എന്നാല് ഈ തറേരെ മിറ്റത്ത് നിന്നെ ഞാനാ യിറ്റ് കെട്ടിയാടിക്കും. എന്റെ കുഞ്ഞിക്കേളൂന കൊണ്ടന്നെ കെട്ടിയാടി ക്കും. അയിന് നീ എടവര്ത്തണം* ന്റെ പൊട്ടൻ തെയ്യേ..."

അപ്പനും പെറ്റമ്മീം ഇല്ലാത്ത ചെക്കനെ കാണുമ്പം തീയ്യത്തി ചിര്തക്ക് തൊണ്ടീല് ഒര് ബെലക്കം ബെരും. അന്നേരം ഓള് ചെക്കനെ ഓളെ അരക്കെട്ടോട് ചേർത്ത് പിടിച്ചിറ്റ് ഓന്റെ തലീലേക്കൂട ഓളെ വെരല് പായിക്കും. അങ്ങനെ ചെയ്യുമ്പം ഓളെ കണ്ണില് നെറീന്ന വെള്ളം പൊറ ത്തേക്ക് ഉറ്റി ബീണത് ചെക്കൻ കാണാത്ക്കാൻ ഓള് നല്ലോണം പണി പ്പെടും.

രാവിലെ പെർമലയൻ എണീറ്റ് തീയ്യത്തി ചിരുതേരെ കുന്ന്കേറി പാറക്ക് പോയിന്. ഓൻ എടക്ക് പാറക്കേക്ക് പോല്* കാട്ട്കോയീന കെണിവെച്ച് പിടിക്കാനാന്ന്. ഇന്നെന്തിനാ പോയിനീന്ന് ഓനന്നെ അറീ ല. പോണം തോന്നി പോയി അത്രന്നെ. ഓൻ പോന്നത് ചെക്കൻ കണ്ട്റ്റ് ല്ല. ചെക്കൻ എന്റെ തറമ്മല് ഇരിക്കേന്ന്. അന്നേരം മനക്കലെ കാര്യ സ്ഥൻ ഒരാള് പെരിയി കേറി വന്നു. കാര്യസ്ഥൻ കേറി വെര്മ്പം മിറ്റത്ത് നിക്ക്ന്ന്ണ്ടായ മലിനാണി ഓന തൊവ്വ്തു.

"മലിനാണി വേഗം മനക്കലേക്ക് പോണം. മനക്കല് ഒരു തമ്പ്രാ ട്ടിക്ക് ഈറ്റുമ്പലം ബന്നിന്."

അവരക്കണ്ട് ചെക്കൻ ഇരിന്നെട്ക്ക്ന്ന് എണീറ്റില്ല. ചെക്കന്റെ മേല് അവരക്കണ്ടേരം തന്നെ കലികേറി അടിമുടി വെറച്ചു.

ചെക്കൻ എന്റെ തറമ്മലിരുന്ന് ഉത്തരം പറഞ്ഞു.

"എന്റെ അമ്മമ്മക്ക് മനക്കലെ പേറെടുക്കാൻ ബെരാൻ മനസ്സില്ല..."

മിറ്റത്ത്, എന്റെ തറേരട്ത്ത് നിക്ക്ന്ന കാര്യസ്ഥൻ ഞെട്ടി. മലിനാണീം ഞെട്ടി. ഓള് ചെക്കന്റെ വായ്പൊത്തീറ്റ് പറഞ്ഞു.

"മ്പ്രാക്കളെ... മാപ്പാക്കണം. പുത്തി* ഒറക്കാത്തകുഞ്ഞ്യാ... ഓന്റെ വാക്ക് കണക്കാക്കണ്ട്. അടിയൻ ഇതാ എറങ്ങി."

കാര്യസ്ഥൻ തിരിച്ച് പോമ്പം ചെക്കനെ കണ്ണ് പൊറത്തേക്ക്ട്ട് നോക്കി.

മലിനാണി മനക്കലേക്ക് പോവാനെറങ്ങ്യേരം ചെക്കൻ ഓളെ തടു ത്തു. എത്ര പറഞ്ഞിറ്റും മാണി വന്ന് ഓന പിടിച്ച് മാറ്റീട്ടും ഓൻ മലിനാ ണീന പോവാൻ വിട്ടില്ല. ഒടൂല് ആ വയിവന്ന തീയ്യൻ ചവിണ്യൻ പറ ഞ്ഞേപ്പിന്ന്യാന്ന് ചെക്കൻ അടങ്ങ്യത്.

മലിനാണി മനക്കലേക്ക് പോയേപ്പിന്ന്, കൊറേ കയിഞ്ഞിറ്റ് പെർമ ലയൻ വന്നു. പെർമലയൻ കുന്നെറങ്ങ്യേരം തന്നെ മലിനാണി മനക്ക ലേക്ക് പെറേടുക്കാൻ പോയത് ചെക്കൻ ഓനോട് പറഞ്ഞു. പെർമല യൻ അയിന് ചെക്കനോട് ഉത്തരൊന്നും പറഞ്ഞില്ല. മലിനാണി പോവ

** എടവര്ത്തണം - അവസരം ഉണ്ടാക്കണം*

** പോല് - പോവുക; * പുത്തി - ബുദ്ധി*

** പെരിപ്പാമ്പ് - പെരുപ്പാമ്പ്*

ണ്ടാരുന്നൂന്ന് പെർമലയൻ പറയുന്ന് ചെക്കൻ നിരീച്ചു. എന്നാല് പാറക്ക് കാട്ടിന്റുള്ള്ല് തൂറാൻ കുത്തീരുന്നേരം ബെല്ല്യ പെരിപ്പാമ്പ്* കാട്ട്കോയീന അയിന്റെ തെരേരെ ഉള്ള്ല് ഞെർക്കി കൊല്ല്ന്ന്ണ്ടായിനീന്നും, പാമ്പിന്റെ മേത്ത് കല്ലെടുത്ത്ട്ട് കോയീന പിടിച്ച് അയിന്റെ തൊപ്പിട്ട കളഞ്ഞ് ഓലക്കൊടി കത്തിച്ച് കരിച്ച് മുറിച്ച് തീയ്യത്തി ചിരുതമ്മക്ക് കൊടുത്തിറ്റ്ണ്ട്ന്നാ ഓൻ ചെക്കനോട് പറഞ്ഞത്. ചെക്കൻ എന്നാല്, അത് ബെല്യ പാമ്പാന്ന്ന്നോ, പാമ്പ് കോയീന ഞെരിക്കി കൊന്നിന്ന്യോന്നോ ഒന്നും പെർമലയനോട് ചോയിച്ചില്ല.

നേരം മോന്തിയാവുമ്പം മലിനാണി മനക്കലെ പെറെടുപ്പ് കയിഞ്ഞിറ്റ് വന്ന് നടന്ന കെതപ്പ് മാറ്റാൻ മിറ്റത്തെ എറങ്കല്ല്മ്മല് ഇരുന്നു. പേറെടുത്താല് കിട്ട്ന്ന കോളൊന്നും ഓളെ കൈമലിണ്ടായിറ്റ്ല്ല. ഓള് എറങ്കല്ലിമ്മലിരുന്ന് മനക്കല്ണ്ടായത് കുടീലില്ലെവരെല്ലം കേക്കാനായി മിറ്റത്തേക്ക് നോക്കിക്കോണ്ട് പറഞ്ഞു. ചെക്കൻ അന്നേരം എന്റെ തറമ്മല് വെളക്ക്ത്തിരി കത്തിച്ചിറ്റ് ഇരിക്ക്ന്ന്ണ്ടായിനി.

മനക്കലെ കാര്യസ്ഥൻ ചെമ്പച്ചന്തു നായാട്ടിന് കൊണ്ടോന്ന നായിക്ക് പ്രാന്തെളീന്. അയിന അയിച്ചെളക്യേരം ചെമ്പച്ചന്തൂന തന്നെ അത് കടിച്ച് പറച്ചിന്. പിന്ന മനക്കലെ മിറ്റത്ത് ഇല്ലവരെല്ലം അത് നാവും പൊറത്തിട്ട് നരീംപതീം* ഒലിപ്പിച്ചോണ്ട് കടിക്കാൻ പാഞ്ഞു. ആലേരെ പൊറത്ത് കെട്ട്യ രണ്ട് മൂരികളീം അത് കടിച്ച് പറിച്ചു. നായി കെതച്ചോണ്ട് ബെർന്ന് കണ്ട് പൊറത്ത് നിക്കന്നവെരെല്ലം മനേരെ ഉള്ളിലേക്ക് പാഞ്ഞ്കേറി. മലിനാണി ചായ്പ്പിലൊളിച്ചു. മുമ്പില് കിട്ടിയവരെല്ലം അത് കടിച്ചു. പിന്ന ചെമ്പച്ചന്ത്വന്നെ അയിന പിടിച്ച് കെട്ടി. മാവിന് കെട്ട്യ നായീന കാഞ്ഞിരത്തിന്റെ മുട്ട്യോണ്ട് തലക്കടിച്ച് കോയിച്ചപ്പു കൊന്നു. അയിന്റൊപ്പരൂല്ലെ മറ്റേ നായിക്ക് കാഞ്ഞരത്തിന്റെ തോലില് വെല്ലം അരച്ചിറ്റ് ഉരുട്ടി കൊടുത്തു. അത് തിന്ന നായി കൊറച്ച് കയീമ്പം വായീന്നും മൂക്കന്നും നൊരീം പതീം വന്ന് കെട്ടീട്ടെട്ക്ക കെടന്ന് പെടച്ച് അവസാനം ചോരകാറി ചത്തു.

വല്യമ്പ്രാൻ പറഞ്ഞിറ്റാ അയിനീം കൊന്നത്. ചെമ്പച്ചന്തൂന കണ്ടാല് ഓന്റെ മേത്ത് കേറി സ്നേഹം കാണിക്ക്ന്ന, ഓൻ ഓന്റെ മക്കളെപ്പോലെ പോറ്റി വളത്ത്യ രണ്ട് നായീനം കാലീന കെട്ട്ന്ന ആലേരെ അപ്രത്ത് ഒരു കുണ്ട്* കുയിച്ച് അയില് കെട്ടി ബെലിച്ച് കൊണ്ടോയി ഇട്ട് മണ്ണ് കൊത്തി ചെമ്പച്ചന്ത്വന്നെ കുയി* മൂടി.

ഓൻ മനക്കലെ കെരണ്ട്ന്ന് വെള്ളം കോരി കുളിച്ച് നായി കടിച്ച് മുറിഞ്ഞെടുത്ത് കൊടക്ന്ന് കൊണ്ടന്ന കാച്ചുംപുളി പരട്ടി*. മര്ന്ന് പരട്ടന്നത് നോക്കി നിന്നവരോടെല്ലം ഓൻ രണ്ട് നായ്ക്കളും പിടിച്ച എയ്യന്റീം പന്നീരീം എണ്ണം പറഞ്ഞു. ഒരിക്കാ ആലീല് പൈക്കളെ പിടിക്കാൻ വന്ന നരീന രണ്ട് നായീം കൂടി ഓടിച്ച് കാട്ടിലേക്ക് കേറ്റ്യ കതീം ഓൻ വിവരി

** നരീപതീം - നുരയും പതയും*

** കുണ്ട്കുയിച്ച്-കുഴികുഴിച്ച്; * കുയി-കുഴി; * പരട്ടി-പുരട്ടി*

ച്ചു. അന്നേരല്ലം കാച്ചും പുളി ഓന്റെ പുണ്ണില് തൊളച്ച്കേറി പൊകീ ന്ന്ണ്ടായിനി. എന്നാല് കണ്ടത്തില് പണിക്ക് വന്ന പൊലച്ചി തായ്ക്ക്ന്ന* വെള്ളത്തിന് മനക്കലേക്ക് വന്നേരം ഓൻ കേറിപ്പിടിച്ചേരം, ഓള് ഓന്റെ ഇരുമ്പിൻകട്ട പോലത്തെ കൈയ്യീരുള്ള്ന്ന് ഊരിപാഞ്ഞിനി. പകമൂത്ത ഓൻ ഈലൊർ നായീന അയിച്ചെളക്കി ഓളെ ബയ്യന്നെ ചാടിച്ച്, ഓളെ കടിച്ച് കീറ്യതും ഉടുതുണീല്ലാതെ മാനം മറക്കാൻ ഓള് ചളീല് കമിഞ്ഞ്* കെടന്നതും ചെമ്പച്ചന്തു പറഞ്ഞില്ല.

ചെക്കൻ തല കുത്തന പിടിച്ച് ഇരിക്കേന്നെങ്കിലും ഓന്റമ്മാമ്മ പറീ ന്നതെല്ലം ഓന്റെ ചെവി ഒപ്പി എട്ത്തിന്.

പ്രാന്തൻ നായീരെ കടി കിട്ടിയവരെല്ലം വണ്ണാൻകുഞ്ഞാരന്റെ കുടീല് പോയിറ്റ് പച്ചമരുന്ന് വയറ്റ്ല് കയിക്കീം, വെള്ളീരെ* എല എണ്ണീല് മുക്കീറ്റ് തീയില് കാണിച്ച് വാട്ടി കടിവായിക്ക് വെക്കൂം ചെയ്തു. എല വാട്ടിവെച്ചെടുത്ത് ഓൻ പച്ചമരുന്ന് അരച്ചിടൂം ചെയ്തു.

പന്നീന കിട്ട്യാല് അയിന മുറിക്ക്ന്നെട്ത്ത് പോയി അയിന്റെ ചോര തോർത്തില് മുക്കിയെടുത്ത് അത് വെയിലത്ത് വെച്ച് ഒണക്കി ഒണങ്ങ്യ ചോര ചെരപ്പത്തുണ്ടീല് ഓൻ കേട് വരാതെ വെക്കും. നായി കടിച്ചാല് ഓൻ എല്ലാരിക്കും ആ ചോര പൊടിച്ചത് തിന്ന് വെള്ളൂം കുടിക്കാൻ പറയും. ഇപ്പം മനക്കന്ന് നായീരെ കടികൊണ്ട് വന്നവരിക്കെല്ലം ഓനതും കൊടുത്തു. നായീരെ കടി കൊണ്ട് ബെർളും പനീം വന്നവരിക്ക് കുഞ്ഞാ രൻ അയിന്റെ മരുന്നും കൊടുത്ത് പെർമലയന്റെടുത്ത് പോയി ജപിച്ചൂ താൻ പറഞ്ഞു. അങ്ങന കൊറച്ചാളെല്ലം പെർമലയന്റടുത്തും വന്നു. വന്ന വരിക്കല്ലം ചെക്കൻ ജപിച്ചൂതി.

പ്രാന്തൻ നായി കടിച്ച് പിരാന്തെള്ള്യാലും വണ്ണാൻ കുഞ്ഞാരന്റടുത്ത് അയിന്ല്ലെ മരുന്നൂണ്ട്. അതോന്റെ അപ്പന് ഏതോ സാമി ഉപദേശായിറ്റ് കൊടുത്തത് കുഞ്ഞാരന്റെ ചെവീല് ഓന്റപ്പൻ പറഞ്ഞ് കൊടുത്തതാ. കാഞ്ഞരത്തിന്റെ വടക്കോട്ട് പോയ വേര് ഒരു വെരല് നീളം വെച്ച് മുറിച്ച് കളഞ്ഞ്, ഒര് പാത്രത്തില് എള്ളെണ്ണ ഒയിച്ച് കുറ്റിവേര് അയില് എറക്കി വെച്ച് മണ്ണ് കെണിയാതെ മൂടിവെക്കും. പതിനാല് രാവും പകലും കയീമ്പം കാഞ്ഞിരത്തിന്റെ എലതേച്ചും വാടി അടന്ന് പോവും. പിന്നൊരു പതിനാല് വെയില് കൊള്ളുമ്പം കാഞ്ഞിരം തിരീടും*. അന്നേരം മണ്ണ് മാന്തി എണ്ണീം പാത്രൂം എടുത്ത് അരിച്ച് വെക്കും. അത് കുടിച്ചാല് പ്രാന്തൻ നായ്യോ പ്രാന്തൻ കുറുക്കനോ കടിച്ചിട്ട് പ്രാന്തെളീറ്റ് നെല വിളിക്ക്ന്നതും കൂടി മാറും. ഓൻ മാറ്റീറ്റൂണ്ട്. നാട്ട്ല് പ്രാന്തൻ നായി എറങ്ങ്യാല് എന്നേരം തന്നെ വണ്ണാൻ കുഞ്ഞാരൻ ഈ മരന്ന് ഇണ്ടാക്കി വെക്കും.

ചെക്കന്റെ മുമ്പില് വേറൊരു രൂപം വന്ന് തുള്ളാൻ തൊടങ്ങി. ഓൻ

** വെള്ളിരെ-കുരുമുളക് വള്ളിയുടെ*

** തായ്ക്ക്ന്ന-ദാഹിക്കുന്ന*

** കമിഞ്ഞ്-കമിഴ്ന്ന്; * തിരീടും - തളിരിടും*

സന്തോഷത്തോടെ അത് കണ്ട് നിന്നു. പ്രാന്തൻ നായി കടിച്ച്റ്റ് പ്രാന്തെളീറ്റ് വണ്ണാൻ കുഞ്ഞാരന്റെ എണ്ണ കുടിക്കാൻ പറ്റാതെ വായീന്ന് നരീം പതീം വന്നോണ്ട് നായി കൊരക്ക്ന്ന പോലെ കൊരച്ചോണ്ട് അരീല് ഉടുതുണിഇല്ലാതെ പന്നീനപ്പോലത്തെ തലീം ആട്ടിക്കോണ്ട് കണ്ടത്തിലെ ചളീലേക്കൂട ചാടിവീണ് നെലവിളിക്ക്ന്ന വല്യമ്പ്രാന്റെ രൂപം. ആള്കള് കൈമല് കിട്ട്യ കല്ലും വടീം എട്ത്ത് എറിഞ്ഞ് കൊന്ന് ചളീല് ചവിട്ടി പൂക്ക്ന്ന* രൂപം.

പ്രാന്തൻ നായി കടിച്ച് പിരാന്തായാല് പിന്ന വെള്ളൂം തീയും കണ്ടൂട. തായിച്ച് തൊണ്ട വറ്റി വെള്ളത്തിന് കെതച്ചോണ്ട് ചോയിക്കും. എന്നാല് വെള്ളം കാണുമ്പം കുടിക്കാൻ കയ്യാതെ അലറി വിളിക്കും. ചെക്കന് ഓന്റെ അമ്മാമ്മ മലിനാണ്യാ ഇത് പറഞ്ഞ് കൊടുത്തിന്.

പിരാന്തെളി* വെള്ളം കിട്ടാതെ പെടച്ച് പെടച്ച് ചാവുന്ന പോത്തിന പോലത്തെ തമ്പ്രാന്റെ രൂപം പിന്നീം ചെക്കന്റെ മനസ്സില് തെളിഞ്ഞ് വന്നോണ്ട് നിക്കേന്ന്. അങ്ങന കണ്ടോണ്ട് നിക്ക്മ്പം ഓന്റെ മോത്ത് പാല് പോലെത്തെ നിലാവ് പരന്ന് വെരേന്ന്...

ചെക്കൻ എന്ന നോക്കിപ്പറഞ്ഞു.

"ന്റെ പൊട്ടൻ തെയ്യേ... ഓന് നീ മാരിക്കുരിപ്പും നട്ടപ്പിരാന്തും കൊടുക്കണേ..."

എന്നിറ്റ് ഓൻ എണീറ്റ് നെലത്ത്ന്ന് ഒര് കല്ലെടുത്ത് ആകാശത്തിലേക്ക് ഊക്കില് എറിഞ്ഞു. ഓന്റെ കല്ല് ആകാശത്തേക്ക് പോയി തായലോട്ട് ബെര്മ്പം തന്നെ മോന്തിക്കറുപ്പും കൂടാൻ തൊടങ്ങീന്. മോന്തീരെ നേരിയ കറുത്ത പൊതപ്പും മോത്ത് മൂടിപ്പൊതച്ച് പെര്വയിക്ക്ന്ന് ഒരാള് കേറി വെരന്നത് കണ്ട് ചെക്കൻ തറമ്മന്നെണീറ്റു. ആള കണ്ടേരേ ഓന് തിരിഞ്ഞു. ഓൻ ചിരിക്കാൻ തൊടങ്ങി. കാനായിക്കാരൻ കൊമ്ട്ട്ക്കുരുവൻ കോതോർമ്മൻ ഓന അരക്കെട്ടോട് പറ്റിപ്പിടിച്ചു. കോതോർമ്മന്റെ ഓള് അവില് പൊതിർത്ത് വെല്ലൂം തേങ്ങീം ഇട്ട് കൊയച്ച് കുറുക്കൂട്ടി ചപ്പിലീല്* പൊതിഞ്ഞ് കെട്ടി കൊടുത്തത് കോതോർമ്മൻ ചെക്കന് കൊടുത്തു.

മലിനാണി കുടീന്നെറങ്ങി കോതോർമ്മനോട് ഇരിക്കാൻ പറഞ്ഞു. ഓൻ എറേത്ത് കേറി ഇരിക്കുമ്പം ബെളക്കില് ലേശം വെളിച്ചെണ്ണ ഒയിച്ച് ഒര് തിരീട്ട് കത്തിച്ച് ഓള് എറേത്ത് വെച്ചു.

ചെക്കന് തിരിഞ്ഞിറ്റേങ്കിലും മലിനാണിക്ക് കോതോർമ്മന്റെ മോത്ത് എന്തോ ഒരിട്ട് ഉരുണ്ട് കൂട്യപോലെ തോന്നീന്. ഒര് വിമ്മിട്ടം പോലെ ഇരിക്കപ്പൊറുതീല്ല. എന്താന്ന്ന് ഓള് ചോയിച്ചേനെല്ലം ഒന്നൂല്ലാന്ന് പറഞ്ഞ് ഓൻ ഇര്ന്നട്ക്ക്ന്ന് മിറ്റത്തേക്കെറങ്ങി.

ചെക്കൻ പെര്മലന വിളിക്കാൻ തീയ്യത്തി ചിരുതേരെ കുന്ന് ചാടിക്കേറാൻ നോക്കുമ്പം കോതോർമ്മൻ ഓന തടഞ്ഞു. എന്നിറ്റ് കോതോർമ്മൻ മാത്രായിറ്റ് കുന്ന് കേറി.

** പൂക്ക്ന്ന - പൂഴ്ത്തുന്ന; * പ്രാന്തെളി - ഭ്രാന്തിളകി*

** ചപ്പിലീല് - ഇലയിൽ*

തീയ്യത്തി ചിരുതേരെ മിറ്റത്ത് പെർമലയന്റടുത്ത് കാനായിക്കാരൻ ഇരിന്നേരം പെർമലയൻ കാനായ്യേത്തെ വിശേഷം ചോയിച്ചു. ഒന്നൂല്ലാന്ന് ഓൻ പറഞ്ഞു. എന്നാല് ഓന്റെ പൊറത്തേക്ക് ഉന്തിനിക്ക്ന്ന കൊമിട്ടുന്റുള്ളില് തേച്ചും ബിശേഷും കൊണ്ടാ ഓൻ വന്നിന്. റാക്ക് കുടിക്ക്ന്ന, ഓന് അറിയാത്ത ബേറീം രണ്ടാള് ഇണ്ടായത് കൊണ്ട് ഓനൊന്നും പെർമലയനോട് പറഞ്ഞില്ല.

തീയ്യത്തി ചിരുത കാനായിക്കാരന് രണ്ട് ചെരട്ട റാക്ക് കൊടുത്തു. ഓള് കാനായ്യേത്തെ ബിവരം ചോയിച്ചു.

"ബിശേഷല്ലം ഈട എരമത്തല്ലേ..."ന്ന് ഓൻ ഉത്തരം പറഞ്ഞു. റാക്ക് കുടിച്ചോണ്ട് നിന്ന രണ്ടാളും ചിരുത്യോട് പണം കടം പറഞ്ഞ് പോയി. തീയ്യൻ ചവുണിയൻ ഏറ്റും കയിഞ്ഞ് വന്ന് കള്ളിന്റെ ചെരപ്പത്തുണ്ടീം കത്തീം അയിച്ച് എറേത്ത് വെച്ചോണ്ട് കാനായിക്കാരനോട് ചിരിച്ചോണ്ട് ലോഹ്യം പറഞ്ഞു. അന്നേരല്ലം കൊമ്ട്ട്ക്കുരുവന്റെ കണ്ണും മീടും പൊറ്തീല്ലാത്തപോലെയായി. ഓൻ പെട്ടെന്ന് പെർമലയനോട് ചോയിച്ചു.

"നമ്മളെ അമ്പുപ്പണിക്കറ് വന്നിനാ...?"

പെർമലയൻ ബന്നിനീന്ന് മൂളി

"ഓൻ പോയാ..."

"ഉം... പോയി... കൊടകിലേക്കാ പോയത്. മന്ദപ്പൻ മാങ്ങാട്ട്ന്ന് കതിവന്നൂരിലേക്ക് പോയ ബയിക്കന്ന്യാ ഓൻ പോവ്വാന്ന് പറഞ്ഞിറ്റാ പോയത്."

പെർമലയൻ പറീന്ന് കേട്ട് തീയ്യത്തി ചിർതേരീം ഓളെ പുരുവൻ ചവുണിയന്റീം മേല് വെറക്കാൻ തൊടങ്ങി. ചിർതക്ക് കാലിന്റടി തൊട്ട് മോലോട്ട് ഒര് തരിപ്പ് കേറേന്ന്. ഓള് എറേത്ത് കത്തിച്ച വെളക്ക് കെടാനായി. ഇര്ട്ട് കേറി വെർന്ന്ണ്ടായിറ്റും ഓളത് നോക്കീല.

കൊമ്ട്ട്ക്കുരുവന് ഓന്റെ കൊമ്ട്* വെറച്ചിറ്റ് പറയാൻ കിട്ടാത്തപോലെയായി. നാവ് വെലങ്ങിക്കോണ്ട് ഓൻ പറഞ്ഞു. പെർമലയൻ ഓന്റെ കണ്ണും കാതും കൊമ്ട്ട്ക്കുരുവന്റെ വായീല് കൊണ്ടച്ചു.

"പറയാൻ എന്റെ തൊണ്ടീന്ന് ഒച്ച വെർന്നില്ല. ഞാൻ പറീന്നത് കേട്ടാല് നിങ്ങളെല്ലം കാത് പൊള്ളിപ്പോവും..."

പെർമലയൻ ഓന്റെ മോൻ അമ്പൂന തമ്പ്രാൻ കെട്ടീട്ട് റ്റിണ്ട്ന്ന് കേട്ടിറ്റ് മനക്കലെ മാവിന്റെ കീല്* പോയേരെ ആട്യ്യൊന്നും ഓന കണ്ടിറ്റില്ലെങ്കിലും എന്തോ മോശായിറ്റ് നടന്നിറ്റ്ണ്ട്ന്ന് ഓന് തോന്നീന്. ഇപ്പൂം ഓന്റെ ഉള്ള്ല് അരുതാത്തതെന്തല്ലോ കാണല്ണ്ട്.

കൊമ്ട്ട്ക്കുരുവന്റെ തൊണ്ടീന്ന് ഒര് തീക്കട്ട അടന്ന് വീമ്പോലെ ഓൻ തൊണ്ട പൊള്ളിക്കോണ്ട് പറഞ്ഞു.

"നമ്മളെ അമ്പുപ്പണിക്കറ അവരെല്ലാരുങ്കൂട കൊന്നു. ഓന പുഞ്ചക്കണ്ടത്തിലെ ചളീല് ചവുട്ടി മുക്കീറ്റാ കൊന്നിനോലും. എന്നിറ്റ് പച്ചോലീല് പൊതിഞ്ഞിറ്റ് വായത്തടക്ക് കെട്ടീറ്റ് തോട്ട്ല് എളക്കിനോലും..."

** കൊമ്ട്-കവിൾ*

** കീല് – കീഴിൽ*

പെർമലയൻ മണ്ണിന്റെ പുറ്റ് പോലെ കട്ടയായി.

തീയ്യത്തി ചിരുത കണ്ണിലെ വെള്ളം ഒലിപ്പിച്ചോണ്ട് ചോയിച്ചു.

"ആരാ പറഞ്ഞിന്."

"കോയിച്ചപ്പു..."

ഇത്രീം പറഞ്ഞേരം കൊമ്ട്ട്ക്കുരുവന്റെ നാവിന്റെ കൊഴയല് കൊറഞ്ഞു.

"കോയിച്ചപ്പു കാനായീല് തമ്പ്രാന്റെ നെലത്തെ തേങ്ങപറിപ്പിക്കാൻ വന്നേരം പറഞ്ഞതാ. തേങ്ങ പറിക്ക്ന്ന ചാട്ട്ങ്ങന്റെടുക്ക്ന്ന് ഓൻ നല്ലോണം റാക്ക് കുടിച്ചേരാ പറഞ്ഞിനി. ചെമ്പച്ചന്തുവാ കാഞ്ഞരമുട്ടിപോലത്തെ ഓന്റെ കാലോണ്ട് അമ്പൂന ചളീല് ചവ്ട്ടി മുക്കീന് പോലും.

ആട്ന്ന് റാക്ക് കുടിച്ചോണ്ട് നിക്ക്ന്ന തീയ്യൻ മൊട്ടുക്കൻ കോയിച്ചപ്പോാട് ചോയിച്ചു. ആരാ ഈ അമ്പുപ്പണിക്കറ്ന്ന്. ഓനയിന് ഉത്തരായിറ്റ് പറഞ്ഞത് എരമത്തെ കേളുപ്പെർമലയന്റെ മൂത്തോനാന്ന്ന്. ഓന തുളുനാട്ടിലേക്ക് നാട് കടത്ത്യതാന്ന്ന്നും രാത്രി ആള് കാണാതെ വന്നേരം ഓന പിടിച്ചതാന്ന്ന്നും കോയിച്ചപ്പു മൊട്ട്ക്കനോട് പറഞ്ഞു. ഓൻ പിന്നീം പറഞ്ഞു. കാനായീന്ന് ഒര് പെണ്ണിന്യാ ഓൻ മംഗലം കയിച്ചിന്. ആ പെണ്ണും വല്യമ്പ്രാന്റെ കയ്യോണ്ടന്ന്യാ ചത്തത്ന്ന്. എന്നിറ്റ് ഓൻ ചങ്ക് നീട്ടി തലയാട്ടിക്കോണ്ട് ചിരിക്കാൻ തൊടങ്ങുമ്പം മൊട്ട്ക്കൻ കോയിച്ചപ്പൂന്റെ മിന്നരക്കെന്നെ ചവുട്ടി. തീയ്യൻ മൊട്ട്ക്കൻ കളരിപഠിച്ച് ഏഴ് വള ചാട്യോനാ. കോയിച്ചപ്പു ചവിട്ട് കിട്ടി കെവ്ങ്ങ്* മുറിച്ചിടുമ്പോലെ വീണേരം ഓന എണീക്കാൻ വിടാതെ പിന്നീം മൊട്ട്ക്കൻ ചവിട്ടി. ഓന്റെ ചവിട്ട് കൊണ്ട് കോയിച്ചപ്പു ഉടുത്തേല്* തൂറി. അന്നേരം ചാട്ട്ങ്ങന്റെ ഓളെ റാക്കിന്റെ കുടുക്കെടുത്ത് ചവ്ട്ട് കൊണ്ട് വീണ് തൂറിക്കെടക്ക്ന്ന കോയിച്ചപ്പൂന്റ മീട്ടത്ത്* എറിഞ്ഞ് പൊട്ടിച്ച് മൊട്ട്ക്കൻ പോയി."

കൊമ്ട്ട്ക്കുരുവൻ പറഞ്ഞ് നിർത്ത്യേരം ചിരുത പിന്നീം പെർമലയന് ഒരു കുടുക്ക റാക്ക് കൊട്ത്തിറ്റ് പറഞ്ഞു.

"അമ്പൂന കാണാണ്ടായന്ന് രാത്രി കോയിച്ചപ്പു ഈടവന്നിറ്റ് റാക്ക് തലക്ക് പിടിച്ചേരം പാമ്പിനപോലെ പൊളഞ്ഞോണ്ട് ഇക്കാര്യം എന്നോട് പറഞ്ഞിന്. ഞാനതെല്ലം എന്റെ തൊണ്ടേരുള്ളില് കെട്ടി വെക്കേതിന്. അല്ലാതെ എന്റെ അമ്പൂന കൊന്നൂന്ന് പറയാൻ എനിക്കാവൂല പെർമലയാ... അമ്പു എന്റ്രീം മോനല്ലെ പെർമലയാ..."

ഓള് അത്രീം പറഞ്ഞ് കൊറേനേരം കരഞ്ഞു. മേത്ത് പൊത്ത്യ തോർത്തിന്റെ വക്കോണ്ട് മീട് തോർത്തീറ്റ് പിന്നീം പറഞ്ഞു.

"പിറ്റേന്ന് രാവിലെന്നെ ജലപാനം കുടിക്കാതെ ഒറങ്ങി എണീറ്റമേലോടെ വന്നിറ്റ് എന്റെ പൊട്ടൻ തെയ്യത്തോട് ഞാൻ പറഞ്ഞിറ്റ്ണ്ട് എന്റെ അമ്പൂന കൊന്നോന നീ കൊന്നാല് ഈ തറേരെ മുമ്പില് ഞാൻ പൊട്ടൻ തെയ്യത്തിന കെട്ട്യാടിക്കുംന്ന്... എന്റെ മോൻ കുഞ്ഞിക്കേളു എന്നക്ക

* കെവ്ങ്ങ് – കവുങ്ങ്; * ഉടുത്തേല് – ഉടുത്ത മുണ്ടിൽ

* മീട്ടത്ത് – മുഖത്ത്

ണ്ടാലെല്ലം ചോയിക്കും ചിരുതമ്മേ രാത്രി ആരും കാണാതെ എന്റെ അപ്പൻ വന്നിനോ ചിരുതമ്മേന്ന്... എന്റെ പൊട്ടൻ തെയ്യേ... എന്റെ കുഞ്ഞ്യോട് ഞാൻ എന്ത് ഉത്തരാ പറയ്യാന്റെ പൊട്ടൻ തെയ്യേ..."

ഓള് തണാറ് പിടിച്ച് പറച്ച് കരയാൻ തൊടങ്ങി. പെർമലയൻ ഓന്റെ തല ചെമരിനിട്ടടിക്കുമ്പം കൊമ്ട്ട്ക്കുരുവൻ പിടിച്ചു.

എല്ലാരെ തലീലും ഒര്പോലെ തീ ആളിക്കത്ത്ന്നത് കൊണ്ട് ആരിക്കും അത് കെട്ത്താൻ പറ്റാതായി.

എടക്ക് പെർമലയന്റെ ഒച്ച ഞാൻ കേട്ടു.

"നെലവിളിക്കാൻ മാത്രായിറ്റ് ഒര് ചങ്ക് നീ എനക്ക് തന്നിനല്ലോ ന്റെ പൊട്ടൻ തെയ്യേ... അതങ്ങ് കൊത്ത്യരിഞ്ഞ് എടുത്തൂടെ എന്റെ തെയ്വങ്ങളേ... എന്റെ അമ്പൂന്റെ മോനോടും ഓന്റെ അമ്മമ്മ്യോടും ഞാൻ എന്താ പറയ്യാ... എന്റെ കുഞ്ഞിക്കേളു ഇന്ന് രാവിലീം എന്നോട് ചോയിച്ചിന് എപ്പാ ന്റെ അപ്പൻ ബെരുവാന്ന്. ന്റെ അമ്പൂന നീ കൊണ്ടത്ത രണം ന്റെ പൊട്ടൻ തെയ്യേ..."

കരഞ്ഞ് കരഞ്ഞ് പെർമലയന്റെ തൊണ്ടയടഞ്ഞ് ഒച്ച വെരാതായി. ഓൻ ചിരുതേരെ ചൊമരിന് ചാരിക്കെടന്നു.

എല്ലാരും മിണ്ടാതായേരം കൊമ്ട്ട്ക്കുരുവൻ പറഞ്ഞു.

"പെർമലയാ... കുഞ്ഞിക്കേളൂനക്കൊണ്ട് അമ്പൂനില്ലെ ബലികർമ്മം ചെയ്യിക്കണം. അമ്പു അനാഥപ്രേതായി അലഞ്ഞൂട. അയിന്റൊപ്പരം ഓന്റമ്മ ചീലക്കും ഓൻ കർമ്മം ചെയ്യട്ട്. എനി നമ്മക്ക് അതേ ചെയ്യാനായിറ്റ് ഇല്ലൂ."

തീയ്യൻ ചവുണിയനും അയിന്റൊപ്പരം കൂടി.

"വേറെ നമ്മക്ക് എന്ത് വയ്യ്യാ ഇല്ലത്. ഒന്നൂല. അമ്പൂന്റീം ചീലേന്റീം പ്രേതാത്മാക്കള അലഞ്ഞ് തിരിയാതെ ആക്കണം. അയിനായിറ്റ്ല്ലെ കർമ്മം അവരെ മോൻ കുഞ്ഞിക്കേളൂനക്കൊണ്ട് നമ്മള് മൂത്തവര് ചെയ്യിക്കണം."

പിന്ന ഓൻ കോതോർമ്മനോടായിറ്റ് പറഞ്ഞു.

"ചെക്കൻ കർമ്മം ചെയ്യ്ന്ന മൂന്നീസം കോതോർമ്മൻ ഈട ഇണ്ടാവണം നിങ്ങ ചെയ്യിക്കണം എല്ലാം ഓനക്കൊണ്ട്."

പെർമലയൻ അയിനപ്പറ്റി ഒന്നും മിണ്ടീല. രണ്ടാളും കുന്ന് കീയുമ്പം തീയ്യത്തിചിരുതീം ചവുണിയനും അവരൊപ്പരം എറങ്ങി.

എന്റെ കുത്ത് വെളക്കില് മെലിഞ്ഞ തിരീട്ട് കത്തിച്ച് തറക്ക് ചുറ്റൂല്ലെ ഇര്ട്ടിന തടഞ്ഞ് നിർത്തീറ്റ് മലിനാണീം മാണീം ചെക്കനും ചൂട്ല്ലെ കഞ്ഞീം വെച്ച് ഒണക്ക് മീൻ ചുട്ട് കപ്പപ്പറങ്കീം പുണ്ണാക്കും കൂടി പൊടിച്ച് ലേശം വെളിച്ചെണ്ണീം നനച്ച് വെച്ച് എന്റെ തറേരെട്ക്ക്ന്ന് കുന്ന്മ്മലേക്ക് നോക്കി ഇരിക്കേന്ന്.

മുമ്പില് നടന്ന് ഇര്ട്ടിന്റുള്ള്ന്ന് കീഞ്ഞ്വന്ന പെർമലയൻ എന്റെ ചെമ്പകം പിടിച്ചിറ്റ് തല അയിന് പടപടാന്ന് അടിച്ചിറ്റ് നെലവിളിക്കാൻ തൊടങ്ങി. ആരിക്കും ഓന തട്ക്കാൻ കയീന്നില്ല. ഓന്റെ തൊണ്ടീന്ന്

ഒര് കാറ്റേ വെര്ന്നില്ലൂ.

പെര്മലയന്റെ കളി കണ്ട് കണ്ണ് മീച്ച് നിക്ക്ന്ന മലിനാണ്യോടും മാണ്യോടും ചെക്കനോടും ഇണ്ടായതെല്ലം കൊമ്ട്ട്ക്കുരുവൻ പറഞ്ഞു. അത് കേട്ട് നെലവിളിച്ചോണ്ട് അറ്ത്ത്ട്ട കോയീനപ്പോലെ മാണീം, നാണീം ചെക്കനും നെലത്ത് വീണ് പെടക്കാൻ തൊടങ്ങി.

ഒച്ച കേട്ട് വാണ്യൻ എമ്മനും ഓന്റേളും മോൻ പൊന്നൂട്ടീം ഇര്ട്ട ത്തന്നെ ചാടി വന്നു. വീണ് തെരീന്നവരെ നോക്കി ഉത്തരം കിട്ടാതെ നിക്കുമ്പം തീയ്യൻ ചവുണ്യൻ അവരോടും ഇണ്ടായ കാര്യം ഒച്ച കൊറച്ച് പറഞ്ഞു.

നേരം പാതിരാത്ര്യാവുമ്പം പയ്യാനേമ്മന്ന് കൂമൻ മൂളുമ്പം വന്നവര് പോയി. കൊമ്ട്ട്ക്കുരുവൻ എന്റെ തറമ്മല് ഇരുന്നു. മറ്റെല്ലാരും കരഞ്ഞ് തളന്ന് നെലത്ത് മണ്ണില് തന്നെ കെടന്നു. ചുട്ട് പൊടിച്ച പുണ്ണാക്കും കഞ്ഞീം ആരും കുടിച്ചില്ല.

കൊമ്ട്ട്ക്കുരുവൻ രാവിലെ ചെക്കനെ വിളിച്ച് എണീപ്പിച്ച് തോട്ടില് കൊണ്ടോയി കുളിപ്പിച്ച് അരീലുടുത്ത നനച്ചലോടെ* അമ്പുപ്പണി ക്കർക്കും ചീലക്കും കർമ്മം ചെയ്യിക്കാൻ തൊടങ്ങി.

ചെക്കൻ കുളിച്ച് വന്ന് കോതോർമ്മൻ പറീന്നപോലെ ഒണങ്ങലരി ഓലക്കൊടി കത്തിച്ച് തെളപ്പിച്ചു. മിറ്റത്ത് രണ്ട് കൊടിയെല ഇട്ടു. അത് വെള്ളോയിച്ച് കഴുകി. അയില് രണ്ടിലും ഒണക്കലരിച്ചോറ് വെളമ്പി കറുക വളച്ച് മോതിരാക്കീറ്റ് കൈക്കിട്ട് എള്ളും ചെറൂളീം രണ്ടിലും നുള്ളീട്ടു.

ഓൻ കർമ്മം ചെയ്യന്നത് കൈയും ബയ്യപ്രത്ത് കെട്ടിനോക്കി നിന്ന പെര്മലയന്റെ കണ്ണ്ന്ന് തീവെള്ളം ഒലിക്കാൻ തൊടങ്ങി. മലിനാണീം മാണീം ഒച്ചീല്ലാതെ മിറ്റത്ത് ദൂരെ നിന്ന് കരഞ്ഞു.

ഓരോന്നും ചെയ്യിന്നേന്റെ പൊര്ള് ഒന്നും ചെക്കന് അറീല. ഒരെല ഓന്റപ്പനും മറ്റേത് ഓർമ്മീലില്ലാത്ത ഓന്റെ അമ്മേരതും ആന്ന്ന് ഓന റിയ. എന്നാല് ഒന്നോൻ കണ്ടു. വലത്ത് ഭാഗത്തെ കൊടിയെലീല് ഓന്റെ അപ്പന്റെ രൂപം, നെഞ്ച് വിരിച്ച് നിക്ക്ന്ന തെളങ്ങ്ന്ന കണ്ണ്ള്ള താടീം മുടീം നീണ്ട് വളന്ന ഓന്റെ അപ്പന്റെ രൂപം. ഓൻ മുട്ട്കുത്തി ഇരുന്ന് എലീലേക്കെന്നെ നോക്കുമ്പം കോതോർമ്മൻ ഓനോട് എണീക്കാൻ പറ ഞ്ഞു. വെള്ളം തൊട്ട് ഉള്ളം കൈമലാക്കി ആകാശത്തേക്ക് നോക്കി തപ്പോട്ടി* കാക്കേനെ വിളിക്കാൻ പറഞ്ഞു. ഓനത് ചെയ്തു.

ചത്ത് പോയവരെ ആത്മാക്കൾ കാക്കയായി വന്ന് ബലിയിട്ട ചോറ് തിന്നുന്ന് ഓന് കോതോർമ്മൻ പറഞ്ഞ് കൊടുത്തു.

ചെക്കൻ ഓന്റെ അപ്പന്റീം അമ്മേരീം ആത്മാവിനെ കാണാൻ കണ്ണ് പൂട്ടാതെ നോക്കി നിന്നു.

എല്ലാരും ബലിച്ചോറിന്റെട്ക്ക്ന്ന് മാറി നിന്നു.

** തപ്പോട്ടി – ഉള്ളം കൈ തമ്മിൽ കൂട്ടിയടിക്കുക*

** നനച്ചൽ – വെള്ളത്തിൽ മുങ്ങിയ മുണ്ട്*

ചെക്കൻ ആകാശത്തേക്കന്നെ നോക്കി നിക്ക്മ്പം ആകാശത്തിന്റെ ഏതോ അറ്റത്ത് നിന്ന് രണ്ട് കാക്കകൾ വന്ന് എന്റെ ചെമ്പകത്തിന്റെ മോളിലെ പുളിയൻ മാവിന്റെ കൊമ്പ്മ്മലിരുന്ന് കരഞ്ഞു. എല്ലാരും പിന്നീം ബയ്യലോട്ട്* മാറി നിന്നു.

കാക്കകള് എടത്തോട്ടും വലത്തോടും നോക്കി പുളിയൻമാവിന്റെ കൊമ്പ്മ്മന്ന് മിറ്റത്തേക്ക് പാറിവന്ന് ബലിച്ചോറിന്റെ മുമ്പിലിരുന്ന് കരഞ്ഞോണ്ട് എല്ലാരീം നോക്കി... പിന്ന ചോറ് കൊക്ക് നെറച്ചും കൊത്തി തിന്നാൻ തൊടങ്ങി.

കോതോർമ്മൻ ചെക്കനോട് പറഞ്ഞു.

“എന്റെ മോന്റെ അപ്പനും അമ്മീം ആന്ന് അത്.”

ചെക്കൻ കണ്ണ് പൂട്ടാതെ കാക്കേനെ നോക്കി. ബലിച്ചോറ് വയറ് നെറച്ചും തിന്നിറ്റ് അയിറ്റിങ്ങ* പുളിയൻ മാവിന്റെ കൊമ്പിലേക്കെന്നെ പാറിക്കേറി ഇർന്നിറ്റ് ചെക്കനെ നോക്കി കരഞ്ഞു.

ചെക്കന്റെ കരിക്ക് പോലത്തെ തുന്തേരെ മേലേക്കൂട കണ്ണ്ന്ന് ചൂട് വെള്ളം ഒലിച്ച് തുള്ളി തുള്ളിയായിറ്റ് നെലത്ത് വീണ് പൊട്ടിത്തെറിക്കാൻ തൊടങ്ങി.

മൂന്നീസം ഒന്നും തെറ്റിക്കാതെ, ചെക്കൻ കോതോർമ്മൻ പറഞ്ഞ പോലെ കർമ്മം ചെയ്തു. മൂന്നീസും ഓൻ ബലിയിട്ട് ആകാശത്തേക്ക് നോക്കി വെള്ളം തൊട്ട് കൈകൊട്ടി വിളിച്ചേരം പുളിയമ്മാവിന്റെ കൊമ്പ്മ്മല് വന്നിരുന്ന് കരഞ്ഞോണ്ട് ചെക്കനെ നോക്കി തായലേക്ക് പാറി വന്ന് ബലിച്ചോറ് തിന്ന് കരഞ്ഞോണ്ടന്നെ തിരിച്ച് ആകാശത്തിന്റെ അറ്റത്തേക്ക് പാറി പറന്ന് പോയി.

മൂന്ന് ദെവസൂം കാക്ക ചെക്കനെ നോക്കിക്കൊണ്ടും ബലിച്ചോറ് തിന്നോണ്ടും നിക്ക്മ്പം ചെക്കന് കരയാതെ നിക്കാൻ കയിഞ്ഞില്ല. ഒച്ചീല്ലാതെ, പെടക്ക്ന്ന ഓന്റെ കണ്ണ്ന്ന് ബെള്ളം ഉറ്റി ഉറ്റി വീണത് എല്ലാരും കാണും ചെയ്തിന്.

അയിപ്പിന്ന* എപ്പൂം എന്റെ ചെമ്പകത്തിന്റെ കൊമ്പ്മ്മലും പുളിയൻ മാവുമ്മലും കാക്ക വന്നിര്ന്നാല് ഓൻ കുടീരകത്ത് പോയി തിന്നാനില്ലതെന്തും എട്ത്ത് കാക്കേനെ വിളിച്ച് കൊടുക്കും. കാക്കകള് ആർത്തി പിടിച്ച് തിന്ന്ന്നത് കണ്ണ് പൂട്ടാതെ ഓൻ നോക്കി നിക്കും. ഓൻ എപ്പൂം പിന്ന കാക്കേനെ കല്ലെട്ത്ത് എറിഞ്ഞിറ്റ് പായ്ച്ചിറ്റേ ഇല്ല.

മലിനാണി അരി അരച്ച് അയില് വെല്ലൂം ഇട്ട് വായേരെ എലീല് പൊതിഞ്ഞ് എലയപ്പം ചുട്ട് ഓന് കൊട്ത്തേരം ഓനത് അങ്ങനന്നെ എട്ത്ത് എന്റെ തറമ്മല് വെച്ച് ഉള്ളം കൈമല് വെള്ളാക്കി തപ്പംകൊട്ടി കാക്കേനെ വിളിച്ചു. കാക്ക പാറി വന്ന് എലയപ്പം കൊത്തി മുറിക്കാൻ പറ്റാത്തേരം ചെക്കനതെട്ത്ത് ചെറ്ങ്ങന* പൊട്ടിച്ച് കാക്കക്കിട്ട് കൊടു

* *അയിറ്റിങ്ങ - അവറ്റകൾ; * അയിപ്പിന്ന - അതിന് ശേഷം*
* *ചെറ്ങ്ങന - ചെറുതായി*
* *ബയ്യലോട്ട് - പിന്നോട്ട്*

ത്തു. കാക്ക അത് കൊത്തിതിന്ന്നതും നോക്കി ഓൻ മിറ്റത്തെ എറങ്ക ല്ലിന്റെ മോളില് ഇരുന്നു. ഓന് തിന്നാൻ നല്ലോണം ഇഷ്ടൂല്ലെ അപ്പാണ് മധൂരൂല്ലെ എലയപ്പം. അതുകൊണ്ടാന്ന് ഓൻ ഓന്റെ അപ്പനും അമ്മക്കും കൊടുത്തത്.

മൂന്നീസത്തെ കർമ്മം കയിഞ്ഞ് ലേശം ചൂട്കഞ്ഞി പ്ലാവില കോട്ടി കോരിക്കുടിച്ചിറ്റ് കോതോർമ്മൻ കാനായ്യേക്ക് പോവാൻ കീമ്പം* മുട്ടിന് തായല് എത്ത്ന്ന പൊടീം ഉടുത്ത് മേത്തും തലീലും വേറൊർ തുണി പൊതച്ചോണ്ടും കരഞ്ഞോണ്ടും ഒർത്തി കേറി വന്നു. മലിനാണിക്ക് ഓള കണ്ടേരം തന്നെ തിരിഞ്ഞിന്, ചെമ്പച്ചന്തൂന്റെ ഓളാ അത്ന്ന്. മലിനാ ണ്യാന്ന് ഓളെ മൂന്ന് പേറും എട്ത്തിന്. പിന്ന ഓളെ മക്കള പേറും എട് ത്തിന്. ആട പേറെട്ക്കാൻ പോന്നതന്നെ മലിനാണിക്ക് പേട്യാ. ഓള് ആട പോമ്പം എന്റെ ചെമ്പകത്തിന്റെ മുമ്പില് വന്ന് പറേല്ണ്ട്.

"അടിയന കാക്കണേ പൊട്ടൻ തെയ്യേന്ന്"

ചെമ്പച്ചന്തൂന്റെ ഓള് വന്നിറ്റ് പെർമലയനയാന്ന് ചോയിച്ചത്.

എന്റെ തറേരെട്ക്ക്ന്ന് മുമ്പിലേക്ക് വന്ന് പെർമലയൻ ഓള തൊവ്വ്ത് നിന്നു.

ഓള് വന്ന കാര്യം കരഞ്ഞോണ്ടും കെതച്ചോണ്ടും ഒറ്റശ്വാസത്തില് പറഞ്ഞു. പെർമലയനോട് പറീമ്പം ഓളെ ചങ്കിനാരോ പിടിച്ച് ഞെക്ക്ന്ന പോലെ ശ്വാസം കിട്ടാതെ കൊയങ്ങി*.

കൊറേ നാള് മുമ്പ് ചെമ്പച്ചന്തൂന വലിയമനക്കലെ നായി കടിച്ചി ന്. ബേറീം കൊറേ ആളീം കടിച്ചിന്. അവരെല്ലം വണ്ണാൻ കുഞ്ഞാരന്റെ പച്ചമരുന്ന് കയിച്ചിറ്റ് ബെർത്തം മാറീന്. ചെമ്പച്ചന്തു വെള്ളീരെല എള്ള ണ്ണീല് മുക്കി അട്പ്പില് വാട്ടി കടിവായിക്ക് വെച്ചിറ്റൂല്ല ഓൻ കുഞ്ഞാ രന്റെ മര്ന്ന് കയിച്ചിറ്റൂല്ല.

ചെമ്പച്ചന്തൂന് പ്രാന്തൻനായി കടിച്ചിറ്റ് പ്രാന്തെളീനീന്ന് ഓള് പെർമ ലയനോട് പറഞ്ഞില്ല. പിള്ളറച്ഛന* നായി കടിച്ചിറ്റ് ബെർത്തായിനീന്നും ഇപ്പം കെടന്ന് പെടക്കേന്നുംന്നാ ഓള് പറഞ്ഞത്. ഓളെ ബയ്യന്നെ വന്ന വണ്ണാൻ കുഞ്ഞാരനാ ഇണ്ടായത് തേച്ചും പറഞ്ഞത്.

"ചെമ്പചന്തൂന് പ്രാന്തെളീന്. ഓറ മനക്കലെ മിറ്റത്തെ തെങ്ങിന് കെട്ടീടാൻ തമ്പ്രാൻ പറഞ്ഞിറ്റ് കോയിച്ചപ്പു ഓറ കെട്ടീട്ടു. ഓന്റെ വായീന്ന് നരീം പതീം വെർന്ന്ണ്ട്. ഓൻ നായി കൊരക്ക്മ്പോലെ കൊര ക്കുന്നൂണ്ട്. ബോധം നേരെ കിട്ടുമ്പം ഓൻ ബെള്ളത്തിന് വേണ്ടി നെലവി ളിക്കേന്ന്. വെള്ളം കാണുമ്പം അറണ്ടോണ്ട്* തലീട്ടടിക്കീം ചെയ്യേന്ന്..."

വണ്ണാൻ കുഞ്ഞാരൻ പറഞ്ഞേപിന്നെ ചെമ്പച്ചന്തൂന്റെ ഓള് തലീ ലിട്ട മുണ്ട് ചങ്കിലേക്കാക്കി കരഞ്ഞോണ്ട് പറഞ്ഞു.

** കീമ്പം - ഇറങ്ങുമ്പോൾ; * കൊയങ്ങി - വിഷമിച്ചു*

** പിള്ളറച്ഛന - കുട്ടികളുടെ അച്ഛനെ (ഭർത്താവിനെ)*

** അറണ്ടോണ്ട് - അലറിക്കൊണ്ട്; * ഓറ- അദ്ദേഹത്തെ*

“ഓറ* പ്‌രാന്ത് മാറി ആയുസ്സോടെ കിട്ട്യാല് എന്റെ മിറ്റത്ത് ഞാൻ പൊട്ടൻ തെയ്യം കെട്ട്യാടിക്കും...”

എന്റെ തറനോക്കി ഓള് തൊവ്വ്തു. പിന്നെ ഓള് എരക്കാൻ വന്ന പരദേശീനപ്പോലെ പെർമലയനോട് എരന്നു.*

“പെർമലയൻ മന്ത്രിച്ചൂതി ഒരു നൂല് കെട്ടിത്തെരണം. ഓറെ ആയ്സ്സ് പോവാതെ അയിനക്കൊണ്ട് എനക്ക് പിടിച്ച് കെട്ടാനാവും...”

എല്ലാരെ ഉള്ളിലും നൂല് ജപിച്ച് കൊടുക്കണ്ടാന്ന് പറയാൻ തൊണ്ട ചൊറിഞ്ഞു. ചെക്കൻ കുത്തലോട്ട്* നോക്കി കാല് നെലത്ത് ഒരച്ചു. പെർമലയൻ ചെക്കന്റെ മോത്ത് നോക്കി. ഓൻ കാറ്റത്താട്ന്ന ഓല പോലെ തലയോണ്ട് വേണ്ടാന്ന് ആട്ടിക്കോണ്ട് നിന്നു. ആരും ഒന്നും മിണ്ടീല. ചെമ്പച്ചന്തൂന്റെ ഓളെ കണ്ണ്ന്ന് വെള്ളം തായല് വീണ ഒച്ച ആട എല്ലാരും കേട്ടു.

പെർമലയൻ ചെക്കനെ നോക്കിപ്പറഞ്ഞു.

“മോനേ ആത്ത്ന്ന് ഒര് നൂലെടുത്ത് ജപിച്ച് കൊടുക്ക്...”

ഓന്റെ അപ്പന ചളീല് ചവിട്ടിപ്പൂണ്ട്* കൊന്നോനാ ചെമ്പച്ചന്തു. ചളീല് മീട് മുങ്ങി വായിലും മൂക്കിലും ചളി നെറഞ്ഞ് ശ്വാസം കിട്ടാതെ, ഒന്ന് ഒച്ചീടാൻ പോലുമാവാതെ ഓന്റപ്പൻ പെടച്ച് പെടച്ച് ചാവുന്നത് ഓന്റെ മുമ്പില് തെയ്യം തുള്ളുംമ്പോലെ തുള്ളാൻ തൊടങ്ങി.

ചെക്കൻ പെർമലയന അനുസരിച്ചു. ഓൻ എന്റെ തറമ്മല് തിരി കത്തിച്ച് നൂല് ജപിക്കാൻ തൊടങ്ങി. ഓന്റെ വെറക്ക്ന്ന ചുണ്ടില് മന്ത്രം വെളഞ്ഞതും ഓന്റപ്പന്റെ നെലവിളീം കണ്ണില് നെറഞ്ഞ് വെര്ന്ന കണ്ണീരും തലീല് തെളച്ച് മറീന്ന പകയും എല്ലം കൂട്ടിച്ചേർത്തിറ്റാ ഓൻ ഓരോ കെട്ടും ചരടിന്ട്ട് മുറുക്കിയത്.

എല്ലാരും അതെന്നെ നോക്കി നിക്കുമ്പം വണ്ണാൻ കുഞ്ഞാരൻ എന്നോട് പറഞ്ഞു.

“അടിയന് ആവുന്നതെല്ലം ചെയ്തു. എനി ആടത്തെ അനുഗ്രഹം കൊണ്ട് വേണം എല്ലം നല്ലതായി ബെരാൻ... ”

ചെക്കൻ നൂല് ജപിച്ച് ചെമ്പച്ചന്തൂന്റെ ഓക്ക് കൊടുത്തു. ഓള് ചരട് രണ്ട് കൈയും നീട്ടി വാങ്ങീറ്റ് ചെക്കന്റെ കൈമലേക്ക് ചെമ്പ്കാശ് ഇട്ട് കൊടുത്തു. ഓനത് കത്ത്ന്ന എന്റെ വെളക്കിലിട്ട് എന്റെ തറമ്മന്ന് തായല് കീഞ്ഞ് വിങ്ങിവിങ്ങി കരഞ്ഞോണ്ട് ഓന്റപ്പാപ്പന്റെ അരക്കെട്ട് മുറുക്കപ്പി ടിച്ച് മീട് പെർമലയന്റെ നെഞ്ച്മ്മല് അമർത്തി വെച്ചു. അത് കണ്ടിറ്റ് എല്ലാരീം തലകനത്ത് നെലത്തേക്ക് താണ് നിന്നു.

ഏറെ അങ്ങന നിക്കാതെ എല്ലാരും പിരിഞ്ഞു.

മോന്ത്യാവുമ്പം തോട്ടിൻകരക്ക്ന്ന്ണ്ടായ ബെല്യ ഒച്ചീം ബഹളൂം പെർമലയന്റെ കുടീരെ മിറ്റത്തും എത്തി. തോട്ടില് കുളിക്കാൻ പോയ

എരന്നു- യാചിച്ചു

കുത്തലോട്ട്- താഴോട്ട്

ചവിട്ടിപ്പൂണ്ട് -ചവിട്ടി താഴ്ത്തി

പെർമലയന്റെ മോള് പേടിച്ച് ബെറച്ച് കുളിക്കാതെ പാഞ്ഞ് വെർന്നതാ പെർമലയൻ കാണ്ന്ന്. ചെക്കനും അത് കണ്ടിറ്റ് എണീറ്റു. മലിനാണി ഒച്ച കേട്ട് കുടീന്റെ പൊറത്തേക്ക് വന്നു.

ചെക്കൻ ഓളോട് ചോയിച്ചേരം പെട്ടെന്ന് ഓള് ഉത്തരം കൊടുത്തു.

"ചെമ്പച്ചന്തു തോട്ട്ല് വീണു."

പെർമലയനും ചെക്കനും തോട്ട്ലേക്കോടുമ്പം മലിനാണി തടസ്സം പറഞ്ഞത് അവര് കേട്ടില്ല.

തെങ്ങിന് കെട്ട്യ ചെമ്പച്ചന്തു വെള്ളത്തിന് വേണ്ടി നെലവിളിച്ച് കെട്ട്യ തെങ്ങിന് തലയടിച്ച് തല പൊട്ടീറ്റ് ഓന്റെ മീട്ടത്തേക്കൂട ചോര ഒലിച്ച് വന്നത് ചുണ്ടിലെത്ത്യേരം ഓൻ ഓന്റെ നാവോണ്ടന്നെ അത് നക്കി ക്കുടിച്ചു. അത് കണ്ട് നിക്കാൻ പറ്റാത്തേരം ആരോ ഓന കെട്ട്യ കയറ് അയിച്ചെളക്ക്യതാ. കെട്ടയിഞ്ഞ് ഓട്ന്ന ഓന പിടിക്കാൻ കോയിച്ചപ്പു പോയേരം ഓൻ നായി കൊരക്ക്ന്ന പോലെ കൊരച്ചോണ്ട് കൊയിച്ച പ്പൂന കടിക്കാൻ പാഞ്ഞു. കോയിച്ചപ്പു ഓന കല്ലെട്ത്തെറിഞ്ഞു. ഓൻ പെവ്ത്തെ* അടക്ക കണ്ണില് വെച്ച പോലെ കണ്ണ് പൊറത്തേക്ക് തുറി ച്ചിറ്റ്* മൂക്ക്ന്നും വായീന്നും ബാധകൂട്യവരെപ്പോലെ നരീംപതീം വന്ന് തലീന്ന് പൊട്ടിയൊലിക്ക്ന്ന ചോരീം കൂടിക്കൊയഞ്ഞ് ഒര് പിശാശിന്റെ കോലായി.

ഓൻ നെലവിളിച്ച് ഓടി പുഞ്ചക്കണ്ടത്തില് വീണ് തെരഞ്ഞ് ചളീല് മുങ്ങി എണീറ്റ് വെല്ല്യ ചളിക്കട്ട ഉരുണ്ട് പോന്നപോലെ ഉരുണ്ട് തോട്ടിൻക രക്ക്ന്ന് തോട്ടിലേക്ക് തുള്ളി. തോട്ട്ന്നും ഓൻ നായി കൊരക്കുമ്പോലെ കൊർക്കീം നെലവിളിക്കീം ചെയ്യ്ന്ന ഒച്ച്യോണ്ട് തോട്ടിൻകര വെറച്ചു.

ആളെല്ലം ചളീങ്കണ്ടത്തില് വീണ് ഉരുണ്ട് തോട്ട്കരക്ക് നിക്ക്മ്പം അയിന്റെ മുമ്പില് ഓന്റോള് തണാറ് പിടിച്ച് പറച്ച് പുലിപിടിച്ച പൈയീന പോലെ കരീന്നത്* ഓൻ തോട്ട്ന്ന് കണ്ടു.

തോട്ടിന്ന് ഒലിച്ച് പോവാത്ക്കാൻ തോട്ടിലേക്ക് ചാഞ്ഞ് നിന്ന മുണ്ടേരെ തണ്ട് പിടിച്ച് പെടക്ക്ന്ന ഓന നോക്കി തോട്ടിന്റെ അപ്രത്തീം ഇപ്രത്തീം കരക്ക് നിക്ക്ന്നവരിക്ക് ശാസം കയിക്കാൻ കിട്ടാതായത് പോലെയായി.

ചെമ്പച്ചന്തു തളന്നു. ഓന്റെ കൈ കാക്കയിർന്ന വായ കൈ ഒടീന്ന പോലെ ഒടിയാൻ തൊടങ്ങി. ഓൻ കൈ കൊയഞ്ഞ് തോട്ടിലെ ഒലിക്ക്ന്ന വെള്ളത്തില് വീണ് ഒലിച്ച് പോയി. ആദ്യല്ലം ഓന്റെ മേല് ലേശം കരക്ക് നിക്ക്ന്ന ആള് കണ്ടിന്. പിന്ന പെട്ടെന്ന് ഒലിപ്പ്* ഓന വെലിച്ച് കയ ത്തിന്റെ ആയത്തിലേക്ക് മുക്കി...

അന്നേരൂം ഓന്റെ ഓളെ കരച്ചിലും കണ്ടത്തിന്ന് പാറിപ്പോന്ന ഇറ്റി റ്റിപ്പൂളിന്റെ കരച്ചിലും അല്ലാതെ പിന്ന്യാരീം ഒച്ച പൊറത്ത് വന്നില്ല. മിണ്ടാ

** പെവ്ത്തെ - പഴുത്ത; * തുറിച്ചിറ്റ് - തള്ളിയിട്ട്*

** കരീന്നത് - കരയുന്നത്*

** ഒലിപ്പ് - ഒഴുക്ക്; * കണ്ടൂം- വയലും*

തെ, പൂച്ച കാല് വെക്ക്നപോലെ പതുങ്ങിപ്പതുങ്ങി ഇരുട്ടും കേറി വെരാൻ തൊടങ്ങി. തോട്ടിൻകരീം കണ്ടൂം* ഇര്ട്ട് പൊതിഞ്ഞേരം ആള് വന്നവയിക്ക് തിരിച്ച് പോമ്പം ഇരുട്ടോട് പറഞ്ഞു.

"എനി ചെമ്പച്ചന്തു കടലിലേ നീരൂ*... കാനായ്യേ മീൻ കുയീം കയിഞ്ഞ് ഓൻ കടലിലേക്ക് എത്ത്മ്പളക്ക് ചത്ത് പൊന്തും"

പെര്മലയൻ എന്ന നോക്കി തൊവ്വ്തോണ്ട് പറഞ്ഞു.

"അടിയന് തൊണയായിറ്റ് നീ എന്റൊപ്പരം തന്നെ ഇണ്ട് ന്റെ പൊട്ടൻതെയ്യേ... എന്റെ അമ്പൂന കൊന്നോന നീ ആ ബയിക്കന്നെ കൊന്ന് കടലിലേക്കയച്ചു. എനീം ബാക്കിയായിറ്റ് കൊറേ ഇണ്ട്. അതും നീയെന്നെ ചെയ്യണം..."

നേരം പൊലരുമ്പം ചെമ്പച്ചന്തു വെടിവെച്ച് കൊന്ന കരിമ്പനമ്പൂന്റെ മോള് ചേയിക്കുട്ടീരെ അമ്മ എന്റെ തറേരട്ത്ത് വന്ന് എന്ന തൊവ്വ്തോണ്ട് പറഞ്ഞു.

"എന്റെ മോള കൊന്നോന് നീ കൂലികൊടുത്തു. ഏഴ് രാവും പകലും നിനിക്ക് വെളക്ക് കത്തിക്കാനില്ലെ എണ്ണ ഞാൻ ഈടതെര്ന്ന്ണ്ട്..."

പിന്ന ഓള് കൊറേസമയം എന്റെ തറേരട്ത്ത് നിന്ന് ചത്ത് പോയ ഓളെ മോള നിരീച്ചിറ്റ് കരഞ്ഞു.

പിന്നീം കൊറേ ആള് എന്ന കാണാൻ വന്നു.

തീയ്യത്തി ചിരുത ഒര് കുടുക്ക നെറച്ചും റാക്ക് എന്റെ തറമ്മല് കൊണ്ടച്ചിറ്റ് നെഞ്ഞത്തടിച്ച് കരഞ്ഞോണ്ട് പറഞ്ഞു.

"എന്റെ അമ്പൂന കൊന്നോന നീ കൊന്നു. എനക്കത് മതി. എത്രീം വേഗം നിന്റെ ഈ തറേരെ മുമ്പില് എന്റെ കുഞ്ഞിക്കേളൂന കൊണ്ട് നിന്റേതായൊരു കോലം ഞാൻ കെട്ടിയാടിക്കും."

വാണ്യനെമ്മൻ വെളിച്ചെണ്ണ കൊണ്ടന്ന് എന്റെ തറമ്മല് വെച്ചിറ്റ് ഉള്ളില് എന്തോ പറഞ്ഞു. ഞാൻ കേട്ടില്ല.

എല്ലം കണ്ടോണ്ടും കേട്ടോണ്ടും പെര്മലയനും ഓന്റോളും മോളും കുഞ്ഞിക്കേളൂം ഒന്നും മിണ്ടാതെ ഒരേ നിപ്പ് നിന്നു.

ചെക്കന്റെ മൊകം ഉദ്ച്ച് വെര്ന്ന സൂര്യഭഗവാന്റെ വെളിച്ചത്തില് തെളങ്ങി വെര്ന്ന് കണ്ടിറ്റ് തീയ്യത്തി ചിരുത പറഞ്ഞു.

"എന്റെ മോൻ കുഞ്ഞിക്കേളു ഒര്ങ്ങിക്കോ... പൊട്ടൻതെയ്യത്തിന്റെ കോലം ഈട കെട്ട്യാടാൻ..."

** നീരൂ– നിവരു*

ചത്തോറ്റിങ്ങളെ വരവ്

ചെമ്പച്ചന്തു തോട്ടില് വെള്ളത്തില് വീണ് ഒലിച്ച് പോയിറ്റ് നാലീസം കയീമ്പം മൂക്ക് കരിഞ്ഞ് പോവുന്ന ഒര്തരം ചീഞ്ഞ് ഒലിക്ക്ന്ന നാറ്റം തോട്ടിൻകരക്ക്ന്ന് ബെര്ന്ന്ണ്ട്ന്ന് ആരോ പറഞ്ഞു കാതില് മണം കിട്ട്യവരെല്ലം തോട്ടിൻകരക്കേക്ക് പാഞ്ഞു.

ചെമ്പച്ചന്തു വെള്ളത്തില് വീണ് ചത്ത് പുസു*കേറി പൊട്ടി ഒലിച്ച് നാറ്ന്നതാവൂന്ന് ബായീം* ചെവീം കുശുകുശുത്തു. എന്നാല് ചത്ത ചന്തൂന ആരും കണ്ട്റ്റ്ല്ല. തോട്ടിൻകരക്ക് കുണ്ട്ത്തായല് മുണ്ടക്കാട്ടിന്റെ ഉള്ള്ന്ന് വെള്ളത്തിന്റെ മോള്ലേക്കൂട ബെല്ല്യഈച്ച പാറിപറക്ക്ന്നെട്ത്തേ ക്കെന്ന എല്ലാരും മൂക്കും പൊത്തി നോക്കിനിക്കുമ്പം കോയിച്ചപ്പു ആട്യെ ത്തി*. ഏതോ തീയ്യത്തീരെട്ക്ക്ന്ന് ബയറ് നെറച്ചും റാക്ക് കുടിച്ചിറ്റ് ഓൻ ബന്നത് കൊണ്ട് വെള്ളത്തിന്ന് പൊന്തി വെര്ന്ന നാറ്റം ഓന്റെ മൂക്കി ലേക്ക് പോയില്ല. അയിനക്കൊണ്ട് ഓൻ മൂക്ക്പൊത്തി നിക്ക്ന്നവരെല്ലം തോട്ട്ന്ന് വെര്ന്ന നാറ്റത്തിനേക്കാളും നാറ്ന്ന ചീത്ത വിളിച്ചു. എന്നിറ്റ് മൂക്ക് പിടിക്ക്ന്നവരെ ഓൻ ഉന്തി തോട്ടില് വെള്ളത്തിലിട്ടു.

വാല്മ്മല് നിന്നിറ്റ് ചങ്ക് നീട്ടി നാവ് പൊറത്തേക്ക്ട്ട് നോക്ക്ന്ന കരിനാടൻ പാമ്പിനെപ്പോലെ തലയാട്ടിക്കൊണ്ട് നാവ് ഉള്ളിലേക്കും പൊറത്തേക്കും വെലിച്ച്ട്ടോണ്ട് ചോന്ന കണ്ണില്ലെ ഈച്ച വട്ടത്തില് പാറ്ന്നെട്ത്തേക്ക് വെള്ളത്തില് തുള്ളി ഓൻ നീന്തി. തോട്ടിലേക്ക് ചാഞ്ഞ് കെടക്ക്ന്ന മുണ്ടക്കാട്ടിന്റെ ഉള്ള്ന്ന് ചത്ത് വീർത്ത ശവം വെലിച്ച് പൊറ ത്തെടുത്തു. ചീഞ്ഞളിഞ്ഞ ശവത്തിന്റെ നാറ്ന്ന എറച്ചി ഓന്റെ കൈക്ക് പറ്റി. മീൻ കൊത്തി പറച്ച് ഞേല്ന്ന* ചെമ്പച്ചന്തൂന്റെ ശവം കണ്ടേരം

** ബായീം - വായയും; * പുസു - പുഴു*

** ആട്യെത്തി - അവിടെ എത്തി; * ഞേല്ന്ന - തൂങ്ങുന്ന*

തന്നെ കോയിച്ചപ്പൂന്റെ തലീല് പതക്ക്ന്ന റാക്ക് വറ്റി. തോട്ടിൻകരക്ക് കണ്ണും മീച്ച് നിന്നവരെല്ലം കാർക്കിച്ച് തുപ്പി കണ്ണുംചിമ്മി ബയ്യലോട്ട് പോയി. ചെമ്പച്ചന്തൂന്റെ ചോരക്കണ്ണും വെറക്ക്ന്ന മൂക്കും, ചിരിക്കാത്ത മീടും ഒന്നും ഇപ്പൂല്ല... എല്ലം മീൻ തിന്ന് തീർത്തിന്. വെള്ളത്തിന്റെ മോളില് പൊന്തി നിക്ക്ന്ന ശവത്തിന്റെ മോള്ല് ചോരക്കണ്ണൻ ഈച്ച കൂക്കി വിളിച്ച് വട്ടത്തില് പറന്നു.

കോയിച്ചപ്പു പേടിച്ച് ബെറച്ച് നീന്തി കരപിടിക്കുമ്പം ചെമ്പച്ചന്തൂന്റെ ശവം നാറ്റും പേറിക്കൊണ്ട് ആടിയാടി വെള്ളത്തില് ഒലിച്ച് പോയി...

ചെമ്പച്ചന്തു ചത്ത്വോന്ന് കൂക്കിവിളിച്ചോണ്ട് ഈച്ചീം അയിന്റൊപ്പരം തന്നെ പോയി.

തോട്ട്ല് പൊന്ത്യ നാറ്റം എരമം നാടും കടന്ന് അള്ളട നാട്ടില് തേച്ചും പരന്നു. നാറ്റം മൂക്കിന്റുള്ള്ന്ന് വട്ടം കറങ്ങുമ്പം അവരെല്ലം എന്നീം അവ രവരെ ധർമ്മദൈവങ്ങളീം വിളിച്ച് ഓരോന്ന് പറഞ്ഞു.

ചെക്കനും പെർമലയനും തോട്ട്ൻകരക്കേക്ക് പോയില്ല. തീയ്യത്തി ചിരുതീം ഓളെ പുരുവൻ ചവുണ്യനും പോയില്ല.

തോട്ട്ല് ഇണ്ടായ നാറ്റല്ലം കാറ്റുമ്പാടെ തീയ്യത്തി ചിരുതേരെ കുന്ന്മ്മ ലെത്തി. ഓളെ ചെവീല് എത്ത്യ നാറ്റും കൊണ്ട് തിരുമുടീലും അരീലും പന്തും കെട്ടി പാഞ്ഞ് വെര്ന്ന പുതിയോതിതെയ്യത്തിനപ്പോലെ ഓള് പാഞ്ഞ് കുന്നെറങ്ങി വന്ന് എന്റെ തറമ്മലിരിക്ക്ന്ന പെർമലയന്റെ പൊട്ട്യ ചെവീലേക്ക് ഓക്ക് കിട്ട്യേട്ത്തോളം നാറ്റം ഒയിച്ച് കൊടുത്തു. കൈയും കാലും ഒലത്തി അയിഞ്ഞ് വീണ തണാറും കുലുക്കിക്കോണ്ട് ഓള് പറഞ്ഞ വാചാല് മലിനാണീം ഓളെ മോളും കുഞ്ഞിക്കേളൂം അതിശയ ത്തോടെ കേട്ടു...

"ന്റെ പെർമലയാ... എന്റെ അമ്പൂന കൊന്നോൻ ചത്ത് പുയ്ത്ത്* പുസു*തിന്ന് പോയി... ഓന് അങ്ങിനെ ഒര് എട* എന്റെ പൊട്ടൻ തെയ്യം വെർത്തി..."

ചെക്കന്റെ ചങ്കിന്റുള്ളില് ചിരി നെറഞ്ഞു. അത് പൊറത്തേക്ക് വന്നില്ല. പിന്നീം ഓള് പറഞ്ഞു.

"ഏതായാലും പെർമലയാ, പൊട്ടൻ തെയ്യത്തിന എത്രീം നേരത്തെ ഈട കെട്ട്യാടിക്കണം. അയിനില്ലെ ദേവസം കണിയാൻ* കുഞ്ഞി രേർമ്മൻ കുരിക്കളോട് ചോയിക്കണം. കോലം കെട്ടാൻ വേണ്ട ചെല വെത്രായാലും അത് ഞാനും എന്റെ തീയ്യനും ഇണ്ടാക്കും..."

"വല്യമ്പ്രാൻ അയിന് തമ്മതിക്കോ*... ചിരിയമ്മേ..."

നമ്മളെ പൊട്ടൻതെയ്യത്തിന്റെ തറേരെ മിന്നല്* നമ്മക്ക് കെട്ട്യാടി ക്കാൻ ആരെ തമ്മതൂം* വേണ്ട പെർമലയാ.

** പുയ്ത്ത്- പുഴുത്ത്;* പുസു - പുഴു*

** എട - അനുഭവം; * കണിയാൻ - ജ്യോത്സ്യർ*

** തമ്മതം - സമ്മതം; * മിന്നല് - മുമ്പിൽ; * തമ്മതം - സമ്മതം*

ഓളെ ഒറച്ച വാക്കിന് പെർമലയൻ തലയാട്ടി.

മലിനാണി ചിരിച്ചു. ചിരിക്കുമ്പം പയേതായി.* കെട്ട്കുറ്റ്യായ ഓളെ കറ്ത്ത പല്ലിന്റെ അറ്റത്ത് വെളക്ക്ത്തിരി കത്ത്ന്നപോലെ ഒര് ബെളിച്ചം. മാണീരെ എണ്ണ കനീന്ന കറത്ത തുന്ത ഒന്നുംകൂടി വീർത്ത് വന്നു. വായേരെ എലേരെ മോള്ള് രണ്ട് കാക്ക വന്നിര്ന്ന് കരഞ്ഞു. ചെക്കൻ ബേഗം കുടീരുള്ളില് പോയിറ്റ് മങ്ങണത്തില് കഞ്ഞി എട്ത്ത് വായേരെ മെരട്ട് വെച്ച് എറങ്കല്ല്മ്മല് ഇരുന്നു. കാക്ക വന്ന് മങ്ങണത്തിന്റെ അടുത്തിര്ന്ന് അന്നം കൊത്തിതിന്നുമ്പം എന്തല്ലോ പറീന്ന് ചെക്കൻ കേട്ടു. മങ്ങണത്തിലെ വറ്റെല്ലം കയിഞ്ഞേരം കാക്ക അപ്പറത്തേക്കും ഇപ്പറത്തേക്കും നോക്കി ഒന്ന് ഉക്കില്* കരഞ്ഞ് ആകാശം നോക്കി പാറിപ്പോയി*.

വയിന്നേരാ*വുമ്പം വലിയ മനക്ക്ന്ന് ആള് വന്ന് പെർമലയന വിളിച്ചു. പെർമലയൻ എന്നേരം ആടീണ്ടായ്റ്റ്ല. മാണി മിറ്റാടിക്കുമ്പാ അവര് വന്നത്. ചെക്കൻ എന്റെ തറമ്മല് വീണ ചെമ്പകത്തിന്റീം പുളിയൻ മാവിന്റീം എല പറക്കിക്കളയുന്നത് നിർത്തി വന്നവരെ തൊവ്വ്തു.

ഇന്നേക്ക് ആറാം ദെവസം മനക്കല് മന്ത്രവാദം വേണംന്ന്. ചത്തേറ്റിങ്ങള* ഒയിപ്പിക്കാന്ല്ലെ* മന്ത്രവാദം. ചെമ്പച്ചന്തു ചത്ത് മൂന്നാമത്തെ ദെവസം നട്ടപ്പാതിരക്ക് മനക്ക് ചുറ്റും നായി കൊരക്ക്ന്ന പോലെ കൊരച്ചോണ്ടും കെതച്ചോണ്ടും ആരോ പായ്ന്ന്ന്. ചെമ്പച്ചന്തൂന്പ്രാന്തെല്ല്യേരം കെട്ടീട്ട തെങ്ങ്മ്മന്ന് കാറ്റും കനലൂല്ലാതെ ആട്ടൂം അനക്കൂല്ലാതെ തേങ്ങ വീണ് പൈക്കടിച്ചി* ചത്തൂന്ന്. കാറ്റും അനക്കൂല്ലാതെ തെങ്ങ് വെറ്തെ കുല്ങ്ങ്ന്ന് ഇണ്ടായിനി. ആള് ചാവണ്ടതാ... പൈ ചത്ത് ഫലം കൊറഞ്ഞതാന്ന്ന് കുഞ്ഞിരേർമ്മൻ കുരിക്കള് വാരിവെച്ച്* പറഞ്ഞു. രാത്രി ഇര്ട്ടത്ത് തമ്പ്രാട്ടികുട്ടി മിറ്റത്ത് മൂത്രൊായിക്കാൻ ഇര്ന്നേരം കൊറേ നായ്ക്കള് ഒപ്പരം കാളം* ബിളിക്കൂന്നുണ്ടായിനി...

വന്നവര് പറീന്നതെല്ലം മൂന്നാളും തൊവ്വ്തോണ്ട് കേട്ടു.

“പെർമലയൻ വന്നാല് കുഞ്ഞിരേർമ്മൻ കുരിക്കളെ പോയി കാണാൻ പറയണം. കുരിക്കള് എല്ലം പറയും.”

വന്നവര് പോയി. വെല്ല്യ ഒച്ച്യൊന്നൂല്ലാതെ താണ്കേണ് എന്ന തൊവ്വ്ത് പറീമ്പോല്യാ അവര് വന്നതും പറഞ്ഞതും പോയതും.

കൊറേക്കാലം കയിഞ്ഞിറ്റാ, ഇന്ന്, തീയ്യത്തി ചിരുതേരെ റാക്ക് കുടിച്ചിറ്റ് കുന്ന് കീയുമ്പം പെർമലയൻ എന്റെ തോറ്റം പാട്ട് പാടിയത്. കരിക്കട്ട പോലെ കത്തിക്കരിഞ്ഞ ഇര്ട്ട്ല് കണ്ണ് മുറുക്കെ അടച്ച് പിടിച്ച് ഓൻ തൊണ്ട തൊറന്ന് തോറ്റം ചൊല്ലി.

** പയേതായി - പഴകിയതായി; * ഉക്കില് - ഉറക്കെ;*

** പാറിപ്പോയി - പറന്ന് പോയി; * വയിന്നേരം - വൈകുന്നേരം*

** ചത്തേറ്റിങ്ങള - പിശാചുക്കള; * ഒയിപ്പിക്കാൻ - ഒഴിപ്പിക്കുവാൻ*

** പൈക്കടിച്ചി - പശുക്കുട്ടി; * കാളംവിളി- പട്ടിയുടെ ഓരിയിടൽ*

** വാരിവെച്ച് - കവിടി നിരത്തി*

തെയ്യത്തിന കയ്യേക്കാൻ നിക്ക്ന്നപോലെ ചെക്കൻ കുന്നമ്മന്നെ റങ്ങ്ന്ന ഓന കാത്ത് നിന്നു.

എന്റെ തറമ്മല് എത്ത്യോരം കൈമല് ഇണ്ടായ റാക്കും കുട്ക്ക തറ മ്മല് വെച്ച് ഓൻ തോറ്റം ചൊല്ലല് നിർത്തി. ഓൻ പറയാതെ തന്നെ, മലിനാണി ഒര് ചെരട്ടീം മറ്റേ കൈമല് അരിമണീം കൊണ്ടന്ന് ഓന്റെ മുമ്പില് നിന്നു. റാക്ക് ചെരട്ടീലാക്കി ഒറ്റവെലിക്ക് കുടിച്ച് ഒണങ്ങ്യ ചപ്പില പോലത്തെ മീട് ഒന്നുകൂടി കോട്ടിപിടിച്ച് മലിനാണീരെ നേരെ കൈനീട്ടി. ഓന്റെ കൈമല് ഓള് അരിമണി ഇട്ട് കൊടുത്തത് വായിലിട്ട് കരിക്കൊള്ളി പോലത്തെ പല്ലോണ്ട് ചവച്ചു. താടിക്ക് കരിമ്പിന്റെ വേർമ്മല് നീണ്ട് നിക്ക്ന്ന രോമത്തില് ചെരട്ടീന്ന് ഒലിച്ച റാക്ക് തടീക്കളഞ്ഞ് ഒയിഞ്ഞ ചെരട്ടീല് റാക്കൊയിച്ച് മലിനാണിക്ക് കൊടുത്തു. ഓള് മൂക്ക് തൊറന്ന് പിടിച്ച് റാക്ക് കുടിച്ച് തൊണ്ടീല് തീക്കട്ട പൊള്ള്യപോലെ കാറിത്തുപ്പി. പിന്നെ കുടുക്ക വറ്റുന്നത് വരെ പെർമലയൻ തന്നെ കുടിച്ചു.

അവരെ രണ്ടാളീം കണ്ണിലും ഇർട്ടത്ത് വെളിച്ചം കണ്ട ചെക്കൻ മനക്കല് മന്ത്രവാദം കയിക്കാൻ ആള് വന്നത് പെർമലയനോട് പറഞ്ഞി ല്ല.

രാവിലെ ആകാശത്ത്ന്ന് സൂര്യൻ കുടീന്റെ ഓലതൊരന്ന് കേറുമ്പാ ചെക്കൻ ഒറക്കറിഞ്ഞത്. പെർമലയൻ അന്നേരും ഒറക്കറിഞ്ഞില്ല. ചെക്കൻ തോട്ടിൻകരക്ക് പോയി രാവിലെത്തെ കാര്യല്ലം ചെയ്തിറ്റ് ബെർമ്പെ ഓന്റെ ബയ്യന്നെ പുണ്ണാക്കിന്റീം, വെളിച്ചെണ്ണീരീം മണത്തില് കുളിച്ച വാണ്യനെമ്മനും എന്റെ തറേരട്ത്തെത്തി. ഓൻ ചെക്കനോട് പറഞ്ഞു.

"കുഞ്ഞിക്കേളൂ അരീം ഭസ്മൂം ജപിച്ച് തെരണം. ന്റെ പൊന്നൂട്ടിക്ക് ചെമ്പച്ചന്തൂന്റെ പോത്ത് ചത്ത് വീർത്ത പോലത്തെ ശവം കണ്ടിറ്റ് വന്നേരേ പനി തൊടങ്ങീന്. ഒര് കള്ളപ്പനി..."

ചെക്കൻ കുടീന്റാത്ത് പോയി അരീം ഭസ്മൂം കൊണ്ടന്ന് എന്റെ മുമ്പിലിരുന്ന് കണ്ണും പൂട്ടി ജപിച്ചു. ഓൻ ഏത് മന്ത്രം ജപിക്കുമ്പും എന്റേ തായൊരു കോലസ്വരൂപം കണ്ണിന്റെ മുമ്പില് വെർത്തി* കണ്ണും പൂട്ടി എന്റെ മോത്തേക്കെന്നെ നോക്കീറ്റാ ജപിക്ക. ഇന്ന് ജപിക്കുമ്പം തൊറന്ന് വെച്ച ഓന്റെ അകക്കണ്ണില് എന്റേതായൊരു രൂപത്തിന് പൊറമെ ഓന്റെ ചെങ്ങായി വാണ്യനെമ്മന്റെ മോൻ പൊന്നൂട്ടീരെ വെള്ത്ത, വെളിച്ചെണ്ണ ഒലിക്ക്ന്ന മൊകൂം കണ്ടു.

പൊന്നൂട്ടി മോന്ത്യാവുന്നേന് മുമ്പിലെ തോട്ട്ല് കുളിക്കാൻ പോയാല് ചെക്കന്റൊപ്പരം കൊറേ നേരം നീന്തും. എപ്പൂം ഇർട്ടല് കുളിച്ച നിക്ക്ന്ന് കരിങ്കയത്തില്, അടീല് മുങ്ങി കല്ലെട്ത്ത് കളിക്കും. രണ്ടാളും വെള്ള ത്തിന്റെ മോളില് അമ്മേരെ മടീല് കെടക്കുമ്പോലെ മലന്ന് കെടക്കും.

* *വെർത്തി -വരുത്തി*

എന്നാലിപ്പം രണ്ടാളും ഒപ്പരം കുളിക്കലേ ഇല്ല. ഒരിക്കാ തോട്ടിൻ കരക്ക്ന്ന് രണ്ടാളും കുളിച്ച് തോർത്തുമ്പം കോയിച്ചപ്പു കുഞ്ഞിക്കേളൂന തച്ച്* വെള്ളത്തില് ഉന്തീട്ടേപ്പിന്ന പൊന്നൂട്ടി ചെക്കന്റൊപ്പരം കുളിക്കാൻ വെരലില്ല. ഒപ്പരം കുളിച്ചാല് കൊയിച്ചപ്പു കുഞ്ഞിക്കേളൂന തല്ലൂലെ... അതാ കുളിക്കാൻ വെരാത്തത്ന്ന് പൊന്നൂട്ടി കൊറേയോട്ടം കുഞ്ഞി ക്കേളോട് സങ്കടത്തില് പറഞ്ഞിറ്റ്ണ്ട്.

വാണ്യനെമ്മനും ഓന്റോളും പിന്ന കുഞ്ഞിക്കേളൂം മാത്രേ ഓന പൊന്നൂട്ടീന്ന് വിളിക്കൂ. ഓന പെറ്റിറ്റ് ഇരുപത്തെട്ടാം ദെവസത്തെ പെറ ന്നാളിന് ഓന്റമ്മേരെ കുഞ്ഞാംഗലത്തെ വീട്ട്ന്ന് ഓനിട്ട പേര് ശങ്ക രൻന്നാ... വാണ്യനെമ്മന്റെ അച്ഛന്റെ പേരാ വാണ്യൻ ശങ്കരൻ.

ചെക്കൻ ജപിച്ച അരീം ഭസ്മൂം വാണ്യനെമ്മന് കൊട്ത്തു.

രാവിലത്തെ കത്തലടക്കാൻ മലിനാണി ചെക്കന് പൂങ്ങ്യ കുണ്ട്കേങ്ങും അത് മുക്കി തിന്നാൻ പച്ചപുളിങ്ങീം ഉപ്പും കപ്പപ്പറങ്കീം കുത്തിച്ചെതച്ച് പച്ചവെളിച്ചെണ്ണ ഉറ്റിച്ചതും കൊടുത്തു. ഓനത് തിന്ന് കയീമ്പൂം* പെർമലയൻ കെടന്ന പായീന്ന് എണീറ്റ്റ്റില്ല. മാണി അപ്പാന്ന് കൊറേയോട്ടം ഉരുട്ടി വിളിച്ചേരം, ഓൻ മെല്ലെ എണീറ്റ് കെടന്ന പായീ ത്തന്നെ കുത്തീരുന്ന് കൈയോണ്ട് രണ്ട് കാലിന്റെ മുട്ടും ചുറ്റിപ്പിടിച്ച് കെതക്ക്ന്ന് കണ്ടിറ്റ് മലിനാണി വന്ന് ഓന്റെ മേല് തൊട്ടു. തീപ്പോലെ പൊള്ളേന്ന് ഓന്റെ മേല്. ഓള് വേഗം മിറ്റത്ത്ന്ന് തൊളസീരെ എലപറി ച്ചിട്ട് ലേശം കുരുമൊളകും ചതച്ചിട്ട് വെള്ളം തെളപ്പിക്കുമ്പം എന്റെ തറ മ്മലിരിക്ക്ന്ന ചെക്കനോട് പറഞ്ഞു.

“മോനേ... അപ്പാപ്പന്റെ മേല് പനിച്ചിറ്റ് മേലേരീലെ തീപോലെ പൊള്ള്ന്ന്ണ്ട്”

ചെക്കൻ കുടീരാത്ത് കേറ്യേരം പെർമലയൻ പിന്നീം കീറ്യപായില് കെടന്നിറ്റ് എറ്റ്ന്ന ചൂടിന്റുള്ള്ന്ന് ബെറച്ച് തുള്ളേന്ന്. മാണി തുണിയെട്ത്ത് ഓന പൊതപ്പിച്ചു.

മലിനാണി തെളപ്പിച്ച വെള്ളം പെവ്ത്ത* പ്ലാവില കോട്ടി അയിന ക്കൊണ്ട് ഓന്റെ വായിലൊയിച്ച് കൊടുത്തു. എരീന്ന വെള്ളം ഓന്റെ വായീന്ന് പൊകീന്ന് കണ്ടിറ്റ് ചെക്കൻ ഒരു കണ്ടം വെല്ലം കിട്ടോ നോക്കീറ്റ് തീയ്യത്തി ചിരുതേരെ കുന്ന് പാഞ്ഞ് കേറി. ബെല്ലൂംകൊണ്ട് ബെർമ്പം പണ്ടേ ഇണ്ടാക്കിറ്റ് മൂലക്ക് വെച്ച റാക്ക് ചെറിയ കുടുക്കീലെ ട്ത്തിറ്റ് തീയ്യത്തി ചിരുതീം ചെക്കന്റെ വയ്യന്നെ* കുന്നെറങ്ങി. ബെല്ലൂം കൂട്ടി ബെള്ളൂം കൊട്ത്തിറ്റ് ചെക്കൻ അരീം ഭസ്മൂം എട്ത്ത് എന്റെ മുമ്പില് ജപിക്കാനിരുന്നു. ഓൻ പൊറം കണ്ണ് പൂട്ടി അകക്കണ്ണ് തൊറ ന്നു. എന്റേതായൊരു കോലം കെട്ട്യ പെർമലയനെയാ ഓന്റെ ഉള്ളില്

** തച്ച് -അടിച്ച്; * കയീമ്പം-കഴിയുമ്പോൾ*

** ഉന്തീട്ടേപ്പിന്ന - ഉന്തിയിട്ടശേഷം*

** വയ്യന്നെ - പിന്നാലെ; * പെവ്ത്ത - പഴുത്ത*

തെളിഞ്ഞത്. എരിഞ്ഞ് നീറ്ന്ന മേലേരീ കനലില് മലന്ന് കെടന്ന് പൊട്ടൻച്ചിരി ചിരിക്ക്ന്ന പെർമലയന...

ജപിച്ച അരീം ഭസ്മൂം ഓൻ കെടന്ന് ബെറക്ക്ന്ന പെർമലയന്റെ മേത്തിട്ടു. മേല്പൊത്ത്യ മുണ്ട് മേത്ത്ന്ന് വെയർത്ത് ഒലിച്ച് വന്ന വെള്ളം കൊണ്ട് നനഞ്ഞു. നെറ്റീന്ന് വെര്ന്ന വെള്ളം ചെക്കൻ ഓന്റെ കൈയോണ്ട് തൊടച്ച് കളഞ്ഞ് എണീറ്റ് വണ്ണാൻ കുഞ്ഞാരന്റടുത്തേക്ക് പാഞ്ഞു. ആട്യെത്തുമ്പം വേറീം കൊറേയാള് നിക്ക്ന്ന്ണ്ടായിന്. അവ രെല്ലം വീട്ട്ല് പനിയന്ന്യാ...

ചെക്കൻ പോയേരം തീയ്യത്തി ചിരുത ഓള് കൊണ്ടന്ന റാക്കില് അഞ്ചാറ്മണി കുരുമൊളക് അമ്മീമ്മലിട്ട് കുത്തിപ്പൊടിച്ച് ഇട്ട് പെർമല യനകൊണ്ട് കുടിപ്പിച്ചു. റാക്ക് വയറ്റിലെത്ത്യേരം വയറ്റ്ന്ന് കാറ്റ് കൊറേ പൊറത്തേക്ക് പോയി. കാറ്റ് പൊറത്തേക്ക് പോയേരം ഓനെണീറ്റ് കുത്തീരുന്നു. ചിരുത ഓനോട് പറഞ്ഞു.

"എണീറ്റിരിക്കണ്ട.. കെടക്ക്. പൊത്തിപ്പൊതച്ച് കെടക്ക്. കൊറച്ച് കയിഞ്ഞ് എണീറ്റ് ചൂട്ല്ലെ കഞ്ഞി കുടിക്കണം."

എന്നിറ്റ് മലിനാണീരെ മോത്തേക്ക് നോക്കി തീയ്യത്തി ചിരുത ഓളെ കുന്ന് കേറി. കഞ്ഞി വെക്കാൻ കുടീല് അരീല്ലാന്ന് ഓക്ക് തോന്നീറ്റ് എട്ക്കാൻ പോയതാ ഓള്.

ചെക്കൻ, വണ്ണാൻ കുഞ്ഞാരൻ കൊടുത്ത മരുന്ന് പെർമലയന കുടി പ്പിച്ചു. അയിനോടെ ഓനൊറങ്ങി. ഒറക്കത്തില് ഓൻ എന്റെ പേര് വിള്ക്ക്ന്നത് ഞാൻ കേട്ടു. പിന്നെ ഓൻ അമ്പുപ്പണിക്കറ വിളിക്ക്ന്ണ്ട്. ഓന്റെ അപ്പനീം അമ്മേനീം വിളിക്ക്ന്ണ്ട്.

ചെക്കൻ ഓന്റെ അട്ത്തന്നെ ഇര്ന്ന് നെറ്റീമ്മല് മെല്ലെ തടീക്കോണ്ട് നിന്നു. എന്നിറ്റ് മെല്ലെ വിളിച്ചു.

"അപ്പാപ്പാ..."

ഓന്റെ നെറ്റീരെ ഉള്ളിലേക്ക് താണ് പോയ നരച്ച കണ്ണ് മെല്ലെ തൊറ ക്കാൻ നോക്കി. പിന്നീം പൂട്ടി.

തീയ്യത്തി ചിരുത കൊണ്ടന്ന അരി നല്ലോണം വേവിച്ച് മങ്ങണത്തി ലാക്കി ഉപ്പൂട്ട് ചൂടോടെ മലിനാണി കൊണ്ടന്നേരം ചെക്കൻ പെർമല യന ഉരുട്ടിവിളിച്ച് താങ്ങിപ്പിടിച്ച് എണീപ്പിച്ചു. എണീറ്റിരുന്ന ഓൻ ചെക്കന്റെ മോത്തേക്കന്നെ നോക്കി പറഞ്ഞു.

"മോനേ... എന്റെ ചത്തുപോയ അപ്പനും അമ്മീം ഇപ്പം ഈട* വന്നി ന്... നീ കണ്ടിനാ അവര... അവര് രണ്ടാളും എന്റെ തലക്കുത്തിര്ന്ന്* എന്ന വിളിക്കേന്ന്... മോനേ കേളൂന്ന്... എന്നിറ്റ് എണീക്കാൻ എന്റെ കൈപിടിച്ച് വെലിക്കേന്ന്. എന്നോട് പിന്നീം പിന്നീം പറഞ്ഞു. എന്റെ മോൻ എണീക്ക്. ബാ നമ്മക്ക് അങ്ങ് പൂവാന്ന്. നീ ഞങ്ങളൊപ്പരം ബാന്ന്.

** ഈട - ഇവിടെ; * തലക്കുത്ത് - തലയോട് ചേർന്ന്*

പിന്ന്യാ ഞാൻ കണ്ടത്. അവര് രണ്ടാളും കണ്ണ് പൂട്ട്ന്നില്ല... എന്റെ തല ക്കുത്ത് ഇരിക്ക്ന്ന അവര് നെലത്ത് മുട്ട്ന്നില്ല. അവരെ മീട് ചോരീല്ലാതെ ബ്ലാർത്തി*ന്. ഞാൻ അവരോട് പറഞ്ഞു. ന്റെ അപ്പന്റീം അമ്മേരീം ഒപ്പരം എനക്ക് ബെരണംന്ന്ണ്ട്. പക്കേങ്കില് അപ്പനും അമ്മീം ചത്തുപോയ ന്റെ കുഞ്ഞിക്കേളൂന ഞാനീട ഒറ്റക്കാക്കീറ്റ് എങ്ങിന്യ ബെരീാ... പെണ്ണായ പെണ്ണിന്റെ പേറെല്ലം എട്ത്ത് പട്ടിണി തിന്ന് വയറും നടൂം ഇല്ലാണ്ടായ ന്റെ ഓള് നാണിക്കാരാ തൊണ. ഓള് പെറ്റ മംഗലം കയ്യാത്ത ന്റെ മാണി ക്കാരാ കാവല്... അത്രീം പറഞ്ഞേരം എന്റെ കൈ എളക്കീറ്റ് അവര് ഇല്ലാണ്ടായി..."

അത് കേട്ട് ചെക്കൻ എന്ന വിളിച്ച് കരഞ്ഞു.

ഓന്റെ കരച്ചല് കേക്കാതെ പെർമലയൻ പിന്നീം ആടത്തന്നെ ചുരുണ്ട് ഒറങ്ങി.

മോന്തിക്ക് എന്റെ തറമ്മലെ കുത്ത്വെളക്കില് തിരികത്തിച്ചിറ്റ് ചെക്കൻ പിന്നീം അരീം ഭസ്മൂം ജപിച്ച് പെർമലയന്റെ മേത്തിട്ടു. ഇപ്പം ഓൻ ജപിക്കാനിർന്നേരം ഓന്റെ അകക്കണ്ണില് വന്നത് കയ്യും കാലും ഇല്ലാത്ത പൂട്ടാത്ത നരച്ച കണ്ണും, അടുപ്പിലെ വെണ്ണീറ് പോലത്തെ മീടും ആട്ടിക്കോണ്ട് രണ്ടാള് വന്ന് നെറീന്ന്. ഓൻ മനസ്സ് വിടാതെ മന്ത്രം ചൊല്ല്യേരം പിന്ന ഓൻ ഒന്നും കണ്ട്ല്ല.

രാത്രി ജലപാനം കുടിക്കാതെ പെർമലയൻ ഒണങ്ങ്യ തുണിക്കണ്ട ത്തിന്റുള്ളില് ഒറങ്ങി. ചെക്കൻ ഒറങ്ങാതെ ഓന മുറുക്ക പറ്റിപ്പിടിച്ച് ഓന്റൊപ്പരം കെടന്നു. പാതിരാത്രീല് പയ്യാനേമ്മന്ന് കൂമൻ മൂളുമ്പം മലി നാണി എണീച്ച് വെള്ളം ചൂടാക്കീറ്റ് വിളിച്ചെങ്കിലും പെർമലയൻ എണീറ്റില്ല. ചൂടാക്യ കൊറച്ച് വെള്ളൂം കുടിച്ച് മലിനാണി ഒറങ്ങാതെ പെർമലയനോട് ചേർന്നിരുന്നു. ഓള് ഇരിക്ക്ന്ന് കണ്ടിറ്റ് മാണീം എണീറ്റ് ഇരുന്നു.

പൊലച്ചകൂറ്റിന് ഏറാൻ പോമ്പം തീയ്യൻ ചവുണ്യൻ വിളിച്ചേരം എല്ലാരും എണീറ്റ് കുടീന്റെ പൊറത്ത് വന്നു. പെർമലയൻ അതേ കെടത്തം തന്ന്യാ. ഓന വിളിക്കണ്ടാന്ന് ചവുണിയൻ പറഞ്ഞു. രാത്രീല് മേല് തീപ്പോലെ പൊള്ള്ന്നത് ലേശം കൊറഞ്ഞിനീന്ന് മലിനാണി തീയ്യൻ ചവുണ്യനോട് പറീന്ന് കേട്ട് ചെക്കന് മോത്ത് നേരിയ ആശ്വാസം വീണു.

തെങ്ങിന്റെ മോളിലെ കൊരഞ്ഞിലിന്റീം* അടിച്ചാരേന്റീം* പൊടി മേത്ത് പറ്റ്യത് കളയാതെ അരീല് ചെരപ്പതുണ്ടീല് ഈച്ചീം വണ്ടും കള്ള് കുടിച്ച് മത്തായി ബോധം കെട്ട് കെടക്ക്ന്ന കള്ളും അരക്ക് കെട്ടിയ തൊട ങ്ങലില് തൂക്കി തീയ്യൻ ചവുണിയൻ ഏറ്റും കയിഞ്ഞ് വന്നേരം പെർമല

കൊരഞ്ഞിൽ - തേങ്ങ തൂങ്ങുന്ന കണ്ണി

** അടിച്ചാര - തെങ്ങിന്റെ തലപ്പ് പൊതിയുന്ന ചാരനിറത്തിലുള്ള പാളി*

** ബ്ലാർത്തിന്- വിളറി വെളുത്തത്*

യൻ എന്റെ തറമ്മല് കൊത്തമ്പാരീട്ട് തെളപ്പിച്ച വെള്ളം കുടിച്ചോണ്ട് ഇരിക്കേന്ന്. ഓൻ തീയ്യൻ ചവുണ്ണ്യനോട് പറഞ്ഞു.

"വായി*, കാഞ്ഞരത്തിന്റെ ചപ്പില അരച്ച് വായിലാക്ക്യ പോല കയിപ്പാ*... ചവ്ണ്യച്ചാ..."

"പനി പോയിറ്റ്ല അതാ വായ്കൈപ്പ്... ഉപ്പൂട്ടിറ്റ് ചൂട്ല്ലെ കഞ്ഞി കുടിക്ക്..."

തീയ്യൻ ചവുണ്ണിയൻ ഓന്റട്ത്ത് നിക്ക്മ്പാ മലിനാണി കുടീന്ന് പൊറത്തേക്ക് വന്ന് പെർമലയനോട് മനക്കല് ചത്തേറ്റിങ്ങള വെലക്കാൻ മന്ത്രവാദത്തിന് പോണ്ടകാര്യം പറഞ്ഞത്. അത് കേട്ട് പെർമലയൻ തീയ്യൻ ചവുണ്ണ്യന്റെ മോത്തേക്ക് നോക്കി. ചെക്കനും മലിനാണീം നോക്കി. അവരെ ബയ്യന്ന് മാണി പറഞ്ഞു.

"അപ്പന ഞാൻ കൈപിടിച്ചിറ്റാ തറമ്മല് കൊണ്ട് ഇരിത്തീന്. കൈ പൊന്തിക്കാൻ പറ്റാത്താള് എങ്ങന്യാ മന്ത്രവാദത്തിന്റെ പണി എടുക്ക്വാ..."

"പോവാനും പറ്റൂല പോവാതിരിക്കാനും പറ്റൂല..."

തീയ്യൻ ചവുണ്ണ്യൻ പറഞ്ഞു.

എല്ലാരും ഉത്തരം മുട്ടി നിക്ക്മ്പം ചെക്കൻ പറഞ്ഞു.

"അപ്പാപ്പന് ബെർത്തായാല് മന്ത്രവാദത്തിന്റെ പണിയെടുക്കാൻ ആവൂല്ലാന്ന് ആരിക്കാ അറിയാത്തത്. അത് ഞാൻ മനക്കല് പോയി പറയാ..."

കാറ്റടിച്ച് മരത്തിന്റെ കൊമ്പ് ഒപ്പരം* ആടുമ്പോലെ അത് വേണ്ടാന്ന് എല്ലാരും തലയോണ്ടാട്ടി.

"എന്നാല് ഞാനൊര് കാര്യം ചെയ്യ... ഞാൻ പോവ, കാനായീല് പോയിറ്റ് കൊമ്ട്ട്ക്കുരുവന വെരാൻ പറയാ. ഓൻ വെര്മ്പം വേണെങ്കില് ഓന്റനിയൻ പാണ്ടൻ കേളപ്പനീം കൂട്ടാൻ പറയ."

തീയ്യൻ ചവുണ്ണിയൻ ഉത്തരം കണ്ടെത്ത്യേരം അങ്ങോട്ട് പോയ കാറ്റ് ഇങ്ങോട്ട് വീശി മരകൊമ്പെല്ലം സമ്മതം മൂളി തലയാട്ടി.

"കുഞ്ഞിക്കേളന്നെ മന്ത്രവാദം നടത്തിക്കോട്ടെ... കൊമ്ട്ട്ക്കുരുവനും പാണ്ടനും ഒപ്പരം സഹായിച്ചാ മതിയല്ലോ..."

പിന്നാരീം പയമക്ക്* നിക്കാതെ അരക്ക് കെട്ട്യ തൊടങ്ങ് അയിച്ച് ഏറ്റ് കത്തീം ഏറിക്കിട്ട്യ കള്ളും എന്റെ തറമ്മല് വെച്ച് മേത്ത് പറ്റ്യ തെങ്ങിന്റെ പൊടിപോലും തട്ടിക്കളയാതെ തീയ്യൻ ചവുണ്ണ്യൻ കാനായ്യേക്ക് പോയി.

തീയ്യൻ ചവുണ്ണിയൻ കാനായ്യേക്ക് പോയേരം പെർമലയൻ ആത്ത് പോയി കെടന്നു. ചെക്കൻ എന്റെ ചെമ്പകമരം നോക്കി എന്നോടായിറ്റ് പറഞ്ഞു.

"ന്റെ പൊട്ടൻ തെയ്യേ... ഞാൻ പോവൂല മന്ത്രവാദത്തിന്, ചെമ്പച്ചന്തു ചത്തപോലെ വെല്യമ്പ്രാനും പ്രാന്തെളീറ്റ് വായീന്നും മൂക്ക്ന്നും

** ഒപ്പരം - ഒരുമിച്ച്; * പയമ - സംസാരം*
** കയിപ്പ് - കയ്പ്പ് രസം; * വായി- വായ*

നൊരീം പതീം വന്ന് പെടച്ച് പെടച്ച് ചാവണം. അല്ലെങ്കില് ചെമ്പച്ചന്തൂന്റെ പ്രേതം ഓന്റെ ചങ്ക് ഞെക്കി കൊല്ലണം..."

തീയ്യത്തി ചിരുത പെർമലയന്റെ ബെർത്തം അറിയാൻ വന്നിറ്റ് പോമ്പം തീയ്യൻ ചവുണിയൻ എന്റെ തറമ്മല് വെച്ച കത്തീം തൊടങ്ങും ചെരപ്പത്തുണ്ടീം കള്ളും കുന്ന് കേറ്റി. കള്ളെടുക്കുമ്പം ചെക്കനോട് ഒരു പാത്രം കൊണ്ടരാൻ പറഞ്ഞ് കള്ളിൽ മത്തായികെടക്ക്ന്ന ഈച്ചേനീം ഉറുമ്പിനീം ഊതിമാറ്റി കൊറേ കള്ള് ചെക്കന് കൊടുത്തു. തണ്ത്ത കള്ള് കുടിച്ചിറ്റ് വായില് കുടുങ്ങ്യ കൊലയല്ലി തുപ്പിക്കളഞ്ഞിറ്റ് ചെക്കൻ തീയ്യത്തി ചിരുതയോട് പറഞ്ഞു.

"ചിരുതമ്മേ... വല്യമ്പ്രാന് നട്ടപ്പ്രാന്ത് വന്ന് കൊടല് പൊട്ടിച്ചാവാനില്ലെ മന്ത്രം എന്നെ പഠിപ്പിച്ചാലെ ഞാൻ മനക്കല് മന്ത്രവാദത്തിന് പോവൂലൂ. ആ മന്ത്രം പഠിപ്പിക്കാൻ ന്റെ അപ്പാപ്പനോട് ചിരുതമ്മ പറ..."

അയിന് ഉത്തരം പറയാതെ ഓള് കുന്ന കേറുമ്പം ചെക്കനും ഓളെ ബയ്യന്നെ പോയി.

നടക്കാൻ കയ്യ്യാത്ത പെർമലയൻ നത്തിക്കുത്തി*, ആര് തട്ത്തിറ്റും കൂട്ടാക്കാതെ കുഞ്ഞിരേർമ്മൻ കുരിക്കളെട്ത്ത് പോയി. ഓൻ ബയിക്ക് തല ചുറ്റി ബീണ് പോവൂന്ന് ഒറപ്പില്ലത് കൊണ്ട് മലിനാണീം ബയ്യന്നെ പോയി.

കുഞ്ഞിരേർമ്മൻ കുരിക്കള് പെർമലയനോട് പറഞ്ഞു.

"ചെമ്പച്ചന്തൂന്റെ പ്രേതം മാത്രല്ല... ഓൻ ചവിട്ടീറ്റും വെടിവെച്ചിറ്റും കൊന്നവരെ പ്രേതങ്ങള് തേച്ചും ഉണ്ട്. തമ്പ്രാൻ തന്നെ മനേരെ ഇര്ട്ടിന്റുള്ള്ന്ന് മിന്നരക്ക് ചവിട്ടിക്കൊന്ന കെർപ്പക്കാരത്ത്യായ തമ്പ്രാട്ടീരെ പ്രേതം കൂടി കൂട്ടം കൂടീറ്റ്ണ്ട്. ബെല്ല്യ ഒയിപ്പിക്കലന്നെ വേണം പെർമലയാ... പെർമലയന്റെ കൈമലേ അവരൊതുങ്ങൂലൂ. കുഞ്ഞിക്കേളു മതിയാവൂല."

മന്ത്രവാദത്തിന് പോവാൻ രാവിലെന്നെ കാനായിക്കാരൻ കൊമ്ട്ട്ക്കുരുവൻ കോതോർമ്മനും ഓന്റോളും പാണ്ടൻകേളപ്പനും, ചെക്കിപ്പൂമൊതല് മന്ത്രവാദത്തിന് വേണ്ട സകല സാധനങ്ങളും കൊണ്ട് പെർമലയന്റെ കുടീലെത്തി.

പെർമലയൻ തോട്ടിലേക്ക് കുളിക്കാൻ പോമ്പം ഓന്റെ ഓള് മലിനാണി ഓന തടഞ്ഞു. കുളിക്കാനില്ലെ ചൂട് വെള്ളം മങ്കലത്തിലാക്കി കുടീന്റെ വടക്ക് പൊറത്ത് കൊണ്ടച്ച് വായേരം മറേത്തുന്ന് ഓള് പെർമലയന കുളിപ്പിച്ചു. എന്നിറ്റ് ഓള് എല്ലാരീം ആത്ത് വിളിച്ചിരുത്തി കത്തലടക്കാൻ ചക്കക്കുരു പൂങ്ങ്യതും കൊത്തമ്പാരീട്ട് തെളപ്പിച്ച വെള്ളും കൊടുത്തു. പെർമലയന് തീയ്യത്തി ചിരുത കൊണ്ട് കൊടുത്തേല് ബാക്കീല്ലെ അരി നല്ലോണം വേവിച്ചതും കപ്പപ്പറങ്കീം ഉപ്പും കൊടുത്തു. ചെക്കൻ മിറ്റത്ത് എന്റെ തറമ്മല് ഒറ്റക്കിരുന്നാ കത്തലടക്ക്യത്.

** നത്തികുത്തി – വയ്യാതെ മെല്ലെ നടന്ന്*

മന്ത്രവാദത്തിന് മനക്കലേക്ക് കൊണ്ട് പോേണ്ട എണ്ണങ്ങളെല്ലം എടുത്ത് കെട്ടി പോവാൻ കീമ്പം ചെക്കൻ പറഞ്ഞു. ഞാൻ പോവൂലാന്ന്. എല്ലാരും എറങ്ങീറ്റും ഓൻ എന്റെ തറമ്മല് തന്നെ ഇരുന്നു. പെർമലയനും കൊമ്ട്ട്ക്കുരുവനും ഏറപ്പറഞ്ഞിറ്റും ഓൻ കൂട്ടാക്കീല.

പിന്നാരാ മന്ത്രവാദം കയിക്ക്വാ...

കൊമ്ട്ട്ക്കുരുവൻ പണ്ട് മന്ത്രവാദം കയിച്ചിറ്റ്ണ്ട്. കൊറേ തെയ്യൂം കെട്ടീറ്റ്ണ്ട്. ഇപ്പോൻ അതെല്ലം ചെയ്തിറ്റ് ആണ്ട് കൊറേ കയിഞ്ഞു. ആരെങ്കിലും പനിപിടിച്ച് മേച്ചൂട്* വന്നാൽ ഒന്ന് ജപിച്ചൂതും. അത്രതന്നെ.

പെർമലയൻ എന്നെ തൊവ്വ്തോണ്ട് ചെക്കൻ കേക്ക്ന്ന ഒച്ചീല് പറഞ്ഞു.

"എന്നാല് അടിയൻ തന്നെ മന്ത്രവാദം നടത്തഅല്ലേ പൊട്ടൻ തെയ്യേ..."

എന്നിറ്റ് എല്ലാരോട്വായി പറഞ്ഞു.

"വാ പൂവാം..."

എറങ്ങ്യേരം ബയ്യന്നെ മലിനാണീം പോയി.

എല്ലാരും പെർവയിക്കെത്ത്ന്നവരെ ചെക്കൻ എന്റെ തറമ്മല് തന്നെ ഇരുന്നു. പിന്ന ഓനും എണീറ്റ് അവരെ ഒപ്പരം എത്താൻ വേഗം നടന്നു.

മനക്കലെത്ത്യേരം ചെക്കൻ ആദ്യം നോക്ക്യത് പ്രാന്തെളീറ്റ് നായി* കൊരക്കുമ്പോലെ കൊരക്കുമ്പം എല്ലാരും കൂടി ചെമ്പച്ചന്തൂന പിടിച്ച് കെട്ട്യ തെങ്ങിനെയാണ്. ഓന് ആ തെങ്ങിനോട് ഉള്ളിന്റുള്ളിൽ മഴേരുള്ളില് തണുപ്പ് ഒളിപ്പിച്ച് വെച്ചപോലത്തെ ഒര് സ്നേഹം തോന്നി.

എല്ലാരും വല്യമ്പ്രാന്റെ തിരുമുറ്റത്ത് വണങ്ങി. വല്യമ്പ്രാന്റെ കല്പന കാര്യസ്ഥൻ കോരൻനായരെ തൊണ്ടീന്ന് പൊറത്തേക്ക് ഉരുണ്ട് വീണു.

"പെർമലയാ... മന്ത്രവാദം നീയെന്ന നടത്ത്യാമതി. ദുരാത്മാക്കള ആട്ടി പൊറത്താക്കാനില്ലതാ... ഇനി ഈട ആ ഒര് ശല്യം ഇണ്ടാവാൻ പാടില്ല."

പെർമലയൻ ഭൂമിയോളം താണ് തലയാട്ടി സമ്മതിച്ചു.

പെർമലയന്റെ മേത്ത്ന്ന് കത്തിക്കാള്യ പനീന്റെ ചൂട് കൊറഞ്ഞി നീന്നല്ലാതെ മേല് വെറക്ക്ന്ന്ണ്ട് ഓന് നടക്കുമ്പൂം നിക്കുമ്പൂം. എടക്കെടക്ക് എന്റെ പൊട്ടൻ തെയ്യേന്ന് ആരും കേക്കാത എന്നെ വിളിക്ക്ന്നൂണ്ട്.

കൊമ്ട്ട്ക്കുരുവനും ഓന്റനിയനും കൂടി മന്ത്രവാദക്കളം ഒരുക്കി. വായത്തടീല് കോത്തിരി കുത്തി കത്തിച്ചു. വായത്തടേനകൊണ്ട് തട്ടൊരുക്കി തിരി കത്തിച്ച് വെച്ചു. തിരി ആളി കത്താൻ തൊടങ്ങ്മ്പം കറ്ക്കാൻ തൊടങ്ങ്യ മോന്തി മാഞ്ഞ് പോയി.

പെർമലയൻ ചോന്നപട്ടുടുത്ത് കളത്തിലിരുന്നു. ചെക്കനും

* മേച്ചൂട് -പനി വന്നചൂട്; * നായി -നായ

കൊമ്ട്ട്ക്കുരുവനും മലിനാണീം പാണ്ടനും ഓന്റെ ബയ്യല്* നിന്നു.

പെർമലയന്റെ കൈമന്ന് ഓട്ട്മണി നെലവിളിക്കാൻ തൊടങ്ങി. ഒണങ്ങ്യ ബെറൂം* കൊള്ളി പോലത്തെ കൈമല് ഓട്ട് മണി ഒറക്കാത്തത് പോലെ ഓന് തോന്നി. ചെക്കന്റെ മനസ്സിലേക്ക് ഒര് ഇര്ട്ട് കേറ്ന്ന പോലെ.

ചെക്കനും കൊമ്ട്ട്ക്കുരുവനും പെർമലയന്റെ എടത്തുന്നും വലത്ത്ന്നും ഓരോന്നെട്ത്ത് കൊടുത്തു.

മനക്കലെ മിറ്റത്തും ആത്തും ശാസം വിടാതെ നിക്ക്ന്ന ആളെല്ലം പെർമലയൻ ഒന്ന് നോക്കി. ഗുരുസി കലക്യ ഉരുളിക്ക് ചുറ്റും തീപ്പന്തായി കത്തുന്ന തട്ട് ചുഴറ്റി. ചെക്കനും കൊമ്ട്ട്ക്കുരുവനും കൂടി പിടിച്ച പൂങ്കോയീരെ നെലവിളി കേട്ട് ദുരാത്മാക്കള് പേടിച്ച് വെറച്ചു. നീട്ടിപ്പിടിച്ച കോയീരെ ചങ്ക് പെർമലയൻ അറത്ത് ഗുരുസി കലക്കി. ഗുരുസി കലക്കി ഓട്ടുരുളി കമിഴ്ത്തീറ്റ് നീർന്ന് നിക്കാൻ നോക്യ പെർമലയന് അയിന് കയിഞ്ഞില്ല. ഓൻ ഓട്ടുരുളീന്റെ മേലെ കമിഞ്ഞ് വീണു. വീണെട്ക്ക്ന്ന് എണീക്കാൻ നോക്ക്യേരം ആവുന്നില്ല. ചെക്കനും കൊമ്ട്ട്ക്കുരുവനും പെർമലയന പിടിച്ചിരുത്തി മോത്ത് വെള്ളം കൊടഞ്ഞു.

പെർമലയൻ കണ്ണ് മീച്ചു*.

വല്യമ്പ്രാൻ പൂമോത്ത്ന്ന് ഒറഞ്ഞ് തുള്ളി. കേട്ടാല് ചെവി കത്തിക്കരീന്ന പുലിയാട്ട്* പറഞ്ഞു.

പെർമലയൻ എണീറ്റ് എല്ലാരീം താണ് തൊവ്വ്ത് നിന്നു.

മയപെയ്ത് കയിഞ്ഞ് മരം പെയ്യും പോലെ കാര്യസ്ഥൻ കോരൻ നായര് തൊടങ്ങി.

"കൂളീന കെട്ടാൻ വന്നോന കൂളി ചവിട്ടീട്ട് പോയില്ലേ. രാത്രീം പകലൂല്ലാതെ നായ്ക്കള് ആണും പെണ്ണും റാക്ക് കുടിച്ച് തലകത്തിച്ച് കളഞ്ഞാല് ഏട്ന്നാ മന്ത്രം ഓർമ്മീണ്ടാവാ..."

അത് കേട്ട് ചെക്കന് കാലിന്റെ നഖം മൊതല് തലീലെ തണാറ് വരെ വെറക്കാൻ തൊടങ്ങി. ചെക്കൻ വെല്ല്യ ഒച്ചീല് തന്നെ പറഞ്ഞു.

"അല്ലമ്പ്രാക്കളെ... ന്റെ അപ്പാപ്പൻ റാക്ക് കുടിച്ചിറ്റ് ബീണതല്ല. ബെർളും പനീം ബന്നിറ്റ് മേല് തളന്ന് വീണതാ... ഈട ചെയ്യണ്ട മന്ത്രല്ലം ചെയ്ത് ഉരുളി കമിച്ചേപിന്ന്യാ ന്റെ അപ്പാപ്പൻ വീണിന്. മനക്കല് കേറ്യ പിശാച്ക്കളെ തേച്ചും ന്റെ അപ്പാപ്പൻ കെട്ടീട്ടന്..."

കൊമ്ട്ട്ക്കുരുവൻ വേഗം ചെക്കനെ പിടിച്ച് ബയ്യലോട്ട് വെലിച്ചു.

പെർമലയൻ എല്ലാരീം വെറച്ചോണ്ട് തൊവ്വ്തോണ്ട് പറഞ്ഞു.

"മാപ്പാക്കണം... പൊറുക്കണം. അടിയങ്ങള് പ്രേതാത്മാക്കളെ പിടിച്ച്

** മീച്ചു- തുറന്നു; * പുലിയാട്ട് - അശ്ലീലം*

** ഒലത്തി - വിടർത്തി*

** ബീവാണ്ക്കാൻ - വീഴാതിരിക്കാൻ*

** ബയ്യല് - പിന്നിൽ; * ബെറൂം കൊള്ളി - വിറക്*

കെട്ടീറ്റ്ണ്ട്. അടിയൻ ബീണ് പോയത് ബെർളും ബെര്ത്തും വന്നിറ്റ് കരിക്കാടി കുടിക്കാഞ്ഞിറ്റാമ്പ്രാക്കളെ..."

അയിനെടക്ക് പൂമോത്ത്ന്ന്* ആരോ പറീന്ന് ഞാൻ കേട്ടു.

"ആ ചെക്കന്റെ നാവരിഞ്ഞ് അടുപ്പിലിടണം. ഈ മന്ത്രവാദത്തിന്റെ കോള് ആ നായിന്റെ മോന് അതായിക്കോട്ടെ."

ഞാൻ മാത്രല്ല്, എല്ലാരും അത് കേട്ടിന്... എന്നാല് ആരും ഒന്നും കേക്കാത്തത് പോലെ വേഗം എല്ലം വാരിക്കെട്ടി കോളൊന്നും മേണിക്കാതെ ഇര്ട്ടിന്റുള്ളിലേക്കൂട വലിയ മനക്കന്ന് എറങ്ങി നടന്നു. ബെര്മ്പം കര്ത്യ രണ്ട് ഓലക്കൊടീന്റെ ചൂട്ട് കണ്ടത്തില് കീമ്പം വീശി കത്തിച്ച് ഒലത്തി* പിടിച്ചു. പെർമലയൻ ബീവാണ്ട്ക്കാൻ* ചെക്കൻ ഓന്റെ കൈ മുറുക്കെ പിടിച്ചു. ഒണങ്ങ്യ ചപ്പില കാറ്റത്ത് പാറുമ്പോലെ നടക്കുന്ന പെർമലയൻ പറഞ്ഞു.

"മന്ത്രം എല്ലം ഞാൻ പൂർത്ത്യാക്കീറ്റ് ചരടില് ബന്ധിച്ചിന്..."

അയിന് ഉത്തരായിറ്റ് ചെക്കൻ പറഞ്ഞു.

"പൂർത്ത്യാക്കറായിരുന്നു. ചത്തോന്റെല്ലം പ്രേതം വന്ന് ഓന്റെ ചങ്ക് ഞെക്കി കൊല്ലാ ബേണ്ടത്."

തോടും കടന്ന് പെര്വയീം കേറി കുടീലെത്ത്യേരംതന്നെ പായ്യൊന്നും വിരിക്കാതെ ചാണം* തേച്ച നെലത്ത് പെർമലയൻ മലന്ന് കെടന്നു. മോന്ത്യാവുമ്പം വെച്ച കഞ്ഞി മാണി മങ്ങണത്തില് എല്ലാരിക്കും വെളമ്പിക്കൊടുത്തു.

കഞ്ഞി കുടിച്ചേപ്പിന്ന ആരും ഒറങ്ങാതെ ഓരോന്ന് പറഞ്ഞ് ഇര്ട്ടത്തന്നെ കുത്തീരുന്നു. അയിനെടക്ക് തീയ്യത്തി ചിരുതേരെ കുന്ന്മ്മന്ന് ഓളെ കോയി കൂവി. അന്നേരം തന്നെ മലിനാണി മിറ്റത്തെ അട്പ്പത്ത്* കൊത്തമ്പാരീട്ട് വെള്ളം തെളപ്പിക്കാൻ ബെച്ചിനെങ്കിലും അത് കുടിക്കാൻ നിക്കാതെ, ഒറങ്ങിക്കെടക്ക്ന്ന പെർമലയന ബിളിക്കണ്ടാന്നും പറഞ്ഞ് കാനായിക്കാറ് പെര്വയി എറങ്ങിപ്പോയി.

അവര് പോയേപ്പിന്ന ചെക്കൻ ഇന്നലെ രാത്രി മനക്കല്ണ്ടായതെല്ലം എന്നോട് പറഞ്ഞു. ഓരോന്ന് ചൊല്ലിപ്പറീമ്പം ഓന്റെ ചൊല്ലും ഭാവും മാറാൻ തൊടങ്ങി.

"ന്റെ തെയ്വങ്ങളേ... ഞാങ്ങളും മനിശമ്മാരല്ലേ തെയ്വങ്ങളേ... എന്റെതായൊരമ്മേന കണ്ടതും, അമ്മിഞ്ഞപ്പാല് കുടിച്ചതും ഓർമ്മീലെ നിക്കില്ലല്ലോ തെയ്വങ്ങളേ... എന്റെ പെറ്റമ്മേനീം പെറപ്പിച്ച അപ്പനീം കൊല്ല്ന്നത് നീ കണ്ട്റ്റല്ലേ ന്റെ തെയ്ങ്ങളേ... ന്റെ അപ്പാപ്പനൊര്ത്തൻ വെളിച്ചെണ്ണ വറ്റിപ്പോയ ബെളക്കില് കത്തിക്കരിഞ്ഞ ബെള്ക്ക്ത്തിരി

** പൂമോത്ത്ന്ന് - പൂമുഖത്തുനിന്നും*

** ചാണം തേച്ച - ചാണകം മെഴുകിയ*

** അട്പ്പത്ത് - അടുപ്പിൽ;*

പോലെ കെടക്ക്വല്ലേ ചെയ്യ്ന്ന് ന്റെ തെയ്വങ്ങളേ... അള്ളടനാട് കുടിച്ച് വറ്റിച്ച് ചോരീല്ലാതായന്റെ അമ്മാമ്മേന നീ കാണ്ന്നില്ലേ ന്റെ തെയ് വങ്ങളേ... തെയ്യം കെട്ടാനും, മന്ത്രവാദം നടത്താനും പേറ്റിച്ചിയായിറ്റ് പൊട അയിക്കാനും, അയിനെല്ലൂല്ലെ കൂലിയായിറ്റ് കണ്ണിലെ ബെള്ള ത്തില് മുങ്ങിക്കുളിച്ച് ചാവാനില്ലതും ആന്നോ ഈ ജന്മം ന്റെ തെയ്വ ങ്ങളേ... മന്ശ്ശനായിറ്റൊര് ജന്മം അടിയങ്ങക്ക് പറഞ്ഞതല്ലേ ന്റെ പൊട്ടൻ തെയ്യേ... കരഞ്ഞ് തീർക്കാൻ എനി ഞങ്ങളെ കണ്ണില് വെള്ളൂല്ലല്ലോ, നെലിവിളിച്ച് നെഞ്ഞത്തടിച്ച് കരയാൻ തൊണ്ടീല് കൂറ്റില്ലല്ലോ*..., ചവ്ട്ടാൻ വെര്ന്ന കാലിന് കൊട്ക്കാൻ നെഞ്ഞാംകൂടില്ലല്ലോ... ന്റെ പൊട്ടൻ തെയ്യേ... കത്ത്ന്ന തിരിനോക്കി നിക്കാനല്ലാതെ കണ്ണിലൊര് തിരി കത്തിക്കാൻ ബയി എനിക്ക് കാണിച്ച്താ ന്റെ പൊട്ടൻതെയ്യേ... മലയോട് കല്ലെറിയാനല്ല, മലേമ്മല് കേറി മല നെരത്താൻ എനക്കാ യിറ്റ് കര്ത്ത് താ ദൈവങ്ങളേ..."

ചെക്കന്റെ ഒച്ച എന്റെ ചെമ്പകും കടന്ന് ചെമ്പകത്തിന്റെ മോളിലെ പുളിയമ്മാവിന്റെ കൊമ്പും കുലുക്കി കണ്ണ് മീക്ക്ന്ന ആകാശത്തിലേക്ക് പോയി... ഉദിച്ച് പൊന്ത്ന്ന സൂര്യദേവൻ അത് കേട്ട് ചിരിച്ചു.

** കൂറ്റ് – ശബ്ദം*

കുരിപ്പി*ന്റുള്ളിലെ മാരിക്കുരിപ്പ്

രാവിലെ എണീറ്റേരം ആരോ ഇടിച്ച് കുനിച്ച് ചതച്ചപോലെ നല്ലോണം മേല് വേദനീണ്ട്ന്നല്ലാതെ മേത്തെ ചൂടും പൊകീം പോയിന്, പെര്മലയന്.

ഓൻ കെടന്ന പായീന്നെണീറ്റ് ഓന്റോള് കൊണ്ട് കൊടുത്ത ചൂട് വെള്ളൂം കുടിച്ചിറ്റ് തോട്ടിൻകരക്കേക്ക് നടക്കുമ്പം മാരാൻ കൊച്ചേരെ* കാല് പോലെ മെലിഞ്ഞ ഇല്ലിക്കമ്പ് പോലത്തെ കാലില് തൂങ്ങി നിക്ക്ന്ന ഒണങ്ങ്യ ചപ്പിലപോലത്തെ തോല് ആടാൻ തൊടങ്ങീന്. ചെക്കൻ തോട്ട്ന്ന് കേറ്മ്പം ഓൻ മുണ്ടക്കാട്ടിന്റെ ഉള്ളിലേക്ക് മണങ്ങി* നൂണ് കേറി. പെര്മലയന കണ്ടിറ്റ് ചെക്കൻ കുടീലേക്ക് പോവാതെ തോട്ടിൻ കരക്കെ കല്ല്മ്മല് ഇരുന്നു. കൊറച്ച് നേരം കയീമ്പം* തീയ്യൻ ചവുണ്ണ്യൻ നാല്തെങ്ങ് ഏറീറ്റ് കിട്ട്യ കള്ളുംകൊണ്ട് വേഗം ബെര്ന്ന് കണ്ട് ചെക്കൻ ഇര്ന്ന കല്ല്മ്മന്ന് എണീറ്റ് നിന്നു. മുണ്ടക്കാട്ട്ന്ന് പെര്മലയനും കീഞ്ഞ് വന്നു. തേച്ചും ഏറാതെ കീഞ്ഞ് പാഞ്ഞ് വെര്ന്ന തീയ്യൻ ചവുണ്ണ്യന്റെ അരക്ക് തൂങ്ങ്ന്ന ചെരപ്പതുണ്ടീന്ന് കള്ള് പതക്കുംമ്പോലെ ഓന്റെ തലീന്നും എന്തോ പതക്ക്ന്ന്ണ്ട്.

“പെര്മലയാ... വേഗം ചെക്കനീം കൂട്ടീറ്റ് കുടീലേക്ക് നടന്നോ... നാട്ടില് മാരിക്കുരിപ്പ് എറങ്ങീറ്റ്ണ്ടോലും. നാലഞ്ച് വീട്ടില് ഇണ്ടോലും. നമ്മളെ വാണ്യനെമ്മന്റെ ചെക്കൻ ശങ്കരനും ഇണ്ടോലും.”

“ന്റെ പൊട്ടൻ തെയ്യേ...”

പെര്മലയൻ നെഞ്ഞത്തടിച്ചു.

** കുരിപ്പ് – മഹാമാരി, വസൂരി*

** മാരാൻ കൊച്ച – ചാരനിറമുള്ള കൊക്ക്*

** മണങ്ങി – കുനിഞ്ഞ്; * കയീമ്പം – കഴിയുമ്പോൾ*

“കൊറേയാള് മനക്കലേക്ക് പാഞ്ഞ് പോന്ന്ണ്ട്. തമ്പുരാന കണ്ട് ഒണർത്തിക്കാൻ...”

“ന്റെ പുത്യോതിയേ*... നീ കാക്കണേ...”

ചെക്കൻ ഒന്നും തിരിയാഞ്ഞിറ്റ് കണ്ണ് മീച്ചു.

“നാട്ട്ക്കുടയോൻ പേച്ചാല്* നാട് മുടിയും. നാട്ടില് മാരിക്കുരിപ്പും നട്ടപ്പിരാന്തും ബെരും. ദൈവദോശാ...”

പെർമലയന്റെ മേല് വെറക്കാൻ തൊടങ്ങി.

“നാട്ട്ന്റെ ഉടയോൻ പേച്ചാല്* നാട്ട്ക്കുടയോനല്ലേ ദൈവങ്ങള് മാരിക്കുരിപ്പും നട്ടപ്പിരാന്തും കൊടുക്കണ്ട്. അല്ലാതെ നാട്ടാരായ നമ്മെളെയെന്തിനാ തെയ്വങ്ങള് ശിക്ഷിക്ക്ന്ന്.”

പെർമലയന ചെക്കന്റെ ചോദ്യം കൊയക്കി*.

“അങ്ങന അതല്ലം പണ്ട് പണ്ടേ ഇല്ല നേമാ*...”

“ആ നേമങ്ങളാ അപ്പാപ്പാ നമ്മളെ ചങ്കിന് നൊകം വെച്ച് നമ്മള പോത്ത്കളാക്ക്ന്ന്... നേമങ്ങൾ പറ്റീം ഇണ്ടാക്ക്ന്നത് തമ്പ്രാക്കമ്മാര്, അതവരിക്ക് നല്ലോണം ജീവിക്കാൻ. നമ്മളെ പൊട്ടൻ തെയ്യം പറഞ്ഞതെന്താ... നാങ്ങളെ കൊത്ത്യാലും ഒന്നല്ലേ ചോര, നീങ്ങളെ കൊത്ത്യാലും ഒന്നല്ലേ ചോര, പിന്നന്തെ ചൊവ്വറെ കുലം പെശക്ന്ന്... എത്രയോ പൊട്ടൻ തെയ്യം കെട്ടി ന്റെ അപ്പാപ്പൻ. പൊട്ടൻ തെയ്യത്തിന്റെ തോറ്റം ചൊല്ലീറ്റ് ഒരു ജന്മം തേച്ചും തൊണ്ട വറ്റിച്ചു... എന്നിറ്റെന്താ എന്റെ അപ്പാപ്പന് ആ പൊര്ള് തിരിയാത്തത്...”

പെർമലയൻ ചെക്കന് ഉത്തരം ഒന്നും കൊടുക്കാതെ തീയ്യൻ ചവുണിയന്റെ ബയ്യന്നെ കുടീലേക്ക് നടന്നു.

നമ്മളെ ചോരീം പെരിയോന്റെ* ചോരീം ഒന്നാന്ന്ന്ന് തിരിഞ്ഞാ* പ്പിന്ന പെരിയോനില്ലല്ലോ. അയിന് പെരിയോൻ ബിടോ. ആ പൊര്ള് നാട്ട്ല് ബിളിച്ച് പറഞ്ഞേനല്ലേ എന്ന എറിഞ്ഞ് കൊന്നത്. ആ പൊര്ള് അറീന്നവരീം പറീന്നവരീം പെരിയോൻ ബാക്കിവെക്കൂല. അവര് കൊന്ന് കത്തിച്ച് കരിക്കട്ടയാക്കും. ആ ബയിക്കൊന്നും ചെക്കൻ ചിന്തിച്ചിറ്റല്ല.

മാരിക്കുരിപ്പ് പൊറപ്പെട്ടാല് ആരിക്കാ തടക്കാൻ കയ്യാന്ന് ഓർത്തിരിക്കുമ്പം വാണ്യനെമ്മൻ കെതച്ചോണ്ട് പാഞ്ഞ് വന്നു. ഓന്റെ നെഞ്ചാം കൂടിന്റെ പെടപ്പും പയേ വെളിച്ചെണ്ണേരെ കാറല് മണൂം മാരിക്കുരിപ്പിന്റെ പേടീം എല്ലം ഒപ്പരം പൊറത്തേക്ക് ചാട്ന്ന് കണ്ട് ചെക്കൻ എന്റെ തറമ്മന്ന് എണീറ്റു.

“പെർമലയാ... എന്റെ പൊന്നൂട്ടിക്ക് മാരിക്കുരിപ്പ് പൊന്ത്ന്ന്ണ്ട്. ഓന്റെ ജീവൻ കിട്ടാൻ ബയീല്ലേ ന്റെ പൊട്ടൻ തെയ്യേ...”

** പുതിയോതി- പുതിയഭഗവതിതെയ്യം*

** പേച്ചാല് - പിഴച്ചാൽ*

** പേച്ചാല് - പിഴച്ചാൽ; * കൊയക്കി - കുഴക്കി*

** നേമം - നിയമം; * പെരിയോൻ - തമ്പുരാക്കന്മാർ*

** തിരിഞ്ഞാല് - മനസ്സിലായാൽ*

വാണ്യനെമ്മന്റെ കണ്ണ്ന്ന് തീവെള്ളം പൊറത്തേക്ക് ചാടി. ഓന്റെ കരച്ചല് കണ്ട് ചെക്കനും കണ്ണില് ബെള്ളം നെറഞ്ഞു.

പൊന്നൂട്ടി ചത്തു പോവൂന്നാന്നോ...

ചെക്കന്റെ ഉള്ള് വെറച്ചു. ഓന്റെ ഒരേഒര് ചങ്ങായ്യാ* ചങ്കരൻ, ഓന്റൊാപ്പരം എപ്പും തോട്ട്ല് കുളിക്കാൻ ബെര്ന്ന പൊന്നൂട്ടി. പൊന്നൂട്ടീന പോയി കാണണം... ഓനത് പെർമലയനോട് പറഞ്ഞു. അന്നേരം പെർമലയൻ ചെക്കന്റെ മോത്തേക്ക് പാടില്ലാന്നൊര് നോട്ടം നോക്കി. ജപിച്ച് കെട്ടാൻ നൂലെടുക്കാൻ ആത്തേക്ക് പോയി.

അരീം ഭസ്മൂം നൂലും എട്ത്ത് എന്റെ തറമ്മല് ചെമ്പകത്തിന്റെ മുമ്പിലിരുന്ന് പെർമലയൻ തന്നെ ജപിക്കാൻ തൊടങ്ങി. പെർമലയൻ ചരട് ജപിക്കുമ്പം വാണ്യനെമ്മൻ എന്നോട് പറഞ്ഞു.

“ന്റെ പൊട്ടൻ തെയ്യേ... ന്റെ പൊന്നൂട്ടീന തട്ടാതെ മുട്ടാതെ പരിക്കൊന്നും പറ്റാതെ എനക്ക് തിരിച്ച് തന്നാല് ഈട...ഈ തറേന്റെ മുമ്പില് കുഞ്ഞിക്കേളൂന കൊണ്ട് എന്റെ പൊട്ടൻ തെയ്യത്തിന കെട്ട്യാടിക്കും.”

പെർമലയൻ ജപിച്ച് കൊടുത്തതും കൊണ്ട് വാണ്യനെമ്മൻ പാഞ്ഞു. വാണ്യനെമ്മൻ പോയേപ്പിന്ന വേറീം നാലാള് വന്നു. അവരിക്കെല്ലം ചെക്കനാ ജപിച്ച് കൊടുത്തത്. ചെക്കൻ കണ്ണ് പൂട്ടി അകക്കണ്ണ് തൊറന്ന് ജപിക്കുമ്പല്ലം ഓന്റെ മുമ്പില് മേത്തെല്ലം മാരിക്കുരിപ്പ് പൊന്തി നെലവിളിക്ക്ന്ന ഓന്റെ ചെങ്ങായി പൊന്നൂട്ടിരെ മുഖാ തെളിയ്ന്ന്. ഓൻ പൊട്ടൻ തെയ്യത്തിന അകക്കണ്ണിലേക്ക് വിളിച്ച് വെർത്താൻ നോക്കുമ്പം പൊട്ടൻ തെയ്യത്തിന പോലെ മൊകപ്പാള* വെച്ച പൊന്നൂട്ട്യന്ന്യാ തെളിഞ്ഞ് ബെര്ന്ന്. ഓൻ ജപിച്ചെണീറ്റേരൂം എന്നോട് പറഞ്ഞതിങ്ങന ന്ന്യാന്ന്.

“ഭേദാക്കണം, എന്റെ ചെങ്ങായീന എനക്ക് പയേപോല തെരണം... കൂച്ചുംകൂടി* കളിക്കാൻ പോണം ഞങ്ങക്ക് എനീം...”

രാത്ര്യെത്തെ കത്തലടക്കി നേരത്തെ എല്ലാരും ഒറങ്ങീറ്റും ചെക്കന് ഒറക്കം വന്നില്ല. പാതിരാത്ര്യാവുമ്പം മിറ്റത്തെ പയ്യാനേമ്മന്ന് കൂമൻ മൂളുന്നത് കേട്ട് ഇര്ട്ട്ന് പോലും പേട്യായേരം ചെക്കൻ ഓൻപ്പാപ്പന മുറുക്കെ പറ്റി പിടിച്ചിറ്റ് മെല്ലെ ചോയിച്ചു.

“ന്റെ ചെങ്ങായി ചത്തു പോവ്വോ അപ്പാപ്പാ...”

തളന്നുറങ്ങുന്ന പെർമലയൻ അത് കേട്ടിറ്റേ ഇല്ലെങ്കിലും മിറ്റത്തെ പയ്യാനേമ്മന്ന് കൂമൻ ചെക്കന്റെ ചോദ്യത്തിന് ഉത്തരായിറ്റ് നീട്ടിമൂളി.

“ഉം...”

അത് കേട്ട് ചെക്കൻ ഞെട്ടി എണീറ്റിരുന്നു.

പിന്നീം കൂമൻ ഊക്കില് മൂളി. ഒന്നല്ല കൊറേ കൂമൻ ഒപ്പരം* മൂളാൻ തൊടങ്ങി. കൂമന്റെ മൂളലില് ചെക്കനും കുടീം മുങ്ങിത്താണു.

** ചങ്ങായ്യാ – ചങ്ങാതി; * മൊകപ്പാള – മുഖപ്പാള*

** കൂച്ചുംകൂടി – കൂട്ടുംകൂടി; * ഒപ്പരം – ഒരുമിച്ച്*

** മുറ്ക്കന – ശക്തിയായി*

ചെക്കൻ ചെവിരണ്ടും മുറുക്കനെ* പൊത്തിപ്പിടിച്ചു.

ഓൻ എണീറ്റ് മയപെയ്യ്ന്ന പോലെ അലറ്ന്ന കൂമന്റെ മൂളലിന്റെ ഉള്ളിലേക്കൂട മിറ്റത്തേക്കെറങ്ങി കൊറെ ചരല്* വാരി പയ്യാനേമ്മലേക്കെറിഞ്ഞു. അന്നേരം മേലോട്ടെറിഞ്ഞ ചരലെല്ലം തായലോട്ട് കൂമമ്മാരായി എറങ്ങിവന്ന് ചെക്കന് ചുറ്റും ചെറകടിച്ച് മൂളിപ്പറന്നു. പറന്ന് പറന്ന് ചെക്കന്റെ തലക്ക് ചുററും വെളിച്ചങ്ങ*പോലത്തെ കണ്ണും മീച്ച്* കൊക്കും നഖൂം ഒലത്തി വെർന്ന എണ്ണിയാൽ തീരാത്തത്ര കൂമന കണ്ടിറ്റ് ചെക്കൻ ഇല്ലെ ഒച്ച തേച്ചും എട്ത്തിറ്റ് ഓന്റെ അപ്പാപ്പന വിളിച്ച് കരഞ്ഞു.

പെർമലയൻ ചെക്കന്റെ ഒച്ച കേട്ടതേ ഇല്ല.

തീയ്യത്തി ചിരുതേരെ കുന്നുമ്മന്ന് പൊലച്ചക്കൂറ്റിന് ഓളെ കോയി കൂവുന്നത് കേട്ട് മലിനാണി എണീറ്റ് മിറ്റത്ത് കീയുമ്പം ചെക്കൻ മിറ്റത്ത് മലന്ന് കെടന്ന് തളന്ന് ഒറങ്ങ്ന്നാ കണ്ടത്.

ചെക്കന വിളിച്ച് എണീപ്പിച്ചോണ്ട് മലിനാണി പെർമലയന വിളിച്ച് കരഞ്ഞേരം ഒച്ചകേട്ട് വന്ന പെർമലയനോട് ചെക്കൻ ചോയിച്ചു.

"ന്റെ പൊന്നൂട്ടി ചത്തു പോവോ അപ്പാപ്പാ..."

പെർമലയൻ ഒറപ്പിച്ചും ഉത്തരം കൊടുത്തു.

"ഇല്ല..."

പെർമലയനും മലിനാണീം കൂടി ചെക്കനെ ആത്ത് കേറ്റി കെടത്ത്യേരം തന്നെ ഓൻ ചത്തതുപോലെ മതികെട്ട് ഒറങ്ങി.

മിറ്റത്തെ അടുപ്പില് ഓലക്കൊടി കത്തിച്ച് മലിനാണീം മാണീം കൂടി ഇണ്ടാക്ക്യ ചൂട് വെള്ളൂം കുടിച്ച് തോട്ട്ൻകരക്ക് മുണ്ടക്കാട്ട്ല് പോയി വന്ന പെർമലയൻ ചെക്കന്റൊപ്പരം രാവിലത്തെ കത്തലടക്ക്യേപ്പിന്ന എന്റെ തറമ്മലിർന്ന് ചെക്കനോട് പറഞ്ഞു.

"ഞാൻ നിന്നക്കാളും കുഞ്ഞായിറ്റ് ഇണ്ടാവ്മ്പം ഈ നാട്ട്ല് മാരിക്കുരിപ്പ് വന്നിറ്റ് ഈ അപ്പാപ്പൻ കണ്ടിന്. മഹാദേവന്റെ മൂന്നാം കണ്ണ്ന്ന് വന്നവരാ ചീർമ്പ ദേവതകള്. അവരെ വാരിപ്പുണർന്ന മഹാദേവന് മാരിക്കുരിപ്പ് വന്നു. ദേവലോകത്താകെ മാരിക്കുരിപ്പ് പടരാൻ തൊടങ്ങി. ചീർമ്പ ദേവതകളാ അത് ദേവലോകത്ത് പറ്റീം പരത്ത്യത്. ദേവലോകത്ത് മാരിക്കുരിപ്പ് കാറ്റത്ത് കത്ത്യാള്ന്ന തീപോലെ പടരുമ്പം മഹാദേവൻ പൊൻമകളായ ചീർമ്പമാരെ പൊൻചെലമ്പും തേരും നല്കി കീഴ്ലോകത്തേക്ക് പറഞ്ഞയച്ചു."

"മേൽ ലോകത്തിലും പട്ടരികുലത്തിലും മാരിക്കുരിപ്പ് ചെണ്ട ഒറയുമ്പം തിമിർത്താടുന്ന തെയ്യം പോലെ ഒറഞ്ഞാടാൻ തൊടങ്ങി. അന്നേരം മൂത്ത പട്ടരി നാല്പത് ദെവസം ഹോമം നടത്തി. ആളിക്കത്ത്ന്ന ഹോമകുണ്ഡത്തിൽ നിന്നതാ പൊടിഞ്ഞ് വളന്ന് പൊന്ത്ന്ന് മറ്റൊരു പൊൻമകൾ... സാക്ഷാൽ പുതിയോതി* തെയ്യം. വലിയ വട്ടമുടിയും അര

** ചരല് - കല്ലുംമണ്ണും; * വെളിച്ചെങ്ങ - മച്ചിങ്ങ*

** മീച്ച് - തുറന്ന്*

** പുതിയോതി തെയ്യം - പുതിയ ഭഗവതി തെയ്യം*

യിൽ കെട്ടിയ അരയോടയിൽ അഗ്നികുണ്ഡത്തിൽ നിന്നും ജ്വലിപ്പിച്ച പന്തവും കത്തിച്ച് മഹാദേവന്റെ മുമ്പിൽ നിറഞ്ഞാടി ദേവന വണങ്ങി പുതിയോതി ചോയിച്ചു."

"തന്നെ തോറ്റിച്ചമച്ചതെന്തിനെന്റെ മഹാദേവാ..."

മഹാദേവൻ ഉത്തരം കൊടുത്തു.

"എന്റേതായ പൊൻമകള് ചീർമ്പ എന്നെ വാരിപ്പുണർന്നപ്പൊ വന്ന വസൂരി മാരിക്കുരിപ്പ് എന്റെ പുതുതായി പെറന്ന പൊൻമകളെ പുതിയോതീ... എന്റെ മേലാകെ തടവി തൃക്കുരിപ്പ് ഇല്ലാതാക്കണം..."

മഹാദേവന്റെ ഉത്തരം കേട്ടപാടെ പുതിയോതി പൊൻമകള് അങ്ങന ചെയ്തു. മഹാദേവന്റെയും മേൽലോകത്തിന്റെയും തൃക്കുരിപ്പും വസൂരിയും മാഞ്ഞുപോയി. അത് കണ്ട് സന്തോഷത്തോടെ മഹാദേവൻ തന്റെ പൊൻമകളോട് പറഞ്ഞു.

"എന്റെ പൊൻമകളേ... ഹോമത്തീയിൽനിന്നും പൊടിഞ്ഞ് പൊന്തി വന്നോളേ... പുതിയോതി പൊൻമകളേ... എന്റെ പൊൻമകൾ ചീർമ്പമാര് കീഴ്ലോകത്ത് പോയി ആടീം മാരിക്കുരിപ്പ് മയപെയ്യിന്നപോലെ വാരി വെതറ്ന്ന്ണ്ട്. എന്റെ പൊൻമകളായ നീ കീഴ്ലോകത്ത് പോയി ചീർമ്പമാര് വാരി വെതക്ക്ന്ന മാരിക്കുരിപ്പ് ഇല്ലാതാക്കണം, എന്റെ പൊൻമകളേ..."

അങ്ങന പുതിയോതി മേൽലോകത്ത് നിന്ന് കീഴ്ലോകത്തേക്ക് എറങ്ങി വന്നു.

അത്രീം പെർമലയൻ പറീമ്പം തന്നെ ചെക്കൻ പറഞ്ഞു.

"എന്റെ പുതിയോതി തെയ്വങ്ങളേ... മഹാദേവന്റെ പൊൻമകളേ.... മേൽലോകത്തെ മാരിക്കുരിപ്പ് മാറ്റ്യപോലെ അടിയന്റെ ചെങ്ങായി പൊന്നൂട്ടീരെ മാരിക്കുരിപ്പ് തടീ* തടീ നീ മാറ്റിത്തരണേ..."

ചെക്കന്റെ മനസ്സില് പുതിയോതി തെയ്യം തെളിഞ്ഞ് വന്നു. ഓൻ ഓന്റെ അപ്പാപ്പന്റൊപ്പരം കടന്നപ്പള്ളി കുറ്റ്യാട്ടറേക്കാല് തെയ്യത്തിന് പോയിന്. അന്ന് വണ്ണാൻ കുഞ്ഞാരന്റെ മോൻ രാമപ്പെർവണ്ണാനാ പുതിയോതി തെയ്യം കെട്ട്യത്... വലിയ വട്ടമുടിക്ക് ചുറ്റും ആളിക്കത്ത്ന്ന പന്തം കുത്തി, അരീല് അരയോടേരൊപ്പരം വെല്ല്യ തേങ്ങേരെ വലുപ്പത്തില് നാല് പന്തം കെട്ടി ഉറഞ്ഞ് ചുഴലുമ്പം തീക്കുണ്ടം തിരീന്ന*പോലെ തോന്ന്ന്ന പുതിയോതി തെയ്യം...

ചെക്കൻ ഓർത്തെടുത്തു.

രാത്രി ഒറങ്ങാതെ ബാക്കീല്ലെ ഒറക്കും ഓന്റെ ചെങ്ങായി പൊന്നൂട്ടീരെ മേത്ത് കേറ്യ മാരിക്കുരിപ്പും പയ്യാനേമ്മന്ന് പാതിരാത്രീല് മൂളിയ കൂമന്റെ ഒച്ചീം ചെക്കന്റെ മോത്ത് തൂങ്ങിനിക്ക്ന്ന് കണ്ട് പെർമലയൻ ഓനോട് പറഞ്ഞു.

"തങ്കടം* ബേണ്ട മോനേ... പുതിയോതിയും എന്റെ പൊട്ടൻ തെയ്യും

* തടീ - തടവി; * തിരീന്ന - തിരിയുന്ന

* തങ്കടം - സങ്കടം

ചീർമ്പപ്പോതി പരത്ത്യ മാരിക്കുരിപ്പ് തൊടച്ച് കളയും."

പൊലച്ചക്ക്, ഇര്ട്ട്ന് നെഴലിന്റെ നെറം ബെര്മ്പം തന്നെ വാണ്യ നെമ്മൻ പെര്മലയന കാണാൻ വന്നത് ചെക്കനറീല. ഓൻ കെതച്ചോണ്ട് പെര്വയി കേറി വന്നിറ്റ് പെര്മലയനോട് പറഞ്ഞു.

"പോവല്ലാതെ ബേറെ ബയീല്ലെ പെര്മലയാ... ഞാൻ എന്റോളീം മോളീം പൈക്കളീം കൂട്ടി കുഞ്ഞാംഗലത്തേക്ക് പോവേന്ന്. എന്റെ ഓളെ* വീട്ട്ലേക്ക്. ഞാൻ അവര ആട്യാക്കീറ്റ് ബേം ബെരും*. പെര്മലയന്റെ ഒര് കണ്ണ് എന്റെ പൊന്നൂട്ടീരട്ത്തേക്ക് ഇണ്ടാവണം"

പിന്നെ കരച്ചല് തൊണ്ടീല് വന്ന് നെറഞ്ഞിറ്റ് ഓൻ ഒന്നും മിണ്ടാൻ കിട്ടാതെ ഓന്റെ വീട്ടിലേക്കെന്നെ പാഞ്ഞു. പായിന്നേന്റെടീല് ഒച്ചീല്ലാതെ എന്ന വിളിക്ക്ന്നത് ഞാൻ കേട്ടു.

ഇപ്പം ഓന്റെ വീട്ട്ന്ന് വീട്ന് തീപ്പിടിച്ചപോലെ തച്ചലച്ച കരീന്ന* ഒച്ചകേട്ട് ചെക്കനും പെര്മലയനും പേര്ബയിക്കേക്ക് പാഞ്ഞു. ബയ്യന്നെ മലിനാണീം മാണീം പാഞ്ഞു.

വാണ്യനെമ്മൻ ഓന്റെ ഓളീം മോളീം കൂട്ടി പൈക്കാലികളീം തെളിച്ച് മാരിക്കുരിപ്പ് വന്ന ഓന്റെ മോൻ പൊന്നൂട്ടീന വീട്ടില് ഒറ്റക്കാക്കീറ്റ് കുഞ്ഞാംഗലത്തേക്ക് പോവാൻ എറങ്ങുമ്പം ഇണ്ടായ കരച്ചലാന്ന്ന് പെര്മലയൻ ഒറപ്പിച്ചു.

വാണ്യനെമ്മന്റെ വീട്ട്ന്ന് തീപ്പോലെ പാറിവന്ന പൊന്നൂട്ടീരെ കരച്ചില് ചെക്കന്റെ കണ്ണില് കത്താൻ തൊടങ്ങ്യേരം പെര്മലയൻ പറഞ്ഞു.

"അവരിക്ക് പൊന്നൂട്ടീന ഈട ഒറ്റക്കിട്ട്റ്റ് പോവാതെ പറ്റൂലമോനെ. പോയിറ്റ്ല്ലേങ്കില് എല്ലാരിക്കും മാരിക്കുരിപ്പ് വന്നിറ്റ്, എല്ലാരും ചാവലാ* ഗതി... ഞാൻ ചെറിയ കുഞ്ഞ്യായിറ്റില്ലേരം മാരിക്കുരിപ്പ് നാട്ട്ല് പടന്ന് പിടിച്ചിന്. അന്നേരം ന്റെ അപ്പൻ ഞങ്ങള്യാരീം കുടീന്ന് മിറ്റത്തേക്കെറ ങ്ങാൻ ബിട്ട്റ്റ്ല*. വാണ്യൻ പുന്നൂന്നൻ തൊണ്ടച്ചൻ അന്ന് കൊടകിലാ. വിവരറിഞ്ഞ് തൊണ്ടച്ചൻ വെര്മ്പളക്ക് കൊറേ ആള് ചത്ത് നാറീന്. തൊണ്ടച്ചന്റെ മരുന്നും മന്ത്രോംകൊണ്ട് കൊറേ ആക്ക് ജീവൻ കിട്ടീന്. കുരിപ്പ് പിടിച്ചവരെ വീട്ട്ലാക്കി ബാക്കീല്ലവരെല്ലം ബീടൊയിഞ്ഞ് പോവും. എടക്ക് വന്ന് കഞ്ഞി വീടിന്റെ മിറ്റത്ത് വെച്ചിറ്റ് കരഞ്ഞോണ്ടും പറ ഞ്ഞോണ്ടും പോവും. കുരിപ്പ് വന്നോന് എണീക്കാൻ കയിഞ്ഞാല് കഞ്ഞി കുടിക്കും. ഇല്ലെങ്കില് ബെള്ളം കിട്ടാതെ ചാവും. ചത്ത് നാറ്യാലും ആരും അടുക്കൂല. വളപ്പിന്റെ മൂലക്ക് നിന്നിറ്റ് ചത്തോന വിളിച്ചിറ്റ് നെഞ്ഞാം കണ്ടം* പൊട്ടി നെലവിളിക്ക്ന്ന് അന്ന് ഞാന് കണ്ടിറ്റ്ണ്ട്... ആദ്യം പനിയാ ഇണ്ടാവാ... പിന്ന മൊട്ടാമ്പുളിങ്ങേരെ വലുപ്പത്തില് മൊട്ടാപുളിങ്ങപോ ലത്തെ കുരു മേത്തെല്ലം പൊന്തും. കണ്ണിലും മോത്തും തലീലും എല്ലം പൊന്തും. വായിലും വയറ്റിലും പൊന്തും... മേലെല്ലം തീ പ്പോലെ

---

* ഓള് - ഭാര്യ; * ബേം ബെരും - വേഗം വരും; *കരീന്ന-കരയുന്ന
*ചാവലാ - മരിക്കലാ; *നെഞ്ഞാംകണ്ടം - നെഞ്ചിന്റുള്ള്
*ബിട്ട്റ്റ്ല - അനുവദിച്ചില്ല; * ചത്തേറ്റിങ്ങ - മരിച്ചവരുടെ ആത്മാവ്, പിശാച്

പൊള്ളും. കൊറേ കയീമ്പം ചത്തോറ്റിങ്ങ* തേച്ചും വന്ന് ഓന്റെ കണ്ണില് തുള്ളും. പിന്നപ്പിന്ന നട്ടുച്ചീം ഓനി ഇരിട്ടാവും. കൂരാക്കൂരിരുട്ട്... പിന്ന്യാ ട്ന്ന് കൂമന്റെ മൂളലും നായ്ക്കള് ഒരീട്ന്നതും കൂളികളെ* മെലിഞ്ഞ ചിരീം കേക്കും. അന്നേരം നിരീച്ചോള്വാ ഓൻ ചത്തൂന്ന്..."

"പുതിയോതീന വിളിക്കലല്ലാതെ പിന്നെന്താ ഗതി..."

ചെക്കന്റെ ഉള്ളില് ഒര് ബെറ വന്നു.

മോന്ത്യാവുമ്പം കള്ള് ചെത്തി വന്ന തീയ്യൻ ചവുണ്യൻ പെർമലയ നോട് പറഞ്ഞു.

"ചെക്കനെ, കുഞ്ഞിക്കേളൂന തോട്ട്ലേക്കൊന്നും ബിടണ്ട. മേലാശാ രീരെ മോള മംഗലം കയിച്ച് കൊണ്ടോയ മാതമംഗലത്തെ ചെമ്പാട്ടിലും, കുറ്റൂരെ, പോത്ത് പൂട്ടാൻ വെർന്ന പെർന്തന്റെ ചാളീലും പിന്ന കൊറേ പൊലയൻമാർക്കും മാരിക്കുരിപ്പ് വന്നിനീന്ന് കേക്ക്ന്ന്ണ്ട്. കോയിന്ദൻ മേലാശാരീരെ മോളും ഓളെ പുരുവനും അവരെ പിള്ളറീം* കൂട്ടീറ്റ് ബെർന്ന് ഞാൻ തെങ്ങ്മ്മന്ന് കീമ്പം കണ്ടിന്. ഓളെ പുരുവന്റെ അമ്മക്ക് മാരിക്കുരിപ്പ് വന്നിനോലും."

തീയ്യത്തി ചിരുത റാക്ക് ആരിക്കും കൊട്ക്കാതായി. ആരും അവ നോന്റെ കുടീന്ന് പൊറത്തെറങ്ങീല. നട്ടപ്പാതിരക്ക് പയ്യാനേമ്മന്ന് കൂമൻ മൂള്ന്നതും പകല് വായേമ്മല് ഇരിന്നിറ്റ് നെലവിളിക്ക്ന്ന കാക്കേരീം ഒച്ച മാത്രേ കേക്കാനില്ലു.

നാട് തേച്ചും തണ്ത്ത ബെറച്ച് നിക്കാ...

വണ്ണാൻ കുഞ്ഞാരൻ ഓന്റടുക്ക വന്നവരിക്കെല്ലം പുതിയോതീന വിളിച്ച് കൂട്ടി തൊട്ട് മര്ന്ന് കൊട്ക്ക്ന്ന്ണ്ട്. എന്റെ തറക്ക് മുമ്പില് വന്നവരി ക്കെല്ലം പെർമലയനും ചെക്കനും അരീം ഭസ്മൂം എന്ന കൂട്ടികെട്ടി കൊട്ക്ക്ന്നൂണ്ട്.

മാരിക്കുരിപ്പ് വന്നൂന്ന് കേട്ടേരം തന്നെ വണ്ണാൻ കുഞ്ഞാരൻ ഓന്റെ മൂത്ത മോൻ രാമപ്പെരുവണ്ണാനീം കൂട്ടീറ്റ് കാട്ട്ക്കേറീറ്റ് കൊറേ പുല്ലാ ഞ്ഞീരെ തളിരും പാണലിന്റെ തളിരും പറച്ച് കൊണ്ടന്നിന്. വണ്ണാൻ കുഞ്ഞാരന്റെ ഓളും മക്കളും പുല്ലാഞ്ഞീരെ കുരുന്നും, പാണലിന്റെ കുരുന്നും മഞ്ഞളും കൂടി അരച്ച് തകൃതിയായി ഗുളികീണ്ടാക്കി. മാരി ക്കുരിപ്പിന പേടിച്ച് വന്നവരിക്കെല്ലം ഓൻ ആ ഗുളിക കൊടുത്തു. വെള്ള രിക്കക്കുരും, കുന്നിക്കുരൂം ചന്ദനും നെല്ലിക്കീം അരിക്കാടി* വെള്ളത്തി ലരച്ച് കുടിക്കാൻ പറഞ്ഞു. ഇതെല്ലാം കൊട്ക്കുമ്പൂം ഓൻ പറയും...

"ന്റെ പുതിയോതീന നല്ലോണം ഉള്ളില് നിരൂപിക്കണം. കേളു പെർമ ലയന്റെ കുടീല് പോയിറ്റ് പൊട്ടൻ തെയ്യത്തിന ഉള്ളുരുകി മനസ്സില് കണ്ട് പെർമലയനോട് അരീം ഭസ്മൂം ജപിച്ച് വാങ്ങണം."

എല്ലാരും വണ്ണാൻ കുഞ്ഞാരന്റെ നാവ്മ്മന്ന് വീണത് തെയ്‌വങ്ങള്

** കൂളികൾ - പിശാചുക്കൾ*

** പിള്ളറീം - കുട്ടികളേയും*

** അരിക്കാടി - അരികഴുകിയ വെള്ളം*

പറീന്നത് പോലെ കേട്ട് കണക്കിലെടുത്തു.

വാണ്യനെമ്മന്റെ പൊന്നൂട്ടിക്കും വണ്ണാൻ കുഞ്ഞാരന്റെ മര്ന്ന് കൊടുത്തു.

എരമം നാട് തേച്ചും വലിയ മനക്കല് പോയി തമ്പ്രാന കണ്ട് കരഞ്ഞ് പറഞ്ഞു. കുരിപ്പ് വന്നവരെ വീട്ടിലെ ആളെല്ലം വലിയ മന ക്കലെ മിറ്റത്ത്ന്ന് നെഞ്ഞത്തടിച്ച് നെലവിളിച്ചു.

നേരം മോന്ത്യാവുമ്പം തീയ്യത്തി ചിരുതേരെ കുന്ന് കേറി റാക്ക് കിട്ടാതെ പെർമലയന്റെ കുടീലേക്കെറങ്ങ്യ മുതുടോൻ എന്റെ തറക്ക് ചാരി നിന്ന് പെർമലയനോട് പറഞ്ഞു.

"നാളെ വലിയ മനക്കല് കുഞ്ഞിരേർമ്മൻ ഗുരിക്കള് രാശിവെക്ക്ന്ന് ണ്ട്. മാരിക്കുരിപ്പ് ഏത് വയിക്ക് വന്നൂന്നും ഏത് വയിക്ക് പോവുന്നും എത്രാള കൊല്ലുംന്നും അറിയാൻ. നാട് തേച്ചും മുടിക്ക്വോ, അല്ല നാലാള കൊന്നിറ്റ് പോവ്വോന്നല്ലം അന്നേരം അറിയാ."

"മാരിക്കുരിപ്പിനെന്ത് മറ്കൈപ്രയോഗം മുതുടോനെ..."

ആശയറ്റ് പെർമലയൻ പറഞ്ഞു.

"ഏത് വയിക്ക് പോണംന്ന് കുഞ്ഞിരേർമ്മൻ കുരിക്കളെ രാശീല് തെളിയ്വല്ലോ. ബയി തെളിഞ്ഞാല് ബാക്ക്യെല്ലം വല്ല്യമ്പ്രാൻ ചെയ്യ്വല്ലോ. എരമം നാട്ട്ലെ എശമാനമ്മാറെല്ലം വല്യമ്പ്രാൻ വിളിപ്പിച്ചിറ്റ്ണ്ട്. അവ രെല്ലം മുമ്പിന്നാ രാശി."

മുതുടോൻ എറങ്ങി.

കുഞ്ഞാംഗലത്ത് വാണ്യനെമ്മൻ ഓന്റെ ഓള് കുഞ്ചിരീരെ വീട്ട്ല് എത്തീറ്റ് ആട്ന്ന് ഒര് തുള്ളി വെള്ളൂംകൂടി കുടിക്കാതെ ഇങ്ങോട്ടന്നെ പാഞ്ഞുവന്നു. എന്റെ തറേരെ അട്ത്ത് എത്ത്ന്നേന് മുമ്പേ ഓൻ പെർമ ലയനെ വിളിച്ചു. വിളികേട്ട് ആത്ത്ന്ന് കത്തലടക്ക്ന്ന പെർമലയനും മലി നാണീം ചെക്കനും മാണീം ചടപടാന്ന് മിറ്റത്തേക്കെറങ്ങി. അവരെ തല കുടീന്റെ പൊറത്തേക്ക് കാണ്മ്പം തന്നെ വാണ്യനെമ്മൻ പറഞ്ഞു.

"ന്റെ പൊന്നൂട്ടിക്ക് ഈട്ന്ന് ലേശം ചൂട്ല്ലെ കഞ്ഞി ഇണ്ടാക്കണം നാണ്യേ..."

ഒര് നെലവിളി പോല്യാ ഓൻ പറഞ്ഞത്.

മലിനാണീരെ ഉള്ളൊന്ന് കാളി. മലയമ്മാർ വെച്ച്ണ്ടാക്ക്യത് വാണ്യ മ്മാർക്ക് കയിക്കാൻ പറ്റ്വോന്റെ പൊട്ടൻതെയ്യേ... ഓളത് വാണ്യനെമ്മ നോട് പറീം ചെയ്തു.

"അടിയങ്ങള് തൊട്ടത്, എമ്മച്ചാ നിങ്ങളെങ്ങിന്യാ തിന്ന്വാ... ദൈവ ദോശം അടിയങ്ങൾക്കിണ്ടാവ്വല്ലോന്റെ തെയ്യേ..."

എനക്കതിശാ തോന്ന്യത്. മലിനാണി എത്ര കാലായി എന്റെ തോറ്റം ചൊല്ല്ന്ന്. നാങ്ങളെ കൊത്ത്യാലും ഒന്നല്ലേ ചോരാ... നീങ്ങളെ കൊത്ത്യാലും ഒന്നല്ലെ ചോരാ... പിന്നെന്തെ ചൊവ്വറെ കുലം പെശക്ന്ന്... ഇത് ഞാൻ ചോയിക്കാൻ തൊടങ്ങീറ്റ് കാലെത്രയായി... അതെല്ലം ഓക്ക് ബെള്ളം പോലെ അറിയൂം ചെയ്യ...

“തെയ്വദോശം ബെര്ന്നെങ്കില് ബെരട്ട് നാണ്യേ. ഈനപ്രം എനക്കെന്ത് ബെരാൻ... മാരിക്കുരിപ്പ് വന്നിറ്റ് ചാവാൻ കെടക്ക്ന്ന എന്റെ കുഞ്ഞിക്ക് തൊണ്ട നനക്കാൻ മലിനാണിരെ കൈയോണ്ട് വെച്ച വെള്ളം കുടിച്ചിറ്റ് എന്റെ തലപൊട്ടിത്തെറിക്ക്വെങ്കില് ആ തല പോയ്ക്കോട്ട് മലിനാണ്യേ...”

ഓള് പെട്ടെന്ന് എന്ന വിളിച്ച് പറഞ്ഞു.

“മനിശമ്മാരെല്ലം ഒന്നല്ലെ ന്റെ പൊട്ടൻ തെയ്യേ... ആൺജാതി ഒന്ന് പെൺജാതി ഒന്ന് എന്നല്ലാതെ ബേറൊര് ജാതീല്ലല്ലോ ന്റെ പൊട്ടൻ തെയ്യേ...”

അത്രീം പറഞ്ഞ് മങ്കലം* വായേരെ മെരട്ട്ന്ന് നല്ലോണം വടിച്ചിററ്* അട്പ്പത്ത് വെച്ച് വെള്ളൊായിച്ച് അരീട്ടു. ഓലക്കൊടി കത്തിച്ച് തീപ്പിടിപ്പിച്ചു. ബരടിപ്പൊളക്ക ഇട്ട് തീയാളിച്ചു.

എന്റെ തറമ്മലിരിക്കന്ന വാണ്യനെമ്മന്റെ മനസ്സും പെർമലയനചാരി നിക്ക്ന്ന ചെക്കന്റെ ഉള്ളും അട്പ്പത്ത് അരിതെളക്ക്മ്പോലെ തെളച്ച് പൊന്തി.

ലേശം തേങ്ങീം ഉപ്പും കപ്പപ്പറങ്കീം മാണി അമ്മീമ്മല്ട്ട് ചതച്ച് വാഴലീല് കെട്ടി. നല്ലോണം വെന്ത കഞ്ഞി മലിനാണി മന്താലത്തില് കോരിയാക്കി ഒര്നുള്ള് ഉപ്പിട്ടു. പഴുത്ത് വീണ പ്ലാവില കോട്ടി കോര്യാക്കി* പെർമലയൻ കഞ്ഞീല് വെച്ചു. അതും എട്ത്ത് വാണ്യനെമ്മൻ ഓന്റെ വീട്ടിലേക്ക് ധൃതി വെച്ച് നടക്കുമ്പം ബയ്യന്ന് പെർമലയൻ പറഞ്ഞു,

“വീട്ടിനാത്ത് കേറണ്ട. ചക്കാലീല് കഞ്ഞി വെച്ചിറ്റ് ദൂര നിന്നിറ്റ് നിങ്ങ മോന ബിളിച്ചാ മതി. ഓൻ പൊറത്തേക്ക് ബെര്മ്പം നിങ്ങാട നിക്കണ്ട. ഓന്റെ കാറ്റ് തട്ട്യാമതി കുരിപ്പ് മാറിപ്പറ്റാൻ.”

മലിനാണി പെർമലയനോട് പറഞ്ഞു.

“നിങ്ങീം പോട് എമ്മച്ചന്റൊപ്പരം...”

പെർമലയനും വാണ്യനെമ്മന്റെ ബയ്യന്നെ എറങ്ങ്യേരം ഒപ്പരം എറങ്ങ്യ ചെക്കന മലിനാണി തടുത്തു. ഓന്റെ കൈപിടിച്ച് വെലിച്ച് പോവാൻ വിട്ടില്ല.

വാണ്യനെമ്മൻ ഓന്റെ വളപ്പില് കേറുമ്പേ ഓൻ പൊന്നൂട്ട്യേന്ന് വെല്ല്യ ഒച്ചീല് ബിളിക്കാൻ തൊടങ്ങീന്. ഓന്റെ തൊണ്ടേരെ ഉള്ള്ന്ന് കരച്ചലും ബിളീം ഒപ്പരാ ബന്നത്. ഓൻ ചക്കാലീല് കഞ്ഞീം മന്ദാലും വെച്ച് പിന്നീം പൊന്നൂട്ടീന വിളിച്ചു. വീടിന്റെ ഉള്ള്ന്ന് ഒച്ച കേക്ക്മ്പം പെർമലയൻ പറഞ്ഞു.

“നിങ്ങ ഇങ്ങ് ബാ... ആട നിക്കണ്ട...”

ഓന്റെ പൊന്നൂട്ടി ബെറച്ചോണ്ട് ബെറച്ചോണ്ട് പൊറത്തേക്ക് ബെര്ന്ന് കണ്ടേരം വാണ്യനെമ്മൻ തെങ്ങിന് തലയടിച്ച് ദൈവങ്ങളായ ദൈവങ്ങ

** മങ്കലം - മണ്ണിന്റെ കലം;* വടിക്കുക - കഴുകുക;*

** ഓലക്കൊടി - തെങ്ങിന്റെ ഉണങ്ങിയ ഓല; * വീട്ടിനാത്ത് - വീടിനകത്ത്*

** കോര്യാക്കി - കോരിക്കുടിക്കുവാൻ പറ്റുന്ന രൂപം*

ളെല്ലം ബിളിച്ച് കരഞ്ഞു.

ഓന്റെ പൊന്നൂട്ടീരെ മേല് തേച്ചും പഴ്ത്ത വീർത്ത മൊട്ടാമ്പുളി* പോലെ പൊന്തീറ്റ്ണ്ട്.

ചത്ത് കെടന്ന ഒരാള് കണ്ണ് മലക്കെ തൊറന്ന് കയ്യും കാലും അനക്കാതെ എണീറ്റ് നടക്ക്ന്നപോലെ തോന്നി പെർമലയന് പൊന്നൂട്ടീന കണ്ടേരം.

ഓൻ ചക്കാലീലിര്ന്ന് രണ്ട് പ്ലാവില കഞ്ഞി കോരിക്കുടിക്ക്ന്ന് വാണ്യനെമ്മൻ കണ്ടു. പിന്ന ഓൻ ഇര്ന്നെടത്ത ചെരിഞ്ഞ് വീണു. ബീന്ന് കണ്ട് വാണ്യനെമ്മൻ ഓന എടക്കാൻ പായുമ്പം പെർമലയൻ ഓന തടഞ്ഞു.

"നിങ്ങ പോറ്പ്പാ... നിങ്ങ പോറ്*..."

പെർമലയൻ അലറിവിളിച്ച് വാണ്യനെമ്മന പിടിച്ചേരം വാണ്യനെമ്മൻ നെലത്തിര്ന്ന് മയപെയ്യുംപോലെ കരഞ്ഞു. പൊന്നൂട്ടി വീണെട്ക്ക്ന്ന് കൊരക്ക്ന്ന് കേട്ടിറ്റ് വാണ്യനെമ്മൻ ഇര്ന്നെടക്ക്ന്ന് എണീറ്റ് പായാൻ നോക്കുമ്പം ഒച്ചകേട്ട് പെർവയിക്ക്ന്ന് വന്നവര് ഓന പിടിച്ച് പെർവയിക്കേക്ക് കൊണ്ടോയി.

ആലീല്, നെലത്ത് ബീണ് കെടക്ക്ന്ന പൊന്നൂട്ടി എണീറ്റ് നിക്ക്ന്നത് പെർമലയൻ കണ്ടു. കഞ്ഞീം ബെള്ളം കുടിച്ചിറ്റ് ആത്ത് പോയി കെടക്കാൻ പെർമലയൻ പറഞ്ഞെ വാക്കെല്ലം മുറിഞ്ഞ് പോയി. അതൊന്നും പൊന്നൂട്ടി കേട്ടതേയില്ല. ഓൻ എണീറ്റ് മിണ്ടാതെ, കണ്ണിന്റെ പോള അടക്കാതെ നോക്കി. പൊന്നൂട്ടി ആരീം കാണാതെ മെല്ലെ ആടിയാടി ആത്തേക്ക് പോയി.

പെർവയിക്ക്ന്ന് പെർമലയൻ മേല് വെറച്ചോണ്ട് നിക്ക്ന്ന വാണ്യനെമ്മനോട് പറഞ്ഞു.

"എമ്മച്ചൻ കുഞ്ഞാംഗലത്തേക്കന്നെ പോയ്കോ... പൊന്നൂട്ടിക്ക് ഞാൻ ചൂട്ല്ലെ കഞ്ഞീം, എളനീരിന്റെ ബെള്ളും കൊടുക്കും. അടിയന്റെ കണ്ണ് എപ്പും ആടീണ്ടാവും. നിങ്ങ പോയിറ്റ് അമ്മേരീം മോളീം സങ്കടം കൊറക്ക്. അവരെ നെഞ്ഞത്തെ തീ കെട്ക്ക്. പൊന്നൂട്ടിക്ക് കൊറവ്ണ്ട്ന്ന് പറ..."

വാണ്യനെമ്മൻ പെർമലയനോട് കണ്ണിലെ ബെള്ളംകൊണ്ട് യാത്ര പറഞ്ഞു. എന്നെ വിളിച്ച് പ്രാർത്ഥിച്ചിറ്റ് ഓൻ നേരെ മുച്ചിലോട്ടേക്ക് പോയി. ആട്ന്ന് മുച്ചിലോട്ട് പോതീരെ നടീല് വീണ് ഓൻ നെലവിളിച്ചു. മുച്ചിലോട്ട് നടേരെ മിറ്റത്തെ വെല്ല്യ ആല് പടന്ന് നിക്ക്ന്നതല്ലാതെ അപ്പറൂം ഇപ്പറൂം ആരും ഇണ്ടായിറ്റ്ല്ല. മുച്ചിലോട്ട് പോതിക്ക് വെളക്ക് വെക്കാൻ ഒരു കുറ്റി വെളിച്ചെണ്ണ നേർച്ചീട്ടു. പൊന്നൂട്ടി എണീറ്റ് വന്നാല് എളനീരോണ്ട് ത്ലാഭാരം* തൂക്കാനും നേർച്ചീട്ടു.

** മൊട്ടാമ്പുളിങ്ങ – ഞൊട്ടാഞൊടിയൻ*

** പോറ് – പോകരുത്*

** ത്ലാഭാരം – തുലാഭാരം*

പിന്ന ഓൻ ഏഴര നാഴിക കുഞ്ഞാംഗലത്തേക്ക് പ്രാന്തനപ്പോലെ ഒര് ഒച്ചീം ബിളീം കേക്കാതെ നടന്നു. ഓന്റെ അപ്പറൂം ഇപ്പറൂം ഇല്ല തൊന്നും ഓന്റെ കണ്ണിലേക്ക് കേറ്യതേ ഇല്ല.

പൊലച്ചക്കൂറ്റിന്* തീയ്യത്തി ചിരുതേരെ കുന്ന്മ്മന്ന് ഓളെ പൂങ്കോയി കൂവുമ്പം തന്നെ എണീറ്റ് മിറ്റത്തെ അടുപ്പില് തീകത്തിച്ച് പൊന്നൂട്ടിക്ക് മലിനാണി കഞ്ഞി വെക്കുമ്പം ചെക്കനും എണീറ്റ് അട്പ്പ്ന്റടുത്ത് കുത്തീരുന്നു. ഇന്നലെ കള്ള് ഏറീറ്റ് ബെര്മ്പം തീയ്യൻ ചവിണിയൻ കൊണ്ടന്ന നാല് കരിക്ക് എന്റെ തറേരട്ത്ത് വെച്ചേൽന്ന് ഒന്നെട്ത്ത് പെർമലയൻ ചെത്തിവെച്ചു.

ചൂട്ല്ലെ കഞ്ഞീം കരിക്ക് ചെത്ത്യതും എട്ത്ത പെർമലയൻ പൊലന്ന് ബെളിവെര്ന്നേന്* മുമ്പിലെ വാണ്യനെമ്മന്റെ പൊന്നൂട്ടിക്ക് കൊടുക്കാൻ പോമ്പം ചെക്കൻ ഒപ്പരം ബെരട്ടേന്ന് ചോയിച്ചേരം പെർമലയൻ വേണ്ടാന്ന് പറഞ്ഞു. എന്നാലും ചെക്കൻ പെർവയിക്ക് വെരെ ഓന്റെ ബയ്യന്നെ പോയിറ്റ് ആട കുത്തീരുന്നു. ചക്കാലേരട്ത്തെത്തി പെർമലയൻ പൊന്നൂട്ടീന വിളിക്ക്ന്ന് കേട്ട് ചെക്കൻ കുത്തീര്ന്നെട്ക്ക്ന്ന് എണീറ്റ് ചക്കാലീലേക്ക് നോക്കി. ഓൻ പൊന്നൂട്ടീന കണ്ടില്ല. എനി പൊന്നൂട്ടി എണീറ്റ് പൊറത്തെറങ്ങ്യാലും ഇരിട്ടിന്റെ നെഴല് മറഞ്ഞ് ചെക്കന് ഓനകാണാൻ പറ്റൂല. ഓന് ഓന്റെ അപ്പാപ്പന്റെ ഒച്ചല്ലാതെ മറ്റൊന്നും കേക്ക്ന്നേ ഇണ്ടായിറ്റ്ല്ല.

പെർമലയൻ കഞ്ഞീം കരിക്കും ചക്കാലീല് വെച്ചിറ്റ് മാറിനിന്ന് പൊന്നൂട്ടീന കൊറേ വിളിച്ചേരം ഓൻ ആത്ത്ന്ന് മെല്ലെ എണീറ്റ് ബെര്ന്ന് പെർമലയൻ കണ്ടു. കൂരാകൂരിര്ട്ടത്ത് തോട്ടിലെ കരിങ്കയത്തിന്റെ മോളിലേക്കൂട വെള്ളം അനക്കാതെ ഒരു നെഴല് നടന്ന് വെര്ന്നപോലെ പെർമലയന് തോന്നി.

മേത്തെല്ലം* മൊട്ടാമ്പുളിങ്ങപോലെ പൊന്ത്യ കുരിപ്പ് പഴ്ത്ത് ചോന്ന് തൊണ്ടിപ്പഴം പോലെ വെളഞ്ഞ് നിക്ക്ന്നത് പെർമലയന്റെ കണ്ണിന് പിടിച്ചെട്ക്കാൻ പറ്റീല. കൊറേനേരം ചക്കാലേരെ ബയ്യപ്രത്ത് കുത്തീര്ന്നേരം ഇര്ട്ട് മാഞ്ഞ് പോന്ന വെളിച്ചത്തില് പൊന്നൂട്ടി എണീറ്റ് ആത്തേക്ക് ആടിയാടി പോന്നത് പെർമലയന് കണ്ട് നിക്കാനേ കയിഞ്ഞില്ല. ഓൻ പെർവയിക്ക് കുത്തീരിക്ക്ന്ന ചെക്കനെ നോക്കാതെ എന്റെ തറമ്മല് വന്നിറ്റും ഇരിപ്പൊറക്ക്ന്നില്ല. പൊന്നൂട്ടി അപ്പാപ്പനോട് എന്തെങ്കിലും പയമ പറഞ്ഞിനോന്ന് ചെക്കൻ ചോയിച്ചേനി ഉത്തരം കൊടുക്കാതെ ഓൻ എണീറ്റ് വണ്ണാൻ കുഞ്ഞാരന്റടുത്തേക്ക് പോയി.

വണ്ണാൻ കുഞ്ഞാരനോടും പൊന്നൂട്ടീന്റെ കാര്യം തേച്ചും പറഞ്ഞൊപ്പിക്കാൻ പെർമലയന് ആവുന്നില്ല. ഓന്റെ കണ്ണ്ന്ന് ബെള്ളം വെര്ന്ന് കണ്ടിറ്റ് വണ്ണാൻ കുഞ്ഞാരൻ ഓനീം കൂട്ടി കുടീന്റെ ബയ്യല് പോയി

പൊലച്ചക്കൂറ്റിന് – നേരം പുലരാൻ തുടങ്ങുമ്പോൾ;

ബെളിവെര്ന്നേന് – വെളിച്ചം വരുന്നതിന്

മേത്തെല്ലം – ശരീരത്തിൽ നിറയെ

കൊറേ കടലാടി പറച്ച് അയിന്റെ വേരിന്റെ മോളില് പറ്റ്യ തോല് അടത്തി എട്ത്ത മൊളക്മ്മണീം കൂട്ടി അരച്ച് മൂന്നാല് ഉണ്ട്യാക്കി പെർമലയന് കൊടുത്തു.

ആരും കാണാതെ പെർമലയൻ വാണ്യനെമ്മന്റെ വീട്ട്ല് പോയി മാരിക്കുരിപ്പ് പെഴ്ത്ത് ഞരങ്ങീം മൂളീം ചെയ്യ്ന്ന പൊന്നൂട്ടിക്ക് കൊടുത്തു. ഓന കണ്ട് പെർമലയൻ പേടിച്ച് വെറച്ചു. മൂത്ത നെല്ലിക്ക്യോളം വെലുപ്പത്തില് തീക്കട്ടപോലത്തെ കുരു മേല് തേച്ചും നെറഞ്ഞ് നിക്കേന്ന്. കണ്ണ്മ്മല് കുരു വന്നിറ്റ് കണ്ണില്ലാണ്ടായിന്. വെള്ത്ത് വെളിച്ചെണ്ണ മണക്ക്ന്ന പൊന്നൂട്ടീരെ മേല് കരിക്കൊള്ളിക്ക് കനല് മൊളച്ച പോലീണ്ട്.

പെർമലയൻ ഓന്റെ കുടീല് പോയി മിറ്റത്തെ അടുപ്പ്ന്ന് വരടി കത്തിച്ച വെണ്ണീരും വാരി തോട്ട്ല് പോയി വെണ്ണീര് മേത്തെല്ലം തേച്ച് മുങ്ങിക്കുളിച്ചു.

പച്ചച്ചാണം ഒണക്കിവരട്യാക്കി അത് കത്തിച്ച വെണ്ണീര്* മേത്തെല്ലം തേച്ച് പിടിപ്പിച്ച് കുളിച്ചാല് മാരിക്കുരിപ്പ് അട്ക്കൂലാന്ന് പുന്നൂന്നൻ തൊണ്ടച്ചൻ പെർമലയന്റെ അപ്പനോട് പണ്ട് പറീന്ന് കേട്ട ഓർമ്മീലാ ഓനങ്ങന ചെയ്തത്.

“മൊലപ്പാലും കൊലപ്പാലും ഒന്നാന്ന്നാ. നമ്മക്ക് രാവിലെ ഏറ്യ എളംകള്ള് വാണ്യൻ എമ്മന്റെ കുഞ്ഞിക്ക് കൊണ്ട് കൊടുത്താലൊ...”

പെർമലയൻ തീയ്യൻ ചവുണ്യനോട് ചോയിച്ചു. തീയ്യൻ ചവുണ്യൻ കള്ള് കൊണ്ടന്നു.

പെർമലയൻ എനക്ക് കള്ളും റാക്കും വെക്ക്ന്ന രണ്ട് തൊട് കുടുക്കീല് മൂക്കാത്ത ചള്ള്* കള്ള് വാണ്യനെമ്മന്റെ ചക്കാലീല് കൊണ്ടച്ച് പൊന്നൂട്ടീന വിളിച്ചു.

കള്ള് കൊടുത്തിറ്റ് ബെർമ്പും ഓൻ തോട്ടിലെറങ്ങി. തോട്ടിൻകരക്ക് ബാക്കീണ്ടായ അടുപ്പിലെ വെണ്ണീര് മേത്തെല്ലം തേച്ച് പിന്നീം കുളിച്ചിറ്റാ കുടീലേക്ക് കേറ്യത്. കുടീലെത്ത്യേരം ഒറ്റ ഒരിക്കാലെങ്കിലും പൊന്നൂട്ടീന കാണണംന്ന് ചെക്കൻ പെർമലയനോട് പറഞ്ഞിറ്റും പെർമലയൻ കൂട്ടാക്കീല. പെർമലയൻ ചെക്കനോട് പറഞ്ഞു.

“ന്റെ മോന്റെ പൊന്നൂട്ടി ബെർത്തല്ലം മാറീറ്റ് ബേം ബെരും*. എന്റെ മോൻ നമ്മളെ പൊട്ടൻ തെയ്യത്തോട് പറ... പൊന്നൂട്ടീന ഓന്റെ ബെര്ത്തല്ലം ബേഗം മാറ്റീറ്റ് ഈട ബെർത്തണേന്ന്...”

പെർമലയൻ പറയാതെന്നെ ചെക്കൻ എത്രയോട്ടോ* എന്ന വിളിച്ച് ഉള്ളില് കുരു* വിങ്ങുമ്പോലെ വിങ്ങീറ്റ് പറേല്ണ്ട്. വാണ്യനെമ്മൻ വന്നേരൂം പെർമലയൻ ഉള്ളിലെ പൊള്ളല് മൂടിക്കെട്ടീറ്റ് ഓനോട് പറഞ്ഞു.

“നിങ്ങ പൊന്നൂട്ടീന കാണാൻ പോണ്ട. പൊന്നൂട്ടീന എന്റെ പൊട്ടൻ

** വെണ്ണീര് - ചാരം; * ചള്ള് - ഇളയ; * കുരു - മുഴ*

** എത്രയോട്ടോ - എത്രയോ തവണ; * ബേം ബെരും - വേഗം വരും*

തെയ്യൂം പുതിയോതീം വേഗം തിരിച്ച് തെരും."

തീയ്യൻ ചവുണ്ണ്യനോടും ഓന്റോള് തീയ്യത്തി ചിരുത്യോടും പെർമ ലയൻ അതന്നെ പറഞ്ഞു.

രണ്ടീസം കയിഞ്ഞേരം മോന്തിക്കേത്തെ ഏറ്റും കയിഞ്ഞ് വന്ന തീയ്യൻ ചവുണ്ണ്യൻ പെർമലയന്റെ ചെവീല് പറഞ്ഞു.

"ആശാരിച്ചി കുംബ മാരിക്കുരിപ്പ് വന്ന് ചത്ത്വോലും..."

ആശാരിച്ചി കുംബ ചത്തത് നാട്ട്ല് പാട്ടായേപ്പിന്ന തീയ്യത്തി ചിരു തേരട്ത്ത് ആരും മൂത്ത കള്ള് കുടിക്കാനും വന്നില്ല.

ആശാരിച്ചി കുംഭക്ക് വയസ്സായിനി. ഓള് ഭൂമീലേക്ക് വന്നിറ്റ് പത്തെ മ്പത് കൊല്ലായിറ്റ്ണ്ടാവും. ഓളെ കുറ്റിത്തണാറ് വെറ്റിലക്ക് തേക്ക്ന്ന നൂറിന്റെ* നെറായിന്. മാരിക്കുരിപ്പ് പിടിച്ചേരം ഓളെ മോളും മക്കളും ഓളാട്യാക്കീറ്റ് പോയി. എന്നാലും രാവിലീം വൈന്നേരൂം* ഓക്ക് ചൂട്ല്ലെ കഞ്ഞി മങ്ങണത്തിലാക്കീറ്റ് മിറ്റത്ത് വെച്ചിറ്റ് മാറിനിന്ന് ഓളെ മോള് അമ്മേന്ന് ഇറ്റിറ്റിപ്പൂള് കരീന്ന ഒച്ചീല് കരഞ്ഞോണ്ട് വിളിക്കും. ആദ്യല്ലം ആശാരിച്ചി കുംഭ എണീറ്റ് കുത്തീര്ന്ന് നെരങ്ങി നെരങ്ങി മിറ്റത്തേക്ക് വന്നിറ്റ് കരഞ്ഞോണ്ട് നിക്ക്ന്ന മോളെ നോക്കീറ്റ് "നിക്കണ്ട പോയ് ക്കോന്ന്" കൈയോണ്ട് കാണിക്കും. ഇന്നല കഞ്ഞീം കൊണ്ട് വന്നേരം അമ്മേന്ന് വിളിച്ചേരം ഒച്ച ഒന്നും കേക്കാത്തേരം കൈമലെ കഞ്ഞിപ്പാത്രം നെലത്തിട്ട് തലക്ക് തച്ച് കരീന്ന് കണ്ടിറ്റ് ബാല്യക്കാറ് വന്ന് നോക്ക്യേരാ കണ്ടത്. ആശാരിച്ചി കുംഭ വീട്ടിന്റെ വടക്ക് പൊറത്ത് വീണ് ചത്ത് കെട ക്ക്ന്ന്. അത് കണ്ടിറ്റ് ബാല്യക്കാറ് പിള്ളറ്* തീയ്യത്തി ചിരുതേരെട്ത്ത് പോയിറ്റ് ഒര് കുടുക്ക റാക്കും കൊറേ മൂത്ത കള്ളും കുടിച്ചിറ്റ്, കുങ്കോട്ടും* കൈക്കോട്ടും* ഏട്ത്തിറ്റ് ഓള് ചത്ത് കെടക്ക്ന്നേന്റെ അട്ത്തന്നെ വെല്യ കുണ്ട് കുയിച്ച്* അയിലിട്ട് കൊത്തിമൂടി അയിന്റെ മേലെ ചെമ്മുരിക്കിന്റെ മുള്ളില്ലെ കൊമ്പ് കൊത്തി പൊത്തി വെച്ചു. എനി ആ സ്ഥലം വണ്ണാരായി*.

ആശാരിച്ചി കുംഭേന കുയിച്ച് മൂടിയ ബാല്യക്കാറ് പ്ള്ളറ് തോട്ട്ല് പോയി മുങ്ങിക്കുളിച്ച് പിന്നീം തീയ്യത്തി ചിരുതേരെ കുന്ന് കേറി. ആട റാക്കൊന്നും ഇണ്ടായിറ്റ്ല്ല. മൂത്ത് കണ്ണിലെ വെള്ളം പോലെയായ പുളിക്ക്ന്ന കള്ള് വയറ് നെറച്ചും കുടിച്ചിറ്റ് അവര് കുന്നെറങ്ങുമ്പം പറ ഞ്ഞു.

"ചിരുതമ്മേ... റാക്ക് കാച്ചണം. അതില്ലേങ്കില് മാരിക്കുരിപ്പ് വന്ന് ചത്തവരെ കുയിച്ചിടാൻ കയ്യൂല.*"

തീയ്യത്തി ചിരുത കറ്ത്ത വെല്ലം മമ്പാഞ്ഞീല്ട്ട്* മൂക്കാൻ വെച്ചു.

മോന്തിയാവുമ്പം മുതുടോൻ പെർവയികേറി പെർമലയന കാണാ

** നൂറ്-ചുണ്ണാമ്പ് ; * വൈന്നേരം- വൈകുന്നേരം*

** കുങ്കോട്ട് - തൂമ്പ; * കൈക്കോട്ട് - മൺവെട്ടി*

** കുണ്ട് കുയിച്ച് - കുഴി കുഴിച്ച്*

** വണ്ണാരം - വസൂരി വന്ന് മരിച്ചവരെ അടക്കം ചെയ്ത സ്ഥലം*

** പിള്ളറ് - കുട്ടികൾ * കയ്യൂല്ല- കഴിയില്ല; * മമ്പാഞ്ഞി - മൺകുടം*

നെത്തി. ഓൻ വന്നിറ്റ് എന്റെ തറമ്മലിരുന്നു. കുടീന്റുള്ള്ന്ന് ചെക്കനും പെർമലയനും മുതുടോന്റെ തൊണ്ടയനക്ക്ല് കേട്ട് പൊറത്തേക്ക് വന്നു. മലിനാണീം മാണീം കണ്ടല്* ചക്ക താമ്മൂലം* അരിഞ്ഞ് രാത്ര്യേത്തെ കത്തലടക്കാനില്ലെത് അട്പ്പത്ത് വെച്ചിറ്റാ ഇല്ലത്.

മുതുടോൻ വന്നകാര്യം വളവും തിരിവും ഇല്ലാതെ പറഞ്ഞു.

"രാവിലെ വല്ല്യമനക്കല് കുഞ്ഞിരേർമ്മൻ കുരിക്കള് രാശി വെച്ചു. നാട് തേച്ചും വന്നിന് കുരിക്കളെ വാക്ക് കേക്കാൻ. മാരിക്കുരിപ്പ് വന്നിറ്റ് നാട് മുടിയുംന്നാ രാശീല് തെളിഞ്ഞത്. പരിഹാരായിറ്റ് പറഞ്ഞത്, നെല്ല് മൂർന്നൊായിഞ്ഞ മനക്കലെ മിറ്റത്തെ കണ്ടത്തില് പുതിയോതി തെയ്യും തീച്ചാമുണ്ഡീം കെട്ട്യാടിക്കണം."

ഒച്ചപോയ ചെവിയോണ്ട് പ്ലാവിന്റെ പൊത്തില്* കാറ്റടിക്കുമ്പോലെ കേട്ടതല്ലാതെ പെർമലയൻ ഒന്നും മിണ്ടീല.

"പുതിയോതി തെയ്യം വണ്ണാൻ കുഞ്ഞാരന്റെ മൂത്തമോൻ രാമപ്പെരുവണ്ണാൻ കെട്ടും. ഓന അന്നേരം തന്നെ ആളവിട്ട് വെർത്തി തെയ്യത്തിന് നാളും കുറിച്ച് അടയാളൂം കൊടുത്തു. ഓൻ കടന്നപ്പള്ളി കുറ്റ്യാട്ട് തീയറെ അറേക്കാല്* രണ്ടാണ്ടില് പുതിയോതി തെയ്യം കെട്ടി പേരെടുത്തോനല്ലേ"

അയിനും പെർമലയൻ വായിതൊറന്നില്ല.

"പെർമലയാ... നമ്മള് മലേമ്മാരല്ലേ തീച്ചാമുണ്ഡിക്കോലം കെട്ടണ്ട്... തീച്ചാമുണ്ഡി കോലം കെട്ടാനില്ലെ കെല്പ്പില്ലെ മലേനാരാ നമ്മളെ കൂട്ടത്തിലില്ലത്."

മിറ്റത്തെ അടുപ്പ്ന്ന തീ മൂളുന്ന ഒച്ചീം ചള്ള് ചക്ക മങ്കലത്തില് തെളക്ക്ന്ന ഒച്ചീം അല്ലാതെ മറ്റൊരൊച്ചീം മിറ്റത്ത് ഇണ്ടായില്ല.

"ന്താ പെർമലയൻ ഉരിയാട്ടൊന്നൂല്ലാതെ..."

"മാരിക്കുരിപ്പ് ഇല്ലാണ്ടാക്കാൻ പുതിയോതി തെയ്യല്ലേ കെട്ടണ്ടത് മുതുടോനെ. പിന്നെന്തിനാ തീച്ചാമുണ്ഡി?"

"തീച്ചാമുണ്ഡീം വേണംന്നാ രാശീല് തെളിഞ്ഞത്"

"തെളിഞ്ഞതോ തെളീച്ചതോ..."

"പെർമലയൻ ബയിവിട്ടാലോചിക്കണ്ട. പാലന്തായി കണ്ണൻ തുള്നാട്ട്ന്ന് വന്ന് ചങ്ങായീരെ വീട്ട്ന്ന് കത്തലടക്കി കൊളത്തിലെറങ്ങി കാലും മൊകൂം കഴ്ക്മ്പം ബയ്യലേക്കൂട വന്ന് കണ്ണന്റെ തലയറ്ത്ത കുറുവാടൻ കുറുപ്പിനെന്താ ഇണ്ടായത്ന്ന് പെർമലയന് അറീലെ. നീലേശ്വരത്ത് കുറുപ്പിന്റെ നാട്ട്ലെ പൈക്കാലികള് തേച്ചും ചത്തില്ലേ. നാട്ട്ല് തേച്ചും മാരിക്കുരിപ്പ് വന്നില്ലേ. ആ മാരിക്കുരിപ്പ് ഇല്ലാണ്ടാക്ക്യതാരാ... തീച്ചാമുണ്ഡി തെയ്യം കെട്ടിയാടിച്ചിറ്റല്ലേ... അതാ കുഞ്ഞിരേർമ്മൻ കുരിക്കളെ രാശീലും കണ്ടത്..."

** കണ്ടല് - ഇളയത്; * പൊത്ത് - ദ്വാരം*

** താമ്മൂലം - മുഴുവൻ ഒരുമിച്ച്*

** അറേക്കാല് - അമ്പലം*

പെർമലയൻ മുതുടോന്റെ കണ്ണിലേക്കെന്നെ നോക്കി ചോയിച്ചു.

“ന്താ മുതുടോൻ പറഞ്ഞ് ബെർന്ന്...?”

“മലേമ്മാരായ നമ്മളല്ലേ തീച്ചാമുണ്ഡി കെട്ടേണ്ടത്. അയിനായിറ്റ് കർത്ത്ള്ള മലയനാർണ്ട്.”

“അത് മുതുടോൻ കണ്ടെത്തണം.”

“നിങ്ങ പെർമലയനല്ലേ... നിങ്ങല്ലേ കാണണ്ട്...പെർമലയന് അയില്ന്ന് ഒയിയാൻ പറ്റൂലാന്ന്” മുതുടോൻ തറപ്പിച്ച് പറഞ്ഞു.

“പെർമലയാ... നിങ്ങക്കാന്ന് ഈ നാടിന്റെ ചെറുജന്മാവകാശം. ഈ നാട്ട്ല് തേച്ചും മലയറെ തെയ്യം കെട്ടാനും പെണ്ണ്ങ്ങളെ പേറെടക്കാനും അവകാശം നിങ്ങക്കാ... അത് തെറ്റിച്ചാല് ദൈവദോശം കിട്ടും. നിങ്ങളാ തെയ്യക്കാരന ഇണ്ടാക്കണ്ട്. നിങ്ങക്ക് ആവൂല്ലെങ്കില് ചെറ് ജന്മാവകാശം ആവൂല്ലാന്ന് തമ്പ്രാന്റെട്ത്ത് ബോധിപ്പിക്കണം. എന്നിറ്റ് ബേറെ നാട്ട്ന്ന് ആങ്കുട്ട്യളായ മലയറ തേടണം. ഇതെല്ലം അറിയാത്ത ആളണോ നിങ്ങ...”

പെർമലയന്റെ മൊകം ഒന്നുംകൂടി ഇരുണ്ടു. കരിമ്പിന്റെ വേർപോലത്തെ താടിരോമം കമ്പിപോലെയാവാൻ തൊടങ്ങി.

“മുതുടോൻ ഇപ്പൊ പോ... എനക്കിപ്പം അയിനപ്പറ്റി ചിന്തിക്കാൻ നേരൂല്ല. കുരിപ്പ് കെട്ടി ചാവാൻ കെടക്ക്ന്ന വാണ്യനെമ്മച്ചന്റെ കുഞ്ഞിക്ക് കഞ്ഞി കൊട്ക്കണം.”

പെർമലയൻ എണീറ്റ് ആത്തേക്ക് പോയി. എന്റെ തറമ്മന്നെണീറ്റ് തല കുത്തന പിടിച്ച് ഉരുണ്ടോണ്ട് മുതുടോൻ പെർവയിക്കേക്കെറങ്ങി.

മോന്തിയാവുമ്പം എന്റെ തറമ്മലെ വെളക്ക് തൊവ്വ്ത് തീയ്യത്തി ചിരുതേരെ കുന്ന് കേറാതെ മിറ്റത്തെ എറങ്കല്ല്മ്മല് പെർമലയൻ ചാരിയിരുന്നു. വാണ്യനെമ്മെന്റെ കുഞ്ഞീരെ വിവരറിയാൻ രാത്രീല് തീയ്യത്തി ചിരുത കുന്നെറങ്ങി വന്നേരം പെർമലന് മൂത്ത് ചത്ത കള്ള് ഒര് കുട്ക്ക നെറച്ചും കൊണ്ടന്നത് കൊറേ ഓൻ കുടിച്ചു. ലേശം ഓന്റ്യോള് മലിനാണിക്കും കൊടുത്തു. ചെക്കൻ ഓന്റെ മുമ്പില് നെലത്ത് ഓന്റെ കാലിന്റെ എടീല് ചങ്ക് വെച്ച് ഇരിക്ക്ന്ന്ണ്ട്. തീയ്യത്തി ചിരുത വന്നേരം ഓളൊപ്പരം എന്റെ തറമ്മലിരുന്ന മാണി വിവരല്ലം കേട്ട് ചിരുത കുന്ന് കേറീറ്റും എന്റെ തറമ്മത്തന്നെ ഇരുന്നു. ആത്ത് പെർമലയന്റെ ബയ്യല് ഇരിക്ക്ന്ന മലിനാണ്യോട് തിരിഞ്ഞ് നോക്കാതന്നെ പെർമലയൻ പറഞ്ഞു.

“വല്യമ്പ്രാൻ തീച്ചാമുണ്ഡി കെട്ടാൻ പറഞ്ഞേല് എന്തോ ചതീണ്ട്.”

“എല്ലം നിങ്ങ നാശത്തിന്റെ കണ്ണില് കാണണ്ട. മാരിക്കുരിപ്പിന പിടിച്ച് പറച്ച് കളയാൻ അതാരിക്കും ഒര് ബൈയായിറ്റ് മേൽലോകത്ത്ല്ലേ ദൈവങ്ങള് കുഞ്ഞിരേർമ്മൻ കുരിക്കളെ രാശീല് തെളിച്ച് കാണിച്ച്റ്റ് ണ്ടാവ്വ...”

അയിന് പെർമലയൻ ഉത്തരം പറയാതിരിക്കുമ്പം മലിനാണി ഇങ്ങിനീം പറഞ്ഞു.

“അയിന് തീച്ചാമുണ്ഡി കെട്ടി തീക്കട്ടയോട് മല്ലിടാൻ കയീന്ന മലേനാരാ ഇല്ലത് ഈട*”

---

* ഈട – ഇവിടെ

കൊറേ നേരം ആലോചിച്ചിർന്നിറ്റ് ഓള് പറഞ്ഞു.

"നമ്മളെ മൂത്തമോൻ അമ്പു ഇണ്ടായിറ്റ്ണ്ടെങ്കില്..."

ഓളെ കണ്ണ്ന്ന് വെള്ളം ഒലിച്ചെറങ്ങ്ന്നത് ഓളന്നെ അറിഞ്ഞില്ല.

അമ്പുപ്പണിക്കറ് പൂമാലക്കാവിലും എരമത്തെ അരയാക്കീലും പുനിയങ്കോട്ട് ചെമ്പൻ കുന്നിന്റെ അടീലെ നീലിയാർ കോട്ടത്തും തീച്ചാമുണ്ഡി കെട്ടി തീയിൽ കെടന്ന് ആറാടീറ്റ്ണ്ട്. എന്നാല് ആടെല്ലം മൂന്നോട്ടം* തീച്ചാടുമ്പം തന്നെ വെളിച്ചപ്പാടൻ മഞ്ഞക്കുറി വാരിയെറീം. പിന്ന തീച്ചാടണ്ട. തീച്ചാമുണ്ഡി കണ്ണില് കേറ്യ മലേൻ കുറിയിട്ടാലും മലയോളം ഒയരത്തിലെ തീക്കൂനീല് പിന്നീം പിന്നീം ബീളം.* മലന്ന് കെടന്ന് അലറും. തൊണക്കാറ് അറിഞ്ഞും അറീച്ചും തെയ്യത്തിനപിടിച്ച് പിടിച്ച് വെക്കും. അന്നേരാ തീയാട്ടം നിർത്ത്വാ...

വെളഞ്ഞ നെല്ല് മൂർന്ന് കുറ്റി ഒണങ്ങ്യ കണ്ടത്തില് തമ്പ്രാക്കമ്മാര് തീച്ചാമുണ്ഡി കെട്ട്യാടിക്കും. ചതില്ലെ തമ്പ്രാന്റടുത്ത് തീച്ചാമുണ്ഡി കെട്ടാൻ പറ്റൂല. മലയോളം ഒയരത്തില് ചെമ്പകവെറകിന്റെ കൂട്ട കൂട്ടി തീയാളിച്ച് കുന്നോളം ഒയരത്തില് കനല് നെറയുമ്പം തീച്ചാമുണ്ഡി തെയ്യം അയില് ചാടണം... നൂറ്റൊന്നോട്ടം. മൂന്നോട്ടം തീക്കുനീല് കെടന്ന് ഉരുളുമ്പം തന്നെ തമ്പ്രാൻ മഞ്ഞക്കുറി വാരി എറിഞ്ഞില്ലെങ്കിൽ തെയ്യം കെട്ട്യ മലയൻ കരിഞ്ഞ് കരിക്കൊള്ള്യാവും.

പെർമലയനും കൊറേ തീച്ചാമുണ്ഡി കെട്ടീറ്റ്ണ്ട്. എന്നാലും ഓന്റെ മോൻ അമ്പുപ്പണിക്കറ് കെട്ട്യ തീച്ചാമുണ്ഡി തെയ്യം ഓനിപ്പൂം അതിശയിച്ചിറ്റാ നിരീക്ക്വാ... മോത്തെഴുത്തും കിരീടൂം കൈവളയും കാതും ചുയിപ്പും അരയോടീം എല്ലംകൂടി നെറഞ്ഞ തെയ്യം തലകുലുക്കി തീയിലേക്ക് അലറിവിളിച്ച് ജട ഒലത്തി പാഞ്ഞ് വെർന്ന കൂറ്റൻ സിംഹത്തിനെപ്പോലെ...

പെർമലൻ ഓന്റെ മനസ്സില് കുശുകുശുത്തു...

"ഈ തമ്പ്രാന്റെ കീല് തീച്ചാമുണ്ഡി കെട്ട്യാല് മേലേരീല് വീണ് കത്തിക്കരിഞ്ഞ് കരിക്കട്ട്യാവും..."

എറങ്കല്ല്മ്മല് കാല്കുത്തി ഇരിക്ക്ന്ന പെർമലയന്റെ മടീല് തല ഇറ്ക്കി വെച്ച് മേലോട്ട് നോക്കിക്കൊണ്ട് ചെക്കൻ ചോയിച്ചു.

"മലേമ്മാരല്ലാതെ പിന്നാര തീച്ചാമുണ്ഡി കെട്ട്വാ..."

"കർത്തും കരളൊാറപ്പും ല്ലെ മലേമ്മാരെ വല്യമ്പ്രാനും മുതുടോനും തന്നെ തിരിഞ്ഞ്* കൊണ്ടരട്ട്.*"

ചെക്കന്റെ ചോദ്യത്തിന് ഉത്തരായിറ്റാ പെർമലയൻ അങ്ങന പറഞ്ഞത്.

പിന്ന ആരും ഒന്നുംമിണ്ടാതെ ഒറങ്ങാൻ കെടക്വാ ചെയ്തത്.

ചെക്കന് ഇന്നും ഒറക്കം വന്നില്ല. മലിനാണീരെ കൂർക്കം വലി

** ബീളം - വീഴും; * മൂന്നോട്ടം - മൂന്ന് തവണ*

** തിരിഞ്ഞ് - അന്വേഷിച്ച്*

** കൊണ്ടരട്ട് - കൊണ്ട് വരട്ട്*

കേട്ടോണ്ട് നിക്ക്മ്പം അത് പയ്യാനേമ്മന്ന് മൂള്ന്ന കൂമന്റെ ഒച്ചപോലെ ചെക്കന് തോന്നി. അല്ലെങ്കിലും ഓനി ഒറ്റക്കിരിക്കുമ്പം കേക്ക്ന്ന ഒച്ച്യെല്ലം* കൂമന്റെ മൂളലായിറ്റാ തോന്നല്.

ഇര്ട്ട്ന്റെ പൊര്ള് ഇല്ലാതാവുമ്പം മിറ്റത്ത്ന്ന് വായേരെ തളിരെല പോലത്തെ മിനുമിനുത്ത നേരിയ തണുപ്പ് കുടീന്റാത്തേക്ക് ഇരിഞ്ഞിരിഞ്ഞ് കേറ്യേരം ചെക്കന്റെ കണ്ണിന ഒറക്കം മൂടി.

ചെക്കനെ അറീക്കാതെ പെര്മലയൻ എണീറ്റു. ഓൻ എണീക്ക്ന്നേന് കൊറേ മുമ്പെന്നെ ഓന്റേോളും മോളും എണീറ്റ് വാണ്യനെമ്മന്റെ കുഞ്ഞിക്ക് കൊട്ക്കാന്ല്ലെ കഞ്ഞി വേവിച്ചിന്. മേക്ക്* പറ്റിപ്പിടിച്ച തണ്പ്പ് കളയാൻ പെര്മലയൻ കഞ്ഞിതെളക്ക്ന്ന അടുപ്പിന്റട്ത്തിരുന്ന് കൈ ഒലത്തി* തീക്ക് മോളില് പിടിച്ചു.

മാണി, ചൂട്ല്ലെ കഞ്ഞി ഉപ്പിട്ട് മങ്ങണത്തിലാക്കി പെര്മലയന് കൊടുത്തു. ഓൻ അതുംകൊണ്ട് വാണ്യനെമ്മന്റെ വീട്ടലേക്ക് പോവാൻ കീമ്പം മനക്കലെ കാര്യസ്ഥമ്മാരും പിന്ന കൊറേ ആളും കേറി വന്നു.

പെര്മലയൻ കഞ്ഞീം മങ്ങണം എന്റെ തറമ്മല് വെച്ചിറ്റ് വന്നവര തൊവ്വ്തു. മയ നല്ലോണം നനഞ്ഞ് ബെറച്ച് നിക്ക്ന്ന ചോന്ന കണ്ണില്ലെ ചെമ്പോത്തിനപ്പോലെയാ പെര്മലയൻ അവരെ മുമ്പില് നിന്നത്. മാണീം മലിനാണീം, മിറ്റത്തെ ഒച്ചകേട്ട് എണീറ്റ് വന്ന ചെക്കനും വന്നവര തൊവ്വ്ത് നിന്നു.

"ന്താ മ്പ്രാക്കളെ..."

വന്നവരെല്ലാരീം മോത്തേക്ക് കുണ്ടിലേക്ക്* പോയ കണ്ണ് മീച്ച് നോക്കീറ്റ് പെര്മലയൻ നിക്കുമ്പം മലിനാണ്യാ അവരോട് ചോയിച്ചത്.

"നാട്ട്ല് തേച്ചും മാരിക്കുരിപ്പ് വെതച്ചോണ്ട് ചീര്മ്പഭഗവതി ഒറഞ്ഞ് തുള്ളാ... എല്ലാരും ചത്ത് ചീഞ്ഞ് നാട് മുടിഞ്ഞ് നാറും. നാട്ട്നെ രക്ഷിക്കാൻ ഒറ്റ ബയ്യേ ഇല്ലൂ. തീച്ചാമുണ്ഡിനീം പുതിയോതീനീം കെട്ട്യാടിക്കു. അതാ ഇന്നല കുഞ്ഞിരേമ്മൻ കുരിക്കളെ രാശീല് തെളിഞ്ഞത്..."

കാറ്റത്ത് പീറ്റ* കവുങ്ങിന്റെ തലയാടുന്നത് പോലെ പെര്മലയൻ തലയാട്ടി.

"പുതിയോതി തെയ്യം വണ്ണാൻ കുഞ്ഞാരന്റെ മൂത്തമോൻ രാമപ്പെരുവണ്ണാൻ കെട്ടും. ഓന ഇന്നലത്തന്നെ ആളവിട്ട് മനക്കല് വെര്ത്തീറ്റ് അടയാളൂം കൊടുത്തു. തീച്ചാമുണ്ഡി തെയ്യം ആരാ കെട്ട്വാ..."

ചോയിച്ചോന്റെ മോത്തേക്ക് പെര്മലയൻ നോക്കീല. ഓൻ ആരോടും അല്ലാത്തപോലെ പറഞ്ഞു.

"ആരാ കെട്ട്വാ...?"

"മലേനല്ലാതെ ഞങ്ങളെ കൂട്ടര്ക്ക് തെയ്യം കെട്ടാൻ പറ്റ്വോ പെര്മലയാ... ഇത് ഈ അള്ളട നാടിന്റെ തേച്ചും കാര്യാ..."

** ഒച്ച്യെല്ലം - എല്ലാ ശബ്ദവും*

** ഒലത്തി - നിവർത്തി; * പീറ്റ - വളരെ ഉയരത്തിൽ വളർന്ന*

** മേക്ക് - ശരീരത്തിൽ; * കുണ്ടിലേക്ക് - കുഴിയിലേക്ക്*

തലയാട്ടി സങ്കടത്തോടെ പെർമലയൻ അയിന് ഉത്തരായിറ്റ് പറഞ്ഞു.

"അടിയന് വയസ്സായി നടു ഒടിഞ്ഞ് നേരെ നീർന്ന് നിക്കാനും കൂടി ആവുന്നില്ലാന്ന് എല്ലാ തമ്പ്രാക്കളും കാണ്ന്നതല്ലേ... തെയ്യം കെട്ടാൻ പറ്റുന്ന മക്കളും അടിയനില്ലല്ലോ മ്പ്രാക്കളെ..."

പെർമലയന്റെ ഉത്തരം കേട്ട് വന്നേലൊർത്തൻ വെല്യ കൂറ്റെട്ത്ത്* പറഞ്ഞു.

"മലയന്റെ പണി മലയൻ ചെയ്യണം. ഇന്ന് ഉദിച്ച സൂര്യഭഗവാൻ താന്ന് പോന്നേന് മുമ്പിലെ മനക്കല് പോയി ഉത്തരം കൊട്ക്കണം. പെർമലയനാണ് ഈ നാട്ടിലെ തെയ്യം കെട്ടാനില്ലെ ചെറ്ജന്മം. പെർമലയനാ ഈനി* ഉത്തരം തെരണ്ടത്. അയില്ന്ന് പെർമലയന് എങ്ങിന്യാ ഒയിഞ്ഞ് മാറാനാവ്വാ..."

പെർമലയൻ എല്ലാരീം പിന്നീം താണ് തൊവ്വ്ത് ബെറച്ചോണ്ട് പറഞ്ഞു.

"അടിയങ്ങള് ഏട്ന്ന് ഉത്തരം കൊട്ക്കാനാ മ്പ്രാക്കളെ... തമ്പ്രാക്കള് അടിയങ്ങളോട് പൊറുക്കണം..."

കൂട്ടത്തിലൊർത്തൻ ഒച്ച കൊറക്കാതെ ചെക്കനെ ചൂണ്ടിപ്പറഞ്ഞു.

"ഇത് നിന്റെ മോന്റെ മോനല്ലെ... ഈ ചെക്കൻ... ഓന് കെട്ടിക്കൂടെ തീച്ചാമുണ്ഡി. ഓന ബളത്ത്ന്ന്* പുഞ്ചകണ്ടത്തില് പോത്തിന പൂട്ടുമ്പം* ഒപ്പരം നൊകം ബെക്കാനാ..."

"ന്റെ മ്പ്രാക്കളെ... അടിയങ്ങളെ ചെക്കൻ താള് പോലത്തെ കുഞ്ഞ്യാ. ഓനി അയിനില്ലെ ബയസ്സാ*യിറ്റ്ല്ല..."

"ഞാങ്ങക്ക് പറയാനില്ലത് പറഞ്ഞു. ഞാങ്ങ പറഞ്ഞത് ഈ നാടിന്റെ വാക്കാ... പെർമലയാ... മോന്ത്യാവുമ്പളക്ക് നീ മനക്കല് ഉത്തരം കൊട്ക്കണം."

വന്നവര് പോയി.

പാറക്ക് ഒറ്റീം തെറ്റീം വളന്ന് ഒണങ്ങ്യ പുല്ല് പോലത്തെ പെർമലയന്റെ തലീലെ തണാറ് ഓൻ പിടിച്ച് പറച്ച് നെറ്റിക്ക് പടപടാന്ന് അടിച്ചു.

ഓൻ എന്ന വിളിച്ച് അലറിക്കോണ്ട് പറഞ്ഞത് പെർവയിക്കെത്ത്യ മനക്കലെ ആളും കേട്ടു.

"ന്റെ പൊട്ടൻ തെയ്യേ... എന്റെ കുഞ്ഞീന തീച്ചാമുണ്ഡി കെട്ടി കത്തിച്ച് കരിക്കൊള്ള്യാക്കാൻ ഞാൻ ബിടൂല* ന്റെ തെയ്വങ്ങളേ..."

വാണ്യനെമ്മന്റെ പൊന്നൂട്ടിക്ക് കൊട്ക്കാൻ വെച്ച മങ്ങണത്തിലെ കഞ്ഞി എന്റെ തറമ്മലെ ചെമ്പകത്തിന്റെ മോളില്ണ്ടായ കൊറേ* കാക്ക വന്ന് തട്ടി മറച്ച് വറ്റെല്ലം കൊത്തിത്തിന്നു.

** കൂറ്റെട്ത്ത് - ശബ്ദം ഉയർത്തി; * പൂട്ടുമ്പം - ഉഴവുമ്പോൾ*
** ഇനി - ഇതിന്; * ബളത്ത്ന്ന് - വളർത്തുന്നത്*
** ബയസ്സ് - വയസ്സ്; * കൊറേ - ധാരാളം*

നേരം മോന്ത്യായി. മരങ്ങളെല്ലം ഇര്ട്ട് പെയ്യാൻ തൊടങ്ങി. എന്റെ തറമ്മലിരിക്ക്ന്ന പെര്മലയനോട് മലിനാണി ചോയിച്ചു.

“നേരം മോന്ത്യായില്ലേ... മനക്കല് പോയിറ്റ് ഉത്തരം കൊട്ക്കണ്ടെ...”

പണ്ട് എത്രയോ തീച്ചാമുണ്ഡി കെട്ടുമ്പം ചായങ്ങളെ കൊണ്ട് ചമീച്ച തുട്ത്ത കവിളിപ്പം ഒടിഞ്ഞ് കുയി*വന്നത് ഓൻ അറിയാതെ തടൂമ്പം* ഓന്റെ കൈമല് കണ്ണിലെ ചൂട്ല്ല്ലെ വെള്ളം പറ്റിപ്പിടിച്ചു. അന്നേരും മലിനാണി ഓന്റെ മോത്തേക്ക് നോക്കി ഉള്ളുരുകി പറഞ്ഞു.

“മനക്കല് പോയി ഉത്തരം കൊട്ത്തില്ലെങ്കില് അവരെ ആള് വന്ന് നമ്മളെ കുടീല്ട്ട് ചുട്ട് കൊല്ലും. നിങ്ങ ബേം* പോയിറ്റ് അടിയന് ഉത്തരം തെരാൻ രണ്ട് ദെവസത്തെ എട* വേണംന്ന് താണ് തൊവ്വ്ത് പറഞ്ഞിറ്റ് വാ...”

ഓൻ അട്ത്തിരിക്ക്ന്ന ചെക്കന്റെ തലീല് മെല്ലെ തടീക്കോണ്ടിരുന്നു. ഇപ്പം ചുറ്റൂല്ലെ മരങ്ങളെല്ലം ഇര്ട്ട് പെയ്ത് നെറച്ച് എന്റെ തറീം പെര്മലയന്റെ കുടീം മുക്കിക്കുളിപ്പിച്ചു. പെര്മലയൻ പിന്ന ഏടീം പോവാതെ ഇര്ട്ടിനീം വാരിപ്പൊതച്ച് എന്റെ തറമ്മല് തന്നെ ചുരുണ്ട് കെടന്നു.

** കുയി - കുഴി; * തടൂമ്പം - തടവുമ്പോൾ*

** ബേം - വേഗം; * എട - സമയം*

** ബിടൂല - വിടില്ല*

കടവറിയാത്ത എളമാൻ

തീയ്യത്തി ചിരുത ഇന്ന് പൊലച്ചകൂറ്റ്ന് പിന്നീം റാക്ക് കാച്ചി. തോട്ടിൻകരക്കും, പെർവയിക്കും മാത്രല്ല, മനിശമ്മാറ് തമ്മില് കാണ്ന്നെ ട്ത്തല്ലം പെർമലയന്റെ മോൻ അമ്പുപ്പണിക്കറെ ചെക്കൻ കുഞ്ഞിക്കേ ളൂനക്കൊണ്ട് തീച്ചാമുണ്ഡി തെയ്യം കെട്ടിക്ക്ന്നേന പറ്റി മാത്രേ വർത്താനം ഇണ്ടാവ്ന്ന്ല്ലൂ.

ഇത്വരെ തീയ്യത്തി ചിരുതേരെ റാക്ക് കുടിക്കുമ്പം ഒപ്പരം കുടി ക്ക്ന്നവര് പോലും ഈ കാര്യം പെർമലയനോട് ചോയിച്ചിറ്റൂല്ല, പറഞ്ഞി റ്റൂല്ല. എന്നാല് ചെലരെല്ലാം തീയ്യത്തി ചിരുതയോട് പറഞ്ഞു.

“മാരിക്കുരിപ്പ് കെട്ടി നാട് തേച്ചും ചത്ത് തീർന്നാലും അയിന്റെ പേരില് പെർമലയന്റെ ചെക്കനെ തീയില്ട്ട് ചുട്ട്കരിക്കാൻ ബിട്ടൂട* ചിരുതമ്മേ...”

കൊറേ ആളെല്ലം എന്ന വിളിച്ച് ഉള്ളുരുകി പറഞ്ഞത് ഞാൻ കേട്ട്നി.

“ന്റെ പൊട്ടൻ തെയ്യേ... കുഞ്ഞിക്കേളൂന കൊണ്ട് തീച്ചാമുണ്ഡി കെട്ടിക്കാൻ ഒരാളെ തലീലും തോന്നിക്കല്ലെ...”ന്ന്

എനക്കറിയാലൊ... വല്യമ്പ്രാൻ ചതിക്കും. ഓന അന്സരിക്കാത്തോ നെല്ലം ഓൻ ഓരോ കാര്യം ഇണ്ടാക്കി കൊല്ലും. പെർമലേനത് അറിയ. അയിനക്കൊണ്ട് ഓൻ ഗുരുസിക്ക് കോയീന അറുക്കുമ്പോലെ ചെക്കന അറ്ക്കാൻ കൊടുക്കൂല.

നാടിന്റെ ഏതെല്ലോ മൂലക്ക്ന്ന് ഒളിച്ചും പതുങ്ങീം വന്ന കാറ്റ് ചെക്കന്റെ ചെവീലും എന്തെല്ലോ പറീന്ന്ണ്ട്. അത് കൊണ്ടെന്നെ ചെക്കന്റെ വായത്തളിര്* പോലത്തെ മനസ്സില് ഒര് കലക്കം വന്നിന്. ഒര് കനം മോത്ത്ന്ന്* തൂങ്ങ്ന്ന്ണ്ട്. എല്ലാരും കര്ത്ന്ന് ഓന്റെ ചെങ്ങായി

** വായത്തളിര് – വാഴയുടെ തളിരില; * മോത്ത്ന്ന് – മുഖത്ത് നിന്നും*

** ബിട്ടൂട – അനുവദിച്ച് കൂട;*

വാണ്യനെമ്മന്റെ മോൻ പൊന്നൂട്ടിക്ക് കുരിപ്പ് പറ്റ്യേന്റെ വിങ്ങലാന്ന്നാ... അതൊന്നുല്ല.

എന്നാല് ചെക്കൻ ഒരാളോടും ഒന്നും പറഞ്ഞതൂല്ല.

മലിനാണീരീം ഓളെ മോള് മാണീരീം ബായീന്ന് ഒച്ച പൊറത്ത് വന്നിറ്റ് ഞാനിപ്പം കേക്കലേ ഇല്ല. അവര് മിറ്റത്ത്ന്ന് പാത്രം വടിക്കുമ്പം പാത്രം വീണ് പൊട്ട്ന്ന ഒച്ച എടക്കെല്ലം കേക്കും. അട്പ്പത്ത്ന്ന് വെന്ത് തെളക്ക്ന്ന കഞ്ഞീം കലും കൈക്കലത്തുണി* കൂട്ടിപ്പിടിച്ച് എറക്കി വെക്ക്മ്പം കൈമന്നെളി വീണ് പൊട്ടിത്തെറിച്ചു. അന്നേരം മലിനാണി പറഞ്ഞു.

“എന്റെ പൊട്ടൻ തെയ്യേ നീ കാത്തു. തെളക്ക്ന്ന കഞ്ഞി മേത്ത് ആയി പൊള്ളാതെ നീ തട്ത്തു...”

നേരം പൊലന്ന് പെർമലയൻ വാണ്യനെമ്മന്റെ കുഞ്ഞിക്ക് പൊള്ള്ന്ന കഞ്ഞി കൊട്ക്കാൻ പോയേരം അതും നോക്കി എന്റെ തറേ രട്ത്ത് നിക്ക്ന്ന ചെക്കനോട് മലിനാണി ഒച്ച കൊറച്ച് പറഞ്ഞു.

“ആര് ചോയ്ച്ചാലും തീച്ചാമുണ്ഡി തെയ്യം കെട്ടാനില്ലെ കയ്വ്* എന ക്കില്ലമ്പ്രാക്കളെന്ന് എന്റെ മോൻ പറഞ്ഞാമതി.”

ചെക്കന്റെ ചെവീലേക്കത് കേറ്യതേ ഇല്ല.

ചെക്കൻ കത്തലടക്കാനിര്ന്നേരം ഓള് എന്നോട് പറീമ്പോലെ ചെക്കൻ കേക്കാൻ തന്നെ പറഞ്ഞു.

“ന്റെ പൊട്ടൻ തെയ്യേ... അയിനില്ലെ കാലൂം പ്രായൂം ന്റെ കുഞ്ഞി ക്കേളൂന് ആയിറ്റ്ല്ലല്ലോ ന്റെ പൊട്ടൻ തെയ്യേ...”

അത്രീം കേട്ടപ്പോ ചെക്കന് കത്തലടക്കാൻ പറ്റാതായത് പോലെ യായി.

മിറ്റത്ത് വായേരെ മെരട്ട്* വെച്ച മങ്കലത്തിന്റെ മോളിലിരുന്ന് കാക്ക കൾ നല്ലോണം തൊണ്ടപൊട്ടിച്ച് കരീന്നത് ചെക്കൻ കത്തലടക്കാൻ ഇരിക്ക്മ്പേ കേട്ടിന്. ഓന്റെ മുമ്പില് കത്തലടക്കാൻ വെച്ചത് ഓൻ കാക്കക്ക് കൊടുത്തു.

ഇന്നല മോന്തിക്ക് മുമ്പെ വല്യമ്പ്രാന മൊകം കാണിക്കാൻ പോയ മുതുടോന വല്യമ്പ്രാൻ കാർക്കിച്ച് തുപ്പി ആട്ടി പറഞ്ഞേച്ചിനീന്ന് ഓൻ തന്നെ തീയ്യത്തി ചിരുതേരെട്ക്ക്ന്ന് റാക്ക് കുടിക്കുമ്പം ഒപ്പരം കുടിക്ക്ന്ന വരോട് പറഞ്ഞിന്. പിന്നെ ഓൻ തീയ്യത്തി ചിരുത കേക്കാതിരിക്കാൻ ചെറിയ ഒച്ചീല് ഇങ്ങനീം പറഞ്ഞു.

“വല്യമ്പ്രാനോട് അടിയൻ പറഞ്ഞു. പെർമലയന്റെ ചെക്കനെക്കൊ ണ്ടെന്നെ തീച്ചാമുണ്ഡി തെയ്യം കെട്ടിക്കാൻ അടിയൻ നോക്ക്ന്ന്ണ്ട്ന്ന്”

മുതുടോൻ എത്ര പതുക്കെ പറഞ്ഞിറ്റും തീയ്യത്തി ചിരുത ഓൻ പറീന്ന് കേട്ടിന്. ഓള് കൈമല് ഇണ്ടായ റാക്കിന്റെ കുടുക്ക എറേത്ത്*

** കയ്വ് - കഴിവ്; * മെരട്ട്- ചുവട്ടിൽ*

** കൈക്കലത്തുണി - അടുപ്പിൽ പാത്രം ഇറക്കി വെക്കാൻ ഉപയോഗിക്കുന്ന തുണിക്കഷണം; * എറേത്ത് - ഇറയത്ത്*

വെച്ചിറ്റ് നെഞ്ഞത്ത് പൊത്ത്യ തോർത്ത് മുറുക്കി പൊത്തീറ്റ് മിറ്റത്ത് കീഞ്ഞ് മുതുടോനോട് കഴ്ത്തില് കയറ് കുട്ങ്ങ്യ നരീനപോലെ ചീറി.

"ന്താ മുതുടോൻ ഇപ്പം പറഞ്ഞത്... എന്റെ കുഞ്ഞിക്കേളൂന തീയിലിട്ട് ചുട്ട് കൊല്ലാൻ കൊടക്കണംന്നാ. കുടിക്ക്ന്ന റാക്കില് വെഷക്കായ കലക്കി നിന്നല്ലം കൊല്ലും ഞാൻ. മുതുടോനെ എന്റെ ഈ മിറ്റത്തേക്ക് നീ കേറിപ്പോറ്... നിനിക്കീട എനി കള്ളൂല്ല റാക്കൂല്ല മുതുടോനെ..."

മുതുടോൻ പേടിച്ച് കുടിക്ക്ന്ന ചെരട്ട നെലത്ത് വെച്ച് ഓള തൊവ്വ്തോണ്ട് പറഞ്ഞു.

"വല്യമ്പ്രാൻ അടിയനോട് പറഞ്ഞു. നാട് തേച്ചും കുരിപ്പ് കേറി ചത്ത് തീരാണ്ട് നിക്കാനാ തീച്ചാമുണ്ഡി കെട്ട്ന്ന്... അന്നേരം അയിനുത്തരായിറ്റ് അടിയൻ പറഞ്ഞ് പോയതാ ചിരിയമ്മേ..."

പിന്ന്യാട നിക്കാതെ മുതുടോൻ ഓളെ കുന്ന്കീഞ്ഞു.

മുതുടോന പിന്നീം വല്യമ്പ്രാൻ വിളിപ്പിച്ചു. ആട്ന്ന് പേടിച്ച് വെറച്ച മുതുടോൻ നേരെ പെർമലയന്റടുത്തേക്ക് പെർവയി കേറി. പെർമലയനും ചെക്കനും തീയ്യത്തി ചിരുതേരെ കുന്ന്കേറിനീന്ന് മലിനാണി പറഞ്ഞു. ഓൻ തീയ്യത്തി ചിരുതേരെടുത്തെത്തുമ്പം എന്ന വിളിച്ച് പറഞ്ഞു.

"ന്റെ പൊട്ടൻ തെയ്യേ... ചെക്കനക്കൊണ്ട് തീച്ചാമുണ്ഡി കെട്ടിക്കാൻ പെർമലയനകൊണ്ട് നീ സമ്മതിപ്പിക്കണേ"ന്ന്...

എന്നാല് തീയ്യത്തി ചിര്തേരെട്ത്ത് ചെക്കനും പെർമലയനും ഇണ്ടായ്റ്റ്ല. ആട തമ്പ്രാന്റെ കാര്യസ്ഥൻ കോയിച്ചപ്പു റാക്ക് കുടിച്ച് ചങ്ക് നീട്ടി തലചുഴറ്റിക്കോണ്ട് നിക്ക്ന്നതാ മുതുടോൻ കണ്ടത്. മുതുടോനോട് കണ്ണ് പൊറത്തേക്ക് ഉരുട്ടി നാവ് പൊറത്തേക്കും അകത്തേക്കും ഇട്ടോണ്ട് കോയിച്ചപ്പു ചോയിച്ചു.

"ഓടുത്തു നായിന്റമോനേ നിന്റെ പെർമലയൻ..."

ഓന്റെ ഒച്ചീല് പേടിച്ച് വെറച്ച് ആരും ഒന്നും മിണ്ടീല. ഓൻ തെങ്ങിന്റെ മട്ടല്* പോലത്തെ ഓന്റെ കൈ നീട്ടീം മടക്കീം ചെയ്തോണ്ടും നീണ്ട ചങ്ക് ആട്ടിക്കോണ്ടും പെർമലയന, റാക്കിനേക്കാളും എറ്റ്ന്ന ചീത്തീം പറഞ്ഞോണ്ട് ആടിയാടി പാറക്കേക്ക് കേറിപ്പോയി.

കോയിച്ചപ്പു പോയേരം പെർമലയനും ചെക്കനും ഏട്ന്നോ കേറി വന്നു.

മുതുടോൻ പെർമലയന തൊവ്വ്തു.

തീയ്യത്തി ചിരുതേരെ പാത്രം വടിച്ച് വെള്ളം ഒയിക്ക്ന്നെ വായേരെ കൈക്ക് ഇറക്കിവെച്ച രണ്ട് ചെരട്ട എട്ത്ത് പെർമലയൻ ഒന്ന് മുതുടോന് കൊടുത്തു. വീടിന്റെ ബയ്യപ്രത്ത്* പോയി ഇര്ന്ന അവരിക്ക് തീയ്യത്തി ചിരുത ഒര് കുടുക്കീല് റാക്ക് കൊണ്ട് കൊടുത്തു. റാക്ക് ചെരട്ടീലാക്കി കുടിക്ക്മ്പം മുതുടോൻ ചിരുതീം കൂടി കേക്കാനില്ലെ ഒച്ചീല് പറഞ്ഞു.

** മട്ടല് - മടല്*

** ബയ്യപ്രത്ത് - പിന്നിൽ*

"ഇന്നലീം തമ്പ്രാന്റെ മനേരട്ത്ത് രണ്ടാള് കുരിപ്പ് വന്നിറ്റ് ചത്തി നോലും കണ്ടത്തില് പണിയെട്ക്ക്ന്ന പൊലേമ്മാരാ, വെല്ല്യ കുയി കുയിച്ച് ചത്തേയിറ്റിങ്ങള രണ്ടിനീം വെലിച്ച് കുയീലിട്ട് മണ്ണിട്ട് മൂടാ ചെയ്തത്"

തീയ്യത്തി ചിരുത അവരൊപ്പരം ഇരിക്ക്ന്നെ ചെക്കന് ചക്ക പൂങ്ങ്യത്* കൊണ്ട് കൊട്ക്ക്മ്പം പെർമലയനും മുതുടോനും കൂടി കൊറച്ച് ചക്ക വായേരെ എലീല് കൊടുത്തു. തീയ്യൻ ചവുണ്ണ്യൻ എന്നേരം വീടിന്റെ മുമ്പിലെ എറേത്തിരുന്ന് പൂങ്ങ്യ ചക്ക തിന്ന്ന്ണ്ടായിന്.

മുതുടോന്റെ തലീല് റാക്ക് തുള്ളാൻ തൊടങ്ങ്യരം ഓൻ ഉരിയാട്ട് തൊടങ്ങി. ഓൻ ഓരോ നാട്ട് ബിശ്യം* പറഞ്ഞ് പറഞ്ഞ് ഒടൂല് തീയ്യ ത്തിചിരുതേനീം മറന്ന് ചെക്കൻ തീച്ചാമുണ്ഡി കെട്ട്യേ പറ്റൂന്ന് തറപ്പിച്ച് പറഞ്ഞു. അയിനായിറ്റ് പെർമലയൻ തമ്മതിച്ചേ പറ്റൂന്നും മുതുടോൻ ഒറപ്പിച്ച് പറഞ്ഞു.

റാക്ക് പെർമലയന്റെ തലീന്നും കെട്ന്ന് പൊളീന്ന്ണ്ടെങ്കിലും ഓന്റെ വാക്ക് പെഴച്ചില്ല. ഒര് കൊത്ത് രണ്ട് കണ്ടം*. പെർമലയൻ പറഞ്ഞു.

"ഇല്ല... മുതുടോനെ, അയിനായിറ്റ് അട്പ്പത്ത് വെള്ളം വെക്കണ്ട. നിങ്ങളെ പുത്തി* അയില് വെന്ത് കിട്ടൂല."

പെർമലയൻ അത്രീം പറഞ്ഞ് തീരുമ്പളക്ക് അട്ക്കളീന്ന്, കോയി ക്കുഞ്ഞീന പിടിക്കാൻ ബെർന്ന പ്രാക്കിടിയന്റെ നേരെ കൊക്കും ചെറകും ഒലത്തി അലറി വിളിച്ച് പാറിവെർന്ന പടിച്ചിക്കോയീനപ്പോലെ* തീയ്യത്തി ചിരുത മുതുടോന്റെ മുമ്പിലെത്തി.

"മുതുടോനെ... ഞാൻ ഒരിക്കാല് ഈൗട്ന്നന്നെ നിന്നോട് പറഞ്ഞു. എന്റെ കുഞ്ഞിക്കേളൂന കണ്ടിറ്റ് ഒര് നായീം കൊരക്കണ്ടാന്ന്. തീച്ചാമുണ്ഡി കെട്ടാൻ ഓന കിട്ടൂല. നാട് തേച്ചും മാരിക്കുരിപ്പ് വന്ന് ചത്ത് നാറട്ട്*. പെർമലയൻ തമ്മതിച്ചാലും ഞാനെന്റെ കുഞ്ഞീന വിട്ട് തരൂല."

ഓളെ വെറക്ക്ന്ന ഒച്ച കേട്ട് വീടിന്റെ വയ്യപ്രത്തേക്ക് വന്ന തീയ്യൻ ചവുണ്ണ്യൻ ഒച്ച്യെട്ക്കാതെ പറഞ്ഞു.

"പറ്റൂല മുതുടോനെ... ചതീല്ലെ തമ്പ്രാക്കളെട്ത്ത് തീച്ചാമുണ്ഡി കെട്ടാൻ പറ്റൂല. അല്ലെങ്കിലും പുതിയോതീന കെട്ട്യാടിക്ക്ന്നില്ലേ... പിന്നെ ന്തിനാ തീച്ചാമുണ്ഡി..."

"അങ്ങന്യാ ചവുണ്ണ്യച്ചാ കുഞ്ഞിരേർമ്മൻ കുരിക്കളെ രാശീല് തെളി ഞ്ഞിന്. തീച്ചാമുണ്ഡി കെട്ടാതെ പറ്റൂല. അയിന് കുഞ്ഞിക്കേളൂന് വയസ്സ് പതിനാറായില്ലേ..."

കുഞ്ഞിക്കേളു തീരെ ചെവികേക്കാത്ത പൊട്ടനപ്പോലെ അവരട്ത്ത് നെലത്തിര്ന്ന് ചിരുത രണ്ടാമതും കൊട്ത്ത പൂങ്ങ്യ* ചക്ക തിന്ന് തീർത്തു.

തൊണ്ട*നായി മേത്തെ രോമം പറ്റീം പറിഞ്ഞ് വീണ് മാളത്തിന്റെ

** പൂങ്ങ്യത്- പുഴുങ്ങിയത്; * കണ്ടം - കഷണം;*
** പുത്തി - ബുദ്ധി; * പടിച്ചിക്കോയി - പിടക്കോഴി;*
** നാട്ട്ബിശ്യം - നാട്ടിലെ വിശേഷം; * നാറട്ട് - നാറിക്കോട്ടെ*
** പൂങ്ങ്യ - പുഴുങ്ങിയ; * തൊണ്ടൻ - വൃദ്ധൻ;*

പൊറത്ത് കെടക്ക്ന്ന പുള്ളിപ്പുലീന ശൂലത്തോണ്ട് കുത്ത്യേരം അലറി തുള്ളി വെർമ്പോലെ പെർമലയൻ തല കൊടഞ്ഞ് എണീറ്റ് മുതുടോന്റെ ചങ്കിന് പിടിച്ച് കടിക്കാൻ പോമ്പം തീയൻ ചവുണിയൻ ഓന തട്ത്ത് മാറ്റി. തീയ്യൻ ചവുണ്യന്റെ കൈയീരുള്ള്ന്ന് പെർമലയൻ ദൈവം കൂട്യ വെളിച്ചപ്പാടനപ്പോലെ നിർക്കനിർക്ക* തുള്ളി.

കുഞ്ഞിക്കേളു കണ്ണും കാതും ഇല്ലാത്തോനപ്പോലെ, എല ചുരുട്ടി ച്ചാടി* വായേരെ മെരട്ട് വെച്ച വെള്ളത്തോണ്ട് കൈ കഴ്കി നേരെ പെർമ ലയന്റടുത്തേക്ക് പോയി ഓന്റെ കൈയ്യും പിടിച്ച് മിണ്ടാതെ കുന്ന് കീഞ്ഞു. കുന്നെറങ്ങുമ്പം ബയ്യലോട്ട് തിരിഞ്ഞ് നോക്കീറ്റ് പെർമലയൻ മുതുടോനോട് പിന്നീം പറഞ്ഞു.

"മുതുടോനെ... തീച്ചാമുണ്ഡീരെ പേരും പറഞ്ഞ് എന്റെ കുഞ്ഞീന തേടീറ്റ് കുടീലേക്ക് ആരെങ്കിലും വന്നാല് ഓന ഞാൻ ചായ്യത്ത്യാള്* എട്ത്ത് കൊത്തിത്തറച്ച് കൊല്ലും മുതുടോനെ... കൊല്ലും..."

മുതുടോൻ കുന്നെറങ്ങുമ്പും തീയ്യത്തി ചിരുതീം ഓന നല്ലോണം കലമ്പി*.

പെർമലയൻ കുന്നിറങ്ങി എന്റെ തറമ്മലിരിക്കുമ്പൂം ഒണങ്ങിച്ചുരുണ്ട ഓന്റെ മേല് കാറ്റത്ത് അരയാലിന്റെ എല വെറക്കുമ്പോലെ വെറക്ക്ന്ന് ണ്ട്. ഓന്റെ നെറ്റീരെ തായലെ കുണ്ട്ന്ന് കണ്ണ് പൊറത്തേക്ക് തള്ളി വന്ന് എന്റെ വെളക്കിലെ തിരി കത്ത്ന്നത് ഓന്റെ കണ്ണിലും കത്ത്ന്ന് കണ്ട ഓന്റോള് മലിനാണി ചോയിച്ചു.

"എന്ത്ന്നാ ചിരുതമ്മേരെട്ത്ത്ന്ന് ഒച്ചീം ബിളീം* തെളച്ച് മറീന്ന് കേട്ടത്..."

ഓളെ കൈമന്ന് മിറ്റത്ത് മങ്കലം വീണ് പൊട്ടുമ്പോലെയാന്ന് ഓനയിന് ഉത്തരം കൊടുത്തത്.

"എന്റെ ചെക്കനെക്കൊണ്ട് തീച്ചാമുണ്ഡി കെട്ടിച്ച് തീയിലിട്ട്ചുട്ട്റ്റ് മുതുടോനും തമ്പ്രാനും തിന്നണോലും"

എനി എന്തെങ്കിലും ഓള് ചോയിച്ചാല് ഓന്റെ മൊളം കുറ്റിപോ ലത്തെ കാലോണ്ട് ഓളെ നടൂന് ചവ്ട്ട് കിട്ടുംന്ന് ഒറപ്പില്ലത് കൊണ്ട് പിന്ന്യോളൊന്നും മിണ്ടീല.

രാത്രി ഓൻ കത്തലടക്കാതീം പായി വിരിക്കാതീം വെറും നെലത്ത് ഒറങ്ങാൻ* കെടന്ന്വെങ്കിലും ഒറങ്ങീല. രാത്രി ഒര് പിടി വാരിത്തിന്നാൻ ഓന്റെ മോള് മാണി കൊറേ പറഞ്ഞിനെങ്കിലും ഓൻ ഒന്നും മിണ്ടാതെ കെടന്നു. അന്ന് രാത്രി ഓൻ മാത്രല്ല കുടീല് ആരും ഒറങ്ങീറ്റ്ല. മിറ്റത്തെ പയ്യാനേരെ കൊമ്പ്മ്മലിര്ന്നിറ്റ് കൂമൻ മൂളീനെങ്കിലും അതും ആരും കേട്ട്റ്റ്ല്ല.

** നിർക്കനിർക്ക - മുകളിലോട്ട്; * ചുർട്ടിച്ചാടി - മടക്കിവലിച്ചെറിഞ്ഞു*

** ചായ്യത്ത്യാള് - നീളമുള്ള കത്തി*

** കലമ്പി - വഴക്ക് പറഞ്ഞു; *ഒച്ചീംബിളീം - ശബ്ദവും വഴക്കും*

** ഒറങ്ങാൻ - ഉറങ്ങാൻ*

വല്യന്വ്രാന അന്സരിക്കാഞ്ഞിറ്റ് അവരെ ആള് ചൂട്ടും കത്തിച്ചിറ്റ് വന്ന് എല്ലാരീം ചുട്ട്കൊല്ലുന്നതും നിരീച്ചിറ്റ് മലിനാണി ഒറങ്ങാതെ ഓളെ പയേ നരച്ച കണ്ണും മീച്ച് കെടന്നു. കുടീന്റുള്ള്ന്ന് എല്ലാരും തീക്കേറി പെടച്ച് പെടച്ച് ചത്ത് കത്തിക്കരിഞ്ഞ കരിക്കൊള്ളിപോലത്തെ ശവം കണ്ട് മിറ്റത്തെ എന്റെ തറമ്മലെ ചെമ്പകത്തിമ്മലും വായേരെ മോളിലും കാക്കീര്ന്ന് തൊണ്ടപൊട്ടി കാറിക്കാറി കരീന്നത് ഓള് ഒറങ്ങാതെ കരിങ്കിനാവ് കണ്ടു.

മലവെള്ളം പുളഞ്ഞ് മദിച്ച് വെര്ന്നപോലെ നാട് തേച്ചും വന്ന് കുടിലിന് ചുറ്റും തളംകെട്ടിനിന്ന് തീച്ചാമുണ്ഡി കെട്ടി മാരിക്കുരിപ്പ്ന്ന് നാട്ട്നരക്ഷിക്ക്ന്ന് പെര്മലയന്റെ പൊട്ടിപൊളിഞ്ഞ ചെവീന്റുള്ളില് കേറി അലമൊറ ഇട്ടു. ആ കേൾവിലെണീറ്റ് മൊകത്തെഴുതി കിരീടം വെച്ച് കാരോലയുടുത്ത് അരയോട കെട്ടി അഗ്നിപ്രവേശം ചെയ്യുമ്പം മഞ്ഞക്കുറിവാരി എറിയാതെ പോത്തിനപ്പോലെ തലകുമ്പിട്ടിരിക്കുന്ന തമ്പ്രാന ഓൻ കണ്ടു. കുറിവാരി എറി* തമ്പ്രാന്ന് നാട് നെലവിളിക്കുമ്പൂം ചെവികേക്കാതെ കറ്ത്തിരുണ്ട പോത്ത് മൂക്ക്ന്ന വെള്ളൊലിപ്പിച്ചോണ്ട് വായിതൊലിച്ച് കറ പിടിച്ച പല്ല് പൊറത്ത് കാട്ടി ഉണ്ടക്കണ്ണ് ഉരുട്ടിയുരുട്ടി നോക്ക്ന്നത് പെര്മലയൻ കണ്ടു. കൂമ്പേന* കൂട്ട്യ തീക്കുനീല് കത്തിക്കരിഞ്ഞ് കെടക്ക്ന്ന കുഞ്ഞിക്കേളൂന വെലിച്ചെട്ത്ത് തീയില് തലീട്ടടിക്ക്ന്ന മലിനാണീനീം ഓൻ കണ്ടു.

തീച്ചാമുണ്ഡി കെട്ടി അഗ്നിപ്രവേശം ആയിരോട്ടം* നടത്തി അരയിലുടുത്ത ഒര് കാരോലപോലും കരിഞ്ഞ് പോവാതെ അരയോടേരുള്ള്ന്ന് കൈ ഒയർത്തി നാടിനെ അനുഗ്രഹിക്കുന്ന അമ്പുപ്പണിക്കറെ മൊകാന്ന് മാണീരെ മനസ്സില് തുള്ളിയാർത്തത്.

സ്വർണ്ണക്കട്ട ചുട്ടുപഴുത്ത് നില്ക്കുന്ന പോലത്തെ കനൽ കൂമ്പാരം. ചുറ്റും അള്ളടനാടിന്റെ തൊണ്ടീന്ന് ഒയര്ന്ന* ഗോവിന്ദംവിളി. ആയിരം ചെണ്ട ഒന്നിച്ചലറുന്നു. അരയോടേന്റുള്ള്ന്ന് കൈ വിടർത്തി വെള്ളത്തിന്റെ കയത്തിലേക്ക് ചാടുന്ന കുട്ട്യേളപ്പോലെ ആളുന്ന കനൽകുന്നിലേക്ക് കമിഞ്ഞും മലന്നും വീണ് മുങ്ങിക്കേറുന്ന തീച്ചാമുണ്ഡീരെ മൊകം കുഞ്ഞിക്കേളു കണ്ണ് മീച്ച് നോക്കി. ഇരുട്ടിൽ കനലിന്റെ വെളിച്ചത്തില് ഓൻ കണ്ടു. അത് ഓന്റെ മൊകം തന്നെ... മലന്ന് കെടന്ന ഓന്റെ നെഞ്ഞത്ത് നിന്ന് തീച്ചാമുണ്ഡി ആടിത്തിമർക്കുന്നത് നോക്കി ഓന്റെ കണ്ണ് ചിരിച്ചു. ചിരിച്ച് ചിരിച്ച്, തീയ്യത്തി ചിരുതേരെ കോയി കൂവാനാവുമ്പം ഓൻ ഒറങ്ങി.

ചെക്കൻ എന്നോടൊന്നും ഉരിയാടീറ്റേ* ഇല്ല. എന്നോട് പറയാതെ ഓനൊരു ബയി* കൊത്തിതൊറക്കൂല... അതെനക്ക് ഒറപ്പാ...

** കൂമ്പേന - ഉയരത്തിൽ; * എറി - എറിയുക*

** ആയിരോട്ടം - ആയിരംതവണ; * ഒയര്ന്ന - ഉയരുന്ന*

** ഉരിയാടുക - പറയുക; * ബയി - വഴി*

മിറ്റത്ത് വായേരെ മെരട്ട്ന്ന് മലിനാണി പാത്രം വടിക്കുമ്പം ചെവീലാതിപക്ഷ്യേള് ഒര്വറ്റിന് വേണ്ടി കലപിലയാക്ക്ന്നത് കേട്ടാന്ന് ചെക്കൻ ഒറക്കറഞ്ഞത്. എണീറ്റ്, പാത്രം വടിക്ക്ന്നെട്ക്കന്ന് കാലും മൊകൂം കഴ്കി എന്റെ തറേരട്ത്തെ പുളിയമ്മാവിനെപ്പോലെ ഒറച്ചിരിക്ക്ന്ന പെർമലയനോട് ചെക്കൻ പറഞ്ഞു.

"അപ്പാപ്പാ... വാണ്യനെമ്മച്ചന്റെ പൊന്നൂട്ടിക്ക് കത്തലടക്കാൻ എന്തെങ്കിലും കൊണ്ടോണ്ടെ അപ്പാപ്പാ..."

പെർമലയന് വാണ്യനെമ്മന്റെ ചെക്കനെന്നെ മനസ്സ്ന്ന് പോയിന്. ഇന്നല തീയ്യൻ ചവുണ്ണ്യൻ കൊണ്ടന്ന കരിക്ക് വേഗം ചെത്തി എടുത്ത് പെർമലയൻ വാണ്യനെമ്മന്റെ വീട്ടിലേക്ക് പാഞ്ഞു.

ചക്കാലേരെ വയ്യന്ന് പൊന്നൂട്ടീന ഉക്കില്* വിളിക്ക്ന്നത് ചെക്കൻ എന്റെ തറമ്മലിര്ന്ന് കേട്ടു.

പെർമലയൻ തിരിച്ച് വന്നേരം ചെക്കൻ ചോയിച്ചു.

"അപ്പാപ്പൻ പൊന്നൂട്ടീന കണ്ട്ന്യാ*..."

"ഇല്ല. ഞാൻ കരിക്ക് ചക്കാലേന്റുള്ളില് വെച്ച് കൊറേയോട്ടം* ഓന ബിളിച്ചിന്. ഒച്ചീം അനക്കൂം ഒന്നും ഇണ്ടായ്റ്റില്ല"

ചെക്കന്റെ മനസ്സില് വിങ്ങല് വന്നു. ചീർമ്പപ്പോതി ചങ്ങായീന്റെ ജീവനുംകൊണ്ട് പോയൊ. പെട്ടന്ന് ഓനി ഇങ്ങന തോന്നി. കുളിക്കാൻ തോട്ടിലേക്കോടുമ്പോലെ അപ്പാപ്പനറിയാതെ പൊന്നൂട്ടീരെട്ത്തേക്ക് ഓട്യാലോ... ആടെത്തീറ്റ് പൊന്നൂട്ടീന്ന് വിളിച്ചാല് ഓന് ജീവന്ണ്ടെങ്കില് എണീറ്റ് ബെരും. പിന്ന്യത് ഓന്റെ അപ്പാപ്പനോട് പറഞ്ഞു. പെർമലയൻ അയിനായിറ്റ് സമ്മതം മൂളീല. ചെക്കൻ എന്നോട് സങ്കടം പറഞ്ഞു.

"ന്റെ പൊട്ടൻതെയ്യേ.... മാരിക്കുരിപ്പ് പിടിച്ചേപ്പിന്ന അടിയന്റെ തൊണക്കാരൻ പൊന്നൂട്ടീന ഒര് നോട്ടമ്പോലും കണ്ട്റ്റില്ലല്ലോ ന്റെ പൊട്ടൻ തെയ്യേ..."

മുതുടോൻ പിന്നീം കേറി വെരേന്ന്.

മുതുടോന പെർവയിക്ക്ന്ന് ഉരുണ്ടോണ്ട് കേറ് വെര്ന്ന് കണ്ടേരം പെരുമലയൻ വേഗം കുടീന്റാത്ത് കേറീറ്റ് മലിനാണ്യോട് പറഞ്ഞു.

"എന്ന ചോയിച്ചാല് പൊറത്തേട്യോ പോയിനീന്ന് പറഞ്ഞാ മതി."

മുതുടോൻ എന്റെ തറമ്മലിരിക്കുമ്പം മലിനാണി പൊറത്തേക്ക് വന്നു. മുതുടോൻ ചോയ്ക്കാതെന്നെ മലിനാണി പറഞ്ഞു.

"പെർമലയൻ രാവിലെന്നെ പൊറത്തേക്കേട്യോ പോയിനി".

ചെക്കനും മുതുടോന്റട്ത്ത് പോയി നിന്നു. മുതുടോൻ ചെക്കന്റെ കൈ പടിച്ച് എന്റെ തറമ്മല് ഓനിരിക്ക്ന്നെട്ക്ക ഇര്ത്തിച്ചു. എന്നാല് ചെക്കനെക്കൊണ്ട് തീച്ചാമുണ്ഡി കെട്ടണ്ട കാര്യം ഓൻ പറഞ്ഞതേ ഇല്ല.

വല്യമ്പ്രാൻ പിന്നീം മുതുടോന മനക്കലേക്ക് വിളിപ്പിച്ചതും എത്രീം പെട്ടെന്ന് തീച്ചാമുണ്ഡി കെട്ടാൻ അടയാളം വാങ്ങീറ്റില്ലേങ്കില് സകല മല

** ഉക്കില് - ശക്തിയിൽ; ഉറക്കെ; * കൊറേയോട്ടം - പലതവണ*

** കണ്ട്ന്യാ - കണ്ടുവോ*

യമ്മാരെ കുടീലും വണ്ണാത്തിമാറ്റ്* മൊടക്കൂന്നും, അവകാശപ്പെട്ട ഒര് തെയ്യും അള്ളടനാട്ട്ല് തന്നെ കെട്ട്യാടാൻ ബിടൂലാന്നും* വല്യമ്പ്രാൻ പറഞ്ഞതായി മുതുടോൻ മലിനാണ്യോട് വേവലാതി പിടിച്ച് പറീന്നത് കുടീന്റാത്ത്ന്ന് മാണീം പെർമലയന്റെ പൊട്ടിപ്പൊളിഞ്ഞ ചെവീം കേട്ടു.

മലിനാണി മറുകുറി മിണ്ടാതെ ഒടിഞ്ഞ നടു നീർക്കാതെ തല കുത്തനപിടിച്ച് നിന്നു.

മുതുടോൻ മിറ്റത്തിരിക്കുമ്പം കുടിന്റാത്തിരിക്ക്ന്ന പെർമലയന് തുള്ളപ്പനി വന്നപോലെ മേല് ഉഷ്ണിക്കാൻ തൊടങ്ങി. ഓന് നിക്കാൻ പറ്റാതായേരം കുടിന്റുള്ള്ന്ന് ബയ്യപ്രത്തേക്കൂട എന്റെ തറേരട്ത്തേക്ക് വന്ന് ശാസം വലിച്ച് വിട്ടു.

മുതുടോൻ വല്യമനക്കല് പോയിറ്റ് ഇണ്ടായതല്ലം മലിനാണ്യോട് പറഞ്ഞപോലെ പെർമലയനോടും പറഞ്ഞു. തീയ്യത്തി ചിരുതേരെ കുന്ന്മ്മന്ന് ഇന്നലെ ഇണ്ടായ ഒച്ചീം കലമ്പും* മറന്ന് പോയ പോലെയാ മുതുടോന്റെ പയമ*.

ഏറ്റും കയിഞ്ഞ് കള്ളും കത്തീം അരീല് തൂക്കി തീയ്യൻ ചവുണ്യൻ വന്ന് അവരെ മുമ്പില് നിക്ക്മ്പം മുതുടോൻ എണീറ്റ് ഓന തൊവ്വ്ത് പിന്നീം ഇരുന്നു.

പെർമലയന ചാരിനിക്ക്ന്ന ചെക്കനെ നോക്കി ചവുണ്യൻ പാത്രം എട്ത്ത് കൊണ്ടരാൻ തലയാട്ടി പറഞ്ഞപ്പൊ ചെക്കൻ കൊണ്ടന്ന മങ്ങ ണത്തില് നെറച്ചും ഈച്ചേനീം വണ്ടിനീം ഊതി മാറ്റി കള്ളൊയിച്ച് കൊടുത്തു. മധുരൂല്ലെ കള്ള് വെലിച്ച് കുടിച്ച് ചെക്കൻ പാത്രം വായേരെ മെരട്ട്* കൊണ്ടച്ചു.

മുതുടോന്റെ മോത്തേക്ക് നോക്കാതെ പെർമലയൻ ചവുണ്യനോട് പറഞ്ഞു.

"ചവുണ്യച്ചാ... അടിയങ്ങളെ തേച്ചും നാട് കടത്ത്യാലും അടിയന് പേടീല്ല. എന്നാലും ന്റെ കുഞ്ഞിക്കേളൂന ഞാൻ തീയിലിട്ട് ചുട്ട് കരി ക്കാൻ കൊടുക്കൂല."

പിന്ന മുതുടോനോടായിറ്റ് പറഞ്ഞു.

"മുതുടോനെ... അടിയൻ കെട്ടിക്കോള തീച്ചാമുണ്ഡി. അടിയന്റെ ഒണങ്ങ്യ മേല് ബെറുംകൊള്ളി* കത്തുമ്പോലെ കത്തിക്കരിഞ്ഞാലും അടിയന് പേടീല്ല. അടിയന്റെ അവസാനം അങ്ങനെ ആയ്ക്കോട്ടെ എന്റെ പൊട്ടൻ തെയ്യേ... തീച്ചാമുണ്ഡി കെട്ടീറ്റ് തീയില് മുങ്ങിക്കുളിക്കുമ്പം തമ്പ്രാക്കമ്മാര് കുറിവാരി എറിഞ്ഞിറ്റില്ലേങ്കിലും അടിയന് അയിന

---

* *വണ്ണാത്തിമാറ്റ് – ആർത്തവം വന്ന സ്ത്രീകൾക്ക് 4-ാംദിവസം വണ്ണാത്തി ഉടുക്കാൻ മറുതുണി കൊടുക്കണം. ഇല്ലെങ്കിൽ അവൾ ശുദ്ധിയാവാതെ വീട്ടിൽ ഇരിക്കേണ്ടിവരും*

* *ബിടൂല – അനുവദിക്കില്ല; * കലമ്പ് – വാക്കേറ്റം*

* *പയമ– വർത്തമാനം; * മെരട്ട് – ചുവട്ടിൽ; * ബെറുംകൊള്ളി – വിറക്*

ക്കൊണ്ട് ഒര് പേടീം ഇല്ല. വല്യമ്പ്രാനക്കൊണ്ട് ഈ കുടീല് ഒരാളും കൂടി ചത്തോട്ടെ..."

ലേശം സമയം മിണ്ടാതെ നിന്നിറ്റ് പിന്നീം പറഞ്ഞു.

"അത് അടിയനാവ്ന്നതല്ലാതെ അടിയന്റെ കുഞ്ഞിക്കേളു ആവൂല. അയിന് അടിയന് സമ്മതാ തെയ്വങ്ങളേ..."

ആരും ഒന്നും മിണ്ടീല.

അത്രവരെ എന്റെ തറമ്മലെ ചെമ്പകത്തിന്റീം മൊളില് പുളിയമ്മാവിന്റെ കൊമ്പ്മ്മലിരുന്ന രണ്ട് കാക്ക പാറി* വന്ന് മിറ്റത്തെ വായേമ്മലിരുന്ന് കാളിക്കരീമ്പം മലിനാണി പറഞ്ഞു.

"നന്നെങ്കില്* ഒന്നേറക്കരഞ്ഞ് പൊട്ടെങ്കില്* പാറിപ്പറന്ന് പോട് കാക്കേ..."

കാക്ക പാറിപ്പറന്ന് പോവാതെ പിന്നീം കരഞ്ഞു.

മുതുടോൻ എന്റെ തറമ്മന്ന് എണീറ്റു. എന്നിറ്റ് തായലോട്ട് പെര്വയിക്കേക്ക് നടക്കാൻ തൊടങ്ങ്മ്പം ഓൻ പറഞ്ഞു.

"പെര്മലയാ... ഞാൻ ഒരിക്കാകൂടി വല്യമനക്കലേക്ക് പോയിറ്റ് വല്യമ്പ്രാന മൊകം കാണിക്കും. ഇന്നാട്ടിലെ പഴികേന്റെ മുതുടോൻ എന്ന നെലീല് വല്യമ്പ്രാനോട് തൊവ്ത് പറയും. തീച്ചാമുണ്ഡിതെയ്യം കുഞ്ഞിക്കേളൂനക്കൊണ്ട് കെട്ടിച്ചാല് കനലാട്ടം നടത്തുമ്പം മൂന്നോട്ടം തീയില് വീമ്പം* തന്നെ മഞ്ഞക്കുറി വാരി എറിയണംന്ന് വല്യമ്പ്രാൻ ഒറപ്പ് തെരണം. ചള്ള്* ചെക്കനായത് കൊണ്ടാന്ന് അടിയൻ പറീന്ന്ന് പറയും വല്യമ്പ്രാൻ അത് തമ്മതിക്കും.* ന്റെ മനസ്സ് പറീന്ന്ണ്ട് പെര്മലയാ... വല്യമ്പ്രാൻ തമ്മതിക്കും... നാട്ടിലെ മാരിക്കുരിപ്പ് ഇല്ലാണ്ടാവാനല്ലേ..."

അയിന് ഉത്തരായിറ്റ് ആരും ഒന്നും മിണ്ടീല.

മുതുടോൻ തായലോട്ട് എറങ്ങി പെര്വയീല് ലയിച്ച് പോയി.

തീയ്യത്തി ചിരുത റാക്ക് വാറ്റാൻ കൊണ്ടന്ന കറത്ത വെല്ലം രണ്ട് കണ്ടം* മലിനാണിക്ക് കൊടുത്തത് മാങ്ങയണ്ടി പൊടിച്ചേലിറ്റ് പായസം വെച്ചത് ചെറിയ ചൂടോടെ പെര്മലയനും ചെക്കനും ഓള് കൊടുത്തിന്.

രണ്ടാളും പായസം കുടിച്ചെങ്കിലും അയിന്റെ രസം വായില് ഇണ്ടായില്ല. വായക്കാമ്പ്* കടിച്ചപോലെ ഒരു തോന്നലാ വന്നത്. മലിനാണീരെ കയ്യോണ്ട് എന്ത് ഇണ്ടാക്യാലും അയിന്റെ രസം* വേറെയാ... തിന്നാല് മതിയാവൂല.

പായസം കുടിച്ചിറ്റ് പെര്മലയൻ ഒന്നും മിണ്ടാതെ പെര്വയിക്കേക്ക് പോയി.

ചെക്കൻ കുടീന്റകത്ത് പോയി ചെണ്ടീം എടുത്ത് എന്റെ തറമ്മല് വന്നിരുന്നു. ചെണ്ടേരെ കയറ് വെലിച്ച് വെരലോണ്ട് തോലിനടിച്ച് ഒച്ച

** വായക്കാമ്പ് – ഉണ്ണിപ്പിണ്ടി; * നന്നെങ്കില് – നല്ലതാണെങ്കില്*

** പൊട്ടെങ്കില് – മോശമാണെങ്കിൽ; * വീമ്പം – വീഴുമ്പോൾ;*

** തമ്മതിക്കും – സമ്മതിക്കും; * ചള്ള് – ഇളയ*

** പാറി – പറന്ന്; * കണ്ടം – തുണ്ടം; * രസം – രുചി*

നോക്കി. മുറുകിയ ചെണ്ട മടീല് വെച്ച് കൈയ്യോണ്ടടിച്ച് വിഷ്ണുമൂർത്തി തെയ്യത്തിന്റെ തോറ്റം ചൊല്ലാൻ തൊടങ്ങി. ചെണ്ടേരെ തോലോണ്ട് പൊതിഞ്ഞ മൊകം പോലെയാ ഓന്റെ മൊകത്ത് നോക്ക്യേരം, ഒരു മര വിപ്പ്, ഒരു ഭാവൂം ഓന്റെ മോത്ത് വിരിഞ്ഞ് വെര്ന്നില്ല. ഓന്റെ ഒച്ചക്ക് ഇപ്പൂം വളന്ന് ഒറച്ച തൊണ്ടേരെ തടിപ്പ് വന്ന്റ്റ്ല്ല. മൊളം കൂട്ടത്തിന്റെ എടക്കേക്കൂട വെര്ന്ന കാറ്റിന്റെ ഒച്ച്യാന്ന് വെര്ന്ന്.

കുന്നെറങ്ങി വന്ന കാറ്റ് ഓന്റെ തൊണ്ടീന്ന് വെര്ന്ന ഒച്ചീം ചെണ്ടേരെ താളൂം കോരിയെട്ത്തോണ്ട് പെര്വയീം കടന്ന് തോടും കടന്ന് നെല്ലും മൂർന്നൊായിഞ്ഞ കണ്ടത്തില് പരത്തി*.

വാണ്യനെമ്മൻ കേറി വന്നേരാ ഓൻ തോറ്റം നിർത്തി എണീറ്റത്.

ഇന്ന് രാവിലീം അപ്പാപ്പൻ, പൊന്നൂട്ടിക്ക് കരിക്കും ചൂട്ല്ലെ കഞ്ഞീം കൊട്ത്തിനിന്ന് ചെക്കൻ വാണ്യനെമ്മനോട് പറഞ്ഞു.

“എന്നാലും കുഞ്ഞിക്കേളൂ, ഞാൻ ഇപ്പം ചക്കാലേരെ ബയ്യ്യല് നിന്നിറ്റ് പൊന്നൂട്ടീന കൊറേയോട്ടം വിളിച്ചിന്. ഒരനക്കൂം ഒച്ചീം ഇണ്ടാ യിറ്റേ ഇല്ല.”

“എമ്മച്ചൻ പേടിക്കണ്ട. എന്റെ ചെങ്ങായീന പിടിച്ച മാരിക്കുരിപ്പ് ഓന വിട്ടിറ്റ് ബേം* ഒയിഞ്ഞ്പോവും. അയിനായിറ്റ് എന്റെ പുതിയോതി യും, പൊട്ടൻ തെയ്യൂം, തീച്ചാമുണ്ഡീം എറങ്ങി പൊറപ്പെട്ടിറ്റ്ണ്ട്.”

ഒര് അരുളപ്പാട് കിട്ട്യപോല്യാ ചെക്കൻ അങ്ങന പറഞ്ഞത്. ഓന്റെ എണ്ണ കനീന്ന*, എണ്ണക്കറുപ്പ്ല്ലെ മോത്ത് കാരിരുമ്പിന്റെ കര്ത്ത് വന്ന് നെറീന്ന് ഞാൻ കണ്ടു.

“എമ്മച്ചൻ കുഞ്ഞാംഗലത്തേക്കന്നെ പോയ്ക്കോ. ചീർമ്പപ്പോതീന തടീക്കളയാൻ* പുതിയോതീം തീച്ചാമുണ്ഡീം എറങ്ങി എമ്മച്ചാ...”

മലിനാണീം ചെക്കൻ പറഞ്ഞതന്നെ എമ്മനോട് പറഞ്ഞു.

“നേരം മോന്ത്യാവുന്നേന് മിന്നേ* എമ്മച്ചൻ കുഞ്ഞാംഗലത്തേക്ക് പോയ്ക്കോ... ഈട്ത്തെ കാര്യല്ലം അടിയങ്ങള് നോക്കും”

വാണ്യനെമ്മൻ പെര്വയി എറങ്ങി ഓന്റെ ചക്കാലേരെട്ത്ത് കൊറേ സമയം മിണ്ടാണ്ട് നിക്കീം* പിന്ന കൊറേയൊട്ടം പൊന്നൂട്ടീന്ന് വിളിക്കും ചെയ്തിറ്റ് കണ്ണ്ന്ന് വന്ന വെള്ളം കൈയോണ്ട് തൊടച്ചിറ്റ് കുഞ്ഞാംഗല ത്തേക്ക് നടന്നു.

ചെക്കൻ ചെണ്ട ആത്ത്* കൊണ്ടച്ചിറ്റ് അയിന്റട്ത്തന്നെ നെലത്ത് മലന്ന് കെടന്നു.

ആകാശത്ത് നിന്നും സൂര്യഭഗവാൻ പോയി.

മോന്ത്യായിറ്റും എന്റെ തറമ്മല് വെളക്ക് കത്തിക്കാതെ കെടക്ക്ന്ന ചെക്കന മലിനാണി വിളിച്ച് എണീപ്പിച്ചു.

** പരത്തി - നിറച്ചു; * ബേം - വേഗം; * കനീന്ന - കിനിയുന്ന*

** തടീക്കളയാൻ - തടവിക്കളയുവാൻ*

** മിന്നേ - മുമ്പെ; * ആത്ത് - അകത്ത്*

** നിക്കീം - നിൽക്കുകയും*

എന്റെ തറമ്മലെ കുത്ത് വെളക്ക് കത്തിച്ച് എന്ന തൊവ്വ്തോണ്ട് ചെക്കൻ ഇത് വരീല്ലാത്ത പയമ പറഞ്ഞു.

"ന്റെ പൊട്ടൻ തെയ്യേ... നാട്ട്ല് തേച്ചും നട്ടക്കുരിപ്പ് വാരിവെതച്ച് ചീർമ്പപ്പോതി വെളയാടുമ്പം, രാവും പകലൂന്നില്ലാതെ കാലൻ ആയുസ്സെടുക്കാൻ എറങ്ങുമ്പം നീ കണ്ണും കൊട്ടിയടച്ച് ഇരിക്കേന്നോന്റെ പൊട്ടൻ തെയ്യേ... എന്റെ ചങ്ങായിമാർക്ക് വന്ന ബെർത്തം മാറ്റാൻ അടിയന്റെ മന്ത്രം ഏശ്ന്നില്ലല്ലോന്റെ പൊട്ടൻ തെയ്യേ... നീയെന്നെ അടിയന് ഒര് ഉപായം കാട്ടിത്താ ന്റെ പൊട്ടൻതെയ്യേ..."

ഓന്റെ പറച്ചില് കേട്ട് ന്റെ ചെമ്പകമരത്തിന്റെ കൊമ്പ് കുലുങ്ങി. തീയ്യത്തി ചിരുതേരെ കുന്ന് കീഞ്ഞ് വന്ന ഒര് കാറ്റ് ഒര് ഒച്ചീം ബഹളൂം ചെക്കന്റെ കാതില് കുത്തിക്കേറ്റി പിന്നെങ്ങോട്ടോ പറന്ന് പോയി.

ഓൻ അത് കേട്ട് തീയ്യത്തി ചിരുതേന്റെ കുന്ന് പാഞ്ഞ് കേറി.

റാക്കിന്റെ ഊക്കില് മുതുടോന് നേരെ ആടിതിമിർക്ക്ന്ന പെർമലയന ഓൻ പിടിച്ചു. ഓന്റെ പിടീരുള്ള്ന്ന് പെടക്ക്ന്ന ഓന്റപ്പാപ്പനോട് ഓൻ അടങ്ങാൻ പറഞ്ഞു.

പെർമലയന്റെ കണ്ണ്ന്ന് ബെർന്ന തീ കണ്ടിറ്റ് പേടിച്ച് വെറച്ച് തണാറിന്റെ ഉണ്ട കാലിന് കുടിങ്ങിപ്പോയ കോയീനപ്പോലെ വട്ടത്തില് തിരിഞ്ഞോണ്ട് മുതുടോൻ പറഞ്ഞു.

"ഞാൻ ബിട്ടു* പെർമലയാ... ഞാൻ ബിട്ടു. ഇന്നലെ ഞാൻ മനക്ക്ന്ന് വെല്യമ്പ്രാനോട് ഒറപ്പ് വാങ്ങ്യതാ. കുഞ്ഞിക്കേളു തീച്ചാമുണ്ഡി കെട്ട്യാല് ഒറ്റത്തവണ തീയില് വീണ് ചടങ്ങ് മാത്രം നടത്ത്യാ മതീന്ന്. രണ്ടാമത് തീയില് വീമ്പം തന്നെ വല്യമ്പ്രാൻ കുറി വാരിയെറിയും. എനക്ക് ഒറപ്പ് തന്നതാ..."

"എനക്കൊരാളീം ഒറപ്പ് വേണ്ട മുതുടോനെ... എന്റെ ചെക്കന അയിന് കിട്ടൂലാന്ന് ഞാൻ നൂറോട്ടം* പറഞ്ഞില്ലേ... പിന്നെന്തിനാ ഒറപ്പ്."

"എന്നാല് പെർമലയൻ കേട്ടോ... നാളെ സൂര്യഭഗവാൻ ഉദിച്ച് പൊന്തുമ്പം മലേമ്മാരെ പഴിക അരയാക്കീല് ചേരും. ആട തീർമാനിക്ക ബാക്കി. പെർമലയൻ ആട ബന്ന് പറ..."

വെണ്ണീറും കുണ്ടില് ഉരുകി കത്ത്ന്ന ഉമിത്തീല് വീണ് വെന്ത് പോയ കാലുംകൊണ്ട് പായ്ന്ന നായീനപ്പോലെ മുതുടോൻ പോയി. അന്നേരം ഓന്റെ തലീലും ഉമിത്തീ ഉരുകിപ്പൊകീന്ന്ണ്ടായിന്.

ചെക്കൻ പെർമലയനീം പിടിച്ച് കുന്നിറങ്ങി. കുന്നെറങ്ങുമ്പം പെർമലയൻ തൊണ്ടേരുള്ളില് ഇല്ലത്ര കൂറ്റെട്ത്ത് തിരിഞ്ഞ് നിന്ന് മുതുടോനോട് പറഞ്ഞു.

"മുതുടോനെ... പഴിക ചേർന്ന് മുതുടോനത്തന്നെ തീച്ചാമുണ്ഡി കെട്ടാൻ ഒറപ്പിച്ചോ... എന്റെ ചെക്കന കിട്ടൂല."

എന്നിറ്റ് ഓൻ കാർക്കിച്ച് നീട്ടിത്തുപ്പി.

** ബിട്ടു – ഒഴിഞ്ഞു; * നൂറോട്ടം – നൂറ് വട്ടം*

അപ്പാപ്പനും മോനും കുന്നെറങ്ങിവന്ന് കെതച്ചോണ്ട് എന്റെ തറമ്മലിരുന്നു. കുന്നെറങ്ങുമ്പം, ഇപ്പം, പെർമലയന് കെതപ്പ് എള്ന്ന്ണ്ട്*. എല്ല് പൊന്ത്യെ നെഞ്ചാം കൂട്ന്റുള്ള്ന്ന് ഒര് ഒച്ചീം വെര്ന്ന്ണ്ട്. കാറ്റത്ത് പെടക്ക്ന്ന ആലിന്റെ എല പോലെ നെഞ്ഞിന്റുള്ള്ന്ന് ആരോ പെടക്ക്ന്ന തായിറ്റ് ഓൻ അറീന്ന്ണ്ട്.

കുണ്ട്കേങ്ങ് പൂങ്ങ്യതും കപ്പപ്പറങ്കീം പച്ചപ്പുളിങ്ങീം ഉപ്പുംകൂട്ടി ചെതച്ചതും മലിനാണി രണ്ടാക്കും വായേരെലീല് വെളമ്പി എന്റെ തറമ്മല് കൊണ്ടച്ചു.

ചെക്കൻ അത് തിന്നു. പെർമലയൻ തിന്നില്ല. ഓന്റെ കെതപ്പ് കൊറഞ്ഞ് വന്നു. ഓന്റെ മനസ്സിന്റെ ഉള്ളില് തണ്പ്പില്ലെ നേരിയ കാറ്റ് ഒണര്ന്ന്ണ്ട്ന്ന് ചെക്കന് തോന്നി. ചെക്കൻ ഓനോട് പതുക്കെപ്പറഞ്ഞു. പറീമ്പം, ചെക്കൻ, പെർമലയന്റെ കൈ എന്റെ തറമ്മല് കുത്തിവെച്ചത് പിടിച്ചോണ്ടാ പറഞ്ഞത്.

“അപ്പാപ്പാ... നാട്ട്ല് മാരിക്കുരിപ്പ് പടരേന്ന്. മനക്കല് രാശിവെച്ചേരും കണ്ടതാ തീച്ചാമുണ്ഡി തെയ്യം കെട്ട്യാടാൻ. മലേമ്മാരായി ജന്മെടുത്ത നമ്മളെ കടമ തെയ്യം കെട്ടലല്ലേ അപ്പാപ്പാ... ഏതേത് തെയ്യങ്ങള് കെട്ടാനും എത്ര വെല്ല്യ മന്ത്രവാദം നടത്താനും എന്റെ ഈ അപ്പാപ്പൻ എന്ന നല്ലോണം പഠിപ്പിച്ചിറ്റ്ണ്ടല്ല. പഠിച്ചത് പയറ്റണം അപ്പാപ്പാ...”

പെർമലയന്റെ മോത്ത് ഇര്ട്ട് വെര്ന്ന്ണ്ടോന്ന് ചെക്കന് തോന്നി. എന്നാലും ഓൻ പറഞ്ഞത് പൂർത്ത്യാക്കി...

“നെറഞ്ഞ മനസ്സോടെ ന്റെ അപ്പാപ്പൻ എന്റെ തലീല് രണ്ട് കൈയും വെച്ച് അനുഗ്രഹിക്കണം. എന്നാല് ഞാൻ തീച്ചാമുണ്ഡി കെട്ടും. മലയോളം ഒയരത്തില് തന്നെ തീക്കുന്ന് കൂട്ട്യാലും അയില് മുങ്ങിക്കുളിച്ച് വെരാൻ എന്റെ തീച്ചാമുണ്ഡീം, പൊട്ടൻ തെയ്യൂം എനക്ക് തൊണയുണ്ടാവും.”

അത്രീം ചെക്കൻ പറഞ്ഞേരം തന്നെ പെർമലയൻ എന്റെ തറമ്മന്ന് എണീറ്റ് നിന്ന് ചെവി പൊട്ട്ന്ന ഒച്ചീല് പറഞ്ഞു.

“വേണ്ട...”

ഓൻ ചെക്കനെ പിടിച്ച് കുലുക്കി...

“വേണ്ട... അയിന്ല്ലെ കാലായിറ്റ്ല്ല. അയിന് നിന്ന ഞാൻ ബിടൂല... മാരിക്കുരിപ്പല്ല അയിനപ്രത്ത് ഇല്ലത് വന്നാലും നിന്നെ ഞാൻ ബിടൂല.”

പിന്ന ഓൻ എന്ന വിളിച്ച് പറഞ്ഞു.

“ന്റെ പൊട്ടൻതെയ്യേ... ന്റെ കൂഞ്ഞീരെ എളം മനസ്സില് പൊട്ടത്തരൊന്നും തോന്നിക്കല്ലേ...ന്റെ പൊട്ടൻ തെയ്യേ...”

ചെക്കന്റെ മൊകം തളം കെട്ടിക്കെടക്ക്ന്ന കൊളത്തിലെ വെള്ളം പോലെ ഗാംഭീര്യം നെറയുന്നത് ഞാൻ കണ്ടു. പെർമലയന്റെ വാക്കും വെറളി പിടിച്ച കാലികളെപ്പോലീല്ലെ തുള്ളും ഒന്നും ചെക്കന്റെ മോത്ത് വെള്ളത്തില് പ്രാണി വീണാല്ണ്ടാവ്ന്ന അലപോലും ഇണ്ടാക്കീല്ല.

എള്ന്ന്ണ്ട് – ഇളകുന്നുണ്ട്

ചെക്കൻ ഇരിന്ന ഇരിപ്പിന്ന് അനങ്ങാതെ പറഞ്ഞു.

"മലയന്റെ പണി മലയൻ ചെയ്യണം. ഓന കാക്കാൻ തെയ്വങ്ങള് ഇണ്ടാവും. എനി ഞാൻ തീച്ചാമുണ്ഡീരെ ഒര് കോലം കെട്ടി തീയില് മലന്നും കമിഞ്ഞും വീണ് കത്തിക്കരിഞ്ഞാലും അയിനക്കൊണ്ട് ആരിക്കും തങ്കടം* വേണ്ട. എന്ന പെറ്റ് വീണ നാട്ടില് എന്റൊപ്പരം പെറ്റ് വീണ് വളന്നവരും അല്ലാത്തോരും ആയവരിക്ക് മാരിക്കുരിപ്പ് വന്ന് ചത്ത് ചീഞ്ഞ് നാറാതിരിക്കാൻ, ഈ നാടിനെ രക്ഷിക്കാനല്ലേ ന്റെ ജീവൻ ദൈവങ്ങള് തിരിച്ചേട്ക്ക്ന്ന്. ആരിക്കും പറ്റാത്ത കാര്യം ചെയ്ത പെർമലയന്റെ മോന്റ മോന അള്ളടനാട് ഇല്ലെട്ത്തോളം നല്ലവാക്ക് പറഞ്ഞ് ആദരിക്കും. നാട്ടിലാരിക്കും ചെയ്യാൻ പറ്റാത്തത് നമ്മള് ചെയ്താല് അയിന്റെ പെർമ വേറെയല്ലേ അപ്പാപ്പാ..."

ചെക്കന്റെ വാക്കും നോക്കും കണ്ട് പെർമലയന് മിണ്ടാനാവുന്നില്ല. കൊറേനേരം മരക്കുട്ട മുറിച്ച് വെച്ചപോലെ ഇരുന്ന പെർമലയൻ ചെക്കനേക്കാൾ തണ്ത്തൊറഞ്ഞ് പറഞ്ഞു.

"എളമാന് കടവറീല. അത് അപ്പറൂം ഇപ്പറൂം നോക്കാതെ തുള്ളിച്ചാടി വേടമ്മാര് വെച്ച കെണീല് ബീളം*. എന്റെ മോന്റെ ചിന്ത കുന്നോളം വെല്താ*... എന്നാല് അയിന്റുള്ളില് പൊര്ള് കൊറവാ. ഇത് തമ്പ്രാന്റെ ചതിയാമോനെ. നിന്റെ അപ്പനോടില്ലെ പക ആ തമ്പ്രാൻ ഓരോ ബയിക്കേക്കൂട തീർക്കേന്ന്. അറിഞ്ഞ് കൊണ്ട് അവരെ ചതിത്തീയില് നമ്മള് വീണ് കരിഞ്ഞൂട. അതുകൊണ്ട് ആ ബയിക്ക് ഇല്ലെ എന്റെ മോന്റെ ചിന്ത കളഞ്ഞേ പറ്റൂ."

"ഇല്ല അപ്പാപ്പാ... എന്റെ മനസ്സില് ദൈവങ്ങളായ ദൈവങ്ങളെല്ലം ഒറഞ്ഞ് തുള്ള്ന്ന്. അവരെല്ലം എന്നോട് തീച്ചാമുണ്ഡി കെട്ടാൻ പറീന്ന്... അപ്പാപ്പാ... എനക്ക് തീച്ചാമുണ്ഡി തെയ്യം കെട്ടണം. പെർമലയന്റെ മോനായിറ്റ് അമ്പുപ്പണിക്കറ് ഒര്ത്തൻ ഇണ്ടായിറ്റ്ലെ. ഓന്റെ മോൻ കുഞ്ഞിക്കേളപ്പ പറീന്ന്. എന്റെ അപ്പാപ്പന പോലെ, എന്റെ അപ്പന പോലെ മുരിക്കിൻ പൂപോലെത്തെ നെറം മോത്തെഴുതി ചെക്കിപ്പൂപോലെ ചോന്ന കിരീടം വെച്ച് മാറില് അരയോട കെട്ടി എനക്ക് ഒറഞ്ഞ് തുള്ളണം. പത്തരമാറ്റ്ല്ല പൊന്നിന്റെ കട്ട ചുട്ട്പഴ്ത്ത് കെടക്ക്ന്ന പോലത്തെ കനലാഴിയിൽ എനക്ക് മുങ്ങിക്കുളിക്കണം. മാരിക്കുരിപ്പ്ന്ന് എന്റെ നാടിന രക്ഷിക്കണം. തീക്കോലം ചീറിപ്പാഞ്ഞ് വല്യമ്പ്രാന്റെ മുമ്പില് ഹിരണ്യന കൊല്ലാൻ വന്ന നരസിംഹമൂർത്തിയായി അട്ടഹസിച്ച് ഓന്റെ തലകുനിപ്പിക്കണം. ഹിരണ്യന കൊന്ന് ഓന്റെ നെഞ്ചാംകൂട്ടിലെ ചോര വാരിക്കോരിക്കുടിക്കണം. ഓന്റെ കൊടൽമാല വാരിവലിച്ചിട്ട് എന്റെ ചങ്കില് അണിയണം. എന്റെ അപ്പാപ്പനായിറ്റ് എന്ന തടയരുത്. അപ്പാപ്പന്റെ സങ്കടം എനക്ക് വേണ്ട... പകരായിറ്റ് അപ്പാപ്പന്റെ ശക്തി എന്റെ മൂർദ്ധാവില് ഒയിക്കണം."

** തങ്കടം - സങ്കടം; * ബീളം - വീഴും*

** വെല്താ - വലിയതാണ്*

ചെക്കന്റെ ഒറച്ച തീരുമാനം കേട്ട് എന്റെ ചെമ്പകം അടിമുടി വെറക്കാൻ തൊടങ്ങി. കുത്തുവെളക്കിലെ മെലിഞ്ഞ തിരി പന്തംപോലെ പടന്ന് കത്താൻ തൊടങ്ങി.

എറങ്കല്ലിമ്മലിരുന്ന് ചെക്കന്റെ വായീന്ന്* വന്നത് കേട്ടിറ്റ് മലിനാണി നെഞ്ഞത്തടിച്ച് നെലവിളിച്ചു. ഓളെ മോള് കുടീന്റാത്ത്ന്ന് തലീട്ടടിച്ചു. പെർമലയൻ കല്ലായ് മറഞ്ഞപോലെ എന്റെ തറമ്മലിരുന്നു.

ചെക്കന്റെ കണ്ണിലും ചെവീലും ഇതൊന്നും തൊട്ടതേയില്ല. ഓൻ എന്റെ തറമ്മല് കേറി കത്ത്ന്ന കുത്തുവെളക്കിന്റെ തിരിനാളത്തിന് ഉള്ളം കൈ കാട്ടി പറഞ്ഞു.

“തീച്ചാമുണ്ഡി തെയ്യം അടിയൻ കെട്ടുംന്റെ പൊട്ടൻ തെയ്യേ... തീച്ചാമുണ്ഡി തെയ്യം കെട്ടാതെ അടിയന് നിക്കാൻ പറ്റൂല ന്റെ പൊട്ടൻ തെയ്യേ...”

ചെക്കൻ എന്റെ തറമ്മന്നെറങ്ങി പാറപോലെ അനങ്ങാതിരിക്ക്ന്ന പെർമലയന്റെ കൈ പിടിച്ച് വെലിച്ച് പറഞ്ഞു.

“വാ... ന്റെ അപ്പാപ്പൻ എണീക്ക്... വാ... നമ്മക്ക് കൂടീന്റാത്ത് എനി ഒറങ്ങാല. സൂര്യഭഗവാൻ നാളെ കേക്ക്* ഉദിച്ചോയരുമ്പം അരയാക്കീല് മലേമ്മാരെ പഴിക ചേരുമ്പം, ആട്ന്ന് എല്ലാ മലേമ്മാരീം ചെവിതൊരക്ക്ന്ന ഒച്ചീല്, അരയാല് കേൾക്കെ, അയിന്റെ മോള്ലെ ആകാശം കേൾക്കെ എന്റെ അപ്പാപ്പൻ പറേണം. ന്റെ അമ്പൂന്റെ മോൻ കുഞ്ഞിക്കേളു നാളെ വലിയമനക്കല് തീച്ചാമുണ്ഡി തെയ്യം കെട്ടാനില്ലെ അടയാളം കയ്യേൽക്കാൻ പോവും. നിങ്ങക്കെല്ലാരിക്കും അയിനായിറ്റ് എന്റെ കുഞ്ഞിക്കേളൂന്റൊപ്പരം മനക്കലേക്ക് ബെര*.”

തറമ്മന്നെണീറ്റ പെർമലയൻ, വയറ് പൈച്ചിറ്റ് കരീന്ന* പൈക്കിടാവിനെപ്പോലെ നെലത്ത് എന്റെ തറേരടുത്ത് കുത്തീരുന്ന് കരയാൻ തൊടങ്ങി.

** വായീന്ന് – വായയിൽനിന്നും*

** കേക്ക് – കിഴക്ക്; * ബെര – വരാം*

** കരീന്ന – കരയുന്ന*

പെറ്റ്പെര്ക്ന്ന ദുർമ്മരണങ്ങൾ

രാത്രി ഒറങ്ങാൻ കെടന്നേരം ചെക്കൻ ഒര് കാര്യം ഒറപ്പിച്ചിന്. നാളെ രാവിലെ അരയാക്കീല്, ആകാശം തേച്ചും കൊടപിടിച്ച് നിക്ക്ന്ന അരയാലിന്റെ അടീല്, മലയമ്മാരെല്ലം കുടിയിരിക്കുമ്പം പഴികേന്റെ മുതുടോൻ ചോയിക്കും.

“മാരിക്കുരിപ്പ്ന്ന് നമ്മളെ നാടിനെ രക്ഷിക്കാൻ മലയകുലത്തിന്റെ മാനം കാക്കാൻ പറ്റ്ന്ന മലേനാരാ ഇല്ലത്...”ന്ന്. അരയാലിന്റെ എലയെല്ലം കണ്ണും കാതും തൊറന്ന് നിക്ക്മ്പം പറേണം*.

“ഞാന്ണ്ട്, കേളുപ്പെര്മലയന്റെ മോൻ അമ്പുപ്പണിക്കറെ കേട്ടിറ്റ്ല്ലേ... ഓന്റെ മോൻ കുഞ്ഞിക്കേളു ഇണ്ട്ന്ന്...”

എണ്ണിയാലൊടുങ്ങാത്ത് അരയാലിന്റെ എലകളെല്ലം അത് കേട്ട് സന്തോഷം വന്ന് തെയ്യങ്ങളെപ്പോലെ നൃത്തം വെക്കൂന്ന് ഓൻ കത്തിക്കാളിപ്പടരുന്ന ഇര്ട്ട്ല് കിനാവ് കണ്ട് കെടന്നു.

തീയ്യത്തി ചിരുതേരെ കോയി* കൂവുമ്പം തന്നെ ഓനെണീറ്റു. എന്റെ തറയോട് ചേർന്ന് വെറും നെലത്ത് പെര്മലയൻ കാല് ചുരുട്ടി രണ്ട് കൈയ്യും കാലിന്റെ തൊടേരുള്ളില് കേറ്റിവെച്ച് ഒറങ്ങ്ന്നത് ചെക്കൻ കണ്ടു.

ചെക്കനും രാത്രി എന്റെ തറമ്മല് തണുപ്പിന് ഇര്ട്ട് പൊതച്ചിറ്റ് കെടന്നൊറങ്ങ്വാ ചെയ്തിന്. ഓന്റെ അപ്പാപ്പന ഓന്റെ തറേരെട്ക്ക്ന്ന് എത്ര പറഞ്ഞിറ്റും എണീപ്പിച്ച് കുടീന്റാത്ത് കെടത്താൻ പറ്റാത്തേരം ഓൻ പിന്ന എന്റെ തറമ്മല് തന്നെ രാത്രി കെടന്നു.

ചെക്കൻ എണീറ്റ് കാലും മൊകൂം കഴുകി വന്ന് പെര്മലയന

** പറേണം–പറയണം; * കോയി–കോഴി*

വിളിച്ചു. പെർമലയൻ എണീറ്റ് കൊറച്ച് നേരം ആടത്തന്നെ കുത്തീരുന്നു. പിന്നെ ഓൻ കാലും മൊകൂം കവ്വാതെ* കുടീന്റാത്ത് കേറി പായി* ഒന്നും വിരിക്കാതെ വെറും നെലത്ത് ഒറങ്ങാൻ കെടന്നു.

പെർമലയൻ ആത്ത്* പോയി കെടന്നേപ്പിന്ന ചെക്കൻ വളരെ പതുക്കെ, ഒര് കുഞ്ഞിക്കുരുവീരെ ഒച്ചീല് പറഞ്ഞു.

"ന്റെ പൊട്ടൻ തെയ്യേ... അടിയനൊര് മലയ ചെക്കനല്ലേ. പഠിച്ചതെനക്ക് പയറ്റണം. മരണം ഞാൻ നോക്ക്ന്നില്ല. മരണത്തിന ഞാൻ കാക്ക്ന്നൂല്ല. അടിയന് തീച്ചാമുണ്ഡി തെയ്യം കെട്ടണം. ആട്ടക്കളത്തില് കുന്നായി വളന്ന തീക്കുനീല് തീച്ചാമുണ്ഡിക്ക് കുളിര് മാറ്റണം. അടിയന ചതിച്ചാല് ന്റെ പൊട്ടൻ തെയ്യേ... നീ വേണം ചതിച്ചോന്റെ ചങ്ക് നിന്റെ കൊക്കണ കത്ത്യോണ്ട് അരിഞ്ഞിടാൻ. കനലാഴിയിൽ എന്റെ എളം മേല് കരിഞ്ഞ് പോയാൽ, കരിച്ചോന കരിക്കാൻ നീ തീക്കാറ്റായി മാറണം..."

ചെക്കൻ എന്നോട് ഓരോന്ന് പറീന്നേനെടക്ക് തീയ്യത്തി ചിരുത ഓളെ കുന്ന് കീഞ്ഞ് വന്നു. എന്റെ തറമ്മലിരിക്ക്ന്ന ചെക്കന ഓളെ മേലോട്* പറ്റിപ്പിടിച്ച് നിർത്തീറ്റ് പറഞ്ഞു.

"ചിരുതമ്മേരെ പൊന്ന്മോൻ തമ്മതിക്കര്ത്*. മുതുടോനല്ല, വെല്യമ്പ്രാൻ വന്ന് പറഞ്ഞാലും തീച്ചാമുണ്ഡികെട്ടാൻ തമ്മതിക്കരുത്. വല്യമ്പ്രാന്റെ മേല് തേച്ചും ചതിയാ... ഓൻ എന്റെ മോന ചതിക്കും."

"ഇല്ല ചിരുതമ്മേ... ഞാൻ മൊടങ്ങാതെ പരിപാലിക്ക്ന്ന എന്റെ പൊട്ടൻ തെയ്യം എന്ന കാക്കും*. എന്റെ തെയ്വങ്ങളെല്ലം എനക്ക് മറയായിറ്റ് കാവല് നിക്കുമ്പം ആരിക്കും എന്റടുത്തേക്ക് അട്ക്കാൻ പറ്റൂലന്റെ ചിരുതമ്മേ..."

"നീയും പോയാപ്പിന്ന ഞാങ്ങക്കാരാ ഇല്ലത് മോനേ..."

തീയ്യത്തി ചിരുത എന്ന വിളിച്ചിറ്റ് കരയാൻ തൊടങ്ങി. അത് കണ്ട് മിറ്റത്ത് നിക്ക്ന്ന മലിനാണീം ഓളെ മോള് മാണീം ചിരുതേരൊപ്പരം കരഞ്ഞു.

ആരല്ലോ പെർവയിക്ക്ന്ന് പെർമലയന്റെ കുടീലേക്ക് കേറിവന്നു. വന്നവരെല്ലാം പെർമലയനോടും ചെക്കനോടും പറഞ്ഞു. തീച്ചാമുണ്ഡി തെയ്യം കെട്ടാൻ കുഞ്ഞിക്കേളു നിക്കണ്ടാന്ന്.

അവരോടെല്ലം ചെക്കൻ കാറ്റത്താടുന്ന പൂങ്കൊലപോലെ കണ്ണ് മീച്ച് തലയാട്ടി ചിരിച്ചു.

തീയ്യത്തി ചിരുത ഓളെ കൈമല്ണ്ടായ അരിവറത്ത് പൊടിച്ച് അയില് വെല്ലൂട്ട് കൊയച്ച് ഉണ്ടയാക്ക്യത് ചെക്കന് കൊടുത്തു.

** കവ്വാതെ–കഴുകാതെ; * പായി – പായ*

** ആത്ത് – അകത്ത്; * മേലോട് – ശരീരത്തോട്*

** തമ്മതിക്കരുത് – സമ്മതിക്കരുത്; * കാക്കും – കാത്ത് രക്ഷിക്കും*

തീയ്യൻ ചവുണ്ണ്യൻ ഏറ്റും* കയിഞ്ഞ് വന്ന് ചെക്കനോട് എന്തോ പറയാൻ തൊടങ്ങ്ന്നേന് മുമ്പെ ചെക്കൻ ഓനോട് പറഞ്ഞു.

"ചവുണ്ണ്യച്ചാ തീച്ചാമുണ്ഡി തെയ്യം കെട്ടാൻ ഞാൻ ഏക്കാൻ* പോവ്വാ... എനക്ക് എന്റെ അപ്പാപ്പൻ തന്ന്യാന്റെ ചവുണ്ണ്യച്ചനും. മറ്വാക്ക്* പറയാതെ, എതിരൊന്നും കാട്ടാതെ, കണ്ണില് വെള്ളം നനക്കാതെ ഉശിരോടെ എന്ന അനുഗ്രഹിക്കണം."

അയിന്ല്ലെ ഉത്തരായിറ്റ് ഓന്റെ കണ്ണ്, തല തെളച്ച് വന്ന വെള്ളത്തില് കുളിക്കാ ചെയ്തത്. അതുംകൊണ്ട് ഓൻ കുന്ന് കേറി.

പെര്വയിക്ക്ന്ന് വന്നവരെല്ലം അവരവരെ വയിക്ക് തിരിച്ച് നടന്നു.

ചെക്കൻ ആത്ത്* പോയി ഉടുത്തൊരുങ്ങി പഴികക്ക് പോവാൻ പൊറപ്പെട്ട് പെര്മലയന കാത്ത് എന്റെ തറമ്മലിരുന്നു.

പെര്മലയൻ ആത്ത്ന്ന് പൊറത്തേക്ക് എറങ്ങീല. നീണ്ട് വളന്ന നെഴല് അതാതാളെ കാലിന്റടീലേക്ക് ചുരുങ്ങി ചുരുളാൻ തൊടങ്ങി.

പെര്മലയന്റെ കുടിലിന് ചുറ്റും ഗ്രഹണം പിടിച്ചപോലെ, കാറ്റ് വന്ന് ഊതീറ്റ് ഒര് ചപ്പിലപോലും അനങ്ങ്ന്നില്ല. കാക്കവന്ന് കരീന്നില്ല. അട്പ്പില് തീ പൊകീന്നില്ല. ഉദിച്ച് പൊന്ത്യ സൂര്യഭഗവാൻ തലമൂർത്തീല് തുള്ളാൻ തൊടങ്ങീറ്റും രാവിലെത്തെ കത്തലടക്കാൻപോലും മലിനാണി അടുപ്പില് തീ കാണിച്ചില്ല. ഇരിന്നവര് ഇരിന്നെടുത്തും നിന്നവര് നിന്നെടുത്തും. ആരും ഒന്നും മിണ്ടുന്നില്ല.

പഴിക ചേര്ന്നട്ത്ത്, അരയാക്കീല് പെര്മലയനും ചെക്കനും പോയില്ല. ചെക്കൻ പോവാൻ ഒര്ങ്ങീനെങ്കിലും പെര്മലയൻ കുടീന്റുള്ളില് ബെറും നെലത്ത് ഒരേ കെടപ്പാന്ന്. ആള് ആരല്ലോ വന്നിറ്റും ഓൻ എണീറ്റ് പൊറത്ത് കീഞ്ഞില്ല*.

ചെക്കൻ പഴികക്ക് പോവാൻ നല്ലതുട്ത്തിനെങ്കിലും ഓൻ അപ്പാപ്പന വിളിച്ചില്ല. വിളിക്കണംന്ന് ഓന് ഇണ്ടായിനി, എന്നാല് ബിളിച്ചില്ല. എടക്ക് ഓൻ മെല്ലെ എന്നോട് ചോയിച്ചിന്.

"ന്റെ അപ്പാപ്പൻ പഴികക്ക് പോവാൻ എണീറ്റ് ബെരാത്തത് എന്താന്റെ പൊട്ടൻ തെയ്യേ..."

പെര്ബയിക്ക്ന്ന് ഒച്ചയെട്ത്തോണ്ടും, ഉച്ചച്ചൂട് തലീലും മേത്തും കോരി ഒയിച്ചിറ്റും മുതുടോനും നാലഞ്ചാളും എന്റെ തറേരട്ത്തേത്ത് കേറി വന്നു.

ചെക്കൻ എണീറ്റ് എല്ലാരീം തൊവുതു*. മിറ്റത്തിരിക്ക്ന്ന മലിനാണീം എറങ്കല്ല്മ്മല് ഇരിക്ക്ന്ന മാണീം എണീറ്റ് നിന്നു. അകാലത്തില് കുഞ്ഞളെ* ചത്ത ശവം കെടത്ത്യപോലെ തോന്നി കുടീന്റെ മിറ്റം.

** ഏറ്റും - കള്ള്ചെത്ത്; * ഏക്കാൻ - ഏറ്റെടുക്കാൻ;*

** മറ് വാക്ക് - എതിർപ്പായി*

** ആത്ത് - അകത്ത്; * കീഞ്ഞില്ല - ഇറങ്ങിയില്ല*

** തൊവുതു - തൊഴുതു; * കുഞ്ഞള് - കുട്ടികൾ*

പെർമലയൻ കുടീന്റുള്ള്ന്ന് ഇപ്പം ഒറങ്ങി എണീറ്റപോലെ പൊറത്തേക്ക് കീഞ്ഞു*. ഉടുത്ത തോർത്ത് അയിഞ്ഞ് വീണ് അരയില് കോണം* മാത്രായിറ്റാ ഓൻ പൊറത്തേക്ക് വന്നത്. അത് കണ്ട് ഓന്റെ മോള് മാണി ആത്ത്ന്ന് നെലത്ത് അയിഞ്ഞ് വീണ തോർത്തെടുത്ത് പെർമലയന് കൊടുത്തു. അറ്റും തുമ്പും നോക്കാതെ ഓനത് അരക്ക് ചുറ്റി.

മുതുടോൻ എല്ലാരീം മോത്തേക്ക് നോക്കിക്കൊണ്ട് പറയാൻ തൊടങ്ങി.

"മലേമ്മാർക്ക് ഒരാചാരൂം മര്യാദീം ഇണ്ട്. പെർമലയന ഞാനത് പഠിപ്പിക്കണ്ട. പഴികീല് വന്നിറ്റ് പറയാനില്ലെത് പറഞ്ഞൂടെ നിങ്ങക്ക്. മാത്രൂല്ല, നിങ്ങല്ലെ ഈ നാടിനെ ചെറ്ജന്മാവകാശി."

നടുനീർക്കാൻ പറ്റാതെ പെർമലയൻ ഒടിഞ്ഞ് നിന്നു. എന്നിറ്റ് ചങ്ക് നീട്ടി കണ്ണ്മീച്ച് മോത്തെ കരിമ്പിൻ വേര് വെറപ്പിച്ചോണ്ട് മുതുടോന്റെ മുമ്പിലേക്ക് നടന്നു.

"മൂക്കാത്ത താളിന്റെ തണ്ട് പോലത്തെ എന്റെ ചള്ള്* ചെക്കനെ തീയിലിട്ട് കത്തിച്ച് കരിക്കട്ടയാക്കാൻ എനക്ക് തമ്മതം ആന്ന്ന് പറയാനാന്നോ മുതുടോനെ ഞാൻ പഴികക്ക് വെരണ്ട്. ഞാൻ മുതുടോനോട് എന്റെ പൊട്ടൻ തെയ്യത്തിന പിടിച്ച് സത്യം ചെയ്ത് പറഞ്ഞതാ... എന്റെ കുഞ്ഞിക്കേളൂന അയിന് കിട്ടൂലാന്ന്. എനക്ക് ഒറ്റ അപ്പനും ഒറ്റ അമ്മീം ഒര് വാക്കേ ഇല്ലു മുതുടോനേ... ബാക്ക്യെല്ലം ഞാൻ എന്റെ പൊട്ടൻ തെയ്യത്തോട് പറഞ്ഞിറ്റ്ണ്ട്. അടിയൻ അപരാധൂം, അഹങ്കാരൂം ആന്ന് കാണിക്ക്ന്നെങ്കില്... ന്റെ പൊട്ടൻതെയ്യം അയിനില്ലെ കൂലി ഇടിത്തീയായിറ്റ് എനക്ക് തന്നോട്ടെ..."

അത്രീം ശ്വാസം ബിടാതെ പറഞ്ഞിറ്റ് പെർമലയൻ പുഴുനെയ്യ്* എട്ക്കാൻ കൂട്ടിലടച്ച മെരൂന* പോലെ തെക്കോട്ടും വടക്കോട്ടും കൂനും പിടിച്ച് നടന്നു. നടക്കുമ്പം അയിഞ്ഞ് വീണ തോർത്തെടുത്ത് പിന്നീം അരീല് ചെർതി*.

തലീല് തറക്ക്ന്ന ഉച്ചവെയിലിനേക്കാളും പെർമലയന്റെ മനസ്സിലെ ചൂട് തെളച്ച് മറിയാൻ തൊടങ്ങി. എനിയെന്താന്ന് ഓന്റെ ബായീന്ന് പൊറത്തേക്ക് ബെരാന്ന് എല്ലാരും പേടിച്ചു.

മുതുടോൻ ഉള്ളിലെ പേടി പൊറത്ത് കാണിക്കാതെ മരക്കുറ്റി പോലെ അനങ്ങാതെ നിന്നിറ്റ് പറഞ്ഞു.

"ഞാങ്ങ പഴികേല് ഒര് കാര്യം ഒറപ്പിച്ചു. തീച്ചാമുണ്ഡി തെയ്യം കെട്ടണംന്ന്."

മുതുടോൻ അത്രീം പറീമ്പക്കെന്നെ ചങ്കും കൊക്കും നീട്ടി ചെറ

** ചള്ള് – ഇളമ*

** മെരൂന – മരപ്പട്ടി; * ചെർതി – ഉടുത്തു*

** കീഞ്ഞു – ഇറങ്ങി; * കോണം – കോണകം*

** പുഴുനെയ്യ് – വിശേഷപ്പെട്ട മരുന്ന് – പെൺവെരുക്(മരപ്പട്ടി) ചുരത്തുന്ന നെയ്യ്*

കൊലത്തി കൊത്താൻ പായുന്ന പൂങ്കോയീനപോലെ കുതിച്ച് പാഞ്ഞ് മുതുടോന്റെ മീട്ന്റട്ത്ത്* പെർമലയന്റെ മീട് ആട്ടിക്കൊണ്ട് ചോയിച്ചു.

"ആര് കെട്ടും... പറ... തീച്ചാമുണ്ഡി തെയ്യം ആര് കെട്ടും...?"

പെട്ടെന്നാന്ന് എല്ലം നടന്നത്.

മിറ്റത്തെ എറങ്കല്ലിന്റട്ത്ത് നിക്ക്ന്ന ചെക്കൻ മുന്നോട്ട് വന്ന് പെർമലയന തടുത്തു. എന്നിറ്റ് തീയ്യത്തി ചിരുതേരെ പൂങ്കോയി പൊലച്ചക്ക് കൂവി നാടൊണർത്തും പോലെ കുഞ്ഞിക്കേളു ഊക്കില് പറഞ്ഞു.

"ഞാൻ കെട്ടും... തീച്ചാമുണ്ഡി തെയ്യം ഞാൻ കെട്ടും... ഉയിരറിഞ്ഞ കാലം തൊട്ട് ഞാൻ പരിപാലിച്ച് വെര്ന്ന ന്റെ പൊട്ടൻ തെയ്യത്തെ സാക്ഷ്യാക്കീറ്റ് ഞാൻ പറയേന്ന്... നെല്ല് മൂർന്നൊയിഞ്ഞ കണ്ടത്തില് വല്യമ്പ്രാൻ എനക്കടയാളം തന്ന് കല്പിച്ചാൽ ഞാൻ തീച്ചാമുണ്ഡി തെയ്യം കെട്ടും. മുരിക്കുംപൂ തെളങ്ങ്ന്ന പോലെ തെളങ്ങന്ന കനല് വാരിക്കോരി എട്ത്ത്ന്റെ തീച്ചാമുണ്ഡീരെ മനസ്സിന്റെ കുളിര് മാറ്റും. മുതുടോനെ... നാളും കാലൂം കുറിച്ചോളൂ. അയിനായിറ്റ് കുഞ്ഞിരേർമ്മൻ കുരിക്കളക്കണ്ട് കുറിപ്പാക്കി തമ്പ്രാനോട് അടയാളം കൈയ്യേറ്റാൻ മൂർത്തം* കണ്ടോളൂ."

എല്ലാരീം ശ്വാസം നെലച്ചപോലയായി.

"ഇത് പറീന്ന് കുഞ്ഞിക്കേളു അല്ല. എന്നക്കൊണ്ട് എന്റെ പൊട്ടൻ തെയ്യൂം തീച്ചാമുണ്ഡീം പറീക്കേന്ന്..."

പെർമലയൻ ചെക്കന്റെ വായി പൊത്തിപ്പിടിച്ചു.

കണ്ണേറ് പാട്ടും തോറ്റം പാട്ടും പാടി തെളിഞ്ഞ മലിനാണീരെ തൊണ്ടീന്ന് ഇടിമിന്നല്പോലെ ഒര് നെലവിളി പൊറത്തേക്ക് വന്നു. ചെക്കന എളക്കി പെർമലയൻ നെലത്ത് കുത്തീരുന്നു.

അരുളപ്പാട് കിട്ട്യ കോമരത്തെപോലെ ചെക്കൻ പറഞ്ഞു.

"പോയ്ക്കോ മുതുടോനേ... പോയി കുഞ്ഞിരേർമ്മൻ കുരിക്കളട്ക്ക്ന്ന് നല്ലൊരു മുഹൂർത്തം കുറിച്ച് വാങ്ങിവാ..."

മുതുടോന്റെ മോത്ത് തെങ്ങിൻ കൊലയല്ലി വിരിഞ്ഞ് ചിരിക്ക്ന്ന പോലത്തെ പ്രസാദം തെളിഞ്ഞു.

എല്ലാരും പിരിഞ്ഞു.

മലിനാണീരീം ഓളെ മോള് മാണീരീം കരച്ചലിനൊപ്പരം എന്റെ ചെമ്പകമരൂം അയിന്റെ മോളിലെ പുളിയൻമാവും മാവ്മ്മലിരിക്ക്ന്ന കാക്കകളും ഒരുപോലെ കരഞ്ഞു.

മേല് തേച്ചും ബെറച്ചിറ്റ് എണീക്കാൻ കയ്യാതെ പെർമലയൻ നെലത്തന്നെ കുത്തീരുന്ന് കാലിന്റെ എടീലേക്ക് തല ഇറ്ക്കി വെച്ചു.

ഇന്നലെ രാത്രീം ഇന്ന് രാവിലീം ഉച്ചക്കും ആരും കത്തലടക്കാതി

മൂർത്തം - മുഹൂർത്തം

മീടിന്റടുത്ത് - മുഖത്തിന്റെ അരികിൽ

ര്ന്നിറ്റും പൈപ്പും* പൈദാഹൂം* തോന്നീല.

മുതുടോനും കൊറേ മലേമ്മാരും തീച്ചാമുണ്ഡിക്ക് അടയാളം കൈയേൽക്കാനുള്ള മുഹൂർത്തം കുറിക്കാൻ കുഞ്ഞിരേർമ്മൻ കുരിക്കളെ തേടിപ്പോയി.

കുരിക്കള് മുഹൂർത്തം കുറിച്ച് കൊടുത്തു. കൊടുക്കുമ്പം കുരിക്കള് പറഞ്ഞു.

"ആവ്വോ ആ ചെക്കന് തീച്ചാമുണ്ഡി കെട്ടാൻ. ഓന്റെ അപ്പനാന്നെങ്കില് ശെരി. വായത്തളിര് പോലത്തെ ചെക്കൻ തീക്കൂനീല് കരിഞ്ഞ് പോവ്വോ. പറ്റ്വാന്നെങ്കില് ആ ചെക്കന ഒയിവാക്കീറ്റ് മറ്റാരെങ്കിലും കാണ്ന്നതല്ലേ നല്ലത്."

"ഓനന്നെ ആവും കുരിക്കളെ, അയിന്ല്ലെ കരുത്തും പഠിപ്പും ഓന് നല്ലോണുണ്ട്."

തൊവ്വ്തോണ്ടും ചിരിച്ചോണ്ടും മുതുടോൻ കൊടുത്ത ദക്ഷിണ കുഞ്ഞരേർമ്മൻ കുരിക്കള് വാങ്ങീല.

പെർമലയന്റെ കുടീലെത്ത്യ മുതുടോൻ, നെലത്ത് കുത്തീര്ക്ക്ന്ന പെർമലയൻ കേക്കാനായിറ്റ് പറഞ്ഞു.

"നാളെ രാവിലെ രാഹുകാലത്തിന് മുമ്പായിറ്റ് മനക്കല് പോവാനാ കുഞ്ഞിരേർമ്മൻ കുരിക്കള് കുറിച്ചത്."

അത് കേട്ട് ചെക്കന്റെ കണ്ണ് ചിരിച്ചു.

പെർമലയൻ മുതുടോന്റെ മോത്തേക്കന്നെ നോക്കി. ഉരുണ്ട് നിക്ക്ന്ന മുതുടോന്റെ മോത്ത്ന്ന് ഉളിപ്പല്ല് പൊറത്തേക്ക് നീണ്ടവന്ന് ചിരിക്കാൻ നോക്കുന്നത് പെർമലയൻ കണ്ടു. ഓന്റെ മൊകം കൂർത്ത് വന്ന് ഒര് ബെല്ല്യ പെരിച്ചായീനപ്പോലെയായി. അത് പാഞ്ഞ് വന്ന് പെർമലയന്റെ മൂക്കിന്റെ ഒട്ടേ*ലേക്കൂടെ തലേരുള്ളിലേക്ക് കേറി. തലേരുള്ള്ന്ന് അത് തലച്ചോറ് മാന്തി തിന്നാൻ തൊടങ്ങി. പെർമലയൻ ഓന്റെ തലക്ക് തച്ച് നെലവിളിച്ചു. ഓൻ ഇര്ന്നെട്ക്ക്ന്ന് എണീറ്റ് നാട് തേച്ചും കേക്ക്ന്ന ഒച്ചീല് കൂക്കിക്കൊണ്ട് ഓന്റെ കുടിക്ക് ചുറ്റും പായാൻ തൊടങ്ങി. ആരിക്കും ഓന തടക്കാൻ പറ്റ്ന്നില്ല. ഓൻ ഓടിത്തളന്ന് എന്റെ ചെമ്പകമരം പിടിച്ച് നിന്ന് മരത്തിന് ഓന്റെ തലയോണ്ടടിച്ചു. ചെക്കൻ പോയി പെർമലയന പിടിച്ച് എന്റെ തറമ്മലിരുത്തി. ഇര്ന്നെട്ക്കുന്നും ഓൻ തല പിടിച്ച് പറിക്കാൻ തൊടങ്ങി.

പെർമലയന്റെ കളി കണ്ടിറ്റ് പേടിച്ച് വന്നവരെല്ലം തിരിച്ച് പോയി.

മോന്തിയാവുന്നേന് മുമ്പേ കാനായീന്ന്, തീയ്യത്തി ചിരുതേരെ കുന്ന്മ്മന്ന് കാനായെത്തിയ കാറ്റ് പറഞ്ഞ വിവരം കേട്ട് കൊമ്ട്ട്ക്കുരുവൻ കോതോർമ്മനും ഓന്റെ ഓളും വന്നു. കൊമ്ട്ട്ക്കുരുവൻ കോതോർമ്മൻ ചെക്കന പിടിച്ച് ഓന്റെ മേത്തേക്ക് അടുപ്പിച്ച് നിർത്ത്യേരം ചെക്കന്റെ

** ഓട്ട- ദ്വാരം*

** പൈപ്പ് - വിശപ്പ്; * പൈദാഹം - വിശപ്പും ദാഹവും*

മോത്ത് ഇണ്ടായ ഉത്സാഹംകണ്ട് കോതോർമ്മനും ഓന്റെ ഓളും അതിശയപ്പെട്ടു.

കോതോർമ്മൻ എന്റെ ചെമ്പകത്തിന്റെ കീല്* ഇരിക്ക്ന്ന പെർമലയന്റെ മോത്തേക്ക് നോക്ക്യേരം ഓൻ കണ്ണിലെ വെള്ളം ഒലിപ്പിക്കാൻ തൊടങ്ങി.

കാനായിക്കാറ കണ്ടേരം പിന്നീം നെലവിളിക്കാൻ തൊടങ്ങ്യ മലിനാണീരീം ഓളെ മോള് മാണീരീം ഒപ്പരം പോയി ഇര്ന്ന് കോതോർമ്മന്റെ ഓള് ചെറിയീം കരഞ്ഞു. മോന്ത്യായേരം ചെക്കൻ എന്റെ തറമ്മല് ബെളക്ക് വെക്കുമ്പം പെർമലയനും കോതോർമ്മനും തീയ്യത്തി ചിരുതേരെ കുന്ന് കേറി. വെളക്കിലെ തിരി കത്തിച്ച് എന്നെ തൊവ്വ്ത് ചെക്കനും അവരൊപ്പരം കുന്ന് കേറി.

അവര് രണ്ടാളും തീയ്യത്തി ചിരുതേരെ വടക്ക് പൊറത്തിരുന്ന് ഒന്നും മിണ്ടാതെ റാക്ക് കുടിക്കുമ്പം അവരട്ത്ത് നിക്ക്ന്ന ചിരുതയോട് ചെക്കൻ വെല്യ സന്തോഷത്തിലും ധൃതിയിലും പറഞ്ഞു.

“നാളെ രാവിലെ ചിരുതമ്മ കുടീലേക്ക് ബെരണം. നാളെയാന്ന് തീച്ചാമുണ്ഡി തെയ്യത്തിന് അടയാളം കൈയേക്കാൻ മനക്കല് പോന്ന്. രാവിലെ ഞാനെറങ്ങ്മ്പും ചിര്തമ്മ എന്റെ തലീല് രണ്ട് കൈയും ബെക്കണം.”

തീയ്യൻ ചവുണ്ണ്യനോടും ചെക്കൻ അങ്ങനന്നെ പറീമ്പം ചിരുത ഓന വാരിപ്പിടിച്ച് ഓളെ മേലോട്* അടിപ്പിച്ച് നിർത്തി കുഞ്ഞള*പോലെ കരയാൻ തൊടങ്ങി.

പിന്ന ആടീര്ന്ന് റാക്ക് കുടിക്കാൻ പറ്റാത്ത പോലെയായി പെർമലയനും കോതോർമ്മനും കുന്ന് കീഞ്ഞു*. അവരെ ബയ്യന്നെ ചെക്കനും കീഞ്ഞു.

മോന്തിയാവുമ്പക്ക് കുന്നരൂന്ന് മാതീം ഓളെ പുരുവനും കന്നിക്കെർപ്പത്തി*ലിണ്ടായ കുഞ്ഞീം വന്നു. ഓളെ കന്നിപ്പേറിലെ കുഞ്ഞീന കണ്ടേരം മലിനാണീരെ ഉള്ളിലെ മറ്റെല്ലാ ആധീരീം എടീല് അറിയാതൊര് ഇടിമിന്നല് വാള് വീശി പാഞ്ഞു. ഞാൻ രണ്ടാമത് പെറ്റ എന്റെ ദാറൂട്ടീന ജനിപ്പിച്ചതും തമ്പ്രാൻ തന്ന്യല്ലെന്റെ പൊട്ടൻ തെയ്യേന്ന് ഉള്ളിന്റുള്ളില് എന്ന വിളിച്ച് പറഞ്ഞു.

ഇര്ട്ട് നേരത്തെ പെർമലയന്റെ കുടീലെത്ത്യപോലെ തോന്നി... എന്നാല് ഇന്നും ആരും ഇര്ട്ടിന്റെ ചൂട് വാരിപ്പൊതച്ച് ഒറങ്ങാൻ നോക്കീല. ഇര്ട്ട് എത്ത്യപോലത്ത്യ ഒര് ഒച്ചീം അനക്കൂല്ലാതെ എല്ലാരും ആടീം ഈടീം* ഇരുന്നു. ചത്ത ശവം കെടത്ത്യ കുടീന്ന് കണ്ണോണ്ട് കാണാത്ത

** മേലോട് - ശരീരത്തോട്; * കുഞ്ഞള - കുട്ടികളെ*
** കീഞ്ഞു- ഇറങ്ങി; * കന്നിക്കെർപ്പം - ആദ്യ ഗർഭം*
** ആടീം ഈടീം - അവിടെയും ഇവിടെയും;*
** കീല് - കീഴിൽ*

ഒരാവി പൊന്ത്ന്ന പോലെ... എളമാവിന്റെ കറചാട്ന്ന പച്ചവെറകിന്റെ നട്ക്ക് വെച്ച ശവം കത്തിക്കുമ്പം വെര്ന്ന ഉണ്ടലും പൊകീം* പെര്മല യന്റെ കുടീല് നെറഞ്ഞ് വെര്ന്ന പോലെ...

എന്റെ തറമ്മലെ വെളക്ക് കത്തിക്കത്തി വെളിച്ചെണ്ണ വറ്റി തിരി തനിയെ കരിഞ്ഞ് ചത്തു.

എന്റെ ഉള്ളില് കത്ത്ന്ന തീ ഞാനാരോട് പറയാൻ... എന്റെ ചെമ്പ കത്തിന്റെ ഒറ്റ എലീം അനങ്ങ്ന്നില്ല. മഞ്ഞ് വീണ് നനഞ്ഞ എലേമ്മന്ന്, പെര്മലയന്റെ ഉള്ള് കത്തുമ്പം കണ്ണ്ന്ന് ഒലിച്ച് വെര്ന്ന വെള്ളമ്പോലെ, വെള്ളം എന്റെ തറേമ്മലേക്ക് ഉറ്റി വീണോണ്ട് നിന്നു. നേരം വെള്ക്ക്ന്നത് വരെ രാത്രി തേച്ചും എന്റെ ചെമ്പകം ഒറ്റക്ക് നിന്ന് കരഞ്ഞു. ആരും ഒറ ങ്ങാതിര്ന്നത് കൊണ്ട് തീയ്യത്തി ചിരുതേരെ കുന്ന്മ്മന്ന് പൂങ്കോയി കൂവുന്ന ഒച്ച ഇര്ട്ട്ന ബെറപ്പിച്ചോണ്ട് വന്നത് എല്ലാരും കേട്ടു.

ചെക്കൻ എന്നേരം തന്നെ കെടന്ന പായീന്നെണീറ്റ് മിറ്റത്തേക്ക് എറ ങ്ങി. ആരോടും ഒന്നും പറയാതെ ഓൻ തോട്ട്പ്പോയി മുങ്ങിക്കുളിച്ച് വന്നു. വന്നപാടെ ഒര് നുള്ള് ഭസ്മം നെറ്റീല് വെലിച്ച് ലേശം വെളിച്ചെണ്ണ ഒയിച്ച് നേരിയൊര് തിരീട്ട് എന്റെ തറമ്മലെ ബെളക്ക് കത്തിച്ചു. അന്നേരൂം എന്റെ ചെമ്പകം ഒച്ചീല്ലാതെ കരഞ്ഞോണ്ട് അനങ്ങാതെ നിക്ക്വാ ചെയ്തത്.

പെര്മലയന്റെ മൂത്തമോള് മാതി ഓളെ കന്നികെർപ്പത്തിലിണ്ടായ കുഞ്ഞീന എട്ത്ത് മലിനാണീരെ പള്ളക്ക് ചേർത്ത് കെടത്തി ഒര് കഷണം തുണിയോണ്ട് പൊതപ്പിച്ച് മിറ്റത്തെറങ്ങി അടുപ്പില് തീകൂട്ടി കൊത്തമ്പാരീട്ട വെള്ളം തെളപ്പിക്കാൻ തൊടങ്ങി. തെളക്ക്ന്ന വെള്ള ത്തില് നാലാണി വെല്ലൂട്ട്* വാങ്ങി നാലഞ്ച് മങ്ങണത്തിലാക്കി ഒന്നെട്ത്ത് എന്റെ തറമ്മലിരിക്കന്ന ചെക്കന് കൊടുത്തു.

മങ്ങണത്തിലെ ചൂട്വെള്ളം കുടിച്ച് ആരെല്ലോ തോട്ടിൻകരക്കേക്ക് പോയി.

പൊലച്ചകൂറ്റിനേ കള്ളേറാൻ പോയ തീയ്യൻ ചവുണിയൻ ഏറീറ്റ് വെര്മ്പം തന്നെ തോട്ടില് മുങ്ങിക്കുളിച്ചിറ്റാ വന്നത്. ഓൻ തൊട് കുടു ക്കീല് നെറച്ചും കള്ളൊായിച്ച് എനക്ക് തന്ന് തൊവ്വ്തു. എന്നിറ്റ് വേഗം ഓന്റെ കുന്ന് കേറി. ഓൻ നനച്ചല്* മാറ്റി നല്ലതുടുത്തിറ്റ് രാവിലത്തെ കത്തലടക്കാതെ കുന്നെറങ്ങി ബെര്മ്പം ഓന്റെ ഓള് തീയ്യത്തിച്ചിരുതീം മേത്ത് മുണ്ടും പൊതച്ചിറ്റ് ബയ്യന്നെ വന്നു.

മുതുടോനും എത്തി.

ആകാശത്ത് തേച്ചും കറ്ത്തിരുണ്ട മയക്കാറ് ചത്ത് കെടക്ക്ന്നത് കൊണ്ട് പൊലന്നിറ്റും മൂടിക്കെട്ടിയ നിലാവ് പോലെ വെളിച്ചം ബെര്ന്നില്ല.

** വെല്ലൂട്ട് - വെല്ലം ചേർത്ത്*

** നനച്ചല് - വെള്ളം നനഞ്ഞ തുണി*

** ഉണ്ടലും പൊകീം - കട്ടിയുള്ള പുക; * കനൂണ്ടാവ്ന്നെ - വയറ് നിറയുന്ന*

മാതി തെളപ്പിച്ച് വെച്ച ചൂട് വെള്ളം മങ്ങണത്തിലാക്കി മുതുടോനും മലിനാണി കൊടുത്തു. മങ്ങണത്തിലെ ചൂട് വെള്ളം മേണിച്ചോണ്ട് മുതുടോൻ ഓളോട് പറഞ്ഞു.

"അടയാളം കൈയേറ്റ് വന്നിറ്റേ കത്തലടക്ക്ന്നില്ലൂ. അയിനായിറ്റ് വയറ്റില് കനൂണ്ടാവ്ന്നെ* എന്തെങ്കിലും ഇണ്ടാക്കി വെച്ചോ..."

എല്ലാരും ഇല്ലേല് നല്ലതുടുത്ത് മിറ്റത്തെറങ്ങി നിന്നു. ചെക്കൻ അന്നേരം എന്റെ തറമ്മല് കേറി ചെമ്പകത്തിനോട് അട്ത്ത് നിന്ന് തൊവ്വ്തു.

"എറങ്ങാ... എനി വെയ്തൂട*" ന്ന് മുതുടോൻ പറഞ്ഞേരം ചെക്കൻ എന്റെ തറമ്മന്നെറങ്ങി ഓന്റെ അപ്പാപ്പന്റെ കാല് തൊട്ട് തൊവ്വുതു. കാറ്റത്ത് വെറക്ക്ന്ന ഒണങ്ങ്യ ചുള്ളിക്കമ്പ് പോലത്തെ കൈയോണ്ട് പെർമലയൻ ചെക്കന്റെ തലതൊട്ടു. എന്നിറ്റ് ഓൻ ചെക്കനെ വാരിപ്പിടിച്ചു. ക്ടാവിനെ കാണാതെ കരീന്ന പൈയീനപോലെ ഓന്റെ തലക്ക് തച്ച് കരഞ്ഞു. അത് കണ്ട് ആടീല്ലവരെല്ലം കരഞ്ഞു. അവരൊപ്പരം വായേമ്മല് അന്നേരം വന്നിരുന്ന രണ്ട് കാക്കീം നിർത്താതെ തൊണ്ടപൊട്ടിച്ച് നെലവിളിച്ചു.

ചെക്കൻ എല്ലാരീം കാല് തൊട്ട് തൊവ്തു. അവരെല്ലം തലതെളച്ച് കണ്ണിലേക്കൂട മറിഞ്ഞ ചൂട് വെള്ളം ബീണ് ചെക്കന്റെ തലനനഞ്ഞു.

കാക്കകൾ കരച്ചല് നിർത്ത്യതേ ഇല്ല. ചെക്കൻ കൂടീന്റാത്തേക്ക് കേറി കലത്തിന്ന് ഒര് പിടി വറ്റ് വാരി മങ്ങണത്തിലിട്ട് വായേരെ മെരട്ട്* കൊണ്ടച്ചിറ്റ് കാക്കകളോട് പറഞ്ഞു.

"വാ... തിന്നോ... ഞാൻ തീച്ചാമുണ്ഡി തെയ്യത്തിന് അടയാളം കൈയേക്കാൻ പോവ്വാ... സന്തോഷായിറ്റ് തിന്നോ..."

ചെക്കൻ കാക്കേനെ നോക്കി നിന്നു. കാക്ക വായേരെ മെരട്ട് വെച്ച വറ്റും മങ്ങണൂം നോക്കാതെ മിറ്റത്ത് നിക്ക്ന്നവരെല്ലം നോക്കി പിന്നീം നെലവിളിച്ചു.

"നല്ല കാര്യത്തിന് എറങ്ങ്മ്പം കാക്കേരെ നെലവിളി പൊട്ട* ശകുനാ..."

അത്രീം പറഞ്ഞ് മുതുടോൻ വളക്കാനാവാത്ത ഓന്റെ ഉരുണ്ടമേല് കാല്പാത്തി* വെച്ച് കുനിഞ്ഞ് കല്ലെട്ത്ത് കാക്കേനെ എറിയാമ്പോമ്പം ചെക്കൻ തടുത്തിറ്റ് പറഞ്ഞു.

"എറിഞ്ഞൂട... അതെന്റെ ചത്ത്പോയ അപ്പനും അമ്മീം ആന്ന്..."

മുതുടോൻ കല്ല് തായലിട്ടു.

അവരെറങ്ങി.

മുമ്പില് മുതുടോനും ഓന്റെ ബയ്യല് ചെക്കനും നടന്നു. പെണ്ണൊ

** വെയ്തൂട -വൈകിക്കൂട*

** മെരട്ട് - ചുവട്ടിൽ; * പൊട്ട- മോശം*

** കാല്പാത്തി - കാല് അകത്തി*

ര്ത്തിയായിറ്റ് മലിനാണി നട്ക്ക് നടന്നു. ബയ്യല് തീയ്യൻ ചവുണിയനും അയിന്റെ മുമ്പില് പെർമലയനും ബാക്കീല്ലവരെല്ലം എടക്കും നടന്നു. നടക്കുമ്പം ബയ്യലോട്ട് തിരിഞ്ഞ് നോക്കീം അല്ലാതീം മുതുടോൻ ഓരോന്ന് ഒച്ചീല് പറീന്നതല്ലാതെ മറ്റാരും ഒന്നും മിണ്ടീല.

പെർബയീം കയിഞ്ഞ് തോടും കടന്ന് നെല്ല് മൂർന്ന കണ്ടത്തിലെ ത്ത്യേരം ചെക്കൻ തീച്ചാമുണ്ഡിക്ക് അടയാളം കൈയേക്കാൻ പോന്ന വിവരം നാട്തേച്ചും അറിഞ്ഞിറ്റ് കൊറേയാള് ഏട്ന്നല്ലോ കണ്ടത്തിലേ ക്കൂട മനക്കലേക്ക് നടന്നു വന്നു. മനക്കലെ മിറ്റം തീച്ചാമുണ്ഡി തെയ്യം കാണാൻ വന്നപോലെ ആളക്കൊണ്ട് നെറഞ്ഞു.

മുതുടോൻ, മനക്കലെ കാര്യസ്ഥൻ കോരൻനായരെ വരവറീച്ചു. കോരൻനായര് തമ്പ്രാനെ ഒണർത്തിച്ചു.

മലിനാണി, ഓള് കൊണ്ടന്ന വെളക്ക് മിറ്റത്ത് കത്തിച്ച് വെച്ചു. കൊടി യെലയില് അവിലും മലരും, ഒണക്കലരീം നെല്ലും നെറനായി* വെച്ചു.

ചെക്കനും മുതുടോനും പെർമലയനും കത്ത്ന്ന വെളക്കിന്റട്ക്ക്ന്ന് തമ്പ്രാനെ വണങ്ങി.

തമ്പ്രാൻ പൊറത്തേക്ക് വന്നില്ല. മനേരുള്ള്ന്ന്, കറ്റൻനെരി മാളത്ത്ന്ന് മുക്രീടുമ്പോലെ ഒരൊച്ച പൊറത്തേക്ക് ഉരുണ്ട് വീണു.

"ഇന്നേക്ക് പതിനാലാം നാള് മനക്കലെ മൂർന്നൊയിഞ്ഞ* കണ്ട ത്തില് തീച്ചാമുണ്ഡി കെട്ട്യാടാൻ അടയാളം തെരുന്നു."

കാര്യസ്ഥൻ കോരൻനായര് വെത്തിലീം അടക്കീം അയില് ഒര് പണം വെച്ച് വണങ്ങി നിക്ക്ന്ന ചെക്കന് നീട്ടി.

ചെക്കൻ എന്ന വിളിച്ചു, തീച്ചാമുണ്ഡീന വിളിച്ചു തൊവ്വ്ത് നിന്ന പെർമലയന്റീം കൊമ്ട്ട്ക്കുരുവന്റീം മുതുടോന്റീം മലിനാണീരീം കാല്തൊട്ട് വണങ്ങി, കാര്യസ്ഥൻ കോരൻനായരെ വണങ്ങി മേൽ ലോകത്തെ ദേവഗണങ്ങളെ വണങ്ങി അടയാളം കൈയേറ്റു. എന്നിറ്റ് ആചാരൂം മൊറീം തെറ്റാതെ എല്ലാരീം വണങ്ങി. അന്നേരൂം ഗുഹീന്ന് മുക്ര*ട്ന്ന പോലെ ഒച്ച പൊറത്തേക്ക് വന്നു. ഒച്ച പൊറത്തേക്ക് മൂളി മൊഴങ്ങി വന്നതല്ലാതെ എന്താ പറഞ്ഞിനീന്ന് ആരിക്കും ഒന്നും തിരി ഞ്ഞില്ല.

ബാക്ക്യെല്ലം* കാര്യസ്ഥൻ കോരൻനായര് ചൊമലത്തിട്ട മുണ്ടോണ്ട് വായീന്നൊലിച്ചെറങ്ങ്യ മുറുക്കാനും തുപ്പലും* തോർത്തിക്കൊണ്ട് പറ ഞ്ഞു.

"ഇന്നേക്ക് പതിനാലാം നാള് തെയ്യം. അയിന്റെ ഒര്ക്കങ്ങളെല്ലം ഈട്ന്ന് ചെയ്യും. തെയ്യം പൊടിപൊടിക്കണം."

** നെറനായി - നാഴി അളവ് നിറച്ച് വെച്ചു*

** മൂർന്നൊയിഞ്ഞ - കൊയ്ത്ത് കഴിഞ്ഞ*

** മുക്ര- മുരൾച്ച; * തുപ്പല്- ഉമിനീര്*

** ബാക്ക്യെല്ലം - ശേഷം എല്ലാം*

അത്രീം പറഞ്ഞ് നിർത്തീറ്റ് ചെക്കന നോക്ക്യേരം ചെക്കൻ താണ് തൊഴ്ത് തലയാട്ടിക്കൊണ്ട് പറഞ്ഞു.

"മ്പ്രാനേ... കല്പിച്ച പോലെ..."

കാര്യസ്ഥൻ കോരൻ നായര് പിന്നീം എന്തല്ലോ ചെക്കനോട് പറഞ്ഞു.

"കന്നിത്തെയ്യം... അതും തീച്ചാമുണ്ഡിക്കോലം തന്നെ.. വെല്യ ഭാഗ്യാ അത്. നീ ഭാഗ്യം ചെയ്തോനാ... അയിന്റെ പേരും പെർമീം നിനിക്ക്ണ്ടാവും."

ചെക്കൻ പിന്നീം തലകുനിച്ചു.

വെളക്കും നെറനായീം എട്ത്ത് മനേന* വണങ്ങി എല്ലാരും തിരിച്ച് കുടീലേക്ക് നടന്നു.

തിരിച്ച് നടക്കുമ്പും മനേരെ മിറ്റത്ത് ഇണ്ടായവരെല്ലം വെല്ല്യ സങ്കടത്തോട്യാ ചെക്കന നോക്കി നിന്നത്. എല്ലാരും നെല്ല് മൂർന്നൊയിഞ്ഞ കണ്ടൂം കയിഞ്ഞ്, തോടുംകടന്ന് പെർബയിക്കെത്ത്ന്നവരെ ചെക്കന്റെ ഒപ്പരം വന്നു. പെർവയിക്ക്ന്ന് എല്ലാരും പലവയിക്ക് പിരിഞ്ഞു.

ചെക്കനും ഒപ്പരൂല്ലവരും എന്റെ തറേരെട്ത്ത് എത്താനാവുമ്പം വാണ്യനെമ്മന്റെ വളപ്പ്ന്ന് നെലവിളി കേട്ടിറ്റ് എല്ലാരും തിരിഞ്ഞ് നിന്നു. കൊറേ ആള് പെർവയിക്ക്ന്ന് അങ്ങോട്ട് പാഞ്ഞ് പോന്ന് കാണുന്നൂണ്ട്.

ഒടിഞ്ഞ നടൂം പിടിച്ച് പെർമലയൻ വാണ്യനെമ്മന്റെ വളപ്പിലേക്ക് പാഞ്ഞു. വയ്യന്നെ* പായാൻ തൊടങ്ങ്യ ചെക്കന മുതുടോൻ ഓന്റെ കാഞ്ഞരമുട്ടി പോലത്തെ കൈയോണ്ട് പിടിച്ച് നിർത്തീറ്റ് പറഞ്ഞു.

"പോയ്ക്കൂട, എനി നിനിക്ക് ഏടീം പോയ്ക്കൂടാ. മാരിക്കുര്പ്പ് വന്ന വാണ്യനെമ്മന്റെ മോൻ ചത്തിറ്റ്ണ്ടാവും. അതാ എമ്മച്ചൻ കരീന്ന* ഒച്ച. ഇന്ന് തൊട്ട് പതിനാലാമത്തെ ദേവസം നിനിക്ക് തീച്ചാമുണ്ഡി തെയ്യത്തിന്റെ കിരീടം ബെക്കണ്ടതാ... വാണ്യനെമ്മന്റ്ടക്ക ഓന്റെ മോൻ ചത്ത പൊലയാ. പൊലീല്ലവരെ നിനിക്ക് കണ്ടൂട. ചത്തശവൂം കണ്ടൂട."

ചെക്കന്റെ നെഞ്ഞിന്റുള്ള്ന്ന് വാണ്യനെമ്മന്റെ നെലവിളി ഉമിക്ക് തീപ്പിടിച്ചപോലെ ഉര്കി കത്താൻ തൊടങ്ങി.

ചെക്കൻ എന്റെ തറമ്മല് കേറി എന്ന തോവ്വ്തോണ്ട് പറഞ്ഞു.

"എന്തേ എന്റെ പൊട്ടൻ തെയ്യേ ഇങ്ങന ഓരോന്ന് കാണാൻ പറ്റാത്തതും കണ്ണില് കൊണ്ട് വെച്ച് തന്നും, കേക്കാൻ പറ്റാത്തത് ചെവീലൊയിച്ച് തന്നും അടിയന തീതീറ്റിക്ക്ന്ന്..."

മാരിക്കുരിപ്പ് കേറി ചത്ത വാണ്യനെമ്മന്റെ മോൻ പൊന്നൂട്ടീരെ ബെറൂം കൊള്ളി*പോലെ കെടക്ക്ന്ന മേല് കണ്ട് വന്നവരോട് ചെക്കൻ ഒന്നും ചോയിച്ചില്ല.

** മനേന- മനയെ;*

** വയ്യന്നെ - പിന്നാലെ; * ബെറൂം കൊള്ളി - വിറക്*

** കരീന്ന - കരയുന്ന*

മോന്ത്യാവുമ്പം തോട്ട്ന്ന് മുങ്ങിക്കുളിച്ച് വന്ന മാതീരെ പുരുവൻ കുന്നരുക്കാരൻ പറഞ്ഞു.

"മിറ്റത്ത് വീണ് കെട്ക്കന്നൊ ഇണ്ടായിന്. മേല് തേച്ചും ഉറുമ്പ് കേറി പൊതിഞ്ഞിന്. മൂക്കിന്റുള്ള്ന്ന് ചോര ഒലിച്ച് വന്നത് ഉറുമ്പ് നക്കി തിന്ന്ന്ണ്ടായിന്. ആരും അട്ത്ത് പോയിറ്റ്ല. ചത്ത് കെടക്ക്ന്നേന്റെ ലേശം മുമ്പിലോട്ടായി ഒരു കുയി കുയിച്ചിറ്റ് അയിലേക്ക് കവുങ്ങിന്റെ മാച്ചിപ്പട്ട കൂട്ടി വെലിച്ചിട്ട് കൊത്തിമൂടി അയിന്റെ മോളില് ചെമ്മുരിക്കിന്റെ കൊമ്പും കാരമുള്ളിന്റെ കൊമ്പും കൊത്തിവെച്ചിറ്റാന്ന് എല്ലാരും പിരിഞ്ഞ് പോയത്."

മാതീരെ പുരുവൻ* കുന്നരുക്കാരൻ പറീന്നതെല്ലം ചെക്കനും കേട്ട്നി. എന്നാല് ചെക്കൻ അയിനപ്പറ്റി ഒന്നും ചോയ്ക്കോ പറയ്യോ ചെയ്തില്ല.

വല്ല്യ മനക്കന്ന് തീച്ചാമുണ്ഡി തെയ്യത്തിന് അടയാളം കൈയേറ്റേപ്പിന്ന ചെക്കനാകെ മാറിപ്പോയി. ചിരീം പയമീം ഒന്നും ഇല്ലാന്നന്നെ പറയാ.

ദെവസും പാതിരാത്ര്യാവുമ്പം മരത്തിന്റെ ചപ്പിലീം കൂടി ഒറങ്ങ്യേരം പെർമലയനും, കൊമ്ട്ക്കുരുവനും കൂടി ചെക്കന തീച്ചാമുണ്ഡി തെയ്യത്തിന്റെ ചടങ്ങ് പഠിപ്പിക്കും.

ആദ്യം കുടിലിന് ചുറ്റും നൂറ്റൊന്നോട്ടം ചെക്കന ഓടിക്കും. ബയ്യന്നെ പെർമലയനും ഓടും. പിന്ന മിറ്റം തെയ്യാട്ടക്കളായിറ്റ് മനസ്സില് വെച്ച് ഓരോന്നാടും. കൊമ്ട്ക്കുരുവൻ വായിയോണ്ട് താളം പറീം. തീയ്യത്തി ചിരുതേരെ പൂങ്കോയി കൂവുമ്പം മലിനാണി ആത്തെ അടുപ്പില് വെച്ച കൊത്തമ്പാരീം ചക്കരീം ഇട്ട് തെളപ്പിച്ച വെള്ളത്തില് ലേശം നെയ്യും കോരീട്ട് ചെക്കന് കൊടുക്കും. തെങ്ങിന്റെ ചക്കരീം പൈയീരെ പാല് കാച്ചി എട്ത്ത നെയ്യും തീയ്യത്തി ചിരുത മലിനാണിക്ക്, ചെക്കന് കൊടുക്കണംന്നും പറഞ്ഞ് കൊണ്ട്ക്കൊടുത്തതാന്ന്. ചൂട്വെള്ളം കുടിച്ചിറ്റ് എല്ലാരും ഒറങ്ങും. പിന്ന കുടീന്റുള്ളിലേക്ക് മോള്ല് കെട്ട്യ ഓലക്കീറിന്റെ ഓട്ടേ*രുള്ളിലേക്കൂട ബെയില്* തൊരന്ന് കേറുമ്പേ എല്ലാരും എണീക്കൂ.

മോന്ത്യാവുന്നേന് മുമ്പേ തോട്ട്പ്പോയി മുങ്ങിക്കുളിച്ച് വന്ന് എന്റെ തറമ്മല് വെളക്ക്കത്തിച്ച് ചുണ്ട്മാത്രം അനക്കിക്കോണ്ട് ചെക്കൻ ഒരേ ഇരിപ്പാന്ന്. പൊറത്ത്ന്ന് ഇണ്ടാവ്ന്ന ഒര് ഒച്ചീം ഓന്റെ ചെവീലേക്ക് കേറലേ ഇല്ല. എത്രയോ കൊല്ലായി വെയിലും മയീം കൊണ്ട് ഉരുകി ഒറച്ച ആൾരൂപം കിട്ട്യ ഒരു പാറക്കല്ല് പോലെ എനക്ക് ചെക്കന്റെ ഇര്ത്തം കണ്ടിറ്റ് തോന്നീറ്റ്ണ്ട്.

** ഓട്ട - ദ്വാരം; * പയേ - പഴയ*

** പുരുവൻ - ഭർത്താവ്; * ബെയിൽ - വെയിൽ*

തലേന്ന് ഇണ്ടാക്യ പയേതും, ചത്തേറ്റിങ്ങ പാതിരാത്രിക്ക് വന്ന് വാരിവെലിച്ച് തിന്ന് എച്ചിലാക്കി പുളിച്ചതും ഒന്നും ചെക്കന് കൊട്ക്കലില്ല.

പെർമലയൻ തോട്ടിൻ കരക്ക് കാരാമേന പിടിക്കാൻ നെലത്ത് പയേ* വക്ക് പൊട്ട്യ മങ്കലം കുയിച്ചിട്ടിറ്റ് അയില് മീന്റെ കൊടലോ ഒണക്കമീ നിന്റ തലയോ ഇട്ട് വെച്ചിറ്റ് മോന്ത്യാവുമ്പം വെരും പൊലച്ചക്ക് പോയി നോക്കുമ്പം അയില് ഒന്നോ രണ്ടോ കാരാമ വീണിറ്റ് കേറിപ്പോവാൻ പറ്റാതെ കെടക്ക്ന്നിണ്ടാവും. അയിന പിടിച്ച് ചപ്പില വാരി കൂട്ടി തീക ത്തിച്ച് ചുട്ട്കൊന്ന് കൊത്തിപ്പൊളിച്ച് എറച്ച്യാക്കീറ്റ് ഓന്റോക്ക് കൊടു ക്കും. മലിനാണി അത് കുരുമൊളകിട്ട്റ്റ് വറ്റിച്ച് വെച്ച് വാങ്ങാനാവുമ്പം ലേശം നെയ്യും ഒയിച്ച് എളക്കി എലീല് കോരീട്ട് രണ്ട് കഷണം എന്റെ ചെമ്പകത്തിന്റെ മുമ്പില് കൊണ്ടച്ച് ബാക്ക്യെല്ലം ചെക്കന് ഉച്ചക്കെ കത്ത ലടക്കലിന്റൊപ്പരം കൊടുക്കും. തെയ്യക്കോലം കെട്ട്യാടുമ്പം കൊറേ മുമ്പെന്നെ കാരാമേരെ എറച്ചി തിന്നാല് കെതപ്പും മേല്വേദനീം ഇണ്ടാ വൂലാന്ന് പെർമലയന് ഓന്റെ അപ്പൻ പറഞ്ഞ് കൊടുത്തതാ. അത് മലി നാണി നല്ലോണം പരിപാലിച്ച് വെര്ന്ന്ണ്ട്.

കൊമ്ട്ട്ക്കുരുവൻ കോതോർമ്മനും ഓന്റോളും കാനായ്യേക്കും, മാതീം ഓളെ പുരുവനും കുന്നരുവേക്കും തിരിച്ച് പോയില്ല. എനി പതി നാല് ദെവസം കയിഞ്ഞ് തെയ്യം കയിഞ്ഞിറ്റേ പോവാൻ പറ്റൂലൂന്ന് അവ രോട് മലിനാണീം, തീയ്യത്തി ചിരുതീം പറഞ്ഞിന്.

നാളീം കയിഞ്ഞ് മറ്റന്നാളാന്ന് മനക്കലെ നെല്ല് മൂർന്ന കണ്ടത്തില് പുതിയോതി തെയ്യം. വണ്ണാൻ കുഞ്ഞാരന്റെ മൂത്തമോൻ രാമപ്പെരുവ ണ്ണാൻ തെയ്യത്തിന് അടയാളം കൈയേറ്റിറ്റ് പത്തീസം കയിഞ്ഞു. തെയ്യ ത്തിന് കുഞ്ഞിക്കേളൂനീം കൂട്ടി എല്ലാരും വെരണംന്ന് വണ്ണാൻ കുഞ്ഞാ രന്റെ മോൻ വന്ന് പറഞ്ഞിന്. കൊമ്ട്ട്ക്കുരുവനോട് പുതിയോതിക്ക് മോത്തെഴുതാൻ പ്രത്യേകം പറയൂം ചെയ്തിന്.

തീയ്യത്തി ചിരുതേരെ കുന്ന്മ്മന്ന് എറങ്ങ്യ കാറ്റ് പുതുമില്ലെ പയമീം കൊണ്ട് നാട്ടില് തേച്ചും വീശി നടന്നു. തമ്പ്രാന്റെ കാര്യസ്ഥൻ കോയി ച്ചപ്പു വയറ്നെറച്ചും റാക്ക് കുടിച്ചേരം എണ ചേർന്ന* പാമ്പിനപ്പോലെ കാല് പെണച്ച്* നിന്ന് നീണ്ട ചങ്ക് കൊലച്ചാട്ടിക്കൊണ്ട്, എടക്കെടക്ക് പാമ്പ് നാവ് നീട്ടുമ്പോലെ നാവ് പൊറത്തേക്കിട്ടിറ്റും പറഞ്ഞത് വാക്കൊന്ന് തെറ്റാതെ കാറ്റ് കൊണ്ടോവ്വാ ഇണ്ടായത്.

കൊട്ടത്തലച്ചി മലക്ക് തമ്പ്രാന് പൊനം* വാള്ന്ന* മലീണ്ട്. പൊനം കൊലക്കുമ്പം കാട്ട്ന്ന് ആന വന്നിറ്റ് പൊനം തിന്ന് വയറ് നെറച്ചിറ്റ്

** ആത്തെ – അകത്തെ*

** എണചേരൽ – ഇണചേരൽ;* പെണച്ച് –അന്യോന്യം ചുറ്റി*

** പൊനം – കരകൃഷി –നെല്ല്, മുത്താറി, വരക്, തുവര*

** വാള്ക–കൃഷി ചെയ്യുക*

ബാക്ക്യേല്ലം ചവിട്ടിക്കളെയും വല്യേമ്പ്രാൻ ആന വെർന്ന വയിക്ക് വേട്ടുറ *വിട്ട് കുയി*കുയിച്ചു. കുയീല് ആന വീണു. കാട്ടാനേന കുയീന്ന് കേറ്റി ആട്ത്തന്നെ ആനപ്പന്തി കെട്ടി ആനേന മെർക്കി. പുതിയോതി തെയ്യം തൊടങ്ങുമ്പം ആ ആനേന കൊണ്ടന്ന് പട്ടം കെട്ടി നിർത്തുന്ന്ണ്ട്. ഇന്നലെ കൊട്ടത്തലച്ചി മലക്ക്ന്ന് ആനേന കൊണ്ടന്നു. നാട്ട്ല് കുരിപ്പ് വന്നത് മറന്നിറ്റ് ആളെല്ലം ആനേനക്കാണാൻ പോന്ന്ണ്ടോലും.

മലക്ക്ന്ന് ആനേന കൊണ്ടരുമ്പം ആനക്ക് കണ്ണ് കൊള്ളാണ്ടിരിക്കാൻ കുറ്റൂരെ ചാളീന്ന് പൊലേൻ പൊല്ലേന ആനേരെ മുമ്പില് നടത്തി. ബെറ്തെ നടത്ത്യേതല്ല. പൊലേൻപൊല്ലേരെ അരീന്ന് കോണം അയിച്ച് കളഞ്ഞ് ഓന്റെ കൈ രണ്ടും ബയ്യല് കെട്ടി ലിംഗത്തിന് വള്ളിക്കൊടൂത്ത* പറച്ച് ഒരച്ചിറ്റാ നടത്തിച്ചത്. വള്ളിക്കൊടൂത്ത ഒരച്ചെട്ത്തല്ലം ഇരീം കടിക്കീം ചെയ്യുമ്പം ചൊറിയാനാവാതെ നിർക്കനിർക്ക തുള്ളിക്കോണ്ടാ ഓൻ നടന്നത്. എടക്കെടക്ക് കോയിച്ചപ്പു ഓന്റെ കൈമലെ ചെറ്വെരലിന്റെ വണ്ണൂല്ലെ തോല് പൊളിച്ചെ വീശുമ്പം കൊലയുന്ന കാശാവിന്റെ വടിയോണ്ട് പൊലയൻ പൊല്ലേന്റെ ലിംഗത്തിന് അടിച്ചിറ്റ് ബയിക്ക് ആനേനക്കാണാൻ നിക്ക്ന്നവരെ ചങ്ക് നീട്ടി നാവ് പൊറത്തേക്ക്ട്ട് നോക്കി ചിരിക്കും. ആള് ബയിക്കല്ലം കൊറേ ഇണ്ടാവുമ്പം കോയിച്ചപ്പന്നെ ആനേരെ പാപ്പാനാവും. ഓൻ ആനേരെ കാലിനും പള്ളക്കും വടിയോണ്ട് കുത്തൂം അടിക്കൂം ചെയ്തിറ്റ് ചങ്കും കൊലച്ച് നടക്കും.

ആനേനക്കാണാൻ വന്നവരെല്ലം അരക്ക് തുണിയില്ലാതെ ചൊറിയാൻ പറ്റാതെ വീങ്ങി വണ്ണം വെച്ച ലിംഗൂംകൊണ്ട് തുള്ളി നെലവിളിക്ക്ന്നതാ ആദ്യം നോക്ക്യേത്. പിന്ന ആരെ കണ്ണിലും ആനപെട്ടില്ല...

പൊലയൻ പൊല്ല, ഓന്റെ ലിംഗം വീങ്ങി പെഴ്ത്ത് കെടന്നു. ഓന്റോള് പൊലച്ചി വണ്ണാൻ കുഞ്ഞാരന്റട്ത്ത് പോയി മര്ന്ന് കൊണ്ട് കൊടുത്തു. കോയിച്ചപ്പു കാശാവിന്റെ കോലോണ്ട് ലിംഗത്തിന് അടിച്ചെട്ത്തല്ലം വീങ്ങിപ്പൊട്ടി ചലൂം ചോരീം പോവാൻ തൊടങ്ങി.

ആനേന കൊണ്ടര്ന്നേന് മുമ്പേ കോയിച്ചപ്പു പൊലേമ്മാറെ ചാളീല് പോയിറ്റ് ആണായവരെല്ലം വിളിച്ചിറ്റ് കോണയിപ്പിച്ചിറ്റ് ആനേരെ ലിംഗം പോലത്തെ ലിംഗൂലെ ആളെ നോക്കി. അങ്ങന്യാ പൊല്ലേന പിടിച്ചത്. പൊല്ല തമ്പ്രാന്റെ കണ്ടത്തിലെ എണ്ണപ്പെട്ട പോത്ത് പൂട്ടക്കാരനാ.

വണ്ണാൻ കുഞ്ഞാരന്റെ നോട്ടത്തില് പൊല്ല ബാക്കിയാവൂല്ലാന്ന് കണ്ടു. പൊല്ലക്ക് മൂത്രം പൊറത്തേക്ക് ബെര്ന്നില്ല. നല്ലോണം മുക്കി മൂത്രൊായിക്കുമ്പം ചോര്യാ ഉറ്റിയുറ്റി ബെര്ന്നത്.

ആരോ എടക്കെന്നെ ബിളിച്ചു.

വേട്ടുറ് - പ്രത്യേക ജാതി

*കുയി - കുഴി; * വള്ളിക്കൊടുത്ത - കൊടിത്തൂവ*

“ന്റെ പൊട്ടൻ തെയ്യേ... നീ ഇതൊന്നും കാണിന്നേല്ലേ ദൈവങ്ങളേ...”

പൊലേനായ എന്നീം തമ്പ്രാക്കമ്മാര് എറിഞ്ഞ് കൊന്നതല്ലേ...

ചെക്കന് എന്റെ തോറ്റൂം, എന്നെക്കുറിച്ചും തേച്ചും അറിയ. ന്നാലും ഓന് ഒന്ന് തിരിഞ്ഞിറ്റ്ല. സത്യം പറഞ്ഞാല് അയിനില്ലെ കൂലി മരണാന്ന്ന് ഒരീസം ഓനോട് പറയണം. എന്നാല് മരണത്തിന്റെ രസം മരണാന്ന്ന് മനസ്സില് ഒറപ്പിക്കാനും പഠിക്കണം. എന്നപ്പോലെ... അയിന് ഓന് സമയായിറ്റ്ല്ല. ഓന്റെ അപ്പാപ്പൻ പെർമലയന് അതറിയ. ഒരീസം ഓന്റപ്പാപ്പൻ ഓനോട് പറീന്ന് ഞാൻ കേട്ടിന്. എളമാന് കടവറീലാന്ന്. അയിന്റെ പൊര്ള് ചെക്കന്റെ ഉള്ള്ല് കേറീറ്റേ ഇല്ല.

തീയ്യത്തി ചിരുത പുതിയോതി തെയ്യത്തിന് പോവാൻ കുന്നെറങ്ങി വന്നു.

ഓളെ കൈമല് ഒര് പൊതി ഇണ്ടായിന്. ഇന്നലെ അന്തുമാപ്പള ഒണക്കമീനും കൊണ്ട് വന്നേരം അയിന്റൊപ്പരം വിക്കാൻ കൊണ്ടന്ന തോർത്ത് മുണ്ടില് ചെറ്ത് നോക്കി മൂന്നെണ്ണം ചെക്കന് ഉട്ക്കാൻ വേണ്ടീറ്റ് ഓള് വാങ്ങീന്. അന്തുമാപ്പള പെർമലയന്റെ കുടീല് കേറാതെയാ ചിരുതേരെട്ത്ത് എത്ത്യത്. ഓൻ കാനായ്യേക്കൂട വന്ന് പുല്ല് പാറക്കെന്നെ ചിരുതേരെട്ത്തേക്ക് കീയേ ചെയ്തിന്. പെർമലയന്റ്ക്ക എന്തോ കൊയപ്പൂണ്ട്ന്നും എരമം നാട്ട്ല് ഏടല്ലോ മാരിക്കുരിപ്പ് വന്നിറ്റ്ണ്ട്ന്നും ഓൻ അറിഞ്ഞിനി. അതാ ഓൻ നാട്ട്ക്കീയാതെ പാറക്കെന്നെ ചിരുതേരെട്ത്തേക്ക് എത്ത്യത്. എന്നിറ്റ് നാട്ട് കീയണോന്ന് ചിന്തിക്കാന്നും നിരീച്ചു. വാണ്യനെമ്മന്റെ ചെക്കൻ കുരിപ്പ് കേറി ചത്തത് ചിരുത പറഞ്ഞിറ്റാ ഓൻ അറിഞ്ഞത്. അത് കേട്ടേപ്പിന്ന അന്തുമാപ്പള ആട നിക്കാതെ നേരെ പുല്ല് പാറ വയിക്കന്നെ കാനായ്യേക്ക് പോയി. തീയ്യത്തി ചിരുത ഓളെ കോയി കൂവുന്നേന് മുമ്പിലെ കുന്ന് കീഞ്ഞ്വന്ന് മലിനാണീന ബിളിച്ചു. ചെക്കനാ ഓളെ ഒച്ചകേട്ട് ബേഗം പൊറത്തേക്ക് വന്നത്. ഓൻ പൊലച്ച കൂറ്റിനേ ഇല്ലേല് നല്ല വെള്ത്തത് ഉടുത്തിന്. ചെമ്പിച്ച നെറ്റീല് ഭസ്മം വെലിച്ചിറ്റ്ണ്ട്. ചെക്കൻ ചിരുതേരട്ത്തെത്തി ചേർന്ന് നിന്ന് ഓളെ മോത്തേക്കെന്നെ നോക്കി ചിരിച്ചു. നിലാവ് പോലെ വെള്വെള്ത്ത ഓന്റെ ചിരിക്ക്ന്ന മോത്ത് ഓള് തടവി. അന്തുമാപ്പളയോട് മേണിച്ച തോർത്ത് മുണ്ട് ചെക്കന് കൊടുത്തു. അയിലൊന്നെട്ത്ത് ചെക്കന്റെ അരീലെ മുണ്ടിന്റെ മോളില് ഉടുപ്പിച്ചു. ആത്ത് ഇണ്ടായ മലിചെറിയീം, മലിനാണീം, മാതീം മാണീം നൂല് പോലത്തെ തിരീം കത്തിച്ച് മിറ്റത്തേക്കെറങ്ങി നോക്ക്മ്പം തീയ്യത്തി ചിരുത ഒച്ചീല്ലാതെ കണ്ണിലെ വെള്ളം വാർത്ത് കരയ്വായിരുന്നു. പുതിയതുട്ത്തിറ്റ് ചെക്കന നോക്ക്മ്പം ഓളെ മോത്ത് ചിരി വെർന്നപോലെ തോന്ന്യങ്കിലും മനസ്സിന്റുള്ള്ന്ന് ഒര് കരിങ്കാറ് എരച്ച് കേറി കണ്ണീരായി മാറി നെലത്തേക്ക് ഉരുണ്ട് വീണ് ഒടയ്വാ* ചെയ്തത്.

** ഒടയുക – ചിതറുക*

തീയ്യത്തി ചിരുത അവരോട് പറഞ്ഞു.

"പോവ്വല്ലേ..."

കൊമ്ട്ട്ക്കുരുവനും, മാതീരെ പുരുവൻ കുന്നരുക്കാരനും രാവി ലെന്നെ പുതിയോതീന കെട്ട്ന്ന നെല്ല് മൂർന്ന കണ്ടത്തിലേക്ക് പോയിനി. കോതോർമ്മൻ തന്ന്യാ പുതിയോതീരെ മൊകത്തെഴ്ത്ത്. കണ്ണിന് ചുറ്റും കരിമയി ഇട്ട കറപ്പ് മാത്രം. മോത്ത് തേച്ചും ചായില്യം തേച്ച് അയിന്റെ മേലെ നിലാവ് പോലെ മഞ്ഞ നെറം. നെറ്റിയിൽ വട്ടത്തില് കുഞ്ഞു കുഞ്ഞു വർണ്ണങ്ങൾ. അതെല്ലം കോതോർമ്മൻ പച്ച ഈൗർക്കില് ചതച്ചും കൂർപ്പിച്ചും കണ്ണ്ചിമ്മാതെ ചായത്തില് മുക്കിയെട്ത്ത് തെയ്യത്തിനി ണ്ടാക്കും.

തീയ്യൻ ചവുണ്യനും കൂടി കുന്നെറങ്ങ്യേരം എല്ലാരും പുതിയോ തീന കണ്ട് തൊവ്വാൻ എറങ്ങി. ഇര്ട്ട് പൊതിഞ്ഞ് നിക്ക്ന്ന പെർവയി കാണാൻ ചൂട്ട് കത്തിച്ച് പിടിച്ച് മുമ്പില് ചവുണ്യൻ നടന്നു.

തോട് കടക്ക്മ്പേ ചെണ്ടേരൊച്ച കേക്ക്ന്ണ്ട്.

വലിയ വട്ടമുടിയുടെ മോളില് കോത്തിരി പന്തങ്ങൾ നിറഞ്ഞ് കത്തി, അരയില് തേങ്ങേരത്ര വെല്ല്യ അഞ്ച് പന്തങ്ങൾ ആളിക്കത്തിച്ച് മൊകം ചോന്ന് ജ്വലിച്ച് തെളങ്ങി നെറഞ്ഞാടുകയാണ് പുതിയോതി തെയ്യം.

തെയ്യാട്ടക്കളത്തിന് ചുറ്റും ആള് കൊറവാ. മാരിക്കുരിപ്പ് മാറ്റണേ ദൈവങ്ങളേന്ന് വിളിച്ച് തൊവ്വ്ത് നിക്ക്ന്നവരെ മൊകം തെയ്യത്തിന്റെ ചോന്ന വെളിച്ചത്തിൽ മുങ്ങിക്കുളിച്ചു.

കുഞ്ഞിക്കേളു ഒറഞ്ഞാട്ന്ന തെയ്യത്തിന തൊവ്വ്ത് നിന്നു. തെയ്യം തൊവ്വ്ത് നിക്ക്ന്ന കുഞ്ഞിക്കേളൂന്റെ എണ്ണ കിനിയുന്ന മോത്ത് കനല് തെളങ്ങ്ന്ന കണ്ണില് മറ്റൊർ തെയ്യം നെറഞ്ഞ് നിക്ക്ന്നത് പുതിയോതി കണ്ടു. ചെണ്ട തകർത്തലറുന്ന ഒച്ചക്കെടീലും തെയ്യത്തിന്റെ വിളി കുഞ്ഞിക്കേളു കേട്ടു.

"എന്റെ കല്ലാടീ..."

കുഞ്ഞിക്കേളു മിന്നലോ*ട്ട് കേറി തലകുനിച്ച് നിന്നു.

മലിനാണീം, മലിച്ചെറിയീം, പെർമലയനും, മാണീം ചെക്കന്റെ ബയ്യല്* നിന്ന് തെയ്യത്തിന തൊവ്വ്തു. മാതീരെ പുരുവൻ കുന്നരുക്കാ രൻ തെയ്യത്തിന്റെ ഒപ്പരം തന്നീണ്ട്. തെയ്യത്തിന്റെ അരീല് കത്ത്ന്ന പന്ത ത്തില് എണ്ണ ഒയിച്ചു.

തെയ്യം കുഞ്ഞിക്കേളൂന്റെ തൊവ്വ്ത് നിക്ക്ന്ന കൈ കൂട്ടിപ്പിടിച്ച് വാചാല് ഉതിർത്തു.

"നല്ലച്ഛന്റെ പൊന്ന്മോളായി പെറന്ന ഞാൻ മേൽലോകത്തെ മാരി ക്കുരിപ്പടക്കി കീഴ്ലോകത്തേക്ക് വന്നിനെന്തിനാ കല്ലാടീ... മാരിക്കുരിപ്പ ടക്കാൻ തന്നെ അല്ലേ കല്ലാടീ..."

** മിന്നല് - മുമ്പിൽ*

** ബയ്യല് - പിന്നിൽ*

കുഞ്ഞിക്കേളൂം പെർമലയനും തലയാട്ടി.

"അരീലും* എന്റെ തിരുമുടീലും അഗ്നി നെറച്ച് സ്വയം കത്തി പുതിയവളായി, പുതിയ ഭഗവതിയായി ഞാൻ എല്ലാ കാലും കീഴ്ലോകത്ത് ഇണ്ട് അല്ലേ കല്ലാടി..."

ചെക്കനും പെർമലയനും പിന്നീം തലയാട്ടി.

"ആധിയും വ്യാധിയും തട്ടിത്തൊടച്ച്, ഇല്ലായ്മയും വല്ലായ്മയും മാറ്റ്യാപ്പോരെന്റെ കല്ലാടീ..."

തെയ്യം, തലയാട്ടി നിന്ന കുഞ്ഞിക്കേളോട് ചോയിച്ചു.

"മാരിക്കുരിപ്പ് മായ്ക്കാൻ എന്റെ കല്ലാടിയും ഒര് തീക്കോലത്തിന് അടയാളം കയ്യേറ്റിട്ടുണ്ട് അല്ലേ... ഞാനുംന്റെ പൊട്ടൻ തെയ്യും വിഷ്ണുമൂർത്തിയാകും പരദേവതീം കൈവിടാതെ കണ്ണോട് കണ്ണ്, കാതോട് കാത്, മെയ്യോട് മെയ്യ് എന്റെ കല്ലാടീരൊപ്പരം തന്നെ ഇണ്ട്... ന്താ പോരേ... ന്റെ കല്ലാടിക്ക് മനസ്സ് കുളിർത്തില്ലേ..."

ചെക്കൻ തൊവ്വ്ത് തലയാട്ടി.

തെയ്യം മഞ്ഞക്കുറി വാരി ചെക്കന് കൊടുത്തു. തിരുമുടിയിയലെ പൂവറുത്ത് ചെക്കന്റെ മൂർദ്ധാവിൽവെച്ച് കൈയമർത്തി പിൻവാങ്ങി.

പുതിയോതീരെ വാചാലും തലീലേറ്റി ചെക്കനും ആളും മടങ്ങുമ്പം മനക്കലെ പറമ്പത്ത് കെട്ട്യ കൊട്ടത്തലച്ചി മലക്ക്ന്ന് കൊണ്ടന്ന കൊമ്പനാനേന പുതിയോതീരെ മുമ്പില് നിർത്തി അനുഗ്രഹം ഏറ്റ് വാങ്ങാൻ തെയ്യാട്ടക്കളത്തിലേക്ക് കൊണ്ടര്ന്ന്ണ്ടായിന്. ഇര്ട്ടത്ത് ആനേരെ വലുപ്പം കൂടിയപോലെ. രണ്ട് പാപ്പാമ്മാർ ആനേരെ എടത്തും വലത്തും നിന്ന് ആനേന നടത്തിക്കുമ്പും ആനേരെ മുമ്പില് ഒരു കോലും പിടിച്ച് കോയിച്ചപ്പും നടക്ക്ന്ന്ണ്ട്. ആന തുമ്പിക്കൈ ചുഴറ്റുമ്പോലെ കോയിച്ചപ്പും ഓന്റെ നീണ്ട ചങ്ക് ചുഴറ്റിക്കൊണ്ടാ നടപ്പ്. റാക്ക് തലീക്കേറ്യ മത്ത്* ഓന്റെ കൈയീന്നും കാല്ന്നും എല്ലം ചൊഴല്ന്ന്ണ്ട്. ആള്കള് നോക്കുമ്പം ഓൻ ആനേരെ തുമ്പിക്കൈയും കൊമ്പും പിടിച്ച് വെലിക്കും ആനേന വടിയോണ്ട് കുത്തും ചെയ്യുന്നുണ്ട്.

ചെക്കനും പെർമലയനും മലിനാണീം തീയ്യത്തി ചിരുതീം മഞ്ഞിന്റെടീലേക്കൂട കുടീലേക്ക് നടന്നു. നെല്ല് മൂർന്ന കണ്ടം കയിഞ്ഞ് തോട് കടക്കുമ്പം തെയ്യാട്ടക്കളത്തിന്ന് ചെണ്ടേരൊച്ച നിന്നു. പകരായിറ്റ് ആള്കളെ നെലവിള്യാ ആകാശത്തേക്ക് പൊന്തിവെര്ന്നത്. പെർമലയൻ എല്ലാരീം കൂട്ടി ബേം കുടീലേക്കോടി. എന്റെ തറേരട്ത്ത് എത്തീറ്റ് ചെവി കണ്ടത്തിലേക്ക് തൊറന്ന് പിടിച്ചു. ആള്കളെല്ലം ഒപ്പരം നെലവിളിക്ക്ന്ന ഒച്ചന്ന്യ കാറ്റിന്റൊപ്പരം കേറി ബെര്ന്ന്.

ഇര്ട്ട് മെല്ലെ അലിയാൻ തൊടങ്ങി. പെർമലയൻ പെരവയിക്കേക്കെന്നെ നോക്കി നിന്നു.

** അരീലും - അരയിലും; * മത്ത് - ലഹരി*

** ആക്ക് - ആളുകൾക്ക്*

കൊമ്ട്ട്ക്കുരുവനും, മാതീരെ പുരുവൻ കുന്നരുക്കാരനും പെർവയിക്ക്ന്ന് കെതച്ചോണ്ട് കുടീലെത്തി. അവരെ ബയ്യന്നെ തീയ്യൻ ചവുണ്ണ്യനും ഓന്റോളും പാഞ്ഞെത്തി.

പേടീം കെതപ്പും കൂട്ടിക്കൊയച്ച് കണ്ണ് തുരുതുരാ മീച്ച് കുന്നരുക്കാരൻ മിറ്റത്ത് നിക്ക്ന്നവരെല്ലാരും കേക്കാൻ വേണ്ടി പറഞ്ഞു.

"തെയ്യത്തിന്റെ മുമ്പില് വന്ന ആനക്ക് പ്രാന്തെളി. ആന കോയിച്ചപ്പൂന ചവിട്ടിക്കീറി രണ്ട് കഷണാക്കി. പിന്ന ആന പാഞ്ഞത് പുതിയോതി തെയ്യത്തിന്റെ നേര്യാ. തെയ്യം മലന്ന് വീണു. ആരെല്ലം ചത്തൂന്ന് പറയാൻ കയ്യൂല."

നേരം പൊലന്നേപ്പിന്ന്യാ ഇണ്ടായതെല്ലം നാട്ടില് പറന്നത്.

ആന ചവിട്ടിപ്പൊളന്ന കോയിച്ചപ്പു അന്നേരം തന്നെ ചത്തു. പേടിച്ച് പാഞ്ഞ കൊറേ ആക്ക് വരമ്പ് തടഞ്ഞ് വീണ് കൈയും കാലും പൊട്ടി.

അരീലും തലീലും തീപ്പന്തം കത്തിക്കോണ്ട് മലന്ന് വീണ് കെടക്ക്ന്ന പുതിയോതീരെട്ത്തേക്ക് ആന അട്ത്ത്ല്ല. തെയ്യാട്ടക്കളത്ത്ന്ന് ആന പാഞ്ഞേരം ആരല്ലോ വന്ന് തെയ്യത്തിന്റെ തിരുമുടീം അണിയലൂം കത്ത്യോണ്ട് അറ്ത്ത് മുറിച്ചിട്ട് തെയ്യക്കാരൻ രാമപ്പെർവണ്ണാനീംകൊണ്ട് ഓടാ്വ ചെയ്തിന് പോലും.

ആന പിന്ന കണ്ണ് കാണാത്ത പോലെ ഇര്ട്ടത്ത് കണ്ടത്തില്യന്നെ പാഞ്ഞ് പോവ്വാണ്ടായത്. ആരീം അത് കൂട്ടാക്കീലാന്ന്.

കോയിച്ചപ്പൂന ആന ചവിട്ടി പൊളന്നിനീന്ന് കേട്ട് ആരല്ലോ എന്ന വിളിച്ച് പറീന്ന് ഞാൻ കേട്ടു.

"എന്റെ പൊട്ടൻ തെയ്യേ... ഞങ്ങളെ കരച്ചല് നീ കണ്ടു. നീ ഞാങ്ങളൊപ്പരൂണ്ട്ന്നില്ലതാ അടിയങ്ങളെ സമാധാനം."

ലിംഗം പഴുത്ത് മൂത്രം പോവാതെ കൊടല് വീർത്ത് ചത്ത പൊലേൻ പൊല്ലേരെ ഓള്, ഓളെ കുടീന്ന് എന്ന വിളിച്ചു.

"നാങ്ങളെ മക്കളച്ഛന കൊന്നോന് നീ കൂലി കൊടുത്തു. ന്റെ പൊട്ടൻ തെയ്യം."

ചെമ്പച്ചന്തൂന പ്രാന്തൻ നായി കടിച്ചിറ്റ് ഓൻ പ്രാന്തെളീറ്റ് ചത്തേരും ആരല്ലോ എന്ന വിളിച്ച് സന്തോഷം പറഞ്ഞിന്.

കോയിച്ചപ്പൂന ആന ചവിട്ടി കൊന്നതറിഞ്ഞ തീയ്യത്തി ചിരുത ഓളെ മൂക്കും ചെവീം ചറപറ ചൊറിഞ്ഞോണ്ട് പറഞ്ഞു.

"എനി ഓന്റെ ശല്ല്യൂല്ല. ഓൻ എന്റെ കുന്നുമ്മല് വന്നാല് റാക്ക് തേച്ചും കുടിച്ച് വറ്റിച്ചിറ്റ് കാപ്പണം* തെരാതെ തമ്പ്രാന്റെ പറ്റില് കരിക്കട്ട്യോണ്ട് വരച്ചോന്ന് പറഞ്ഞിറ്റ് പോന്നോനാ ഓൻ... എല്ലം കാണ്ന്ന്ണ്ട് എന്റെ പൊട്ടൻ തെയ്യം."

പുതിയോതി തെയ്യത്തിന്റെ അരീല് ആളിക്കത്ത്ന്ന തീപ്പന്തം പോലെ പെർമലയന്റെ തലീം കത്താൻ തൊടങ്ങീന്. ഓൻ എന്ന വിളിച്ചു.

** കാപ്പണം- കാൽക്കാശ്*

“ന്റെ പൊട്ടൻ തെയ്യേ... ചടങ്ങ് തീർക്കാനാവാതെ തെയ്യം മലന്ന് വീണിില്ലെന്റെ പൊട്ടൻ തെയ്യേ... കാണിച്ച് തെർന്ന ദൃഷ്ടാന്തങ്ങളെല്ലം എതിരായിറ്റാന്നല്ലോ ബെർന്ന് ന്റെ പൊട്ടൻ തെയ്യേ... ഇന്ന് തൊട്ട് ഏഴാം ദേവസല്ലേ ന്റെ കുഞ്ഞിക്കേളൂന്റെ തീച്ചാമുണ്ഡിക്കോലം... കണ്ണ് തെറ്റാതെ കാക്കണേ പൊട്ടൻ തെയ്യേ...”

പെർമലയൻ രാവിലെത്തെ കത്തലടക്കീം കൂടി ചെയ്യാതെ വണ്ണാൻ കുഞ്ഞാരന്റടുത്തേക്ക് പോയി. കുഞ്ഞാരന്റെ മോൻ ഇന്നലത്തെ തെയ്യക്കാരൻ മിറ്റത്ത് മലന്ന് കെടക്ക്ന്നാ ഇണ്ടായിന്. പെർമലയന കണ്ട് ഓൻ എണീറ്റ് തൊവ്വ്തു. കുഞ്ഞാരൻ പെർമലയന്റെ കൂറ്റ് കേട്ട് ആത്ത്ന്ന് പൊറത്തേക്ക് വന്നു. ഇന്നല ഇണ്ടായതെല്ലം ഓൻ പെർമലയനോട് പറഞ്ഞു.

“കോയിച്ചപ്പു തോട്ട്യോണ്ട് ആനേരെ കണ്ണിന് കൊളത്തി വെലിച്ചേരാ ആനക്ക് എളക്കം വന്നത്. അന്നേരം തന്നെ ഓന ചവിട്ടി നെലത്ത്ട്ട് തുമ്പികൈയോണ്ട് ഓന്റെ കാല് വെലിച്ച് പൊളന്നിന്. അത് കയിഞ്ഞ് ആന തെയ്യത്തിന്റെ നേരെ വന്നേരം അരീലും* മൂടീലും കത്ത്ന്ന പന്തം കണ്ട് ബയിമാറിപ്പോവാ ചെയ്തത്. ആള് പായുമ്പം തട്ടീട്ടതാ തെയ്യത്തിന. അരക്കെ പന്തം ഒടിഞ്ഞമർന്നിറ്റ് എന്റെ ചെക്കന്റെ കാലെ തൊട ഉരിച്ച തേങ്ങേരെ വട്ടത്തില് പൊള്ളി വന്നിറ്റ്ണ്ട്...”

പെർമലയൻ അയിലൊന്നും മനസ്സ് കൊടുക്കാതെ പറഞ്ഞു.

“എല്ലം കാണാനും കേക്കാനും പാടില്ലാത്തതാണല്ലോ കുഞ്ഞാരാ ദൈവങ്ങള് കാണിച്ച് തെർന്ന്.”

വണ്ണാൻ കുഞ്ഞാരന്റെ ഓള് കൊണ്ടന്ന ചൂട്വെള്ളം കുടിക്കാതെ പെർമലയൻ ആട്ന്നെറങ്ങി.

ചെക്കൻ ചെണ്ടീം എട്ത്ത് മിറ്റത്ത് എന്റെ തറമ്മലിരുന്ന് തീച്ചാമുണ്ഡീരെ തോറ്റം ചൊല്ലൻ തൊടങ്ങി. നേരിയ ഒച്ചീല് തോറ്റം കുടീലും മിറ്റത്തും നെറഞ്ഞ് തളം കെട്ടി.

മിറ്റത്തെ വായേരെ മോളില് പാറിവന്നിരുന്ന കാക്കകൾ എപ്പ്ലും കരീന്നപോലെ അന്നത്തിന് കരയാതെ അങ്ങോട്ടും ഇങ്ങോട്ടും നോക്കിക്കോണ്ട് തോറ്റത്തിന് കാത് കൊടുത്തു.

ചെക്കൻ അത് കണ്ട് ചിരിച്ചോണ്ട് കാക്ക്യോട് പറഞ്ഞു.

“തീച്ചാമുണ്ഡി കോലത്തിന് എനി ഏഴ് ദെവസാ ബാക്കി...”

അത് കേട്ടേരം കാക്കകള് രണ്ടും കരഞ്ഞ് പാറിപ്പോയി.

അന്തുമാപ്പള പെർബയിക്ക്ന്ന് കേറിവന്നു. ഓന്റെ തലീല് പൈനാണീം കൂട്ടീം ഒന്നും ഇണ്ടായിറ്റ്ല്ല. ചെറിയ ഒരു തുണിക്കണ്ടത്തില് കെട്ടീറ്റ് കൈമല് എന്തോ ഇണ്ട്.

ചെക്കൻ അന്തുമാപ്ലേന തൊവ്വ്തു.

** അരീല് – അരക്കെട്ടിൽ;*

പൈനാണീം കൂട്ടീം തലീലില്ലാതെ ആദ്യായിറ്റാ എല്ലാരും അന്തു മാപ്ലേന കാണ്ന്ന്. മലിനാണി അയിന്റെ അതിശയം കണ്ണില് നെറച്ചിറ്റ് ചോയിച്ചു.

“ന്താ അന്തുമാപ്ലേ ഇങ്ങനൊര് കീച്ചല്* കീഞ്ഞത്...”

“ഇന്നല്യാ വിവരെല്ലം അറിഞ്ഞത്. നാട്ടിലെ മാരിക്കുരിപ്പ് ഇല്ലാണ്ടാ വാൻ ഈട്ത്തെ ക്ടാവ്* തീച്ചാമുണ്ഡി കെട്ട്ന്നോലും.”

മലിനാണി ഒന്നും മിണ്ടീല. ചെക്കൻ ചിരിച്ചോണ്ട് തലയാട്ടി. അന്തു മാപ്പള വെഷമത്തോടെ പിന്നീം പറഞ്ഞു.

“ആവ്വോ ന്റെ ഈ കുഞ്ഞിക്ക് തീക്കൂനീല് ചാടാൻ. അയിന്റെ അട്ത്തെത്ത്യാത്തന്നെ കരിഞ്ഞ് പോവൂലെ. എനക്ക് അയിന്റെ വലിപ്പ ചെറുപ്പം അറീല. ന്നാലും പുത്തീം പോതും* ഇല്ലാത്തന്റെ മനസ്സ് പറീന്ന്. ഇത് ലേശം കടന്ന ചാട്ടായിപ്പോയില്ലേന്ന്... നാട്ടിന് വേണ്ടി നാട്ടിലെ മാരി ക്കുരിപ്പ് ഇല്ലാണ്ടാക്കാനല്ലേ... ഇതെന്റെ കുഞ്ഞി വെച്ചോ... ”

അന്തുമാപ്ലേരെ കൈമലെ തുണിക്കെട്ട് ചെക്കന് കൊടുത്തു. അന്നേരം ഓന്റെ കണ്ണ് നല്ലോണം ചിരിക്ക്ന്ന്ണ്ടായിന്. “അയിലൊ ന്നൂല്ല... എന്റെ ഈ മോന് രണ്ടീസം നല്ലതായിറ്റ് എന്തെങ്കിലും പൈപ്പ്* മാറ്റാനും തെയ്യത്തിന് ചെലവിന് എട്ക്കാനും ലേശം പണാന്ന്. ഞാൻ ഒണക്ക് മീൻ വിറ്റ്റ്റ് വെർമ്പല്ലം എന്റെ ബീടറ്* അയില്ന്ന് ഓന്നോ രണ്ടോ അണ എട്ത്തിറ്റ് കുട്ക്കീല് ഇട്ട് വെക്കും. എനക്ക് പടച്ചോൻ ആദ്യം തന്നത് പെണ്ണാന്ന്. ഓക്കൊരു ചെക്കൻ ബെർമ്പക്ക് എന്തെങ്കിലും ഇണ്ടാ ക്കണ്ടെന്ന് കർതി വെച്ചതാ... എനി അയിനായിറ്റ് നമ്മക്ക് ബേറെ ഇണ്ടാക്ക. ഇത് എന്റെ കുഞ്ഞിക്കേളൂന് ഉപകാരത്ത്ന് എത്തട്ട്. എന്റെ കുഞ്ഞീരെ ഉയിരിന് ഒന്നും ബെരാതെ പടച്ചറബ്ബ് കാക്കട്ട്. അത്രീം അന്തുമാപ്പള അറിഞ്ഞേരം മൊതല് അള്ളാനോട് പറീന്ന്ണ്ട്.”

പറഞ്ഞ് തീരുമ്പം അന്തുമാപ്ലേരെ കണ്ണില് വെള്ളം നെറഞ്ഞു. പിന്നൊന്നും പറയാതെ അന്തുമാപ്പള മീട് തൊടച്ചോണ്ട് പെർവയിക്കേ ക്കെറങ്ങിപ്പോയി.

** പുത്തീം പോതും - ബുദ്ധിയും ബോധവും; * ബീടറ് - ഭാര്യ*
** ക്ടാവ്- കുട്ടി; * പൈപ്പ് - വിശപ്പ്; * കീച്ചല് കീഞ്ഞത്- പുറപ്പെട്ടത്*

നെലവിളിച്ച് തൊണ്ട വറ്റിയവര്

ഇന്നും കയിഞ്ഞ് നാളെയാ തീച്ചാമുണ്ഡിക്കോലം.

ചെക്കൻ ഇന്നലേ എല്ലാത്തിനും ഒരുങ്ങി നിപ്പാന്ന്*. എത്രീം ബേഗം ഇന്നൊന്ന് കയിഞ്ഞ് കിട്ടാൻ ഓന്റെ മനസ്സ് വിങ്ങി.

മറ്റെല്ലാരിക്കും നാളെ പൊലരാണ്ടിര്ന്നാമതിന്നാ ചിന്ത. അവരിക്കെല്ലം മേലിന്റുള്ളിലും പൊറത്തും അരയാലിന്റെ മോള്ന്ന് ചപ്പില വെറക്ക്ന്നപോലെ വെറക്ക്ന്ന്ണ്ട്. വയറ് പൈച്ചിറ്റ് കാള്ന്നണ്ടെങ്കിലും ആരിക്കും അന്നം വാരിത്തിന്നാൻ തോന്ന്ന്നില്ല. എന്നാല് ചെക്കൻ അതൊന്നും അറീന്നേ ഇല്ല.

മനക്കലെ നെല്ല് മൂർന്ന* കണ്ടത്തില് മലയോളം ഒയരത്തില് കൂട്ട്യ ചെമ്പകവെറക് കണ്ടിറ്റ്, തീയ്യത്തി ചിരുതേരെട്ത്ത് റാക്ക് കുടിക്കാൻ വന്നവര് പറഞ്ഞു.

“മലയോളം വളന്ന* വെറക് കത്ത്യാല്* കുന്നോളം വളന്ന മേലേരിണ്ടാവും. അയിന്റെ അട്ത്തേക്ക് പോയാത്തന്നെ കത്തികരിക്കൊള്ള്യാവൂലേ...”

റാക്കിന്റെ കുട്ക്കീം പിടിച്ച് എറേത്ത് നിക്ക്ന്ന തീയ്യത്തി ചിരുതേന കണ്ടപ്പം പിന്നാരും ഒന്നും മിണ്ടീല.

പെര്മലയൻ രണ്ടീസായി ഓളെ കുന്ന് കേറീറ്റേ ഇല്ല. എപ്പൂം ചെക്കന്റെ ബയ്യന്ന്യാ*. ചെക്കനെ ചുറ്റിപ്പറ്റി, ഒടിഞ്ഞ നടൂം ബെലിച്ചോണ്ട് നടക്കണന്നെ. ഒണങ്ങ്യ മരക്കമ്പ് പോലത്തെ ഓന്റെ മേല് ഇപ്പം പിന്നീം മെലിഞ്ഞ് ഇല്ലിക്കമ്പായിന്. മീട്ടത്ത് കരിമ്പിന്റെ വേര് നീണ്ട് വെള്ത്ത്

** നിപ്പാന്ന് – നിൽക്കുകയാണ്; * മൂർന്ന – കൊയ്ത്ത് കഴിഞ്ഞ*

** വളന്ന – വളർന്ന; * കത്ത്യാല് – തീ കത്തിതീർന്നാല്*

** ബയ്യന്ന്യാ– പിന്നാലെ തന്നെ*

കമ്പിപോലെ നിക്ക്ന്ന താടീം ഒട്ടികുയി*യായ രണ്ട് കവിളും, നെറ്റീരെ തായല് പാമ്പിന്റെ പൊത്ത്പോലെ ഇര്ട്ട് നെറഞ്ഞ് രണ്ട് കണ്ണിന്റെ കുണ്ടും*, എല്ലംകൂടി ചിരിമറന്ന് പോയ മനസ്സും പേറി കാറ്റിന്റെ പോക്ക ന്സരിച്ച് വട്ടം കറങ്ങേന്ന് പെര്മലയൻ.

കൊമട്ട്ക്കുരുവനും കുന്നരുക്കാരനും മോന്ത്യാവുമ്പം തീയ്യത്തി ചിരു തേരെ കുന്ന് കേറി കീയുമ്പം ചിരുത അവര് ചോയ്ക്കാതെ തന്നെ ഒര് കുടുക്കീല് നാല് ചെരട്ട റാക്ക് പെര്മലയന് കൊടുത്തേക്കും.

കുഞ്ഞിക്കേളു തീച്ചാമുണ്ഡിക്കോലം കെട്ടി അള്ളടനാട്ടില് പാറിപ്പ റന്ന് പറ്റ്ന്ന മാരിക്കുരിപ്പ് മാറ്റ്ന്ന വിവരം പൊരീന്ന വെയിലത്ത് പാറക്ക് പുല്ലിന്* തീപ്പിടിച്ചപോലെ കത്തിപ്പടന്നു. ചെലരെല്ലം അതിശയപ്പെട്ടു. വയസ്സ് നെറഞ്ഞ് മൂക്കാത്ത ചെക്കനാ തീച്ചാമുണ്ഡിക്കോലം കെട്ട്ന്ന്.

കൊല്ലങ്ങളായി കണ്ടിറ്റ് പയക്കം വന്ന വളവും തിരിവും കൊറേ ഇല്ലെ അള്ളടനാട്ടിലെ ബന്ധുക്കളെല്ലം കെട്ടും മുട്ടും എടുത്ത് വന്ന് പെര്മ ലയന്റെ കുടീം മുറ്റൂം നെറയാൻ തൊടങ്ങി. കേറിവെര്ന്നവരെല്ലം പെര്മ ലയന തൊവ്വ്ന്ന്ണ്ടെങ്കിലും, കാറ്റത്ത് പലേമരത്തിന്റെ ചപ്പിലീം* ഒപ്പരം പറന്ന് പോവുമ്പോലെ പെര്മലയന് ഒരാളീം തിരിഞ്ഞില്ല. ഓനൊട്ട് ചോയി ച്ചതൂല്ല. മലിനാണി എടക്കല്ലം വന്നവരോട് നാട്ട്ബിശ്യം* ചോയിച്ച് ചിരി വെരാതെ ചിരിച്ചു. കേറി വെര്ന്നവരെല്ലം എന്റെ തറമ്മലിരിക്ക്ന്ന ചെക്കനെ നോക്കി സങ്കടപ്പെട്ട് ഉപ്പിലിട്ട മാങ്ങപോലെ മീട് കോട്ടി നിക്ക്ന്നത് ചെക്കന് പിടിക്ക്ന്ണ്ടായ്റ്റ്ല. എന്നാലും ഓൻ ചിരിച്ചു. ഉള്ള് തൊറന്ന്, പെര്വയി കേറി വെര്ന്നവരെ തൊവ്വ്ത് ചിരിച്ചു.

എടക്ക് എപ്പോ ചെറൂച്ചേരീന്ന് പെര്മലയന്റെ എളേമോൻ ദാറൂട്ടി വന്നു. ഓന്റോളും രണ്ട് മക്കളും ഇണ്ടായിനി ഒപ്പരം. ഓൻ നേരെ തീയ്യത്തി ചിരുതേരെട്ത്തേക്കാ വന്നിന്. കുന്നിറങ്ങി പെര്മലയന്റ്ട്ത്ത് കൊണ്ടാക്കാന്ന് തീയ്യൻ ചവുണ്യൻ പറഞ്ഞിറ്റും ഓൻ പോയില്ല. നാളെ പൊലന്നിറ്റ് തെയ്യത്തിന് പോവാനെറങ്ങുമ്പം പോവാന്ന് ഓൻ തീയ്യൻ ചവുണ്യനോട് പറഞ്ഞു.

ദാറൂട്ടി വന്ന്റ്ണ്ട്ന്ന് പെര്മലയന്റെ പൊട്ട്യ ചെവീരുള്ളില് എത്തീന്. മലിനാണീം അറിഞ്ഞിന്. എന്നാല് ഓൻ അയിനപ്പറ്റി ഒന്നും ചോയ്ച്ച തൂല്ല പറഞ്ഞതൂല്ല. രാത്രി ആരും കാണാതെ ഇര്ട്ടിന അറീക്കാതെ മലി നാണി തീയ്യത്തി ചിരുതേന്റെ കുന്ന്കേറി ദാറൂട്ടീനീം ഓന്റോളീം മക്കളീം കണ്ടു. മലിനാണി ദാറൂട്ടീന മുറുക്കപ്പിടിച്ചിറ്റ് കുടുകുടു കരീന്ന് കണ്ടിറ്റ് ദാറൂട്ടീരെ ഓളും മക്കളും കരഞ്ഞു. അയിപ്പിന്ന്യാന്ന് തീയ്യത്തി ചിരുത കൊടുത്ത കഞ്ഞീം ബെള്ളൂം ഒണക്ക് മീൻ ചുട്ടതും കൂട്ടി അവര് കയി ച്ചത്. മലിനാണി തായല് കുടീലേക്ക് വിളിച്ചിറ്റും അവര് പോയില്ല.

ചെക്കൻ തീച്ചാമുണ്ഡിക്ക്ല്ലെ അടയാളം കൈയേറ്റ അടുത്ത ദെവസം തന്നെ ചെറിയമനക്കലെ തമ്പ്രാനക്കണ്ട് അനുഗ്രഹം വാങ്ങാൻ

** കുയി – കുഴി; * കുണ്ട് – കുഴി*
** ചപ്പില – ഇല; * നാട്ട്ബിശ്യം – നാട്ട് വിശേഷം*

പോയിനി. പൊട്ടൻ തെയ്യത്തിന് അടയാളം കൈയേറ്റ് അന്ന് കെട്ട്യാടാൻ പറ്റാത്തത് ചെറിയ മനക്കലെ തമ്പ്രാൻ ചിരിച്ചോണ്ട് പറഞ്ഞിറ്റ് ഒടൂല്* പറഞ്ഞു.

"ഇങ്ങിന്യാ നിന്റെ യോഗം. തീച്ചാമുണ്ഡീം പൊട്ടൻ തെയ്യൂം എന്റെ മനസ്സും എപ്പൂം നിന്റൊപ്പരം തന്നെ ഇണ്ടാവും."

ചെറിയമനക്കലെ തമ്പ്രാൻ പണിക്കാറ വിട്ട് ചെക്കന്റെ കുടീലേക്ക് അഞ്ച് പറ അരീം പത്ത് പറ നെല്ലും കൊറേ വെള്ളരിക്കീം കുമ്പളങ്ങീം പച്ചത്തേങ്ങീം കൊട്ത്തേച്ചു.*

ചെക്കൻ തൊവ്വ്ത് അടിയൻ ബിടോള്ന്നേന്ന് പറീമ്പം തമ്പ്രാൻ പറഞ്ഞു.

"മാരിക്കുരിപ്പ് വന്ന് ചത്ത് തീർന്ന നാട്ടിനെ രക്ഷിക്കാനാ നിനിക്ക് യോഗം. നാടിന് നാവില്ലെട്ത്തോളം നിന്നക്കുറിച്ച് നല്ലത് പറീം*..."

കുടീല് വന്നവരിക്കെല്ലം മലിനാണീം പെമ്മക്കളും കഞ്ഞീം വെള്ളരിക്കകറീം ഇണ്ടാക്കി കൊടുത്തു.

ഉച്ചക്ക്, വെള്ളരിക്കക്കറീം കൂട്ടി കഞ്ഞീം കുടിച്ചിറ്റ് വന്നവരെല്ലം ആടീം ഈഌടീം കാലം തെറ്റിചത്തവരെ കണ്ടിറ്റിരിക്ക്ന്ന പോലെ മിണ്ടാതിരിക്ക്ന്നേന്റെടീല് ചെക്കൻ കുടീന്റാത്ത് കേറി അണിയലത്തിന്റെ അട്ത്ത് പോയി മലന്ന് കെടന്ന് മയങ്ങി. മയക്കത്തിന്റൊപ്പരം ഓന്റെ ചെങ്ങായി, വാണ്യനെമ്മന്റെ മോൻ, ചത്ത് പോയ പൊന്നൂട്ടി കേറി വന്നു. ചെക്കൻ ഓനക്കണ്ടേരം തന്നെ നാള തീച്ചാമുണ്ഡിതെയ്യാന്ന്ന്നും എന്റെ തെയ്യക്കോലം കാണാൻ നീ ബെരണംന്നും പൊന്നൂട്ട്യോട് പറഞ്ഞു. ബിടൂല, കുഞ്ഞിക്കേളൂന തെയ്യം കെട്ടാൻ പോവാൻ ഞാൻ ബിടൂല*... പൊന്നൂട്ടീരെ കൈയിരുള്ള്ന്ന് പാമ്പിന്റെ വായില്പെട്ട തവളേന പോലെ ചെക്കൻ നെലവിളിച്ചോണ്ട് പെടക്കാൻ തൊടങ്ങി. എന്നേരൂം പൊന്നൂട്ടി വിളിച്ച് പറീന്ന്ണ്ട്... നീ തീച്ചാമുണ്ഡി കെട്ട്യാല് തീയില് ചുട്ട ഒണക്ക മീൻ പോലെ കരിഞ്ഞ് പോവും കുഞ്ഞിക്കേളൂ. നിന്ന ഞാൻ ബിടൂല. ഓന്റെ കൈപിടിച്ച പൊന്നൂട്ടി ബളരാൻ തൊടങ്ങി. ബളന്ന്*, ബളന്ന് മലപോലെയായി. ആകാശം കറുത്തു. ചെക്കന് ശ്വാസം മുട്ടാൻ തൊടങ്ങി. എന്ന വിളിക്കാൻ ഓന്റെ തൊണ്ട തൊറക്കാൻ ആവുന്നില്ല. ഒച്ച കിട്ട്ന്നില്ല ഓന്. പെട്ടെന്ന് തൊണ്ടേരുള്ള്ന്ന് എന്തോ പൊറത്തേക്ക് വീണ പോലെ ഓൻ എന്ന വിളിച്ചു. പിന്ന കണ്ണ് തൊറന്ന് മിണ്ടാതെ മലന്ന് കെടന്നു. ഓന്റെ മേലെല്ലം അന്നേരം ബെറക്ക്ന്ന്ണ്ടായിന്. ഒറങ്ങാതെ കെടന്നിറ്റും കിനാവിന്റെ ചൂടും പൊക ഓന്റെ തലീന്ന് ചൊഴല്ന്ന്ണ്ട്. എത്രന്നെ മറക്കാൻ നോക്കീറ്റും മലപോലെ വളന്ന് വെർന്ന ഓന്റെ ചങ്ങായീരെ രൂപം മനസ്സിന്ന് പിന്നീം ബളരേന്ന്.

** ഒടൂല് - ഒടുവിൽ; * കൊട്ത്തേച്ചു - കൊടുത്തയച്ചു*
** പറീം - പറയും; * ബിടൂല - വിടില്ല*
** ബളന്ന് - വളർന്ന്*

കണ്ടകിനാവൊന്നും മോത്ത് കാണിക്കാതെ എണീറ്റ് വായേരെമെരട്ട് വെച്ച മങ്കലത്ത്ന്ന് വെള്ളം കോരി നെറ്റ്യോളം മീട് കഴ്കി. ഓൻ ആത്ത്ന്ന് എണീറ്റ് മിറ്റത്തേക്ക് വെർമ്പം ആത്തും മിറ്റത്തൂല്ലെ ആളെല്ലം വെല്ല്യ ബഹുമാനത്തോടെ ഓന് ബയിമാറിക്കൊടുത്തു. ചെക്കൻ എന്റെ തറമ്മല് കൊമ്ട്ട്ക്കുരുവൻ ഇരിക്ക്ന്നെട്ക്ക പോയിര്ന്ന് ആകാശത്തേക്ക് നോക്ക്യേരം സൂര്യഭഗവാൻ പടിഞ്ഞാറോട്ട് പോവേന്ന്.

നാള്യ്യൊന്ന് കേക്ക്ന്ന്* ഉദിച്ച് പൊന്ത്യാ* മതി.

ഓൻ മനസ്സില് പറഞ്ഞു.

നാളെ സൂര്യഭഗവാൻ ഉദിച്ച് പൊന്ത്ന്നത് ഈ കുഞ്ഞിക്കേളൂന് വേണ്ടി മാത്രാന്ന്.

നേരം മോന്ത്യാവാനാവുമ്പം ചെക്കൻ ഓന്റപ്പാപ്പനോട് ചോയിച്ചു.

“അപ്പാപ്പാ... ഞാൻ കുന്ന്മ്മല് പോയിറ്റ് ചവുണ്യച്ചന്റീം, ചിരുതമ്മേരീം കാല് തൊട്ട്റ്റ് ബെരട്ടാ”

“ബേണ്ട... എനി ഏടീം പോണ്ട. നാട്ട്ല് പറ്റീം കാലദോഷം ഒറഞ്ഞ് തുള്ള്ന്ന നേരാ... വല്ല വെഷപ്പാമ്പും ബൈക്ക്ണ്ടാവും. ഇപ്പം പോണ്ട.”

പെർമലയൻ തറപ്പിച്ച് പറഞ്ഞു.

മറുത്തൊന്നും പറയാതെ ചെക്കൻ തോട്ട്പ്പോയി മുങ്ങിക്കുളിച്ച് എന്റെ തറമ്മല് വെളക്ക് വെച്ചു. ഓൻ എന്റെ മൂലമന്ത്രം ചൊല്ലി പ്രാർത്ഥിക്കുമ്പം, കുടീന്ന് കളിക്ക്ന്ന കുട്ട്യോളെ കലപിലയൊന്നും ചെക്കന്റെ ചെവീല് കേറ്യതേ ഇല്ല. ഓനിപ്പം ജപിക്ക്ന്നത് ഞാനും കേക്ക്ന്നില്ല. ഇന്നോൻ ജപത്തിനൊടൂല് ഗുരുസി കലക്കി ഒയിച്ചു. എന്നിറ്റ് എന്റെ ചെമ്പകത്തിന്റെ മുമ്പില് കമിഞ്ഞ് കെടന്ന് നമസ്കരിച്ചു.

ഇങ്ങന, കറപൊരളാതെ ഇത്രീം കാലം ആരും എന്ന തൊവ്വ്ത് പ്രാർത്ഥിച്ചിറ്റില്ല. ഓൻ ചെമ്പകത്തിന്റെ മുമ്പില് കമിഞ്ഞ് കെടന്ന് പ്രാർത്ഥിക്കുമ്പം പറഞ്ഞത് എന്റെ ഉള്ളില് തീക്കട്ടയായി എരിയേന്ന്.

“എന്റെ പൊട്ടൻ തെയ്യേ... ഈയൊര് ജന്മത്തില് നിന്റേതായൊര് കോലം കെട്ട്യാടാൻ അടിയന് യോഗൂണ്ടായില്ല. നാളെ ഞാൻ കെട്ട്യാട്ന്ന തീച്ചാമുണ്ഡി കോലത്തോടെ എന്റെ ആയുസ്സ് തീക്കൂമ്പാരത്തില് ഒടുങ്ങ്വാന്നെങ്കില്, എനിയോര് ജന്മം മലയനായിറ്റന്നെ ഇണ്ടായാല് അന്നെന്റെ ആശ പൂർത്തിയാക്കാൻ നീയെനിക്ക് എടയാക്കിത്തെരണേന്റെ പൊട്ടൻ തെയ്യേ...”

സൂര്യഭഗവാൻ ആകാശത്ത്ന്ന് ഒയിഞ്ഞ് പോയി, നേരം മോന്ത്യായപ്പം ഓന്റെ മൊകംപോലെന്നെ കറയില്ലാത്ത വെള്ളോട്ട് കിണ്ണം പോലത്തെ ചന്ദ്രൻ ഉദിച്ച് പൊന്തി.

ചൂട്ല്ലെ കഞ്ഞീം, തേങ്ങാപ്പൊടിപ്പും, മത്തൻ കറീം കൂട്ടി എല്ലാരും ഇല്ലെട്ത്തല്ലം ഇര്ന്ന് രാത്ര്യത്തെ കത്തലടക്കി. ചെക്കനും പെർമലയനും, കൊമ്ട്ട്ക്കുരുവനും എന്റെ തറമ്മലിര്ന്നിറ്റാ കഞ്ഞി കുടിച്ചത്. എല്ലാരും കഞ്ഞി കുടിച്ച് കയിഞ്ഞേരം കൊമ്ട്ട്ക്കുരുവൻ പറഞ്ഞു.

** കേക്ക്ന്ന് - കിഴക്ക്ന്ന്; * പൊന്ത്യാ - പൊന്തുക*

"എല്ലാരും ഇല്ല സ്ഥലത്ത് നോക്കി പായ്യോ തുണിയോ വിരിച്ചിറ്റ് ഒറങ്ങിക്കോ പൊലച്ചക്കൂറ്റിനേ എണീക്കണം."

ആടീം, ഈടീം കത്തിക്കൊണ്ടിര്ന്ന ബെളക്ക്ത്തിരി കെട്ടു. ചെക്കൻ എന്റെ തറമ്മല് പായിടുമ്പം എന്റെ കുത്ത്വെളക്കിന്റെ തിരീം കെട്ടു. ഓൻ എന്റെ തറമ്മല് മലന്ന് കെടന്ന് ഒരിക്കാല് ആകാശം നോക്കി. പിന്ന കണ്ണമർത്തി ചിമ്മി.

ആകാശത്ത് ഒരാള് മാത്രം ഒറങ്ങാതെ കത്തിക്കോണ്ട് നിന്നു. അയിന്റെ വെളിച്ചം എന്റെ തറേരട്ത്തെ പുളിയൻമാവിന്റെ കൊമ്പിന്റെ എടീലേക്കൂട വന്ന് ചെക്കന്റെ മോത്ത് വെണ്ണ ഒലിച്ചെറങ്ങുമ്പോലെ ഒലിച്ചെറങ്ങി പരന്നു.

പയ്യാനേമ്മല് ഇര്ന്ന് മൂളി പേടിപ്പിക്ക്ന്ന കൂമൻ ഒറങ്ങി. കാറ്റും, മരങ്ങളും തീയ്യത്തി ചിരുതേന്റെ കുന്നും ഒറങ്ങി. ചെക്കനും ഞാനും നിലാവും മാത്രം ഒറങ്ങീല. ഞാങ്ങക്ക് മൂന്നാക്കും ഒറക്കം ബെര്ന്നില്ല.

ചെക്കൻ മെല്ലെ എണീറ്റു.

ഞാൻ എന്റെ മോത്തെ മൊകപ്പാള തൊറന്ന് ഓന നോക്കി. ഓൻ എന്റെ ചെമ്പകമരം പിടിച്ച് മോളിലോട്ട് നോക്കേന്ന്. ആകാശത്തേക്ക് മൊകം പിടിച്ച് ഓന്റെ തൊണ്ടീല് ഇല്ലെ കൂറ്റ്* തേച്ചും എട്ത്ത് ഓൻ എന്ന ബിളിച്ചു.

"പൊട്ടൻ തെയ്യേ... ന്റെ പൊട്ടൻ തെയ്യേ..."

ബെറും ബിളിയല്ല അത്. ഓന്റെ ബിളികേട്ട എന്റെ ചെമ്പകമരും അയിന്റെ മോളിലെ പുളിയൻമാവും തീയ്യത്തി ചിരുതേരെ കുന്നും കയിഞ്ഞ് ആകാശത്തെത്തി ആകാശൂം ബെറച്ചു. മിറ്റത്തെ പയ്യാനേമ്മല് മൂളാൻ മറന്ന് ഒറങ്ങിപ്പോയ കൂമൻ പാറിപ്പറന്ന് പോയി.

ഓൻ പിന്നീം ബിളിച്ചു.

"ഒറങ്ങിക്കെടക്ക്ന്ന ന്റെ പൊട്ടൻ തെയ്യേ ഒണര്... ഒണര്..."

ഓന്റെ വിളീരൊച്ച എന്റെ ചെവി കുത്തിത്തൊരന്ന് കേറേന്ന്. എനി എനക്ക് നിക്കാൻ കയ്യൂല*. ഓന്റെ കണ്ണിലെ നിലാവിന്റെ ഉള്ള്ന്ന് പുതിയോതി തെയ്യത്തിന്റെ അരയോടീല് കെട്ട്യ പോലത്തെ തീപ്പന്തം ബെരാൻ തൊടങ്ങി. പിന്ന്യൊന്നും ഞാനാലോയിച്ചില്ല. ഞാനെന്റെ ചെമ്പകത്തിന്റെ മോള്ന്ന് എന്റെ തറമ്മലേക്ക് തുള്ളി. മോത്ത് കെട്ട്യ മൊകപ്പാളേരുള്ള്ന്ന് കാത് രണ്ടും കുലുക്കിക്കോണ്ട് ഞാൻ പൊട്ടിച്ചിരിച്ചു. കുര്ത്തോലപ്പൊട പടപടാ പെടപ്പിച്ച് ഒര്കൈമല് കൊക്കണകത്തി പൊന്തിച്ച് പിടിച്ച് ഞാൻ ചെക്കന് ചുറ്റും ഒറഞ്ഞ് തുള്ളി. തൊവ്വ്തോണ്ട് നിക്ക്ന്ന ഓന്റെ കൈരണ്ടും കൂട്ടിപ്പിടിച്ച് ഓനീം കൊണ്ട് ഞാൻ തുള്ളി. എന്റെ കാലിലെ ചെലമ്പിന്റെ ഒച്ചീം പൊട്ടൻ ചീരീം കേട്ടോണ്ട് ചെക്കൻ നല്ലോണം തുള്ളി. എന്റെ തറമ്മലെ കല്ലെല്ലം കനലായി മാറി. മേലേരിക്കനലായി അത് വളന്ന് വന്നു. ഞാനാ കനലില് കെടന്നിറ്റ് കാല്മ്മ കാല്കേറ്റി വെച്ചിറ്റ് പൊട്ടൻ ചിരിചിരിച്ചിറ്റ് ചെക്കനോട് ചോയിച്ചു.

** കൂറ്റ് – ശബ്ദം; * കയ്യൂല – കഴിയില്ല*

"നാടെല്ലം ഒറങ്ങ്ന്ന്. ഇര്കാലികളും നാക്കാലികളും ഒറങ്ങ്ന്ന്. നിന്റെ കുടിലും ചിരുതേരെ കുന്നും ഒറങ്ങ്ന്ന്. നിനക്കെന്തെ ഒറക്കില്ലേന്റെ മന്ത്രവാദീ*..."

കണ്ണും മൂക്കും ബായീം ബരച്ച എന്റെ മൊകപ്പാള കുല്ക്കിക്കോണ്ട് ഞാൻ ചിരിച്ചു. എന്നിറ്റ് ഞാൻ ഓനോട് പിന്നീം ചോയിച്ചു.

"അറിവില്ലാക്ക്ടാവേ... അമ്പാരക്കൊമ്പൻ ആനേനപ്പോലെ അലറി വിളിക്ക്ന്നെന്തിനാ നീ. ഒണർത്തിക്ക്... എന്റെ മുമ്പിലും ഞാൻ കെടക്ക്ന്ന തീക്കനലിന്റെ മുമ്പിലും നിന്റെ സങ്കടങ്ങളെല്ലം ഒണർത്തിക്ക്... തേച്ചും ഒണർത്തിക്ക്..."

മേലേരിക്കനലില് മലന്ന് കെടക്ക്ന്ന ഞാൻ കാല് മടക്കി ഒര് കാല്മ്മല് മറ്റേക്കാല് കേറ്റി വെച്ച് കാൽച്ചെലമ്പ് കുല്ക്കിക്കോണ്ട് കാക്കേനപ്പോലെ തല ചെരിച്ച് പിടിച്ച് മോത്ത് വെച്ച മൊകപ്പാളേന്റെ കണ്ണ് വരച്ച ഓട്ടീലൂടെ ചെക്കന തന്നെ നോക്കി.

ഓൻ പറഞ്ഞു.

"പ്രമാണായ പ്രമാണും, മന്ത്രായ മന്ത്രൂം, തെയ്യായ തെയ്യൂം എല്ലം പഠിച്ചിന് ഞാൻ. ന്റെ അപ്പാപ്പൻ എന്ന പഠിപ്പിച്ചിന്. ഇന്ന് രാത്രി പൊലന്നാല്, ആകാശത്ത് സൂര്യദേവൻ ഉദിച്ച് പൊന്ത്യാല് അടിയന് മനക്കലെ നെല്ല് മൂർന്ന് ഒയിഞ്ഞ കണ്ടത്തില് വിഷ്ണുമൂർത്തിയാവും പരദേവത, എന്റെ തീച്ചാമുണ്ഡി തെയ്യം കെട്ടിയാടാന്ണ്ട്. അയിനായിറ്റ് ഞാൻ പോവുമ്പം ആളെല്ലം എന്ന തടീന്ന്*. അടിയന്റെ ബയിമൊടക്കി നിക്ക്ന്ന്... ആരെല്ലോ അടിയന്റെ ബയി തടീന്നെന്റെ പൊട്ടൻ തെയ്യേ... അരുതെന്ന് പറീന്നല്ലോ ന്റെ പൊട്ടൻ തെയ്യേ... നാട്ട്ല് തേച്ചും മാരിക്കുരിപ്പ് വാരിത്തേവി നടക്കേന്ന് എന്റെ ചീർമ്പ അമ്മ. അത് തടവിക്കളയാൻ ന്റെ പുതിയോതി തെയ്യം കത്ത്ന്ന പന്തൂം കാൽച്ചെലമ്പും അണിഞ്ഞ് കണ്ടത്തിലാടി. അത് മുയുമ്മിക്കാൻ*, ആട്ടക്കളത്തിൽ ആടിത്തിമർക്കാൻ എന്റെ പുതിയോതിക്കായില്ലല്ലോ ന്റെ പൊട്ടൻ തെയ്യേ... എനി മാരിക്കുരിപ്പിന ചുട്ടെരിക്കാന്ല്ലെ നിയോഗം എനക്കാന്നല്ലോ ന്റെ പൊട്ടൻ തെയ്വേ കൈവന്നത്... നിയോഗം കൈയേറ്റ് തീച്ചാമുണ്ഡി കെട്ടി തീക്കൂനീല് എനക്ക് മുങ്ങിക്കുളിക്കണം. ചതീല്ലെ തമ്പ്രാൻ കുറിയെറിഞ്ഞ് തീക്കുളി നിർത്തൂലാന്ന് കണ്ണും കാതും ഇല്ലെവരെല്ലം പറീന്ന്. ചതിയന്റെ മുമ്പില് ഞാനൊര് കത്തിക്കരിഞ്ഞ ബെറൂം കൊള്ളി *യാവുന്ന്. ഞാനൊര് മലയനല്ലേ ന്റെ പൊട്ടൻ തെയ്യേ... പഠിപ്പിച്ച പഠിപ്പെനക്ക് ആടിതിമിർക്കണം. പഠിപ്പിലെനക്ക് പെഴക്കൂലന്റെ പൊട്ടൻ തെയ്യേ... മാരിക്കുരിപ്പ് വന്ന് എന്റെ ചെങ്ങായീന വാരിക്കൊണ്ടോയി ഈ ഭൂമീന്ന്. ചീർമ്പപ്പോതി മാരിക്കുരിപ്പ് വെതച്ച് നാട്ടില് തേച്ചും മനിശമ്മാറ്* ചത്ത് വീണ് പുഴുതിന്ന് നാറുമ്പം അയിന്റെ ഒര് പരിഹാരം എനക്ക്

*തടീന്ന് - തടയുന്നു; * മുയ്മിക്കാൻ - മുഴുപ്പിക്കാൻ;*

** ബെറുംകൊള്ളി - വിറകിൻ കമ്പ്; * തേച്ചും - തികച്ചും; * മനിശമ്മാര് -മനുഷ്യർ*

** മന്ത്രവാദി - പൊട്ടൻതെയ്യം മലേന വിളിക്ക്ന്ന പേര്*

കാണാതെ പറ്റൂല ന്റെ പൊട്ടൻ തെയ്യേ... അത് ഞാൻ ചെയ്തില്ലെങ്കില് മരത്ത്മ്മ മൊളച്ച് കാറ്റത്ത് വീണ് വെയിലത്ത് കരിഞ്ഞ് മണ്ണില് ചേർന്ന കരിക്കട്ടപോലത്തെ ചപ്പിലീം* ഞാനും തമ്മില് എന്ത് മാറ്റാണ്ടാവ്വാ എന്റെ പൊട്ടൻ തെയ്യേ... തറമ്മലിർന്ന് ചീനിക്കൊയല് വിളിച്ച് മോന്തീന ഒണർത്ത്യ എന്റെ അപ്പാപ്പന്റെ തൊണ്ട വറ്റി വരണ്ട് പോയല്ലോ ന്റെ പൊട്ടൻ തെയ്യേ... എനിക്കില്ലെ ഉത്തരം നീയാന്നല്ലോ ന്റെ പൊട്ടൻ തെയ്യേ..."

ഞാൻ മേലേരീന്ന് എണീറ്റ് ചെക്കന്റെ കൈയും പിടിച്ച് മേലേരിക്ക് ചുറ്റും ആടാൻ തൊടങ്ങി. ചെക്കനും എന്റെ കാലാംഗ്യത്തില് ആടിത്തി മർത്തു. എന്റെ മേത്ത് കുളിര് കേറാൻ തൊടങ്ങി. കുളിര് കൊറക്കാൻ ഞാൻ പിന്നീം മേലേരീല് മലന്ന് കെടന്നു. എന്നിറ്റ് ഞാൻ ചെക്കനെ വിളിച്ചു.

"ന്റെ മന്ത്രവാദീ... മനുഷ്യനെല്ലം ഒന്നാന്ന്. ആണെന്നും പെണ്ണെന്നും രണ്ട് ജാത്യേ ഇല്ല്യ. മേൽജാതി കീഴ്ജാതി ഇല്ല... പെരിയോന്റെ മുമ്പില് എല്ലാരും ഒന്നാ... എന്നാല് ന്റെ മന്ത്രവാദീ, തമ്പ്രാക്കളാ നേമൂം നീതീം ഇണ്ടാക്യത്. അവര് എന്ന പൊലേനാക്കി. പത്തില്ലം കോയിലാക്കി. നിന്ന മലേനാക്കി. അത് ചതിയാന്നെന്റെ മന്ത്രവാദീ. ഞാനായിറ്റ് നിന്ന തട്ക്ക്ന്നില്ല. നീ പഠിച്ച പഠിപ്പിന കടുംമണി*യോളം ചെറ്താക്ക്ന്നില്ല. ആടാനില്ലെ മോഹത്തിന അരിഞ്ഞ് കളീന്നില്ല. എന്നാല് ന്റെ മന്തവാദീ... മനുഷ്യന്റെ ചതിക്ക് മറുമര്ന്നില്ല. മനുഷ്യന്റെ ചതീന തട്ക്കാനില്ലെ മറുമര്ന്ന് എനക്കറീല. കണ്ടും കേട്ടും അറിഞ്ഞും പറഞ്ഞും ആടിക്കോള്ളാ... കര്ത്ത് തീര്ന്ന്ന് കണ്ടാല് കളം ഒയിയാൻ* മടിക്കറ്* എന്റെ മന്ത്രവാദീ... കാവലായി ഞാന്ണ്ട് ഒപ്പരം. അത്രയേ എനക്ക് പറയാന്ല്ല്യ. താള് പോലത്തെ മേല് പനപോലെ വളന്ന് നാട്ടിന് പുണ്യാവണ്ടതാന്ന്. പാടിതീർക്കാനും ആടിത്തീർക്കാനും ഒര്പാട് തോറ്റൂം തെയ്യൂം നിനിക്ക് ബാക്കീണ്ട്. നിന്റപ്പാപ്പൻ പറഞ്ഞപോലെ കടവറിയാത്ത മാൻ കുഞ്ഞീനപ്പോലെ എടൂം വലൂം* നോക്കാതെ ഓടിച്ചാടി മദിച്ച് പൊളച്ച് വേടൻ വിരിച്ച വലീല് പോയിഅമരണോ* ന്റെ മന്ത്രവാദീ... അതോർക്കാതൊര് കളി വേണോ ന്റെ മന്ത്രവാദീ..."

ചെക്കൻ എന്ന തൊവ്വ്ത് നിക്കുമ്പം ഞാനെന്റെ ആട്ടക്കളം ബിട്ടു.

ചെക്കൻ എന്റെ തറമ്മന്ന് തായകീഞ്ഞു.

പാല്പോലെ പരന്ന് കെടക്ക്ന്ന നിലാവിന്റെ ഉള്ളിലേക്കൂട ഓൻ, ഓന്റെ കുടീന്റെ തെക്ക് നോക്കിപ്പോയി. കാട് മൂടിയ തെക്കേമൂലയിൽ ഓൻ നിന്നു. ഓൻ ചുറ്റും നോക്കി. ഇത് വരെ ഓന്റെ കണ്ണോണ്ട് കാണാത്തത്ര ബെല്ല്യ പിടിച്ചാല് പിടി എത്താത്ത മരങ്ങളും പാമ്പിനെപ്പോലെ

** ചപ്പില - ഇല; *കടുംമണി - കടുകിൻ മണി*
** ഒയിയാൻ - ഒഴിയാൻ; * മടിക്കറ്-മടി കാണിക്കരുത്*
**മനിശ്ശമ്മാറ്-മനുഷ്യർ; * എടൂംവലൂം-ഇടവുംവലവും*
** അമരുക - കമിഴ്ന്ന് വീഴുക*

മരങ്ങളെ ചുറ്റി ആകാശത്തിലോട്ട് കേറിപ്പോയ തടിച്ച വള്ളികളും നെറഞ്ഞ് നിക്കേന്ന്. മരങ്ങൾക്കെല്ലം പൂച്ചേരെ കണ്ണിന്റെ നെറൂം മര ങ്ങളെ പറ്റിപ്പിടിച്ച് വളഞ്ഞും പൊളഞ്ഞും കേറ്യ വള്ളികൾക്കെല്ലം വെഷം കേറ്യപോലത്തെ നീല നെറൂം ആന്ന്.

ചെക്കൻ എന്ന വിളിച്ചപോലെ, തൊണ്ടീലെ കൂറ്റ്* തേച്ചും എട്ത്തിറ്റ് ഓന്റെ ചത്ത് പോയ അമ്മേന വിളിച്ചു.

"അമ്മേ... എന്റെ പെറ്റമ്മേ..."

അങ്ങന കൊറേയോട്ടം വിളിച്ചു.

ഓൻ നിക്ക്ന്ന മണ്ണ് വെറക്കാൻ തൊടങ്ങി... വെല്യ ഒച്ചീല് ഓൻ നിക്ക്ന്ന ഭൂമി രണ്ടായി പൊളന്നു*. പൊളപ്പിന്റുള്ള്ന്ന് പൊരിഞ്ഞ് വീണ മരം തന്നത്താൻ നീർന്നെണീക്കുമ്പോലെ ഓന്റമ്മ ചീല നീർന്ന്* വന്നു. ചീലേരെ പൊറത്തല്ലം മണ്ണിലാണ്ട് പോയ വേർകള് ഞേന്ന്* നിക്ക്ന്ന് ണ്ട്. ആൽമരത്തിന്റെ കൊമ്പ് മ്മന്ന് താണ് ചുരുണ്ട് വന്ന വിട് വേര് പോലെ ഓളെ തണാറ് ചുരുണ്ട് നെലത്ത് മണ്ണിലേക്ക് താണ് പോയിന്. ഓളെ കൈക്കും കാക്കും ചങ്കിനും എല്ലം ചെറിയ വേർകൾ വളഞ്ഞ് പൊളഞ്ഞ് മണ്ണിലേക്ക് പൂണ്ട്* പറ്റിപ്പിടിച്ചിന്.

ചീല ചെക്കന നോക്കി ചിരിച്ചു. ഒച്ചീല്ലാത്ത ഓളെ ചിരിക്ക് നിലാ വിനേക്കാളും തെളിച്ചൂണ്ടായിനി. പുറ്റ് പോലെ ഓളെ നെഞ്ഞത്ത് പൊന്തി നിക്ക്ന്ന മൊലകളിൽനിന്നും മൊലപ്പാലൊഴുകി നെലത്ത് വീണ് മണ്ണ് നനീന്ന്ണ്ട്. കണ്ണ് അടക്കാതെ ചെക്കൻ ഓളത്തന്നെ നോക്കി നിന്നു.

കൈക്ക് തേച്ചും വേര് വന്ന് മണ്ണില് പൂണ്ട് പോയത് കൊണ്ട് ഓക്ക് ചെക്കന വാരിയെട്ക്കാനായില്ല. തലമുടി തേച്ചും ചുരുണ്ടവേരായി മണ്ണില് പറ്റിപ്പിടിച്ചത് കൊണ്ട് ഓക്ക് ചെക്കന്റെ മൂർദ്ധാവില് തലകുനിച്ച് ഉമ്മവെ ക്കാനായില്ല.

ചെക്കൻ ഓന്റമ്മയോട് പറഞ്ഞു.

"എന്റെ പെറ്റമ്മേ... എന്റെ അമ്മേന കണ്ടതായിറ്റില്ലെ ഒരു ഓർമ്മ എന്റെ കണ്ണിലെനക്ക് ബാക്കീല്ല. അറിവില്ലാക്കാലത്ത് എന്ന്യാരും പെറ്റ തല്ലാന്ന് കര്തി ഞാൻ ബളന്നു. തലീല് വെളിച്ചം കേറാൻ തൊടങ്ങ്യേരം അറിഞ്ഞതല്ലം അരുതാത്തതാണല്ലോ ന്റെ പെറ്റമ്മേ... അപ്പനെനിക്ക്ണ്ടാ യിറ്റ്ല, അമ്മയെനിക്ക് ഇണ്ടായിറ്റ്ല്ല. ഇണ്ടായത് അപ്പാപ്പനും അമ്മാമ്മീം എന്റെ പൊട്ടൻ തെയ്യൂം മാത്രം."

"നാളെ പൊലന്നാല് എനക്കായൊര് തെയ്യം കെട്ടാന്ണ്ടെന്റെ പെറ്റ മ്മേ... എന്റെ കന്നിക്കോലം... തീച്ചാമുണ്ഡി. മനക്കല് നെല്ല് മൂർന്നൊ യിഞ്ഞ കണ്ടത്തില് അയിനായിറ്റ് ഞാൻ എറങ്ങുമ്പം അപ്പാപ്പനും അമ്മാമ്മീം എന്റേതായൊരു പൊട്ടൻ തെയ്യൂം ചെവിമൊളച്ച നാടും

* *കൂറ്റ് - ശബ്ദം; * പൊളന്നു - പിളർന്നു*
* *നീർന്ന് - നിവർന്ന്; * ഞേന്ന് - തൂങ്ങി*
* *പൂണ്ട് - ആഴ്ന്ന്*

തേച്ചും സമ്മതിക്ക്ന്നില്ലല്ലോ എന്റെ പെറ്റമ്മേ... അനുഗ്രഹിക്കേണ്ട കൈകള് തേച്ചും അനുവദിക്കാതെ തടയാനാണല്ലോ കൈനീട്ട്ന്നത് ന്റെ പെറ്റമ്മേ..."

"പ്രമാണായ പ്രമാണും, തെയ്യായ തെയ്യും തേച്ചും പെറ്റമ്മേരെ മോൻ ഈ കുഞ്ഞിക്കേളു കണ്ണിലും കാതിലും നാവിലും നെറച്ചിറ്റി ണ്ടല്ലോ ന്റെ പെറ്റമ്മേ... തീച്ചാമുണ്ഡി കെട്ടി തീക്കനലില് മുങ്ങിക്കുളിച്ച് നാട്ടില് പടർന്ന മാരിക്കുരിപ്പെല്ലം ഒടുക്കി ഞാൻ എറങ്ങും. അയിനായി റ്റുള്ള എന്റെ ബയി എന്റെ പെറ്റമ്മ വന്ന് തടയല്ലേ ന്റെ പെറ്റമ്മേ..."

ചീലേരെ കണ്ണും കവിളും ചോന്ന് കനലിലിട്ട ഇരുമ്പ് പോലെ പഴു ക്കുന്നതായിറ്റ് ചെക്കന് തോന്നി.

ചീല ഓനോട് പറഞ്ഞു.

"നീങ്ങിയ വയി*ക്ക്ന്ന് നീ വയിതിരിയണ്ട... മുമ്പോട്ട് വെച്ച കാലെട്ത്ത് ബയ്യലോട്ട്* വെക്കണ്ട. നീ പോട്*... മോത്തെഴ്തി ചോപ്പിച്ച് കിരീടം വെച്ച് അരയോട കെട്ടി അലറി വിളിച്ച് ഒറഞ്ഞ് തുള്ളണം നീ... എന്നിറ്റ് വല്യമ്പ്രാന്റെ മുമ്പില് സിംഹത്തിനപ്പോലെ അലറണം. നിന്ന് തെളക്ക്ന്ന തീച്ചാമുണ്ഡീന കണ്ട് തമ്പ്രാൻ വെറച്ച് തലകുനിക്കണം. പിന്നെ ഓനീം ഓന്റെ മനക്കല് ആരിക്കും ഒറക്കം കിട്ടാതാക്കണം. ഒടുക്കം എന്റെ തീച്ചാമുണ്ഡി ഓന്റെ തലക്ക് നട്ടപ്പിരാന്തിന്റെ തീപ്പിടിപ്പിക്കണം. നട്ടപ്പിരാന്ത് വന്ന് പെർവയിക്ക് നടന്ന് വെള്ളം കിട്ടാതെ ഓൻ പെടച്ച് പെടച്ച് ചാവണം... എന്റെ മോനേ... എന്നാലേ നിന്റെ പെറ്റമ്മക്ക് മോക്ഷം കിട്ടൂ... നിന്റേതായ അപ്പന് മോക്ഷം കിട്ടൂ. ഞാൻ ബെരും... എന്റെ മോന് മുമ്പിലും ബയ്യലും കാവലായി ഞാൻ ബെരും. നിന്റേതായ അപ്പനും ബെരും."

ചീലേരെ മേത്തെ വേര് മണ്ണിന്റുള്ളിലേക്ക് ഓള ബെലിച്ച്* കൊണ്ട് പോവ്ന്നത് ചെക്കൻ നോക്കി നിന്നു.

** വയി - വഴി*

** ബയ്യലോട്ട് - പിന്നിലോട്ട്*

** പോട് - പോകൂ*

** ബെലിച്ച് - വലിച്ച്*

കനലിന്റുള്ളിലെ തീയ്യ്

ചവിട്ട് കൊണ്ട് ചത്തവരീം, വെള്ളത്തില് വീണ് ചത്തവരീം മാരിക്കുരിപ്പ് വന്ന് ചത്തവരീം എല്ലം കൂളികള് പൊലരാനാവുമ്പം നാട്ടില് കണ്ട കിസ* പറഞ്ഞും പല്ലിളിച്ചും എനഞ്ഞും കരഞ്ഞും നടന്ന് മറീമ്പം* അയിന്റെ ഒച്ച കേട്ട് ഞെട്ടി ഒറക്കറിഞ്ഞ തീയ്യത്തി ചിരുതേരെ പൂങ്കോയി കൂവി. ഒരിക്കാലല്ല, കൊറേയോട്ടം കൂവി. കൂവല് കേട്ട് തീയ്യത്തി ചിരുതേരെ കുന്ന് ഒണർന്നു. എന്റെ തറമ്മലെ ചെമ്പകൂം അയിന്റെ മോളിലെ പുളിയൻ മാവും ഒണർന്നു. പെര്വയീം തോടും തോട്ടിലെ മീനും ഒണർന്നു. പയ്യാനേമ്മന്ന് കൂമൻ ഒണർന്നു. പെര്മലയന്റെ കുടിലൊണർന്നു.

ഇന്നാന്ന് തീച്ചാമുണ്ഡിക്കോലം.

ചെക്കൻ എണീറ്റ് തോട്ട്ല് കുളിക്കാൻ പോവാൻ ഒര്ങ്ങ്മ്പം ആകാശത്ത്ന്ന് നിലാവ് തേച്ചും പോയിറ്റ് മഴക്കാറ് പോലത്തെ ഇര്ട്ടായിരുന്നു. പെര്വയിക്കേക്ക് നോക്ക്യാല് ഒന്നും കാണ്ന്ന്ല്ല.

ചെക്കനെറങ്ങമ്പം ഓന്റെ അപ്പാപ്പൻ പെര്മലയനും ഓന്റെ ഒപ്പരം പോയി. ചെക്കൻ തോട്ടില് മുങ്ങിക്കുളിച്ച് കേറ്യേപ്പിന്ന്യാ പെര്മലയൻ തോട്ടിലെറങ്ങി കുളിച്ചത്.

കുളിച്ച് വന്ന് നെറ്റീല് വരടി കത്തിച്ച ഭസ്മം തൊട്ട് ചെക്കൻ എന്റെ തറമ്മല് പുതിയ തിരിയിട്ട് വെളക്ക് കത്തിച്ചു. പെര്മലയൻ അന്നേരം വന്ന് ഓന്റെ ചെവീല് എന്തല്ലോ പറഞ്ഞു. എന്റെ ചെമ്പകത്തിന്റെ മുമ്പില് വെച്ച കുറി* പെര്മലയൻ ചെക്കന്റെ നെറ്റീല് തൊട്ടു. വെറക്ക്ന്ന പയേ കയ്യോണ്ട് ഒരോന്ന് ചെയ്യുമ്പൂം പെര്മലയൻ ഒന്നും മിണ്ട്യതേ ഇല്ല.

** കിസ - വർത്തമാനം; *മറീമ്പം - മറയുമ്പോൾ*

** കുറി - ഭസ്മം*

ഒറങ്ങി എണീറ്റ് തോട്ടിൻ കരക്ക് പോയി വന്നവരിക്കെല്ലം മാതീം മാണീം കുടിക്കാൻ കൊത്തമ്പാരി ഇട്ട് തെളപ്പിച്ച് വെള്ളൂം ഓരോ കഷണം ബെല്ലൂം* കൊടുത്തു.

പെർമലയനും കൊമ്ട്ട്ക്കുരുവൻ കോതോർമ്മനും അണിയലല്ലം എട്ത്ത് പൊറത്ത് കൊണ്ടന്ന് തൊടച്ച് നെറം വെർത്താൻ തൊടങ്ങി. ഇന്നലെ വൈന്നേരം തീയ്യത്തി ചിരുതേന്റെ കുന്നിന്റപ്രത്തെ പുല്ല്പാറക്ക് പോയി പറച്ച് കൊണ്ടന്ന ചെക്കിപ്പൂ വാഴഎലീല് വെച്ച് വെള്ളം കൊടഞ്ഞ്* അണിയലം വെക്ക്ന്ന പേളികീല് വെച്ചു.

ഇന്നലെ മോന്തിക്ക് ഏറാൻ പോയിറ്റ് വെർമ്പം തീയ്യൻ ചവുണ്യൻ തെങ്ങിന്റെ കാരോലത്തിരി കൊണ്ടന്നിന്. പെർമലയന്റെ മിറ്റത്ത് പാത്രം വടിക്ക്ന്നെട്ക്ക ഇണ്ടായ വെല്ല്യ പനപോലെ വളന്ന വായ* നാലെണ്ണം കൊത്തി തടയാക്കി വെച്ചതും തീയ്യൻ ചവുണ്യൻ തന്ന്യാ.

പൊലച്ചകൂറ്റ്നേ പോയി ഏറ്റ് കയിഞ്ഞ് കുളിച്ച് നല്ലതുടുത്ത് തീയ്യൻ ചവുണ്യൻ എന്റെ തറമ്മല് വന്നിര്ന്നറ്റ് പറഞ്ഞു.

“രാഹുകാലം തൊടങ്ങ്ന്നേന് മുമ്പിലെ എറങ്ങണം.”

മിറ്റത്തില്ലവരെല്ലാരും കേക്കാന ഓൻ അങ്ങന പറഞ്ഞത്.

തീയ്യൻ ചവുണ്യനാണ് കലയക്കാരൻ*.

തീയ്യൻ ചവുണ്യൻ വേറെ മൂന്നാല് തീയ്യറീം കൂട്ടി പോയി കവുങ്ങിന്റെ ബെരിച്ചലും* തെങ്ങിന്റെ ഓലീം കെട്ടി പതി* ഇണ്ടാക്കിന്. അയിന്റൊപ്പരം തന്നെ ഓൻ തെയ്യക്കാർക്കിരിക്കാനും അണിയലം വെക്കാനുല്ലെ സ്ഥലം വൃത്ത്യാക്കി വെക്കൂം ചെയ്തിന്. അത് ഓൻ ഇന്നലത്തന്നെ പെർമലയനോട് പറീം* ചെയ്തിന്.

മലിനാണി എല്ലാരോടും കത്തലടക്കാൻ പറഞ്ഞു, ഓള് അയിനായിറ്റ് ഇണ്ടാക്യത് വാഴെലീല് വെളമ്പിക്കൊടുത്തു. മങ്കലത്തില് അര് വറ്ത്ത് പൊരിഞ്ഞ് വെർമ്പം അയില് വെള്ളൊയിച്ച് ഉപ്പൂട്ട് നല്ലോണം വെന്ത് വെർമ്പം ലേശം തേങ്ങീം ചതച്ചിട്ട് പച്ചവെളിച്ചെണ്ണീം ഒയിച്ച് അരി പൊങ്ങിച്ചതാ ഓള് കത്തലടക്കാൻ ഇണ്ടാക്യത്. പിന്ന വേണ്ട്ന്നവരിക്ക് ലേശം കഞ്ഞീം വെച്ചിന്.

ചെക്കന് കത്തലടക്കാൻ കൊടുത്തത് തെനങ്കഞ്ഞ്യാന്ന്. തെന നല്ലോണം വേവുമ്പം അയില് ലേശം തേങ്ങാപ്പാല് പീഞ്ഞൊയിച്ച് ഉപ്പൂട്ടിറ്റാ തെനങ്കഞ്ഞി ഇണ്ടാക്വ. മലിനാണി പെർമലയനും ഓളെ മോൻ അമ്പുപ്പണിക്കർക്കും എത്രയോ തെനങ്കഞ്ഞി ഇണ്ടാക്കി കൊട്ത്തിറ്റ്ണ്ട്. ചെക്കൻ എന്റെ തറമ്മലിര്ന്ന് തെനങ്കഞ്ഞി കുടിക്ക്ന്നതും നോക്കി മലിനാണി ഓന്റെ അട്ത്തന്നെ നിന്നു.

** ബെല്ലം- ശർക്കര; * ബെരിച്ചല് - കവുങ്ങ് പിളർന്ന് ഉണ്ടാക്കുന്ന വടി*

** പതി - താൽക്കാലിക ദൈവപ്പുര; * പറീം- പറയുകയും*

** കലയക്കാരൻ - കലശക്കാരൻ, പരികർമ്മി; * കൊടഞ്ഞ് - തളിച്ച്*

** വായ - വാഴ;*

തീയ്യത്തി ചിരുതീം കുന്നെറങ്ങി വന്നു.

വണ്ണാൻ കുഞ്ഞാരനും മക്കളും അവരിക്കില്ലെ ചെണ്ടീം തോളിലിട്ടോണ്ട് വന്നു.

അട്ത്തില്ലെ മലേമ്മാരെല്ലം എത്തി.

"എന്നാ എറങ്ങ്വല്ലേ..."

തീയ്യൻ ചവുണ്യനാ അങ്ങന പറഞ്ഞത്. ഓൻ പറഞ്ഞത് മിറ്റത്ത് ഇല്ലവരെല്ലം കേട്ടു. കുടീന്റാത്ത് ഇല്ലവരോട് മാതീരെ പുരുവൻ കുന്നരുക്കാരൻ എറങ്ങാൻ കാലായീന്ന് ആത്തേക്ക് നോക്കിപ്പറഞ്ഞു.

ചെക്കന്റെ മോത്ത് കെട്ടിമുറുക്കി തളം കെട്ടി നിക്കുന്ന വെള്ളം പോലെ ഗൗരവം കനത്ത് നിന്നു.

എല്ലാരും എറങ്ങാനൊര്ങ്ങ്മ്പം ചെക്കൻ എന്ന തൊവ്വ്തോണ്ട് പറഞ്ഞു.

"എന്റെ പൊട്ടൻ തെയ്യേ... അടിയനെറങ്ങേന്ന്. നിന്റേതായൊര് കോലം അടിയൻ ഒരീസം കെട്ട്യാടും. അയിനായിറ്റ് അടിയന്റെ ആയുസ്സ് നീ കാക്കണം... ന്റെ പൊട്ടൻ തെയ്യേ... അര്താത്തതൊന്നും അടിയൻ ചെയ്യ്ന്നില്ല. എന്റേതായ കർമ്മം മാത്രേ അടിയൻ ചൊയ്യിന്ന്ല്ലൂ. നാട്ട്ല് തേച്ചും മാരിക്കുരിപ്പ് വന്ന് ആളെല്ലം ചത്ത് വീണ് ചീഞ്ഞ് നാറുമ്പം എന്റെ കുടിലിന്റുള്ളില് പൊതപ്പും പൊതച്ച് പെറ്റമ്മേരെ കെർപ്പത്തില് കെടക്ക്ന്ന പോലെ കെടന്നൊറങ്ങാൻ അടിയനാവുന്നില്ല ന്റെ പൊട്ടൻ തെയ്യേ... അള്ളടനാട്ടില് മാരിക്കുരിപ്പ് കേറി എനിയൊരാള് ചാവാണ്ട് നിക്കാൻ എന്റേതായൊരായുസ്സാന്ന് അയിന് ബേണ്ടതെങ്കില് അത് ചിരിച്ചോണ്ടെട്ത്തോളാൻ ഞാൻ സകല തെയ്യങ്ങളോടും പറയേന്ന് ന്റെ ദൈവങ്ങളേ... എനക്കെന്റെ നാടിനെ കാക്കണം അയിനായിറ്റ് നിങ്ങളെ തൊണയെനക്ക് വേണം. ഓർമ്മീല്ല കാലം തൊട്ട് ഒരീസം പോലും മൊടങ്ങാതെ അടിയൻ പരിപാലിച്ചിറ്റ്ണ്ട്. നീയെന്ന തൊണക്കണം ന്റെ പൊട്ടൻ തെയ്യേ... കത്തിത്തെളക്ക്ന്ന കനൽക്കട്ട അടിയന് ചെമ്പകപ്പൂ ആക്കിത്തരണം. എടത്തും വലത്തും മിന്നലും* വയ്യലും* എനക്ക് തൊണയായി വെരണംന്റെ പൊട്ടൻതെയ്യേ..."

കുഞ്ഞിക്കേളൂന്റെ കുഞ്ഞുതൊണ്ടീന്ന് ഒഴുകിവന്ന പ്രാർത്ഥന എല്ലാരീം ചെവി പൊള്ളിച്ചു.

കുഞ്ഞിക്കേളു ഒന്നും സംഭവിക്കാത്തത് പോലെ തല ഒയർത്തിപ്പിടിച്ച് പെർമലയന്റെ മുമ്പിലെത്തി കാല് തൊട്ട് വന്ദിച്ചു. പെർമലയന്റെ വെറക്ക്ന്ന കൈ ചെക്കന്റെ തലീല് വെക്കുമ്പം ഓന്റെ കണ്ണിലെ വെള്ളൂം തലീല് വീണു. ഓൻ എല്ലാരീം കാല് തൊട്ട് വന്ദിച്ച് എറങ്ങി...

എറങ്ങുമ്പം ചെക്കൻ എന്റെ തറീം ചെമ്പകൂം നോക്കി, തീയ്യത്തി ചിരുതേരെ കുന്ന് നോക്കി, ഓന കാത്ത് വളത്ത്യ* കുടീലേക്ക് നോക്കി

** മിന്നൽ - മുമ്പിൽ*

** വയ്യൽ - പിന്നിൽ; * വളത്ത്യ - വളർത്തിയ*

തെയ്യാടി പഠിച്ച മിറ്റം നോക്കി. ഓർമ്മീല് ഒരോളം പോല കെടക്ക്ന്ന ഓന്റെ പെറ്റമ്മ ഒറങ്ങ്ന്ന തെക്കേ മൂല നോക്കി.

ഓനെറങ്ങി.

മുമ്പില് തീയ്യൻ ചവുണിയൻ നടന്നു. ചവുണ്യന്റെ ബയ്യത്തന്നെ തലയെട്പ്പല്ലെ ആന നടക്കുമ്പോലെ ചെക്കനും നടന്നു.

അണിയലും, വായത്തടീം, തെങ്ങിന്റെ കാരോലത്തിരീം ചെണ്ടീം എട്ത്ത് വാല്യക്കാറ് നടന്നു. കത്തലടക്കാന്ല്ലെ കഞ്ഞിക്കില്ലെ അരീം ഉപ്പും കലൂം വെറകും പാത്രും എട്ത്ത് ബയ്യല് പെണ്ണ്ങ്ങളും കൂടി. തീയ്യത്തി ചിരുത പെർമലയന്റെ കുടീരെ ഓലവാതിലടച്ച് ബയ്യല് നടക്കുമ്പം അയിന്റെ മുമ്പിലായി കന്നിക്കെർപ്പത്തിലിണ്ടായ കുഞ്ഞീനീം എട്ത്ത് മാതീം ഇറങ്ങി.

പെർബയിക്കെത്തുമ്പം ദൂരെ മാറി മലിനാണീരെ എളേമോൻ ദാറൂട്ടീം ഓന്റ്റോളും മക്കളും നിക്ക്ന്നത് എല്ലാരും കണ്ടു. മലിനാണി മുമ്പിലേക്ക് നടന്ന് ചെക്കന്റെ കയ്യും പിടിച്ച് ദാറൂട്ടീരട്ത്തേക്ക് പോയിറ്റ് പറഞ്ഞു.

"ഇത് ഈ അമ്മാമ്മ പെറ്റ രണ്ടാമത്തെ മോനാണ്. നിന്റെ എളേപ്പൻ*... എന്റെ മോൻ ദാറൂട്ടി. എന്റെ കുഞ്ഞിക്കേളു ഓന്റെ കാലൊന്ന് തൊട്ട് അനുഗ്രഹം വാങ്ങിക്ക്."

ചെക്കൻ അങ്ങന ചെയ്യുമ്പം ദാറൂട്ടി ഓന കെട്ടിപ്പിടിച്ചിറ്റ് പറഞ്ഞു.

"മോനേ, നിന്റെ എളേപ്പൻ മഹാപാപിയാണ്. തമ്പ്രാക്കമ്മാരെപ്പോലെ കുടുംബത്തിന ചതിച്ചോനാണ്..."

പിന്ന ഓൻ ചെക്കനെ പറ്റിപ്പിടിച്ച് മേലോട്ട് നോക്കി പറഞ്ഞു:

"അടിയന്റെ തലയൊന്ന് പൊട്ടിത്തെറിക്ക്ന്നില്ലല്ലോ ന്റെ പൊട്ടൻ തെയ്യേ..."

ദാറൂട്ടീരെ നെലവിളി കേട്ട് എല്ലാരീം മനസ്സിന്റുള്ളില് ചോര പൊടിഞ്ഞു.

പെർമലയൻ തെറം കണ്ണാലെ* അതെല്ലം കണ്ടിനെങ്കിലും ഓനൊന്നും മിണ്ടീല.

"വാ പൂവാം"ന്ന് തീയ്യൻ ചവുണിയൻ പറഞ്ഞേരം ദാറൂട്ടീം ഓന്റ്റോളും മക്കളും അവരൊപ്പരം കൂടി.

അവരെ ബയ്യന്നെ ഞാനും പോയി.

ബയ്യന്ന് ഞാൻ നോക്ക്യേരം ആള് കൊറേ ഇണ്ട്* മുമ്പില് നടക്ക്ന്ന്. പെർവയീം കയിഞ്ഞ് തോട് കടക്കുമ്പം ആരും കേക്കാതെ തോട്ടില ബെള്ളത്തിനോടും ബെള്ളത്തിൽ കളിക്ക്ന്ന മീനോടും ചെക്കൻ പറഞ്ഞു.

"എനി എപ്പാന്ന് നിന്റെ ആഴങ്ങളില് നീ ഒളിപ്പിച്ച് വെച്ച കുളിരുന്റ്റു

* എളേപ്പൻ – ഇളയച്ഛൻ
* തെറംകണ്ണാലം – ഇടംകണ്ണിലെ
* ഇണ്ട് – ഉണ്ട്

ള്ളില് മുങ്ങിക്കുളിക്ക്വാന്ന് എനക്ക് പറയാൻ പറ്റൂല. എന്റെ ചങ്ങായി പൊന്നൂട്ടീന മാരിക്കുരിപ്പ് കൊണ്ടോയി. ഞാൻ മാരിക്കുരിപ്പിന നാട്ട്ന്നേ ഇല്ലാതാക്കാൻ തീച്ചാമുണ്ഡി കെട്ടാൻ പോവ്വാ... തീച്ചാമുണ്ഡി കെട്ടി തീയില് കുളിച്ചിറ്റ് മടങ്ങി വന്ന് നിന്റെ മടീല് മുങ്ങിക്കുളിച്ച് കളിക്കാൻ നീ പ്രാർത്ഥിക്കണം."

കൊറേ മീൻ ഓനക്കണ്ടേരം ഓന്റെ കാലിന് ചുറ്റികെട്ടിമറഞ്ഞ് കളിക്കുമ്പം ചെക്കന് തോന്നി. തോട്ടിലെ ആഴത്തിലെ ഓന്റെ ചങ്ങായിമാരായ മീനെല്ലം ഓന തട്ക്കേന്നോ...

ഓൻ തോട്ട്ന്ന് ഒരു കുമ്പിള് വെള്ളം കോരി മോത്തൊായിച്ചു. നല്ല തണ്പ്പ് തോന്നി, മനസ്സിന്.

എന്നോടും എന്റെ തറയോടും എന്റെ തറമ്മലെ ചെമ്പകമരത്തോടും, ഓൻ കളിച്ച് വളന്ന കുടീനോടും, തീയ്യത്തി ചിരുതേരെ കുന്നിനോടും പെർവയിയോടും യാത്രപറഞ്ഞിന്. ഇപ്പം ഇതാ തോട് കടക്കുമ്പം തോടോടും യാത്ര പറഞ്ഞു.

തോടും കടന്ന് കണ്ടത്തിലെറങ്ങ്ന്നത് വരെ എന്റെ തറീം, കുടീം, കുന്നും, പെർവയീം തോടും തന്ന്യാ ഓർമ്മീല്.

മനക്കലെത്താനാവുമ്പം ദൂരത്ത്ന്നേ ആകാശത്തിലേക്ക് പാഞ്ഞ് കേറ്ന്ന മേലേരിത്തീ കണ്ടു.

ഇന്നലെ മോന്ത്യാവുമ്പം തീയ്യൻ ചവുണ്ണ്യനും, തീയ്യൻ ചിരോണ്ടനും കൊറേ തീയ്യമ്മാറും അവരൊപ്പരം മുതുടോനും പോയിറ്റാ ആചാരപ്രകാരം മേലേരീന്റെ ചെമ്പക വെറകിന് തീക്കൊടുത്തത്. തീയ്യൻ ചവുണ്ണ്യനാന്ന് കലയക്കാരൻ... ഓൻ ആചാരൂം മര്യാദീം തെറ്റാതെ ഓരോന്ന് ചെയ്യുമ്പൂം മനസ്സിന്റെ ഉള്ളില് പറഞ്ഞു.

"എന്റെ കുഞ്ഞ്യാന്ന് നാള ഈ തീക്കട്ട കയ്യേക്ക്ന്ന്*. ഓന്റെ മേല് പൊള്ളിക്കാതെ നീ കാക്കണേ ദൈവങ്ങളേ..."

ആരും ഒന്നും മിണ്ടാണ്ടാന്ന് തെയ്യത്തിന്റെ പതി കെട്ട്യതും മേലേരിക്ക് ദീപം തെളിച്ചതും.

തെയ്യത്തിന്റെ കലയക്കാരനായിറ്റ് നിങ്ങ്യന്നെ നിന്നാമതീന്ന് തീയ്യൻ ചവുണ്ണ്യനോട് പെർമലയൻ ആദ്യേ പറഞ്ഞിന്.

മനീലേക്ക് കണ്ടത്ത്ന്ന് കേറ്ന്ന ബയിക്ക്ന്നേ മുതുടോൻ പറഞ്ഞു.

"എല്ലാരും തമ്പ്രാന്റെ മനക്കല് തൊവ്വ്തിറ്റ് പോയാമതി."

എല്ലാരും മനക്കലേക്ക് കേറുമ്പം പെർമലയൻ പോയി മുതുടോന്റെ കൈക്ക് പിടിച്ചു. അന്നേരം ഒണങ്ങ്യ വെറീൻ കൊള്ളി* പോലത്തെ പെർമലയന്റെ കൈ കിടുകിടാ വെറക്ക്ന്ന്ണ്ടായിനി. കുണ്ടിലേക്ക് താണ്പോയ പെർമലയന്റെ കണ്ണ് മൂക്കിന്റെട്ത്തേക്ക് തള്ളി വന്നു. ഓൻ മുതുടോനോട് പറഞ്ഞു.

** കൈയ്യേക്ക്ന്ന് – സ്വീകരിക്കുന്നത്*

** വെറീൻ കൊള്ളി – വിറകിൻ കമ്പ്*

** ബീംബം – വീഴുമ്പോൾ*

"മുതുടോനേ...വല്യമ്പ്രാന കണ്ടിറ്റ് നിങ്ങ പറഞ്ഞിറ്റ് ഒറപ്പ് വാങ്ങീറ്റ്ലേ... മൂന്നോട്ടം മേലേരീല് ബീംബം* തന്നെ തമ്പ്രാൻ കുറീടുംന്ന്... മുതുടോനെ... അങ്ങനെ ഇണ്ടായിറ്റ്ല്ലെങ്കില് എന്റെ കുഞ്ഞീരൊപ്പരം ഞാനും എന്റ്റോളും ആ മേലേരീല്ത്തന്നെ ചാടിച്ചാവും."

"ന്താ പെർമലയന് ബേണ്ടാത്ത ചിന്ത തലീന്ന് ബെര്ന്ന്. എല്ലം നല്ലതായിറ്റേ ബെരൂ."

വയിക്ക് തടഞ്ഞ് നിന്ന പെർമലയന കൂട്ടാൻ കുഞ്ഞിക്കേളു ബയ്യലോട്ട് വന്നു. ഓൻ ബെര്ന്ന് കണ്ടേരം പെട്ടന്നന്നെ പെർമലയന്റെ കണ്ണ് താണ് കുണ്ടിലേക്കെന്നെ പോയി. പെർമലയൻ മുതുടോന്റെ കൈ എളക്കി.

മുതുടോൻ പറഞ്ഞു.

"ബാ... തമ്പ്രാന വണങ്ങി ദീപൂം തിരീം വാങ്ങണം. ആചാരെല്ലം ഒന്നും തെറ്റാതെന്നെ നടത്തണം."

എല്ലാരും മനേരെ മിറ്റത്ത് താണ് വണങ്ങിനിന്നേരം മുതുടോൻ കോരൻ നായരക്കണ്ട് കാര്യം ഒണർത്തിച്ചു.

വല്യമ്പ്രാൻ പൊറത്തേക്ക് വന്നില്ല.

കോരൻനായര് കൊടിയെലീല് ദീപൂം തിരീം കൊണ്ടന്നത് തീയ്യൻ ചവുണ്ണ്യൻ കയ്യേറ്റു. എല്ലാരും കോരൻ നായര വണങ്ങി.

നെല്ല് മൂർന്ന കണ്ടത്തില് ആളിക്കത്തി ഒയര്ന്ന മേലേരിക്ക് ചുറ്റും എല്ലാരും നിന്നു. ചുറ്റും നിന്ന ആളെല്ലം ഗോവിന്ദാ... ഗോവിന്ദാ... ന്ന് ഒറക്കെ വിളിച്ചു.

കുഞ്ഞിക്കേളു ആളിക്കത്ത്ന്ന അഗ്നിയിൽ അരിയെറിഞ്ഞു. തീയൻ ചവുണിയൻ ദീപൂം തിരി ഒന്ന് കുഞ്ഞിക്കേളൂന് കൊടുത്തു. ഒന്ന് പെർമലയന് കൊടുത്തു. ഒന്ന് ഓനും പിടിച്ച് അറിയാവ്ന്ന തെയ്വങ്ങളെയെല്ലം മനസ്സില് നെറച്ച് അഗ്നി ആളിക്ക്ന്ന ചടങ്ങ് നടത്തി. മൂന്നോട്ടം മേലേരിക്ക് ചുറ്റും വലം വെച്ചു.

കൊണ്ടന്ന ദീപൂം തിരീല് ഒന്നെട്ത്ത് പതീരുള്ളില് വെളക്ക് വെച്ച് വെളിച്ചെണ്ണ ഒയിച്ച് തെളിച്ചു. അയില്ന്ന് ഒര് തിരിയെട്ത്ത് പതീരെ എടത് ഭാഗത്ത് കുത്ത്വെളക്ക് കണ്ടത്തില് കുത്തിവെച്ച് കത്തിച്ച് പട്ട് വിരിച്ച് അയില് തീച്ചാമുണ്ഡീരെ കിരീടം വെച്ചു.

അണിയലും കുരുത്തോലീം വായത്തടീം അയില് വെച്ചു. കത്ത്ന്ന കുത്ത് വെളക്കിന തൊവ്ത് ഓരോരാളും തെയ്യത്തിന്റെ പണിക്കിരുന്നു.

കുഞ്ഞിക്കേളു മനസ്സില് മന്ത്രം നെറച്ചത് വരിതെറ്റാതെ ചെകഞ്ഞെടുത്ത് അവരെ നട്ക്കിരുന്നു.

ആള്കള് മേലേരി ആളിക്കത്ത്ന്ന്ത് കാണാൻ എട്ന്നല്ലോ ബെരാൻ തൊടങ്ങി. അതിശയത്തോടെ മേലേരി നോക്ക്യവരെല്ലം പിന്ന നോക്യത് അയില് ചാടി തിമിർക്കണ്ട തെയ്യക്കാരൻ ചെക്കന്യാന്ന്. പാത്രത്തിലെ വെള്ളംപോലെ ശാന്തനായിരിക്ക്ന്ന ചെക്കനക്കണ്ടവരിക്ക് ആകാശത്തോളം ഒയരത്തില് പൊളയുന്ന തീകണ്ട് അതിശയിച്ച കണ്ണില് സങ്കടം കേറി ഇര്ട്ട് നെറഞ്ഞു.

മലിനാണീരീം, പെർമലയന്റീം അകന്ന വകീല്ല്ലെ ബന്ധുക്കളെല്ലം കണ്ടത്തിലെത്തി. അവരീം കണ്ണ്ട് ചെക്കന്റെ മേലെ വീണപ്പം മനസ്സ് മങ്ങി പ്പോവേന്ന്. ചെക്കൻ ഓന്റെ മിന്നലെത്തിയവരെല്ലം രണ്ട് കൈയും കൂട്ടി തൊവ്വ്ത് ചിരിക്കുമ്പം കാണ്ന്നവരെ കണ്ണില് ഗുർസിക്ക് അറ്ക്കാനായി കാല് കെട്ടീട്ട കൂവിത്തളിയാത്ത എളേ* പൂങ്കോയീന്റെ രൂപാ തെളീന്ന്.

തീയ്യൻ ചവുണ്ണ്യൻ കൊണ്ടന്ന കരിക്ക് ആരോ ചെത്തി ചെക്കന്റെ നേരെ നീട്ട്യേരം പെർമലയൻ തടുത്തു. ഓനാ കരിക്ക് ആട മാറ്റി വെച്ചിറ്റ് വേറെ കരിക്കെട്ത്ത് പെർമലയൻ തന്നെ ചെത്തിപ്പൊട്ടിച്ച് ചെക്കന് കൊടു ത്തു. പിന്ന പെർമലയൻ ചെക്കന്റേട്ത്ത്ന്ന് ഏടീം മാറാതെ ഓന്റൊപ്പരം തന്നീരുന്നു.

അയിനെടീല് മാതീരെ പുരുവൻ കുന്നരുക്കാരൻ, തീയ്യത്തി ചിരു തേരെട്ക്ക്ന്ന് കൊണ്ടന്ന റാക്കെടുത്ത് ഒര് ചെരട്ടീലോയിച്ച് ഓൻ തന്നെ കുടിച്ച് വായി* ചുരുട്ടിപ്പിടിച്ചിറ്റ് മീട് തൊടച്ചു. ആ ചെരട്ടീത്തന്നെ ഓരോ ചെരട്ട റാക്കും കൂടി ഒയിച്ച് കോതോർമ്മനും മുതുടോനും കൊടുത്തു. അവര് കുടിച്ചേപ്പിന്ന ഒര് ചെരട്ട നെറച്ച് പെർമലയന് കൊടുത്തേരം ഓൻ കുടിച്ചില്ല. അതും കുന്നരുക്കാരൻ തന്നെ കുടിച്ചു.

ഉച്ചക്കത്തെ കഞ്ഞിക്കില്ലെ അരി മാതീം, മാണീം കൂടി തെയ്യാട്ടക്ക ളത്തിന്റെ അട്ത്ത് കണ്ടത്തില് തന്നെ അട്പ്പ് കൂട്ടിക്കത്തിച്ച് വേവിച്ചു. കറി യായിറ്റ് വെള്ളരിക്ക ഓലൻ* വെച്ച് പച്ചവെളിച്ചെണ്ണീം ഒയിച്ച് വാങ്ങിവെച്ചു.

ചെക്കന് തെനക്കഞ്ഞി മലിനാണി വേറെന്നെ ഇണ്ടാക്കീന്. കണ്ട ത്തില് കുണ്ട് കുയിച്ച് അയില് വാഴേരെ എല വെച്ചിറ്റ് മലിനാണി എല്ലാ രിക്കും ചൂട്ല്ലെ കഞ്ഞീം കറീം വെളമ്പി. പ്ലാവില കോട്ടീറ്റാ എല്ലാരും കഞ്ഞീം ബെള്ളൂം കോരിക്കുടിച്ചത്.

ഉള്ളം കാലിന്റെ അടീല് ഒളിച്ച നെഴല് നീളം ബെക്കാൻ തൊട ങ്ങ്യേരം കണ്ടത്തില് ആള് നെറയാൻ തൊടങ്ങി. വന്നവരൊന്നൊയിയാ തെ, തെന കഞ്ഞി കുടിച്ച് മടഞ്ഞോലീല് മലന്ന് കെടക്ക്ന്ന ചെക്കനെയാ നോക്ക്ന്ന്.

ചെലരെല്ലം പറഞ്ഞു.

“ന്റെ തീച്ചാമുണ്ഡ്യേ കാക്കണേ...”

നേരം മോന്ത്യായി.

ഉച്ചത്തോറ്റത്തിന് സമയായി.

കോതോർമ്മൻ ചെക്കനെ വിളിച്ചു. ഓനെണീറ്റ് കാലും മീടും കഴ്കി പെർമലയന്റെ മോത്തേക്ക് നോക്കി. പെർമലയന്റെ സമ്മതം വാങ്ങി കോതോർമ്മന്റെ മടീല് തലവെച്ചു. നെറ്റിക്ക് മീതെ തുണിക്കീറ് കെട്ടി കോതോർമ്മൻ ചെക്കന്റെ കണ്ണെഴുതാൻ തൊടങ്ങി.

ജനിച്ചേപ്പിന്ന ആദ്യായിറ്റ് ചതച്ച പച്ച ഈർക്കില് കരിഞ്ചായത്തില് മുക്കി കണ്ണിന്റെ മോളില് തൊട്ടേരം ചെക്കന്റെ മേലൊന്ന് പൊളഞ്ഞു.

** വായി – വായ; * എളേ – ഇളയ*

** രൂപാ– രൂപമാണ്; * മീട്– മുഖം;*

** ഓലൻ – മല്ലി, മുളക് ചേർക്കാത്ത കറി*

അടച്ച് പിടിച്ച കണ്ണിൻ്റുള്ളില് ഞാനും, ഓൻ്റെ അപ്പാപ്പനും, കണ്ണ്ന്ന് മറഞ്ഞ് പോയ ഓൻ്റെ അപ്പനും അമ്മീം നെറഞ്ഞ് വന്നു. എട്ന്നോ കാക്ക കരീന്ന ഒച്ചീം...

എടത്തും വലത്തും നിന്ന് പെര്മലയനും മലിനാണീം കണ്ണ് പൂട്ടാതെ ഓൻ്റെ കണ്ണിലേക്കന്നെ നോക്കേന്ന്.

വരച്ച് വളർന്ന കണ്ണുമായി എണീറ്റ് നിന്ന കുഞ്ഞിക്കേളൂന അരീല്* പൊടയുടുപ്പിച്ച് അയിൻ്റെ മേലെ ചോപ്പ് ഉടുപ്പിച്ച് ചൊറ കെട്ടി പെര്മലയൻ പതീരെ മുമ്പിലേക്ക് കൈപിടിച്ച് കൊണ്ടോമ്പം മലേമ്മാരെല്ലം ഓൻ്റെ ബയ്യന്നെ നടന്നു.

ഓൻ പതീരെ മുമ്പിലെത്തുമ്പം പെര്മലയൻ്റെ കാല് തൊട്ട് വണങ്ങി. ഓൻ്റെ വയ്യന്നെ വന്ന മലേമ്മാരെല്ലം തൊവ്വ്ത് വണങ്ങി.

പതീരെ മുമ്പ്ന്ന് വെറക്ക്ന്ന കൈയ്യോണ്ട് പെര്മലയൻ ചെക്കന് തലപ്പാളികെട്ടി. ചെക്കൻ്റെ കൈമല് പതീരുള്ള്ന്ന് എട്ത്ത അരീം ചെക്കിപ്പൂം ഇട്ട കൊടിയെല കൊടുക്കുമ്പം തീയ്യൻ ചവുണ്ട്യൻ്റെ കൈമാത്രമല്ല ഒടലാകെ വെറച്ചു. കൊടിയെല കൈയേറ്റ ചെക്കനെ ഞാൻ അടിമുടി നോക്കി. ഓനാകെ മാറി. ഓൻ്റെ മോത്ത്ന്ന് ആകാശത്തെ നിലാവ് പോലെ സ്വർണ്ണനെറത്തില് ഇല്ലെ വെളിച്ചം വെര്ന്ന്ണ്ട്. ആടിതകർക്കാൻ ഓന് ധൃതി വെരേന്ന്...

ഓൻ എന്നോട് ചോയിച്ചു.

“എൻ്റെപൊട്ടൻ തെയ്യേ... ഞാൻ എറങ്ങട്ടേ... എൻ്റെതായ തീച്ചാമുണ്ഡിതെയ്യത്തിൻ്റെ തോറ്റം ഞാൻ ഒറഞ്ഞാടട്ടെ...”

ഞാൻ സമ്മതായിറ്റ് തലയാട്ടി.

ആളിക്കത്ത്ന്ന മേലേരിത്തീയിൻ്റൊപ്പരം ചെണ്ടേരൊച്ചീം ആകാശത്തേക്ക് ഒയർന്നു.

തോറ്റം തൊടങ്ങി.

എടഭാഗൂം വലഭാഗൂം നിന്ന് പെര്മലയനും കോതോർമ്മനും തോറ്റം ചൊല്ലി.

ചെണ്ടേരെ താളം മാറുമ്പം തോറ്റം ഒറയാൻ തൊടങ്ങി. ചുട്ടുപഴുത്ത ഓരോ മേലേരിക്കനലും ഓനത്തന്നെ നോക്ക്ന്നതായി തോന്നി. കനല്ന്ന് ഉരുകി വെര്ന്ന മഞ്ഞീം ചോപ്പും കൂട്യ വെളിച്ചത്തില് നെറഞ്ഞ് നിക്ക്ന്ന ആള്യെല്ലം ഓൻ കണ്ടു.

മേലേരിത്തീക്ക് ചുറ്റും തോറ്റം മറിഞ്ഞ് ചാടുമ്പം ഒടിഞ്ഞ നടൂം കൊണ്ട് പെര്മലയനും ഓൻ്റെ ബയ്യന്നെ പാഞ്ഞു. മൂന്നാമത്തെ ചുറ്റലില് പെര്മലയൻ തോറ്റത്തിൻ്റെ കൈക്ക് പിടിച്ചു. തീച്ചൂടില് വെയർത്ത് കുളിച്ച ഓൻ്റെ മേത്ത് പെര്മലയൻ തോർത്തോണ്ട് ഒപ്പി*. കോതോർമ്മൻ തോർത്തോണ്ട് ഓന വീശി തണ്പ്പിക്കാൻ നോക്കി.

തെയ്യം കെട്ടി തയക്കും പയക്കൂം* വന്ന മലേനപ്പോലെ കുഞ്ഞി

** അരീല് - അരയിൽ*

** തയക്കൂം പയക്കൂം - തഴക്കവും പഴക്കവും; * ഒപ്പി - തുടച്ചു*

ക്കേളു തോറ്റം ആടിത്തകർത്തു. കെതപ്പറിയാതെ ആടി തിമിർക്ക്ന്ന തോറ്റത്തിന എരമം നാട് തേച്ചും കണ്ണ് പൂട്ടാനാവാതെ അതിശയപ്പെട്ട് നോക്കി നിന്നു.

പെർമലയൻ ആരും കാണാതെ തോറ്റത്തിന്റെ കൈപിടിച്ചമർത്തി. തെയ്യം അതറിഞ്ഞില്ല. ഒന്നു കൂടി ഉറഞ്ഞാടാൻ തൊടങ്ങുമ്പം പെർമല യൻ തോറ്റത്തിന്റെ കൈ ഒന്നും കൂടി പിടിച്ചമർത്തി.

ആളിക്കത്ത്ന്ന അഗ്നിയെ വണങ്ങി, കണ്ണില് കനലെരിയ്ന്ന ആള്കളെ വണങ്ങി പതീനീം കലയക്കാരനീം വണങ്ങി തോറ്റം പിൻവാ ങ്ങി.

കവുങ്ങിന്റെ പാളക്കഷണംകൊണ്ട് പെർമലയൻ വെയർത്തൊ ലിക്ക്ന്ന ചെക്കന്റെ മേല് വീശി തണുപ്പിച്ചു. കെതപ്പില് മുങ്ങിക്കുളിച്ച പെർമലയനെ ഓന്റ്റോള് മലിനാണി ഒടിഞ്ഞ നടൂം പിടിച്ച് തോർത്ത് മുണ്ടോണ്ട് വീശി.

തലപ്പാളീം തലീക്കെട്ടും അരീലുട്ത്തതും കുന്നരുക്കാരൻ അയി ച്ചേരം ചെക്കൻ നെലത്തിട്ട ഓലീലിരുന്നു. ഓന് പെർമലയൻ തന്നെ തീയ്യൻ ചവുണ്യൻ കൊണ്ടന്ന കരിക്ക് ചെത്തി കുടിക്കാൻ കൊടുത്തു. അതും കുടിച്ച് മലിനാണി കൊടുത്ത തെനക്കഞ്ഞീം കുടിച്ചേരം പെർമ ലയൻ, പിന്നീം വെയർത്ത് വെള്ളം ഒലിക്ക്ന്ന ഓന്റെ മേല് തോർത്തോണ്ട് തോർത്തിക്കൊണ്ട് പറഞ്ഞു.

“ന്റെ മോൻ കൊറച്ച് നേരം കെടന്നോ. പാതിരയാവുമ്പം അന്തി തോറ്റത്തിന് നിക്കണം. അത് കയീമ്പം കെതപ്പ് മാറ്റാൻ നേരം കിട്ടൂല. അന്നേരം തന്നെ മോത്തെഴ്ത്ത്ന് കെടക്കണം. പൊലര്ന്നേന് മുമ്പിലെ തെയ്യം എറങ്ങണം. ലേശം നേരം കെടന്നോ... ഒന്ന് മയങ്ങിക്കോ...”

തോർത്ത് മുണ്ട് വിരിച്ച ഓലക്കീറില് ചെക്കൻ മലന്ന് കെടന്ന് കണ്ണ് പൂട്ടീനെങ്കിലും കണ്ണിന്റുള്ളില് മേലേരിത്തീ ആളിക്കത്തേന്ന്. അയില് ഓന്റപ്പാപ്പനും, അപ്പനും, ഓനും തീച്ചാമുണ്ഡിക്കോലം കെട്ടി കമിഞ്ഞും മലന്നും വീണോണ്ടിരിക്കേന്ന്. എടീല് ഏട്ന്നോ ഉടുത്ത പൊടീന്ന് ചോര ഒലിപ്പിച്ച് മോനേന്ന് വിളിച്ച് മാറ്ന്ന് മൊലപ്പാല് ഒഴ്ക്കിക്കോണ്ട് ഓന്റമ്മ ചീല രണ്ട് കൈയും നീട്ടി ഓന്റട്ത്തേക്ക് വന്നു. ഓളെ ബയ്യന്നെ തുള് നാട്ട്ന്ന് വന്ന ഓന്റപ്പൻ അമ്പുപ്പണിക്കറ ആരല്ലോ ചളീല് ചവിട്ടിപൂത്ത്* പച്ചോലീല് കെട്ടീറ്റ് വെലിച്ച് തോട്ടിലിടാൻ വെരുന്നൂണ്ട്... കുരിപ്പ് കേറി എണീക്കാൻ കയ്യാതെ തായിച്ചിറ്റ്* കണ്ണും നാവും പൊറത്തേക്കിട്ട് പെടച്ച് ചാവ്ന്ന ഓന്റെ ചെങ്ങായി പൊന്നൂട്ടീം കേറി വെരേന്ന്...

പാതി രാത്രീല് തട്പ്പ* പോലത്തെ ചെറക് വീശിക്കൊണ്ട് മൂളി മൂളി പയ്യാനേമ്മന്ന് കൂമൻ പറന്ന് കളിക്കുന്ന്ണ്ട്. ഓൻ ഒന്നും കൂടി കണ്ണ് മുറുക്കെ അടച്ച് പിടിച്ചിറ്റ് എന്ന വിളിച്ചു.

** ചവിട്ടിപ്പൂത്ത് - ചവുട്ടിപൂഴ്ത്തി*

** തായിച്ചിറ്റ് - ദാഹം വന്ന്; * തട്പ്പ - മുറം*

"ന്റെ പൊട്ടൻ തെയ്യേ..."

മേലേരിത്തീയിന്റെ ആളല് നിന്നു. ആകാശത്തേക്ക് പാഞ്ഞ് കേറ്യ തീയിന്റെ വാശി അടങ്ങി. പകരം ആടീപ്പം* ചുട്ട് പഴ്ത്ത കനലിന്റെ കുന്ന് വളന്ന് വന്നു.

ആള്കള് പിന്നീം പിന്നീം വന്ന് കണ്ടം* നെറഞ്ഞു. ബെര്ന്നവരെല്ലാരും മടഞ്ഞോലമ്മ് തോർത്തും വിരിച്ച് കെടക്ക്ന്ന തെയ്യക്കാരന നോക്കി അതിശയപ്പെട്ട്, പിന്നപ്പിന്ന അവരെ മോത്ത് സങ്കടം കേറിനെറയ്ന്നത് ഞാൻ കണ്ടു. ചെലര് ഒച്ചീല് തന്നെ പറഞ്ഞു.

"ന്റെ തീച്ചാമുണ്ഡ്യേ... ഈ കുഞ്ഞീന കാക്കണേ..."

ആകാശത്തിന്ന് ബെര്ന്ന ദൈവത്തിന്റെ വെളിച്ചൂം തെയ്യാട്ടക്കളത്തിലെ കനൽ കുന്നിന്റെ വെളിച്ചൂം കൊണ്ട് മൂർന്നൊയിഞ്ഞ കണ്ടം പകല് പോലെയായി.

കോതോർമ്മൻ ആകാശത്തേക്ക് നോക്കി ചെക്കനോട് ചേർന്നിരിക്ക്ന്ന പെര്മലയനോട് പറഞ്ഞു.

"അന്തിത്തോറ്റത്തിന് നേരായി. കുഞ്ഞിക്കേളൂന ബിളിക്കല്ലേ..."

പെര്മലയൻ, കണ്ണ് പൂട്ടി മലന്ന് കെടക്ക്ന്ന ചെക്കനെ നോക്കി. ചെക്കന്റെ ചെവീല് തീയ്യത്തി ചിരുതേരെ കോയി കൂവന്നത് കേട്ടു. പൂച്ചക്കുഞ്ഞി കരീന്നപോലെ പെര്മലയൻ മോനേന്ന് ചെക്കനെനോക്കി വിളിക്കുമ്പം തന്നെ ഓൻ എണീറ്റു.

ഓൻ കാലും മൊകം കഴ്കി കരിക്കിൻ വെള്ളം കുടിച്ചു.

"അന്തിതോറ്റത്തിന് നേരായി"

പെര്മലയൻ ചെക്കനോട് പറഞ്ഞു.

കോതോർമ്മൻ ചെക്കനെ തോറ്റ്ത്തിനൊര്ക്കി.

നേരം പാതിരയായി.

കുഞ്ഞിക്കേളു തോറ്റത്തിന് നിന്നു.

തീച്ചാമുണ്ഡീരെ തോറ്റം തേച്ചും ചൊല്ലണം. ചെണ്ടയടിച്ച് തോറ്റം ചൊല്ലുമ്പം വെല്യ ഒച്ചീല് പെര്മലയനും കോതോർമ്മനും ബയിച്ചൊല്ലല്* ചൊല്ലി.

തോറ്റത്തിന്റെ വലത്ത് ഭാഗത്ത് ചെണ്ടനെലത്ത് വെച്ച് നിക്ക്ന്ന വാല്യക്കാറ് ചെണ്ടേമ്മല് പൊത്ത്യ* തുണി മാറ്റി ചെണ്ട തോളിലിട്ടു.

ചെണ്ട ഒണർന്നു.

തോറ്റം ഒറയാൻ നേരായി.

ചെക്കൻ പെര്മലയന്റെ മോത്തേക്ക് നോക്കി. പെര്മലയന്റെ കണ്ണ് സമ്മതം മൂളി.

തോറ്റം ഒറയാൻ തൊടങ്ങി.

ചുട്ട് പഴുത്ത കനൽകൂമ്പാരത്തിന്റെ ചുറ്റും തിരിഞ്ഞും മറിഞ്ഞും ആടി തിമിർത്തു.

** ആടീപ്പം- അവിടെ ഇപ്പോൾ; * കണ്ടം - വയൽ; * പൊത്ത്യെ - മൂടിയ*
** ബയിച്ചൊല്ലൽ - പിന്നാലെ ചൊല്ലൽ; * വെളഞ്ഞ് - മൂത്ത് പഴുത്ത്*

നെല്ല് മൂർന്ന് ഒയിഞ്ഞ കണ്ടത്തില് ചെണ്ടേരെ താളം വെളഞ്ഞ്* കവിഞ്ഞു.

അഞ്ച് നാഴികയോളം തോറ്റം നെറഞ്ഞാടി. തലപ്പാളീം ഉടുത്തൊരുങ്ങലും ഇല്ലാതെ പെർമലയനും ആടിക്കൊഴഞ്ഞു.

തോറ്റത്തിന്റെ നെഞ്ഞത്തെ വേർപ്പ് ഒപ്പുമ്പം* പെർമലയന്റെ ചുണ്ട് ചെക്കനോട് മന്ത്രിച്ചു.

"നേരായി..."

തോറ്റം തെയ്യാട്ടക്കളത്തിന് പൊറത്തേക്ക് ചുറ്റും നോക്കി. മൂർന്ന് നെല്ലിന്റെ കുറ്റി നെറഞ്ഞ കണ്ടത്തില് നിലാവ് പരന്നപോലെ നിലാവില് കുളിച്ച് നിലാവിനെപ്പോലെ മിണ്ടാതനങ്ങാതെ ജനം തോറ്റത്തിന്റെ മോത്ത്ന്ന് കണ്ണെടുക്കാതെ നോക്കി നിക്കേന്ന്.

തോറ്റം പതീല് കത്ത്ന്ന വെളക്കിന വണങ്ങി കലശക്കാരന വണങ്ങി മേലേരീന വണങ്ങി മേലേരിക്കപ്പുറത്തെ കണ്ണില് കനലെരിയ്ന്ന കാണികളെ വണങ്ങി പിൻവാങ്ങി.

മലേമ്മാരെ കൂട്ടത്ത്ന്ന് ആരോ പറഞ്ഞു.

"എനി സമയൂല്ല. പൊലച്ചക്കൂറ്റിന് തെയ്യം എറങ്ങണം."

പെർമലയൻ തോറ്റത്തിന്റെ തലപ്പാളീം ഉടുത്തതും അയിച്ച് മേല് തോർത്തുമ്പം ചെക്കൻ തിരിശ്ശീലേരെ കണ്ടം* എട്ത്ത് മീടും കരിമഷി ഇട്ട കണ്ണും തൊടച്ചു.

പെർമലയൻ എളനീര് ചെത്തി ചെക്കന് കൊടുക്കുമ്പം ചോയിച്ചു.

"ന്റെ മോന് വയറ് പൈക്ക്ന്ന്ണ്ടാ. വേണെങ്കില് അമ്മാമ്മ ഇണ്ടാക്ക്യ തെനങ്കഞ്ഞി ലേശം കുടിച്ചോ..."

ചെക്കൻ വേണ്ടാന്ന് മൂളി...

കോതോർമ്മൻ പെർമലയനോട് ചോയിച്ചു.

"മോത്തെഴ്താൻ കെടത്ത്വല്ലേ..."

പെർമലയൻ സമ്മതായിറ്റ് തലയാട്ടി. എന്നിറ്റ് ചെക്കനോട് ചോയിച്ചു.

"ന്റെ മോന് മൂത്രൊായിക്കാൻ തോന്ന്ന്ണ്ടാ..."

ചെക്കൻ ഇല്ലാന്ന് തലയാട്ട്യേരം കോതോർമ്മൻ പറഞ്ഞു.

"വെള്ളെല്ലം വെയർത്ത് പോയാല് പിന്ന്യേട്യാ മൂത്രൂണ്ടാവ്വാ..."

രണ്ട് കീറ്റ് ഓല മടഞ്ഞതെട്ത്ത് കൊമ്ട്ട്ക്കുരുവൻ കുത്തു വെളക്കിന്റേട്ത്ത് വിരിച്ചു. എന്നിറ്റ് അയില് ഇരുന്നു. ഓൻ ഈർക്കിലോണ്ട് ചെരട്ടീലെ ചായം കലക്കി.

പെർമലയൻ ചെക്കന്റെ തലയിലെ തണാറ് മൂടിക്കൊണ്ട് നെറ്റീന്റെ മോളില് തിരശ്ശീല കീറി അയിന്റെ കഷണത്തോണ്ട് കെട്ടി.

ചെക്കൻ തീച്ചാമുണ്ഡി തെയ്യത്തിന്റെ ഉപാസനാ മന്ത്രം മനസ്സിൽ പെറ്ക്കി വെച്ചു. എന്നിട്ടോൻ ഒന്ന് നേത്രസ്ഥാനത്തും രണ്ടെണ്ണം ചെന്നി

---

* ഒപ്പുമ്പം - തുടച്ചെടുക്കുമ്പോൾ

* കണ്ടം - തുണ്ട്; * തുന്ത - കവിൾ

യിലും രണ്ടെണ്ണം രണ്ട് തുന്തക്കും* ഒന്ന് മൂക്കിനും ഒന്ന് താടിക്കും രണ്ടെണ്ണം വായീരെ* അപ്രത്തും ഇപ്രത്തും ആയിറ്റ് ഒമ്പത് ചൊട്ട തൊട്ടു.

കുഞ്ഞിക്കേളു കുത്ത് വെളക്കിന്റെ മുമ്പില് തലവെച്ച് ഓലക്കീറ്റില് മലന്ന് കെടന്ന് കണ്ണ് പൂട്ടി.

പിന്ന്യൊന്നും ഓൻ കണ്ടില്ല. ഓന്റെ മനസ്സിന്റുള്ളില് തീച്ചാമുണ്ഡീരെ ഉപാസനാമന്ത്രം തുരുതുരാ നെറഞ്ഞു. അതോന്റെ പൂട്ട്യെ കണ്ണിന്റുള്ളിലും കാതിലും മൊഴങ്ങി.

കോതോർമ്മന്റെ മനസ്സിന്റുള്ളില് തീച്ചാമുണ്ഡി നെറഞ്ഞു. അത് പച്ചീർക്കിലിന്റെ മൊനയിലേക്ക് പടർന്നു. പൊന്നിന്റെ പൊടി സ്വർണ്ണകമ്പീല് ഒട്ടിക്ക്ന്ന തട്ടാനപ്പോലെ കോതർമ്മന്റെ കണ്ണിന് മൊന വന്നു. കുഞ്ഞിക്കേളൂന്റെ മോത്ത് നരനും ജട കുലുക്ക്ന്ന സിംഹവും ഒണരാൻ തൊടങ്ങി.

മനയോല കൊണ്ടില്ലെ എളവർണ്ണംകൊണ്ട് ചെക്കന്റെ മുഖം കുളിച്ചു. കണ്ണ്ന്ന് തൊടങ്ങി നെറ്റീരെ മോള്ല് പൊന്തി കൊടുംപുരികം വളർന്നു. അതിൽ പാതിപ്പൂവും മഞ്ഞച്ചിത്തും കുറിച്ചു.

പെർമലയൻ കണ്ണ് ചിമ്മാതെ ചെക്കന്റെ തലേരെട്ത്ത് നരസിംഹാവതാരം ജനിക്ക്ന്നത് നോക്കി ഇരുന്നു. കൊമ്ട്ട്ക്കുരുവന്റെ കണ്ണ് ചെക്കന്റെ മോത്ത് കോഴിപ്പൂവ് വരക്കാൻ തൊടങ്ങി. അത് മൂക്കിന്റെ വക്ക്ന്ന് തൊടങ്ങി പുരികത്തിൽ ചേർന്ന് നിന്നു. കോഴിപ്പുഷ്പത്തിന്റെ തായല് മീശ വന്നു. അതിൽ ചേരവട്ടീം പാതിപ്പൂവും കൊത്തിവെച്ചു. ചായില്യത്തിൽ കുളിച്ച ചുണ്ട് ചെമ്മുരിക്കിന്റെ പൂവായ് വിരിഞ്ഞു. നെറ്റീന്റെ നട്ക്ക് സുദർശനം വന്നു. അതിൽ തത്തക്കൂടും എരിഞ്ഞിപ്പൂവും മഷിമുള്ളും മൊളച്ചു.

കുഞ്ഞിക്കേളൂന്റെ മൊകം ചെറ്തല്ലേ. താടിത്തണ്ട് കറുപ്പില് മഞ്ഞ വരയിൽ കഴുത്ത് നെറഞ്ഞ പോലെയായ്.

ചെക്കന്റെ ഇളം നെഞ്ച് കൊമ്ട്ട്ക്കുരുവൻ ഒരു തുണിയോണ്ട് തൊടച്ചു. ആടപ്പിന്ന ശ്രീവത്സം തെളിഞ്ഞു.

കൊമ്ട്ട്ക്കുരുവൻ ചെക്കന കൈപിടിച്ച് എണീപ്പിച്ചു.

ഓൻ കണ്ണ് തൊറന്നോണ്ട് എണീറ്റ് നിന്നു.

ഓൻ ആരോ ആയത് പോലെ ഓന് തോന്നി.

ഓന്റെ മോത്തൊര് രൗദ്രഭാവം.

മലയമ്മാര് ആണും പെണ്ണും തേച്ചും* ചെക്കന ഒർക്ക്ന്നേനി ചുറ്റും നിന്നു.

അരീല് വായേരെ പോള അടത്തി എട്ത്ത് കെട്ടി. അയിന് ചുറ്റും പതിനാറ് ഒലി കരോലത്തിരി ചുറ്റി.

തെയ്യാട്ടക്കളത്ത്ന്ന് ചെണ്ടയടി ഒയർന്നു.

---

*വായീരെ - വായയുടെ; * തേച്ചും - മുഴുവൻ*

ചെക്കൻ പെർമലയന്റെ കാല് തൊട്ടു. മലിനാണീരീം കൊമ്ട്ട്ക്കുരുവന്റീം കാല് തൊട്ടു. ലേശം വിട്ട് നിന്ന് ഓനത്തന്നെ നോക്കി നിക്ക്ന്ന തീയ്യത്തി ചിരുതേന ഓൻ കണ്ടു. ഓൻ ഓടിപ്പോയി ചിരുതേരെ കാല് തൊടുമ്പേ ഓള് ഒച്ചീല്ലാതെ കരഞ്ഞു. കുഞ്ഞിക്കേളൂന്ന് പേര് വിളിക്കാൻ വല്യമ്പ്രാന്റെ മനക്കലേക്ക് പോവാൻ ഓള് ഉടുപ്പിച്ച് കൊടുത്ത പട്ട് കോണൂം ഉടുത്ത് പാഞ്ഞ് വെർന്ന ചെക്കനാ ഓളെ കരച്ചലിന്റെ ഉള്ളില് വന്നത്, മേത്ത് പൊത്ത്യെ തോർത്തോണ്ട് കണ്ണ് മറച്ചേരം ആ കണ്ണിന്റുള്ളിലത് കണ്ടു.

ആട്ന്ന് പിന്ന്യോൻ നേരെ ആട്ടക്കളത്തിലേക്കോടി. ബയ്യന്നെ പെർമലയനും പാഞ്ഞു.

ഓൻ പതീരുള്ളിലെ വെളക്കിന വണങ്ങി അയിന്റെ മുമ്പില് നിക്ക്ന്ന തീയ്യൻ ചവുണ്യന്റെ കാല് തൊട്ടു. തെളങ്ങി നിക്കന്ന മേലേരീന വണങ്ങി, ചെണ്ടക്കാറ തേച്ചും വണങ്ങി, ആട്ടക്കളത്തിലെ പീഠത്തിലോൻ ഇരിന്നു.

പീഠത്തിന്റെ അട്ത്ത് കൊണ്ടെച്ച അണിയലം പെർമലയൻ ആരീം തൊടാൻ വിട്ടില്ല. ഓൻ തന്നെ ഓരോന്നെട്ത്തട്ത്ത് കണ്ണ് തൊറന്ന് പിടിച്ച് ചെക്കന അണീച്ചു.

ചെണ്ടേരെ നേരിയ താളത്തിന്റെ ഒപ്പരം പെർമലയൻ വെള്ളത്തുണികൊണ്ട് തല പൊതിഞ്ഞ് കൊണ്ടല് കെട്ടി. തലപ്പാളി കെട്ടി, ചെക്കിപ്പൂ കോർത്ത കിരീടം വെച്ചു. ചെവിക്ക് ചുയിപ്പും പിന്നെ തലമല്ലികയും പിണ്ഡയും വെച്ചു. രണ്ട് കൈക്കും ചോന്നതുണി ചുറ്റി വളയിട്ട് പൂവും കെട്ടി. കാരോലനഖം ചൂടി.

വാഴപ്പോള കുത്തിക്കെട്ട്യത് അരീല് ഒറ്റക്ക് വെക്കാൻ പെർമലയന് കയിഞ്ഞില്ല. കുന്നരുക്കാരനും കൊമ്ട്ട്ക്കുരുവനും ഒപ്പരം നിന്ന് അരക്കില്ലതും അരയോടീം കെട്ടി. അപ്പളത്തേക്കന്നെ പെർമലയന് കൈയും മേലും തളന്ന് വെറ വന്നു.

കുരുത്തോലകൊണ്ട് ഇണ്ടാക്ക്യ കൈനഖം വെറപ്പിച്ച് കുഞ്ഞിക്കേളു പെർമലയന്റെ കൈ പിടിച്ച് കണ്ണിലേക്ക് നോക്കി. പിന്ന തെളക്ക്ന്ന തീക്കുണ്ടം* നോക്കി.

പൊട്ടിയ കണ്ണാടീരെ കഷണം കോതോർമ്മൻ കുഞ്ഞിക്കേളൂന് മുഖം നോക്കാൻ കൊടുത്തു. തെളങ്ങ്ന്ന മുഖം നോക്കി പിന്ന ആകാശത്തേക്ക് നോക്കി... മേൽലോകത്തിന്ന് തീച്ചാമുണ്ഡി എറങ്ങി വന്ന് ഓന്റെ മേത്ത് നെറഞ്ഞു.

തല വെട്ടിച്ച് അലറിക്കൊണ്ട് തീച്ചാമുണ്ഡി എണീറ്റു.

കനലിന്റെ വെളിച്ചത്തില് കനലിനേക്കാൾ തെളങ്ങിക്കൊണ്ട് തീച്ചാമുണ്ഡി നിന്നു.

** തീക്കുണ്ടം - കനൽ വിളഞ്ഞ പാടം*

** അരീല് - അരയിൽ*

ചെണ്ടേരെ ആർപ്പ് വിളിക്കൊപ്പം തീച്ചാമുണ്ഡി മറ്റൊരു കനൽക്കട്ട യായി നെറഞ്ഞാടി മേലേരിക്ക് വലം വെച്ചു.

വീരനായ പടക്കുറുപ്പ് പടീല് പയറ്റുമ്പം ശത്രൂന്റെ കണ്ണിലേക്ക് കണ്ണോറപ്പിച്ച് കാറ്റിന്റെ വേഗത്തിൽ വാള് വീശുമ്പോലെ തീച്ചാമുണ്ഡി കണ്ണ് പുറത്തേക്കെറിഞ്ഞ് എടത്തോട്ടും വലത്തോട്ടും തലവെട്ടിച്ച് തൊഴുത് വെറച്ച് നിക്ക്ന്നവരെ മുമ്പില് നൃത്തം വെച്ചു.

കത്ത്ന്ന കണ്ണും തൊറന്ന് ആളെല്ലം തൊവ്വിത് നിന്നു.

പെട്ടെന്ന് പതീരെ പള്ളക്ക്ന്ന് ആള് മാറി. മഞ്ചല് ചൊമക്ക്ന്നവരെ ഒച്ച തെയ്യൂം കേട്ടു.

വല്ല്യമ്പ്രാൻ എഴ്ന്നെള്ളി. പതിക്ക് ചേർന്ന് മഞ്ചല് വെച്ചു. തമ്പ്രാനി രിക്കാൻ ഒരാള് പീഠം വെച്ചു.

തകർത്താടുന്ന തെയ്യത്തിനീം പഴുത്ത് നിക്ക്ന്ന മേലേരീനീം വയ സ്സായി വെറ എളകുന്ന തമ്പ്രാന്റെ മോത്തെ നരച്ച കണ്ണ് എടത്തോട്ടും വലത്തോട്ടും ഉരുട്ടിക്കൊണ്ട് നോക്കി.

തമ്പ്രാട്ടിമാരും വാല്യക്കാരും മനീലെ മനിശമ്മാരും തമ്പ്രാന്റെ ബയ്യല് നിന്ന് കണ്ണ് പൂട്ടാതെ തെയ്യത്തിന നോക്കി.

തെയ്യത്തിന്റെ ബയ്യന്നെ അണിയലൂം മോത്തെഴ്ത്തും ഇല്ലാതെ മറ്റൊര് തെയ്യായിറ്റ് ആട്ന്ന പെർമലയൻ തമ്പ്രാനക്കണ്ട് പാഞ്ഞ് പോയി. തമ്പ്രാന്റെ മുമ്പില് വണങ്ങി നിന്നെട്ക്ക്ന്ന് നടുനീർക്കാതെ തെയ്യത്തി ന്റേട്ത്തേക്ക് പാഞ്ഞ് നടുനീർത്തിറ്റ് ഓന്റെ കണ്ണോണ്ട് തെയ്യത്തോട് എന്തോ പറഞ്ഞു. തെയ്യം പെർമലയനീം കൊമ്ട്ട്ക്കുരുവനീം എടത്തും വലത്തും നിർത്തി കൈപിടിച്ച് തമ്പ്രാന്റേട്ത്തേക്ക് കുതിച്ചു.

തമ്പ്രാനീം തമ്പ്രാന്റെ ബയ്യല് നിക്ക്ന്നവരീം ചോന്ന കണ്ണോണ്ട് തെയ്യം നോക്കി... തെയ്യത്തിന്റെ കണ്ണ്ന്ന് തീ വെർന്നതായിറ്റ് എല്ലാരും കണ്ടു. ബെറച്ചോണ്ട് തമ്പ്രാന്റെ ബയ്യല് നിക്ക്ന്നവരെല്ലം കണ്ണും കാതും കൈയും കൊണ്ട് തൊവ്വിതു.

തമ്പ്രാൻ പന്നീരെ ചെരപ്പത്തുണ്ടി പോലെത്തെ മീട് .കുത്തന പിടി ച്ചാട്ടി.

തെയ്യം വാചാല് തൊടങ്ങി.

“നാട്ടിലാകെ മാരിക്കുരിപ്പ് വന്നു. നാട്ട്ക്കുടയോന് ആധീം വന്നു അല്ലേ... ആധീം വ്യാധീം മാറ്റാൻ മേൽലോകത്ത്ന്ന് എന്ന കൊണ്ടന്നു അല്ലേ... മയില് പാമ്പിന ഓട്ക്ക്ന്നത് പോലെ ഒട്ക്ക്ന്ണ്ട് എല്ലാ മാരിക്കുരിപ്പിനീം... എന്താ പോരേ... ആർത്തനാദം കേക്ക്ന്നെട്ക്യല്ലം കുളിർമഴയായി പെയ്യും തീച്ചാമുണ്ഡി... കുടിലെന്നോ കൊട്ടാരമെന്നോ എനക്ക് ഭേദമില്ല...”

തെയ്യം നാലടി ബയ്യലോട്ട് വെച്ച് പെട്ടെന്ന് മുമ്പിലോട്ട് ചാടി ഒന്ന ലറി.

തമ്പ്രാന്റെ പന്നിമീട് ഒന്നൊയർന്നു. ഒപ്പം തമ്പ്രാൻ എണീറ്റ് നിന്നു.

തെയ്യം വാചാല് തൊടർന്നു.

"എനക്കായിറ്റ് അനുഭവിക്കാൻ കാട്ടിലെ മരംകൊണ്ടന്ന് മേലേരി കൂട്ടീറ്റ്ണ്ട് അല്ലേ..."

തെയ്യം അത് നോക്കി...

"ഞാനത് അനുഭവിക്കട്ടെ. അയില് മുങ്ങിക്കുളിച്ചാല് തീച്ചാമുണ്ഡീരെ കുളിര് മാറ്വോ... എന്നാല് ഞാനായിറ്റ് അത് കൈയേൽക്കട്ടെ..."

തെയ്യം തമ്പ്രാന നോക്കി വെല്യ ഒച്ചീല് പറഞ്ഞു.

"'വാഴുന്നോരെ... ഞാനെന്റെ കുളിര് മാറ്റട്ടെ വാഴുന്നോരേ"

തമ്പ്രാൻ തലയാട്ടി.

കർക്കടമാസത്തിലെ ഇടീം മിന്നലുംപോലെ ചെണ്ട തകർത്ത് പെയ്യാൻ തൊടങ്ങി.

തീച്ചാമുണ്ഡി കനൽ കൂമ്പാരത്തിന്റടുത്തേക്ക് പാഞ്ഞു. ജ്വലിച്ച് നിൽക്കുന്ന അഗ്നിയെ കണ്ണോണ്ട് ഉഴിഞ്ഞു. മേലേരീന മൂന്നോട്ടം വലം വെച്ചു. പെർമലയനും തെയ്യത്തിന്റൊപ്പരം പാഞ്ഞു.

ആളുകള് കൈ ഒയർത്തി തൊവ്വ്തോണ്ട് ഗോവിന്ദാ... ഗോവിന്ദാ... ന്ന് തൊണ്ട പൊട്ട്ന്ന ഒച്ചീല് ആർത്ത് വിളിച്ചു. ആരിക്കും മേലേരീരെ അട്ത്തേക്ക് അട്ക്കാൻ കയീന്നില്ല.

പെർമലയൻ തെയ്യത്തിനോട് ചേർന്ന് നിന്നു. ഓൻ ചൂടൊന്നും അറീന്നേ ഇല്ല.

തീയില് വീണ തെയ്യത്തിന അരക്ക് കെട്ട്യ ഓല ചരട് പിടിച്ച് തീയീന്ന് വെലിച്ച് കേറ്റാനായി കുന്നരുക്കാരനും, പെർമലയനും ദാറൂട്ടീം കൊമട്ട്ക്കുരുവനും ഒര്ങ്ങി നിന്നു.

തെയ്യം കനലാട്ടത്തിന് മേലേരി നോക്കി, പതിനോക്കി ഗോവിന്ദം വിളിക്ക്ന്ന ആളെല്ലം നോക്കി പെർമലയന നോക്കി തീക്കുന്നിലേക്ക് കമിഞ്ഞ് വീണു. തീക്കട്ടേരെ മോള്ന്ന തെയ്യത്തിന വെലിച്ച് കേറ്റി... പിന്നീം വീണു... പിന്നീം വെലിച്ച് കേറ്റി... പിന്നീം വീണു... തീയിന്ന് വെലിച്ച് കേറ്റ്ന്ന പെർമലയനും മുതുടോനും തമ്പ്രാന്റട്ത്തേക്ക് പാഞ്ഞ് പോയി പറഞ്ഞു.

"തമ്പ്രാ.. തെയ്യം മൂന്നോട്ടം വീണു.. കുറീട്ട് തീയീന്ന് കേറ്റ് തമ്പ്രാ..."

തമ്പ്രാൻ പന്നിമീട് കുത്തനപ്പിടിച്ച് അനങ്ങാതിരുന്നു.

തെയ്യം പിന്നീം പിന്നീം വീണു. തീക്കൂനീന്ന് വെണ്ണീറും പൊകീം പൊന്തി തെയ്യാട്ടക്കളം നെറഞ്ഞു.

പെർമലയൻ പാഞ്ഞ് പോയി തെയ്യത്തിന തീയില് വീന്നേൽന്ന് തട്ക്കാൻ നോക്കി. തെയ്യം കൂട്ടാക്കീല.

പെർമലയൻ നെലവിളിച്ചോണ്ട് പറഞ്ഞു.

"നിർത്തെന്റെ തൈവങ്ങളേ...നിർത്ത്..."

തെയ്യം അത് കേട്ടതേയില്ല.

തെയ്യം തീയില് കമിഞ്ഞും മലന്നും വീണോണ്ടേയിരുന്നു.

തീയില് വീണ തെയ്യത്തിന വെലിച്ച് എണീപ്പിക്ക്ന്നവര് തളരാൻ തൊടങ്ങി.

തീക്കനലിന്റെ വെണ്ണീറും പൊകയും ജനങ്ങളെ നെലവിളിച്ചോണ്ടില്ലെ ഗോവിന്ദം വിളീം ആകാശത്തില് നെറഞ്ഞു.

മുതുടോൻ തമ്പ്രാന്റെ മുമ്പില് കരഞ്ഞോണ്ട് പറഞ്ഞു.

"കുറീട് തമ്പ്രാ... തെയ്യം കത്തിക്കരിയേന്ന് തമ്പ്രാ..."

തെയ്യത്തിന്റെ ഉടുപ്പും അരയോടീം കത്താൻ തൊടങ്ങി. എടക്ക് ആരോ അത് തോർത്തോണ്ട് തച്ച് കെടുക്കാൻ നോക്ക്ന്നണ്ട്.

പെർമലയനും മലിനാണീം തമ്പ്രാന്റെ കാലില് വീണ് നെലവിളിച്ചു.

"കുറീട് തമ്പ്രാ... കുറീട്... തീയില് വീണത് തീച്ചാമുണ്ഡ്യാണെങ്കിലും അത് കെട്ട്യത് മനിശ്ശനാന്ന് തമ്പ്രാ... എന്റെ കുഞ്ഞിക്കേളു കത്തിത്തീരും തമ്പ്രാ..."

തമ്പ്രാന്റെ പന്നിമൊകം അനങ്ങീല. അത് മേലോട്ട് പൊന്തീല.

പെർമലയൻ എണീറ്റ് പാഞ്ഞ് തെയ്യത്തിന പിടിച്ചു. തെയ്യം മറിന്നേന്റെ ഊക്കില് പെർമലയൻ വീണു. തീക്കട്ട മേത്ത് പറ്റി ഓന് പൊള്ളി. ആരെല്ലോ ഓന എണീപ്പിച്ചു.

ആള്കളെ വായിന്ന് അറിയാതെ ഗോവിന്ദം വിളി മാഞ്ഞ് പോയി നെലവിളി പൊറപ്പെട്ടു.

തെയ്യം തീയില് വീമ്പം എണ്ണിയവര് പറഞ്ഞു.

"തെയ്യം തീയില് വീണത് നൂറ്റൊന്നും കയിഞ്ഞു."

തീയില് കുളി നിർത്തി കത്തിക്കരിഞ്ഞ അണിയലങ്ങൾ തെയ്യം കൊടഞ്ഞെറിഞ്ഞു. അരയിലുടുത്ത അല്ലിയും അരയോടീം കത്തിത്തീർന്നു. മുരിക്കിൻ പൂപോലത്തെ മൊകം കരിവാരിതേച്ചപോലായി.

തെയ്യം ചുറ്റും നോക്കി.

നീർന്ന് നിന്ന് ഒന്നട്ടഹസിച്ചു.

ചെണ്ട മരിച്ചു.

പെർമലയൻ തോർത്തോണ്ട് വീശി തെയ്യത്തിന തണ്പ്പിക്കാൻ നോക്കേന്ന്...

തെയ്യം എടവും വലവും നോക്കി. ബയ്യല് ആർത്തലക്ക്ന്ന ജനങ്ങളെ നോക്കി... അവരെല്ലം തലീല് മേലേരിത്തീ കത്ത്ന്ന്ണ്ട്ന്ന് തെയ്യത്തിന് തോന്നി.

തെയ്യം നേരെ തമ്പ്രാനിരിക്ക്ന്നെട്ത്തേക്ക് പാഞ്ഞു.

ബയ്യന്നെ പെർമലയനും ആളും പാഞ്ഞു.

തമ്പ്രാന തെയ്യം തീക്കണ്ണ് കൊണ്ട് അടിമുടി നോക്കി.

പിന്ന ഒറഞ്ഞ് തുള്ളി അലറി വിളിച്ചു.

"എന്ന പരീക്ഷിക്കാൻ നോക്കി അല്ലേ...? മതിയായ്റ്റ്ല എനക്കെന്റെ അഗ്നിസ്നാനം."

തെയ്യത്തിന്റെ കരിഞ്ഞ് കരിവാളിച്ച മോത്ത്ന്ന് ചോന്ന കണ്ണ് പൊറത്തേക്ക് തുറിച്ച് ബെര്ന്നത് തമ്പ്രാൻ കണ്ടു.

തമ്പ്രാൻ പേടിച്ച് ബെറച്ച് അറിയാതെ മെല്ലെ എണീറ്റ് നിന്നു.

കുഞ്ഞിക്കേളൂന്റെ ഉള്ള്ന്ന് ചോര തെളക്കാൻ തൊടങ്ങി.

ഓന്റെ മനസ്സിന്റുള്ള് എന്നീം എന്റെ ചെങ്ങായി വിഷ്ണുമൂർത്തിനീം ബിളിച്ചു.

"എന്റെ പൊട്ടൻ തെയ്യേ... എന്റെ വിഷ്ണുമൂർത്ത്യേയ്... ഇവന ഈട, ഈ ആട്ടക്കളത്തില് ഒട്ക്കാൻ നിങ്ങളെല്ലാരും എന്റെ എടത്തും ബലത്തും നിക്കണേ... അയിനായ്റ്റല്ലെ കര്ത്ത് എനിക്ക് താ ന്റെ തെയ്‌വങ്ങളേ..."

കുഞ്ഞിക്കേളു എടംവലം കണ്ണേറിഞ്ഞു... കടലിന് തീപ്പിടിച്ച് അലറിവിളിച്ചെത്ത്ന്ന ആൾത്തെരമാല കണ്ടു.

വലത്ത് ചേർന്ന് നിക്ക്ന്ന തൊണക്കാരൻ പിടിച്ച കുന്തമൊനപോലെ കൂർത്ത കുത്ത് വെളക്കിന്റെ പിടി കണ്ടു.

പിന്ന്യൊന്നും ഓൻ നോക്കീല. കത്തിക്കരിഞ്ഞ അരയോടേരുള്ള്ന്ന് കൈ പൊറത്തേക്കെട്ത്ത്, തലയൊന്ന് കുലുക്കി തൊണക്കാരന്റെ കൈമലെ കുത്ത്‌വെളക്ക് പിടിച്ച് വാങ്ങി പേടിച്ച് വെറച്ച് നിക്ക്ന്ന പന്നി മീട്ല്ലെ തമ്പ്രാന്റെ നെഞ്ഞത്ത്, വാഴത്തടീല് കോത്തിരി കുത്തിക്കേറ്റു മ്പോലെ കുത്ത്‌വെളക്ക് കുത്തിക്കേറ്റി... പന്നിമീട് മുക്രയിട്ടു. പിന്ന ആട നരസിംഹത്തിന്റെ ഹിരണ്യവധം നെറഞ്ഞാടി. കൊടല്മാല വെലി ച്ചെട്ത്ത് കഴ്ത്തില്ട്ട് കട്ടച്ചോര കോരിക്കുടിച്ച് വിഷ്ണുമൂർത്തി അലറി വിളിച്ചു. അന്നേരം ബയ്യല് നിക്ക്ന്ന, പതപോലെ പതഞ്ഞ് പൊന്ത്ന്ന എല്ലാരീം കണ്ണില് മേലേരിക്കനല് നെറഞ്ഞിരുന്നു.

www.ingramcontent.com/pod-product-compliance
Lightning Source LLC
LaVergne TN
LVHW100429051026
849518LV00004B/1431
* 9 7 8 8 1 1 9 1 3 1 1 9 8 *